കണ്ണാടിയും കാവ്യദേവതയും

INSIGHT PUBLICA®

INSIGHT PUBLICA®

Nadakkavu, Kozhikode, Kerala
Tel:0495–4020666
www.insightpublica.com
e-mail: insightpublica@gmail.com

Kannadiyum Kavyadevathayum

Analysing the Self: Experience and Narration

A Study Based on the Poems and Autobiographies of P. Kunhiraman Nair

Dr. S Sanjay

(Malayalam Study)

First Edition: August 2021
Second Edition: March 2022

ISBN 978-93-5517-356-0
Book design: kjvj@insight
Printed and Published by
Insightinpublica Printers & Publishers Pvt. Ltd.
₹ 450

കണ്ണാടിയും കാവ്യദേവതയും

ഡോ. എസ്. സഞ്ജയ്

INSIGHT PUBLICA

സമർപ്പണം

ആത്മശക്തിയായ അമ്മയ്ക്ക്

ആലപ്പുഴ ജില്ലയിലെ വെൺമണിയിൽ ജനിച്ചു.

അച്ഛൻ : എം.എൻ സുകുമാരൻ

അമ്മ: എൻ.വിമല

എം.ടി ഹൈസ്കൂൾ വെൺമണി, എൻ.എസ്.എസ് കോളേജ്, എസ്.ബി കോളേജ് ചങ്ങനാശ്ശേരി, എം.ജി യൂണിവേഴ്സിറ്റി സ്കൂൾ ഓഫ് ലെറ്റേഴ്സ്, ഭാരതീയവിദ്യാഭവൻ കോട്ടയം കേന്ദ്രം എന്നിവിടങ്ങളിൽ വിദ്യാഭ്യാസം. എം.എ മലയാളം, എം.ഫിൽ, ബി.എഡ്, പത്രപ്രവർത്തനത്തിൽ പോസ്റ്റ്ഗ്രാജ്വേറ്റ് ഡിപ്ലോമ, സ്വത്വാപഗ്രഥനം: അനുഭവവും ആഖ്യാനവും പി. കുഞ്ഞിരാമൻ നായരുടെ തിരഞ്ഞെടുത്ത കവിതകളെയും ആത്മകഥയെയും മുൻനിർത്തി ഒരു പഠനം എന്ന വിഷയത്തിൽ കോഴിക്കോട് സർവകലാശാലയിൽ നിന്ന് പി.എച്ച്.ഡി ലഭിച്ചു. നിലമ്പൂർ ഗവ.കോളേജിൽ മലയാളം വിഭാഗം അധ്യക്ഷൻ. 1990 മുതൽ ആനുകാലികങ്ങളിൽ കവിതകൾ എഴുതുന്നു. കാലിക്കറ്റ് യൂണിവേഴ്സിറ്റി സെനറ്റംഗമാണ്. കാലിക്കറ്റ് യൂണിവേഴ്സിറ്റി മുൻ മലയാളം പി.ജി. ബോർഡംഗമായിരുന്നു. എ.കെ.ജി.സി.ടി സംസ്ഥാന കമ്മിറ്റിയംഗവും പുരോഗമന കലാ സാഹിത്യ സംഘം സംസ്ഥാന കൗൺസിൽ അംഗവുമാണ്.

പുസ്തകങ്ങൾ : ഭൂമിശാസ്ത്രംഅറിയാത്തവർക്ക്, അറം (കവിതാസമാഹാരങ്ങൾ), കാഴ്ചയുടെ പ്രതിമുഖങ്ങൾ (എഡിറ്റർ, ഡോ.ഗോപുവുമൊത്ത് നവസിനിമാപഠനം)

കൂട്ട്: നിഷ കൊറ്റാലിൽ (അധ്യാപിക, ആർ.എം.എച്ച്.എസ്.എസ്, മേലാറ്റൂർ), മക്കൾ: നന്ദകിഷോർ .എസ്, ശ്രീനന്ദന.എസ്

വിലാസം: മുരിങ്ങിനേത്ത്, മേലാറ്റൂർ . പി ഒ, മലപ്പുറം
ഫോൺ: 9447761696
Email: maraku.sanju@gmail.com

ഡോ.എസ്. സഞ്ജയ്

ആത്മസംഘർഷത്തിന്റെ കാവ്യപഥങ്ങളിലൂടെ

ഡോ. എൻ.രാജൻ

അവധൂതകവിയായ പി. കുഞ്ഞിരാമൻനായരുടെ സഞ്ചാര പഥങ്ങളിലെ നിഴലും വെളിച്ചവും സ്പർശിച്ചറിയുവാനാണ് ഡോ.എസ്.സഞ്ജയ് ശ്രമിക്കുന്നത്. അടിമുടി കാൽപ്പനികനായിരുന്ന കുഞ്ഞിരാമൻനായർ ജീവിതത്തിന്റെ ഓരോ നിമിഷത്തിലും ആത്മസംഘർഷങ്ങളുടെ നീരാളിപ്പിടുത്തത്തിൽ അമർന്നു പോവുകയായിരുന്നു. ആത്മാവിന്റെ അനുശാസനങ്ങളോടു മാത്രം വിധേയത്വം പുലർത്തിക്കൊണ്ടാണ് അദ്ദേഹം ജീവിച്ചത്. സദാചാരസംരക്ഷകരുടെ പുരികം ചുളിക്കലുകൾക്കോ, വിമർശകരുടെ പരുഷവചനങ്ങൾക്കോ, സ്വജനങ്ങളുടെ പ്രേരണകൾക്കോ ആ ജീവിതയാത്രയെ വഴി തിരിച്ചുവിടുവാൻ കഴിഞ്ഞില്ല. കണക്കുകൂട്ടലുകളും ക്രമപ്പെടുത്തിയ ചിട്ടവട്ടങ്ങളില്ലാതെ, ആത്മാനുരാഗിയുടെ സ്വാതന്ത്ര്യബോധവുമായി അദ്ദേഹം ജീവിച്ചു. എല്ലാ നിയമങ്ങൾക്കും, നിയന്ത്രണങ്ങൾക്കും അതീതമായ ഒന്നാണ് കവിയുടെ അനുഭവലോകം എന്ന് അദ്ദേഹം കരുതി. അദ്ദേഹത്തിന്റെ ആത്മകഥാഭാഗങ്ങളെയും ചില തെരഞ്ഞെടുത്ത കവിതകളേയും അടിസ്ഥാനമാക്കിയുള്ള സ്വത്വാപഗ്രഥനമാണ് സഞ്ജയ് പുസ്തകത്തിലൂടെ സാക്ഷാൽകരിക്കുന്നത്.

കുഞ്ഞിരാമൻനായരുടെ കാവ്യ വ്യക്തിത്വത്തെ വിശകലനം ചെയ്യുമ്പോൾ അപൂർവ്വമായ അപഗ്രഥനരീതിയാണ് സഞ്ജയ് അവലംബിക്കുന്നത്. കാൽപ്പനികതയുടെ സാമ്പ്രദായിക പ്രവണതകളിൽ നിന്ന് പി

എങ്ങനെയൊക്കെ വ്യത്യസ്തത പുലർത്തുന്നു എന്ന് സൂക്ഷ്മമായി നിരീക്ഷിക്കുന്നുണ്ട്. പി.യുടെ കാൽപ്പനികകാ വ്യക്തിത്വം സങ്കീർണ്ണതകളിൽ കുടുങ്ങിക്കിടക്കുന്ന ഒന്നാണ് അതിനെ ഇഴതിരിച്ചെടുത്ത് വിശദീകരിക്കുന്നു. മന:ശാസ്ത്രപരമായ സമീപനത്തിലൂടെ പി.യുടെ സ്വത്വത്തിന്റെ സങ്കീർണ്ണസമസ്യകളെ നിർദ്ധാരണം ചെയ്യുന്നു. ലക്കാനിയൻ സ്വത്വസങ്കൽപ്പനത്തിന്റെ അടിസ്ഥാനത്തിൽ അബോധം, കർത്തൃത്വം, ആഖ്യാനം എന്നീ പരികൽപ്പനകളെ പരിശോധിച്ചുകൊണ്ടാണ് സഞ്ജയ് പഠനം തുടങ്ങുന്നത്. പാശ്ചാത്യചിന്തകരുടെ സ്വത്വവിചാരങ്ങളെ അദ്ദേഹം സംക്ഷേപിക്കുന്നുണ്ട്. അബോധമനസ്സിനെയും സ്വപ്നങ്ങളെയും സംബന്ധിച്ച ഫ്രോയിഡിന്റെ സിദ്ധാന്തങ്ങളെ സൂക്ഷ്മതയോടെ വിശകലനം ചെയ്യുന്നുണ്ട്.

പ്രാദേശികാഖ്യാനമായും, സാംസ്കാരിക പ്രതിരോധമായും, അനന്തമായ അന്വേഷണമായും കാൽപ്പനികത കുഞ്ഞിരാമൻ നായരിൽ സ്വാധീനം ചെലുത്തിയതായി ഗ്രന്ഥകാരൻ നിരീക്ഷിക്കുന്നു. ഈ പശ്ചാത്തലത്തിലാണ് കുഞ്ഞിരാമൻനായർ കവിതകളിലെ കേരളീയത, നാഗരികതയിലുള്ള അസഹിഷ്ണുത, ഗ്രാമീണതയോടുള്ള ആഭിമുഖ്യം, പ്രകൃതി ധ്വംസനവിരുദ്ധമനോഭാവം തുടങ്ങിയ സവിശേഷതകളുടെ പ്രസക്തി നിർണ്ണയിക്കുന്നത്. അന്വേഷണാസക്തി കുഞ്ഞിരാമൻ നായരുടെ പ്രതിഭയുടെ മൗലികമുദ്രയാണ്. അന്വേഷണം പ്രകൃതിദൃശ്യങ്ങളിലേയ്ക്കും, പ്രകൃതിപ്രതിഭാസങ്ങളിലേയ്ക്കും, ജീവിതത്തിന്റെ അനുഭവാകാശങ്ങളിലേയ്ക്കും വികസിക്കുന്നുണ്ട്. അതേസമയം തന്നെ ആത്മസംഘർഷങ്ങളുടെ അഗ്നികുണ്ഡത്തിലേയ്ക്ക് അന്വേഷണാസക്തി മുനകൂർപ്പിച്ചെത്തുകയും ചെയ്യുന്നു. എന്നെത്തിരയുന്ന ഞാനായി കവി സ്വയം നിർവ്വചിക്കുന്നുണ്ട്. എന്നാൽ കണ്ടെത്തും മുമ്പേ കൈയൊഴിയുന്ന ശീലമാണ് അദ്ദേഹത്തിന്റേയെന്ന് ഗ്രന്ഥകാരൻ സമർത്ഥിക്കുന്നു. അദ്ദേഹത്തിന്റെ അന്വേഷണങ്ങളൊന്നും ലക്ഷ്യസാഫല്യം കൈവരിക്കുന്നില്ല. അന്വേഷണയാത്രയ്ക്കിടയിൽ പിന്തിരിയുകയോ വഴിമാറിപ്പോരുകയോ ചെയ്യുന്ന സ്വഭാവമാണ് പി.യുടേത്. തനിക്ക് അപ്രാപ്യമായ നിത്യകന്യകയായി കാവ്യദേവതയെ അദ്ദേഹം സങ്കൽപ്പിക്കുന്നു. ആ നിത്യകന്യകയെത്തേടിയുള്ള അന്വേഷണമായിരുന്നു പി.യുടെ കാവ്യജീവിതം ലക്കാനിയൻ ദർശനത്തിലെ അവനവനിലുള്ള അപരം എന്ന ഘടകത്തെയാണ് ഇവിടെ തിരയുന്നത്. ഗൃഹാതുരത്വവും ഭൂതകാലരതിയുമായി കവിയുടെ അന്വേഷണ വിഫലത സാന്ത്വനം തേടുന്നുവെന്ന ശ്രദ്ധേയമായ നിഗമനത്തിൽ ഗ്രന്ഥകാരൻ എത്തിച്ചേരുന്നു.

കാൽപ്പനികതയുടെ സഹജശീലമായ പ്രകൃത്യാരാധന സവിശേഷ രീതിയിലാണ് കുഞ്ഞിരാമൻനായരിൽ പ്രകടമാകുന്നത്. പ്രകൃതിയെ മൂർത്തവത്കരിക്കുക എന്ന ആഖ്യാനതന്ത്രം അദ്ദേഹം സ്വീകരിക്കുകയാണ്. യാത്ര എന്ന അനുഭവവും ചിത്രകല, ചലച്ചിത്രകല എന്നീ മാധ്യമങ്ങളുടെ സവിശേഷതകളും കുഞ്ഞിരാമൻനായരുടെ ആഖ്യാനകലയിൽ പ്രവേശനം നേടുന്നു. അങ്ങനെ കവിതാപ്രമേയങ്ങളുടെ വൈവിധ്യവും വൈപുല്യവും ആഖ്യാന രീതിയിലെ സ്വകീയപരീക്ഷണങ്ങളും ഇതര കാൽപ്പനിക കവികളിൽ നിന്നും കുഞ്ഞിരാമൻനായർ പുലർത്തുന്ന അകലത്തെ അർത്ഥവത്താക്കുന്നു. പ്രകൃതിക്ക് ക്ഷതമേൽപ്പിക്കുന്ന വികസനസംരഭങ്ങളോട് അസഹിഷ്ണുതയും രോഷവും പുലർത്തി കലഹിച്ച കവിയാണ് കുഞ്ഞിരാമൻ നായർ. നാഗരികതയെയും പുരോഗതിയെയും എതിർത്ത കവി അവയ്ക്കു ബദലായി ഉയർത്തികാട്ടിയത് ഭൂതകാല സ്വച്ഛതയെയാണ്. ഗ്രാമവിശുദ്ധിയുടെ പ്രകീർത്തനങ്ങളായി ചിലകവിതകൾ അദ്ദേഹം രചിച്ചു. ഈ ഭൂതകാലരതി ഫ്യൂഡൽ പ്രവണതകളിൽ അഭിരമിക്കാനുള്ള പ്രേരണയായി സഞ്ജയ് വിലയിരുത്തുന്നുണ്ട്. പി.യെ സവർണ്ണപക്ഷപാതിയെന്ന് വിളിക്കാനുള്ള പശ്ചാത്തലവും ഇതാകാം. പി.യുടെ കവിതകൾക്കും ആത്മകഥാക്കുറിപ്പുകൾക്കുമിടയിൽ ഒരതിർത്തിരേഖ നിർണ്ണയിക്കുക എളുപ്പമല്ല. ഛന്ദോമുക്തമായി രൂപംകൊള്ളുന്ന കവിതയായി ആ കുറിപ്പുകൾ അനുഭവപ്പെടുന്നു. ഒറ്റപ്പെടലിന്റേയും നഷ്ടബോധത്തിന്റെയും തേങ്ങലുകൾ അവയിലുടനീളം ഉയർന്നുവരുന്നു. അപരാധബോധം വേട്ടയാടുന്ന മനസ്സ് ആത്മകഥകൾക്കുപിന്നിൽ വിതുമ്പിനിൽക്കുന്നു. കുടുംബാംഗങ്ങളോടും പ്രണയിനികളോടും അനുവർത്തിച്ച നിഷേധാത്മകതയിൽ കവി വേദനിക്കുന്നു. ഒരിടത്തും ഒതുങ്ങിനിൽക്കാതെ അനന്തമായി അലഞ്ഞുനടന്ന ജന്മവാസനയെ ശപിക്കുന്നു. രക്തബന്ധത്തിന്റേയും സൗഹൃദങ്ങളുടെയും അർത്ഥനകളോടു പുലർത്തിയ അവഗണനയിൽ ഖേദിക്കുന്നു. കുറ്റബോധമാണ് ആത്മകഥാക്കുറിപ്പുകളിൽ തുടിക്കുന്ന അടിസ്ഥാന ഭാവം എന്നു കാണാം. പി.കുഞ്ഞിരാമൻ നായർ കവിതകളെ ആത്മകഥകൊണ്ട് ന്യായീകരിക്കുകയാണ് എന്ന വിലപ്പെട്ട നിഗമനത്തിൽ സഞ്ജയ് എത്തിച്ചേരുകയാണ്. കാവ്യഭാഷയുടെ സകലസാധ്യതകളുപയോഗിച്ചാണ് പി. ആത്മകഥ രചിച്ചിരിക്കുന്നത് എന്നും ഗ്രന്ഥകാരൻ ചൂണ്ടിക്കാട്ടുന്നു. ആത്മകഥകളിലെ ആഖ്യാന രീതികളെ സവിസ്തരം പരിശോധിച്ചിട്ടാണ് ഈ നിഗമനത്തിൽ എത്തിച്ചേരുന്നത്.

ഉപരിവർഗ്ഗ ജീവിതത്തിന്റെ ചിട്ടവട്ടങ്ങൾ കുഞ്ഞിരാമൻ നായരെ പ്രലോഭിപ്പിച്ചിരുന്നതായി സഞ്ജയ് വിലയിരുത്തുന്നു. അതേസമയം

ഒറ്റപ്പെടലിന്റേയും, നഷ്ടബോധത്തിന്റേയും അന്യവൽക്കരണത്തിന്റെയും വ്യഥകൾ ആ മനസ്സിനെ മഥിച്ചിരുന്നതായും പറയുന്നുണ്ട്. കാൽപ്പനികതയുടെ സാമ്പ്രദായിക രീതികളിൽ നിന്നും അകന്നു നിൽക്കുകയും ആധുനികതയോട് കലഹിക്കുകയും ചെയ്ത കവിയാണ് പി. വൈരുദ്ധ്യങ്ങൾ നിറഞ്ഞ ആ കവിസ്വത്വത്തെ ആധുനിക പാശ്ചാത്യചിന്താധാരകളുടെ അടിസ്ഥാനത്തിൽ അപഗ്രഥിക്കുന്ന ഈ പഠനം അപൂർവ്വതയും നൂതനത്വവും കാഴ്ചവെയ്ക്കുന്നു. കുഞ്ഞിരാമൻ നായരുടെ കവിതയെ സംബന്ധിച്ച ഉൾക്കാഴ്ചകൾ പ്രദാനം ചെയ്യുന്നു. സാഹിത്യവിമർശനത്തിന്റെ ചരിത്രത്തിൽ പുതിയ ഒരന്വേഷണവീഥി തുറന്നിടുകയാണ് ഡോ. എസ്.സഞ്ജയ്.

മുൻമൊഴി

'സ്വാപഗ്രഥനം: അനുഭവവും ആഖ്യാനവും പി. കുഞ്ഞിരാമൻ നായരുടെ കവിതകളെയും ആത്മകഥകളെയും മുൻനിർത്തി ഒരു പഠനം' എന്ന വിഷയം ഗവേഷണത്തിനു തെരെഞ്ഞെടുത്തത് ആലോചിച്ചുറപ്പിച്ചാണ്. പി.യെന്ന കവിയുടെ എഴുത്തിന്റെ അപൂർവ്വത ആദ്യം മുതലേ കാന്തികപ്രഭാവത്തോടെ എന്നെ ആകർഷിച്ചിട്ടുണ്ട്. ബിരുദപഠനത്തിന്റെ തുടക്കത്തിൽ 'കവിയുടെ കാല്പാടുകൾ' എന്ന ആത്മകഥ വായിക്കുകയും മാസ്മരികമായ ആ വാക്കിന്റെ പ്രഭാവത്തിൽ വീണുപോവുകയും പല ആവർത്തി ആ ആത്മകഥ വായിക്കുകയും ചെയ്തിട്ടുണ്ട്. അങ്ങനെ കവിയുടെ കവിതകൾ തേടിപ്പിടിച്ച് വായിക്കുമ്പോഴൊക്കെ ആത്മസംഘർഷത്തിലേക്ക് എടുത്തെറിയപ്പെടുന്ന മനുഷ്യാത്മാവിന്റെ പിടച്ചിലുകൾ ഉള്ളിലൊരു നീറ്റലായി കൊണ്ടുനടന്നിട്ടുണ്ട്. 2010 മുതൽ യു.ജി.സി. ടീച്ചർ ഫെലോഷിപ്പോടെ മുഴുവൻസമയ ഗവേഷണത്തിന് മുതിരുകയും മൂന്നുവർഷം കൊണ്ട് അതു പൂർത്തിയാക്കുകയും ചെയ്തു. ഇപ്പോൾ കണ്ണാടിയും കാവ്യദേവതയും എന്ന പേരിൽ പുസ്തകരൂപത്തിൽ പുറത്തിറങ്ങുകയാണ്. ഈ കാലയളവിൽ ഗവേഷണ വൈജ്ഞാനിക രംഗത്ത് നിരവധി മാറ്റങ്ങൾ സംഭവിച്ചിട്ടുണ്ട്.

ഗവേഷണകാലത്ത് സ്നേഹത്തോടെ എനിക്കുവേണ്ട മാർഗനിർദേശങ്ങൾ നൽകിയ ഗൈഡ് ഡോ. എൻ. രാജൻ കാലിക്കറ്റ് സർവ്വകലാശാലയിലെ മലയാള-കേരളപഠനവിഭാഗം വകുപ്പ് അദ്ധ്യക്ഷൻമാരായിരുന്ന ഡോ. ടി.പവിത്രൻ, ഡോ. എം. എൻ കാരശ്ശേരി ഇപ്പോൾ അദ്ധ്യക്ഷനായ ഡോ.അനിൽവള്ളത്തോൾ,

ധൈഷണികസംവാദങ്ങളിൽ എന്റെയുള്ളുണർത്തിയ ഡോ. എൽ. തോമസ്കുട്ടി, ഡോ.പി.സോമനാഥൻ, എഴുത്തുകാരനും സഹഅദ്ധ്യാപകനുമായ ഡോ. ഉണ്ണി ആമപ്പാറയ്ക്കൽ, കൂടാതെ ഗവേഷകസുഹൃത്തുക്കളായ പി.അബ്ദുൾഗഫൂർ, ബിന്ദു.ടി.വി, ഷിബൂഷ് നാരായണൻ, രാജുക്കുട്ടൻ. പി.ജി, മൻസൂറലി.ടി എന്നിവരോടുള്ള കടപ്പാട് വാക്കു കൊണ്ടവസാനിക്കുന്നതല്ല. അതുപോലെ ഡിപ്പാർട്ടുമെന്റ് ലൈബ്രറിയിലെ ജീവനക്കാർ, ഈ ഗവേഷണപ്രബന്ധം കൃത്യസമയത്തുതന്നെ ഒരുക്കിത്തന്ന ബിന ഡി.ടി.പി. സെന്ററിലെ ബാല്യ, അവിടുത്തെ ജീവനക്കാർ എന്നിവരെ നന്ദിയോടെ ഓർക്കുന്നു. ഗവേഷണത്തിന് രജിസ്റ്റർ ചെയ്തത് 2002ലാണ്. നീണ്ട പന്ത്രണ്ട് വർഷം അത് തുടർന്നുപോയി. ഈ സമയങ്ങളിൽ കരുത്തും പ്രോത്സാഹനവുമായ ജീവിത സഖി നിഷയോടും മക്കളായ നന്ദകിഷോർ, ശ്രീനന്ദന എന്നിവർക്കുള്ള കടപ്പാട് പറഞ്ഞുതീർക്കേണ്ടതല്ല. അവരുടെ സഹകരണം ഇല്ലായിരുന്നുവെങ്കിൽ ഈ വലിയ ദൌത്യം പൂർത്തീകരിക്കുവാൻ കഴിയുമായിരുന്നില്ല. അമ്മയും അച്ഛനും എപ്പോഴും പ്രചോദനമായി എന്റെ ജീവിതപാതയിലുണ്ട്. എല്ലാ പ്രിയപ്പെട്ടവരേയും നന്ദിയോടെ ഓർക്കുന്നു.

ഡോ. എസ്. സഞ്ജയ്.

ഉള്ളടക്കം

ആമുഖം

കാല്പനികത ഒരു മാനസികഘടനയാണ്. കാല്പനികത മനസ്സിലെ അബോധതലങ്ങൾക്കു കൂടുതൽ സ്വാതന്ത്ര്യം നൽകുന്നു. സ്വന്തം മനസ്സിന്റെ എല്ലാത്തരം വികാരങ്ങളെയും കാല്പനികകവികൾ ആവിഷ്കരിക്കുകയുണ്ടായി. അവരിൽ പലർക്കും സ്വന്തം മനസ്സുതന്നെയായിരുന്നു ലോകം. അഥവാ, ലോകത്തിൽ സ്വന്തം സുഖങ്ങൾ തന്നെയാണ് അവർ നിഴലിച്ചു കണ്ടത്. റൊമാന്റിക് കവികളിൽ അധികം പേരും അത്യധികം ആത്മനിഷ്ഠരായിരുന്നു. തന്നിൽത്തന്നെ മുഴുകുകയും വൈകാരികതീവ്രതയ്ക്കുവേണ്ടി വെമ്പുകയും ചെയ്യുന്ന കാല്പനികർ മറ്റുള്ളവരെ വേദനിപ്പിക്കുന്നതിൽ ആനന്ദം കൊള്ളുന്ന പരപീഡനം (Sadism) മറ്റുള്ളവരിൽ നിന്നു വേദന അനുഭവിക്കുന്നതിൽ സന്തോഷം കണ്ടെത്തുന്ന ആത്മപീഡനം (Masochism) മുതലായ പ്രവണതകൾ പ്രകടിപ്പിക്കാറുണ്ട്. അതുകൊണ്ടുതന്നെ കാല്പനികസ്വത്വം എന്തെന്നു വ്യക്തമാക്കുവാൻ മനഃശാസ്ത്രപരമായ അപഗ്രഥനവും നിർവ്വചനവുമല്ലാതെ മറ്റൊരു സൂത്രവാക്യവുമില്ല എന്ന തിരിച്ചറിവിലേക്ക് നമ്മെ കൊണ്ടെത്തിക്കുന്നു.

പി. കുഞ്ഞിരാമൻ നായർ: കാല്പനികതയുടെ മനോവിശകലനം

മലയാളകവിതയിലെ കാല്പനികതയുടെ എല്ലാ സാങ്കേതിക ശീലങ്ങളെയും കുടഞ്ഞു കളഞ്ഞത് ഇടപ്പള്ളിക്കവികളും പി. കുഞ്ഞിരാമൻ നായരുമാണ്. ഇവർ മൂവരും ചേർന്നാണ് മലയാളത്തിൽ കാൽപ്പനികതയുടെ സ്വർഗം തീർത്തത്. കുമ്പസാരപരമായ സ്വകാര്യതയായി

കവിത മാറുന്നത് ഇവരുടെ രചനകളിലാണ്. പ്രണയം, വിഷാദം, നിഷേധം, സമൂഹത്തിനു നേരെയുള്ള കലാപം തുടങ്ങിയ കാല്പനിക പ്രവണതകൾക്ക് ഇവരുടെ കവിതകളിൽ പ്രാമുഖ്യം ലഭിക്കുന്നു.

ഒരിക്കലുമുണങ്ങാത്ത കുറ്റബോധത്തിന്റെ കണ്ണീരും ഗൃഹാതുരത്വത്തിന്റെ നെടുവീർപ്പും കവിതയിൽ കലർത്തിയ പി. കുഞ്ഞിരാമൻ നായർ, പാരമ്പര്യത്തെയും ഭൂതകാലത്തെയും വാഴ്ത്തുകയും നാഗരികസംസ്കാരത്തെ തിരസ്ക്കരിക്കുകയും ചെയ്തു. കുഞ്ഞിരാമൻ നായർ സൃഷ്ടിച്ച കാൽപനികത വ്യത്യസ്തമായിരുന്നു. കാൽപനികർ ഗമനിച്ചുകൊണ്ടിരുന്ന ഭാവഗീതത്തിന്റെ മുറുക്കത്തെ നാടൻപാട്ടുകളിൽ കാണാവുന്ന അയഞ്ഞ മട്ടിന്റെയും ആവർത്തനക്രിയയുടെയും ആവാഹനം വഴി ആഖ്യാനകവിതകൾ തുടരെ എഴുതി, വേറൊരുതരം സംവാദാത്മകമായ കാൽപനികതയാണ് പി. സൃഷ്ടിച്ചത്. തന്റെ സ്വത്വസംഘർഷത്തിന്റെ വൈരുദ്ധ്യങ്ങളായിട്ടാണ് പി. എഴുത്തിനെ കണ്ടത്. അതുകൊണ്ടു തന്നെ പി. യുടെ കാവ്യസ്വത്വത്തെ അപഗ്രഥിച്ചുകൊണ്ടു മാത്രമേ സംവാദാത്മകമായ ആ കാല്പനികതയുടെ കർത്തൃത്വപ്രതിനിധാനങ്ങളെയും അബോധപ്രത്യയശാസ്ത്രത്തെയും പുറത്തുകൊണ്ടുവരാൻ കഴിയൂ. ഇങ്ങനെ പി. നിർമ്മിച്ച കാല്പനികതയുടെ മനോവിശകലനത്തിലൂടെ മാത്രമേ പി. യുടെ കാവ്യസ്വത്വത്തിന്റെ അന്തർമണ്ഡലത്തെ അനാവരണം ചെയ്യാൻ കഴിയൂ. ഇതാണ് ഈ പഠനം കൊണ്ട് ലക്ഷ്യം വെയ്ക്കുന്നത്.

കാല്പനികതയും പിതൃകേന്ദ്രവ്യവസ്ഥയും

കാൽപ്പനികതയെ സ്ത്രീവാദികൾ പുരുഷാധിപത്യപരവും സ്ത്രീവിരുദ്ധവുമായി തുടക്കം മുതലേ വിമർശിച്ചിട്ടുണ്ട്. സ്ത്രൈണ കാല്പനികതയ്ക്ക് ഭാവനയുടെ അനിയന്ത്രിതമായ സംസാരമോ വികാരങ്ങളുടെ നൈസർഗിക പ്രവാഹമോ ഓരോ രാത്രിയിലും ഓരോ പൂവിന്റെ മന്ദസ്മിതത്തിൽ കിടന്നുറങ്ങാനുള്ള സ്വാതന്ത്ര്യമോ അനുവദിച്ചിരുന്നില്ല. പ്രകൃതിയെ/സ്ത്രീയെ ദേവതയാക്കി ആരാധിക്കുന്ന രീതി പുരുഷകാല്പനികതയുടെ ഇഷ്ടവിഷയമാണ്. ഇതിൽനിന്നു ഭിന്നമാണ് സ്ത്രീയുടെ ലോകം. പുരുഷന് വീടും പരിസരവും ലോകവും പരിവേഷങ്ങളൊന്നുമില്ലാത്തതുമായ പച്ചയായ അനുഭവമാണ്. അതുകൊണ്ടു തന്നെ സ്ത്രീരചനകൾ കുടുംബകേന്ദ്രിതവും പുരുഷവിമർശനപരവുമായിരുന്നു. അവളുടെ ആത്മാവിഷ്ക്കാരത്തെയും സ്വാതന്ത്ര്യത്തെയും തടഞ്ഞു നിർത്തുന്നത് പുറം ലോകമല്ല, കുടുംബത്തിനുള്ളിലെ അടിമത്തമാണ്. പുരുഷൻ സ്ത്രീയെ കാല്പനീകരിക്കുന്നതുപോലെ സ്ത്രീകൾക്ക് പുരുഷനെ കാൽപനീകരിക്കാൻ സാധിക്കുകയില്ല. പുരുഷന് സ്ത്രീയുമായുള്ള ബന്ധം പ്രണയമധുരവും സ്വർഗീയസുഖപ്രദവുമായിരിക്കുമ്പോൾ സ്ത്രീക്ക്

പുരുഷബന്ധമെന്നത് മർദ്ദനപരവും അധിനിവേശപരവുമാണ്-ദായക്രമം പുരുഷനിലൂടെ നിലനില്ക്കുന്ന കാലത്തോളം-സ്വകാര്യസ്വത്ത് നിലനിൽക്കുന്ന കാലത്തോളം സ്ത്രീ പുരുഷാധിപത്യത്തിന്റെ നരകം പേറുന്നു. അതുകൊണ്ട് സ്വകാര്യസ്വത്തുടമസ്ഥതയെന്നപോലെ കാൽപ്പനികതയുടെയും ഭാവനയുടെയും ഉടമസ്ഥനും പുരുഷനാണ്.

കാല്പനികത പ്രശ്നവൽക്കരിക്കപ്പെട്ടുമ്പോൾ

പ്രകൃതി, പുരുഷന് കാമിനിയും ലൈംഗികചിഹ്നവുമായിരിക്കുമ്പോൾ സ്ത്രീക്ക് സുഹൃത്തും സഹകാരിയുമാണ്. അധികാരം രൂപം കൊള്ളുന്നത് പിതൃദായ കുടുംബഘടനയിൽ നിന്നും സ്വകാര്യസ്വത്തിൽ നിന്നുമാകയാൽ പിതൃദായ-കുടുംബഘടനയെ തകർക്കാൻ ഭരണകൂടം സ്ത്രീയെ അനുവദിക്കുന്നില്ല; കാൽപ്പനികയാകാനും. ഈ തരത്തിൽ 'കാൽപ്പനികത' എന്ന ബൃഹദാഖ്യാനം പുരുഷകേന്ദ്രിതവും ജനാധിപത്യവിരുദ്ധവുമാണ് എന്ന തിരിച്ചറിവിലേക്ക് സ്ത്രീവാദചിന്തയെ കൊണ്ടെത്തിച്ചിരിക്കുന്നു.

പുരുഷകേന്ദ്രിതമായി രൂപപ്പെട്ടുവന്ന പിതൃദായ-കുടുംബഘടനയുടെ പ്രത്യയശാസ്ത്ര ഉപകരണങ്ങളെ വിശകലനം ചെയ്യുമ്പോൾ മാത്രമേ കാൽപ്പനികതയുടെ യഥാർത്ഥവായന ആരംഭിക്കുന്നുള്ളൂ. ആധുനികോത്തര സാഹിത്യചിന്തയിൽ വ്യത്യസ്ത ജ്ഞാനമേഖലകൾ അപനിർമ്മിച്ചുകൊണ്ടിരിക്കുന്നത് സ്ഥാപനവത്ക്കരിക്കപ്പെട്ട ഇത്തരം വ്യവസ്ഥകളെയാണ്. മലയാളകവിതയിൽ കേരളീയ പ്രകൃതിയെയും സംസ്ക്കാരത്തെയും ഗൃഹാതുരതയോടെ പകർത്തിയ പി. കുഞ്ഞിരാമൻ നായരുടെ കാവ്യപ്രപഞ്ചം ഇത്തരമൊരു പശ്ചാത്തലത്തിൽ പുനർവായനയ്ക്ക് വിധേയമാക്കുകയാണിവിടെ.

പി. യുടെ കൃതികളുടെ സാമൂഹികമാനത്തിന്റെ വ്യാപ്തി മനസ്സിലാക്കുമ്പോൾത്തന്നെ അതു രൂപപ്പെട്ടുത്തിയ അനുഭവത്തിന്റെ നിർമ്മാണപ്രക്രിയയെക്കുറിച്ചും ആഖ്യാന സവിശേഷതകളെക്കുറിച്ചും സൂക്ഷ്മാന്വേഷണം നടത്തേണ്ടതുണ്ട്. അത്തരത്തിലുള്ള ഒരന്വേഷണമാണ് പി. കുഞ്ഞിരാമൻ നായരുടെ കവിതകളെയും ആത്മകഥകളെയും മുൻനിർത്തിയുള്ള പഠനത്തിലൂടെ ഉദ്ദേശിക്കുന്നത്.

പഠനപ്രസക്തി

പ്രകൃതി, ഭൂതകാലം, കവിയുടെ ആന്തരികത ഇതായിരുന്നു കുഞ്ഞിരാമൻ നായരുടെ കാവ്യലോകം. തന്റെ ആത്മീയസംഘർഷത്തോടൊപ്പം താനെഴുതിയ മാധ്യമ (കവിത) ത്തിന്റെ ആത്മീയസംഘർഷത്തെയും

വെളിവാക്കുകയാണ് തന്റെ എഴുത്തിലൂടെ പി. ചെയ്തത്. പി.യുടെ എഴുത്ത് ആത്യന്തികമായി 'കവിതയെഴുത്തിനെക്കുറിച്ചുള്ള' എഴുത്തായിരുന്നു.

'സ്വത്വാപഗ്രഥനം:അനുഭവവും ആഖ്യാനവും' എന്ന തലക്കെട്ടിൽ 'സ്വത്വാപഗ്രഥനം' എന്നതുകൊണ്ട് അർത്ഥമാക്കുന്നത് പി. യുടെ കാവ്യസ്വത്വത്തെ അപഗ്രഥിക്കുക എന്നതാണ്. അനുഭവമെന്നത് വാസ്തവലോകം. പി. യെ സംബന്ധിച്ചിടത്തോളം ഇത് പ്രകൃതിയായിരുന്നു. പ്രകൃതിയെ അനുഭവിപ്പിക്കലായിരുന്നു പി. യുടെ കാവ്യതന്ത്രം. ഈ 'അനുഭവ നിർമ്മാണ പ്രക്രിയ'യെ കർതൃത്വത്തിന്റെ വ്യവഹാരവും ആഖ്യാനവും ആക്കുന്നതിന്റെ പിന്നിലുള്ള മനോഘടനയെ പ്രശ്നവല്ക്കരിക്കുന്നു എന്നതാണ് ഈ പഠനത്തെ പ്രസക്തമാക്കുന്നത്.

പഠനലക്ഷ്യം

പി. കുഞ്ഞിരാമൻ നായർ എന്ന കവിയുടെ സ്വത്വത്തെ അപഗ്രഥിച്ച്, കവിസ്വത്വത്തിന്റെ ഉറവിടങ്ങളെ അതിന്റെ സൂക്ഷ്മാംശങ്ങളെ, ആന്തരവൈരുദ്ധ്യങ്ങളെ തിരിച്ചറിയുക എന്നതാണ് ഈ പഠനത്തിന്റെ ലക്ഷ്യം. ഘടനാനന്തര മനോവിജ്ഞാനീയത്തെ (ലക്കാനിയൻ ദർശനം) മുൻനിർത്തി കർത്തൃത്വവ്യവഹാരവും ആഖ്യാനവൃത്തിയും എങ്ങനെ പി. യുടെ എഴുത്തിൽ പ്രവർത്തിക്കുന്നു എന്ന് സൂക്ഷ്മാപഗ്രഥനം നടത്തുകയും അതിലൂടെ കർത്തൃത്വപ്രതിനിധാനങ്ങൾ, പ്രത്യയശാസ്ത്ര നിലപാടുകൾ, ആഖ്യാനത്തിലെ ആന്തരവൈരുദ്ധ്യങ്ങൾ, എന്നിവയെ പ്രശ്നവല്ക്കരിക്കുകയുമാണ് ഈ പഠനത്തിന്റെ ലക്ഷ്യം.

പഠനമേഖല

നവമനോവിജ്ഞാനീയത്തിൽ, ലക്കാനിയൻ ദർശനത്തിന്റെ വെളിച്ചത്തിൽ പി. കുഞ്ഞിരാമൻ നായരുടെ കാവ്യസ്വത്വത്തിന്റെ അന്തഃസംഘർഷങ്ങളെയും അനുഭവവും ആഖ്യാനവും തമ്മിലുള്ള വിച്ഛേദങ്ങളെയും ആഴത്തിൽ വായിക്കുന്നതിനായി അന്തഃസംഘർഷങ്ങൾ അടയാളപ്പെടുത്തപ്പെട്ട തെരഞ്ഞെടുത്ത കവിതകളെയും കവിയുടെ കാല്പാടുകൾ, എന്നെത്തിരയുന്ന ഞാൻ, നിത്യകന്യകയെത്തേടി എന്നീ ആത്മകഥകളെയും സൂക്ഷ്മവായനയ്ക്ക് വിധേയമാക്കുകയാണ് ഇവിടെ. ലക്കാനിയൻ മനോദർശനം മുന്നോട്ടു വെച്ച ഭാഷയും മനോഘടനയും തമ്മിലുള്ള ബന്ധത്തെ മുൻനിർത്തി സ്വത്വം, കർത്തൃത്വം, ആഖ്യാനം എന്നിവയെ പരിശോധിക്കുന്നു. അതിനുവേണ്ടി ലക്കാനിയൻ പരികല്പനകളായ കണ്ണാടിഘട്ടം (Mirror Stage), സാങ്കൽപ്പിക/ പ്രതീകാത്മക/ യാഥാർത്ഥ്യക്രമങ്ങൾ (Imaginary, Symbolic,

Real- Orders) എന്നിവയെ ഈ പഠനത്തിന്റെ രീതിശാസ്ത്രമായി ഉപയോഗിച്ചിട്ടുണ്ട്.

പി. യുടെ സമ്പൂർണ്ണ കവിതകൾ എന്ന സമാഹാരത്തിലെ ആത്മ സംഘർഷം എന്ന തലക്കെട്ടിൽ ചേർത്തിട്ടുള്ള 37 കവിതകളും ആനുഷം ഗികമായി പ്രകൃതി എന്ന തലക്കെട്ടിൽ ചേർത്തിട്ടുള്ള കവിതകളെയും പാരായണത്തിനു തെരഞ്ഞെടുത്തിട്ടുണ്ട്. കവിതയിൽ ആവർത്തിച്ചുവ രുന്ന മനോഘടന/പ്രമേയങ്ങൾ/വിഷയങ്ങൾ എന്നിവയെ അപഗ്ര ഥിക്കുകയും ആത്മകഥകളിൽ ഇവ എങ്ങനെ കടന്നുവരുന്നു എന്നു പരിശോധിക്കുകയും ചെയ്യുന്നു.

പൂർവ്വപഠനങ്ങൾ

പി. കുഞ്ഞിരാമൻ നായരെക്കുറിച്ച് അക്കാദമികവും അക്കാദമികേത രവുമായ ധാരാളം പഠനങ്ങൾ നടന്നിട്ടുണ്ട്. അവയിൽ പ്രധാനപ്പെട്ടവ മാത്രം ഇവിടെ പ്രതിപാദിക്കുന്നു. 'പി. കുഞ്ഞിരാമൻ നായരുടെ കവിത: ഒരു വിമർശനാത്മക പഠനം' എന്ന ഡോ. ബി. ഭാനുമതിയമ്മയുടെ കവി താപഠനം സമഗ്രമാണ്. പൗരസ്ത്യവും പാശ്ചാത്യവുമായ റൊമാന്റിക്ക് ദർശനത്തിന്റെയും ഭാരതീയ കാവ്യപാരമ്പര്യത്തിന്റെയും പശ്ചാത്തല ത്തിൽ പി. കുഞ്ഞിരാമൻ നായരുടെ കവനവിദ്യയുടെ ശക്തിയും ദൗർ ബല്യവും ഈ ഗ്രന്ഥം ചൂണ്ടിക്കാട്ടുന്നു ണ്ടെങ്കിലും. സമഗ്രതകൊണ്ടുള്ള സ്ഥൂലതയാണ് ഈ ഗ്രന്ഥത്തിന്റെ ഏറ്റവും വലിയ ന്യൂനത. പി. യുടെ ആഖ്യാനത്തെക്കുറിച്ച് അപകേന്ദ്രിതമായ കല്പനാവിക്ഷേപങ്ങൾ എന്ന വിമർശനം ഉയർത്തിക്കൊണ്ടു വരുന്നുണ്ടെങ്കിലും ആ വിമർശനത്തെ സൂക്ഷ്മപരിശോധനയ്ക്ക് വിധേയമാക്കാൻ കഴിഞ്ഞിട്ടില്ല.

'കളിയച്ഛനു ചുറ്റും' എന്ന മല്ലിശ്ശേരി കരുണാകരന്റെ പഠനം; പി. യുടെ കവിതകളെ വിഷയക്രമമനുസരിച്ചും കാലക്രമമനുസരിച്ചും ശ്രദ്ധയോടെ പഠനവിധേയമാക്കുന്ന ഗ്രന്ഥമാണ്. എന്നിരുന്നാലും പി. യുടെ കാവ്യസ്വ ത്വത്തിന്റെ അടിസ്ഥാനമായ മാനസികസംഘർഷത്തെ വിട്ടുകളയുക യാണ് ഗ്രന്ഥകർത്താവ് ചെയ്തിരിക്കുന്നത്. 'വർണ്ണരാജി' (ആകാശഗംഗ), 'അമൃതമശ്നുതേ', (പി. യുടെ ദർശനം) എന്നീ കവിതാപഠനഗ്രന്ഥങ്ങ ളിൽ ഡോ. എം. ലീലാവതി പി. യുടെ കവിതയെ സൂക്ഷ്മപഠനത്തിന് വിധേയമാക്കുന്നുണ്ട്. കവിതയുടെ സൗന്ദര്യാത്മകതലത്തിനു മാത്രം ഊന്നൽ നൽകുന്നു എന്നതാണ് ഈ പഠനങ്ങളുടെ പോരായ്മ.

'സ്വപ്നാടനം' എന്ന പി. യുടെ ജീവചരിത്രമെഴുതിയത് പി. യുടെ സന്തതസഹചാരിയായിരുന്ന ഇയ്യങ്കോട് ശ്രീധരനാണ്. വ്യക്തി/

കവിജീവിതത്തെ അടുത്തുനിന്നും കാണുന്ന രീതി ഗ്രന്ഥകാരൻ അവലംബിച്ചിരിക്കുന്നതിനാൽ ഈ കൃതി പി. യുടെ നേർജീവിതത്തിലെ അനുഭവങ്ങളെ അനാവരണം ചെയ്യുന്നതിൽ വിജയിച്ചിട്ടുണ്ട്. എന്നാൽ മനഃശാസ്ത്രപരമായ ഒരു സമീപനമില്ലായ്മയുടെ പരിമിതി ഈ ഗ്രന്ഥത്തിനുണ്ട്.

പ്രൊഫസർ മേലത്ത് ചന്ദ്രശേഖരന്റെ 'കുഞ്ഞിരാമൻ നായർക്കവിത' എന്ന കൃതി സൗന്ദര്യപക്ഷത്തു നിന്നുകൊണ്ട് പി. ക്കവിതകളെ നോക്കിക്കാണുവാനുള്ള ശ്രമമാണ്. പി. കവിതയുടെ സുഖപ്രദമായ ആസ്വാദനത്തിനു തടസ്സമുണ്ടാക്കുന്ന പക്ഷപാതപരമായ ധാരണകളിൽ നിന്ന് അകന്നു നിന്ന് ശുദ്ധസൗന്ദര്യ ദർശനത്താൽ നിയന്ത്രിക്കപ്പെടുന്ന ഗ്രന്ഥകർത്താവിന് പി.യുടെ ആന്തരവൈരുദ്ധ്യത്തെ അപഗ്രഥിക്കാൻ കഴിയാതെ പോകുന്നു.

ആലങ്കോട് ലീലാകൃഷ്ണന്റെ 'പി.യുടെ പ്രണയപാപങ്ങൾ' എന്ന കൃതി ജീവചരിത്രപരമായ ഒരന്വേഷണമാണ്. പി. യുടെ പ്രണയത്തെയും അതിന്റെ തകർച്ചയിൽ നിന്നുരുവം കൊള്ളുന്ന പാപബോധത്തേയും സവിശേഷശ്രദ്ധയോടെ അവതരിപ്പിക്കുന്നു. എങ്കിലും ഫീച്ചർശൈലി ഗ്രന്ഥത്തിന്റെ ഗൗരവം കുറയ്ക്കുന്നുണ്ട്. ബാലചന്ദ്രൻ ചുള്ളിക്കാടിന്റെ 'പി. കുഞ്ഞിരാമൻ നായരും സവർണ്ണ ഹിന്ദുമതവും' എന്ന വിമർശന പഠനഗ്രന്ഥം, പി. യുടെ ഭാവനയുടെ ഉറവിടങ്ങളെ പ്രശ്നവല്ക്കരിക്കുന്നു. 'ലാക്ഷണികമായ ഒരു വായന' യാണ് ചുള്ളിക്കാട് നിർവ്വഹിക്കുന്നത്. പി. യുടെ ഭാവനാനിർമ്മാണത്തിനു പിന്നിലുള്ള ഉപരിവർഗ പ്രത്യയശാസ്ത്രത്തെ അപഗ്രഥനവിധേയമാക്കുകയാണ് ബാലചന്ദ്രൻ ചുള്ളിക്കാട് ചെയ്യുന്നത്. ഗ്രന്ഥകർത്താവിന്റെ ദോഷൈകദൃഷ്ടി ഈ ഗ്രന്ഥത്തിന്റെ പകിട്ട് കുറച്ചിട്ടുണ്ട്.

ബാലചന്ദ്രൻ ചുള്ളിക്കാടിന്റെ ഈ പുസ്തകത്തിന് മറുപടിയായി എഴുതിയ ലേഖനത്തോടൊപ്പം പ്രസിദ്ധീകരിച്ച ഗ്രന്ഥമാണ് രവിശങ്കർ എസ്. നായരുടെ 'പി. ഒരു പുനർവായന' എന്നത്. പി. ക്കവിതകളുടെ അനുഭവത്തേയും ആഖ്യാനവിശേഷങ്ങളെയും പുതിയ പരിപ്രേക്ഷ്യത്തോടെ നോക്കിക്കാണുന്ന ഈ കൃതി പി. യുടെ ഭാഷയെ സൂക്ഷ്മാപഗ്രഥനത്തിനു വിധേയമാക്കുന്നു. മനഃശാസ്ത്രപരമായ സമീപനത്തിന്റെ അഭാവം ഈ ഗ്രന്ഥത്തിന്റെ പരിമിതിയാണ്.

പി. എം.നാരായണൻ 'പി.കുഞ്ഞിരാമൻനായർ' എന്ന ജീവചരിത്രത്തിലൂടെ- പി. യുടെ വ്യക്തി/കവിജീവിതത്തെയും രചനാസപര്യയേയും വിലയിരുത്തുന്നു. നാലപ്പാടം പത്മനാഭന്റെ 'കസ്തൂരിമാൻ' പി. യുടെ

ലഘുജീവചരിത്രമാണ്. ഭാഷയുടെ ലാളിത്യം കൊണ്ട് ശ്രദ്ധേയമാണ് ഈ കൃതി.

'പി. യുടെ കാവ്യബിംബങ്ങൾ' എന്ന ഡോ.ടി.എൻ.സതീശന്റെ ഗവേഷണകൃതി പി.യുടെ കാവ്യബിംബങ്ങളെക്കുറിച്ചുള്ള സൂക്ഷ്മപഠനമാണ്. പി. ആശാലതയുടെ കവിതയിലെ ഭാവപരത-പി. കുഞ്ഞിരാമൻ നായരുടെ കവിതയെ ആസ്പദമാക്കി ഒരു പഠനം, ടി. ശോഭനകുമാരിയുടെ ഗൃഹാതുരത-കുഞ്ഞിരാമൻ നായരുടെ കവിതകളിൽ എന്നീ ഗവേഷണപഠനങ്ങൾ വളരെ പ്രധാനപ്പെട്ടവയാണ്. ഡോ.അജയപുരം ജ്യോതിഷ്കുമാർ എഡിറ്റ് ചെയ്ത 'കവിതയുടെ രഥോത്സവം' പി. കവിതയുടെ പുതുവായനകൾ അടങ്ങിയ സമാഹാരമാണ്. 'പി. മായാത്ത കാല്പാടുകൾ'എന്ന എൻ. സന്തോഷ്കുമാർ എഡിറ്റു ചെയ്ത ലേഖനസമാഹാരം, പഴയതും പുതിയതുമായ ലേഖനങ്ങൾ, സ്മരണകൾ എന്നിവയുടെ സമ്പുടമാണ്. ഈ കൃതികൾ കൂടാതെ ആനുകാലികങ്ങളിൽ ചിതറിക്കിടക്കുന്ന ലേഖനങ്ങളും പൂർവ്വപഠനങ്ങളിൽപ്പെടുന്നു. എങ്കിലും മനഃശാസ്ത്രപരമായ ഒരു രീതിശാസ്ത്ര ത്തിന്റെ അഭാവം ഈ പഠനങ്ങളുടെയെല്ലാം പ്രശ്നമാണ്. ഇവയിൽ നിന്ന് വ്യത്യസ്തമായ അന്വേഷണമാണ് ഇവിടെ നടത്തുന്നത്. പി. യുടെ കാവ്യ സ്വത്വത്തിന്റെ അടിസ്ഥാന പ്രതിനിധാനങ്ങളും ആഖ്യാനസവിശേഷതകളും കേന്ദ്രീകരിച്ച് മനോവൈജ്ഞാനികമായ സമീപനമാണ് ഈ പഠനത്തിൽ സ്വീകരിച്ചിട്ടുള്ളത്. ആ രീതിയിലുള്ള പഠനം പി. അർഹിക്കുന്നു.

ഘടനാനന്തര മനോവിജ്ഞാനീയത്തിൽ, ലക്കാനിയൻ ദർശനങ്ങളുടെ രീതിശാസ്ത്രപദ്ധതി ഉപയോഗിച്ച് സ്വത്വം, അനുഭവം, ആഖ്യാനം എന്നിവയെ അപഗ്രഥനവിധേയമാക്കുന്നു. പി. യുടെ എഴുത്തിൽ ആവർത്തിച്ചു കൊണ്ടി രിക്കുന്ന മനോഭാവങ്ങളെയും ഭാഷാപ്രയോഗഘടനയെയും കവിതയുടെയും ആത്മകഥകളുടെയും സൂക്ഷ്മവായനയിലൂടെ പ്രശ്ന വൽക്കരിക്കാനും അനുഭവ നിർമ്മാണത്തിലെ കർത്തൃത്വ പ്രതിനിധാനങ്ങളെ ആഖ്യാനരീതിയെയും അപഗ്രഥനവിധേയമാക്കാനുമാണ് ഈ പഠനത്തിലൂടെ ശ്രമിക്കുന്നത്.

ആകരസാമഗ്രികൾ

പ്രഥമാകരം

'പി. യുടെ സമ്പൂർണ്ണ കവിതകൾ' ഒന്നാം വാല്യത്തിൽ' ആത്മസംഘർഷ ത്തിന്റെ കവിതകൾ എന്നു വർഗീകരിച്ചിട്ടുള്ള 37 കവിതകൾ. ആനുഷംഗികമായി പി. പ്രകൃതി എന്ന വിഷയത്തെ ആസ്പദമാക്കി

എഴുതിയിട്ടുള്ള കവിതകൾ, എന്നിവ പഠനവിഷയമാകുന്നുണ്ട്. കൂടാതെ 'കവിയുടെ കാൽപാടുകൾ', 'നിത്യകന്യകയെത്തേടി', 'എന്നെത്തിരയുന്ന ഞാൻ' എന്നീ ആത്മകഥകളും, വിചാരവിഹാരം, ഉദയകാന്തി, പ്രതിഭാങ്കുരം, പക്ഷികളുടെ പരിഷത്ത് തുടങ്ങിയ ലേഖനസമാഹാരങ്ങളുമാണ് പ്രഥമാകരമായി സ്വീകരിച്ചിട്ടുള്ളത്.

ദ്വിതീയാകരം

പി. യുടെ കവിതകളെയും ജീവിതത്തെയും കുറിച്ച് വന്നിട്ടുള്ള എല്ലാ പഠനഗ്രന്ഥങ്ങളും ദ്വിതിയാകരത്തിൽ ഉൾപ്പെടുന്നു.

തൃതീയാകരം

മലയാളകാവ്യവിമർശനത്തിൽ മനോവിശകലന മാതൃകയിൽ വന്നിട്ടുള്ള പ്രൊഫസർ എം.എൻ. വിജയന്റെ 'കവിതയും മനഃശ്ശാസ്ത്രവും', ഡോ.എം. ലീലാവതിയുടെ 'വർണ്ണരാജി', 'കവിതയും ശാസ്ത്രവും' എന്നീ ഗ്രന്ഥങ്ങൾ ഗുരു നിത്യചൈതന്യയതിയുടെ 'നളിനി എന്ന കാവ്യശില്പം', ഡോ. പി. പവിത്രന്റെ 'ആശാൻകവിത ആധുനികാനന്തരപാഠങ്ങൾ.'

സി.എസ്. ബിജുവും ടി. ശ്രീവത്സനും ചേർന്നെഴുതിയ 'ഈഡിപ്പസ് യന്ത്രം' ഡോ.ടി. ശ്രീവത്സന്റെ 'നവമനോവിജ്ഞാനീയം', കൂടാതെ ലക്കാനിയൻ മനോദർശനത്തെക്കുറിച്ച വന്നിട്ടുള്ള കൃതികൾ, ലേഖനങ്ങൾ ഘടനാനന്തരവാദവുമായി ബന്ധപ്പെട്ട കൃതികൾ, ലേഖനങ്ങൾ എന്നിവ തൃതീയാകരമായി വരുന്നു.

പ്രബന്ധരൂപരേഖ

സ്വത്വം, അനുഭവം, ആഖ്യാനം എന്ന ഒന്നാം അധ്യായത്തിൽ സ്വത്വത്തെ ദാർശനികവും മനഃശാസ്ത്രപരവുമായി വിശകലനം ചെയ്യുന്നു. ഫ്രോയ്ഡിയൻ അബോധം, കർത്തൃത്വം എന്നിവയ്ക്കുള്ള ലക്കാനിയൻ ഭാഷ്യം, ലക്കാന്റെ കണ്ണാടിഘട്ടം, സാങ്കല്പിക/പ്രതീകാത്മക/യാഥാർത്ഥ്യക്രമങ്ങളെയും കർത്തൃത്വപരികല്പനകളെയും ആധുനികാനന്തര ഭാഷാദർശനത്തിന്റെ വെളിച്ചത്തിൽ വിശദീകരിക്കുന്നു. കാല്പനികതയും മനോവിശകലനവും തമ്മിലുള്ള ബന്ധത്തെ പ്രശ്നവൽക്കരിക്കുകയും നവമനോവിജ്ഞാനീയം മുന്നോട്ടുവെക്കുന്ന കർത്തൃത്വസങ്കല്പത്തെയും ആഖ്യാനദർശനത്തെയും ഉപയോഗിച്ച് പി. യുടെ എഴുത്തിന്റെ പ്രശ്നമണ്ഡലത്തെ കണ്ടെത്തുകയുമാണ് ഈ അധ്യായത്തിൽ.

കാല്പനികസ്വത്വവും കവിതയിലെ കർത്തൃത്വപ്രതിനിധാനങ്ങളും എന്ന രണ്ടാമധ്യായത്തിൽ പി.യുടെ കവിതയിലെ കർത്തൃത്വപ്രതിനിധാനം, പ്രകൃതി/ നിത്യകന്യകാസങ്കൽപ്പം എന്നിവ അന്വേഷിക്കുന്നു. പി. നിത്യകന്യകയെന്ന സങ്കല്പം, തന്റെ സ്വത്വത്തിന്റെ അപരമായി വികസിപ്പിച്ചതെങ്ങനെയെന്ന് സൂക്ഷ്മമായി ചർച്ചചെയ്യുന്നു. പി.യുടെ ഭാവനയുടെ സംവാദാത്മകതയാണ് പി.യെ വേറിട്ട കാല്പനികനാക്കുന്നതെന്ന് വിശദമാക്കുന്നു.

ആത്മസംഘർഷത്തിന്റെ കവിതകൾ എന്ന മൂന്നാം അധ്യായത്തിൽ പി. യുടെ തെരഞ്ഞെടുത്ത കവിതകളെ പഠനവിധേയമാക്കുന്നു. പ്രകൃതി എന്ന അനുഭവം പി.യുടെ കവിതയിൽ എങ്ങനെ പ്രതിനിധാനം ചെയ്യപ്പെടുന്നു എന്നന്വേഷിക്കുന്നു. കൂടാതെ കവിസ്വത്വത്തിന്റെ ആന്തരവൈരുദ്ധ്യമായി കടന്നുവരുന്ന യാത്ര, അന്വേഷണം, പാപ-പശ്ചാത്താപം, ആത്മവിചാരം/ആത്മനിന്ദ എന്നിവ വിശദീകരിക്കുന്നു. കാവ്യസ്വത്വത്തിന്റെ ആന്തരവൈരുദ്ധ്യമായി കവിതയിൽ നിരന്തരം കടന്നുവരുന്ന ആത്മസംഘർഷങ്ങളെ വിഷയാംശങ്ങളെ (Motifs) മുൻനിർത്തി വിശദീകരിക്കുന്നു.

അനുഭവം/കർത്തൃത്വം/ആഖ്യാനം ആത്മകഥകളിൽ എന്ന നാലാമധ്യായത്തിൽ പി.യുടെ ആത്മകഥാഖ്യാനത്തിന്റെ പ്രത്യേകതകൾ ലക്കാനിയൻ കണ്ണാടിഘട്ട (Mirror stage) ത്തെ മുൻനിർത്തി അപഗ്രഥിക്കുന്നു. കൂടാതെ പ്രകൃതിദർശനം, യാത്ര, ആത്മവിചാരണ, പൈതൃകം (പിതൃഘടന) എന്നിവ നവമനോവിജ്ഞാനീയത്തിന്റെ വെളിച്ചത്തിൽ പരിശോധിക്കുന്നു. ആത്മകഥ എന്ന സാഹിത്യവ്യവഹാരത്തെ കാല്പനികകർത്തൃത്വത്തിന്റെ ആവിഷ്കാരമാക്കി പി. മാറ്റിയതെങ്ങനെയെന്ന് വിശകലനം ചെയ്യുന്നു.

ആത്മകഥ: സ്വത്വത്തിന്റെ കഥ എന്ന അഞ്ചാം അധ്യായത്തിൽ പി. ആത്മകഥകളിലൂടെ വിശദീകരിക്കാൻ ശ്രമിക്കുന്ന വിഷയാംശങ്ങൾ (Motifs) വിലയിരുത്തുന്നു. പി.യുടെ ആത്മീയപ്രത്യയശാസ്ത്രനിലപാടുകൾ (ഭക്തി) പ്രശ്നവൽക്കരിക്കുന്നു. ആത്മകഥയിലെ ഉത്തമപുരുഷ ആഖ്യാനത്തെ (ഞാൻ) ആധുനികാനന്തര ഭാഷാദർശനത്തിന്റെയും മനോദർശനത്തിന്റെയും അടിസ്ഥാനത്തിൽ ചർച്ച ചെയ്യുന്നു. നിത്യകന്യകാസങ്കൽപ്പം പി.യുടെ കാവ്യസ്വത്വത്തിലെ ആന്തരവൈരുദ്ധ്യമായി തീർന്നതെങ്ങനെയെന്ന് ആത്മകഥകളുടെ വെളിച്ചത്തിൽ പരിശോധിക്കുന്നു. യാത്ര/ചിത്രകല/ചലച്ചിത്രം എന്നിവയുടെ ആഖ്യാനസാധ്യതകളെ പി. എഴുത്തിൽ ഉപയോഗിക്കുന്നതെങ്ങനെയെന്നും അതിലൂടെ രൂപപ്പെടുന്ന പുരുഷനോട്ടത്തിന്റെ രാഷ്ട്രീയമെന്തെന്നും ചർച്ച ചെയ്യുന്നു.

ഉപരിവർഗപ്രത്യയ ശാസ്ത്രം പി. യുടെ കാഴ്ചകളെ നിയന്ത്രിച്ചത് എങ്ങനെയെന്ന് അന്വേഷിക്കുന്നു. പി. യുടെ ആത്മകഥകളിലെ കല്പിതാഖ്യാനം, മലയാളത്തിലെ മറ്റ് ആത്മകഥകളിൽ നിന്ന് അവയെ എങ്ങനെ വേർതിരിച്ചു നിർത്തുന്നു എന്ന് വിശദീകരിക്കുന്നു. ഇങ്ങനെ പി.യുടെ ആത്മകഥകളെല്ലാം കല്പിതാത്മകഥകളാണ് (Fictography) എന്ന നിഗമനം സൂക്ഷ്മമായി പരിശോധിക്കുന്നു.

ഉപസംഹാരത്തിൽ മറ്റ് അധ്യായങ്ങളിൽ ചർച്ചചെയ്ത പ്രധാന ആശയങ്ങൾ, വിലയിരുത്തലുകൾ, കണ്ടെത്തലുകൾ എന്നിവയെ ക്രോഡീകരിക്കുന്നു.

അനുബന്ധം ഒന്ന്: പി. യുടെ മഹാകവി എന്ന ലേഖനം.

അനുബന്ധം രണ്ട്: പി. യുടെ കൃതികളുടെ വിശദമായ സൂചിക.

അനുബന്ധം മൂന്ന്: പ്രബന്ധത്തിൽ പരാമർശിച്ചിരിക്കുന്ന കവിതകളുടെ സൂചിക.

അവസാനഭാഗത്ത് ആധാരഗ്രന്ഥസൂചി മലയാളം, ഇംഗ്ലീഷ് ക്രമത്തിൽ ചേർത്തിരിക്കുന്നു.

അധ്യായം ഒന്ന്
സ്വത്വം, അനുഭവം, ആഖ്യാനം

സ്വത്വത്തിന്റെ താത്വികപരിസരം

ആത്മബോധമുള്ള ജീവിയാണ് മനുഷ്യൻ. താൻ നിലകൊള്ളുന്ന പ്രകൃതിയിൽനിന്നു വ്യത്യസ്തമായ ഒരു നിലനില്പിനെക്കുറിച്ചുള്ള തിരിച്ചറിവാണ് ആത്മബോധം. മനുഷ്യൻ തന്റെ നിലനില്പിനെ അപേക്ഷിച്ച് പ്രകൃതിയെയും തന്നെത്തന്നെയും അറിയുന്നു. താൻ തന്നെ തനിക്കു വിഷയമായിത്തീരുന്നു. തന്നിൽനിന്നു ഭിന്നമായ ഏതൊരു വസ്തുവിനെയും പോലെ തന്നെക്കുറിച്ചറിയുന്നു. ഇങ്ങനെ സ്വത്വബോധമുള്ള മനുഷ്യൻ പ്രകൃതിയുടെ ഭാഗമായിരിക്കുകയും അതേസമയം പ്രകൃതിക്കെതിരായിരിക്കുകയും ചെയ്യുന്നു എന്നുള്ളതാണ് മനുഷ്യന്റെ നിലനില്പിലെ വൈരുദ്ധ്യതലം.

മനുഷ്യന്റെ സ്വത്വം ഓരോ വ്യക്തിയിലും കുടികൊള്ളുന്ന ഒരു അമൂർത്തതയല്ല. അത് യഥാർത്ഥത്തിൽ സാമൂഹ്യബന്ധങ്ങളുടെ ആകത്തുകയാണ് എന്ന് കാറൽമാർക്സ് മനുഷ്യസത്തയെ നിർവ്വചിച്ചത് അതുകൊണ്ടാണ്.[1] മനുഷ്യന്റെ സത്തയെ നിർണയിക്കുന്നത് ഓരോ ചരിത്രഘട്ടത്തിലും അവനും പ്രകൃതിയുമായുള്ള വൈരുദ്ധ്യാത്മകബന്ധങ്ങളിലൂടെയാണ്. അതായത്, ഓരോ ചരിത്രഘട്ടത്തിലുമുള്ള ഉല്പാദന വിതരണബന്ധങ്ങളെ ആശ്രയിച്ചിരിക്കുന്ന മനുഷ്യസത്തയെന്നർത്ഥം. എന്നാൽ ഒരു മനുഷ്യന്റെ വ്യക്തിത്വത്തിന്റെ പ്രത്യേകതകൾ അയാളുടെ ആന്തരികമായ സൂക്ഷ്മസാഹചര്യങ്ങളെ ആശ്രയിച്ചാണ് ഉരുവം കൊള്ളുന്നത്.

മനുഷ്യസത്ത സാമൂഹികം മാത്രമാണെങ്കിൽ ഒരു പ്രത്യേക ചരിത്രഘട്ടത്തിൽ ജീവിക്കുന്ന എല്ലാ മനുഷ്യരുടെയും അന്തസ്സത്ത ഒന്നുതന്നെയായിരിക്കണമല്ലോ. എന്നാൽ പ്രപഞ്ചത്തിൽ ഓരോ വസ്തുരൂപവും അനന്യമാണ്. അതുകൊണ്ടുതന്നെ ഒരാളിന്റെ വ്യക്തിത്വം മറ്റൊരാളിന്റെ വ്യക്തിത്വത്തിനു തുല്യമാവുകയില്ല. അതുപോലെത്തന്നെ ഒരു വ്യക്തിത്വം മറ്റൊരു വ്യക്തിത്വത്തിൽ നിന്നു പൂർണമായി ഭിന്നമായിരിക്കുകയില്ല. ആന്തരികമായ പ്രത്യേകതകളിലൂടെ ഓരോ വ്യക്തിയും ആ വ്യക്തി നിലനില്ക്കുന്ന നിശ്ചിതചരിത്രവട്ടത്തിന്റെ സൃഷ്ടി എന്ന നിലയിൽ മാറിക്കൊണ്ടിരിക്കുന്ന സാമൂഹ്യബന്ധങ്ങളുടെ ആകത്തുകയാണ്. ഓരോ വ്യക്തിയും മറ്റൊരു വ്യക്തിയിൽനിന്നു ഭിന്നനായിരിക്കുന്നതിന്റെ അടിസ്ഥാനം മനുഷ്യന്റെ ആന്തരികജൈവഘടനയുടെ അനന്യതയാണ്. ഒരു വ്യക്തിയുടെ ആന്തരികലോകം അതിന്റെ സൂക്ഷ്മാംശത്തിലേക്ക് കടക്കുന്തോറും മറ്റൊരു വ്യക്തിയുടേതിൽനിന്നു ഭിന്നമായി അനന്യമായി മാറുന്നതു കാണാം. ഈ അനന്യതയാണ് അയാളുടെ 'സ്വത്വം' അഥവാ, 'തന്മ'.

സ്വത്വം: പ്രതിനിധാനമാണ്

'മനുഷ്യൻ' എന്നതുതന്നെ ഒരു സമീപകാല കണ്ടുപിടിത്തമാണെന്ന് ഉത്തരാധുനിക ചിന്തകനായ ഫൂക്കോ പറയുന്നു.[2] വസ്തുക്കളുടെ ലോകം (object) 'ജ്ഞാനത്തിന്റെ വിഷയം' എന്ന നിലയിൽ ഒരു പ്രത്യേക സ്വത്വമായി നിർവ്വചിക്കപ്പെടുന്നതോടെയാണ് 'മനുഷ്യൻ' ജനിക്കുന്നത്. അതായത്, വിഷയി (Subject) പിറവിയെടുത്തത് വിഷയം (object) എന്ന സ്വത്വം നിർവ്വചിക്കപ്പെട്ടതോടെയാണ്. നവോത്ഥാനകാലത്തിന്റെ ജ്ഞാനാവസ്ഥയിൽ (episteme) വസ്തുവെന്നോ പ്രകൃതിയെന്നോ വിളിക്കുന്ന ഒരു സങ്കല്പനത്തിന് ഇടം കിട്ടിയിരുന്നില്ല. പ്രകൃതിശാസ്ത്ര (Natural Science)മാണ് ഇത്തരം ഒരു നിർവ്വചനം സാദ്ധ്യമാക്കിയത്. അറിയുന്ന മനസ്സ്/അറിയപ്പെടുന്ന ലോകം എന്ന ദ്വന്ദ്വത്തെ സാധ്യമാക്കുന്ന നിയാമകങ്ങൾ നവോത്ഥാനകാലത്തിന്റെ ജ്ഞാനാവസ്ഥയ്ക്ക് അന്യമായിരുന്നുവെന്ന് ഫൂക്കോ കണ്ടെത്തുന്നു.[3]

മനുഷ്യന് മനസ്സിലാക്കാൻ പാകത്തിൽ തയ്യാർ ചെയ്യപ്പെട്ട ഒന്നായി 'വസ്തു' നിലവിൽ വന്നതോടെ ഈ രണ്ടു സ്വത്വങ്ങൾ (മനുഷ്യൻ-വസ്തു, മനുഷ്യൻ-അറിവ്) പങ്കെടുക്കുന്ന പ്രക്രിയയായി അറിവ് നിർവ്വചിക്കപ്പെട്ടു. 'മനസ്സിലാക്കൽ' മനസ്സിനു പുറത്തുള്ള വസ്തുവിനെ മനസ്സിനകത്ത് ചിത്രണം ചെയ്യുന്ന പ്രക്രിയ-അറിവിന്റെ അടിസ്ഥാനമായി. ഈ ചിത്രീകരണമാണ് പ്രതിനിധാനം (representation).

ആധുനികകാലഘട്ടം മനുഷ്യന്റെ ആത്മാവലോകനങ്ങളുടെ കാലഘട്ടമാണ്. ബാഹ്യപ്രകൃതിയിൽ നിന്ന് മനുഷ്യന്റെ ആത്മപ്രകൃതിയിലേക്ക് ശ്രദ്ധതിരിക്കുന്ന വ്യവഹാരങ്ങൾ രൂപപ്പെടുന്നത് ഈ കാലഘട്ടത്തിലാണ്. സാമൂഹ്യജീവിതം, സംസ്കാരപരിണാമം, മനോവ്യാപാരം എന്നിവയെക്കുറിച്ചുള്ള ആഖ്യാനങ്ങൾക്ക് പശ്ചാത്തലമൊരുക്കിയത് ഈ കാലഘട്ടത്തിന്റെ ജ്ഞാനാവസ്ഥയാണ്. ഇത് പുതിയൊരു മനുഷ്യനു ജന്മം നൽകി; തന്നെത്തന്നെയറിയുന്ന, ആത്മജ്ഞാനിയായ മനുഷ്യൻ. സ്വന്തം വ്യവഹാരരഹസ്യങ്ങൾ തിരിച്ചറിയാനുള്ള വിദ്യകൾ സ്വായത്തമാക്കുകയും പ്രകൃതിയെ ആന്തരവത്ക്കരിക്കുകയും ചെയ്യുന്ന സ്വത്വമാണ് ഈ വിഷയി (Subject). ആധുനികതയുടെ കേന്ദ്രപ്രമേയമായ ആധുനികശാസ്ത്രചിന്തയുടെയും തത്വചിന്തയുടെയുമെല്ലാം അടിസ്ഥാനമായി മാറിയത് ഈ സ്വത്വമാണെന്ന് ഫൂക്കോ വിലയിരുത്തുന്നു.[4]

സ്വത്വം അന്വേഷണമാണ്

അറിവിനും സ്വാതന്ത്ര്യത്തിനും വേണ്ടിയുള്ള അന്വേഷണം മനുഷ്യസ്വഭാവമായതുകൊണ്ടുതന്നെ തന്റെ സ്വത്വത്തെക്കുറിച്ചും അവൻ നിരന്തരം ആരാഞ്ഞുകൊണ്ടിരിക്കുന്നു. ജീവിതത്തിലുടനീളം സ്വത്വാന്വേഷണമാണ് മനുഷ്യൻ ചെയ്യുന്നത്. ജ്ഞാനപരമായ ഒരു പ്രശ്നമെന്ന നിലയിലാണ് തന്നെക്കുറിച്ചുള്ള ആരായൽ മനുഷ്യനിൽ അങ്കുരിച്ചത്. പ്രകൃതിയെയും സമൂഹത്തെയും കുറിച്ചുള്ള അന്വേഷണമായി അത് ആരംഭിച്ചു. പിന്നീട് പ്രകൃതിയിലും സമൂഹത്തിലും മനുഷ്യനുള്ള സ്ഥാനത്തെപ്പറ്റിയുള്ള ആരായലായി അത് വികസിച്ചു. സ്വത്വത്തെക്കുറിച്ചുള്ള അന്വേഷണത്തിന്റെ കേന്ദ്രമായി വ്യക്തി മാറിയത് അങ്ങനെയാണ്.

വാക്കുകളിലൂടെ സ്വത്വപ്രശ്നങ്ങൾ ആവിഷ്ക്കരിക്കാനുള്ള ശ്രമം ആദ്യന്തങ്ങളുള്ള ആഖ്യാന(Narrative)ത്തിന്റെ നിർമ്മിതിയായിത്തീരുന്നു. സ്വത്വത്തെക്കുറിച്ചുള്ള സാംസ്കാരിക പാഠങ്ങളാണ് സാഹിത്യകൃതികളിൽ നിർമിക്കപ്പെടുന്നത്. എഴുത്തുകാരൻ എന്ന വ്യക്തി തന്റെ സ്വത്വത്തിനുവേണ്ടി നടത്തുന്ന അന്വേഷണത്തിന്റെ ആവിഷ്കാരമല്ല യഥാർത്ഥത്തിൽ സാഹിത്യകൃതി. മനുഷ്യജീവിതത്തിലെ സ്വത്വപ്രതിസന്ധിയും സ്വത്വാന്വേഷണവും ഭാഷയുടെ പ്രതീകാത്മകവ്യവസ്ഥയിൽ ആഖ്യാനം ചെയ്യുകയാണ് എഴുത്തുകാരൻ. സാഹിത്യരചനകളിൽ ഭാഷയുടെ ചിഹ്നവ്യവസ്ഥയിലൂടെ ആവിഷ്കൃതമാകുന്ന സ്വത്വത്തെപ്പറ്റി വാക്കിന്റെ കണ്ണാടിയിലൂടെ നാം സ്വയം തിരിച്ചറിയുന്നു. ഒരു അസാന്നിധ്യമായാണ് (absence) ഓരോ വ്യക്തിയുടെയും സ്വത്വം കുടികൊള്ളുന്നത്. അന്വേഷണവും ആവിഷ്കാരവും വഴി വ്യക്തിസ്വത്വത്തെ തിരിച്ചറിയാൻ ശ്രമിക്കുന്നു.

സ്വത്വം: നിർവ്വചനങ്ങൾ

'ഏകത', 'സമാനത', 'ഐകരൂപ്യം' എന്നീ അർത്ഥങ്ങളാണ് തത്വചിന്തയിൽ സ്വത്വത്തിനു നൽകിക്കാണുന്നത്.[5] സ്വത്വ(ആത്മവത്താ/ടലഹള)മെന്ന പദം ചിലപ്പോൾ വ്യക്തിയുടെ ആന്തരചേതനയുടെ സ്ഥിതിഗതികളെ വ്യക്തമാക്കാനും മറ്റു ചിലപ്പോൾ വ്യക്തിയിലെ ആത്മീയപദാർത്ഥത്തെ (spiritual substance) കുറിക്കാനും ഉപയോഗിക്കുന്നുണ്ടെങ്കിലും മനസ്സും ശരീരവും തമ്മിലുള്ള ഐക്യത്തിന്റെ ഫലത്തെ സൂചിപ്പിക്കാനാണ് പാശ്ചാത്യതത്വചിന്ത ഈ വാക്ക് ഉപയോഗിക്കുന്നത്.

ഒരു വ്യക്തിയോ സാമൂഹ്യവിഭാഗമോ എപ്പോഴും നില നിർത്തിപ്പോരുന്നതായി സങ്കല്പിക്കപ്പെടുന്ന അനന്യതയാണ് സ്വത്വം എന്ന പരികല്പനം. ചരിത്രപരിണാമത്തിന്റെ സവിശേഷസന്ദർഭത്തിൽ നിലവിൽവന്ന ആശയങ്ങളിലൊന്നാണ് സ്വത്വം.[6] ഏകാത്മകവും അഖണ്ഡവുമായ വ്യക്തിസത്തയെക്കുറിച്ചും അത്തരം വ്യക്തിസത്തയുടെ പ്രകാശനവും ആവിഷ്ക്കാരവുമായ മനുഷ്യജീവിതത്തെക്കുറിച്ചുമുള്ള ആധുനികധാരണകളുടെ ഉൽപ്പന്നമാണ് ഇന്ന് 'സ്വത്വം' എന്ന പരികല്പന. സാമാന്യമായി പറഞ്ഞാൽ സ്വത്വം, അപര(other)ത്തെക്കുറിച്ചുള്ള ധാരണകളുമായി ബന്ധപ്പെട്ടാണ് നില്ക്കുന്നത്.

സ്വത്വം എന്ന സങ്കല്പത്തെ ഗൗരവമായി പരിഗണിച്ച തത്വചിന്തകരാണ് റെനെ ദെക്കാർത്ത്, ജോൺലോക്ക്, ഡേവിസ് ഹ്യൂം എന്നിവർ. ഇമ്മാനുവൽ കാന്റ്, തോമസ്റീഡ്, ജോസഫ് ബട്ലർ, സിഡ്നിഷൂമാക്കർ തുടങ്ങിയവർ സ്വത്വത്തെപ്പറ്റി ചർച്ച നടത്തിയിട്ടുണ്ട്. ഇതുകൂടാതെ ഹെഗൽ, നീഷേ, ഹൈഡഗർ, സാർത്ര് തുടങ്ങിയ ചിന്തകർ സ്വത്വത്തെ നീരിക്ഷിച്ചിട്ടുണ്ട്. ആധുനികമനഃശാസ്ത്രത്തിന്റെ പിതാവായ സിഗ്മണ്ട്ഫ്രോയ്ഡ്, ഫ്രോയ്ഡിനെ ഘടനാവാദസമീപനത്തിലൂടെ വ്യാഖ്യാനിച്ച 'ഫ്രഞ്ച് ഫ്രോയ്ഡ്' ജാക്വസ് ലക്കാൻ, ലക്കാനിയൻ സ്വത്വദർശനത്തെ സമകാലികമാക്കിക്കൊണ്ടിരിക്കുന്ന സ്ലാവോജ്സിസെക്ക് ഉൾപ്പെടുന്ന നവമനോവിശ്ലേഷകർ, ഇവരുടെ സ്വത്വസങ്കല്പത്തെ മുൻനിർത്തി അബോധം, കർത്തൃത്വം, ആഖ്യാനം എന്നീ പരികല്പനകളെ സൂക്ഷ്മപരിശോധനയക്ക് വിധേയമാക്കുകയാണ് ഇനി.

ദെക്കാർത്ത് മുതലാരംഭിക്കുന്നതായി കരുതുന്ന ആധുനിക പാശ്ചാത്യചിന്തയിലെ ആത്മസ്ഥാപനങ്ങൾ അപര (other)ത്തിനുമേലുള്ള അധിനിവേശമായിരുന്നു. 'ഞാൻ ചിന്തിക്കുന്നു അതുകൊണ്ട് ഞാൻ' എന്ന കാർട്ടീഷ്യൻ കൊഗീറ്റോയിലൂടെ സ്വത്വമെന്നത് വ്യക്തിസത്ത

തന്നെയാണെന്നും ദെക്കാർത്ത് വാദിച്ചു. ക്ഷണികമായ അനുഭവങ്ങളുടെ ഒരു സഞ്ചികയായാണ് ഡേവിസ് ഹ്യൂം സ്വത്വത്തെ കാണുന്നത്. സ്വത്വമെന്നത് ഇന്ദ്രിയാനുഭവങ്ങളുടെ തുടർപ്രവാഹമാണെന്നാണ് ഹ്യൂമിന്റെ വാദം. ഇന്ദ്രിയാനുഭവങ്ങൾക്കപ്പുറമുള്ള തനതായ സ്വത്വത്തിന്റെ നിഷേധമല്ല, മറിച്ച് ഇന്ദ്രിയാനുഭവങ്ങളിലൂടെ മാത്രമേ സ്വത്വത്തെ മനസ്സിലാക്കാൻ കഴിയൂ എന്നാണ് ഹ്യൂം കണ്ടെത്തുന്നത്.[7]

ജർമ്മൻ ദാർശനികനായ ഇമ്മാനുവേൽ കാന്റിന് അനുഭവത്തെ രൂപീകരിക്കുന്നതിനുള്ള കഴിവ് സ്വായത്തമാക്കുമ്പോഴാണ് 'സ്വത്വം' യഥാർത്ഥത്തിൽ നിർമ്മിക്കപ്പെടുന്നത്. 'സ്വയം രൂപീകരിക്കാൻ കഴിവുള്ള ഒരു വിഷയി'[8] എന്ന രീതിയിലാണ് കാന്റ് ഇതിനെ പരുവപ്പെടുത്തുന്നത്. ബ്രിട്ടീഷ് എംപിരിസ്റ്റുകളുടെ 'സ്വത്വം' ജർമ്മനിയിലെ ആത്മീയവാദികൾക്ക് അഹംബോധമാണ്. ഇമ്മാനുവേൽകാന്റിനെ തുടർന്ന് ആശയവാദത്തിന് ചുക്കാൻ പിടിച്ച ജർമ്മൻതത്ത്വചിന്തകൻ യോഹാൻ ഗോട്ടലീസ് ഫിക്റ്റേ ആത്മസത്തക്ക് (ego) പരമപ്രാധാന്യം കൊടുത്തു. ഈഗോ മാത്രമാണ് പരമമായ യാഥാർത്ഥ്യം എന്ന് ഫിക്റ്റേ പ്രഖ്യാപിച്ചു.[9] അഹന്മനസ്സ മാത്രമാണ് സ്വയം സിദ്ധം; ബാഹ്യവസ്തുക്കളുടെ നിലനില്പ് ആത്മസത്തയെ ആശ്രയിച്ചാണ് എന്നദ്ദേഹം വാദിച്ചു.

ഇച്ഛ മറ്റൊരു വിഷയിയെ ലക്ഷ്യമാക്കുമ്പോഴാണ് സ്വത്വബോധം ഉരുവപ്പെടുന്നത് എന്ന് ഹെഗൽ നിരീക്ഷിക്കുന്നു.[10] മറ്റൊരു സ്വത്വത്തിനു മാത്രമേ വ്യക്തിനിഷ്ഠമായ സ്വത്വബോധത്തിലേക്ക് വിഷയിയെ എത്തിക്കാൻ കഴിയൂ. ഇങ്ങനെയുള്ള ബോധങ്ങളുടെ പരസ്പര വിനിമയമാണ് ഹെഗലിന്റെ സങ്കല്പത്തിലെ യഥാർത്ഥസ്വത്വബോധം. അതിഭൗതികതയ്ക്ക് ഒരാമുഖം എന്ന ഗ്രന്ഥത്തിൽ ഹൈഡഗർ ആത്മസ്വത്വ (dasein) ത്തെപ്പറ്റി പറയുന്നു.[11] ഉൺമയിൽ നിന്നു മറ്റൊരു ഉൺമയിലേക്കുള്ള ബന്ധം ആത്മസ്വത്വത്തിലൂടെ (dasein) യാണ് സംഭവിക്കുന്നത്. ആത്മസ്വത്വത്തോടൊപ്പമുള്ള ഉൺമയുടെ ബന്ധം ഇച്ഛയാൽ നിർണയിക്കപ്പെടുന്നു എന്ന് ഹൈഡഗർ സിദ്ധാന്തിക്കുന്നു.[12] സൂക്ഷ്മമായ അർത്ഥത്തിൽ സ്വത്വം എന്നത് 'ആഖ്യാനങ്ങളുടെ ഗുരുത്വകേന്ദ്രമാണ്' എന്ന് ഡേവിഡ് ഡെന്നറ്റ് എന്ന നാഡീശാസ്ത്രജ്ഞൻ ചൂണ്ടിക്കാട്ടുന്നു. ഒരു വസ്തുവിന്റെ ഗുരുത്വകേന്ദ്രം ആരോപിതമായ ഒന്നാണ്. സൈദ്ധാന്തികമായ ഒരു കെട്ടുകഥ. അതുപോലെ, "ഒരാൾ തന്നെക്കുറിച്ചു നടത്തുന്ന ആഖ്യാനങ്ങളും അയാളെക്കുറിച്ചു മറ്റുള്ളവർ നടത്തുന്ന ആഖ്യാനങ്ങളും കൂട്ടിമുട്ടുന്ന അമൂർത്തമായ ബിന്ദുവായി സ്വത്വത്തെ കാണാവുന്നതാണ്."[13]

സ്വത്വം ഏതെങ്കിലുമൊരു ചരിത്രഘട്ടത്തിൽ ഏകമാനവും അഖണ്ഡ വുമായി നിലനില്ക്കുകയില്ല. ഒരു ചരിത്രസന്ദർഭവും ഏതെങ്കിലും ഒരു പ്രവണതയാൽ മാത്രമായി നിർണയിക്കപ്പെടുന്നില്ല. മനുഷ്യന് ഒരു സത്തയായി പുലരണമെങ്കിൽ; നിരവധി ബലങ്ങളും സാമൂഹികപ്രേ രണകളും നിലനില്ക്കുന്ന ഇടങ്ങളിൽ മാത്രമേ സാധിക്കൂ (യഥാർത്ഥ സ്വത്വസ്ഥാനങ്ങൾ). ഈ സ്ഥലങ്ങളും പ്രേരണകളും തമ്മിൽതമ്മിൽ ഇടഞ്ഞും ഇണങ്ങിയും നിലകൊള്ളുന്നു. അതുകൊണ്ടുതന്നെ സ്വത്വം ചരിത്രപരമായൊരർത്ഥത്തിൽ വൈരുദ്ധ്യഭരിതവും സംഘർഷാത്മ കവും ബഹുത്വത്തിൽ അടിയുറച്ചതുമാണ്. സ്വത്വം സാമൂഹികമായ സവിശേഷതസന്ദർഭങ്ങളിൽ സവിശേഷപ്രയോഗക്ഷമത ആർജ്ജി ക്കുകയാണ് ചെയ്യുന്നത്.

സ്വത്വത്തിന്റെ മനഃശാസ്ത്രതലം

ഈ പശ്ചാത്തലത്തിൽ സ്വത്വത്തെ സൂക്ഷ്മമായി അറിയണമെ ങ്കിൽ മനുഷ്യമനസ്സെന്ന പ്രതിഭാസത്തെക്കുറിച്ച് മനസ്സിലാക്കണം. സ്വത്വത്തിന്റെ മനഃശാസ്ത്രതലത്തെക്കുറിച്ചുള്ള അന്വേഷണത്തിൽ സ്വത്വവും അബോധവും തമ്മിലുള്ള ബന്ധത്തെ വിശകലനം ചെയ്യേ ണ്ടതുണ്ട്. 'ബോധപൂർവ്വമെന്നു കരുതപ്പെടുന്ന മനുഷ്യന്റെ പ്രവൃത്തികൾ ക്കു പിന്നിൽ അബോധപരമായ പ്രേരണകൾ ഉണ്ട് എന്ന സിഗ്മണ്ട് ഫ്രോയ്ഡിന്റെ നിഗമനം ഇരുപതാംനൂറ്റാണ്ടിലെ, മനുഷ്യന്റെ ആത്മ ബോധപരമായ അന്വേഷണങ്ങളെ ആഴത്തിൽ സ്വാധീനിച്ചു.[14] ഇരുപ താംനൂറ്റാണ്ടിനെ നിർണയിച്ച മഹദ്വ്യക്തികളിൽ ഒരാളായിത്തീരാൻ ഫ്രോയ്ഡിനെ സഹായിച്ചത് അദ്ദേഹത്തിന്റെ 'അബോധം' എന്ന സങ്കല്പനമാണ്. മനോവിശകലനം അഥവാ സൈക്കോ അനാലിസിസ് എന്ന ചികിത്സാരീതിയിലൂടെ അതുവരെയുണ്ടായിരുന്ന മനോരോഗച രിത്രത്തെ ഫ്രോയ്ഡ് അട്ടിമറിച്ചു. സ്വതന്ത്രസഹജസംബന്ധം (Free association) എന്ന പുതിയ ഒരു മനോരോഗവിശകലനരീതി അദ്ദേഹം ആവിഷ്കരിച്ചു.

മനുഷ്യമനസ്സിന്റെ അറിയാമേഖലകളിലേക്ക് സ്വതന്ത്രസഹജസംബ ന്ധ (Free Association) ത്തിലൂടെ കടന്നുചെന്ന് അവിടെ സംഘർഷം സൃഷ്ടിച്ചുകൊണ്ടിരിക്കുന്ന സ്മരണകളും ആഗ്രഹാഭിലാഷങ്ങളും കണ്ടെ ത്താനും രോഗിയുടെ മനസ്സിന്റെ അബോധതലത്തെ വിശകലനം ചെയ്ത് പഠിക്കാനും ഫ്രോയ്ഡ് ശ്രമിച്ചു. ഫ്രഞ്ച് ഭാഷയിൽ പ്രസിദ്ധീകരിച്ച ഒരു പ്രബന്ധത്തിലാണ് ഫ്രോയ്ഡ് ആദ്യമായി സൈക്കോ അനാലിസിസ് എന്ന പേര് തന്റെ ചികിത്സാരീതിക്ക് സ്വീകരിച്ചത്. ഈ ലേഖനം പ്രസി ദ്ധീകരിച്ചത് 1896-ലാണ്.

മനസ്സിന്റെ അടിത്തട്ടിലേക്ക് അഥവാ, അബോധതലത്തിലേക്ക് അമർത്തപ്പെടുന്ന സ്മരണകൾ, അതേ രൂപത്തിൽ ബോധതലത്തിലേക്കുവരാതെ അബോധതലത്തിൽ വെച്ചുതന്നെ രൂപം മാറി രോഗലക്ഷണങ്ങളുടെ രൂപത്തിൽ ബഹിർഗമിക്കുന്നു. അബോധമനസ്സിലേക്ക് അമർത്തപ്പെട്ട ഓർമ്മകളുടെ അഥവാ അനുഭവങ്ങളുടെ വിശകലനമാണ് മനോവിശകലനം.

മനോവിശകലനത്തിലൂടെ രോഗലക്ഷണത്തിന് കാരണമായ ഗതകാലാനുഭവവും അതുമായി ബന്ധപ്പെട്ട മാനസികസംഘർഷവും രോഗി മനസ്സിലാക്കുകയും ബോധമനസ്സിൽ വെച്ച് ആ സംഘർഷം ഒഴിവാക്കുന്നതിനുള്ള പരിഹാരമാർഗം സ്വീകരിക്കുകയും ചെയ്യുന്നതോടെ രോഗലക്ഷണം എന്നെന്നേക്കുമായി അപ്രത്യക്ഷമാകുന്നു ഇതായിരുന്നു ഫ്രോയിഡിന്റെ മനോവിശകലനരീതി. ഈ പുതിയ ചികിത്സാരീതിക്കു 'സംസാരചികിത്സ' (Talking cure) എന്നു പേരു ലഭിക്കുകയും ചെയ്തു. എല്ലാ മനോരോഗങ്ങളുടെയും ഉത്ഭവം ബാല്യകാലാനുഭവങ്ങളാണെന്നതുപോലെത്തന്നെ, എല്ലാ രതിവൈകൃതങ്ങൾക്കും കാരണം ശൈശവത്തിലെ ലൈംഗികോർജ്ജത്തിന്റെ വ്യതിചലനങ്ങളാണെന്നാണ് ഫ്രോയ്ഡിന്റെ സിദ്ധാന്തം. മാനസികസംഘർഷങ്ങൾക്ക് കാരണമാകുന്ന വിഷയങ്ങളുടെ ഭൂമികയാണ് 'അബോധ'മെന്ന് ഫ്രോയ്ഡ് കണ്ടെത്തി. ലൈംഗികതയുടെ 'ദമന' (repression)മാണ് സംസ്കാരത്തിന്റെ രൂപീകരണത്തിനു കാരണമെന്നും അതുതന്നെയാണ് മനോരോഗങ്ങൾക്കു പിന്നിലെന്നും ഫ്രോയ്ഡ് തിരിച്ചറിഞ്ഞു.

അബോധം എന്ന പ്രക്രിയ

ഒരു വ്യക്തിയുടെ സ്വഭാവം അഥവാ, വ്യക്തിത്വം നിർണയിക്കുന്നത് അബോധമനസ്സാണ്. അബോധമനസ്സിനെക്കുറിച്ചുള്ള അറിവ് ബ്രഹ്മജ്ഞാനം പോലെയാണ്. 'എന്ത് അല്ല' എന്നു മനസ്സിലാക്കുന്നതിലൂടെ മാത്രമേ അബോധമനസ്സിനെക്കുറിച്ച് ശരിയായ അറിവ് കിട്ടുകയുള്ളൂ. അബോധമനസ്സിന്റെ കണ്ടുപിടിത്തത്തോടെ ഫ്രോയ്ഡ് മനുഷ്യമനസ്സിന്റെ ഒരു സ്ഥലാലേഖം (Topography) രൂപപ്പെടുത്തി. ബോധം, ഉപബോധം, അബോധം എന്നിങ്ങനെ അദ്ദേഹം മനസ്സിനെ വിഭജിച്ചു.[15] മാനസിക ഊർജ്ജത്തെ (libido) ലൈംഗികതയുമായി ബന്ധപ്പെടുത്തിയാണ് ഫ്രോയ്ഡ് ചിന്തിച്ചത് സാംസ്ക്കാരികതയുടെ ഭാഗമായി ദമനം ചെയ്യപ്പെടുന്ന/അടിച്ചമർത്തുന്ന ലൈംഗികചിന്തകൾ, വിചിത്രകൽപ്പനകൾ (fantacies) എന്നിവ ചില പ്രശ്നങ്ങൾ സൃഷ്ടിക്കുന്നു. ദമനം ചെയ്യപ്പെടുന്ന ഇത്തരം ആഗ്രഹങ്ങളും ആശയങ്ങളും സ്മരണകളും

മനസ്സിന്റെ അബോധതലത്തിൽ നിശ്ചലമാവുകയല്ല, അവ ചലിച്ചുകൊണ്ടിരിക്കുകയും ചെയ്യുന്നു. ഈ ചലനാത്മകത വ്യക്തിയുടെ ബോധമനസ്സിൽ പല അനുരണനങ്ങളും സൃഷ്ടിക്കുന്നുണ്ട്. അവ സ്വപ്നങ്ങളായും മനോരോഗലക്ഷണങ്ങളായും നിത്യജീവിതത്തിൽ വന്നുപോകുന്ന അബദ്ധങ്ങളായും മറവികളായും സംസാരത്തിലെ പിഴവുകളായും ബഹിർഗമിക്കുന്നു. ഇങ്ങനെ പ്രകടിപ്പിക്കാനാവാത്ത ലൈംഗികത അബോധമനസ്സിൽ സൃഷ്ടിക്കുന്ന ആഘാതങ്ങളാണ് മനോരോഗങ്ങൾക്ക് കാരണമെന്ന് ഫ്രോയ്ഡ് തിരിച്ചറിഞ്ഞു.

സ്വപ്നങ്ങളുടെ അപഗ്രഥനം (1900) എന്ന കൃതിയിലാണ് ഫ്രോയ്ഡ് മാനസികവ്യാപാരങ്ങളെ ബോധം, ഉപബോധം, അബോധം എന്നിങ്ങനെ തരം തിരിച്ചത്. ഒരു പ്രത്യേക അവസരത്തിൽ വ്യക്തിയുടെ അറിവുമായി ബന്ധപ്പെടുന്ന പ്രത്യക്ഷബോധം, ഓർമ്മ, ചിന്ത, വിചിത്രകൽപ്പനകൾ, വൈകാരികതകൾ എന്നിവയെല്ലാം ബോധമാണ്. ബോധവുമായി ഏറ്റവുമടുത്തു നിൽക്കുന്നഭാഗമാണ് ഉപബോധം. ഓർമ്മ (available memory) എന്നുപറയുന്നത് ഇതുതന്നെയാണ്. ഫ്രോയ്ഡിയൻ സങ്കല്പമനുസരിച്ച് മനസ്സിന്റെ ചെറിയഭാഗങ്ങളായ ബോധത്തിനും ഉപബോധത്തിനും പ്രശ്നങ്ങളൊന്നും സംഭവിക്കില്ല.

പാശ്ചാത്യചിന്തക്ക് ഫ്രോയ്ഡ് നൽകിയ മികച്ച സംഭാവനകളിലൊന്ന് അബോധം (unconscious) എന്ന കാഴ്ചപ്പാടാണ്. 'അബോധം' മനസ്സിന്റെ ഏറ്റവും വലിയ ഭാഗമാണ്. അറിവിൽ ഇല്ലാത്തതും അറിവിലേക്ക് എളുപ്പം കൊണ്ടുവരാൻ കഴിയാത്തതുമായ വിഷയങ്ങൾ അബോധതലത്തിലാണുണ്ടാവുക. എല്ലാ ആഗ്രഹങ്ങളുടെയും സ്മരണകളുടെയും ഉറവിടമാണത്. വ്യക്തി അനുഭവിച്ച ദുരന്തങ്ങൾ, മാനസിക സംഘർഷങ്ങൾ, മുറിവുകൾ ഇവ അബോധത്തിലാണ് സംഭരിക്കപ്പെടുന്നത്. ഇങ്ങനെ അബോധം എല്ലാവിധമായ പ്രചോദനങ്ങളുടെയും കേന്ദ്രമാണ്. ആഹാരത്തിനും ലൈംഗികതയ്ക്കും വേണ്ടിയാകാം അത്. അടക്കാനാവാത്ത ഉൾപ്രേരണകളാവാം. കലാകാരനും കളിക്കാരനും ശാസ്ത്രജ്ഞനുമുള്ള പ്രേരണയും പ്രചോദനവുമാകാം. ഈയൊരു പ്രചോദനത്തെ ബോധംകൊണ്ട് നിഷേധിക്കുകയോ തടയുകയോ ചെയ്താലും മറ്റൊരുരൂപത്തിൽ (disguised form) അത് മനസ്സിലേക്കെത്തുകതന്നെ ചെയ്യും. അബോധത്തിന്റെ പ്രവർത്തനങ്ങളിൽ പ്രധാനപ്പെട്ട ഒന്നാണ് ദമനം അഥവാ, അടിച്ചമർത്തൽ (repression). വ്യക്തിയുടെ ബോധവുമായി ബന്ധപ്പെട്ട പ്രവർത്തനമല്ല ഇത്. അതിനാൽത്തന്നെ വ്യക്തികൾ അബോധത്തിലുള്ള അടിച്ചമർത്തിയ സ്മരണകളെയും മുറിവുനീറ്റുന്ന അനുഭവങ്ങളെയുംകുറിച്ച് അജ്ഞരാകുന്നു.

ഫ്രോയ്ഡ്, അബോധത്തെ വിവരണാത്മക അബോധം (descriptive unconscious), ചലനാത്മക അബോധം (dynamic unconscious), ഘടനാത്മക അബോധം (system unconscious) എന്നിങ്ങനെ മൂന്നായി തരംതിരിക്കുന്നു. മാനസികവ്യാപാരത്തിൽ വ്യക്തികൾ നേരിട്ടറിയാത്ത കാര്യങ്ങളാണ് വിവരണാത്മക അബോധത്തിൽ രേഖപ്പെടുത്തുന്നത്. ചലനാത്മകഅബോധത്തിലാകട്ടെ, പിരിമുറുക്കവും മാനസികസംഘർഷങ്ങളും നിമിത്തം വ്യക്തി മനഃപൂർവ്വം ബോധത്തിൽ നിന്നൊഴിവാക്കിയ സംഭവങ്ങളാണ് നിറയുന്നത്. മാനസികവ്യാപാരങ്ങളെ അടിച്ചമർത്തുമ്പോൾ ബോധമനസ്സിന് അപരിചിതമായ പുതിയ തത്വങ്ങൾ സാന്ദ്രീകരണവും (condensation) സ്ഥാനാന്തരണവും (displacement) സംഭവിക്കുന്നു. അടിച്ചമർത്തുന്ന അനുഭവങ്ങൾ അബോധമനസ്സിൽ എത്തപ്പെടുന്നതാണ് സാന്ദ്രീകരണം (condensation). ഇങ്ങനെ സാന്ദ്രീകരിച്ച അനുഭവങ്ങൾ സ്വപ്നങ്ങളെയും മറ്റും പുറത്തുവരുത്തുന്നതാണ് സ്ഥാനാന്തരണം (displacement). ഘടനാത്മകമായ അബോധം എന്നതുകൊണ്ടുദ്ദേശിക്കുന്നത് ഈ പ്രക്രിയകളെയാണ്.

അബോധത്തെ മനസ്സിലാക്കാനായി ഫ്രോയ്ഡ് സ്വപ്നങ്ങൾ, നാവുപിഴകൾ (slip tongue), തമാശ (joke), ലക്ഷണങ്ങൾ (symptoms) എന്നിവയെ ആശ്രയിക്കുന്നു. ഫ്രോയ്ഡ് സ്വപ്നങ്ങളെ അബോധത്തിലേക്കുള്ള രാജകീയ പാതകൾ[16] എന്നുവിളിച്ചു. എന്തെന്നാൽ, അബോധമനസ്സിന്റെ യുക്തിയെ വെളിപ്പെടുത്തുന്നത് സ്വപ്നങ്ങളാണ്. 'സ്വപ്നം, ഒളിച്ചുവച്ചതോ അടിച്ചമർത്തിയതോ ആയ ആഗ്രഹങ്ങളുടെ മുഖംമൂടിവച്ച സാക്ഷാത്ക്കാരത്തിനായി ആഗ്രഹത്തിന്റെ ആശയങ്ങൾ അതിരുകടന്നുവരും. ഒരു ചിന്തയുടെ ലളിതമായ ആവിഷ്ക്കാരമല്ല സ്വപ്നം. അത് ആഗ്രഹസാക്ഷാത്ക്കാരത്തിന്റെ മായികമായ അനുഭവമാണ്.'[17] നാവുപിഴകൾ (slip tongue) അബോധത്തിലേക്കുള്ള മറ്റൊരു പഴുതാണെന്നും ഫ്രോയ്ഡ് കരുതുന്നു. അബോധത്തിലെ ആഗ്രഹങ്ങളോ സംഘർഷങ്ങളോ നിമിത്തം സംഭാഷണത്തിലോ ഓർമ്മയിലോ പ്രവൃത്തിയിലോ സംഭവിക്കുന്ന പൊരുത്തക്കേടുകളാണ് ഫ്രോയ്ഡിയൻ നാവുപിഴകൾ. ഒരു കാര്യം ചിന്തിക്കുകയും മറ്റൊരു കാര്യം പറയുകയും ചെയ്യുക, സന്ദർഭത്തിനു യോജിക്കാത്ത കാര്യംപറയുക, പ്രവർത്തിക്കുക ഇവയൊക്കെ നാവിന്റെ വഴുതലുകൾ തന്നെയാണ്.

അബോധത്തെക്കുറിച്ചുള്ള അടിസ്ഥാനവിശകലനത്തിൽ ഫ്രോയ്ഡ് ബോധം, ഉപബോധം, അബോധം എന്നീ ത്രിത്വങ്ങളെ മറികടന്ന് ഇദ് (id), ഈഗോ (ego), സൂപ്പർ ഈഗോ (Super ego) എന്ന പുതിയ ത്രിത്വം

അവതരിപ്പിച്ചു.[18] ലൈംഗികവും ആക്രാമികവുമായ ചിന്തകളുടെ കൂമ്പാരമാണ് ഇദ്. ആഗ്രഹസാക്ഷാത്ക്കാരത്തെ ഉണ്ടാക്കുന്ന പ്രചോദനങ്ങളുടെ കേന്ദ്രമാണിത്. സഹജവാസനയുടെ ഇരിപ്പിടവുമാണിത്. ഫ്രോയ്ഡ് ഇച്ഛ (wish) എന്ന് ഇതിനെ വിളിക്കുന്നു. ആവശ്യങ്ങളേയും പ്രചോദനങ്ങളേയും ആഗ്രഹങ്ങളാക്കുന്ന ഈ പ്രവർത്തനത്തിന് പ്രഥമപ്രവർത്തനം (primary process) എന്നു ഫ്രോയ്ഡ് പറയുന്നു. ഇദിന്റെ പ്രവർത്തനം ആനന്ദത്തെ മാത്രം ലക്ഷ്യം വെക്കുന്നു (Pleasure Principle) ആഗ്രഹം എങ്ങനെയും സാക്ഷാത്ക്കരിക്കുന്ന വ്യഗ്രത ഇദിലുണ്ട്. ആഗ്രഹപൂർത്തിയിലൂടെ ഇദിനുണ്ടാകുന്ന സംതൃപ്തി വ്യക്തിക്ക് അനുഭവപ്പെടണമെന്നില്ല. ആഗ്രഹം നേടിയെടുക്കാനായി എല്ലാം മറക്കുമെങ്കിലും ബിംബാത്മകമായി ആഗ്രഹസാക്ഷാത്ക്കാരം നടന്നാലും ഇദ് അടങ്ങും. ഇദിന്റെ സംതൃപ്തി ഒരു നിമിഷം കൊണ്ടു നടക്കാം; നടന്നില്ലെന്നും വരാം.

ഇദ് ആനന്ദത്തെ മാത്രം മുന്നിൽക്കാണുമ്പോൾ ഈഗോ യാഥാർത്ഥ്യവുമായി ബന്ധപ്പെടുന്നു (reality principle). വ്യക്തി പക്വത നേടുന്തോറും ഇദിന്റെ കുറച്ചുഭാഗം ഈഗോ ആയി മാറുന്നു. ബോധത്തെ, പുറംലോകവുമായി ബന്ധിപ്പിക്കുന്നതിന്റെ ഫലമാണിത്. വ്യക്തി യാഥാർത്ഥ്യവുമായി പൊരുത്തപ്പെടാൻ ശ്രമിക്കും. വ്യക്തിയുടെ ആവശ്യങ്ങളെ (Needs) മുൻനിർത്തി ഇദ് സൃഷ്ടിക്കുന്ന ആഗ്രഹങ്ങളെ (wishes) പൂർത്തീകരിക്കാൻ ഈഗോ സാധ്യമായ വഴികൾ തേടുന്നു. ഇതാണ് ദ്വിതീയ പ്രവർത്തനം (secondary process).

ഇദിനെയും വ്യക്തിയെയും സന്തോഷിപ്പിക്കാൻ ഈഗോ പരിശ്രമിക്കുന്നു. അത് തടസ്സങ്ങളെയും ലക്ഷ്യത്തെ സാധൂകരിക്കുന്നതിനാവശ്യമായ വസ്തുതകളെയും അറിയുന്നുണ്ട്. ഇതെല്ലാം കൃത്യമായി സ്മരണയിൽ സൂക്ഷിക്കപ്പെടും. സ്മരണയിൽ സൂക്ഷിക്കപ്പെടുന്ന ഇത്തരം പ്രതിബന്ധങ്ങളും സ്വീകാര്യതകളുമാണ് സൂപ്പർഈഗോയ്ക്ക് കാരണമാവുന്നത്. മൂല്യങ്ങളും ആദർശങ്ങളും ലജ്ജയും കുറ്റബോധവുമെല്ലാം സൂപ്പർ ഈഗോയുടെ ഭാഗമാണ്. ഇദ് സൃഷ്ടിക്കുന്ന ആഗ്രഹങ്ങളെ ഈഗോ യാഥാർത്ഥ്യമാക്കാൻ ശ്രമിക്കുമ്പോൾ ബോധത്തിന്റെ ഭാഗമായ സൂപ്പർ ഈഗോ അതിനെ മൂല്യങ്ങളുടെ പേരിൽ നിയന്ത്രിക്കുന്നു. ഒരു പോലീസ് ഫോഴ്സ് (Police force) ആണ് സൂപ്പർ ഈഗോ എന്നു പറയാം. ഇദ് ജൈവികവും ഈഗോ വൈയക്തികവും സൂപ്പർ ഈഗോ സാമൂഹികവുമായ ഘടകങ്ങളെയാണ് നിയന്ത്രിക്കുന്നത്.

സ്വത്വം-ലൈംഗികത-ലിബിഡോ

ഫ്രോയ്ഡിനെ സംബന്ധിച്ച് 'സ്വത്വ'മെന്നത് ലൈംഗികയോജന യിൽ നിന്നും ഭ്രമാത്മകതയിൽ നിന്നും ആധുനിക സമൂഹത്തിലെ പിതൃ കേന്ദ്രിത സംസ്കാരത്തിൽ നിന്നും വേറിട്ട ഒന്നല്ല. വിഷയി (Subject) - വിഷയം (object), സ്വത്വം - ലോകം എന്നിങ്ങനെയുള്ള വിഭജനങ്ങൾ തന്നെ അബോധഭാവനയുടെ അടിസ്ഥാനപരമായ ദമിതാവസ്ഥയെ സൂചിപ്പിക്കുന്നു. ദമനത്തിലാണ് (repression) ഫ്രോയ്ഡ് മനുഷ്യവി ഷയിയുടെ നിലനില്പ് കാണുന്നത്. ലൈംഗികതൃഷ്ണകളെ അടക്കം ചെയ്തുകൊണ്ടാണ് ഈ നിലനില്പ്. ബോധമെന്നും അബോധമെന്നും 'സ്വത്വം' രണ്ടായി വിഭജിക്കപ്പെടുന്നു. അബോധത്തിന്റെ ഈ അപരത്വം (otherness) ഇദ്, ഈഗോ, സൂപ്പർ ഈഗോ എന്നീ മനസ്സിന്റെ വാഹ കഘടകങ്ങളുടെ സാന്നിദ്ധ്യം തിരിച്ചറിയുന്നു.

അബോധത്തിന്റെ അടിത്തട്ടിൽ കിടക്കുന്ന ഇദ് പ്രതീകവത്കരിക്കാ നാവാത്തതും എന്നാൽ നിരന്തരം ആവിഷ്ക്കാരത്തിനായി കൊതിക്കു ന്നതുമാണ്. യഥാർത്ഥ്യമോ യുക്തിയോ നിഷേധമോ വൈരുദ്ധ്യമോ അറിയാത്ത 'സ്വത്വ'ത്തിന്റെ ഒളിയിടമാണത്.

മനുഷ്യന്റെ സാംസ്കാരികബോധമാണ് ലൈംഗികവിലക്കുക ളുടെ അടിത്തറ. വിലക്കുകളില്ലെങ്കിൽ സംസ്കാരമുണ്ടാവുകയില്ല. സംസ്കാരവിലക്ക് അമിതമായാൽ ലൈംഗികതയും ഉണ്ടാവുകയില്ല. പ്രകൃതിയിലുള്ളതുപോലെ ലൈംഗികത മനുഷ്യന് അനുവദിക്കപ്പെട്ടാൽ ലൈംഗികമായ ആനന്ദമെന്നൊന്നുണ്ടാവുകയില്ല. പ്രകൃതിയിലെ മറ്റ് ജീവിവർഗ്ഗങ്ങൾ ഇണചേരുന്നത് വംശവർദ്ധനവ് എന്ന പ്രകൃതിസഹ ജമായ ലക്ഷ്യത്തിന്റെ ഭാഗമായാണ്. അത് അവയിലൊന്നും മനുഷ്യ രിലെപ്പോലെ ആനന്ദമായ അനുഭവമല്ല. ജീവജാലങ്ങളിൽ ലൈംഗി കവികാരം എന്നത് പ്രകൃതിജന്യമായ ഒരാവശ്യം എന്ന നിലയ്ക്കാണ് പ്രതിഫലിക്കുന്നത്. മനുഷ്യരിൽ മാത്രമാണ് അനുഭൂതിജന്യമായ ഒരു പ്രവർത്തനമായി മാറുന്നത്. രതിയും രതിവികാരവും ആസ്വാദ്യകരവും അനുഭൂതിജന്യവുമാക്കാനുള്ള മനുഷ്യന്റെ ബോധപൂർവ്വമായ ശ്രമത്തി ന്റെ ഭാഗമായിരുന്നു വിലക്കുകൾ.[19] സാംസ്കാരിക വിലക്കിന്റെ അഖി ലിതനിയമമായ സൂപ്പർ ഈഗോ ഇദിൽ അടിയുറച്ചതാണ്. ഇദ്ദിന്റെ പ്രവർത്തകശക്തിയോടു ഘടിപ്പിച്ച് ഈഗോയുടെ അംശങ്ങളും ഇതിൽ ഉള്ളതായി ഫ്രോയ്ഡ് കാണുന്നു.

ഫ്രോയ്ഡ്, ലൈംഗിക ഇച്ഛയുടെ ആദിമഘട്ടം അമ്മയും കുഞ്ഞും തമ്മിലുള്ള ബന്ധത്തിലാണ് കണ്ടെത്തുന്നത്. തന്റെ ജൈവികാ വശ്യങ്ങൾക്കായിട്ടാണ് കുഞ്ഞ്, മറ്റുള്ളവരെ ആദ്യകാലങ്ങളിൽ

ആശ്രയിക്കുന്നത്. "ഇങ്ങനെ മറ്റുള്ളവരുമായിട്ടുണ്ടാകുന്ന വൈകാരിക അടുപ്പം സ്വത്വത്തിന്റെ ആവിർഭാവത്തിൽ നിർണായക പങ്കുവഹിക്കുന്നു.[20] അമ്മയും കുഞ്ഞും തമ്മിലുള്ള ലൈംഗികേച്ഛയുടെ ആദ്യഘട്ടത്തിൽ അമ്മയ്ക്ക് വേറിട്ടൊരു മാനമാണ് കുഞ്ഞ് നൽകുക. ഒരു സാങ്കല്പികലോകമായിരിക്കും അത്. താൻ-അമ്മ എന്ന വിഭജനം കുട്ടിക്കില്ല. ആത്മസംരക്ഷണത്തിന്റേതായ ഒരു ലോകമാണ് കുട്ടിയെ സംബന്ധിച്ചിടത്തോളം അത്. ജൈവികതയ്ക്കപ്പുറമുള്ള ഒന്നായിത്തീരുന്നതിനാൽ കുട്ടി, ഇവിടെ തന്നെത്തന്നെ അമ്മയിൽ കാണുന്നു (അപരം). ലൈംഗികമായ ആഹ്ലാദവും ജൈവികമായ ആവശ്യവും തികച്ചും വ്യത്യസ്തമാണെങ്കിലും രണ്ടാമത്തേത് ആദ്യത്തേതിൽ ബന്ധിതമാണെന്നു ഫ്രോയ്ഡ് പറയുന്നു.

ആനന്ദ-യാഥാർത്ഥ്യതത്വങ്ങൾ

കുട്ടി അനുഭവിക്കുന്ന ഈ ആഹ്ലാദത്തെ ഫ്രോയ്ഡ് ആനന്ദതത്വം (Pleasure Principle) എന്നു വിളിച്ചു. അമ്മയുടെ മുലകുടിക്കുന്ന കുഞ്ഞിന് വിശപ്പുമാറിയതിനുശേഷവും ആ പ്രവൃത്തിയിൽ തുടരാൻ താത്പര്യം തോന്നുക സ്വാഭാവികമാണ്. മുലയീമ്പുന്നതിനുള്ള കുട്ടിയുടെ ആഹ്ലാദം മാനവലൈംഗികതയുടെ കാതലാണെന്നു ഫ്രോയ്ഡ് പറയുന്നു. ലൈംഗികതയുടെ കേന്ദ്രത്തിൽ ഒരു ബഹുലൈംഗികത നിലകൊള്ളുന്നുണ്ടെന്ന് ഫ്രോയ്ഡ് വിശ്വസിക്കുന്നു. കുഞ്ഞ് ജനിച്ചു വീഴുമ്പോൾത്തന്നെ ബഹുരൂപിയായ ഒരു വിലക്ഷണജീവിയായിട്ടാണ് പ്രത്യക്ഷപ്പെടുന്നത്. അതുകൊണ്ട് സ്വത്വം രൂപപ്പെടുന്നതിനുമുമ്പുള്ള അനുഭവമെന്നത് ബഹുലൈംഗികതയാകുന്നു. ആനന്ദതത്വം പോലെ (pleasure principle)[21] പ്രധാനപ്പെട്ടതാണ് ഫ്രോയ്ഡിന് യാഥാർത്ഥ്യതത്വവും (reality principle). അബോധത്തിന്റെ ആഹ്ലാദാന്വേഷണപ്രേരണയ്ക്കുമേൽ മാരകമായ നിയന്ത്രണങ്ങളേർപ്പെടുത്തുന്ന ബാഹ്യലോകത്തിന്റെ നിയമങ്ങളാണ് ഫ്രോയ്ഡിന് യാഥാർത്ഥ്യതത്വം (reality principle).[22]

ബാഹ്യയാഥാർത്ഥ്യത്തിന്റെ സാംസ്കാരികനിയന്ത്രണങ്ങളും ആനന്ദത്തിന്റെ ആവശ്യങ്ങളും തമ്മിൽ ഒരു സമനില സൃഷ്ടിക്കുകയെന്നത് സ്വത്വത്തിന്റെയും ഈഗോയുടെയും സമസ്യയാണ്. ബാഹ്യയാഥാർത്ഥ്യങ്ങൾക്കായി അബോധത്തിന്റെ ആഹ്ലാദങ്ങൾക്ക്, ആഗ്രഹങ്ങൾക്ക് കീഴടങ്ങേണ്ടിവരുന്നു. അതിനു കഴിയാത്തിടത്ത് സ്കിസൊഫ്രീനിയയോ അതിനനുബന്ധമായ മനോവിഭ്രാന്തിയോ ഉടലെടുക്കുന്നു.

അബോധം ഇങ്ങനെ താദാത്മ്യപ്രക്രിയകളിലൂടെ വസ്തുക്കളെ (ആഗ്രഹവസ്തു/desire object) അരിച്ചെടുക്കുക വഴിയാണ് ഈഗോരൂപീകരണം നടക്കുന്നത്. ഈ തരത്തിൽ അന്യവ്യക്തികളെ/വസ്തുക്കളെ മുഴുവനായോ ഭാഗികമായോ പ്രക്ഷേപിക്കുന്ന പ്രക്രിയയാണ് ഈഗോ (ego)യുടെ അടിത്തറ. ഫ്രോയ്ഡ് ബാഹ്യയാഥാർത്ഥ്യങ്ങളുമായുള്ള ബന്ധത്തിന്റെ അടിസ്ഥാനത്തിൽ ഈഗോയെ വേറിട്ടുകാണുന്നു. ഫ്രോയ്ഡിന്റെ പില്ക്കാല ചിന്തയിൽ ഈഗോ സങ്കല്പത്തെ ഇന്ദ്രിയവേദ്യതയും ബോധവുമടങ്ങുന്ന ഒരു വ്യവസ്ഥയുമായി ചേർത്തുവെച്ചാണ് വ്യാഖ്യാനിച്ചിട്ടുള്ളത്.

ഈഗോയുടെ വികാസം സാദ്ധ്യമാകുന്നത് ലിബിഡോ (libido)യെ ബാഹ്യവസ്തുക്കളെക്കൊണ്ടു പകരം വെച്ചിട്ടായിരിക്കും. ആ ആഗ്രഹവസ്തുവിൽ കൂടുതൽ ലിബിഡോ (ലൈംഗികോർജ്ജം) നിക്ഷേപിക്കുന്തോറും തന്നിൽ ലിബിഡോയുടെ ദാരിദ്ര്യം അനുഭവപ്പെട്ടു തുടങ്ങും. ഈ പ്രക്രിയ ഒടുവിൽ സ്നേഹബന്ധത്തിൽ കലാശിക്കും. ഇങ്ങനെ സ്നേഹിക്കുന്നവൻ തന്റെ നാർസിസത്തിന്റെ (ആത്മരതി) ഒരംശം സമർപ്പിച്ച് സ്നേഹിക്കപ്പെടാൻ കൊതിക്കുന്നുണ്ടാകും. ഇദ് എപ്പോഴും ലിബിഡോയുടെ സംഭരണിയാകുന്നു. സ്നേഹവസ്തു (Desire object) വിന്റെ നഷ്ടം നികത്താനായി ഈഗോ താദാത്മ്യപ്രക്രിയകളിൽ ഏർപ്പെട്ടുകൊണ്ടിരിക്കുന്നു. ശിശുവിന്റെ സ്വത്വരൂപീകരണഘട്ടത്തിലെ നിർണ്ണായകമായൊരേടാണിത്. ഈഡിപ്പസ് ക്ലോംപ്ലക്സിന്റെയും എലക്ട്രാ ക്ലോംപ്ലക്സിന്റെയും രീതിയിൽ ഫ്രോയ്ഡ് ഇതിനു സവിശേഷമായ ഒരു നിർവചനം നൽകുന്നു.[23] രക്ഷിതാക്കളുമായുള്ള ശിശുവിന്റെ താദാത്മ്യപ്രക്രിയയിൽ അച്ഛനുമായുള്ള താദാത്മ്യം സൂപ്പർഈഗോയുടെ കേന്ദ്രബിന്ദുവാണ്. സദാചാരത്തിന്റെയും മൂല്യങ്ങളുടെയും ഒരു തലമായി ഇത് നിലകൊള്ളുന്നു. പിതൃകേന്ദ്രവ്യവസ്ഥയുടെ അടിത്തറതന്നെയാണ് ഈ സൂപ്പർ ഈഗോ. അതുതന്നെയാണ് ഭാഷ/ സംസ്കാരം എന്നീ ഘടനകളായി ഫ്രോയ്ഡ് കാണുന്നത്.

ശൈശവലൈംഗികത

ഇത്തരത്തിൽ ഫ്രോയ്ഡിയൻ ചിന്താപദ്ധതിയിൽ നിർണായകസ്ഥാനം വഹിക്കുന്നതാണ് ശൈശവലൈംഗികതയെക്കുറിച്ചുള്ള സിദ്ധാന്തം. വിലോഭത്തെ (seduction) സംബന്ധിച്ച ഫ്രോയ്ഡിന്റെ നിരീക്ഷണങ്ങൾക്ക് ആധാരം ശൈശവലൈംഗികതയാണ്. ഈ മാനസികാവസ്ഥ ഈഡിപ്പസ് കോംപ്ലക്സിലാണ് പുഷ്ടി പ്രാപിക്കുന്നത്. ശൈശവകാലഘട്ടത്തിൽ വ്യക്തികളുടെ ലൈംഗികവികാരത്തെ

സ്വാധീനിക്കുന്ന നിർണായകമായ മനഃശാസ്ത്രപ്രതിഭാസമാണ് ഈഡിപ്പസ് കോംപ്ലക്സ്. എന്നാൽ ബാല്യത്തിന്റെ ഒരു ഘട്ടം കഴിയുന്നതോടെ ഈഡിപ്പസ് കോംപ്ലക്സ് വിഘടനത്തിനു വിധേയമാകുന്നു. വേദനിക്കുന്ന ഒരു മോഹഭംഗത്തോടെയാണ് ഈഡിപ്പസ് കോംപ്ലക്സ് ബാലമനസ്സിൽ നിന്ന് അപ്രത്യക്ഷമാകുന്നത്. എന്നാൽ പിൽക്കാലജീവിതത്തിൽ ഇത് ഒളിഞ്ഞും തെളിഞ്ഞും കടന്നുവരുന്നു. വളർച്ചയുടെ അനിവാര്യതയാണ് ഈഡിപ്പസ് കോംപ്ലക്സിന്റെ ശിഥിലീകരണത്തിനു കാരണമായിത്തീരുന്നത്.

സ്ത്രൈണലൈംഗികതയും ഫ്രോയ്ഡിയൻ ദർശനവും

സ്ത്രൈണതയെക്കുറിച്ചുള്ള നിരീക്ഷണങ്ങൾക്കാണ് ഫ്രോയ്ഡിന് ഏറ്റവും കൂടുതൽ ആരോപണങ്ങളേൽക്കേണ്ടിവന്നത്. പുരുഷാധിപത്യപരമായ ഒരു വ്യവസ്ഥയുടെ വക്താവാണ് ഫ്രോയ്ഡ് എന്ന് സ്ത്രീവാദചിന്തകർ വിമർശിക്കുന്നു. ലിംഗത്തിന്റെ സാന്നിധ്യവും അഭാവവും എന്നതിന്റെ അടിസ്ഥാനത്തിലാണ് അദ്ദേഹം പുരുഷനെയും സ്ത്രീയെയും കാണുന്നത്. സ്ത്രീ ജന്മനാ ഷണ്ഡീകരിക്കപ്പെട്ടവളാണെന്നാണ് അദ്ദേഹത്തിന്റെ മതം. സ്ത്രൈണതെയന്നത്, പുരുഷലൈംഗികതയുടെ നിഷേധമോ അതിലും അല്പം മാത്രം കൂടുതലോ ആണെന്ന ഫ്രോയ്ഡിയൻ വാദം സ്ത്രീവിരുദ്ധമാണെന്ന ആക്ഷേപം നിലനില്ക്കുന്നു. പുരുഷലൈംഗികത, ലിംഗാസൂയ, സ്ത്രൈണലൈംഗിക നിഷ്ക്രിയത തുടങ്ങിയ ആശയങ്ങളൊക്കെ പുരുഷപക്ഷപാതപരമാണ്. സ്ത്രീയെ ഇരുണ്ടഭൂഖണ്ഡം എന്നാണ് ഫ്രോയ്ഡ് വിശേഷിപ്പിക്കുന്നത്. ഇതിനെ പ്രശ്നവല്ക്കരിക്കുകയാണ് ഘടനാവാദാനന്തരസ്ത്രീവാദം ചെയ്യുന്നത്. ഇതിനവർ കൂട്ടുപിടിക്കുന്നത് ഘടനാനന്തര വാദാ മനോവിജ്ഞാനീയത്തെയാണ്.

ഫ്രോയ്ഡിയൻ സ്വത്വസങ്കല്പവും സംസ്കാരവും

മനുഷ്യന്റെ (സ്വത്വ) പ്രശ്നങ്ങളെല്ലാം സ്വത്വസംഘർഷങ്ങൾ മൂലമുണ്ടാകുന്നതാണെന്നു ഫ്രോയ്ഡ് കണ്ടെത്തുന്നു. ഈ സംഘർഷങ്ങൾ എല്ലാംതന്നെ വ്യക്തിയുടെ ബോധമനസ്സിൽനിന്നു മറച്ചുവെക്കപ്പെടുന്നു. മനസ്സ് ഈ സംഘർഷങ്ങൾക്കെതിരെ സജീവമായി നിലകൊള്ളുന്നുവെന്നുള്ള നിഗമനത്തിൽ ഫ്രോയ്ഡ് എത്തിച്ചേർന്നു. മിക്കവാറും ഈ സംഘർഷങ്ങൾ ലൈംഗികസ്വഭാവമുള്ളതും കുട്ടിക്കാലം മുതൽക്കുതന്നെ ആരംഭിക്കുന്നതുമാണ്. മാനസികോർജ്ജത്തെ സംഘർഷങ്ങളിലും അവയുടെ പ്രതിരോധത്തിലും തളച്ചിടുന്നതുകൊണ്ടാണ് പ്രശ്നങ്ങൾ ഉടലെടുക്കുന്നത്. അവയെ മനസ്സിലാക്കാൻ ബാഹ്യമായ

ഉപാധികളൊന്നും തന്നെയില്ല. ഇതിനുള്ള മാർഗം ചികിത്സാരീതി മാനസികോർജ്ജത്തെ സ്വതന്ത്രമാക്കുക എന്നതാണ്. അതിനുള്ള വഴികളാകട്ടെ സ്വതന്ത്രസഹജസംബന്ധം (Free-Assocation), സ്വപ്നവ്യാഖ്യാനം (Interpretations of dreams), കാമനാവിനിമയം എന്നിവയാണ്. ഇവയെ ഫ്രോയ്ഡിയൻ സിദ്ധാന്തത്തിന്റെ അടിസ്ഥാനതത്ത്വങ്ങളായി ദർശിക്കാം.

ഫ്രോയ്ഡിന്റെ മനോവിശകലനത്തിന്റെ ആധികാരിക വ്യാഖ്യാതാവായ നോർമൻ ബ്രൗൺ എഴുതി: സ്വപ്നങ്ങൾക്കും നിത്യജീവിതത്തിലെ അബദ്ധങ്ങൾക്കും ഉള്ളതുപോലെത്തന്നെ ന്യൂറോസിസ് രോഗലക്ഷണങ്ങൾക്കും അർത്ഥങ്ങളുണ്ടെന്നുള്ളതാണ് ഫ്രോയ്ഡിന്റെ കണ്ടുപിടുത്തങ്ങളുടെ സാരവത്തായ ഭാഗം.[24]

സമൂഹങ്ങളെയും സംസ്കാരങ്ങളെയും പഠിക്കുവാൻ അബോധേച്ഛകളുടെ അടിസ്ഥാനം കണ്ടെത്തിയതാണ് ഫ്രോയ്ഡിന്റെ സുപ്രധാനമായ സംഭാവന. വ്യക്തികൾക്കുള്ളിൽ നടക്കുന്ന സംഘർഷങ്ങളുടെ വിപുലമായ രൂപം മാത്രമാണ്. മാനവസംസ്കാരം ഫ്രോയ്ഡിനെ സംബന്ധിച്ചിടത്തോളം ആധുനികസംസ്കാരം ദമനാത്മകമാണ് (repressive). സ്വത്വവും ലോകവും തമ്മിലുള്ള ദുർബലബന്ധം ഉദയസ്വഭാവമുള്ളതാണ് (ambivalence). അതുപോലെ അബോധേച്ഛകൾക്കുമേൽ ക്രമവും നിയമവും ഏർപ്പെടുത്താൻ 'ഈഗോ' ശ്രമിച്ചുകൊണ്ടിരിക്കുന്നു. ആനന്ദതത്വത്തെ (pleasure principle) യാഥാർത്ഥ്യതത്വത്തിനടിപണിയാൻ (reality principle) സജ്ജമാക്കുക എന്നത് സംസ്കാരത്തിന്റെ സ്വഭാവമാണ്. യാഥാർത്ഥ്യമെന്നത് (real) മനുഷ്യസമൂഹം ഘടനാവത്ക്കരിച്ച ഒന്നാണെന്ന് ഫ്രോയ്ഡ് പറയുന്നു. ജന്മവാസനകളുടെ ആഹ്ലാദങ്ങളെ അപഹരിച്ചുകൊണ്ട് ലൈംഗികതയ്ക്കുമേൽ സംസ്കാരം സാരമായ നിയന്ത്രണങ്ങളേർപ്പെടുത്തുന്നു. ഇതിന്റെ വിപുലീകൃതരൂപമാണ് സംസ്കാരത്തിന്റെ ഈഡിപ്പൽ ഘടന.

നാഗരികത നേരിടുന്ന പ്രധാന പ്രശ്നം അബോധേച്ഛകളുടെ സ്വതന്ത്രപ്രവാഹത്തെ ക്രമപ്പെടുത്തുകയെന്നതാണ്. രാഗദ്വേഷങ്ങളുടെ ദ്വന്ദ്വാത്മകഘടനയിൽ ഫ്രോയ്ഡ് സംസ്കാരത്തെ പഠനവിധേയമാക്കുന്നു. ബോധം/അബോധം, യുക്തി/ഇച്ഛ, പ്രാഥമിക/ദ്വിതീയഘടന, ആത്മസംരക്ഷണം/ലൈംഗികത, രാഗം/ ദ്വേഷം ഇവയൊക്കെ മനുഷ്യാവസ്ഥയുടെ ദ്വന്ദ്വങ്ങളായി ഫ്രോയ്ഡ് അവതരിപ്പിക്കുന്നു. അബോധവികാരങ്ങളുടെ ദമനത്തിലാണ് സംസ്കാരം പുനരുത്പാദിപ്പിക്കുന്നതെന്നു ഫ്രോയ്ഡ് പറയുന്നു. സർഗശക്തി, ലൈംഗികോർജ്ജത്തിന്റെ (Libido) ഉദാത്തവത്ക്കരണ (Sublimated form)

രൂപമാണെന്നതാണ് സാഹിത്യത്തെയും കലയെയും സംബന്ധിച്ച് ഫ്രോയ്ഡ് രൂപപ്പെടുത്തിയ മനോവിശകലനതത്വം.

മനോവിജ്ഞാനീയം ഫ്രോയ്ഡിനുശേഷം

ഫ്രോയ്ഡ് സംസ്കാരത്തെ കാണുന്നത് ഉദാത്തവത്ക്കരണം (Sublimation) എന്ന മാനസിക പ്രക്രിയയുമായി ലൈംഗികപ്രേരണകളെ ബന്ധപ്പെടുത്തിയാണ്. അതുവഴി ലൈംഗികാഹ്ലാദത്തെ സാമൂഹ്യശൃംഖലയിൽ അദ്ദേഹം ഉള്ളടക്കുന്നു. എന്നാൽ മനുഷ്യന്റെ എല്ലാ വ്യാപാരങ്ങളുടെയും അടിസ്ഥാനം 'അബോധപരമായ ഇച്ഛ'കളാണെന്നും മനുഷ്യഭാവനയുടെ സർഗ്ഗാത്മകവും നിർമ്മാണാത്മകവുമായ ഭാവം 'ഭ്രമാത്മകത'യാണെന്നും ഫ്രോയ്ഡ് രേഖപ്പെടുത്തുന്നു. ഫ്രോയ്ഡിന്റെ ഈ ദർശനങ്ങൾ പില്ക്കാല മനോവിശ്ലേഷണപദ്ധതികളെ സ്വാധീനിച്ചിട്ടുണ്ട്.

സ്വത്വം/അപരം എന്നിവ ഇന്നത്തെ സമൂഹാവസ്ഥയിൽ നികത്താനാവാത്ത വിടവ് സൃഷ്ടിച്ചിരിക്കുന്നു. ലൈംഗികദമനത്തിൽ മാത്രം ഊന്നിയുള്ള ക്ലാസ്സിക്കൽ മനോവിശ്ലേഷണത്തിന്റെ രീതിശാസ്ത്രത്തിൽ നിന്നു വിഭിന്നമായി മനുഷ്യബന്ധങ്ങളിൽ നിന്നു രൂപപ്പെടുന്ന ദമനസ്വഭാവമുള്ള സാമൂഹ്യസാഹചര്യങ്ങളെ അവയ്ക്ക് മാനസികജീവിതത്തിലും സ്വത്വത്തിലും ലിംഗാസ്തിത്വത്തിലും ഉള്ള സ്വാധീനം വെച്ചുകൊണ്ടു പഠിക്കുകയാണ് പുതിയ മനോവിശ്ലേഷണം ചെയ്യുന്നത്.

ഘടനാനന്തര മനോവിജ്ഞാനീയവും ലക്കാനിയൻ അബോധസങ്കല്പവും

ഫ്രോയ്ഡിനു ശേഷം മനസ്സിനെപ്പറ്റി വ്യതിരിക്തവും വ്യക്തവുമായ കാഴ്ചപ്പാട് അവതരിപ്പിച്ചത് ഫ്രഞ്ചുകാരനായ ജാക്വസ് ലക്കാനാണ്. തന്റെ ചിന്താപദ്ധതിയെ ഫ്രോയ്ഡിലേക്കുള്ള മടങ്ങിപ്പോക്ക് എന്നാണ് ലക്കാൻ വിശേഷിപ്പിച്ചത്. ഫ്രോയ്ഡിലേക്കു മടങ്ങുക (Return to Freaud) എന്നതുകൊണ്ടു ലക്കാൻ ഉദ്ദേശിച്ചത് ഫ്രോയ്ഡിയൻ കൃതികളുടെ സൂക്ഷ്മവായന മാത്രമല്ല, അതോടൊപ്പം ഫ്രോയ്ഡിയൻ ദർശനത്തിന്റെ വിശാലതയും അബോധം എന്ന കാഴ്ചപ്പാടിന്റെ സൂക്ഷ്മതയും മടക്കിക്കൊണ്ടുവരുക എന്നതുമായിരുന്നു. ഫ്രോയ്ഡിനെ സമകാലികവത്ക്കരിക്കുകയാണ് ലക്കാൻ ചെയ്തത്. ഇതിനായി ഘടനാനന്തരവാദദർശനങ്ങളെ കൂട്ടുപിടിച്ചുകൊണ്ട് മനോവിശ്ലേഷണത്തെ മാനവിക വിഷയങ്ങളുമായി ബന്ധിപ്പിച്ചു. ചരിത്രം, കല, സാഹിത്യം തുടങ്ങിയവയുടെ തട്ടകങ്ങളിൽ മനോവിശ്ലേഷണം എത്തപ്പെടുന്നത് അങ്ങനെയാണ്.

ഫ്രോയ്ഡിയൻ മനഃശാസ്ത്രം ജന്മവാസനകൾക്കാണ് പ്രാധാന്യം നൽകിയതെങ്കിൽ ഭാഷയും അബോധമനസ്സും തമ്മിലുള്ള ബന്ധത്തിനാണ് 'ലക്കാൻ' ഊന്നൽ നൽകുന്നത്.[25] ഫ്രോയ്ഡിന് അബോധമനസ്സ്, ജന്മവാസനകളുടെ സംഘർഷപൂർണമായ ലോകമാണ് എങ്കിൽ, അത് ഭാഷയെപ്പോലെ സുഘടിതമാണ് ലക്കാന്. ഭാഷാനിയമങ്ങളാൽ നിർണയിക്കപ്പെടുന്ന ഒന്നാണ് അബോധമനസ്സെന്നു ലക്കാൻ വ്യക്തമാക്കുന്നു. ഭാഷയിൽ നിർണയിക്കപ്പെടുന്ന ഒന്നാണ് 'സ്വത്വ'മെന്ന കാഴ്ചപ്പാടിലേക്ക് ഈ ചിന്തയെത്തുന്നു. ഭാഷയിലെ വാക്യനിർമ്മിതി പോലെ അബോധമനസ്സിൽ നടക്കുന്ന തിരിമറികൾ നിരോധങ്ങളെ മറികടക്കാൻ അബോധമനസ്സുതന്നെ യഥാർത്ഥ ആഗ്രഹവസ്തുവിനെ മറ്റൊന്നുകൊണ്ട് ആദേശം ചെയ്യുന്നു. ഇത്തരം വ്യത്യസ്ത ആദേശരൂപങ്ങളെ വ്യത്യസ്തരീതിയിൽ പരസ്പരം കണ്ണിചേർത്ത് ഒരു ഘടനയായി വികസിപ്പിക്കുന്നു.

കണ്ണാടിഘട്ടം/സാങ്കല്പികക്രമം (Mirror stage/ Imaginary order)

1936-ൽ കണ്ണാടിഘട്ടം (Mirror stage) എന്ന പ്രബന്ധത്തിൽ നമ്മിലോരോരുത്തരിലും ഞാൻ എന്ന സ്വത്വകേന്ദ്രമുണ്ട് എന്ന സങ്കല്പത്തെ ലക്കാൻ തിരുത്തുന്നു.[26] 'ഞാൻ' പ്രബുദ്ധതാപരമായ ആധുനികതയുടെ (enlightment modernity) ആത്മതത്വ സങ്കല്പമായിരുന്നു; കാർട്ടീഷ്യൻ കോഗിറ്റോ (ഞാൻ ചിന്തിക്കുന്നു അതുകൊണ്ടു ഞാൻ). ഈ ചിന്താപദ്ധതിയുടെ വിമർശനമാണ് ലക്കാനിയൻ 'സ്വത്വസങ്കല്പം'. ഭാഷാസംബന്ധമായ ഘടനാവാദ സങ്കല്പത്തോടു ചേർന്നുനിന്നുകൊണ്ട് ലക്കാൻ ഏകീകരണത്തിന്റെയും ശിഥിലീകരണത്തിന്റെയും ദ്വന്ദ്വങ്ങളായി മനുഷ്യന്റെ ആന്തരിക ലോകത്തെ കണ്ടു. ഈഗോ എന്നത് ഏകീകരണത്തിന്റെ തത്വവും ഭാഷയും സാമൂഹികബന്ധങ്ങളും ആഗ്രഹങ്ങളും ശിഥിലീകരണത്തിന്റേതുമാണ് എന്ന് ലക്കാൻ ദർശിച്ചു. അങ്ങനെ 'സ്വത്വ'മെന്ന സങ്കല്പത്തെ ഭാഷാപരമായി തിരുത്തിയെഴുതി ലക്കാൻ.

1960-കളിൽ ഇദ്, ഈഗോ, സൂപ്പർ ഈഗോ എന്നിവയ്ക്കു സമാന്തരമായി ലക്കാൻ ഒരു ത്രിത്വം അവതരിപ്പിച്ചു. ഭാഷയും മനസ്സും തമ്മിലുള്ള ബന്ധത്തെ, അതിസങ്കീർണമായ മനോമേഖലകളുടെ ബലതന്ത്രങ്ങളെ ലക്കാൻ, സാങ്കല്പിക (Imaginary order) ക്രമം, പ്രതീകാത്മകക്രമം (Symbolic order), യാഥാർത്ഥ്യക്രമം (Real Order) എന്നിങ്ങനെ മൂന്നായി തിരിക്കുന്നു.[27]

താദാത്മീകരണവും ദ്വന്ദ്വാത്മകതയും പ്രബലമായി നിലനില്ക്കുന്ന അനുഭവങ്ങളുടെ ക്രമത്തെ നാമകരണം ചെയ്യാനായി ലക്കാൻ ഉപയോഗിക്കുന്ന പദമാണ് സാങ്കല്പികം (Imaginary). പുറംലോകത്തിലെ മനുഷ്യരും വസ്തുക്കളുമായുള്ള പലതരം ബന്ധങ്ങളിലൂടെ ഒരു വിഷയി തന്റെ ഈഗോ സൃഷ്ടിക്കപ്പെട്ട താദാത്മ്യപ്രക്രിയകൾ ആവർത്തിക്കുകയും പുനർദൃഢീകരിക്കുകയും ചെയ്യുന്നത് സാങ്കല്പിക ക്രമത്തിലൂടെയാണ്. ആത്മരതിയിലൂടെ സൃഷ്ടിക്കപ്പെടുന്ന മാതൃകാ അഹത്തിന്റെ (Ideal ego) ജന്മഗേഹമാണത്. അത് സാമ്യങ്ങളിലൂടെയും സാദൃശ്യങ്ങളിലൂടെയും തന്നെത്തന്നെ ഇരട്ടിപ്പിച്ചുകൊണ്ടിരിക്കുന്ന ഭാഷയിലേക്കും ഈഡിപ്പൽ ത്രികോണത്തിലേക്കും വിഷയിയെ (subject) പ്രവേശിപ്പിക്കുന്ന പ്രതീകാത്മക ക്രമത്തിനു മുന്നോടിയായി പ്രത്യക്ഷപ്പെടുകയും അതിനുശേഷം ആ ക്രമത്തോടൊപ്പം സഹവർത്തിക്കുകയും ചെയ്യുന്ന സാങ്കല്പികക്രമം. ഇങ്ങനെ പരസ്പരപൂരകങ്ങളാണ് സാങ്കല്പികക്രമവും പ്രതീകാത്മകക്രമവും.പ്രതീകാത്മകം സാംസ്കാരികമായ ഒരു നിലനില്പിന് ആവശ്യമായ ഒരു ക്രമമാണെങ്കിൽ സാങ്കല്പികം, ആ നിലനിൽപ്പിനെ പ്രതിനിധാനങ്ങളിലൂടെയും (representations) സാദൃശ്യകല്പനകളിലൂടെയും സാധൂകരിക്കുന്നു.

ഒരു ശിശുവിന്റെ അമൂർത്താവസ്ഥയിൽനിന്നാണ് ലക്കാൻ തന്റെ സ്വത്വസിദ്ധാന്തങ്ങൾ ആരംഭിക്കുന്നത്. ഇതിനുപോദ്ബലമായി അദ്ദേഹം സ്വീകരിച്ചിരിക്കുന്നത് ഭാഷയുടെ ഘടനാത്മകസ്വഭാവമാണ്. ശൈശവത്തിന്റെ ആദ്യകാലത്ത് ആഗ്രഹങ്ങളും ആവശ്യങ്ങളും സംവേദനങ്ങളും കൂടിക്കുഴഞ്ഞു കിടക്കുന്ന ഒരവസ്ഥയിലായിരിക്കും ശിശു.

ശിശു തന്റെ വളർച്ചയുടെ ഈ പ്രത്യേകഘട്ടത്തിൽ (ആറുമാസത്തിനും പതിനെട്ടുമാസത്തിനുമിടയ്ക്ക്) കണ്ണാടിയിൽ തന്റെ പ്രതിബിംബം ദർശിച്ചാൽ ആനന്ദത്തോടെ പ്രതികരിക്കും. തന്റെ പ്രതിബിംബം കാണുന്നതോടെ ആഹ്ലാദപ്രകടനങ്ങളോടെ തന്റെ തന്നെ രൂപത്തിന്റെ ഏകത (Unity) തിരിച്ചറിയുന്നു. ഈ ഏകതയുമായി ശിശു സാങ്കല്പികമായി താദാത്മ്യപ്പെടുന്നു. ഇത് വ്യക്തമാക്കുന്നത്, ശൈശവകാലത്ത് മനുഷ്യന് ആവശ്യമായി വരുന്ന ഒരു അപര (other) ത്തിന്റെ സാന്നിദ്ധ്യമാണ്.

എന്നാൽ ഇതിനു നേർവിപരീതമായ അവസ്ഥയാണ് പ്രതീകാത്മകക്രമത്തിലേത്. ഭാഷയിലേക്കുള്ള ശിശുവിന്റെ എത്തപ്പെടൽ, ഈ ഏകതയെ ശിഥിലീകരിക്കുന്നു. സാങ്കല്പികക്രമത്തിൽ നിന്നു ഭിന്നമായി പ്രതീകക്രമം സ്വത്വത്തെ ഐക്യപ്പെടുത്തുകയല്ല ചിതറിക്കുകയാണ് ചെയ്യുന്നത്. അങ്ങനെ താനല്ലാത്ത അനേകങ്ങളിലേക്ക്

കുട്ടി ഭാഷയിലൂടെ എത്തിച്ചേരുന്നു. ചെറുപ്പത്തിൽ തന്റെ പ്രതിബിംബത്തിലൂടെ താനെന്ന ഏകതയെ കണ്ടെത്താൻ കഴിയുന്നത് വളരെ പ്രധാനപ്പെട്ട സിദ്ധിയാണ്. ശിശുവിന്റെ ശാരീരികാവസ്ഥയ്ക്കു നൽകാൻ കഴിയാത്ത സ്വത്വത്തിന്റെയും ഏകീഭാവത്തിന്റെയും മാനങ്ങൾ അമ്മയോ/അപരരോ അല്ലെങ്കിൽ തന്റെ തന്നെ കണ്ണാടിബിംബമോ കണ്ണിൽപ്പെടുന്നതോടെ തിരിച്ചറിയപ്പെടുന്നു. കണ്ണാടിഘട്ടം എന്ന ആശയം ഉടലെടുക്കുന്നത് ശൈശവത്തിൽ മനുഷ്യനാവശ്യമായി വരുന്ന ഈ പ്രതിബിംബത്തിൽ നിന്നാണ്.

ഇങ്ങനെ ശിശു, മറ്റൊരു മനുഷ്യജീവിയുടെ (അപരം) ബിംബത്തിലൂടെതന്നെത്തന്നെ ഒന്നാക്കുന്ന ഒരു അനുഭവസാകല്യ (Gestalt) ത്തെ കണ്ടെത്തുന്നു. 'അഹം' എന്നത് ഒരു അപരസ്വത്വമായിത്തീരുകയും കണ്ണാടിഘട്ടം പിൽക്കാല തന്മയീഭാവങ്ങളുടെയെല്ലാം ആദിപ്രഭവമായിത്തീരുകയും ചെയ്യുന്നു. കുട്ടിയുടെ, പിൽക്കാല വളർച്ചയുടെ മുൻമാതൃകയായി ഈ കണ്ണാടിബിംബം പ്രത്യക്ഷമാകുന്നു. ഇവിടെ സംഭവിക്കുന്നത് ഈ സ്വയം തിരിച്ചറിയൽ ഒരു തെറ്റായ അഭിജ്ഞാന (Mis-recognition) മാണെന്നതാണ്. ഒരു ബാഹ്യബിംബത്തിലൂടെ തിരിച്ചറിയേണ്ടിവരുന്ന ഈ ഘട്ടം ആത്മാന്യവത്ക്കരണത്തിന്റേതായ ഒരവസ്ഥയുടെ സൂചനകൂടിയാണ്. ഈ അവസ്ഥ മാതൃസ്തനമോ അമ്മയുടെ ശബ്ദമോ നോട്ടമോ ലഭിക്കാനുള്ള അഭിലാഷത്തിന്റെ പ്രതിനിധാനമാണ്. ഈ തരത്തിൽ കണ്ണാടിയിലെ മാതൃകാബിംബത്തിന്റെ സമാഹൃതരൂപത്തെ അതു സ്നേഹിക്കുന്നുണ്ടാവാം. അതേസമയം തന്നെ വിഷയിയിൽ നിന്നു ബാഹ്യമായ ഒരു ബിംബമാണെന്നതിനാൽ അതിനെ വെറുക്കുകയും ചെയ്യുന്നുണ്ടാവാം. വ്യത്യസ്തമായ/വിരുദ്ധമായ വികാരങ്ങളുടെ മൗലികമായ ഈ ചാഞ്ചാട്ടം തുടർന്നു ജീവിതത്തിൽ നേരിടേണ്ടിവരുന്ന എല്ലാ അനുഭവങ്ങളിലും വിഷയി (Subject/in-ip) ദർശിക്കുന്നു. ജീവിതത്തിലെ മുഴുവൻ അനുഭവങ്ങളും ഇത്തരത്തിൽ രാഗദ്വേഷങ്ങളുടെ ഒരു പരമ്പരയായി പരിണമിക്കുന്നു.

ശിശുവിന്റെ അമ്മയോടുള്ള ആഗ്രഹം പ്രബലമാകുന്നത് കണ്ണാടിഘട്ടത്തിലാണ്. അമ്മ ആഗ്രഹിക്കുന്ന ഒരേ ഒരു വസ്തു താനാണെന്നു ശിശു സങ്കല്പിക്കുന്നു. അമ്മയിലെ പ്രധാനമായ ഒരു അഭാവത്തിന്റെ പ്രതിനിധിയായി - മനോവിശ്ലേഷണഭാഷയിൽ ലിംഗമായി മാറി (phallus), അമ്മയുടെ ആഗ്രഹപൂർത്തി സാദ്ധ്യമാക്കുന്ന അവസ്ഥയിലെത്തുന്നു ശിശു. അമ്മ തന്നെയും തന്റെ മാതാപിതാക്കളിൽ നിന്നു മുറിച്ചുമാറ്റപ്പെട്ടതിന്റെ വേദന കുറയ്ക്കാനായി തന്റെ കുഞ്ഞുമായി ഒരു രഹസ്യധാരണയിലെത്തുന്നു അതോടെ ശിശു, അമ്മയുടെ ഇച്ഛാവസ്തു

(Desire-object) വായിത്തീരുന്നു. ശിശുവിന്റെ ഇച്ഛകളെ പൂർത്തീകരിക്കു ന്നതിലൂടെ അമ്മ ശിശുവിന്റെ ഇച്ഛാകേന്ദ്രവുമാകുന്നു. ഇച്ഛാപൂർത്തിയുടെ ഈ മായികാവസ്ഥയിൽ ഒരുതരത്തിലുള്ള ദമനവും (repression) അനുഭവപ്പെടുന്നില്ല. അതിനാൽ ഈ ഘട്ടത്തിൽ 'അബോധം' എന്ന ഒരു വേർതിരിവ് സാദ്ധ്യമല്ല.

മാതൃവാഞ്ഛയുടെ ഈ രണ്ടുവശങ്ങളും ശിശുവിനെ ഒരുതരം മായികമായ ഒരവസ്ഥയിൽ നിലനിർത്താൻ സഹായിക്കുന്നു. മുഖാമുഖം വെച്ചിരിക്കുന്ന രണ്ടു കണ്ണാടികളിൽ തെളിയുന്ന പ്രതിബിംബങ്ങളുടെ ഒരിയ്ക്കലുമൊടുങ്ങാത്ത നിരപോലെ ഏറെ മനോഹരവും അത്ഭുതകര വുമാണ് ലക്കാന്റെ സാങ്കല്പികക്രമം എന്ന ആശയം.[28] ഈ ക്രമത്തിൽ കുട്ടിയ്ക്ക് ഒരു സങ്കല്പവും അതിന്റെ സാക്ഷാത്ക്കാരവും തമ്മിലൊരിക്കലും അകലം അനുഭവപ്പെടുന്നില്ല. പക്ഷേ, ഭാഷയിലേക്കു കടക്കുന്നതോടെ ഈ അകലം പ്രകടമാവുകയും അങ്ങനെ കുട്ടി പ്രതീകാത്മക ക്രമത്തി ലേക്കു പ്രവേശിക്കുകയും ചെയ്യുന്നു.

പ്രതീകക്രമവും ദമനവും
(Symbolic Order and Repression)

കുട്ടിയുടെ, മറ്റൊന്നിനു വേണ്ടിയുള്ള ആഗ്രഹം സാങ്കല്പികക്രമ ത്തെ-സാങ്കല്പികഐക്യത്തെ തകർക്കുന്നു. താനല്ലാത്ത മറ്റൊരു ആഗ്രഹവസ്തു(അപരം)വിലേക്കു കുട്ടി നീങ്ങുന്നു അതായത് ഭാഷയി ലേക്കു പ്രവേശിക്കുന്നു. അതോടൊപ്പം അത് സമൂഹം/സംസ്കാരം എന്നീ ചിഹ്നവ്യൂഹങ്ങളിലേക്കു കടക്കുന്നു. ഭാഷയിലേക്കുള്ള പ്രവേശം ലൈംഗികതയെക്കുറിച്ചുള്ള/ലൈംഗികവ്യത്യാസത്തെക്കുറിച്ചുള്ള ബോധത്തിലേക്ക് കുട്ടിയെ നയിക്കുന്നു. ഇത് കുട്ടി നേരിടുന്ന ആദ്യ ഉത്കണ്ഠയാണെന്നു ഫ്രോയ്ഡ് പറയുന്നു. ഭാഷാപ്രവേശം ഇങ്ങനെ സ്വതന്ത്രവും സ്വാഭാവികവുമായ ഒരു പ്രക്രിയയെല്ലന്നും അതിൽ ഒരു അടിച്ചമർത്തൽ ഉണ്ട് എന്നും ലക്കാൻ നിരീക്ഷിക്കുന്നു.[29]

എന്തിനെയോ അടിച്ചമർത്തിയതിനുശേഷമാണ് നാം ഭാഷയിലേക്കു ചേർക്കപ്പെടുന്നത്. യഥാർത്ഥത്തിൽ ഇവിടെ അടിച്ചമർത്തപ്പെടുന്നത് അമ്മയോടുള്ള ആഗ്രഹമാണ്. അമ്മയുമായി ബന്ധപ്പെട്ട ഏകതയെയും ആഗ്രഹത്തെയും ഭാഷാപ്രവേശനം തടയുന്നു. ഇത് പ്രതീകാത്മകക്ര മമാണ്. ഈഡിപ്പസ് കോംപ്ലക്സിനെ ലക്കാൻ ഇങ്ങനെ പുനർവാ യനയ്ക്ക് വിധേയമാക്കുന്നു. ഫ്രോയ്ഡിനു, അമ്മയോടുള്ള ആഗ്രഹത്തെ തടയുന്നത് അച്ഛനാണെങ്കിൽ ലക്കാന് ഭാഷയും പ്രതീകക്രമവുമാണ്. ഇങ്ങനെ ആഗ്രഹത്തിന്റെ പ്രാഥമികമായ ദമനത്തിലൂടെ (Primary

Repression) ശിശു ഭാഷയിലേക്കു പ്രവേശിക്കുന്നു. തുടർന്ന് ആഗ്രഹം ഭാഷയാൽ നയിക്കപ്പെടുകയും വ്യവസ്ഥീകരിക്കപ്പെടുകയും ചെയ്യുന്നു. ഫ്രോയ്ഡിന്റെ ഈഡിപ്പൽ ഘടന, ലിംഗഛേദഭീതി എന്നിവയെ ലക്കാൻ ഇങ്ങനെ പുനരവതരിപ്പിക്കുന്നു.

ഫ്രോയ്ഡിയൻ സങ്കല്പത്തിലെ (അമ്മയെ ആഗ്രഹിച്ചാൽ ലിംഗം ഛേദിക്കും) ലിംഗഛേദ ഭീതിഘട്ടം, ലക്കാന് ഭാഷാപ്രവേശമാണ് ഭാഷ അതിനാൽ ഒരു പിതൃശാസനയാണ് (ഒരു പിതൃവ്യവസ്ഥയാണ് - Patriarchy), ഒരു നിയമമാണ് (Law).[30] ഫ്രോയ്ഡ് തന്റെ രചനകളിൽ ഓരോ മൂന്നു പുറങ്ങളും കഴിയുമ്പോൾ ഭാഷയെക്കുറിച്ച് സൂചിപ്പിക്കുന്നുവെന്ന് ലക്കാൻ പറയുന്നു. ഈ തരത്തിൽ ഫ്രോയ്ഡിനെ സമകാലീകരിക്കുകയാണ് ലക്കാൻ ചെയ്യുന്നത്.

ഭാഷയും പ്രതീകക്രമവും

പ്രതീകക്രമം എന്ന ആശയം ഘടനാവാദ നരവംശശാസ്ത്രജ്ഞനായ ക്ലോദ്-ലെവി സ്ട്രോസിൽ നിന്നാണ് ലക്കാൻ സ്വീകരിക്കുന്നത്. ആധുനിക സമൂഹങ്ങളിൽ സാങ്കല്പികവും യാഥാർത്ഥ്യവുമായ ക്രമങ്ങൾക്കുമേൽ ആധിപത്യം ചെലുത്തുന്ന ഒന്നാണ് പ്രതീകക്രമം. ഭാഷയെക്കുറിച്ചുള്ള തന്റെ ദർശനം ലക്കാൻ കരുപ്പിടിപ്പിക്കുന്നത് ഫ്രഞ്ച് ഭാഷാശാസ്ത്രജ്ഞനായ എമിൽ ബെൻവെനിസ്റ്റെയുടെ നിഗമനങ്ങളിൽ നിന്നാണ്.[31] അർത്ഥത്തിന്റെ മുഖംമൂടി അണിയുക എന്നതാണ് വാക്കിന്റെ ധർമ്മം. അർത്ഥത്തെ ഒളിപ്പിക്കുന്നതിലൂടെ 'വാക്ക്' സത്യത്തെ 'പൊള്ള'യാക്കുന്നു. ഇങ്ങനെ യാഥാർത്ഥ്യവും അതിന്റെ അവതരണവും തമ്മിൽ ഒരു വൈരുദ്ധ്യം സൃഷ്ടിക്കുകയും ചെയ്യുന്നു. 'എന്തല്ല' എന്നു പറഞ്ഞുകൊണ്ടാണ് വാക്ക് ഒരു വസ്തുവിന്റെ അസ്തിത്വം സ്ഥാപിച്ചെടുക്കുന്നത്. അപ്പോൾവസ്തുസത്യം-ബെൻവിനിസ്റ്റെ ചൂണ്ടികാണിക്കുന്നതുപോലെ ആണ്/ ആകുന്നു തുടങ്ങിയ ഘടകപദങ്ങളിലൂടെ മാത്രമേ വെളിവാകുന്നുള്ളൂ. യാഥാർത്ഥ്യത്തെ നിഷേധിച്ചുകൊണ്ട് 'എന്തല്ല' എന്നു സ്ഥാപിക്കുകയും ഒപ്പം 'ആകുന്നു' എന്നൊരു വ്യാജരൂപം കൈക്കൊള്ളുകയും ചെയ്യുന്നു എന്നതാണ് വാക്കിന്റെ പിന്നിലുള്ള വിരോധാഭാസം. അത് വസ്തുയാഥാർത്ഥ്യത്തെ വാക്കിന്റെ 'കഥ'യിലൂടെയാണ് സൃഷ്ടിക്കുന്നത്.

ഫെർഡിനന്റ്-ഡി-സസൂർ ആവിഷ്ക്കരിച്ച (സൂചകം-ബിംബം) (സൂചിതം- ശബ്ദം) എന്ന ക്രമത്തെ ലക്കാൻ തിരിച്ചിടുന്നു. സൂചക ശബ്ദം/സൂചിതം (ബിംബം). ഒരു സൂചകത്തിന് ഒരു സൂചിതം എന്ന പൊരുത്തമല്ല, ഓരോ സൂചിതവും മറ്റൊരു സൂചിതത്തിലേക്ക് ചൂണ്ടി നില്ക്കുന്നു. ഇങ്ങനെ സൂചകങ്ങൾക്കു കീഴിൽ സൂചിതം വഴുതിമാറുന്നു.

സൂചിതങ്ങളിലൂടെ അർത്ഥം വഴുതിമാറുന്നു; അത് മറ്റനേകങ്ങളുമായി ബന്ധപ്പെട്ടു നില്ക്കുന്നു.

ഭാഷയിലൂടെ നിരന്തരം വഴുതിമാറുന്ന ഈ സൂചക പരമ്പര ആഗ്രഹ പരമ്പരയാണ്. സൂചകങ്ങളുടെ ഈ വ്യവസ്ഥയെ ലക്കാൻ അന്യം (Other) എന്നു പറയുന്നു. ആഗ്രഹം ജന്മവാസനാപരമായി, ഉള്ളിൽ നിന്നു ജനിക്കുന്നതല്ലെന്നും പകരം സൂചകവ്യവസ്ഥയിൽ നിന്നാണത് ഉണ്ടാകുന്നതെന്നും (പ്രതീകക്രമങ്ങളിൽനിന്ന്) ലക്കാൻ കണ്ടെത്തുന്നു. അതിനാൽ ആഗ്രഹമെന്നത് അന്യത്തിന്റെ ആഗ്രഹമാണ് (Desire is the desire of the other) എന്ന് ലക്കാൻ സിദ്ധാന്തിക്കുന്നു.[32] ആഗ്രഹത്തെ, ജീവശാസ്ത്രപരമായ ആവശ്യങ്ങൾ (need), സ്നേഹത്തിനുള്ള ആവശ്യം (demand), ജന്മവാസനാപരമായ ആഗ്രഹം (desire) എന്നിങ്ങനെ മൂന്നായി തിരിക്കുന്നു. സ്നേഹത്തിലടങ്ങിയ നിരുപാധികവും ആവർത്തനസ്വഭാവമുള്ളതുമായ സവിശേഷ ഘടകത്തെയാണ് ലക്കാൻ ആഗ്രഹം എന്നതുകൊണ്ടുദ്ദേശിക്കുന്നത്.

അമ്മയ്ക്കു കുട്ടിയോടുള്ള ആഗ്രഹത്തിന്റെ അബോധപ്രതീകം ലിംഗമാണെന്ന് ഫ്രോയ്ഡിനെപ്പോലെ ലക്കാനും പറയുന്നു. അതിനാൽ കുട്ടി അമ്മയെ തൃപ്തിപ്പെടുത്താൻ ലിംഗ (Phallus)മായിത്തീരാൻ ആഗ്രഹിക്കുന്നു. ഫ്രോയ്ഡ് ചൂണ്ടിക്കാണിക്കുന്ന ആൺ-പെൺ വ്യത്യാസത്തിന് (Sexual difference) ലക്കാൻ വ്യത്യസ്തമായൊരു ഭാഷ്യമാണ് ചമയ്ക്കുന്നത്. പുരുഷജനനേന്ദ്രിയമായ ശിശ്നത്തിനുപകരം (Penis) ലിംഗം (Phallus) എന്ന പദം ഉപയോഗിച്ചുകൊണ്ടാണ്, എല്ലാതരത്തിലുമുള്ള അഭാവങ്ങൾക്കും വിപരീതമായുള്ള ഒരവസ്ഥയെ ലക്കാൻ കാണിക്കുന്നത്. ലിംഗം എന്ന പ്രതീകം ലക്കാനെ സംബന്ധിച്ചിടത്തോളം നിർണായക പ്രാധാന്യമുള്ളതാണ്. സൂചകവും വഴുതിമാറുന്ന സൂചിതവും തമ്മിലുള്ള വിടവിന്റെ പ്രതീകമാണ് ഈ ലിംഗം. വാക്കിനെയും ആഗ്രഹത്തെയും ബന്ധിപ്പിക്കുന്ന ഘടകമായി അത് പ്രവർത്തിക്കുന്നു. അങ്ങനെ ശാരീരികാവശ്യങ്ങളെ അതിവർത്തിക്കുന്ന ആഗ്രഹപരമ്പരകളുടെ സൂചനയായി ലിംഗം മാറുന്നു. ആഗ്രഹങ്ങളുടെ ഈ പരമ്പരയെ വസ്തുക്കൾ കൊണ്ടു പൂർണ്ണമാക്കാൻ കഴിയില്ല. കാരണം, ഭാഷയിലുള്ള ഉൺമ വസ്തുപരമായ ഉൺമയിൽനിന്നു വ്യത്യസ്തമായി നിലകൊള്ളുന്നു. ആഗ്രഹവും മനസ്സും ഭാഷയും സംയോജിക്കുന്ന ബിന്ദുവായി ലിംഗ(Phallus) ത്തെ കാണാൻ കഴിയും. ജീവശാസ്ത്രപരമായ ആവശ്യങ്ങളെയും കടന്ന് മനുഷ്യാസ്തിത്വം ആഗ്രഹത്തിലേക്ക് നീങ്ങുന്ന പ്രതീകമാണ് ലിംഗം (Phallus). ഇങ്ങനെ ആഗ്രഹിക്കപ്പെടാനുള്ള ആഗ്രഹമാണ് ഭാഷയിലൂടെ 'അരുത്" എന്നു തടയപ്പെടുന്നത്. ഇത്

ഭാഷയുടെ നിയമമാണ്. ഫ്രോയ്ഡിയൻ സങ്കല്പത്തിലെ പിതാവിന്റെ നിയമവും ആദ്യത്തെ ദമനവും. ഈ ദമനത്തിലൂടെ കുട്ടി ഭാഷയിലേക്കും സംസ്കാരത്തിലേക്കും എത്തപ്പെടുന്നു.

നമ്മുടെ ഉൺമ (being) യെയും മാനസികവിഭ്രാന്തിയിലേക്കുള്ള മാനസിക പ്രേരണയെയും നിർവ്വചിക്കുന്നത് ഒരു പ്രതീകാത്മകക്രമത്തിലേക്കുള്ള നമ്മുടെ പ്രവേശനത്താലാണ്. പ്രതീകാത്മകക്രമത്തിനു ലക്കാൻ നൽകുന്ന സൂചകമാണ് പിതൃനാമം (name of the father). ഈ സങ്കല്പം രൂപപ്പെടുന്നത് ഫ്രോയ്ഡിന്റെ വിലക്കുകളെയും കുലചിഹ്നങ്ങളെയും കുറിച്ചുള്ള പഠനത്തിൽ പ്രത്യക്ഷപ്പെടുന്ന - ഐതിഹ്യാത്മക പ്രതീക-പിതാവിൽ നിന്നാണ്. പ്രതീകാത്മക പിതാവ് യഥാർത്ഥമോ സാങ്കല്പികമോ ആയ പിതാവല്ല. ഫ്രോയ്ഡ് ഇതിനെ നിയമമായും മൃതപിതാവുമായി വ്യാഖ്യാനിക്കുന്നു.

ഫ്രോയ്ഡ് അവതരിപ്പിക്കുന്ന പ്രാഥമിക ദമനസിദ്ധാന്തത്തിന്റെ സ്ഥാനത്ത് ലക്കാൻ ഒരു പിതൃരൂപകത്തെ (Paternal Metaphor) പ്രതിഷ്ഠിക്കുന്നു.[33] ഈ പിതൃരൂപകവും പരാജയപ്പെടുന്ന ഇടത്താണ് പിതൃനാമത്തിന്റെ സ്ഥാനം. 'അന്യം' (other) കേന്ദ്രമായ ഈ സൂചകം നിയമത്തിന്റെയും കേന്ദ്രമാണ്. മനുഷ്യാസ്തിത്വത്തെ തന്നെ ഘടനാവൽക്കരിക്കുന്ന വ്യാപകനിയമത്തിന്റെ സൂചകമാണ് പിതൃനാമം. അന്യത്തിൽ, അബോധത്തിലും ഈ സൂചകം അസന്നിഹിതമാകുമ്പോൾ മനോഘടനയുടെ ക്രമരാഹിത്യത്തിനു കാരണമാകുന്നു; അങ്ങനെ ഭ്രാന്തിനും.

ലക്കാനെ സംബന്ധിച്ചിടത്തോളം ഈഡിപ്പസ് കോംപ്ലക്സും ഭാഷയും തുല്യമായ നിർമിതികളാണ്; അവ പരസ്പരം സദൃശങ്ങളല്ലെങ്കിലും. ഇവ രണ്ടിനെയും പൊരുത്തപ്പെടുത്തിക്കൊണ്ടാണ് പിതൃനാമം എന്ന സൂചകത്തിലേക്ക് ലക്കാൻ എത്തിച്ചേരുന്നത്. അങ്ങനെ ഈഡിപ്പസ് കോംപ്ലക്സിനെ ഭാഷാപരമായ വിനിമയമായി ലക്കാൻ സിദ്ധാന്തിക്കുന്നു. ലക്കാനിയൻ പദ്ധതിയിൽ ലിംഗം, പ്രതീകാത്മക പിതാവ്, പിതൃനാമം ഇവയൊക്കെത്തന്നെയും പിതൃകേന്ദ്രികൃത അധികാരത്തെയാണ് സൂചിപ്പിക്കുന്നത്.

പിതൃകേന്ദ്രവ്യവസ്ഥ (patriarchy) യിലെന്നപോലെ പ്രതീകാത്മക ക്രമത്തിലും കുടുങ്ങിക്കിടക്കുകയാണ് സ്ത്രീയുടെ നിർമ്മിതി. സാമാന്യമായി, സ്വത്വം അപരത്തെ(other)ക്കുറിച്ചുള്ള ധാരണകളുമായി ബന്ധപ്പെട്ടാണ് നില്ക്കുന്നത്. ഈ അപരങ്ങളായി കിഴക്കും പ്രകൃതിയും ശരീരവും സ്ത്രീയും കറുപ്പും വികാരവും വരെ പലതും സ്ഥാനപ്പെടുത്തപ്പെട്ടു.

ഇങ്ങനെ പ്രതീകാത്മകക്രമത്തിലെ അപര സാന്നിധ്യമായി സ്ത്രീയുടെ കർത്തൃത്വം ഒതുക്കപ്പെടുകയാണുണ്ടായത്. ഫ്രോയ്ഡിയൻ-ലക്കാനിയൻ സ്വത്വ-കർത്തൃത്വസങ്കല്പങ്ങളോടുള്ള വിയോജിപ്പുമായാണ് ഉത്തരാധുനിക സ്ത്രീവാദികളായ ജൂലിയറ്റ് മിച്ചൽ, ജാക്വിലിൻ റോസ്, ജൂലിയാ ക്രിസ്തേവ, ലൂസി ഇറിഗറേ എന്നിവർ തങ്ങളുടെ സിദ്ധാന്തങ്ങൾ ആവിഷ്ക്കരിച്ചത്. ഇവരെയെല്ലാം ലക്കാനിയൻ ദർശനം അങ്ങേയറ്റം സ്വാധീനിച്ചിട്ടുണ്ട്.[34]

യാഥാർത്ഥ്യക്രമം/ലക്കാനിയൻ യാഥാർത്ഥ്യം (Real order/Lacanian Real)

യാഥാർത്ഥ്യം (ഞലമഹ) യഥാർത്ഥത്തിന്റേയോ (Reality) ഭൗതികലോകത്തിന്റേയോ (objective world) ശേഖരമല്ല. അത് അസാധ്യതയുടെ ആവർത്തനമാണെന്നും അടിച്ചമർത്തിയതിന്റെ തിരിച്ചുവരവാണെന്നും (Return of the repressed) ലക്കാൻ കരുതുന്നു. ലക്കാനെ സംബന്ധിച്ചിടത്തോളം യഥാർത്ഥ്യം പറയാൻ കഴിയാത്തതാണ് (impossible to say).സങ്കല്പിക്കുവാനും കഴിയാത്തതാണ് (impossible to imagine). മനോവിശ്ലേഷണത്തിന്റെ നാല് അടിസ്ഥാന പരികല്പനകൾ (Four fundamental concepts of psychoanalysis) എന്ന ഗ്രന്ഥത്തിന്റെ അഞ്ചാം അദ്ധ്യായത്തിലാണ് ലക്കാൻ യാഥാർത്ഥ്യത്തെക്കുറിച്ച് വിശദമായി ചർച്ചചെയ്യുന്നത്. 'യാഥാർത്ഥ്യം' ഒരേ സമയം അകത്തേക്കും പുറത്തേക്കും ചരിക്കുന്നതും സ്ഥിരബുദ്ധിക്കും ബുദ്ധിഭ്രമത്തിനും ഒരേപോലെ കാരണമാകുന്നതുമായ ഒരു പ്രതിഭാസമാണ്. അതിന്റെ എല്ലാ മണ്ഡലങ്ങളിലും അത് ഭാഷയുടെ മധ്യസ്ഥതകളെ വിജയകരമായി ചെറുക്കുന്നു.[35]

ലക്കാന്റെ ത്രിത്വസങ്കല്പത്തിൽ യാഥാർത്ഥ്യമാണ് ഏറ്റവും പ്രശ്നപൂർണമായ ക്രമം. ഫ്രോയ്ഡിനെ സംബന്ധിച്ച് മനുഷ്യമനസ്സിനു പുറത്തുള്ളതെല്ലാം യാഥാർത്ഥ്യമാണ്. അദ്ദേഹത്തിന്റെ യാഥാർത്ഥ്യതത്ത്വം ഈ ബാഹ്യലോകം വ്യക്തിമനസ്സിൽ അതിന്റെ ആനന്ദാന്വേഷണത്തിന് ഏല്പിക്കുന്ന വിലക്കുകളോ പ്രതിബന്ധങ്ങളോ ആണ്. എന്നാൽ ലക്കാന് യാഥാർത്ഥ്യം പ്രതീകാത്മക പ്രക്രിയകൾക്കു പുറത്തുനില്ക്കുന്ന ഒന്നാണ്. അതു ഒരേസമയം മാനസികവും ബാഹ്യവുമായ ലോകത്ത് നിലനില്പ് സാധ്യമാക്കുന്നതുമാണ്. ഭാഷയ്ക്ക് യാഥാർത്ഥ്യത്തിനുമേൽ അധികാരങ്ങളുണ്ടെന്ന് ലക്കാൻ തിരിച്ചറിയുന്നു. പ്രത്യക്ഷത്തിൽ വ്യത്യസ്തമെന്നു തോന്നാവുന്ന രണ്ടുപ്രവണതകൾ 'യാഥാർത്ഥ്യ'ത്തിൽ ദർശിക്കപ്പെടുന്നു. യാഥാർത്ഥ്യമെന്നത് നേരത്തേ നിലനില്ക്കുന്നതും

പക്ഷേ കർത്തൃത്വത്തിനു എത്തിപ്പിടിക്കാൻ കഴിയാത്തതുമാണ്. ഭാഷ, വ്യവസ്ഥീകരിക്കുന്ന പ്രാഥമികമായ ക്രമരാഹിത്യത്തിന്റെ തലമാണിത്.

ലക്കാൻ പ്രതീകാത്മകത്തിനു കല്പിക്കുന്ന അപ്രമാദിത്വശക്തിക്കും ഉപരിയായ സ്ഥാനമാണ് യാഥാർത്ഥ്യത്തിനുള്ളത്. സാങ്കല്പികതയും പ്രതീകാത്മകതയും തമ്മിലുള്ള സമന്വയത്തെ നിഷേധിക്കുന്ന ഒരു ദൂതനായി, യാഥാർത്ഥ്യം പ്രത്യക്ഷപ്പെടുന്നു. പ്രതീകാത്മകതയുടെയും സാങ്കല്പികതയുടെയും മേൽ യാഥാർത്ഥ്യം ചെലുത്തുന്ന സ്വാധീനം അവ രണ്ടും തമ്മിലുള്ള ബന്ധത്തെ സങ്കീർണ്ണവും അസ്ഥിരവുമാക്കി മാറ്റുന്നു. പ്രതീകാത്മകതക്ക് ലക്കാൻ നൽകിയിട്ടുള്ള ശക്തിയെയും അതിവർത്തിക്കുന്ന ഭീതിദമായ ഊർജ്ജമായി യാഥാർത്ഥ്യം വർത്തിക്കുന്നു. യാഥാർത്ഥ്യം സൂചകത്തിന് അപ്പുറമാണ്. ഈ ലക്ഷ്യത്തിലേക്കാണ് സൂചകശൃംഖലകൾ നീങ്ങുന്നത്. യാഥാർത്ഥ്യത്തിൽ വെച്ച് പ്രതീകവും - സാങ്കല്പികവും - ഇല്ലാതാകുന്നു. അസാധ്യതയുടേതാണ് ഈ തലം. പ്രതീകം-സാങ്കല്പികം എന്ന ദ്വന്ദ്വത്തെ സ്വയം പൂർണമാകാൻ സമ്മതിക്കാതെ പ്രശ്നങ്ങൾ സൃഷ്ടിക്കാൻ പര്യാപ്തമാണ് യാഥാർത്ഥ്യം എന്ന സങ്കല്പം.[36]

കുട്ടി ജനിച്ചു വീഴുന്നത് യാഥാർത്ഥ്യക്രമത്തിലേക്കാണ് എന്നാണ് ലക്കാന്റെ അഭിപ്രായം. യാഥാർത്ഥ്യമെന്നത് തനിരൂപത്തിൽ ഒരിക്കലും കണ്ടെത്താനാവില്ല. അത് സാങ്കല്പിക-പ്രതീകാത്മകക്രമങ്ങളുടെ അരിച്ചെടുക്കലിനും പുതുക്കിപ്പണിയലിനും വിധേയമായി വികലീകരിച്ചു മാത്രമേ പ്രത്യക്ഷപ്പെടുന്നുള്ളൂ. ലക്കാൻ യാഥാർത്ഥ്യക്രമത്തെ അഭാവത്തിന്റെ അഭാവം എന്നാണ് വിശദീകരിച്ചത്.[37] അതു പ്രതിനിധാനത്തിനു വഴങ്ങാത്തതും തികച്ചും അസാദ്ധ്യവുമാണ്. ഫ്രോയ്ഡിനെ സംബന്ധിച്ച് ഈഗോയുടെ ജോലി പ്രശ്നസങ്കീർണ്ണമായ ആഗ്രഹങ്ങളെയും അതിന്റെ സംഘർഷങ്ങളെയും ലഘൂകരിക്കുകയോ ഒഴിവാക്കുകയോ ചെയ്യുക എന്നുള്ളതാണ്. വിഷയങ്ങൾ തമ്മിൽ നിരവധി തെറ്റായ ബന്ധങ്ങൾ (false connections) സൃഷ്ടിച്ച് അതിനെ ബോധമാക്കി മാറ്റുകയാണ് ഈഗോ ചെയ്യുന്നത്. ഫ്രോയ്ഡിനെ പിൻതുടരുന്ന ലക്കാനും ഈഗോയുടെ പ്രഥമ ചുമതല വഞ്ചന (deception) യാണെന്ന് അഭിപ്രായപ്പെടുന്നു. ഈഗോയുടെ തെറ്റായ തീരുമാനമെടുക്കലിനെ തെറ്റിദ്ധരിക്കൽ (Mis-knowing) അല്ലെങ്കിൽ Meconnaissance എന്നാണ് ലക്കാൻ വിളിക്കുന്നത്. നമ്മുടെ ജീവിതം ഈഗോയുടെ വഞ്ചനാപ്രകൃതത്തോട് (deceptive function) ഇഴുകിച്ചേർന്നിരിക്കുന്നു. സ്വയം വഞ്ചിക്കാനുള്ള ഈഗോയുടെ കഴിവ് അനന്തമാണെന്ന് ഫ്രോയ്ഡും ലക്കാനും കണ്ടെത്തുന്നു.

ലക്കാനിയൻ വിചാരരീതിയും ഹൈഡഗേറിയൻ ഭാഷാദർശനവും

സ്വത്വം സത്യവുമായി ചേർന്നിരിക്കുന്നതുപോലെ അസത്യവുമായി ചേർന്നിരിക്കുന്നുവെന്ന ഹൈഡഗേറിയൻ പരികല്പനയുടെ അടിസ്ഥാനത്തിലാണ് ലക്കാന്റെ ഈഗോ സങ്കല്പത്തിന്റെ അഭിജ്ഞാനവും അപജ്ഞാനവും ഇഴചേർന്നിരിക്കുന്നത്. ലക്കാന് ഈഗോ എന്നത് വിഷയിയുടെ അന്യവൽക്കരണത്തിന്റെ ഒരു രൂപമാണ്. ഈഗോയെക്കുറിച്ചുള്ള ഫ്രോയ്ഡിന്റെ ജീവശാസ്ത്രപരവും സരളവത്കൃതവുമായ സിദ്ധാന്തത്തെ നിരാകരിക്കുന്നതിനു ഹെഗേലിയൻ ഉൾക്കാഴ്ചകളെ പ്രയോജനപ്പെടുത്തുന്നു ലക്കാൻ.[38] ശരീരത്തിന്റെ ആവശ്യങ്ങൾ തിരിച്ചറിയുന്നതോടെയാണ് സ്വത്വബോധമുണരുന്നതെന്ന ഹെഗേലിയൻ സങ്കല്പം, ഫ്രോയ്ഡിയൻ പരികല്പനകളായ അബോധം, ഷണ്ഡീകരണം, ഈഡിപ്പസ് കോംപ്ലക്സ് എന്നിവയുടെ പുനർവായനയ്ക്ക് ലക്കാൻ ഉപയോഗിക്കുന്നു. ഈഗോയ്ക്കും യഥാർത്ഥകർത്തൃത്വത്തിനുമിടയിൽ വിഷയി (subject) വിഭജിക്കപ്പെടുകയാണെന്നുള്ള (split subject വിഭജിതകർത്തൃത്വം) നിഗമനത്തിൽ ലക്കാൻ എത്തിച്ചേരുന്നു.[39] വളരെക്കാലം ആശ്രിതത്വം പുലർത്തുന്ന മനുഷ്യശിശുവിന്റെ അപക്വജനനമാണ് ഈ നിഗമനത്തിലെത്തിച്ചേരാൻ ലക്കാനെ പ്രേരിപ്പിക്കുന്നത്.

ശിശുവിന്റെ ആഗ്രഹസാധ്യത്തിനുവേണ്ടിയുള്ള യാചനകൾ ഭാഷയിൽ ആവിഷ്കരിക്കുന്ന ഘട്ടം ലക്കാനെ സംബന്ധിച്ച് സുപ്രധാനമാണ്. ഭാഷയിലാഗ്രഹവസ്തുവിനെത്തേടുന്ന ശിശു ആവശ്യത്തിന്റെ അവ്യവസ്ഥയിലകപ്പെടുന്നു. അങ്ങനെ ആഗ്രഹത്തിന്റെ അവ്യവസ്ഥക്കും അതിനു ലഭിക്കുന്ന പ്രതികരണത്തിനുമിടയിൽ ഇച്ഛക്ക് ലക്കാൻ ഇടം കണ്ടെത്തുന്നു. ഈ തരത്തിൽ ആഗ്രഹപൂർത്തിക്കായുള്ള ദാഹവും സ്നേഹത്തിനായുള്ള മോഹവും തമ്മിലുള്ള ഭിന്നതയാണിവിടെ ഇച്ഛ (Desire). ജൈവികാവശ്യത്തിനും ആഗ്രഹപ്രകടനത്തിനും ഇടയിലുള്ള പൊരുത്തക്കേടായാണ് ലക്കാൻ 'ഇച്ഛ'യെ പ്രതിഷ്ഠിക്കുന്നത്.

അങ്ങനെ ഇച്ഛയെന്നത്, ആഗ്രഹപൂർത്തീകരണത്തിനായുള്ള അഭിലാഷമോ, സ്നേഹത്തിനായുള്ള ആവശ്യപ്രകടനമോ അല്ല. മറിച്ച്, ആദ്യത്തേതിൽ നിന്നു രണ്ടാമത്തേതു വ്യവകലനം ചെയ്യുമ്പോൾ ലഭിക്കുന്ന ഒന്നാണത്.[40] ലക്കാനെ സംബന്ധിച്ചിടത്തോളം ഈ ഭിന്നതയിലൂടെയാണ് അബോധം രൂപപ്പെടുന്നത്. ആവശ്യം (need) ആഗ്രഹത്തിന് (demand) മുന്നിൽ കീഴടങ്ങുകയും ഇച്ഛയെ അപജ്ഞാനമായി ദമനം ചെയ്യുകയുമാണ് അബോധത്തിന്റെ രൂപീകരണത്തിൽ സംഭവിക്കുന്നത്.

അബോധം ഭാഷപോലെ സുഘടിതമാണ്[41] എന്ന ലക്കാനിയൻ വാക്യത്തെ അപഗ്രഥിച്ചാൽ ഹൈഡഗർ ലക്കാനിയൻ ചിന്തയിൽ ചെലുത്തിയ സ്വാധീനം കണ്ടെത്താവുന്നതാണ്. 'അബോധമെന്ന മൂർത്ത വ്യവഹാരം വ്യക്ത്യതീതമാകയാൽ അത് ബോധവ്യവഹാര ത്തിന്റെ തുടർച്ചയെ പുനഃസ്ഥാപിക്കുന്ന ഒന്നല്ല' എന്നുള്ള ലക്കാന്റെ നിരീക്ഷണം ശ്രദ്ധേയമാണ്. അന്യത്തിന്റെ അന്യം അഥവാ പ്രതീക ക്രമത്തിന് ഉപരിയായ ഒരു ഭാഷ നിലനില്ക്കുന്നില്ല. ഇങ്ങനെ ഭാഷയ്ക്കതീ തമായ ഭാഷയെ നിഷേധിക്കുകയും സൂചകത്തിന്റെ പ്രാമുഖ്യം വീണ്ടെടു ക്കുകയും ചെയ്യുന്നു ലക്കാൻ. അങ്ങനെ അബോധത്തെ സ്വത്വവുമായും ഉൺമയുമായും ലക്കാൻ ബന്ധിപ്പിക്കുന്നു. അതോടൊപ്പം വിഷയിയും അന്യവുമായുള്ള ജീവസ്സുറ്റ മുഹൂർത്തം ഉയിരെടുത്തു.[42]

ഹൈഡഗർ സാന്നിധ്യത്തിലുള്ള അഭാവം ഉൾപ്പെടുന്ന ഒരു അസാധാരണ പ്രക്രിയയിലെ 'ഉൺമ'യെ നിർവ്വചിക്കുന്നു. അതായത്, അനാവരണ പ്രക്രിയയിലെ അസന്നിഹിതത്വം 'ഉൺമ'യിൽ ഉൾച്ചേർ ത്തിരിക്കുന്നു. കാലത്തിന്റെ ഭേദങ്ങളിലുള്ള (ഭൂതം, ഭാവി, വർത്തമാനം) ഉൺമയെ ചലനത്തിന്റെ രണ്ടു ഘടകങ്ങളായി (സന്നിഹിതമാക്കലും, അസന്നിഹിതമാക്കലും) ലളിതവത്ക്കരിക്കാമെന്ന ഹൈഡഗറിന്റെ നിരീക്ഷണം ലക്കാന്; അബോധത്തെ ഒരു അനാവരണപ്രക്രിയയായി വിവരിക്കാൻ സഹായമാകുന്നു. വചനം തന്നെയാണ് അനാവരണപ്ര ക്രിയ. ഭാഷാസത്ത എന്നത് ശബ്ദമോ അർത്ഥമോ അല്ല. വാക്കുകളി ലാവാഹിക്കലും തൻമയീഭാവവുമാണ് ഭാഷാസത്ത. ഫ്രോയ്ഡിയൻ ലോകം വസ്തുക്കളുടെയോ ഉൺമയുടെയോ ലോകമല്ല; ഇച്ഛയുടെ ലോക മാണെന്നു ലക്കാൻ വിവരിക്കുന്നതിന്റെ പിന്നിൽ ഹൈഡഗറുടെ ഈ ദർശനത്തിന്റെ നിഴലാട്ടം കാണാം.

കാർട്ടീഷ്യൻ ചിന്തയിൽ കേന്ദ്രസ്ഥാനീയമായിരുന്ന വ്യക്തിസത്ത (cogito) യുടെ പദവിയാണ് ഇച്ഛയ്ക്ക് (Desire) ലക്കാൻ ഫ്രോയ്ഡിയൻ വായനകളിൽ നൽകുന്നത്. ഭാഷാപ്രവേശത്തിലൂടെ മാതാവുമായുള്ള ശിശുവിന്റെ ദ്വിമുഖബന്ധം തകരുന്നു. ഈ വേർപാടിൽ നിന്നാണ് ഇച്ഛ ആരംഭിക്കുന്നത്. ബന്ധം വേർപിരിയുന്നതോടെ മാതൃ-ശിശു ബന്ധത്തെ ലക്കാൻ 'ഇച്ഛയുടെ ദ്വന്ദ്വാത്മകത' (dialectic desire) എന്നു വിവക്ഷിക്കുന്നു. 'വിഷയി'യുടെ (subject) ഇച്ഛ അന്യത്തിന്റെ ഇച്ഛയാണെന്നുള്ള സങ്കല്പനം, ആത്മസ്വത്വവും ഉൺമയും തമ്മിലുള്ള ബന്ധത്തിന്റെ ഹൈഡഗേറിയൻ പരികല്പനയുടെ ലക്കാനിയൻ ഭാഷ്യമാണ്. ഭാഷയെക്കുറിച്ചുള്ള ഹൈഡഗറുടെ സങ്കല്പം ലക്കാനെ ഏറെ ആകർഷിക്കുകയും സ്വാധീനിക്കുകയും ചെയ്തിട്ടുണ്ട്. ലൗകികമായ

ഉൺമയുടെ മൂന്നു ഘടകങ്ങളാണ് അഭിജ്ഞാനം, അനാവരണം, വചനം. ഇതിൽ വചനമെന്നത് ഉച്ചരിതാവസ്ഥയാണ്. ഹൈഡഗർക്ക് ഇത് ഭാഷയുടെ അസ്തിത്വപരവും സത്താപരവുമായ ഒരു തലമാണ്. ഭാഷണവും മൗനവുമാണ് വചനത്തിന്റെ രണ്ടവസ്ഥകൾ. ഭാഷയും ഉൺമയും തമ്മിലുള്ള ബന്ധം ഹൈഡഗേറിയൻ ചിന്തയിലെ വളരെ പ്രധാനപ്പെട്ടഒന്നാണ് ഭാഷയാണ് സംസാരിക്കുന്നത്; മനുഷ്യൻ പ്രതി കരിക്കുന്നുവെന്നുമാത്രം.[43] ഹൈഡഗറുടെ ഭാഷാനിഗമനങ്ങൾ വെളി പ്പെടുത്തുന്നത് ഭാഷയുടെ പരിമിതിയും മൗനത്തിന്റെ ശക്തിയുമാണ്.

ഹൈഡഗറുടെ അഭിപ്രായത്തിൽ ഭാഷ സംസാരിക്കുന്നു മനുഷ്യൻ പ്രതികരിക്കുന്നു. ലക്കാനിതിനെ 'ഭാഷ, വിഷയി (Subjct) യോടു സംസാ രിക്കുന്നു' എന്ന് മാറ്റിയെഴുതുന്നു. അബോധത്തിന്റെ ആഗ്രഹങ്ങളെ സാക്ഷാത്കരിക്കുന്ന ഈഗോയുടെ ഒത്തുതീർപ്പുകളെ ഭാഷാപരമായ പുനരെഴുത്തുകൾക്കും പുനർവായനകൾക്കും ലക്കാൻ വിധേയമാക്കുന്നു. പദങ്ങളെയും അർത്ഥങ്ങളെയും പറ്റിയുള്ള ലക്കാനിയൻ അഭിപ്രായ ത്തിൽ മാറ്റമില്ലാത്തത് (fixed), മാറ്റമുള്ളത് (fluid) എന്നിങ്ങനെ തിരിക്കാം.[44]

ഒരു വ്യക്തിക്ക് തന്നെ തുറന്നുകാണിക്കുവാനുള്ള ഒരേ ഒരു വഴി വാക്കാണ്. ആയതിനാൽ വ്യക്തികൾ തമ്മിൽ സംസാരിക്കുമ്പോൾ വ്യക്തികൾ തമ്മിൽ നേരിട്ടല്ല, വാക്കുകളുടെ മധ്യസ്ഥതയിലൂടെയാണ് അത് സംഭവിക്കുന്നത് എന്ന ലക്കാൻ കരുതുന്നു. അതായത്, ഒരു വാക്ക് (signifier) ഒരു വ്യക്തിക്കുവേണ്ടി മറ്റൊരു വാക്കിനോട് ഇടപെടുന്നു (The signifier represents the subjects for another signifier). വക്താവും ഭാഷയും തമ്മിലുള്ള ബന്ധത്തിലെ മറ്റൊരു സവിശേഷത ഒരു വ്യക്തി പറയുന്ന എല്ലാ വാക്കുകളും അയാളെ പൂർണ്ണമായും വെളിവാക്കുന്നില്ല.[45] അതായത്, അബോധം ഭാഷപോലെ സുഘടിത മാണ്. ഭാഷയുടെ ഘടനപോലെയാണ് അബോധവും ക്രമപ്പെടുത്തി യിരിക്കുന്നത്.

കർത്തൃത്വവും ആഖ്യാനാത്മകസ്വത്വവും

ദാർശനികസംവാദങ്ങളുടെ കേന്ദ്രസ്ഥാനത്തു നിന്ന് ബോധമനസ്സ്, അബോധമനസ്സിനും അതിന്റെതന്നെ സാംസ്ക്കാരികനിർണയന ത്തിനും വഴിമാറിയപ്പോൾ 'വ്യക്തി' (Person) എന്ന സങ്കല്പനത്തിനു പകരം വിഷയി (Subject) ചർച്ചാവിഷയമായി. പ്രബുദ്ധതാകാലം മുതൽ (enlightenment period) ദാർശനിക മണ്ഡലത്തിൽ വിപുലമായി ഉപയോഗിക്കപ്പെട്ടുവന്ന സംജ്ഞയാണ് വ്യക്തി. 'വ്യക്തി'

എന്ന സംജ്ഞയിൽനിന്ന് ഭാഷാപരവും പ്രത്യയശാസ്ത്രപരവുമായ അർത്ഥാന്തരങ്ങളിൽ വിഷയി (subject) പ്രയോഗിക്കപ്പെട്ടു തുടങ്ങി. വിഷയി (subject) എന്ന വാക്ക് ഫ്രഞ്ച്, ഇംഗ്ലീഷ് ഭാഷകളിൽ 'സബ്ജക്ട്' (subject) എന്ന രീതിയിൽ പ്രയോഗിക്കപ്പെട്ടുമ്പോൾ കർത്താവ്/പ്രജ എന്നു രണ്ട് അർത്ഥം വരുന്നുണ്ട്. പ്രബന്ധത്തിൽ സൗകര്യാർത്ഥം ഈ പദങ്ങൾ വ്യത്യസ്ത സന്ദർഭങ്ങളിൽ ഉപയോഗിക്കുന്നുണ്ട്. വിഷയി, കർത്താവ്, പ്രജ എന്നിവ വിവിധ അർത്ഥങ്ങളിൽ പ്രയോഗക്ഷമമാണ്. വിഷയി/കർത്താവ്/പ്രജ എന്നിവയെ സംബന്ധിച്ചിട്ടുള്ള സങ്കല്പനത്തെയാണ് 'കർത്തൃത്വസങ്കല്പനം' (subjectivity) എന്ന രീതിയിൽ വ്യവഹരിക്കുന്നത്.

കർത്തൃത്വസങ്കല്പവും പാശ്ചാത്യചിന്തയും:

സർവ്വതന്ത്രവും ആധികാരികവുമായ മനുഷ്യബോധത്തെ ആദ്യമേ നിർവ്വചിക്കാൻ ശ്രമിച്ചത് റെനെ ദെക്കാർത്ത് ആണ്. ചിന്തിക്കാനുള്ള കഴിവുമായി ബന്ധപ്പെടുത്തിയാണ് മനുഷ്യാസ്തിത്വത്തെ ദെക്കാർത്ത് വിശദീകരിച്ചത്. ദെക്കാർത്തിയൻ വിഷയി പൂർണബോധവും ആത്മജ്ഞാനവുമുള്ള സ്വയം തിരിച്ചറിയാവുന്ന പ്രതിഭാസമാണ്. പ്രബുദ്ധത (enlightenment) യുമായി ഉയർന്നുവന്ന സ്വയംരൂപീകരിക്കപ്പെട്ട വിഷയി എന്ന സങ്കല്പനമാണ് ഇമ്മാനുവേൽ കാന്റിന്റേത്. അനുഭവത്തെ രൂപീകരിക്കുന്നതിനുള്ള വിഷയിയുടെ കഴിവിനെ കേന്ദ്രീകരിച്ചാണ് കാന്റിയൻ 'വിഷയി' സങ്കല്പം രൂപം കൊള്ളുന്നത്. അനുഭവങ്ങളെന്നത് മനുഷ്യൻ രൂപപ്പെടുത്തിയെടുക്കുന്നതു മാത്രമാണെന്നും കാന്റ് കരുതുന്നു. അനുഭവത്തിന്റെ/വ്യവഹാരത്തിന്റെ സർവ്വമണ്ഡലങ്ങളെയും സ്പർശിക്കുന്നതും ലോകത്തിൽ നിന്നു സ്വതന്ത്രവുമായ ഒന്നാണ് ഈ വിഷയി. ലോകം ഇന്ദ്രിയങ്ങൾക്കു നൽകുന്ന/ലഭിക്കുന്ന അനുഭവങ്ങൾ രൂപപ്പെടുത്തുന്നത് 'വിഷയി' നിർണയിക്കുന്ന വ്യവസ്ഥകൾക്കനുസൃതമായിട്ടാണെന്നും കാന്റ് പറയുന്നു.[46]

കാന്റിയൻ കേവലാനുഭവത്തെ ചരിത്രവത്ക്കരിച്ചു കൊണ്ടാണ് 'സ്വയം രൂപീകരിക്കുന്ന വിഷയി'യെ കുറിച്ചുള്ള ഹൈഡഗറുടെ വിമർശനം ആരംഭിക്കുന്നത്. ആത്മസ്വത്വം (Dasein) എന്ന സങ്കല്പനത്തിലൂടെയാണ് ഹൈഡഗർ 'ഉണ്മ'യുടെ അർത്ഥം തേടുന്നത്. തിരിച്ചറിവിനെ മനുഷ്യാസ്തിത്വത്തിന്റെ അടിസ്ഥാനപ്രമാണമായി ഹൈഡഗർ കരുതുന്നു. ഈ തിരിച്ചറിവിനു പിന്നിൽ പൂർവ്വനിശ്ചിത സാഹചര്യവും കേവല വസ്തുക്കളെപ്പറ്റിയുള്ള ഒരവസ്ഥയുമുണ്ട് ഇതാണ് അനുഭവപൂർവ്വ സാകല്യം (A priori perfect). ഹൈഡഗർ സ്വയം രൂപീകരിക്കുന്ന വിഷയിയുടെ അനുഭവത്തിന്റെ ഘടനാവൽക്കരണവും അനുഭവപൂർവ്വ

സാകല്യവുമായി ബന്ധപ്പെടുത്തുന്നു. മനസ്സിലാക്കലിന്റെ പശ്ചാത്തലമെന്നത് വെറും സങ്കല്പനമല്ല, സ്വീകരിക്കപ്പെടുന്ന വിശ്വാസങ്ങളാണ്. ഈ വിശ്വാസങ്ങളില്ലാതെ വിഷയിക്ക് സ്വന്തമായ തിരിച്ചറിവ് സാധ്യമല്ല. ഇങ്ങനെ 'ഉണ്മ' യുടെ അർത്ഥം മനസ്സിലാക്കാൻ മനുഷ്യന്റെ തിരിച്ചറിവുകളുടെ ഘടനയാണ് തിരിച്ചറിയപ്പെടേണ്ടതെന്ന് ഹൈഡഗർ അനുമാനിക്കുന്നു. ഏകീകൃതസ്വഭാവമുള്ള മുന്നറിവുകളുടെ (തിരിച്ചറിവുകളുടെ) ലോകത്തെ അറിയിക്കുന്ന വിഷയിയെ 'ആധികാരികവിഷയി' (authentic subject) എന്ന് ഹൈഡഗർ വിളിക്കുന്നു.[47]

'സ്വത്വവുമായുള്ള വ്യക്തിയുടെ ബന്ധം വിശകലനം ചെയ്യുകയെന്നു പറഞ്ഞാൽ സ്വന്തം കർമ്മങ്ങളുടെ സന്മാർഗചരിതനായ കർത്താവായി വ്യക്തി എങ്ങനെയാണ് സ്വയം നിർബന്ധിക്കുന്നത് പഠിക്കുക കൂടിയാണ് എന്ന് ഉത്തരാധുനികചിന്തകനായ മിഷേൽ ഫൂക്കോ ആനന്ദത്തിന്റെ ഉപയോഗത്തിൽ (ലൈംഗികതയുടെ വംശാവലിചരിത്രം) പറയുന്നു.[48] ഇങ്ങനെയാണ് വ്യക്തികൾ അവരുടെ മേലും മറ്റുള്ളവരുടെ മേലും ആസക്തി (Desire) വ്യാഖ്യാനശാസ്ത്രം (hermenutic) പ്രയോഗിക്കാൻ തയ്യാറായത് എന്ന് അന്വേഷിക്കുകയാണ് തന്റെ വംശാവലിചരിതത്തിന്റെ ലക്ഷ്യമെന്ന് ഫൂക്കോ വിശദീകരിക്കുന്നു. നീഷേയൻ ദർശനങ്ങളാൽ സ്വാധീനിക്കപ്പെട്ട ഫൂക്കോ, സദാചാരത്തെ കുറിച്ചുള്ള ചർച്ചയിൽ അതു തുടരുന്നതായി കാണാം. സദാചാരത്തിന്റെ സംവിധാനവുമായി ബന്ധപ്പെട്ടാണ് ഫൂക്കോ കർത്തൃത്വത്തെക്കുറിച്ച് (വിഷയി/പ്രജ) ചിന്തിക്കുന്നത്. സദാചാരത്തിന് നാലുവശങ്ങളുണ്ടെന്ന് ഫൂക്കോ പറയുന്നു. സദാചാരവസ്തു, പരാധീനത (subjection) യുടെ രീതി, സ്വത്വരൂപീകരണപ്രക്രിയ, ലക്ഷ്യം (tool) എന്നിവയാണവ. സദാചാരം സംബോധന ചെയ്യുന്ന മനുഷ്യജീവിതത്തിന്റെ മേഖലയെയാണ് ഫൂക്കോ സദാചാരവസ്തു എന്നു വിളിക്കുന്നത്. അവരവരുടെ ധാർമ്മികബാധ്യതകളെ വ്യക്തികൾ നിർമ്മിക്കുന്ന രീതിയെയാണ് ഫൂക്കോ പരാധീനത എന്ന പദം കൊണ്ട് ദ്യോതിപ്പിക്കുന്നത്. ധാർമ്മികസാധ്യതകളെ വ്യക്തികൾ നിർവചിക്കുക വഴി വ്യക്തി സ്വന്തം കർത്തൃത്വത്തെ ബലപ്പെടുത്തുകയാണ് ഫൂക്കോയുടെ കർത്തൃത്വവത്കരണ/പ്രജാവത്കരണത്തിലേക്കുള്ള ചവിട്ടുപടിയാണ് പരാധീനത എന്നുവരുന്നു. കർത്തൃവൽക്കരണത്തിലെ കർതൃധാതു (കർത്താവ്) ഒരേസമയം വിഷയത്തെ അറിയുന്നവയേയും അധികാരസമൂഹത്തിലെ പ്രജയുമാണ്. സദാചാരത്തിന്റെ മൂന്നാമത്തെ വശം സ്വത്വരൂപീകരണ പ്രകിയയാണ്. സമൂഹത്തിലെ സദാചാരനിഷ്ഠയായ പ്രജയായി മാറാൻ വാക്യത്തിലെ കർത്താവായി മാറാൻ വ്യക്തി സ്വയം മാറ്റിത്തീർക്കുകയോ പരിഷ്കരിക്കുകയോ ചെയ്യുന്ന

പ്രക്രിയയാണ് സ്വത്വരൂപീകരണം. ആത്മനിരീക്ഷണം, ആത്മവിമർശനം തുടങ്ങിയവ ഇതിനുള്ള ഉപാധികളാണ്. സന്മാർഗ്ഗനിഷ്ഠനായി ജീവിക്കാൻ സന്നദ്ധനാകുന്നതിലൂടെ വ്യക്തി എന്തായിത്തീരാൻ ആഗ്രഹിക്കുന്നുവോ അതാണ് ലക്ഷ്യം (tools) എന്ന സദാചാരവശം. ഇങ്ങനെ വ്യക്തിയുടെ സ്വത്വരൂപീകരണ പ്രക്രിയയെ ഏതുദിശയിൽ തിരിച്ചുവിടണമെന്ന് ലക്ഷ്യം അയാളോട് ആവശ്യപ്പെടുന്നു. ഇതാണ് ഫൂക്കോൾഡിയൻ കർത്തൃത്വസങ്കല്പം.[49]

കർത്തൃത്വസങ്കല്പം: മനഃശാസ്ത്രതലം

മനോവിശ്ലേഷണം വിഷയിയെ (subject) നിർവ്വചിക്കുന്നത് ഈഡിപ്പൽ സംജ്ഞയുടെ സഹായത്തോടെയാണ്. ലൈംഗികത മാത്രമല്ല വിഷയിയുടെ തിരിച്ചറിവുപോലും നിർണയിക്കപ്പെടുന്നത് ജീവിതത്തിന്റെ ഈഡിപ്പൽ സവിശേഷതകളാലാണ്. ഫ്രോയ്ഡിയൻ പരിപ്രേക്ഷ്യത്തിൽ 'മനുഷ്യകർത്തൃത്വം' സംഘർഷഭരിതമാംവിധം ഭിന്നിച്ചതാണ്. ഫ്രോയ്ഡ് ആവിഷ്കരിച്ച മനോവിശ്ലേഷണപ്രക്രിയ തന്നെ ഒരു വ്യാഖ്യാതാവെന്ന നിലയിൽ വിച്ഛിന്നമായ കർത്തൃത്വത്തിന്റെ ചീളുകളെ ഇണക്കിച്ചേർത്ത് സന്തുലിതമാക്കുകയെന്നതാണ്. ഫ്രോയ്ഡ് കർത്തൃത്വത്തെ സങ്കീർണമായ ഒരു ചിഹ്നപ്രക്രിയയായി വിശദീകരിക്കുന്നു. ഈ പ്രക്രിയ ഒരു വ്യവഹാരമാണ്. കർത്തൃത്വം വ്യവഹാരവുമായി ഇഴപിരിയാനാവാത്ത വിധം ഇണങ്ങിച്ചേർന്നിരിക്കുന്നു. ഫ്രോയ്ഡിന്റെ അന്വേഷണം കേന്ദ്രീകരിച്ചിരിക്കുന്നത് ലൈംഗികത, അബോധപ്രേരണകൾ എന്നിവയ്ക്ക് മനുഷ്യകർത്തൃത്വവുമായുള്ള ബന്ധത്തിലാണ്. സ്വത്വമെന്നത് ലൈംഗികത, ആന്തരികചോദനകൾ, സ്വപ്നാവസ്ഥ, പിതൃകേന്ദ്രികൃതമായ സാംസ്ക്കാരികാവസ്ഥ എന്നിവയിൽ നിന്നു സ്വതന്ത്രമല്ല.

കർത്തൃത്വം രൂപപ്പെടുന്നത് ദമനത്തിലൂടെ (repression) യാണെന്നും ഫ്രോയ്ഡു പറയുന്നു. ലിബിഡോയെ (കാമനകളെ) നിരന്തരമായി അബോധത്തിലേക്ക് തള്ളിക്കളയുന്ന പ്രക്രിയ വഴി, ലിബിഡോയുടെ (കാമനകളുടെ) ഊർജ്ജതന്ത്രത്തെയും ഭ്രമേത്തെയും സൂക്ഷ്മാന്വേഷണത്തിനു വിധേയമാക്കുന്നു. ഇത് സ്വത്വത്തെ ബോധം/അബോധം എന്നിങ്ങനെ വിഭജിച്ച് വിവരിക്കുവാൻ ഫ്രോയ്ഡിനെ നിർബന്ധിതനാക്കി. അബോധമെന്നത് ഈഗോയുടെയും സൂപ്പർഈഗോയുടെയും പ്രവർത്തനതലം കൂടിയാണ്. അബോധത്തിന്റെ ആഴങ്ങളിൽ ആവിഷ്കരിക്കുവാനുള്ള തീവ്രശ്രമം നടത്തുന്നതാണ് ഇദ്. 'ഇദിന്' പ്രതീകങ്ങളിലൂടെ ആവിഷ്കരണം സാധ്യമാവുകയില്ല. സാംസ്കാരിക

നിയന്ത്രണത്തിന്റെ ആന്തരികനിയമമായി ഫ്രോയ്ഡ് വിശേഷിപ്പിക്കുന്ന സൂപ്പർഈഗോ (policeforce) യാണ് അബോധത്തിന്റെ (ഇദ്ദ്)ന്റെ മറുപുറം. ഇങ്ങനെ മനുഷ്യന്റെ ആസക്തികളേയും ചോദനകളെയും വാഞ്ഛകളെയും ആഗ്രഹങ്ങളെയും/ആദർശങ്ങളെയും രൂപീകരിക്കുന്ന 'ഇച്ഛക്ക്' ദാർശനികമാനം നൽകുകയാണ് ഫ്രോയ്ഡ്.

ലൈംഗികതയുമായി ബന്ധിപ്പിച്ചാണ് ഫ്രോയ്ഡ് സ്വത്വം എന്ന ചോദ്യം ഉയർത്തുന്നത്. മാതാവുമായുള്ള ശാരീരികാനുഭവത്തിൽ നിന്നാണ് ശിശുവിന്റെ ഇച്ഛകളുടെ ഉത്ഭവം എന്നു പറയുമ്പോൾ ലിബിഡോയുടെ ലൈംഗികമായ ഊർജ്ജപ്രഭവങ്ങളെക്കുറിച്ചാണ് ഫ്രോയ്ഡ് പറയുന്നത്. ലൈംഗികതയെക്കുറിച്ചുള്ള മൂന്നുപന്യാസങ്ങളിൽ (1905) സ്വത്വരൂപീകരണത്തിൽ ലിബിഡിനൽ ഉണർച്ചകളുടെ പങ്കിനെപ്പറ്റി ചർച്ച ചെയ്യുന്നു.[50] ശരീരത്തിന്റെ രതിമേഖലകളായ വദനം, ഗുദം, ലിംഗം എന്നിവയെ ശാരീരികാഹ്ലാദവുമായി ബന്ധിപ്പിച്ചുകൊണ്ട് ഫ്രോയ്ഡ്, സ്വത്വരൂപീകരണത്തിൽ ഈ മേഖലകളുടെ പങ്കിനെക്കുറിച്ച് വിശദീകരിക്കുന്നു. സ്വവർഗരതി, ബഹുലൈംഗികത, സാഡിസം, മസോക്കിസം, പ്രകടനപരത, വസ്തുരതി തുടങ്ങിയവ മനുഷ്യകല്പന സൃഷ്ടിക്കുന്ന രതിസംബന്ധിയായ ആഹ്ലാദങ്ങളായി ഫ്രോയ്ഡ് വിശേഷിപ്പിക്കുന്നു. ശിശുവിന്റെ ആദ്യവൈകാരിക സംഘർഷങ്ങൾ ലിബിഡിനൽ ആണ് (ഉദാ. വിരൽ നുണയൽ). ഇങ്ങനെ ലൈംഗിക കർതൃത്വം, ലിബിഡിനൽ ഉണർച്ചകളുടെ സഞ്ചയമെന്ന നിലയിൽ ശൈശവ ലൈംഗികതയിൽ നിന്നാണ് ഉരുവപ്പെടുന്നത്. നാർസിസത്തെക്കുറിച്ച് (1914), ഈഗോയും ഇദ്ദും (1923) എന്നീ കൃതികളിൽ ഫ്രോയ്ഡ് എടുത്തു പറയുന്നതിതാണ്.

ലിബിഡിനൽ പ്രേരണകൾ സ്വത്വത്തെ ഇച്ഛയുടെ വസ്തുവായി എടുക്കുന്നു. അബോധപ്രേരണകൾ തൃപ്തി തേടുന്നത് മറ്റൊരവസരത്തിലേക്ക് മാറ്റിവയ്ക്കുകയും ത്യാഗത്തിലൂടെ സ്വത്വത്തെ പരിപോഷിപ്പിക്കുകയും ചെയ്യുന്നു. കർതൃത്വം മറ്റു മനുഷ്യരുടെ സ്വഭാവസവിശേഷതകൾ ആർജ്ജിച്ചെടുക്കുന്നതങ്ങനെയാണ്. ബാഹ്യം/ആഭ്യന്തരം എന്ന വ്യവച്ഛേദത്തെ അസാധ്യമാക്കിക്കൊണ്ട് വ്യക്തി/സമൂഹവുമായുള്ള അകം/പുറം ധാരണകളെ അട്ടിമറിയ്ക്കുന്നു. ഫ്രോയ്ഡിയൻ ചിന്ത സാംസ്കാരിക വിമർശനത്തിന്റെ മൗലികതലങ്ങളിലേക്കു വികസിക്കുന്നത് ഈ ബിന്ദുവിൽ നിന്നാണ്. സ്വത്വരൂപീകരണത്തെ അപഗ്രഥിക്കുമ്പോഴുള്ള അടിസ്ഥാനവ്യവസ്ഥകൾ തന്മയീഭാവം വഴിയുള്ള വസ്തുക്കളുടെ തെരഞ്ഞെടുപ്പും ഒത്തുചേർക്കലുമാണ്.

തന്മയീഭാവം എന്ന പ്രക്രിയ സംഭവിക്കുന്നത് വേദനാപൂർണമായ നഷ്ടബോധത്തിലൂടെയാണ്. യഥാർത്ഥത്തിൽ സ്വത്വം രൂപീകരിക്കപ്പെടുന്നതു തന്നെ നഷ്ടവസ്തുവിന്റെ സ്വാധീനത്താലാണ്. തന്മയീഭാവത്തോടെ വസ്തു യാഥാർത്ഥ്യം എന്നു തോന്നിപ്പിക്കുന്ന വസ്തു തിരികെ വെയ്ക്കപ്പെടുന്നു. സ്വത്വരൂപീകരണത്തിൽ ഇത്തരം പകരം വെയ്ക്കലുകൾ നിർവ്വഹിക്കുന്ന പങ്കാണ് ഈഗോയും ഇദ്ദും[51] എന്ന കൃതിയിലെ പ്രതിപാദ്യവിഷയം.

ഈഡിപ്പസ് കോംപ്ലക്സ് എന്ന സംപ്രത്യയം തന്മയീഭാവപ്രക്രിയയുടെ ആവിഷ്കാരമാണ്. ഈഡിപ്പസ് കോംപ്ലക്സിലൂടെ വിഷയി (subject) യുടെ സാമൂഹികപ്രവേശമാണ് സൂചിപ്പിക്കുന്നത്. നഷ്ടമായ ഇച്ഛാവസ്തുവിനെ പ്രതീകാത്മകമായി സ്ഥാപിക്കുന്ന മാനസിക പ്രക്രിയയാണ് ഈഡിപ്പസ് കോംപ്ലക്സിൽ സംഭവിക്കുന്നത്. 'സൂപ്പർഈഗോ' പിതാവുമായുള്ള തന്മയീഭാവത്തിൽ നിന്നാണ് ഉയിരെടുക്കുന്നത്. പിതൃസ്വരൂപവുമായുള്ള പൂർണമായ തന്മയീഭാവത്താൽ പരാജയപ്പെടുന്നതോടെ ഈഗോയിൽ 'പിതൃസ്വരൂപം' നിർണായകാംശമായി മാറുന്നു. ശിശുവിന്റെ ഇച്ഛകൾ ഉണ്ടാവുകയും ചിരപ്രതിഷ്ഠിതമാവുകയും ചെയ്യുന്നത് പിതൃസ്വരൂപത്താലാണ്. പിതൃസ്വരൂപവുമായി ബന്ധപ്പെട്ട ഈ ദമനം സ്ഥാപനങ്ങളുടെ രൂപീകരണവും സാംസ്കാരിക പ്രക്രിയകളും നാഗരികതയുടെ വ്യവഹാരവും വിശദീകരിക്കാൻ ഉപയോഗിക്കാവുന്ന ഒരു പരികല്പനം ആണ്.[52]

ലൈംഗികതയുടെ ലിംഗപൂർവ്വഘട്ടത്തിൽ സ്വം, അപരം എന്നിങ്ങനെ നിശ്ചിതമായ അതിരുകളില്ല. രത്യനുഭവം ഉൾക്കൊള്ളലും പുറന്തള്ളലുമായി വദനത്തിലും ഗുദത്തിലും അനുഭവിക്കുകയാണിവിടെ. ഇത് കർത്തൃത്വത്തിന്റെ രൂപീകരണത്തിലെ സുപ്രധാനഘട്ടമാണ്. സ്വാത്മരതിയിൽ നിന്ന് വസ്തുരതിയിലേക്കുള്ള പരിണാമം ഈ ഘട്ടത്തിൽ സംഭവിക്കുന്നു. ശൈശവലൈംഗികതയുടെ ജനനേന്ദ്രിയാവസ്ഥയിൽ (genetial phase) എത്തുന്നതു വരെ സാംസ്കാരികമായ വ്യക്തിത്വം ശിശു നേടുന്നില്ല. ഈ അവസ്ഥയിലെത്തുന്നതോടെ കർത്തൃത്വം നിശ്ചിതമായ അതിരുകളാൽ നിർവ്വചിക്കപ്പെടുന്നു (സ്വം/അപരം, സ്ത്രീ/പുരുഷൻ എന്നിങ്ങനെ) മനസ്സിന്റെ ഫ്രോയ്ഡിയൻ മാതൃക വിരൽ ചൂണ്ടുന്നത് കർത്തൃത്വം (subjectivity) എന്ന സങ്കീർണമായ സൂചകപ്രക്രിയയിലേക്കാണ്. 'വിച്ഛിന്ന സ്വത്വം' എന്ന സങ്കല്പനം ഈ സൂചകപ്രക്രിയയിലൂടെ ഉരുത്തിരിയുന്നു. കർത്തൃത്വം വ്യവഹാരവുമായി ഇഴപിരിക്കാനാവാത്ത വിധം ചേർന്നിരിക്കുന്നു. മർദ്ദകമായ സാമൂഹികാവസ്ഥകളുടെ വേരുകൾ മനുഷ്യബന്ധങ്ങളിൽ ഉൾച്ചേർന്ന രീതികളെ

തിരയുകയും മാനസികജീവിതം, സ്വത്വം, ലൈംഗികകർത്തൃത്വം എന്നിവ യിൽ അവയ്ക്കുള്ള സ്വാധീനത്തെ പഠനവിഷയമാക്കുകയും ചെയ്യുന്നതിന് സഹായകമാണ് ഫ്രോയ്ഡിയൻ ദർശനം.

ലക്കാനിയൻ കർത്തൃത്വം

ലക്കാന്റെ ഏറ്റവും വലിയ സംഭാവനയായി കരുതാനാവുന്നത് അദ്ദേ ഹത്തിന്റെ വ്യക്ത്യഹത്തെ സംബന്ധിച്ചിട്ടുള്ള നിരീക്ഷണങ്ങളാണ്. 'സ്വതന്ത്രമായ അഹം' എന്ന അതിഭൗതിക (metaphysical) സങ്കല്പ ത്തെ അദ്ദേഹം നിരാകരിക്കുന്നു. ഇവിടെ ഫ്രഞ്ചു ഭാഷാശാസ്ത്രജ്ഞനായ എമിൽബെൻ വിനിസ്റ്റിയുടെ ഉത്തമപുരുഷസർവ്വനാമത്തെക്കുറിച്ചുള്ള വാദങ്ങളെ സ്വീകരിക്കുന്നു. ഭാഷയിലെ വ്യക്തിസർവ്വനാമങ്ങളാൽ പൊതുവെയും 'ഞാൻ' എന്ന ഉത്തമപുരുഷസർവ്വനാമം പ്രത്യേകിച്ചും ഏതെങ്കിലും സങ്കല്പത്തെയോ അത് ഉദ്ദേശിക്കുന്ന ആളെയോ പ്രതി നിധാനം ചെയ്യുന്നില്ല. അങ്ങനെ 'ഞാൻ' എന്നത് സംവാദവുമായി ബന്ധപ്പെട്ട ഒരു പദമായി വരുന്നു. അത് ക്ഷണികമാണ്. അത് ലക്ഷ്യ മാക്കുന്നത് വ്യവഹാരം എന്ന യാഥാർത്ഥ്യത്തെയാണ്. സംവാദത്തിന്റെ സന്ദർഭത്തിലാണ് 'ഞാൻ' വക്താവിനെ പ്രതിനിധീകരിക്കുന്ന ഒരു കർത്താവായി (subject) ത്തീരുന്നത്, ഇവ വ്യവഹാരത്തിന്റെ പ്ര ത്യേകനിമിഷത്തിൽ മാത്രം തിരിച്ചറിയപ്പെടുന്നതാണ്. നൈമിഷികമായ പ്രസക്തി മാത്രമേ ഇവയ്ക്കുള്ളൂ. അല്ലാത്തപ്പോഴെല്ലാം ഭാഷയിലാവിഷ്ക രിക്കപ്പെടുന്നത് വിഷയി മാത്രമാണ്. കർത്തൃത്വത്തിന്റെ അടിസ്ഥാനം ഭാഷാപ്രയോഗമാണെന്ന നിർണായകമായ കാഴ്ചപ്പാടിൽ ലക്കാൻ എത്തുന്നു. ഞാൻ എന്നതിനെ സംവാദത്തിലൂടെ മാത്രമേ ആവിഷ്കരി ക്കാൻ പറ്റുകയുള്ളൂ. 'സംസാരിക്കുന്ന ഞാൻ' മുഴുവൻ സംവാദത്തിലാണ് നിർണയിക്കപ്പെടുന്നത്. വക്താവ് (ഞാൻ) സൂചകശൃംഖലയിലൂടെ മാത്രമേ നിലനിൽക്കുകയുള്ളൂ. സൂചകങ്ങളുടെ അനന്തരഫലമാണ് 'കർത്താവ്' (subject) എന്ന സുപ്രധാന കണ്ടെത്തലിലേക്ക് ലക്കാൻ എത്തുന്നു.[53]

സൂചകങ്ങളുടെ സമാഹാരം ഒരു ശൃംഖലയാണ്. ചില ബന്ധങ്ങ ളുടെയും നിയമങ്ങളുടെയും അടിസ്ഥാനത്തിലാണ് അവയെ വിന്യ സിച്ചിരിക്കുന്നത്. സൂചകശൃംഖലകളുടെ ഈ വ്യവസ്ഥയെയാണ് ലക്കാൻ പിതൃനിയമം (Law of the father) എന്നു വിവരിക്കുന്നത്.[54] സൂചകബന്ധങ്ങളുടെ വ്യവസ്ഥ മുഴുവൻ മനുഷ്യചരിത്രവുമായി ഇഴ ചേർക്കപ്പെട്ടിരിക്കുന്നു. പ്രതീകക്രമത്തിലേക്കു പ്രവേശിക്കുന്നതോടെ ശിശു പിതൃനിയമത്തിന്റെ വിഷയിയായി മാറുന്നു. ഈ സൂചകവിന്യാസം മിത്തുകൾ, വംശീയത, പാരമ്പര്യം തുടങ്ങിയ എന്തിനെയുമുൾക്കൊള്ളുന്ന

ഒരു പ്രാപഞ്ചിക വ്യവഹാരമാകുന്നു.

ലക്കാനിയൻ ദർശനം, സാഹിത്യത്തെ സംബന്ധിച്ചുള്ള ഫ്രോയ്ഡിയൻ സങ്കല്പത്തെ തിരുത്തുന്നു. കൃതികളിൽ നിന്ന് എഴുത്തുകാരന്റെ ശൈശവ-ബാല്യങ്ങളെ കണ്ടെടുക്കുന്ന സമീപനത്തെ ലക്കാനിയൻ വിമർശനം തള്ളിക്കളയുന്നു. കൃതിയിലെ ഭാഷാവ്യവസ്ഥ, എഴുത്തുകാരന്റെ സ്വകാര്യമായ അന്തർലോകത്തിന്റെ സൃഷ്ടിയല്ല. മറിച്ച്, ഭാഷയുടെ വ്യവസ്ഥീകരണത്തിന്റെ ഫലം മാത്രമാണ്. ഭൂതകാലത്തിന്റെ തിരിച്ചുകൊണ്ടു വരലായി കൃതിയെ ഫ്രോയ്ഡ് കണ്ടപ്പോൾ ലക്കാൻ ഇതിനെ നിഷേധിക്കുകയാണു ചെയ്യുന്നത്.[55] അങ്ങനെ 'ഭാഷയിലെത്തുന്നത്' നിഗൂഢമായ ഒരു അഹമല്ലെന്നും ഭാഷയുടെ വിന്യാസരീതിയും വ്യാകരണസന്ദർഭ മാണെന്നും തിരുത്തിയെഴുതി. എഴുത്തിലെ കർത്തൃത്വങ്ങൾ കൃതിയുടെ ഘടനയിൽ തന്നെയാണെന്നും ഭാഷയുടെ വിന്യാസരീതികളാണ് കർത്തൃത്വങ്ങളെ നിർമ്മിക്കുന്നതെന്നും ലക്കാൻ തിരിച്ചറിഞ്ഞു. കൃതിയുടെ സമ്പൂർണഘടനയിൽ നിന്നാണ് ഓരോ കർത്തൃത്വവും അർത്ഥം നേടുന്നത്. ആ ഘടനാനിയമമാണ് കൃതിയുടെ അബോധം.

ലക്കാനിയൻ വിഷയി (Lacanian subject) ദെക്കാർത്തിയൻ കൊഗീറ്റോ ആയ ഞാൻ എന്ന സത്തയെ ഉച്ചരിച്ചുകൊണ്ട് സുതാര്യമായി പ്രകാശിപ്പിക്കുന്ന കർത്തൃത്വമല്ല, പകരം ഞാൻ എന്നുച്ചരിക്കുമ്പോൾ സ്വയം അരിച്ചുമാറ്റപ്പെടുന്നതാണ് ലക്കാനിയൻ സങ്കല്പത്തിലെ വിഷയി. ഇത് ബോധവിഷയിയല്ല, അബോധവിഷയിയാണ്. അബോധം വിഷയിയുടെ അന്യത്തിന്റെ വ്യവഹാരമാണെന്നു ലക്കാൻ പറയുന്നു. ലക്കാനിയൻ വിഷയി സ്വത്വത്തെ സാങ്കല്പികാനുഭവത്തിന്റെ കേന്ദ്രത്തിൽ പ്രതിഷ്ഠിക്കുകയാണ്. 'ഈഗോ'യ്ക്ക് ഫ്രോയ്ഡും അമേരിക്കൻ ഈഗോമനഃശാസ്ത്രജ്ഞരും നൽകിയ അമിതപ്രാധാന്യത്തെ ലക്കാൻ ചോദ്യം ചെയ്യുന്നു. വിഷയിയെ ഇങ്ങനെ അപനിർമ്മിക്കുന്നതിലൂടെ സ്വത്വസങ്കല്പത്തിന്റെ ചരിത്രത്തിൽ നിന്നു സ്വത്വത്തെ വേർപ്പെടുത്തി, ആ ചരിത്രത്തിനു പുറത്തുള്ള പ്രതീകവ്യവസ്ഥയിൽ സ്ഥാപിക്കുകയാണ് ലക്കാൻ ചെയ്യുന്നത്.[56]

കർത്തൃത്വവും, പ്രത്യയശാസ്ത്രവും: ലൂയി അൾത്തുസർ

ഭാഷയിൽ നിന്നു കർത്തൃത്വം രൂപപ്പെടുന്നു എന്ന ലക്കാനിയൻ കണ്ടെത്തലാണ് കർത്തൃത്വം ഏതെങ്കിലും പ്രത്യയശാസ്ത്രത്തിലുള്ള പ്രജാവത്കരണത്തിലൂടെയാണ് സംഭവിക്കുന്നതെന്നുള്ള ലൂയി അൾത്തുസറിന്റെ സങ്കല്പമായി വികസിക്കുന്നത്. മനുഷ്യനും അവർ ഏർപ്പെടുന്ന ബന്ധങ്ങളും തമ്മിലുള്ള ബന്ധമാണ് പ്രത്യയശാസ്ത്രത്തിന്റെ വിഷയം.

എല്ലാ പ്രത്യയശാസ്ത്രത്തിലും മനുഷ്യരും അവരുടെ ബന്ധങ്ങളും ഛായാ ഗ്രഹണഫലകത്തിലെന്നപോലെ തലകീഴായിട്ടാണ് കാണപ്പെടുന്നത്. അൾത്തുസർ, പ്രത്യയശാസ്ത്രത്തെ ഒരു മനഃശാസ്ത്രസങ്കല്പമായിട്ടാണ് അവതരിപ്പിക്കുന്നത്.[57]

അൾത്തുസറിന്റെ കാഴ്ചപ്പാടിൽ കർത്താവായിത്തീരുക എന്നാൽ ഒരുതരം 'തെറ്റായ തിരിച്ചറിവിലേക്ക് എത്തപ്പെടുക' എന്നാണർത്ഥം. കണ്ണാടിയിൽ നിന്ന് തന്റെ 'സ്വത്വം' തിരിച്ചറിയുന്ന കുട്ടിയെപ്പോലെ തന്നെക്കുറിച്ച തന്നെയുള്ള (തെറ്റായ) തിരിച്ചറിവിന്റെ ലോകത്തേക്ക് പ്രവേശിക്കുമ്പോഴാണ് 'വ്യക്തി' കർത്താവായി മാറുന്നത്. സാങ്കല്പിക മായ ഈ ലോകം പ്രത്യയശാസ്ത്രത്തിന്റേതാണ്.[58]

കർത്താവ്, പ്രത്യയശാസ്ത്രങ്ങളുടെ നിർമ്മിതിയാണ് എന്നു പറയു മ്പോൾ 'ഈഗോയെ (അഹത്തെ)' ചരിത്രത്തിനുള്ളിൽ സാമൂഹ്യപ്ര യോഗങ്ങളുടെ മൂർത്തമായ മണ്ഡലത്തിനുള്ളിൽ ഘടിപ്പിക്കുകയാണ് അൾത്തുസർ ചെയ്യുന്നത്. ഇവിടെ ലക്കാന്റെ കണ്ണാടിബിംബവും പ്രത്യ യശാസ്ത്രവും ഒരുമിക്കുന്നു. കണ്ണാടിയിൽ വ്യക്തികൾ തങ്ങളെത്തന്നെ നിരീക്ഷിക്കുന്നതുപോലെ വിഷയി പ്രത്യയശാസ്ത്രത്തിൽ, തന്നെ നിരീ ക്ഷിക്കുന്നു. ഇങ്ങനെ സാമൂഹികനിയമങ്ങൾക്ക് വഴിപ്പെടുന്നതിലൂടെ ആ സമൂഹത്തിലെ ഒരു കർത്തൃത്വമായി വ്യക്തി മാറുന്നു. വ്യക്തികളെ കർത്തൃസ്വത്വങ്ങളായി സ്ഥാനനിർണയം ചെയ്യുന്ന പ്രത്യയശാസ്ത്രത്തി ന്റെ (സാങ്കല്പിക) മണ്ഡലം സർവ്വവ്യാപിയായ ഒന്നാണ്. ഈ അർത്ഥ ത്തിൽ അനാദിയും അനന്തവുമായ ഒന്നാണത്. സമൂഹം ജീവിക്കുന്നത് ഈ മണ്ഡലത്തിനകത്താണ് പുറത്ത് ഒന്നും സംഭവിക്കുന്നില്ല. കാരണം, അതിന് വെളിയിടം (outside) എന്നൊന്നില്ല. മനുഷ്യൻ പ്രകൃത്യാത ന്നെ ഒരു 'പ്രത്യയശാസ്ത്രമൃഗ'മാണെന്ന് അൾത്തുസർ പറയുന്നതിന്റെ അടിസ്ഥാനം ഇതാണ്.[59]

കർത്തൃത്വവും രാഷ്ട്രീയ അബോധവും: ഫ്രെഡറിക് ജെയിംസൺ

ലക്കാനിലൂടെ, അൾത്തുസറിലൂടെ വരുന്ന കർത്തൃത്വഘടനാസ ങ്കല്പങ്ങളെ ഉത്തരാധുനിക അമേരിക്കൻ ചിന്തകനായ ഫ്രെഡറിക് ജെയിംസൺ ഒരു സാഹിത്യവിമർശനരീതിയായി വികസിപ്പിച്ചെടു ക്കുന്നു. ഇച്ഛയെ വ്യക്തിപരതയിൽ നിന്ന് ഭാഷാപരതയിലേക്ക് മാറ്റി സ്ഥാപിച്ച ലക്കാൻ മനോവിജ്ഞാനീയരംഗത്ത് നിർണായകമായ പരിവർത്തനമാണ് വരുത്തിയിട്ടുള്ളതെന്ന് ജെയിംസൺ കരുതുന്നു.[60] ഫ്രെഡറിക് ജെയിംസൺ തന്റെ ചിന്തയിലെ സുപ്രധാനമായ ഒരു

പരികല്പനമായി ആവിഷ്കരിക്കുന്നത് എല്ലാ സാഹിത്യരൂപങ്ങളിലും ഒരു രാഷ്ട്രീയ അബോധം (political unconscious) ഉണ്ട് എന്നതാണ്. അതിനാൽ സമൂഹത്തിന്റെ വിധിയെക്കുറിച്ചുള്ള പ്രതീകാത്മക ചിന്തകളാണ് എല്ലാ സാഹിത്യരൂപങ്ങളും.

ഓരോ സാഹിത്യസൃഷ്ടിയും പ്രതീകാത്മകകർമ്മ (symbolic act) മാണെന്ന് ജെയിംസൺ പറയുന്നു. ഓരോ സാഹിത്യസൃഷ്ടിക്കു പിന്നിലും അതുൾക്കൊള്ളുന്ന സാമൂഹ്യരൂപങ്ങളുടെ ചരിത്രമുണ്ട്. അതിനാൽ ഓരോ സാഹിത്യകൃതികളിലും പ്രത്യയശാസ്ത്രഘടകങ്ങളാണുള്ളത്. പരസ്പരവിരുദ്ധമായി വ്യത്യസ്തസാമൂഹികവർഗ്ഗങ്ങൾ ഉപയോഗിക്കുന്ന വ്യവഹാരങ്ങളെ ഏറ്റവും ചെറിയ ഘടകങ്ങൾ കൃതികളിൽ ഉൾച്ചേർന്നിരിക്കും. 'പ്രത്യയശാസ്ത്ര ഏകകങ്ങൾ (ideologies) എന്നാണ് ഇതിനെ ജെയിംസൺ വിളിക്കുന്നത്. ഈ പ്രത്യയശാസ്ത്ര ഏകകങ്ങളെ (ideologies) കൃതികളിൽ നിന്നു കണ്ടെത്തുകയാണ് യഥാർത്ഥ വിമർശനധർമ്മമെന്നു ജെയിംസൺ കരുതുന്നു. ചരിത്രത്തെയും സംസ്കാര ഉൽപ്പാദനരീതിയെയും മുഖാമുഖം നിർത്തുന്ന ഒരു വിമർശന പദ്ധതി/ വിശകലനരീതിയാണ് ജെയിംസൺ രൂപപ്പെടുത്തിയിരിക്കുന്നത്.[61]

സാമൂഹ്യജീവിതമെന്നത് ഉൽപ്പാദനത്തിന്റെ വിവിധരൂപങ്ങളുടെയും ഘട്ടങ്ങളുടെയും ആകത്തുകയാണ്. ഓരോ ഉൽപ്പാദനരീതിയും ബഹുമുഖമായ സാമൂഹ്യമണ്ഡലങ്ങൾക്കുമേൽ അധീശത്വം കയ്യാളുന്ന അധികാരമാണ്. ഈ അർത്ഥത്തിലുള്ള ഉൽപ്പാദനരീതിയെ പാഠത്തിൽ നിന്നു കണ്ടെടുക്കുകയാണ് സാഹിത്യ/സാംസ്കാരിക വിശകലനത്തിന്റെ മൗലികതാൽപ്പര്യമെന്നു ജെയിംസൺ പറയുന്നു. അതുകൊണ്ട് ഏതുതരം സാമൂഹ്യനിർമ്മിതിയെക്കുറിച്ചുള്ള (നോവൽ, ചലച്ചിത്രം, ചിത്രകല) പഠനവും ചരിത്രത്തിലേക്കുള്ള വഴി തുറന്നു തരുന്നു. ലക്കാനിയൻ മനോവിജ്ഞാനീയത്തിൽ ഭാഷയ്ക്കും പ്രതീകക്രമത്തിനും (symbolic order) പുറത്തുനിൽക്കുന്ന യാഥാർത്ഥ്യത്തെ പോലെയാണ് ജെയിംസണു ചരിത്രം. ലക്കാനിയൻ യാഥാർത്ഥ്യക്രമത്തെ മാർക്സിസ്റ്റ് പരിപ്രേക്ഷ്യത്തിനുള്ളിൽ സ്ഥാനപ്പെടുത്തിയതാണ് അൾത്തുസർ ചെയ്ത സുപ്രധാനസംഭാവനയെന്നു ജെയിംസൺ എടുത്തുപറയുന്നു.[62]

നിരന്തരം എഴുതപ്പെടുകയും മായ്ക്കപ്പെടുകയും ചെയ്യുന്ന ഒന്നായി കർത്താവിനെ (subject) ജെയിംസൺ തിരിച്ചറിയുന്നു. കർത്തൃത്വമെന്ന പോലെ പരസ്പരം പൊരുതുന്ന അർത്ഥങ്ങളുടെ മേഖലയാണ് ഓരോ പാഠവും, ഇതിന്റെ മധ്യസ്ഥത്തിലൂടെയാണ് ചരിത്രം അഭിഗമ്യമാവുക. ചരിത്രത്തെ കണ്ടെടുക്കുകയെന്നത് അവിരാമമായി നിർവചിക്കേണ്ട വ്യാഖ്യാനവൃത്തിയാണെന്നു ജെയിംസൺ കരുതുന്നു.

പ്രത്യയശാസ്ത്രത്തിന്റെ അബോധം: സിസെക്കിന്റെ ദർശനം

ലക്കാനിയൻ ദർശനത്തെ സമകാലീകരിക്കുന്നതിൽ പ്രധാന പങ്കുവഹിച്ച മനോദർശകനാണ് സ്ലാവോജ് സിസെക്. അൽത്തൂസേറിയൻ പ്രത്യയശാസ്ത്രസങ്കല്പത്തെ മറികടന്നു കൊണ്ടാണ് സിസെക് തന്റെ ചിന്തകളെ രൂപപ്പെടുത്തുന്നത്. അദ്ദേഹം മുന്നോട്ടുവെയ്ക്കുന്ന പ്രധാന സങ്കല്പനം സാംസ്കാരികശൃംഖലയെ വലയം ചെയ്തുകൊണ്ടിരിക്കുന്ന ലൈംഗികാനന്ദം (Libidinal enjoyment) എന്നതാണ്. അൽത്തൂസറിനെപ്പോലെ സിസെക്കിനും പ്രത്യയശാസ്ത്രമെന്നത്, സാമൂഹിക-പ്രതീകരൂപങ്ങളുമായുള്ള വിഷയിയുടെ (subject) സാങ്കല്പികബന്ധം തന്നെയാണ്. പ്രത്യയശാസ്ത്രം എപ്പോഴും അതിന്റെ സാമൂഹികരാഷ്ട്രീയ രൂപങ്ങളെ അതിവർത്തിക്കുന്നുവെന്ന് സിസെക്ക് ദർശിക്കുന്നു. പ്രത്യയശാസ്ത്രം വ്യക്തികളുടെ തികച്ചും വൈകാരികമായ പ്രതിജ്ഞാബദ്ധതയുടെയും അർപ്പണമനോഭാവത്തിന്റെയും അതിനിർണിതമണ്ഡലമാണെന്നു സിസെക് നിരീക്ഷിക്കുന്നു. അബോധത്തിന്റെ മായികതയിൽ തെളിഞ്ഞും ഒളിഞ്ഞും കിടക്കുന്ന ഭ്രമാത്മക താദാത്മ്യങ്ങളാണ് സിസെക്കിന് പ്രത്യയശാസ്ത്രം.[63]

പ്രത്യയശാസ്ത്രമെന്നത് നമുക്കു മുന്നിൽ സൃഷ്ടിക്കപ്പെടുന്ന സാമൂഹ്യയാഥാർത്ഥ്യം തന്നെയാണെന്ന് സിസെക്ക് പറയുന്നു. ഇത് വിഷയിയുടെ ആനന്ദവുമായി ബന്ധപ്പെട്ടു കിടക്കുന്നു. ലക്കാനിയൻ മനോദർശനത്തിലെ അഭാവവുമായി ബന്ധപ്പെട്ടതാണ് 'ആനന്ദം' എന്ന സങ്കല്പനം. സിസെക്കിനെ സംബന്ധിച്ചിടത്തോളം മാനസികജീവിതത്തിന്റെ മൗലികസത്ത തന്നെ 'ആനന്ദ'മാണ്. സാങ്കല്പികക്രമത്തി (Imaginary order)ൽ നിന്നു പുറത്തുവരുന്ന വിഷയി (subject) അഭാവത്തിലാണ് നിലകൊള്ളുന്നത്. ഈ 'ഇല്ലായ്മയെ' മറികടന്ന് സ്വന്തം ഐകരൂപത്തിനു വേണ്ടി വിഷയി വെറുതെ പരിശ്രമിക്കും. ഇവിടെയാണ് 'മായക്കാഴ്ച'കളുടെ പ്രസക്തി. സ്വത്വത്തിന്റെ ശൂന്യതകളെ ആവരണം ചെയ്തുകൊണ്ടു നിൽക്കുന്ന 'മായക്കാഴ്ച'കളുപയോഗിച്ച് ആഹ്ലാദദായകവും വേദനാനിർഭരവുമായ വ്യത്യസ്തദിശകളിലൂടെ ലൈംഗികാനന്ദത്തിനായി വിഷയി (subject) പ്രയത്നിക്കുന്നു.

പ്രത്യയശാസ്ത്രപരവും പ്രത്യയശാസ്ത്രപൂർവവുമായ അംശങ്ങളുമായി ബന്ധപ്പെട്ടാണ് 'മായക്കാഴ്ചകൾ' നിൽക്കുന്നത്. സിസെക്കിനെ സംബന്ധിച്ചിടത്തോളം പ്രത്യയശാസ്ത്രപൂർവ്വാവസ്ഥ അർത്ഥരഹിതമായ ഒരു സന്ധിയാണ്, ഈ അവസ്ഥ തന്നെയാണ് സാമൂഹികസൂചനത്തിനുള്ള ശക്തിയും ദൗർബല്യവും നിർണയിക്കുന്നത്. പ്രത്യയശാസ്ത്രവുമായി

വിഷയി (subject) താദാത്മ്യപ്പെടുന്ന ഓരോ സന്ദർഭത്തിലും ഇച്ഛയുടെ കേന്ദ്രസത്തയായി 'ആനന്ദം' നിലനിൽക്കുന്നു. പ്രതീകാത്മകയിലേക്ക് പൂർണമായി മെരുങ്ങാത്ത ഒരംശം 'ആനന്ദ'ത്തിനുണ്ട്. ഇത് മായക്കാഴ്ച കളിൽ നിന്നു രൂപപ്പെടുന്ന ഭ്രമാത്മകതയാണ്. ഈ ഭ്രമാത്മകതയാണ് 'അഭാവ'ത്തിനു പരിഹാരമായി/ബദലായി സിസെക്ക് ഉയർത്തിക്കാണി ക്കുന്നത്. പ്രത്യയശാസ്ത്രത്തിന്റെ അബോധത്തെ കണക്കിലെടുക്കാതെ ഒരു സാമൂഹികസിദ്ധാന്തവും ഫലപ്രദമാവില്ലെന്ന് സിസെക്ക് ശഠിക്കു ന്നു. ഈ തരത്തിൽ സിസെക്കിന്റെ സിദ്ധാന്തങ്ങൾ ലക്കാനിയൻ മനോ വിശ്ലേഷണത്തിന്റെയും സമകാലിക സാംസ്കാരികപഠനത്തിന്റെയും ഒരു സംയോജനമാണ്.

ആന്റി ഈഡിപ്പസ്: കർത്തൃത്വത്തിന്റെ സാമൂഹികമാനം

ലക്കാനിയൻ കർത്തൃത്വദർശനങ്ങളെ വിമർശനാത്മകമായി സമീപിച്ച ഫ്രഞ്ച് തത്വചിന്തകരാണ് ദെല്യൂസും ഗ്വത്താരിയും 'ആന്റി-ഈഡിപ്പസ്' എന്ന ഗ്രന്ഥത്തിൽ ഇച്ഛയുടെ മേന്മകളിലൂന്നി ക്കൊണ്ട് ഈഡിപ്പസ് കോംപ്ലക്സിൽ കേന്ദ്രീകരിക്കുന്ന പരമ്പരാഗത മനോവിശ്ലേഷണത്തെയും ലക്കാനിയൻ മനോവിശ്ലേഷണത്തെയും അപനിർമ്മിക്കുകയാണ് ചെയ്യുന്നത്. വർത്തമാനത്തിലെ സാമൂഹി കഘടനയെ നിർണയിക്കുന്ന അടിസ്ഥാനഘടകമായ സ്കിസോഫ്രീ നിയയുടെ ഇച്ഛയെ കണ്ടെത്തുകയാണ് ഇവർ ചെയ്യുന്നത്. ഇച്ഛയുടെ ക്രമമെന്നത് ഉത്പാദനത്തിന്റെ ക്രമമാണ്, എല്ലാ ഉത്പാദനങ്ങളും ഒരേ സമയം ഇച്ഛയുടെ ഉത്പാദനവുമാണ്; എന്നാൽ സാമൂഹികോ ദ്പാദനവുമാണ്. ഈ ഉത്പാദനക്രമത്തെ ഞെരുക്കി, പ്രതിനിധാന പ്രക്രിയയിലേക്കു വഴിമാറ്റിയതിനാണ് ഞങ്ങൾ മനോവിശ്ലേഷണത്തെ കുറ്റപ്പെടുത്തുന്നത്.[64] ലക്കാനിയൻപദ്ധതിയെ പ്രത്യക്ഷമായിത്തന്നെ ദെല്യൂസും ഗ്വത്താരിയും വിമർശനവിധേയമാക്കുന്നു.

ലക്കാനിയൻ മനോവിശ്ലേഷണത്തിൽ അബോധപരമായ ഇച്ഛ അഭാവത്തെ നിറയ്ക്കാനുള്ള ആഗ്രഹമാണ്. അഭാവം/നഷ്ടം/അസാ ന്നിധ്യം എന്നിവ ഈഡിപ്പസിനെ കേന്ദ്രമാക്കി രൂപീകരിക്കുന്ന സിദ്ധാന്തങ്ങളുടെയും സ്ഥാനങ്ങളുടെയും അടിസ്ഥാനസ്വഭാവമാണ്. ഈഡിപ്പസിനെ ആവാഹിച്ചവരുത്തുവാനുള്ള ഒരു ശ്രമമാണിവിടെ കാണുന്നത്. വിഷയീകരണം (subjectification) എന്ന പ്രക്രിയ നടക്കു ന്നതു തന്നെ ഈഡിപ്പസ് കോംപ്ലക്സുമായി ബന്ധപ്പെട്ട ഒന്നായാണ്. അധികാരത്തിന്റെ ചിഹ്നങ്ങൾക്ക് നമ്മെ കീഴ്പ്പെടുത്താൻ എളുപ്പത്തിൽ സാധിക്കുന്നതിതു കൊണ്ടാണെന്നു ദെല്യൂസും ഗ്വത്താരിയും പറയുന്നു.

ഈഡിപ്പൽ ഇച്ഛയുടെ വ്യക്തിനിഷ്ഠസ്വഭാവത്തെ വിമർശിച്ചുകൊണ്ടു ദെല്യൂസും ഗ്വത്താരിയും വിഷയരഹിതയന്ത്രം (subjectless mechine) എന്ന സങ്കല്പം വികസിപ്പിക്കുന്നു. ഇതിലൂടെ ഇച്ഛയുടെ കർത്തൃരഹിതമായ ഒരംശം കണ്ടെത്തുകയാണ് അവർ ചെയ്യുന്നത്. ഭാഷയിലെ ഇച്ഛയുടെ ഭ്രമാത്മകതലത്തെ ഉയർത്തിക്കൊണ്ടു വരികയാണ് ലക്കാനടക്കമുള്ള മനോദർശകർ ചെയ്യുന്നത്. ഇതിനു വിരുദ്ധമായി, ആധുനിക സംസ്കാരത്തിൽ ഇച്ഛയുടെ പ്രകൃതമറിയാനുള്ള ഉത്തമോപാധിയായി സ്കിസോഫ്രീനിയയുടെ ഇച്ഛയെ കൊണ്ടുവരികയാണ് ഇവർ ചെയ്യുന്നത്. അങ്ങനെ ഈഡിപ്പൽ ഇച്ഛയും സ്കിസോയ്സ് ഇച്ഛയും തമ്മിലുള്ള ഏറ്റുമുട്ടലാണ് ദെല്യൂസ്-ഗ്വത്താരി പരികല്പനത്തിന്റെ കാതൽ. സ്കിസോ-അപഗ്രഥനം (Schizo-analysis) എന്ന ഈ വിശകലനരീതി സാമൂഹികപ്രക്രിയകളെ അസ്ഥിരമാക്കുന്ന ലിബിഡിനൽ ഊർജ്ജത്തെ കണ്ടെത്താനുള്ള ശ്രമമാണ്.[65]

കർത്തൃത്വവും സ്ത്രീവാദവും: ജൂലിയറ്റ്മിച്ചൽ, ജാക്വിലിൻ റോസ്

ഭാഷയും ലൈംഗികതയും തമ്മിലുള്ള ബന്ധം ലക്കാനിയൻ ദർശനങ്ങളുടെ ചുവടുപിടിച്ച് സ്ത്രീവാദികൾ അപനിർമ്മിക്കുന്നുണ്ട്. ആധുനികസമൂഹത്തിന്റെ ലിംഗകേന്ദ്രിത, പുരുഷപക്ഷപാത പ്രവണതകളെ തിരിച്ചറിയുമ്പോൾത്തന്നെ സ്ത്രീയെന്നത് പുരുഷനിൽ നിന്നു എന്തോ കുറവുള്ള ഒന്നാണെന്ന് മനസ്സിലാക്കുകയും ചിത്രീകരിക്കുകയും ചെയ്തു ഫ്രോയ്ഡ്. ലക്കാന്റെ സംസ്കാരസങ്കല്പനങ്ങളിൽ 'ലിംഗ' മെന്ന പരമോന്നതസൂചകത്തിന്റെ അപ്രമാദിത്വം പല രീതിയിൽ വായിക്കപ്പെട്ടിട്ടുണ്ട്. പുരുഷത്വം എന്നത് ലിംഗപരമാകുന്നു. 'പുരുഷത്വം' എന്നത് ആധുനിക സമൂഹത്തിലെ അധികാരശക്തിയായ 'ലിംഗം' (Phallus) എന്ന സൂചകത്തിനു ചുറ്റും വളർന്നുവരികയും 'സ്ത്രീത്വം' അധികാരക്രമത്തിൽ നിന്നു പുറത്താക്കപ്പെടുകയും ചെയ്യുന്നു. ഭാഷ, സംസ്കാരം, യുക്തി, വിചാരം എന്നിവയിൽ നിന്നുള്ള 'സ്ത്രീത്വം' നിരാകരിക്കപ്പെടുന്നു. ലക്കാനിയൻ സിദ്ധാന്തങ്ങളോടുള്ള സ്ത്രീവാദസമീപനങ്ങൾ രണ്ടു രീതിയിലാണുള്ളത്. ഇതിൽ ആദ്യവിഭാഗം ലിംഗകേന്ദ്രവാദത്തിനെതിരെ ലക്കാനിയൻ കർത്തൃസങ്കല്പത്തെ ഉപയോഗിക്കുന്ന സ്ത്രീവാദികളാണ്. മറ്റൊരു വിഭാഗം ലിംഗകേന്ദ്രീകരണത്തിന്റെയും പുരുഷമേധാവിത്വത്തിന്റെയും പിടികളിൽ നിന്നു ലക്കാനിയൻ സിദ്ധാന്തങ്ങളും മോചിതമല്ലെന്നു വിലയിരുത്തുന്നു.[66]

ഭാഷ, സംസ്ക്കാരം, കർത്തൃത്വം എന്നിവയെ ലൈംഗികതയോടു ബന്ധിപ്പിച്ചു പഠിച്ചവരാണ് ജൂലിയറ്റ് മിച്ചലും ജാക്വിലിൻ റോസും. ഫ്രോയ്ഡിയൻ ഈഡിപ്പസ് കോംപ്ലക്സിനെ ഭാഷാകേന്ദ്രിതമായി പുനർവായിച്ചു എന്നതാണ് ലക്കാന്റെ മഹത്വമായി ഇവർ കാണുന്നത്.[67] മനുഷ്യവിഷയികളുടെ സാങ്കല്പിക ഏകതയ്ക്കും അതിനു മറുപുറത്തുള്ള പ്രതീകാത്മകവ്യതിരേകത്തിനും ഇടയിലുള്ള വിടവ് 'ലിംഗം' എന്ന സൂചകം കൊണ്ടു നികത്തി എന്നതും ലക്കാന്റെ നേട്ടമായി ഇവർ വിലയിരുത്തി. സംസ്കാരത്തിന്റെ ഭാവങ്ങളായ ഭാഷയിലെയും ലൈംഗികതയിലെയും ലിംഗകേന്ദ്രിതഘടനയും അതനുസരിച്ചുള്ള ശ്രേണീകരണവും തിരിച്ചറിഞ്ഞത് ലക്കാനാണെന്ന് ജൂലിയറ്റ് മിച്ചൽ പറഞ്ഞു. അൽത്തൂസറുടെ സാമൂഹികവീക്ഷണങ്ങളുമായി ബന്ധിപ്പിച്ച് ലിംഗവ്യത്യാസത്തിന്റെ അധികാര പരിസരങ്ങളെ പഠിക്കുന്നു ജൂലിയറ്റ് മിച്ചൽ. ലിംഗഘടനയുടെ വ്യത്യാസത്തിൽ ജീവശാസ്ത്രപരമായ വ്യത്യാസം ഉയർന്നുവരുന്നതിന്റെ അടിസ്ഥാനത്തിൽ, വ്യത്യസ്തമായ പ്രതിനിധീകരണം ശാരീരികമായ വ്യത്യാസമായാണ് വരുന്നതെന്ന് ജാക്വിലിൻ റോസ് സ്ഥാപിക്കുന്നു.

ലക്കാന്റെ നിഷേധാത്മകമായ വായനയാണ് ജാക്വിലിൻ റോസ് നടത്തുന്നത്. അഭാവമായും പ്രതിബിംബമായും അപരമായും ചിത്രീകരിക്കപ്പെടുന്ന സ്ത്രീ പ്രതീകാത്മകത്താൽ പ്രതിനിധീകരണം സാധ്യമല്ലാത്തതാണ്. റോസിനെ സംബന്ധിച്ച് സ്ത്രൈണതയെന്നത് എല്ലായ്പ്പോഴും ഭാഷയുടെയും സാംസ്കാരിക സംവർഗ്ഗങ്ങളുടെയും പരിധിയിൽ നിന്ന് രക്ഷപ്പെടുന്നു. നിഷേധമായും ദമിതമായും നിലനിൽക്കുന്ന സ്ത്രീയെ ക്രിയാത്മകമായി പ്രതിഫലിപ്പിക്കുവാൻ ലക്കാനിയൻ പ്രതീകാത്മകത്തിനു കഴിയുന്നില്ല. അഭാവവും അസന്നിഹിതത്വവുമായി ദമിതവുമാകുന്ന സ്ത്രീ, അതുകൊണ്ടു തന്നെ ലിംഗമേഖലയ്ക്കും അപ്പുറമാണെന്നു റോസ് കരുതുന്നു. സ്വത്വവും അന്യവും തമ്മിലുള്ള അതിർവരമ്പുകൾ അലിയിക്കുന്ന സ്ത്രൈണാഹ്ലാദം (Jouissance) വീണ്ടെടുക്കുകയും പുനരുജ്ജീവിപ്പിക്കുകയും അതിനെ പിതൃകേന്ദ്രിത വ്യവസ്ഥയ്ക്കെതിരെ ഉപയോഗിക്കുകയുമാണ് റോസിന്റെ പദ്ധതി. തന്റേതായ ഖീഔശമൈരില കണ്ടെത്തുമ്പോഴാണ് സ്ത്രീയ്ക്ക് തന്നെത്തന്നെ തിരിച്ചറിയാനാവുന്നതെന്ന്[68] ജാക്വിലിൻ റോസ് പറയുന്നു.

സ്ത്രൈണകർത്തൃത്വത്തിന്റെ സ്ഥാപനം: ജൂലിയ ക്രിസ്തേവ

ലക്കാനിയൻ പ്രതിമാനവികതയുമായി ബന്ധപ്പെടുത്തിയാണ് ജൂലിയക്രിസ്തേവയും ലൂസി ഇറിഗറേയും തങ്ങളുടെ സിദ്ധാന്തങ്ങളെ രൂപവത്ക്കരിച്ചത്. ലക്കാനിയൻ പ്രതീകാത്മകക്രമമെന്നത് യഥാർത്ഥത്തിൽ ആധുനികവർഗവിഭജിത സമൂഹത്തിലെ ലിംഗപരവും സാമൂഹികവുമായ പിതൃകേന്ദ്രികൃതക്രമം (Patriarchial order) തന്നെയാണെന്ന് ജൂലിയ ക്രിസ്തേവ പറയുന്നു. ഇത് ലിംഗമെന്ന മഹാസൂചകത്തിനു ചുറ്റും വിന്യസിക്കപ്പെട്ടതും പിതൃനാമത്താൽ പരിപോഷിപ്പിക്കപ്പെട്ടതുമാണ്. ക്രിസ്തേവ മാതൃ-ശിശുബന്ധത്തെ കേന്ദ്രീകരിച്ചു കൊണ്ടാണ് തന്റെ സങ്കല്പനങ്ങളെ രൂപപ്പെടുത്തുന്നത്. ഈ ഘട്ടത്തെ ഈഡിപ്പൽ പൂർവ്വഘട്ടമെന്നും, ഫ്രോയ്ഡിയൻ പ്രാഥമികപ്രക്രിയാഘട്ടമെന്നോ വിളിക്കാം. ക്രിസ്തേവയെ സംബന്ധിച്ചിടത്തോളം എല്ലാ ചിഹ്നപ്രക്രിയകളും രണ്ടുതരം രീതിവ്യവസ്ഥകളാണ് പാലിക്കുന്നത്. ഒന്ന് ചിഹ്നമാതൃകയും മറ്റേത് പ്രതീകാത്മകതയുമാണ്. ചിഹ്നമാതൃക (Semeotic Model) ക്ക് ലക്കാന്റെ സാങ്കല്പിക (Imaginary order) ക്രമവുമായി വ്യക്തമായ ചേർച്ചയുണ്ട്. 'സ്ത്രൈണ' മാണെന്നു ക്രിസ്തേവ പറയുന്നുണ്ടെങ്കിലും 'മാതാവ്' 'ലിംഗ' ബന്ധമായിത്തന്നെ ഇവിടെ നിലകൊള്ളുന്നു. ആ അർത്ഥത്തിൽ മാതൃത്വത്തെക്കുറിച്ചുള്ള പുരുഷസങ്കല്പത്തിന്റെ ഉത്പന്നം തന്നെയാണ് മാതാവും.[69]

മാതൃത്വം, കുഞ്ഞിനെ പ്രസവിക്കുകയും പാലൂട്ടി വളർത്തുകയും ചെയ്യുന്ന ഒരു ജൈവികാനുഭവമെന്ന സ്ഥാനം നഷ്ടപ്പെടുത്തി പുരുഷന്റെ വാർപ്പമാതൃകയിലേക്ക് സ്വയം ഉരുകിച്ചേരുന്നു. ചിഹ്നമാതൃക മാതൃശരീരത്തിൽ നിന്ന് ഉരുവം കൊള്ളുന്നതാണ്. ക്രിസ്തേവയുടെ ഈ മാതൃക അതിവർത്തനസ്വഭാവമുള്ളതും സൂചകങ്ങളുടേതായ ആധുനിക-പുരുഷാധിപത്യസമൂഹങ്ങളുടെ പ്രത്യയശാസ്ത്രങ്ങൾക്കെതിരുമാണ്, ദൈവം/പിതാവ്, ഭരണകൂടം/സ്വത്ത് എന്നീ പ്രത്യയശാസ്ത്രസംജ്ഞകളെ ക്രിസ്തേവ നിരാകരിക്കുന്നു.

ക്രിസ്തേവയുടെ 'പ്രതീകാത്മകം' നിലനിൽക്കുന്ന പുരുഷകേന്ദ്രിത, ലിംഗകേന്ദ്രിത സംസ്കാരത്തിന്റെ പെരുംവാർപ്പാണെന്നതാണ് പ്രധാന പ്രശ്നം. ചിഹ്നമാതൃകയെ പ്രതീകാത്മകതയിലേക്ക് ജ്ഞാനസ്നാനം (baptism) ചെയ്യിച്ചാണ് സംസ്കാരം ഓരോ വ്യക്തിയെയും ഉൾക്കൊള്ളുന്നത്. ഇത് ഈഡിപ്പൽ മേഖലയാണ്. ഫ്രോയ്ഡിന്റെ അർത്ഥത്തിൽ ദ്വിതീയ പ്രക്രിയയുടെ മണ്ഡലവുമാണ്. പ്രതീകാത്മകക്രമത്തിലേക്കു കടക്കാത്ത ഒരാൾ മനോരോഗിയായിത്തീരും.

ക്രിസ്തേവയുടെ ചിഹ്നമാതൃക (symbolic) പ്രതീകക്രമത്തിന്റെ അതിർ വരമ്പുകളിലെവിടെയോ ഉള്ള ഭാഗമായി ടെറിഈഗിൾടൺ പറയുന്നു. സ്ത്രീ അതുകൊണ്ട് ഒരേസമയം ഈ ക്രമത്തിനകത്തും പുറത്തുമാണ്.[70] കാല്പനിക ആദർശവൽക്കരണത്തിനു വിധേയമാകുന്ന ഒരംഗമെന്ന നിലയിലും ബഹിഷ്കരിക്കപ്പെട്ട ഒരു ഇരയെന്ന നിലയിലുമാണ് സ്ത്രീ കർതൃത്വത്തിന്റെ നിലനിൽപ്പ്.

ലക്കാന്റെ പിതൃനിയമത്തിന്റെ മേഖലയാണ് പ്രതീകക്രമം. കൃത്രിമവും നിയമനിഷ്ഠവും പക്ഷപാതപരവുമായ പ്രതീകക്രമത്തിൽ നിന്നു നീതി ലഭിക്കുകയില്ലെന്നാണ് ക്രിസ്തേവ കരുതുന്നത്. ചിഹ്നമാതൃകകളെ അടിച്ചമർത്തുന്ന പ്രതീകക്രമം, പിതൃകേന്ദ്രീകൃത വ്യവസ്ഥ തന്നെയാ ണെന്നു ക്രിസ്തേവ കണ്ടെത്തുന്നു. എന്നാൽ ഭ്രാന്തിലും ദിവ്യത്വത്തിലും കവിതയിലും ചിഹ്നമാതൃക ഉണരുകയും പ്രതീകാത്മകത്തിനെതിരെ അട്ടിമറി പ്രവർത്തനം നടത്തുകയും ചെയ്യുമെന്ന് ക്രിസ്തേവ പ്രത്യാ ശിക്കുന്നു. ക്രിസ്തേവ തന്റെ സിദ്ധാന്തത്തിന്റെ നിർണായകമായ ഘട്ടത്തിലേക്കു കടക്കുന്നതിനിയാണ്. സ്ത്രീ, അമ്മയായതുകൊണ്ട് അനുഗ്ര ഹീതയാണെന്നു ക്രിസ്തേവ പറയുന്നു. ഗർഭം ധരിച്ച് കുഞ്ഞിനെ പ്രസവി ക്കുകയെന്നത് അന്യവുമായി (ശിശു) ആഹ്ലാദകരവും സർഗാത്മകവുമായ ബന്ധം സ്ഥാപിക്കുന്നതിനു സ്ത്രീയെ പ്രാപ്തയാക്കുന്നുവെന്നതാണ് അത്.

തന്റെ ഉള്ളിൽ വളർന്നുവരുന്ന അപരത്തെ (മറ്റൊരു മനുഷ്യനെ) ക്കുറിച്ചുള്ള തിരിച്ചറിവ്, കർതൃത്വവിച്ഛേദനത്തിന്റെ മാതൃകയാണ് സൃഷ്ടിക്കുന്നത്. സ്വന്തം ശരീരത്തിന്റെ ഇരട്ടിക്കലാണിവിടെ സംഭവി ക്കുന്നതെന്ന് ക്രിസ്തേവ കണ്ടെത്തുന്നു. ഒരേ ശരീരത്തിൽ സ്വത്വവും/ അപരവും തമ്മിലുള്ള സഹവാസം അങ്ങനെ സാധ്യമാവുന്നു. ശരീരശാ സ്ത്രവും ഭാഷണവും തമ്മിലും പ്രകൃതിയും ബോധവും തമ്മിലും ഇവിടെ ഒത്തൊരുമിച്ച നിലനിൽക്കുന്നു. ഇതൊരു മാസ്മരിക പ്രതിഭാസമാണ്.[71]

സ്ത്രീയുടെ ഒട്ടാക്കെ പ്രതിനിധാന പ്രശ്നങ്ങളും ഇവിടെ നിഷ്പ്രയാസം പരിഹരിക്കപ്പെടുന്നുവെന്ന് ക്രിസ്തേവ കരുതുന്നു. തന്റെ ഈ അപഗ്ര ഥനരീതിക്ക് ചിഹ്നവിശ്ലേഷണം എന്നാണ് ക്രിസ്തേവ പേരു നൽകി യിരിക്കുന്നത്. അർത്ഥോദ്പാദത്തെ തകർത്തുകളയുന്ന പ്രക്രിയയായും വ്യവഹാരത്താൽ ഒരേസമയം രൂപീകരിക്കപ്പെടുന്നതും ധ്വംസിക്കപ്പെ ടുന്നതുമായ കർതൃത്വത്തെക്കുറിച്ചുള്ള പഠനമായും ക്രിസ്തേവയുടെ രീതി വിലയിരുത്തപ്പെട്ടിട്ടുണ്ട്. പിതൃകേന്ദ്രിതവ്യവസ്ഥയുടെ/പ്രതീകാത്മ കപഠനത്തിന്റെയും അവയിലെ കർതൃത്വപ്രതിനിധാനത്തെക്കുറിച്ചുള്ള ലക്കാനിയൻ ദർശനത്തിന്റെയും അടിത്തറയിലാണ് ക്രിസ്തേവ ഇതു വികസിപ്പിച്ചെടുത്തിട്ടുള്ളത്.

സ്ത്രീയും പിതൃകേന്ദ്രിതവ്യവസ്ഥയും: ലൂസി ഇറിഗറെ

ഇന്നു നിലവിലുള്ള പ്രതിനിധാനത്തിന്റെ മണ്ഡലങ്ങളെല്ലാം പിതൃകേന്ദ്രിതവും ലിംഗകേന്ദ്രിതവുമാണ്. അതിലൂടെ ഒരു സ്ത്രീക്കും തന്നെ പ്രതിനിധീകരിക്കുക സാദ്ധ്യമല്ല, അതുകൊണ്ട് അത്തരം ഘടകങ്ങളെ തകിടം മറിക്കുന്ന ഒരു സൈദ്ധാന്തികമണ്ഡലവും ഭാഷയും അന്വേഷിക്കുകയാണ് ലൂസി ഇറിഗറേ. ലക്കാനിയൻ പരിപ്രേക്ഷ്യത്തിൽ നിന്നുകൊണ്ടു തന്റെ സിദ്ധാന്തരൂപീകരണത്തിനു ശ്രമിക്കുകയും പിന്നീടതിനെ നിരാകരിച്ചു കൊണ്ട് തന്റേതായ ഒരു സ്ത്രീ-കർതൃസങ്കല്പത്തിലേക്കു നീങ്ങുന്നു ഇറിഗറേ. സ്ത്രീയെ സ്ത്രീയായിത്തന്നെ പ്രതിനിധാനം (represent) ചെയ്യുന്ന/ചെയ്യാനാവുന്ന ഒരു വ്യവസ്ഥയെക്കുറിച്ചുള്ള അന്വേഷണമാണ് ഇറിഗറെ നടത്തുന്നത്. ക്രിസ്തേവയിൽ നിന്നു വ്യത്യസ്തമായി കർതൃത്വത്തിന്റെയും ജ്ഞാനത്തിന്റെയും തലത്തിൽ സ്ത്രീക്ക് തികച്ചും വ്യത്യസ്തമായ അസ്തിത്വമാണുള്ളതെന്ന് ഇറിഗറെ വാദിക്കുന്നു.

ഇറിഗറെ, ഫ്രോയ്ഡ്-ലക്കാൻ ചിന്തകളെ തന്റേതായ രീതിയിൽ പുനഃസന്നിവേശിപ്പിക്കുകയാണ് ചെയ്യുന്നത്. ഇവിടെ ഫ്രോയ്ഡിയൻ/ലക്കാനിയൻ ഘടനകളെ ഉപേക്ഷിക്കുന്നു. (ഈഡിപ്പൽ പൂർവ്വഘട്ടം (സാങ്കല്പികം)/ഈഡിപ്പൽഘട്ടം (പ്രതീകാത്മകം) ഈ ഘടനകളിൽ രണ്ടിലും ആൺകുട്ടിയെയാണ് സങ്കല്പിച്ചിരിക്കുന്നതെന്നു ഇറിഗറെ കണ്ടെത്തുന്നു. ഇറിഗറേ ഇതിനുപകരമായി ഈഡിപ്പൽ പൂർവ്വഘട്ടത്തിലെ അമ്മയും, പെൺകുഞ്ഞും തമ്മിലുള്ള ബന്ധത്തെ വിശകലനത്തിനു തിരഞ്ഞെടുക്കുന്നു. അമ്മയും പെൺകുഞ്ഞും തമ്മിൽ സവിശേഷമായ ഒരു ബന്ധമാണുള്ളതെന്നും ഈ വേളയിലെ ബന്ധത്തിന്റെ ശരിയായ പ്രതിനിധാനം ഭാഷയിൽ സാദ്ധ്യമല്ലെന്നും ഇറിഗറെ വിശദമാക്കുന്നു. 'സ്ത്രൈണ സാങ്കല്പികം' എന്നാണിതിനെ ഇറിഗറെ വിശേഷിപ്പിക്കുന്നത്.[72] അബോധസങ്കല്പത്തിൽ ഫ്രോയ്ഡോ, ലക്കാനോ സ്ത്രൈണബോധം പരിഗണിച്ചിട്ടില്ല. ഇവിടെ സ്ത്രീശരീരത്തെക്കുറിച്ചുള്ള സാങ്കല്പികരൂപശില്പത്തെക്കുറിച്ചുള്ള ലക്കാനിയൻ നിരീക്ഷണം (Imaginal enatory) ഇറിഗറെ അനുവർത്തിക്കുന്നു.

പിതൃകേന്ദ്രിതവ്യവസ്ഥയിൽ നിന്നു വിമുക്തമായി സ്ത്രീശരീരത്തിന്റെ സാധ്യതകൾ ഉപയോഗപ്പെടുത്തി അതിനെ ജ്ഞാനോത്ഭവകേന്ദ്രമാക്കിത്തീർക്കണമെന്ന് ഇറിഗറെ വാദിക്കുന്നു. മനോവിശ്ലേഷണവുമായി ചില കാര്യങ്ങളിൽ ഇറിഗേറിയൻ ലോകം എതിർപ്പും അസ്വാരസ്യവും പ്രകടിപ്പിക്കുന്നു. ലിംഗാവഗണനയുടെ അടിസ്ഥാനമായി സാന്നിധ്യവും

അഭാവവുമായി സ്ത്രീയെ കാണാനാണ് ഫ്രോയ്ഡും ലക്കാനും ശ്രമിച്ചതെന്ന് അവർ വിമർശിക്കുന്നു. മനുഷ്യൻ (പുരുഷൻ) 'A' ആണെങ്കിൽ സ്ത്രീയെ 'A-' (എ മൈനസ്) ആയി കാണുന്നതിനു പകരം 'B' ആയി കാണണമെന്നാണ് ഇറിഗറെയുടെ നിർദ്ദേശം. തന്റെ ലിംഗവിഭജനത്തിന് സൊസ്യൂറിയൻ സങ്കല്പത്തിലെ ശുദ്ധവ്യതിരേകം (Pure difference) എന്ന പരികല്പനയാണ് ഇറിഗറെ സ്വീകരിക്കുന്നത്.[73] ഫ്രോയ്ഡിന്റെയും ലക്കാന്റെയും മനോവിശ്ലേഷണം പുരുഷനു മാത്രം ബാധകമാണെന്ന് ഇറിഗറെ പറയുന്നു.

ഇറിഗറെ മനോവിശ്ലേഷണത്തെ തന്നെയാണ് വിശകലനം ചെയ്യാൻ ശ്രമിക്കുന്നത്. ഇറിഗറെയുടെ വിമർശനം മനോവിജ്ഞാനീയത്തിന്റെ അപനിർമാണാത്മകമായ വായനയാണ്. ലക്കാനിയൻ കണ്ണാടിബിംബത്തിൽ പുരുഷകർത്തൃത്വം മാത്രമേ പ്രതിഫലിച്ചു കാണുന്നുള്ളൂവെന്ന് ഇറിഗറെ തീരുമാനിക്കുന്നു. സ്ത്രീക്ക് അവിടെ പുരുഷന്റെ പ്രതിബിംബത്തിന്റെ പതിപ്പുമാത്രമാകാനേ കഴിയുന്നുള്ളൂ. ഇതിനെ പ്രതിരോധിക്കണമെങ്കിൽ, സ്ത്രീയുടെ ആത്മനിരീക്ഷണത്തിന്റെയും ആത്മപ്രതിനിധാനത്തിന്റെയും ബിംബമാണ് ആവശ്യമെന്നു ഇറിഗറെ സമചിതാവസ്ഥയിലുള്ള ലിംഗവിഭജനമാണ് ലിംഗകേന്ദ്രീകരണത്തിനു കാരണമാകുന്നത്. ഒരൊറ്റ ലിംഗത്തിന്റെ വ്യത്യസ്തതകളായി രണ്ടുലിംഗ വിഭാഗത്തെയും കാണുന്നതുകൊണ്ട് താൻ സ്ത്രീയുടെ വംശീയാന്വേഷണ (geneology)ത്തിന് ഒരുങ്ങുകയാണെന്നാണ് ഇറിഗറെ പറയുന്നത്.[74]

ലക്കാനിയൻ കർത്തൃത്വവും സാഹിത്യ/സംസ്ക്കാരവിമർശനവും

ലക്കാനിയൻ കർത്തൃസങ്കല്പനങ്ങളിൽ സ്ത്രീവാദികൾ കാണുന്ന പ്രത്യേകതകളിൽ ഒന്നാമത്തേത്, അത് കാർട്ടീഷ്യൻ സങ്കല്പത്തോട് എതിർപ്പു പ്രകടിപ്പിക്കുന്നു എന്നതാണ്. കാർട്ടീഷ്യൻ സങ്കല്പമനുസരിച്ചുള്ള മുൻനിശ്ചിതവും സംശയരഹിതവും ഏകീകൃതവുമായ വിഷയി എന്ന ഒന്നില്ലെന്നു ലക്കാൻ പറയുന്നു. സാമൂഹികവും ഭാഷാപരവുമായ ആവിഷ്കാരമാണ് കർത്തൃത്വം (subjectivity) എന്ന ലക്കാനിയൻ നിലപാട് വളരെ പ്രധാനപ്പെട്ടതാണ്. രണ്ടാമതായി, ലൈംഗികതയെ സംബന്ധിച്ച മൗലികമായ ചില ചോദ്യങ്ങൾ ഉയർത്തിക്കൊണ്ടു വരുന്നു ലക്കാൻ. പുരുഷകേന്ദ്രിതമായ 'ലിംഗ' ക്രമത്തെ അട്ടിമറിക്കുകയും അതിനെതിരായി 'ജവമഹഹൗ'െ എന്ന സംപ്രത്യയത്തിലൂടെ-(ശിശ്നത്തിന്റെ-സാന്നിധ്യ/അഭാവത്തിലൂടെയുള്ള വിഭജനം) സാധ്യമാക്കുന്ന ലിംഗഗണനയെ വിമർശിക്കുകയും ചെയ്യുന്നു ലക്കാൻ.

സാമൂഹികവും ഭാഷാപരവുമായ നിർമ്മിതികളായി ലിംഗപരിഗണനയെ കാണുകയാണ് ഇതിനുള്ള പ്രതിവിധിയെന്ന് അദ്ദേഹം കരുതുന്നു. സമൂഹത്തിനകത്തെ/സംസ്ക്കാരത്തിനകത്തെ ഒരു വിഷയി (subject) ആകണമെങ്കിൽ ആണിനും പെണ്ണിനും വീതിച്ചുവെച്ചിട്ടുള്ള പെരുമാറ്റങ്ങളും രീതികളും ആനുകൂല്യങ്ങളും നിഷേധങ്ങളും ഒക്കെ ഏറ്റെടുത്തേ മതിയാകൂ എന്ന് ലക്കാൻ പറയുന്നു.

മൂന്നാമതായി ലക്കാൻ ഉയർത്തിപ്പിടിക്കുന്നത് കർത്തൃത്വത്തിലെ അർത്ഥപരവും ചിഹ്നപരവുമായ വ്യൂഹങ്ങളുടെ പരമപ്രാധാന്യമാണ്. ഓരോ വിഷയിയും തന്നെത്തന്നെ പ്രതിഷ്ഠിക്കുന്നത് വ്യാവഹാരികവും (പ്രതീകക്രമം) ഭാഷാപരവുമായ ക്രമങ്ങളുടെയുള്ളിലാണ്. അവയാകട്ടെ, മനുഷ്യന്റെ സാമൂഹികവും സാംസ്ക്കാരികവും ലൈംഗികവുമായ എല്ലാ പ്രവൃത്തികളെയും നിർണയിക്കുകയും ചെയ്യുന്നു. ഇത് എല്ലാമറിയുന്ന എന്നു ഭാവിക്കുന്ന കാർട്ടീഷ്യൻ കോഗീറ്റോവിനോടുള്ള ക്രിയാത്മകമായ പ്രതിരോധമായാണ് പ്രത്യക്ഷപ്പെടുന്നത്. ഭാഷയിലും ഭാഷയാലും രൂപീകരിക്കപ്പെടുന്ന വിഷയി എന്ന സങ്കല്പം ഒരുതരത്തിലും വിഷയിക്ക് അപ്രമാദിത്വം അനുവദിച്ചുകൊടുക്കുന്നില്ല. ഓരോ വിഷയിയും ഒരേസമയം ഭാഷകനും ഭാഷിതനുമൊണന്ന വസ്തുത ഇതു തെളിയിക്കുന്നു. ഇങ്ങനെ കർത്തൃത്വം, ഭാഷ, ലൈംഗികത എന്നീ ഘടകങ്ങളെ കൂട്ടിയിണക്കി ദർശനത്തോളം ഉയർത്തി എന്നുള്ളതാണ് ലക്കാന്റെ മൗലികത.

കാല്പനികതയും അബോധവും

കാല്പനികതയുടെ നടുക്കറ്റി വ്യക്തിയുടെ അഹംബോധത്തിനു ചുറ്റും യഥേഷ്ടം ചുറ്റിത്തിരിയുന്ന ഒരു പ്രത്യേക ജീവിത ദർശനമാണ്. വ്യക്തിസത്തയുടെ സ്വാതന്ത്ര്യബോധവുമായി ബന്ധപ്പെട്ട ഒന്നാണത്. താനും തന്റെ മനസ്സും മാത്രം അതിനപ്പുറം നിതാന്തശൂന്യത എന്നാണ് അഹംബോധത്തിന് മുൻതൂക്കം നൽകുന്ന ഒരാളുടെ പൊതുവെയുള്ള മനോഭാവം. മനുഷ്യമനസ്സിന് അഹംബോധം, സഹജമായ കാമവാസന, വിശിഷ്ടാന്തർബോധം എന്നിങ്ങനെ മൂന്നു ഘടകങ്ങളുണ്ടെന്ന് സിഗ്മണ്ട് ഫ്രോയ്ഡ് വ്യക്തമാക്കിയിട്ടുണ്ട്. വ്യക്തിഗതമായ വ്യത്യസ്തതയ്ക്കു ആധാരം അഹംബോധമാണെന്നാണ് മനഃശാസ്ത്രമതം. അഹംബോധത്തെക്കുറിച്ചുള്ള സങ്കല്പം കാല്പനികകാലഘട്ടത്തിൽ മുമ്പെങ്ങുമില്ലാത്തവിധം ശക്തി പ്രാപിച്ചു. വ്യക്തിവാദം (Individualism) എന്നു വിളിക്കുന്നതു അഹംബോധത്തിന്റെ സ്വേച്ഛാചാരിത്വത്തെയാണ്.

കാല്പനികകവിക്ക് ഈ പ്രപഞ്ചത്തിന്റെ കേന്ദ്രവും സർഗാത്മക വിഷയവും ഞാൻ ആണ്. ഈ 'ഞാൻ' ബോധം ഒരു തരം സ്വത്വാന്വേഷണത്തിനും സ്വത്വാപഗ്രഥനത്തിനും പ്രചോദനം നൽകുന്നു. സമൂഹബോധത്താലും സദാചാരസങ്കല്പത്താലും നിയന്ത്രിക്കപ്പെടുന്ന ബോധമനസ്സിൽ തന്റെ അവികലമായ സ്വത്വം കണ്ടെത്തുക സാധ്യമല്ല. സമൂഹത്തിനു വിധേയമാകാത്ത അബോധമനസ്സിന്റെ വ്യാപാരങ്ങളിലാണ് അയാൾ തന്റെ യഥാർത്ഥ വ്യക്തിത്വത്തിന്റെ അപൂർവ്വത ദർശിക്കുന്നത്. കാല്പനികകവി അതുകൊണ്ടാണ് ബോധമനസ്സിനെക്കാൾ അബോധമനസ്സിനെ ആദരിക്കുന്നത്. തന്റെ അകൃത്രിമമായ സ്വത്വം സാക്ഷാത്കരിക്കാൻ ശ്രമിക്കുന്ന കവി തന്റെ മനസ്സിന്റെ അബോധതലത്തിൽ നടത്തുന്ന സാഹസികവും ഏകാന്തവുമായ യാത്രയായി മാറുന്നു സർഗാവിഷ്കാരം. കാല്പനികത അബോധമനസ്സിന്റെ ആവിഷ്കാരമാണെന്ന വാദത്തിന്റെ ആധാരം ഇതാണ്.

കാല്പനികതയും ആശയവാദവും

കാല്പനികസ്വത്വത്തിന്റെ അടിസ്ഥാനവസ്തുതയായി കണ്ടെത്താൻ കഴിയുന്നത് അതിന്റെ നിയന്ത്രണമില്ലായ്മയാണ്. പാരമ്യത്തെ പുല്കുവാനുള്ള വെമ്പൽ കാല്പനികസത്തയുടെ മൗലികമായ ഭാവമാണ്. ലോകകേന്ദ്രത്തിലേക്കുതന്നെത്തന്നെ പ്രതിഷ്ഠിച്ചുകൊണ്ട് മനുഷ്യസത്തയെ പരിധിയില്ലാത്ത ആകാശങ്ങളിലേക്ക് പറത്തുകയാണ് കാല്പനികൻ ചെയ്യുന്നത്. ആശയവാദപരമായ സമീപനമാണ് കാല്പനികതയുടെ ജീവിത പ്രതീകത്തെ നിയന്ത്രിക്കുകയും നിർണയിക്കുകയും ചെയ്യുന്നത്. വസ്തുവല്ല മനസ്സാണ് സത്യമെന്നും വസ്തുവിനെ നിർണയിക്കുന്നതുപോലും മനസ്സാണ് എന്നതുമാണ് ആശയവാദത്തിന്റെ മൗലിക പ്രമാണം.

കവിതയെ നിഗൂഢമാക്കുന്ന, അപരത്തെയും അവ്യക്തതയെയും അമൂർത്തതയെയും അന്വേഷിക്കാനും അളക്കുവാനും വ്യാഖ്യാനിക്കുവാനുമുള്ള കാല്പനിക മനസ്സിന്റെ വിഫലമെങ്കിലും ധീരമായ യത്നങ്ങൾ രൂപം കൊള്ളുന്നത് ഈ പശ്ചാത്തലത്തിലാണ്. കാല്പനികകവിതയിൽ പലപ്പോഴും കാണാവുന്ന വികാരമൂർച്ഛതയിലുള്ള ആനന്ദം, പൂർണതയുടെ വെളിപാട്, പൂർണതയിലുള്ള ലയനം, അല്ലെങ്കിൽ ലയിക്കുവാനുള്ള തീവ്രമായ ആഗ്രഹം എന്നിവയൊക്കെത്തന്നെ ആശയവാദത്തിന്റെ താത്വികാടിത്തറയിൽ നിന്നു വിലയിരുത്താവുന്നതാണ്. നഷ്ടപ്പെട്ടുപോയ മധുരാനുഭൂതിയെ ഓർമ്മിച്ചുള്ള ഉത്കണ്ഠ, ശോഭനമായ ഭാവിയെക്കുറിച്ചുള്ള ഉത്കണ്ഠ, സാമൂഹികമായ യാഥാർത്ഥ്യങ്ങളും ആദർശാത്മകസങ്കല്പങ്ങളും തമ്മിലുള്ള പൊരുത്തക്കേടിൽനിന്ന്

ഉളവാകുന്ന ഉത്ക്കണ്ഠ എന്നിങ്ങനെ വൈകാരികമായ ഒരു അരക്ഷിതാവസ്ഥ കാല്പനികകവികളുടെ മനസ്സിനെ ഭരിക്കുന്നു.

കാല്പനികത എന്ന ബൃഹദാഖ്യാനം

ആധുനികോത്തരത മുന്നോട്ടുവെച്ച എഴുത്തുകാരനെ എഴുത്തിൽ നിന്നു നിരസിച്ചുകൊണ്ട് കൃതിയെ വായിക്കുന്ന രീതി സാഹിത്യദർശനത്തെ തന്നെ അട്ടിമറിച്ചു. എഴുത്തുകാരന്റെ പ്രഭാവത്തെ (aura) ഇല്ലാതാക്കിക്കൊണ്ട് എഴുത്തിനെ കേന്ദ്രമാക്കുന്ന ഈ സാഹിത്യ പഠനരീതി കാൽപ്പനികതയുടെ വൈയക്തികതസ്സും കർത്തൃത്വത്തിനും എതിരാണ്. കൃതികർത്തൃത്വനിർമ്മിതിയല്ല, ഭാഷാനിർമ്മിതിയാണെന്ന ചിന്ത ബൃഹദാഖ്യാനങ്ങളെ സംശയിക്കുകയും വിമർശിക്കുകയും കടപുഴക്കുകയും ചെയ്യുന്നു. എല്ലാം മനുഷ്യനിർമ്മിതമാണ് എന്നതിന്റെ സ്ഥാനത്ത് ഭാഷാനിർമ്മിതമാണ് എന്ന ഭാഷാകേന്ദ്രിതവാദമാണ് ആധുനികോത്തരത മുന്നോട്ടുവച്ചത്.

ഭാഷയെന്നാൽ ചിഹ്നങ്ങളുടെ വ്യവസ്ഥയാണെന്നും ചിഹ്നമെന്നാൽ സൂചക-സൂചിതങ്ങളുടെ സ്വേച്ഛാപരമായ ബന്ധമാണെന്നും ചിഹ്നം സൂചകങ്ങളിലേയ്ക്കല്ല മറ്റൊരു സൂചകത്തിലേയ്ക്കാണ് നയിക്കുന്നതെന്നും അതുകൊണ്ട് വ്യത്യസ്തവും എപ്പോഴും നീക്കിവെക്കപ്പെടുന്നതുമായ അർഥങ്ങളാണ് ഭാഷയ്ക്കുള്ളതെന്നും വായനയിലൂടെ നിർമ്മിച്ചെടുക്കുന്ന ആപേക്ഷികവും സാന്ദർഭികവുമായ അർഥമാണ് കൃതിക്കുള്ളതെന്നും ഒരു കൃതിയെന്നാൽ ഇത്തരം പാഠവായനകളുടെ നിരന്തര ലീലയാണെന്നുമുള്ള ആധുനികോത്തര ദർശനങ്ങൾ അതേവരെ നിലനിന്നിരുന്ന സാഹിത്യസിദ്ധാന്തങ്ങളെ മാറ്റിമറിച്ചു. ഇത് ഗ്രന്ഥകാരന്റെ മരണം കുറിച്ചു. കാൽപ്പനികത മുന്നോട്ടുവെച്ച വ്യക്തിവാദവും പ്രതിഭാവാദവുമൊക്കെ ഭാഷയിൽ അതാതു സന്ദർഭങ്ങളിൽ നിർമിക്കപ്പെട്ട കർത്തൃത്വങ്ങളുടെയും (Subjectivity) പാഠാന്തരങ്ങളുടെയും (texuality) പ്രതിനിധാന (representation) ങ്ങൾ മാത്രമായി വിലയിരുത്തപ്പെടുന്നു. എഴുത്തുകാരന്റെ സ്വത്വം (ണൃശശേിഴ ലെഹള) എന്നത് ഭാഷാലീലകളുടെ ആകത്തുകയായി മാറി.

അബോധവും എഴുതുന്ന സ്വത്വവും: പി.യുടെ സാഹിത്യത്തിൽ

പി. കുഞ്ഞിരാമൻ നായരുടെ എഴുതുന്ന സ്വത്വത്തെ (writing self) അപഗ്രഥനവിധേയമാക്കുകയും അനുഭവത്തിലും ആഖ്യാനത്തിലും നിലനില്ക്കുന്ന ആന്തരവൈരുദ്ധ്യത്തെ ഘടനാനന്തര മനോവിജ്ഞാനീയത്തിന്റെ രീതിശാസ്ത്രം (ലക്കാനിയൻ/പോസ്റ്റ് ലക്കാനിയൻ സങ്കേതങ്ങൾ)

ഉപയോഗിച്ച് അന്വേഷിക്കുകയും ചെയ്യുക എന്നതാണ് ഈ പഠനത്തിലൂടെ ഉദ്ദേശിക്കുന്നത്. പി. യുടെ എഴുത്തിൽ/ആവർത്തിച്ചു കൊണ്ടിരിക്കുന്ന മനോഘടന (physics pattern), പിതൃകേന്ദ്രിതവ്യവസ്ഥയുടെ (partriarchy) സ്വീകാര/തിരസ്ക്കാരതലം, പി.യെ വേട്ടയാടിക്കൊണ്ടേയിരുന്ന കുറ്റബോധവും അതിൽനിന്നു പുറത്തു ചാടാനുള്ള പ്രവാസപീഡയും എഴുത്തിലെ അപര സാന്നിധ്യമായി നിലനിന്ന പ്രകൃതി/സ്ത്രീ-ദ്വന്ദ്വങ്ങൾ ഇവയൊക്കെ ഈ പഠനത്തിൽ സൂക്ഷ്മപരിശോധനക്ക് വിധേയമാക്കുന്നു. പി. യുടെ സ്വത്വത്തിന്റെ ആന്തരസംഘർഷങ്ങളെ മനസ്സിലാക്കുന്നതിന് ആത്മകഥകളും ഇതിനുപൂരകമായി വരുന്ന ആത്മസംഘർഷ പ്രധാനമായ കവിതകളും ഗദ്യലേഖനങ്ങളും ഈ പഠനത്തിലുള്ള പ്രഥമാകരമായി സ്വീകരിക്കുന്നു.

പി. യുടെ സാഹിത്യത്തിൽ ആത്മാംശം അടിമുടി നിലനിന്നിരുന്നു. കേരളീയ പ്രകൃതിയും ഗ്രാമഭംഗിയും ആണ്ടറുതികളും വേലപൂരങ്ങളും ക്ഷേത്രങ്ങളും എല്ലാം ചേർന്ന് മായികമായൊരന്തരീക്ഷമാണ് പി.കവിതയിലേത്.[75] മധുരമായൊരു പ്രവാസദുഃഖം എങ്ങും നിറഞ്ഞുനിന്നിരുന്നു: പി. യുടെ ജീവചരിത്രരചയിതാവായ പി.എം. നാരായണൻ അഭിപ്രായപ്പെടുന്നു. ആരോടൊക്കെയോ തെറ്റു ചെയ്തതിന്റെ പാപബോധവും പശ്ചാത്താപവും പി. കവിതകളിലുടനീളം കാണാം എന്ന് അദ്ദേഹം കൂട്ടിച്ചേർക്കുന്നു.

നിരൂപകനായ ഡോ. പി.വി. വേലായുധൻ പിള്ള പി. കവിതയെയും ജീവിതത്തെയും വിലയിരുത്തുന്നത് ഏതോ വിലക്ഷണ മനോഘടനയുടെ വിസ്ഫോടനത്തിന്റെ ആവിഷ്കാരമായിട്ടാണ്. അദ്ദേഹം എഴുതുന്നു: നാം എത്രപാടുപെട്ടാലും കുഞ്ഞിരാമൻ നായരുടെ മനസ്സു മുഴുവൻ അദ്ദേഹത്തിന്റ കവിതയിൽനിന്നു തുറന്നു കിട്ടാൻ ബുദ്ധിമുട്ടാണ്. അദ്ദേഹത്തിന്റെ കവിത ഒരർത്ഥത്തിൽ കപടമുഖമുള്ള (deceptive) ഒന്നാണ്.[76] പൂട്ടും താക്കോലുമില്ലാത്ത രഹസ്യക്കള്ളറയില്ലാത്ത തുറന്ന ഒരു മരപ്പെട്ടിയാണ് തന്റെ മനസ്സെന്ന് പി. തന്നെ ആത്മകഥയിലൊരിടത്ത് പറയുന്നുണ്ട്.[77] ആത്മകഥാകഥനങ്ങളിലൂടെ ഏറെക്കുറെ തുറന്നു കിട്ടുകയും ചെയ്യുന്നു എന്നു ഡോ. പി.വി. പറയുകയും ചെയ്യുന്നു.

പി.യുടെ കവിതകളിലെ ആന്തരവൈരുദ്ധ്യങ്ങളിലേക്ക് വിരൽ ചൂണ്ടുന്നതാണ് ഈ വ്യത്യസ്ത പ്രസ്താവനകൾ. എല്ലാം മലർക്കെ തുറന്നിടാതെ ബിംബാത്മകമായി എഴുതുന്ന രീതി - കാവ്യഭാഷയുടെ സർവ്വസാധ്യതകളെയും പ്രയോജനപ്പെടുത്തുന്ന ഈ രീതി, പി.യുടെ ആഖ്യാനത്തിലൂള്ള മൗലികതയാണ്. സംവാദത്തിലൂന്നുന്ന (dialogic) ഒരു ഭാവനാരീതി ഈ ആഖ്യാനഘടനയിലുണ്ട്. ഈ ആഖ്യാനഘടന

ബഹുസ്വരതയുടേതായ ഒരു തലം പി.യുടെ എഴുത്തിനു നൽകുന്നുണ്ട്.

മലയാള കാവ്യപാരമ്പര്യങ്ങളിൽ പി.യെ വേറിട്ടു നിർത്തുന്നത് പി.കവിതയിലെ ബഹുസ്വരതയാണ്. പല ലോകങ്ങളെ സ്പർശിച്ചു നിൽക്കുന്നു അത്. ഒരേ സമയം തന്നെ പ്രകൃതിഗീതമായും, ആത്മരോദനമായും മനുഷ്യാവസ്ഥയെക്കുറിച്ചുള്ള വിലാപമായും പി. കവിത നിലകൊള്ളുന്നു.[78] പ്രകൃതി ചിത്രണമായി വ്യാഖ്യാനിക്കപ്പെട്ടിരിക്കുന്ന പി. കവിതയുടെ ഒരു തലം മാത്രമാണ് ഇതിലേക്ക് ഇഴചേർന്നിരിക്കുന്നത്. പി.യെന്ന വ്യക്തിയുടെ ജീവിതകഥ എന്നതിലുപരി ഈ കഥാഖ്യാനത്തിലൂടെ രൂപം കൊള്ളുന്നത് ആധുനിക മനുഷ്യന്റെ കഥയാണ്. പ്രകൃതിയിൽനിന്നും സമൂഹത്തിൽനിന്നും കുടുംബത്തിൽനിന്നും വേർപെട്ട് ഏകാന്തപഥികനായി മാറിയ മനുഷ്യന്റെ വിലാപം പി. യുടെ എഴുത്തിൽ മുഴങ്ങുന്നു. പി. കവിതയുടെ ശരീരത്തിൽ പ്രകൃതിയും പ്രജ്ഞയിൽ കവിയുടെ ജീവിതവേദനകളും ഹൃദയത്തിൽ മനുഷ്യനും നിറഞ്ഞു നില്ക്കുന്നു. ഈ ബഹുസ്വരതയിലൂടെ ആർജിക്കുന്ന അഗാധതയും പ്രകൃതിബിംബങ്ങൾ വഴി സംസാരിക്കുന്ന ശൈലിയിലൂടെ ആർജിക്കുന്ന സാന്ദ്രതയുമാണ് പി.യുടെ എഴുത്തിൽ കാണുന്നത്.

പി: പുനർവായനയുടെ പ്രശ്നമണ്ഡലം

ആത്മകഥകളിൽ ഓർമ്മിച്ചെടുക്കുന്ന അനുഭവങ്ങൾ, വെളിപാടുകൾ പോലെ എഴുതിപ്പോവുകയാണ് പി.ചെയ്യുന്നത്. അടുക്കും ചിട്ടയുമില്ലാത്ത സ്വജീവിതംപോലെ, അപകേന്ദ്രികൃതമായ ഒരു ശൈലി അദ്ദേഹത്തിന്റെ എഴുത്തിൽ ദൃശ്യമാകുന്നുണ്ട്. സ്ഥലകാലങ്ങളിൽനിന്ന് എടുത്തെറിയപ്പെട്ട് സ്വപ്നാത്മകമായ രീതിയിൽ, തന്നെ പ്രകൃതിയിലേക്ക് വിവർത്തനം ചെയ്യുന്ന ആഖ്യാനഘടന സമകാലികനിരൂപണത്തിനു വായിച്ചെടുക്കാൻ കഴിയാതെ പോയി. ഭാഷയുടെ പരിമിതികളെ മറികടക്കുവാൻ പി. രൂപപ്പെടുത്തിയ പ്രകൃതിജന്യമായ പ്രതിരൂപാത്മക ഭാഷ എന്ന കവിയുടെ സ്വത്വം, നമ്മുടെ കാവ്യവിമർശകർക്ക് സാക്ഷരമായിരുന്നില്ല എന്നത് മലയാള കാവ്യവിമർശനത്തിനുപറ്റിപ്പോയ പിഴവായി വരുംകാലത്ത് വായിക്കപ്പെടും. പി.യുടെ ഭാഷയെ പുറമെ കണ്ടു ഭ്രമിച്ച്, അലങ്കാരങ്ങളുടെ കുത്തൊഴുക്കായും ലാവണ്യപരമായ ഒരാന്തരഭാവമായും മാത്രം കണ്ട് 'അറുപഴഞ്ചനെന്ന്' മുദ്രകുത്തുകയാണ് നമ്മുടെ കാവ്യപഠിതാക്കൾ ചെയ്തത്. പി.യുടെ ഭാഷയിലെ ധ്വനികളിലേക്കും അതിന്റെ ബഹുമണ്ഡലസ്പർശിയായ സ്വഭാവത്തിലേക്കും അവരുടെ ദൃഷ്ടികൾ എത്തിയതേയില്ല. പ്രകൃതിയെ തന്നിലേക്കും തന്നെ പ്രകൃതിയിലേക്കും ലയിപ്പിച്ചു കൊണ്ടു പി. രചിച്ച ആ ഭാഷ, സാധാരണ ഭാഷയ്ക്കു പേറാൻ

കഴിയാത്ത ഗഹനമായ അനുഭവങ്ങൾ ആവിഷ്ക്കരിക്കുന്നതിനുവേണ്ടി പി. നിർമ്മിച്ചതാണ്. പി.യുടെ കാവ്യഭാഷയുടെ രൂപപ്പെടലിൽ കർത്തൃത്വ-പ്രത്യയശാസ്ത്രങ്ങൾ എങ്ങനെ സ്വാധീനിച്ചുവെന്നതാണ് ഈ പഠനം പ്രധാനമായും അന്വേഷിക്കുന്നത്.

ഓരോ എഴുത്തുകാരനും അയാൾ ജീവിക്കുന്ന സാമൂഹിക ഘടനയുടെ വക്താവാണ്. പി.യുടെ എഴുത്തിലെ രാഷ്ട്രീയം, പ്രത്യയശാസ്ത്രപരിസരം എന്നിവ അദ്ദേഹത്തിന്റെ സംവാദാത്മകമായ ആഖ്യാനത്തിൽ നിലനില്ക്കുന്ന സംഘർഷങ്ങൾ തന്നെയാണ്. ആധുനികതയുടേതായ എല്ലാമൂല്യങ്ങളോടും ഇടഞ്ഞുനില്ക്കുന്ന തലം പി.യിലുണ്ടായിരുന്നു.

യാഥാർത്ഥ്യസാമൂഹ്യവൈരുദ്ധ്യങ്ങളുടെ ഭാവനാത്മകമായ പരിഹാരം എന്ന നിലയിൽ ആഖ്യാനത്തിനു കൈവരുന്ന പ്രതീകാത്മക വൃത്തി (Symbolic act) എന്ന പദവി പി.യിലെ സ്വത്വകർത്തൃത്വങ്ങളുടെ സംഘർഷങ്ങളെ അപനിർമ്മിക്കുന്നതിലൂടെ തിരിച്ചറിയാൻ കഴിയും. പി. യുടെ സാഹിത്യനിർമിതി ഇങ്ങനെ പരസ്പരം ഇടഞ്ഞുനില്ക്കുന്ന ഒരു സ്ഥലത്തുനിന്നാണ് ഉരുവം കൊള്ളുന്നത്. പി.യുടെ ഭാഷയിൽത്തന്നെ അന്തർസംഘർഷത്തിന്റെ അടയാളങ്ങൾ ആഖ്യാനഘടനയിലെ വൈരുദ്ധ്യമായി നിലകൊള്ളുന്നുണ്ട്. പി. യുടെ എഴുത്തിനെ (അനുഭവങ്ങളെ) പുനർവിചാരണ നടത്തുന്നതിലൂടെ മാത്രമേ ഈ ആന്തരവൈരുദ്ധ്യങ്ങളെ പുറത്തുകൊണ്ടുവരാൻ കഴിയൂ.

എഴുത്ത്:
അനുഭവവും ആഖ്യാനവും മൗലികപ്രശ്നങ്ങൾ

പി.യുടെ ആത്മാനുഭവങ്ങൾ അടയാളപ്പെടുത്തിയ 'കവിയുടെ കാല്പാടുകൾ ഉൾപ്പെടെയുള്ള ആത്മകഥകൾ പരിശോധിക്കുമ്പോൾ ആത്മവിചാരണയുടേതായ ഒരു സ്വരം നിറഞ്ഞു നില്ക്കുന്നതായി കാണാം. പക്ഷേ, ഈ അനുഭവങ്ങളൊന്നുംതന്നെ പി. യുടെ കവിതകളിൽ പ്രത്യക്ഷപ്പെടുന്നില്ല. ഉണ്ടെങ്കിൽത്തന്നെ തിരിച്ചറിയാനാവാത്ത വിധം മാറ്റങ്ങളോടുകൂടിയാണ്. പി. പ്രമേയമാക്കിയത് പരോക്ഷമായ അനുഭവങ്ങളെയാണ്. സാഹിത്യോൽക്കർഷത്തിന്റെ മാനദണ്ഡം പ്രത്യക്ഷയാഥാർത്ഥ്യത്തിന്റെ വൈചിത്ര്യമല്ല എന്ന മാരാരുടെ അഭിപ്രായം ഇവിടെ ഓർക്കാം.[79]

പ്രത്യക്ഷാനുഭവത്തിൽ നിന്നും ഊറിക്കൂടുന്ന അനുഭവം, വൈകാരികം, വൈചാരികം, ആധ്യാത്മികം എന്നിങ്ങനെയുള്ള പരോക്ഷയാഥാർത്ഥ്യങ്ങൾ പ്രത്യക്ഷയാഥാർത്ഥ്യങ്ങൾക്കു വിപരീതമാണെന്നു മാരാർ പറയുന്നുണ്ട്. ആഖ്യാനവും സംവാദവും ഇടകലരുന്ന പി.യുടെ

എഴുത്ത് രണ്ടുതരം ഭാഷാവ്യവഹാരത്തിൽ നിന്നാണ് ഉരുത്തിരിയുന്നത്. ഈ ആഖ്യാനത്തിന്റെയും സംഭാഷണത്തിന്റെയും ഘടന കവിതയുടെ/ഭാഷയുടെ നാലതിരുകൾക്കുള്ളിൽ പരിഹാരമില്ലാത്ത സമസ്യയാണ്. ഇത് പി. യുടെ ആത്മ (സ്വത്വ) സംഘർഷങ്ങൾ തന്നെയാണ്. ഈ ആഖ്യാനസ്ഥലത്താണ് പി.യുടെ മൗലികത നിലനിൽക്കുന്നത്.

'അസ്വസ്ഥവും അശാന്തവുമായ തന്റെ മനസ്സിന്റെ അനിയന്ത്രിതമായ തൃഷ്ണകളുമായി പി.എന്നും സംഘർഷത്തിലായിരുന്നു. പക്ഷേ കവിതകളിൽ, അവയെ കടിഞ്ഞാണില്ലാതെ മേയാൻ വിടുകയല്ല പി.ചെയ്തത്. താനുൾക്കൊണ്ട മാനവീയവീക്ഷണത്തിന്റെ നിശിതമായ നൈതികതയുമായി നിരന്തരം സംഘർഷത്തിൽ വർത്തിച്ച തന്റെ സഹജവാസനകളെ താൻ ജീവിച്ച മാനസികവും ഭൗതികവുമായ ജീവിതപരിസരങ്ങളുടെ വൈരുദ്ധ്യമായി തിരിച്ചറിയുകയാണ് തന്റെ കവിതകളിലൂടെ (എഴുത്തിലൂടെ) പി. ചെയ്തത്.' [80] തന്റെ സ്വത്വവും ഈ വൈരുദ്ധ്യങ്ങളും തമ്മിലുള്ള ആഭ്യന്തര കലഹങ്ങളാണ് പി.യുടെ എഴുത്തിന്റെ അടിസ്ഥാനഘടന നിർണയിച്ചത്. പി.യുടെ ആഖ്യാനത്തിലെ സംവാദസ്വരം (dialogic) എന്നത് ഈ വൈരുദ്ധ്യങ്ങളെത്തന്നെ സ്വന്തം സ്വത്വത്തിന്റെ അടയാളമായി തിരിച്ചറിയുന്നതിൽ ചെന്നെത്തുന്ന അന്വേഷണങ്ങളിലാണ്.

കാൽപ്പനികതയും (Romanticism) പ്രതീകവാദവും (Symbolism) ഈ വിശ്വാസത്തിന്റെ സഫലസാന്നിധ്യമായി പി.യിൽ നിലകൊള്ളുന്നു. പി. യുടെ കാല്പനികത പാശ്ചാത്യകേന്ദ്രിത (Western-centered) മായ കാല്പനികതയല്ല; കേരളീയതയുമായി ബന്ധപ്പെട്ട ഒരു പ്രാദേശികവ്യവഹാരമാണത്. കാല്പനികത അനുഭവത്തെയും അനുഭവചിത്രീകരണത്തെയും രണ്ടായി കാണുന്നില്ല. ഭാഷാകേന്ദ്രിതമായ നമ്മുടെ അസ്തിത്വത്തിൽ കാവ്യഭാഷയെന്നത് അനുഭവത്തിനും അതുളവാക്കുന്ന പ്രതികരണത്തിനുമിടയിൽ മാധ്യസ്ഥ്യം വഹിച്ചുകൊണ്ട് നമ്മുടെ ദൃഷ്ടിയെ പ്രകോപിപ്പിക്കുകയും പ്രചോദിപ്പിക്കുകയും ചെയ്യുന്നു. ഈയർത്ഥത്തിൽ കാവ്യഭാഷ ചെയ്യുന്നത് അതിസൂക്ഷ്മമായ ഒരു വിവേകം, സൂക്ഷ്മവ്യത്യാസങ്ങൾ തിരിച്ചറിയാനുള്ള കഴിവ് നമ്മുടെ ഇന്ദ്രിയങ്ങൾക്ക് പകരുകയാണ്. അനുഭവമെന്നത് പ്രത്യക്ഷവും/പരോക്ഷവുമാകാം. എന്നാൽ അനുഭവമെന്നു പറയുമ്പോൾ പ്രത്യക്ഷാനുഭവത്തെപ്പറ്റിയാണ് പൊതുവെ പറയാറുള്ളത്. കവിത അല്ലെങ്കിൽ കല അനുഭവത്തിന്റെ പുനരാവിഷ്കരണമാണ് അല്ലെങ്കിൽ ആവണം എന്നത് അടുത്തകാലത്തു മാത്രം രൂപപ്പെട്ട ഒരു വീക്ഷണമാണ്.

ഇങ്ങനെ കലയെ കലാകാരൻ നയിച്ച ജീവിതത്തിന്റെ മാത്രം ഉൽപ്പന്നമായി കാണുമ്പോൾ കലയിലൂടെ നാം കലാകാരന്റെ ജീവിതത്തെ വായിക്കുകയാണ്. ഈ രീതിയിൽ ഒരെഴുത്തുകാരന്റെ ജീവിതവും കലയും സമാന്തരമായെഴുതപ്പെട്ട രണ്ട് പുസ്തകങ്ങളാവുകയും ഒന്ന് മറ്റേതിന്റെ ഭാഷ്യമാവുകയും ചെയ്യുന്നു.[81] പി, തന്റെ ആത്മകഥയിലും/ കവിതകളിലും ആവിഷ്ക്കരിച്ച മനുഷ്യനായിരുന്നില്ലല്ലോ. ഈ പഠനത്തിൽ നേർമുഖം കാണുന്ന രണ്ടു വീക്ഷണഗതികളാണിവ. പി. യുടെ എഴുത്തിന്റെ സൂക്ഷ്മാന്വേഷണ തലത്തിലേക്ക് പ്രവേശിക്കുമ്പോൾ നിലനിൽക്കുന്ന സംവാദാത്മകമായ (dialogic)തലം കാല്പനികതയുടെ അതിഭാഷയ്ക്കെതിരെ നിൽക്കുന്ന ഒന്നാണ്. (lyric)ന് വിരുദ്ധമായത്). സംവാദാത്മകതലത്തിൽ ആഖ്യാനത്തിൽ നിലനിൽക്കുന്ന അനുഭവത്തെ[82] അപനിർമ്മിക്കുമ്പോൾ മാത്രമേ യഥാർത്ഥകർത്തൃത്വം കണ്ടെടുക്കാനാകുകയുള്ളൂ. ഈ പശ്ചാത്തലത്തിൽ നിന്നുകൊണ്ട് പി. ക്കവിതകളിലെയും ആത്മകഥകളിലെയും അനുഭവങ്ങളിൽ നിന്ന് കാവ്യസ്വത്വത്തെ അപഗ്രഥിച്ച്, കർത്തൃത്വ-ആഖ്യാനബന്ധങ്ങളെക്കുറിച്ചുള്ള വിശദപഠനമാണ് അടുത്ത അധ്യായങ്ങളിൽ നടക്കുന്നത്.

കുറിപ്പുകൾ

1. ബി. രാജീവൻ, അന്യവത്കരണവും യോഗവും, കോഴിക്കോട്. മൾബെറി പബ്ലിക്കേഷൻസ്, 1990, പുറം. 41.
2. ടി.വി. മധു, നവസിദ്ധാന്തങ്ങൾ 3, നവമാർക്സിസ്റ്റ് സാമൂഹ്യവിമർശം, കോട്ടയം. ഡി.സി. ബുക്സ്, 1999, പുറം.89.
3. അതേ പുസ്തകം പുറം. 90.
4. അതേ പുസ്തകം പുറം. 91.
5. Forlov dictionary of philosophy, Moscow Progress Publishers, 1984, P.187.
6. സുനിൽ പി. ഇളയിടം: സ്വത്വരാഷ്ട്രീയവും ഇടതുപക്ഷവും (ലേഖനം) സമകാലിക മലയാളം വാരിക (പുസ്തകം പതിന്നാല്, ലക്കം ഏഴ്), ജൂലൈ 16, 2010.
7. Will Durant, The story of philosophy, New York. Pocket books, 2006 (1926) p.p 334-335.
8. Ibid, p.p 346--347.
9. Frederic, Beiser, Hegel, New York. Routledge, 2005. P.72.
10. Ibid., P.P 182-183.
11. Terry Eagleton, Literary theory An Introduction, London. Black well publishing, 2008 (1993), P.P. 54-55.
12. Ibid., P.55.
13. ടി.വി. മധു, ഞാനെന്ന (അ)ഭാവം, തൃശ്ശൂർ. കേരളസാഹിത്യ അക്കാദമി, 2011, പുറം. 14.

14.Peter Gay (ed.) The Freud Reader, London. Vintage Books, 1995, P. Xxviii.

15.Antony Easthope, The unconsciouss, New York. Routledge, 1999. P.36.

16.Ibid., P.9.

17.Sigmund Freud, Interpreting Dreams, tr.J.A.Underwood, Penguin Books, 2006, Page 136-137.

18.Peter Gay (ed.), The Freud Reder, Vintage Books, 1995. P. 635-637.

19.സിഗ്മണ്ട് ഫ്രോയ്ഡ്, പ്രണയത്തിന്റേയും രതിയുടേയും മനഃശാസ്ത്രം (പരി:പി. പി.സത്യൻ), കോഴിക്കോട്. പേജ് പബ്ലിക്കേഷൻസ്, പേജ് 104.

20.ടി. ശ്രീവത്സൻ, നവമനോവിശ്ലേഷണം, കോട്ടയം. ഡി.സി. ബുക്സ്, 2002. പേജ് 20.

21.Peter Gay (ed.) The Freud Reader, Vintage Books, 1995. Page. 595þ596.

22.Ibid., p.596.

23.സിഗ്മണ്ട് ഫ്രോയ്ഡ്, പ്രണയത്തിന്റേയും രതിയുടേയും മനഃശാസ്ത്രം (പരി. പി.പി. സത്യൻ) കോഴിക്കോട്. പേജ് പബ്ലിക്കേഷൻസ്, പേജ് 137-138.

24.Terry Eagleton, Literary Theory: An Introduction, Black Well Publishing, 2008 (1993), p. 163.

25.Ibid., p.142.

26.Jacqus Lacan, Ecrits, (tr. Alan Miller), The Four Fundamental Concepts of Psycho Analysis Alan Sheriden (tr) Jacques Allain Miller (ed.), London. Vintage Publications P.5.

Mirror Stage

i.The Mirror Stage (also translated in English as the looking-glass phase) was the subject of Lacan's first official contribution to psychoanalytic theory. When he propounded the concept to the Fourteenth international psychoanalytical congress of Marieubad in 1936 from this point on, the Mirror Stage forms a constant point of reference through out Lacan's entire work.

ii.The 'Mirror test' was first described by the French Psychologist and friend of Lacan, Henri Wallon in 1931 although Lacan attributes its discovery to Baldwin (E.I). It refers to a particular experiment which can differentiate the human infant from his closest animal relative, the Chinapanzee. The six month old child differs from the Chimpanzee of the same age in that the former becoems fascinated with its reflection in the mirror and jubilantly assumes it as its own image. Whereas the Chimpanzee quickly realises that the image is illusory and loses interest in it.

iii.The Mirror stage represents fundamental aspects of the structure of subjectivity. (The mirror stage is) a phenomenon to which assign a two fold value. In the first place, it has historical value it marks a decisive turning point in the mental development of the child in the second place, it typifies an essential libidinal relationship with the body image.

iv.The Mirror stage shows that ego is the product of mis understanding (Meconnaissance) and the site where the subject becames alienated from himself. It represents the introduction o the subject into the imaginary order. The Mirror stage also has an important symbolic dimention. The symbolic order is present in the figure of the adult who is carrying or supporting the infant.

Dylan Evans, An Introductory Dictionary of Lacanian Psycho analysis, Routledge, New York. 1996. p.p.117-119.

27.ടി. ശ്രീവത്സൻ, നവമനോവിശ്ലേഷണം, കോട്ടയം. ഡി.സി. ബുക്സ്, പുറം.101.

28.ടി. ശ്രീവത്സൻ, സി.എസ്.ബിജു, ഈഡിപ്പസ് യന്ത്രം, ദിശ, കാലിക്കറ്റ് സർവ്വകലാശാല, പുറം. 22.

29.പി. പവിത്രൻ, ആശാൻകവിതആധുനികാനന്തര പാഠങ്ങൾ, തിരുവനന്ത പുരം. സാംസ്ക്കാരിക പ്രസിദ്ധീകരണവകുപ്പ്, പുറം. 6.

30.അതേ പുസ്തകം പുറം. 7.

31.ടി. ശ്രീവത്സൻ, സി.എസ്.ബിജു, ഈഡിപ്പസ് യന്ത്രം, ദിശ, കാലിക്കറ്റ് സർവ്വകലാശാല, പുറം. 46.

32.Man's desire is the desire of the other Jacques Lacan, Four Fundamental Concepts of Psycho Analysis tr. Alan Sheridan Jacques Alain Miller (ed.) London. Vintage Publishers, 1998. p. 38.

33.Dylan Evans, An Introductory of Lacanian Pychoanalysis, New York. Routledge, 1996, p.p 140-141.

34.Terry Eagleton, Literary Theory an Introduction Black well Publishing, Wiky India, 2008. P. 145.

35.Dylan Evans, An Introductory Dictionary of Lacanian Pychoanalysis, New York. Routledge, 1996, P. P. 162-164.

36.Ibid., P.163.

37.Lorenzo Chiesa, Subjectivity and Otherness–A Philosophical Reading of Lacan, Massachusetts Institute of Technology, 2007, p. 108.

38.ടി. ശ്രീവത്സൻ, സി.എസ്.ബിജു, ഈഡിപ്പസ് യന്ത്രം, ദിശ, കാലിക്കറ്റ് യൂണിവേഴ്സിറ്റി, 1998, പുറങ്ങൾ. 64-65.

39.Jacqus Lacan, Ecrits, tr. Alan Sheridan, p. 288.

40.I bid., p. 287.

41.Jacques Lacan, Four Fundamental Principles of Psycho Analysis, tr. Alan Sheridan, p.20.

42.Ibid., p.168.

43.ടി. ശ്രീവത്സൻ, നവമനോവിശ്ലേഷണം, കോട്ടയം. ഡി.സി. ബുക്സ്, 2001, പുറം. 126.

44.ആദർശ്രത്നാകരൻ, നവസാഹിത്യദർശനങ്ങൾ സിദ്ധാന്തവും പ്രയോഗവും (ലേഖനം:നവമനോവിശ്ലേഷണം), തിരുവനന്തപുരം. ഇന്ത്യാ ബുക്സ്, 2009, പുറങ്ങൾ. 17-18.

പ്ലേറ്റോ, യുങ് തുടങ്ങിയവരാണ് വാക്കിന്റെ അർത്ഥം മാറ്റമില്ലാത്തതാണ് എന്നു സൂചിപ്പിച്ചത്. വ്യക്തിയുടെ അനുഭവം, സംസ്കാരം, സാഹചര്യം എന്തുതന്നെയായാലും അവർ ഉപയോഗിക്കുന്ന വാക്കുകൾ (കേൾക്കുന്നതും/പറയുന്നതും) ഒരേ അർത്ഥമാണ് വഹിക്കുന്നത്. ഉദാ: 'സ്വപ്നത്തിൽ പട്ടി കുരയ്ക്കുന്നു' കാണുന്ന വ്യക്തിയ്ക്കനുസരിച്ച് വ്യത്യസ്ത അർത്ഥങ്ങൾ വരാം (പട്ടിസ്നേഹി, മൃഗഡോക്ടർ, പട്ടിപേടിയുള്ളയാൾ) എന്നാൽ സ്വപ്നത്തിൽ പട്ടി കുരയ്ക്കുന്നതിനൊറ്റ അർത്ഥം മാത്രമേയുള്ളൂ. ഒരു വ്യക്തിയുടെ ജീവിതം, സമുദായം, ചരിത്രം എന്നിവയ്ക്ക് അനുസൃതമായി വാക്കിന്റെ അർത്ഥം മാറിക്കൊണ്ടിരിയ്ക്കുന്നതാണെന്ന് ലക്കാൻ വാദിക്കുന്നു. വക്താവ് (Subject), ആശയം (Object), പദം (signifier) ഇതായിരുന്നു ഭാഷയെ നിർവ്വചിക്കാനായി ലക്കാൻ കൊണ്ടുവന്ന സാങ്കേതികപദങ്ങൾ. ഭാഷയിലൂടെ, അതിൽത്തന്നെ ഭാഷയിലെ പദങ്ങളിലൂടെ പ്രതിനിധാനം ചെയ്യപ്പെടുന്നവനാണ് വക്താവ് എന്ന് ലക്കാൻ പറയുന്നു. അതായത് ഒരു വ്യക്തി പറയുന്ന, എഴുതുന്ന, സ്വപ്നം കാണുന്ന വാക്കുകൾ അയാളെ പ്രതിനിധാനം ചെയ്യുന്നു (The signifier represents the subject).

45.നെല്ലിക്കൽ മുരളീധരൻ, വിശ്വസാഹിത്യദർശനങ്ങൾ, കോട്ടയം. ഡി.സി. ബുക്സ്, 2008, പുറം. 483.

46.ടി. ശ്രീവത്സൻ, സി.എസ്.ബിജു, ഈഡിപ്പസ് യന്ത്രം, കാലിക്കറ്റ് യൂണിവേഴ്സിറ്റി, 1998, പുറം. 78.

47.അതേ പുസ്തകം പുറം. 79.

48.Michel Foucault, The History of Sexuality, Vol.12, (Introduction), London. Penquin Books, 1990. p. 26.

49.Ibid., p.p 27-29.

50.Peter Gay (ed.), The Freud Reader, London. Vintage Publishers, 1995. p.p 240-45.

51.Ibid., p. 545.

52.Ibid., p. 628.

53.പി.പവിത്രൻ,ഘടനാവാദാനന്തരമനഃശാസ്ത്രം(ലേഖനം) സി.ജെ.ജോർജ്ജ് (എഡി.), ആധുനികാനന്തരസാഹിത്യസമീപനങ്ങൾ. ബുക്വേം, തൃശ്ശൂർ. 1996. പുറം.102.

54.അതേ പുസ്തകം പുറം.103.

55.ടി.ടി. ശ്രീകുമാർ, ഉത്തരാധുനികതയ്ക്കപ്പുറം, കോട്ടയം. ഡി.സി. ബുക്സ്, 2000. പുറം. 77.

56.ടി. ശ്രീവത്സൻ, സി.എസ്.ബിജു, ഈഡിപ്പസ് യന്ത്രം, ദിശ, കാലിക്കറ്റ് യൂണിവേഴ്സിറ്റി, 1998. പുറം. 92.

57.പി.പവിത്രൻ,ആശാൻകവിതആധുനികാനന്തരപാഠങ്ങൾ,സാംസ്ക്കാരിക

വകുപ്പ് പ്രസിദ്ധീകരണം, തിരുവനന്തപുരം, 2002. പുറങ്ങൾ 14-15.
58.ടി.വി. മധു, നവസിദ്ധാന്തങ്ങൾ-3, നവമാർക്സിസ്റ്റ് സാമൂഹ്യവിമർശം, കോട്ടയം. ഡി.സി.ബുക്സ്, 1999. പുറങ്ങൾ. 65-66.
59.Althusser, Essays on Ideology, London. Verso, 1984. p. 45.
60.പി. പവിത്രൻ, ആശാൻകവിതആധുനികാനന്തരപാഠങ്ങൾ, തിരുവനന്തപുരം. സാംസ്ക്കാരിക വകുപ്പ് പ്രസിദ്ധീകരണം, 2002. പുറം.18.
61.അതേ പുസ്തകം. പുറം.20.
62.സുനിൽ പി. ഇളയിടം, ദമിതം, തിരുവനന്തപുരം. കേരളഭാഷാ ഇൻസ്റ്റിറ്റ്യൂട്ട്, പുറം 57.
63.Slavoj Zizek, Sublime object of Ideology, London. Verso.1989. p.45.
64.ഏgilles Deluze and Felix Guattari, Anti-oedipus-Capitalism ans Schizo Phrenia, Minneapolis, University of Minneapolis, p.396.
65.ടി. ശ്രീവത്സൻ, നവമനോവിശ്ലേഷണം, കോട്ടയം. ഡി.സി. ബുക്സ്, 2001. പുറങ്ങൾ. 191-192.
66.ടി. ശ്രീവത്സൻ, സി.എസ്.ബിജു, ഈഡിപ്പസ് യന്ത്രം, ദിശ, കാലിക്കറ്റ് യൂണിവേഴ്സിറ്റി, 1998, പുറം. 151.
67.അതേ പുസ്തകം പുറം 152.
68.അതേ പുസ്തകം പുറം 167.
69.അതേ പുസ്തകം പുറം 168.
70.Terry Eagleton, Literary Theory An Introduction, Black Well Publishing, London. 2008, p.165.
71.ടി. ശ്രീവത്സൻ, നവ:മനോവിശ്ലേഷണം, കോട്ടയം. ഡി.സി.ബുക്സ്, 2001, പുറങ്ങൾ. 169-170.
72.അതേ പുസ്തകം പുറം. 171.
73.അതേ പുസ്തകം പുറം. 171.
74.അതേ പുസ്തകം പുറം. 173.
75.പി.എം. നാരായണൻ, പി. കുഞ്ഞിരാമൻനായർ, ന്യൂഡൽഹി. കേന്ദ്രസാഹിത്യഅക്കാദമി, 2003. പുറം.12.
76.ഡോ. പി.വി.വേലായുധൻപിള്ള, തെരഞ്ഞെടുത്ത പ്രബന്ധങ്ങൾ, ഡോ.കെ. എസ്.രവികുമാർ (എഡി.), തൃശ്ശൂർ. കേരളസാഹിത്യ അക്കാദമി, 2010. പുറം. 151.
77.പി. കുഞ്ഞിരാമൻ നായർ, കവിയുടെ കാല്പാടുകൾ, പുറം. 322.
78.രവിശങ്കർ. എസ്. നായർ, പി. ഒരുപുനർവായന, തിരുവനന്തപുരം. പരിധി പബ്ലിക്കേഷൻസ്, 2007. പുറം.98.
79.കുട്ടികൃഷ്ണമാരാര്, സാഹിത്യവിദ്യ കോഴിക്കോട്. മാരാർ സാഹിത്യപ്രകാശം, 1993. പുറം.12.
80.ഇ.വി.രാമകൃഷ്ണൻ, അനുഭവവും ആഖ്യാനവും പി.കവിതകളിൽ (ലേഖനം), കവിതയുടെ രഥോത്സവം (എഡി. അജയപുരം ജ്യോതിഷ്കുമാർ), തിരുവനന്തപുരം. കേരളഭാഷാ ഇൻസ്റ്റിറ്റ്യൂട്ട്, 2002. പുറം. 63.
81.അതേ പുസ്തകം പുറം 61.
82.അതേ പുസ്തകം പുറം. 62.

നമുക്ക് നമ്മെത്തന്നെ അറിയാനുള്ള മാധ്യമമാണ് അനുഭവം. നമ്മുടെ

സമ്പൂർണസ്വത്വം അതിൽ പങ്കാളിയാവുന്നതിനാൽ നമ്മുടെ സമഗ്രജീവിതവുമായി അതിനു ബന്ധമുണ്ട്. 'അതൊരനുഭവമായിരുന്നു' എന്നു പറയുമ്പോൾ നാം ഉദ്ദേശിക്കുന്നത് നാമതിലൂടെ കടന്നുപോയപ്പോൾ സ്വയം മാറിയിട്ടുണ്ട് എന്നതാണ്. പക്ഷെ കേവലമായ ഈ അനുഭവം ഒരിക്കലും നമുക്ക് തിരിച്ചുകിട്ടുന്നില്ലെന്നും വാക്കുകളിലൂടെയും അവയുടെ ചായങ്ങളിലൂടെയും ചമയങ്ങളിലൂടെയും നിർമ്മിക്കുന്ന മറ്റൊരു രൂപമാണ് 'അനുഭവ' മെന്ന പേരിൽ നാം അറിയാൻ ശ്രമിക്കുന്നതെന്നും നാം മറക്കുന്നു. ഈ നിർമ്മിതിയിൽ ചില പരോക്ഷഭാവങ്ങളും ഭാഷയുടെ സ്വരൂപം തന്നെയും നിർണായകമാവുന്നു (അബോധമെന്നത് ഭാഷപോലെ സംഘടിതമാണ്). പ്രത്യക്ഷാനുഭവങ്ങൾ ഉൽപ്പാദിപ്പിക്കുന്ന പരോക്ഷഭാവങ്ങൾ നേരത്തെ തന്നെ നമ്മിലൊളിച്ചു കിടന്ന ആഖ്യാനഘടനകളെ ദീപ്തവുമാക്കാം. അനുഭവത്തിന്റെ ആകസ്മികതയും നാമതിനുള്ളിലാണ് എന്ന വസ്തുതയും അതിനെ സമ്പൂർണ്ണമായി മനസ്സിലാക്കുന്നതിൽ നിന്നെ നമ്മെ വിലക്കുന്നു. ഇക്കാരണത്താൽ അനുഭവമെന്നു നാം വിളിക്കുന്ന അനുഭവവികാരങ്ങളെല്ലാം അനുഭവത്തിന്റെ പ്രത്യേകഭാഷ്യം മാത്രമാകുന്നു.

അധ്യായം രണ്ട്
കാല്പനികസ്വത്വവും കവിതയിലെ കർത്തൃത്വപ്രതിനിധാനങ്ങളും

കാല്പനികസ്വത്വം: പ്രകൃതി, അനുഭവം

വ്യക്തിയെ കവിയായി മാറ്റുന്ന പ്രക്രിയയിലെ മുഖ്യഘടകം ദുരന്തമാണെന്ന് സിഗ്മണ്ട് ഫ്രോയ്ഡും നിരൂപകനായ ഹാരോൾഡ് ബ്ലൂമും അഭിപ്രായപ്പെട്ടിട്ടുണ്ട്.[1] ശോകമാണ് പി. കവിതകളുടെ സ്ഥായി എന്നു പറയാവുന്നതാണ്. കേരളീയഭക്തിപ്രസ്ഥാനം രൂപപ്പെടുത്തിയ ആദ്ധ്യാത്മികതയുടേതായ ഒരു ഭാവക്രമത്താൽ സ്വാധീനിക്കപ്പെട്ടിരുന്നു പി. അപരനെയും അപാരതയെയും അഭിമുഖീകരിക്കുന്ന ഒരു അന്തഃസ്ഥലം പി. കവിതയ്ക്ക് നൽകി. അഗാധവും ലോകോന്മുഖവുമായ ഒരശാന്തിയിൽ പി. എപ്പോഴും പിടഞ്ഞിരുന്നു. മലയാള സർഗാത്മകതയിൽ ആഴത്തിൽ വേരുള്ള ഈ ധാര എഴുത്തച്ഛനെയും പൂന്താനത്തെയും ആശാനെയും പോലെ പി. യെയും വേട്ടയാടിയിരുന്നു. കാല്പനികമായ സ്വത്വം ഇതിന്റെ ആക്കം കൂട്ടുകയാണുണ്ടായത്. ഏതോ സ്വർഗലോകത്തു നിന്നു വഴിതെറ്റി തിന്മകൾ നിറഞ്ഞ ഈ ഭൂമിയിൽ വന്നുപെട്ട ഒരാത്മാവിന്റെ അങ്കലാപ്പും അപരിചിതത്വവും പി. കുഞ്ഞിരാമൻ നായരുടെ കവിതകളിൽ നിറഞ്ഞുനിൽക്കുന്നു.[2] കവിത അനന്തമായൊരന്വേഷണമാകുന്നു. നഷ്ടബോധത്താലുള്ള ഈ നീറ്റം മലയാളത്തിൽ ആത്മീയവ്യസനമായി കണ്ടുമുട്ടുന്നത് പി.യിലാണ്.

അനുഭവം: ശൈശവവും കാല്പനികതയും

കവികൾ പ്രപഞ്ചത്തിന്റെ ഏകാകിതയിലേക്ക് പ്രക്ഷേപിക്കുന്നത് അവരുടെ സ്വകാര്യജീവിതത്തിലെ ഏകാകിതയാണ് എന്ന നിഗമനം കാല്പനികകവികളിലെ വിഷാദാത്മകതയെ സംബന്ധിച്ചിടത്തോളം ശ്രദ്ധേയമാണ്. പി.യുടെ കാവ്യസ്വത്വത്തെ അപഗ്രഥിക്കുമ്പോൾ വളരെ പ്രധാനപ്പെട്ട ഒരു വസ്തുതയാണിത്. പി. കുഞ്ഞിരാമൻ നായരുടെ കവിതയെ വിലയിരുത്തുമ്പോൾ എൻ.വി. കൃഷ്ണവാരിയർ, ആ കവിതയുടെ അന്തർഭാവം കണ്ടെത്തുന്നത് ഇങ്ങനെയാണ്; അതൊരു വിഷാദമാണ്-തീവ്രവും ഏകമുഖവും മധുരവുമായ ഒരു ലോകഭാവം തികച്ചും വൈയക്തികവും ഏറെക്കുറെ സാമൂഹ്യവുമായ രണ്ടു മുഖങ്ങളുണ്ട് ഈ വിഷാദത്തിന്. എങ്കിലും ഒരു ക്യാമറയുടെ നോട്ടമില്ലെങ്കിൽ കൂടി കാണുന്ന രണ്ടു വ്യത്യസ്തബിംബങ്ങൾ ഫോക്കസ് ശരിയാക്കുമ്പോൾ ഒന്നിക്കുന്നതുപോലെ. മിക്കപ്പോഴും ശ്രീ കുഞ്ഞിരാമൻ നായരുടെ കവിതയിൽ വിഷാദത്തിന്റെ രണ്ടുമുഖങ്ങളും ഒന്നു മറ്റൊന്നിൽ വിലയിച്ച് ഏകീഭവിക്കുന്നതായി കാണപ്പെടുന്നു.[3]

കാല്പനികഭാവനയുടെ വൈകാരികമുദ്ര സ്ഥായിയായ വ്യാകുലതയോ തീവ്രവേദനയോ ആണ്. കാല്പനിക കവിതയിലെ വിഷാദത്തിന് പല സ്വഭാവങ്ങളുണ്ട്. ചില കവികളിൽ അത് പ്രത്യാശാനിഷ്ഠമാണ് മറ്റു ചിലരിൽ അത്യന്തം നൈരാശ്യനിഷ്ഠമാണ്. പ്രത്യാശയുടെയും നൈരാശ്യത്തിന്റെയും ഇടയിൽ ഊയലാടുന്ന വിഷാദമാണ് മൂന്നാമത്തെ കൂട്ടരുടേത്. മോഹത്തിന്റെ തീവ്രതയും മോഹഭംഗത്തിന്റെ ആഴവും കവികളിൽ ചെലുത്തുന്ന സ്വാധീനമാണ് ഈ സ്വഭാവവൈചിത്ര്യത്തിനാധാരം. പി. യുടെ ജീവചരിത്രം മുൻനിർത്തി കാവ്യനിരൂപണം നടത്തിയ മല്ലിശ്ശേരി കരുണാകരൻ പി.യുടെ മൗലികമായ ആത്മസംഘർഷത്തെ, ഭൗതികതയുടെയും ആത്മീയതയുടെയും അന്തഃസംഘർഷമായിട്ടാണ് വിലയിരുത്തുന്നത്.[4] ശൈശവത്തിന്റെ തകർന്നുപോയ വിശുദ്ധതപോവനത്തെ നഷ്ടബോധത്തോടെ പി. വീണ്ടെടുക്കുന്നുണ്ട്.

ദിവ്യമാമേതോ പുലരൊളി പോലെന്നു
ദിവ്യത്വമെന്നിൽ പുലർത്തീല ശൈശവം
ലോകത്തിനുള്ളിലെ ലോകം തെളിയിച്ചു
കാണിച്ചൊരാബ്ഭദ്രദീപം പൊലിഞ്ഞുപോയ്
പൂർണ്ണത്വസിദ്ധിക്കു വേണ്ടി നിഷ്കാമമായ്
പൂതമായജ്ഞം മുറയ്ക്കു നടക്കവേ
അപ്പടിവെന്തു പോയേതോ കൊടുംതീയ്യി-
ലശൈശവത്തിൽ പവിത്ര തപോവനം
(എന്റെ ശൈശവം)

ശൈശവത്തിന്റെ ആ പവിത്രതപോവനം വെന്തുപോയതിന്റെ പിന്നിൽ അപക്വമായ പ്രായത്തിൽ കവി അനുഭവിച്ച ഒരു വൈകാരികബന്ധത്തിന്റെ ഊഷ്മളത കവിയുടെ കാൽപാടുകളിൽ സൂചനമാത്രമായി പരാമർശിച്ചിട്ടുണ്ട്. കാഞ്ഞങ്ങാട് വീട്ടിലെ മാഞ്ചുവട്ടിൽ, കാട്ടുവള്ളികുടിലിൽ നിഗൂഢസങ്കേതത്തിൽ വെച്ച് കുഞ്ഞിപ്പെണ്ണ് പകർന്നു തന്ന സ്നേഹം പതയുന്ന മദ്യമായിരുന്നു തലകറക്കുന്ന ലഹരി നിറഞ്ഞ മദ്യം.[5] പട്ടാമ്പി പ്രണയത്തിനു മുമ്പുണ്ടായ ഈ അനുഭവത്തിന്റെ പശ്ചാത്തലത്തിലാണ് ശൈശവത്തിന്റെ പവിത്രമായ തപോവനം അപ്പടിവെന്തുപോയതായി കവി പറയുന്നത്. ഒരു നഷ്ടബോധം കുഞ്ഞിരാമൻനായരെ ഇവിടെ നിന്നു പിടികൂടുന്നു. ഈ ആഘാതത്തെ ഉള്ളുകുത്തുന്ന നീറ്റലോടെ ചുടുകണ്ണീരോടെ മാത്രമേ പി. ക്ക് ജീവിതത്തിലുടനീളം ഓർക്കുവാൻ കഴിയുന്നുള്ളൂ.

ആ ഓർമ്മ ഇങ്ങനെ തുടരുന്നു: കൈയിൽ കിട്ടിയ ആദ്ധ്യാത്മിക പരിവേഷമുള്ള കുട്ടിക്കാലം കളഞ്ഞു കുളിച്ചു. ഭോഗാസക്തിയിൽ യൗവനം തുലച്ചു. ജീവിതം കാരാഗൃഹമാക്കി മാറ്റി. ഒടുവിൽ കൂരിരുളിന്റെ കറുത്ത തിരശ്ശീല വീഴുമ്പോൾ-മരണം വരുമ്പോൾ-രണ്ടിറ്റു ചുടുകണ്ണീർ മാത്രമായിരിക്കും ഫലം.[6] 1934-ൽ എഴുതിയ കാരാഗൃഹത്തിൽ എന്ന കവിതയിൽ കവിഹൃദയത്തിന്റെ ഈ തേങ്ങൽ കേൾക്കാം.

ശൈശവത്തിന്റെയപ്പൊൻതിര നീങ്ങവെ
ദർശിച്ചതെന്തിരുട്ടെ,ങ്ങുമിരുട്ടു താൻ
(അന്വേഷണത്തിൽ നിന്ന്)

പി. യുടെ മനോഘടനയിൽ ഇരുട്ട്, വെളിച്ചം എന്നിവ രണ്ടുവിരുദ്ധ സത്യങ്ങളായി നിലനിൽക്കുന്നുണ്ട്. ശൈശവത്തിലുടനീളം പ്രേമബോധം, ഈ നഷ്ടബോധം പിന്നീട് ജീവിതത്തിലുടനീളം ഒരു പൊൻകിനാവുമാത്രമായി മാറുന്നു. കവിയെ വേട്ടയാടിയ പാപത്തിന്റെ കരിനിഴൽ ഇവിടം മുതൽ തുടങ്ങുന്നു.

കാല്പനികർ ശൈശവത്തെ ഉദാത്തവല്ക്കരിക്കാറുണ്ട്. സ്വന്തം ബാല്യം തനിക്ക് എത്രമാത്രം സ്വർഗ്ഗീയമായിരുന്നുവെന്ന് അനശ്വരതയുടെ ഗീതത്തിൽ (Ode on intimations of immortality) വേഡ്സ്വർത്ത് വ്യക്തമാക്കിയിട്ടുണ്ട്.[7] അലൗകികമായ ഒരു കാന്തിപ്രസരത്തിൽ അന്ന് ലോകമെങ്ങും മുങ്ങിനിന്നു. അന്നു കണ്ടതിനെത്തന്നെ ചിരപരിചിതത്വത്തിന്റെ വെളിച്ചത്തിൽ അപ്രസക്തവും അർത്ഥശൂന്യവുമായി ഇന്ന് തോന്നുന്നു. തനിക്ക് നഷ്ടമായത് സ്വർഗ്ഗത്തിന്റെ വെളിച്ചം തന്നെയാണെന്നു മനസ്സിലാക്കുന്നു. അത് വെളിച്ചം മാത്രമല്ല ശുദ്ധമായ ആനന്ദം കൂടിയായിരുന്നു എന്ന് കവി തിരിച്ചറിയുന്നു.

ച്ചറ്റിയങ്ങിങ്ങേതോ വിഷക്കാറ്റേറ്റാത്മാവന്തരിച്ചി-
ന്നറ്റപുണ്യ സ്മൃതിനിധി കൈമോശം വന്നോ
പുലരിപ്പൂ വിരിയുമ്പോളോർക്കുന്നുവോ നിത്യാനന്ദ-
ത്തിരയിൽ നീ ചാഞ്ചാടിയ ശൈശവകാലം
(പാതിരാക്കാറ്റിൽ)

നിത്യാനന്ദത്താൽ ചാഞ്ചാടിയ ശൈശവം എങ്ങനെ വിഷക്കാറ്റിൽ വ്രതഭംഗം തകർന്നുപോയിയെന്ന് പാതിരാക്കാറ്റിൽ എന്ന കവിതയിൽ പി. തിരയുന്നുണ്ട്. ഈ മോഹഭംഗം, നഷ്ടപ്പെട്ട പൂർണതയെ തീവ്രമായ ആഗ്രഹത്തോടെ പുല്കുവാനുള്ള വെമ്പലായിത്തീരുന്നു. കാല്പനിക കവിതയിൽ ഉടനീളം പ്രത്യക്ഷപ്പെട്ടു കാണുന്ന പ്രകൃതി, ഈ മോഹഭംഗത്തെ അതിജീവിക്കാനുള്ള കവിയുടെ പരിശ്രമമാണ്.

പ്രകൃതി: കണ്ണാടിദർശനം

മോഹഭംഗത്തിൽ നിന്ന് ഉൽപ്പന്നമായ വിഷാദാത്മകതയിൽ പ്രകൃതിയെ വാത്സല്യനിധിയായ അമ്മയായും ഊർജ്ജം പകരുന്ന ശക്തിദേവതയായും പ്രേമസ്വരൂപിണിയായ സ്ത്രൈണസത്തയായും സങ്കല്പിക്കുന്നതിനുള്ള പ്രവണത ഏറിയിരിക്കുന്നതായി കാണാം. തന്റെ മാനസികാവസ്ഥയകറ്റാനായി കവി തന്റെ അന്തർഭാവത്തെ പ്രകൃതിയിലേക്ക് പുരഃക്ഷേപണം ചെയ്യുകയാണ്. കവിയുടെ ഉപബോധ കല്പനകളെ മാനവേതരമായ പ്രതിഭാസത്തിലേക്ക് പുരഃക്ഷേപണം ചെയ്യുന്നതിനെ സഹായിക്കുന്ന ഒരു ഉപാധിയാണ് കാല്പനിക കവിതയിലെ പ്രകൃതിയെന്ന് ബേക്സൺ അഭിപ്രായപ്പെടുന്നു.[8] പല തലങ്ങളിൽ വിശകലനം ചെയ്യാവുന്ന ഒരു സങ്കീർണസാന്നിധ്യമായി പ്രകൃതി പി. യുടെ കവിതയിൽ പ്രത്യക്ഷപ്പെടുന്നു. തന്നെത്തന്നെ കാണുന്ന കണ്ണാടിയായിട്ടാണ് പി. പ്രകൃതിയെ അറിയുന്നത്. തന്നെത്തന്നെ പകർന്നാടുന്ന ഒന്നാകുന്നു പ്രകൃതി പി. ക്ക്. മനുഷ്യരൂപങ്ങളെക്കാളധികം പ്രകൃതിരൂപങ്ങളും മനുഷ്യനാടകങ്ങളേക്കാളധികം പ്രകൃതിനാടകങ്ങളും മനുഷ്യവേദനകളെക്കാളും പ്രകൃതിയുടേതായ വേദനകളും എന്ന ബാഹ്യരോപത്തിന്റേതായ കാവ്യതന്ത്രമായി പി. പ്രകൃതിയെ ഉപയോഗിക്കുന്നു.[9]

കണ്ണാടിഘട്ടം ജീവശാസ്ത്രപരമായ അപരിപാകത്തിൽ (prematurity) പ്രതിഷ്ഠിതമാണെന്ന് ലക്കാൻ പറയുന്നു.[10] ശിശുവിന്റെ 'ഈഗോ' (അഹം) പ്രകൃതിസിദ്ധമെന്നോണം സാമൂഹികവുമാണ്. ജൈവമായ അപര്യാപ്തതയാണ് കണ്ണാടിഘട്ടത്തിന്റെ അധിഷ്ഠാനം. ഒരു അപരത്തിന്റെ ബിംബം തിരിച്ചറിയുന്നതിലൂടെ ഈ അപര്യാപ്തതയുടെ പൂരണം കണ്ടെത്താൻ ശിശു ശ്രമിക്കും.

ഭാവിയിൽ കർത്താവാകേണ്ടി വരുന്ന ശിശു ശാരീരികവും മാനസികവുമായ അതിജീവനത്തിൽ അമ്മയെ/അന്യരെ ദീർഘകാലം ആശ്രയിക്കേണ്ടി വരുന്നു. യാഥാർത്ഥ്യത്തിന്റെ (Real) ക്രമത്തിലേക്കാണ് ഓരോ മനുഷ്യശിശുവും പിറന്നുവീഴുന്നത്. ഈഗോയ്ക്കു മുമ്പെ നിലനിൽക്കുന്ന ക്രമമാണ് യാഥാർത്ഥ്യക്രമം. പൂർണതയാണത്. സാങ്കല്പികവും പ്രതീകാത്മകവുമായ ക്രമങ്ങളിലൂടെ (Imaginary and symbolic orders) അതിന്റെ പ്രതിനിധാനം മാത്രം സാധ്യമാണ്. അതിരും എതിരുമില്ലാത്ത ഒരു നൈരന്തര്യ (continuam) മാണത്. തന്നെത്തന്നെ തിരിച്ചറിയാത്ത അപരിചിതത്വത്തിന്റേതായ തലം പി. യുടെ കവിതയുടെ പൊതുസ്വഭാവമായാണ് നിരൂപകർ വിലയിരുത്തിയിട്ടുള്ളത്.[11] ഏതോ അന്യലോകത്തിൽ നിന്ന് എടുത്തെറിയപ്പെട്ടവനെപ്പോലെ, പി.യിൽ നിലനിൽക്കുന്ന അനാഥത്വം കണ്ണാടിയിൽ തന്റെ ബിംബം കണ്ട് ആഹ്ലാദിക്കുന്ന ശിശുവിന്റെ മനോവികാരം പോലെയാണ്. തനിക്കു നഷ്ടപ്പെട്ടതിനെക്കുറിച്ച് ശിശുവിന് ബോധ്യമില്ല. അതിന് അതിന്റെ അമ്മയുടെ അമ്മിഞ്ഞയുടെ അഭാവം തിരിച്ചറിയാനാവുന്നില്ല.

അഭാവത്തെക്കുറിച്ച്, നഷ്ടത്തെക്കുറിച്ച് കുട്ടിക്കുണ്ടാകുന്ന ആദ്യത്തെ തിരിച്ചറിവ് വളരെ പ്രധാനമാണ്. ബാഹ്യലോകത്തെയും തന്നെയും വേർതിരിച്ചു തുടങ്ങുന്നത് ആ നിമിഷത്തിലാണ്. അങ്ങനെ ശിശു ലോകത്തിൽ തന്നെത്തന്നെ ഉറപ്പിക്കുന്നു. തന്റെ സമഗ്രതയെക്കുറിച്ചുള്ള അറിവ് ലോകം അതിന്റേതല്ലെന്ന അറിവിലേക്കു കൊണ്ടു ചെന്നെത്തിക്കുന്നു. അകം/പുറം, വിഷയി/വിഷയം, സ്വത്വം/അപരം എന്നിങ്ങനെയുള്ള വിപരീതത്വങ്ങളിലേക്കുള്ള തിരിച്ചറിവ് അവിടെ നിന്നും ആരംഭിക്കുന്നു. അ(മ്മ)ന്യം താനല്ലെന്നു തിരിച്ചറിയുന്ന ശിശു, സ്വയം പൂരണങ്ങളിലൂടെ അമ്മ നൽകിയ 'പൂർണത' അഭാവമായും അസാന്നിധ്യമായും മനസ്സിലാക്കിത്തുടങ്ങുന്നു. അഭാവത്തിന്റെ തിരിച്ചറിവ് ശിശുവിനും പ്രകൃതിയ്ക്കും ഇടയിൽ ഉണ്ടായിരുന്ന ഈ പിളർപ്പ്, തന്റെ സ്വത്വം അഭാവത്തിലോ വേർപിരിയലിലോ ആണെന്ന് ശിശു അറിയുന്നു. അങ്ങനെ സ്വന്തം സ്ഥിരതയുടെയും നിത്യതയുടെയും ഒരു താദാത്മ്യബിംബത്തെ ശിശു അന്വേഷിക്കുന്നു.

തന്നെത്തന്നെ പ്രകൃതിയിലേക്ക് പ്രക്ഷേപിക്കുന്ന കാല്പനികരുടെ ആവിഷ്ക്കാരരീതിയെ ഈ താദാത്മ്യത്തോടു ഉപമിക്കാം. പി. യിൽ അടിസ്ഥാനസത്തയായി നിലനിൽക്കുന്ന നഷ്ടബോധം/ഗൃഹാതുരത ലോകത്തിൽ നിന്നു പിളർന്നുപോയ ശിശുവിന്റെ 'അഭാവം' തന്നെയാണ്. തന്നെ വീണ്ടും വീണ്ടും കണ്ണാടിയിൽ കാണുന്ന ശിശുവിന് ആഹ്ലാദമാണുണ്ടാകുന്നത്. എല്ലാ സാങ്കല്പികബന്ധങ്ങളിലും (imaginary relations)

ഉള്ളടങ്ങുന്ന ഈ ബലതന്ത്രം മുൻകൂട്ടി ചിത്രണം ചെയ്തു വയ്ക്കാൻ ശിശുവിനു കഴിയുന്നു. പ്രകൃതിയുമായി തന്മയീഭവിക്കപ്പെടുന്ന ഈ രീതി പി. കുഞ്ഞിരാമൻനായരുടെ സാഹിത്യത്തിന്റെ അന്തഃസത്തയാണ്. വിശ്വപ്രകൃതി-ഒടുങ്ങാത്ത ആ സൗന്ദര്യരത്നഖനി എനിക്ക് ഉത്തേജനം നൽകുന്നു. ചെടികളും പുൽകളും പുഴക്കളും കൂടിത്തൻ കുടുംബക്കാരായി പഠിപ്പിച്ച അദ്വൈതവിദ്യാസംസ്കാരം-അതാണെന്റെ കാവ്യജീവിത സൗധത്തിന് അസ്തിവാരം.[12] ഇങ്ങനെ പി. തന്നെ അതിനു സാക്ഷ്യം പറയുന്നുണ്ട്. പ്രകൃതി എന്നതിന് പി. യെ സംബന്ധിച്ചിടത്തോളം കേരളീയ പ്രകൃതി എന്ന പ്രാദേശികഭേദം ഉണ്ട്. കാല്പനികകവികൾ ക്കെല്ലാം ആദ്യപ്രചോദനം ലഭിക്കുന്നത് പ്രകൃതിയിൽ നിന്നാണ് അവരെ സംബന്ധിച്ചിടത്തോളം എല്ലാം അതായിരുന്നില്ലെങ്കിലും പ്രകൃതിയെ വിട്ട് ഒരു കാവ്യപ്രചോദനം അവർക്കുണ്ടായിരുന്നില്ല. കുഞ്ഞിരാമൻ നായർ ഈ വിഭാഗത്തിൽപ്പെടുന്ന കവിയാണ്. പി. യുടെ പ്രകൃതിവിജ്ഞാനത്തെക്കുറിച്ച് ബാലാമണിയമ്മ ഇങ്ങനെ പറയുന്നു: പ്രകൃതിദർശനം എന്നു പറയുമ്പോൾ അത് പുഴ, മല, കാട്, കടൽ, ആകാശം, നക്ഷത്രം എന്നിങ്ങനെ ചില സ്ഥൂല വസ്തുക്കളെക്കുറിച്ച് സ്തുതി പാടി തൃപ്തിപ്പെടുന്ന ഒന്നാണെന്നും വിമർശിക്കരുത്. പരമാണു മുതൽ സൗരയൂഥം വരെ വ്യാപിച്ചു കിടക്കുന്ന ഈ പ്രപഞ്ചത്തിലേക്കു ള്ള സൂക്ഷ്മദർശനമാണ് പി.യുടെ പ്രകൃതിദർശനം. ആദ്ധ്യാത്മികവാ ദികളായ കവികൾ പ്രകൃതിയുടെ മാധ്യമത്തിലൂടെ അദൃശ്യസത്തയെ ദർശിക്കുന്നു. അതുകൊണ്ട് പ്രകൃതിയോട് അതിരറ്റ പ്രേമം അവരുടെ പ്രത്യേകതയാണ്. കുഞ്ഞിരാമൻനായരുടെ നില്പ് ഇവിടെയാണ്. കാവ്യ ത്തിന്റെ അന്തഃസത്ത എന്തായാലും അതിന്റെ അഭിവ്യഞ്ജനത്തിനുള്ള ഉപാധികളിൽ പ്രകൃതി പരമ പ്രധാനമാണ് കുഞ്ഞിരാമൻനായർക്ക്.[13]

പൊയ്പ്പോയ ഭംഗികളെക്കുറിച്ചുള്ള ദുഃഖം കവിയെ അതു വീണ്ടെ ടുക്കാൻ പ്രേരിപ്പിക്കുന്നു. കണ്ണാടിയിൽ താൻ കണ്ടത് തന്റെ മാത്രം ബിംബമല്ല; അത് എപ്പോഴും മറ്റൊരാളുടേതു കൂടിയാണ്. അതിന്റെ തിരിച്ചറിയൽ എപ്പോഴും ഭാഗികമാണ്. ഭാവിയിലേയ്ക്കു നീക്കിവയ്ക്കപ്പെടുന്ന ഒന്നാണ്. തന്റെ സ്വത്വത്തിന്റെ അപരമായി പ്രകൃതി പി. യിൽ നിലനിൽ ക്കുന്നു. അതുകൊണ്ടു തന്നെ തന്റെ നഷ്ടവിഷാദത്തെ സന്നിവേശിപ്പിക്കു വാനുള്ള ഉപാധിയായി, ഭാഷയായി പി. പ്രകൃതിയെ, മാറ്റിയെടുക്കുന്നു. ഇത് ഒരു തരം ഉറപ്പിക്കലാണ് (fixation). താദാത്മ്യപ്പെടലാണ്.

പ്രകൃതി എന്ന അനുഭവം

വ്യത്യസ്തതലങ്ങളിൽ അപഗ്രഥിക്കാവുന്ന ഒരു സങ്കീർണസാന്നിധ്യമായി പ്രകൃതി പി. യുടെ കവിതയിൽ പ്രത്യക്ഷപ്പെടുന്നു. വൈവിധ്യമാർന്നതും സങ്കീർണവുമായ അനുഭവങ്ങളും ചിന്തകളും ആശയങ്ങളും വിനിമയം ചെയ്യാൻ കഴിവുള്ള ഒരു പ്രത്യേകമാധ്യമമായിട്ടാണ് പി. പ്രകൃതിയെ ഉപയോഗിക്കുന്നത്. അദ്ദേഹം ചിന്തിക്കുന്നതും സ്വപ്നം കാണുന്നതും സംസാരിക്കുന്നതും ഒക്കെ പ്രകൃതിയിലൂടെയാണ്. ഒരു ധ്യാനാവസ്ഥയിൽ ആഴ്ന്നുകൊണ്ടാണ് പി. പ്രകൃതിയെ അനുഭവിക്കുന്നത്. എല്ലാവരും ഉറക്കമായാൽ വിളക്കണച്ച് തുറന്ന സ്ഥലത്ത് ഒറ്റയ്ക്കിരുന്ന് നക്ഷത്രം നിറഞ്ഞ നീലാകാശം നോക്കിയിരിക്കുക തനിക്കേറ്റവും ഇഷ്ടപ്പെട്ട ഗ്രന്ഥപാരായണമാണത് എന്ന് പി. അക്കിത്തവുമായുള്ള അഭിമുഖത്തിൽ പറയുന്നുണ്ട്.[14] ഇങ്ങനെ തന്നെത്തന്നെ പ്രതിബിംബിച്ചു കാണുന്ന, അതിലേക്കു സംക്രമിപ്പിക്കാവുന്ന ദർപ്പണമായി പ്രകൃതിയെ അതീവജാഗ്രത്തായി അവതരിപ്പിക്കുന്നു. തന്റെ ദുഃഖങ്ങളും സ്വപ്നങ്ങളും പ്രതീക്ഷകളും പ്രകൃതിയിലൂടെ പകർത്തുന്ന പ്രതിരൂപാത്മകമായ ശൈലി, പി.യുടെ സ്വത്വത്തിന്റെ മൗലികകലയാണ്.

പ്രകൃതി കവിക്ക് ഭൂഭാഗക്കാഴ്ച (Landscape) മാത്രമല്ല. ആത്മബോധമുണർത്തുന്ന, വ്യക്തിയിൽ എന്ന പോലെ പ്രകൃതിയിൽ ഉദ്ഗ്രഥിതമായ ആദ്ധ്യാത്മിക പ്രവർത്തനം കാണാൻ കഴിയുമ്പോൾ മാത്രമെ പ്രകൃതിയെ അയാൾ പൂർണതയിൽ മനസ്സിലാക്കുന്നുള്ളൂ. തനിക്കു ശൈശവത്തിൽ നഷ്ടപ്പെട്ടുപോയ ആ അഭാവത്തെ (lack) പി. പ്രകൃതിയിൽ തിരഞ്ഞുനടക്കുകയാണ് ചെയ്തത്. സാങ്കല്പികബന്ധ (Imaginary) ത്തിൽ നിന്നു ആഗ്രഹത്തിന്റേതായ (Desire) പ്രതീകക്രമത്തിലെത്തുമ്പോൾ സംഭവിക്കുന്ന പിളരലുകൾ മായികമായ ലോകത്തിലേക്കാണ് കവിയെ എത്തിക്കുന്നത്. പി.യുടെ അന്വേഷണത്വരയുടെയും കാത്തിരിപ്പിന്റെയും പിന്നിൽ നിലകൊള്ളുന്നത് ഭാഷയിലൂടെ-ആവിഷ്ക്കാരത്തിലൂടെ-ഒരിയ്ക്കലും തിരിച്ചെടുക്കാനാവാത്ത ഭൂതകാലത്തിന്റെ നഷ്ടമാണ് എന്നുപറയാം.

ഒരു നഷ്ടപ്രപഞ്ചത്തെയാണ് ഭാഷയിലൂടെ പ്രതിനിധാനം ചെയ്യുന്നത്. ഇവിടെ പ്രതിനിധാനം ചെയ്യുന്ന ചിഹ്നങ്ങൾ കൊണ്ട് തൃപ്തിയടയേണ്ടി വരുന്നു. സാദൃശ്യാത്മകമായ കണ്ണാടിപ്രപഞ്ചത്തിനു പകരം ഭാഷ കൊണ്ടു വരുന്നത് ലാക്ഷണികമായ ചിഹ്നപ്രപഞ്ചത്തെയാണ്. അനന്തമായ ചിഹ്നവ്യൂഹങ്ങളിൽ കറങ്ങിത്തിരിയുന്ന ഒരവസ്ഥ സംജാതമാവുകയും യഥാർത്ഥവസ്തുവിനു പകരം ചിഹ്നങ്ങളുടെ നിലയ്ക്കാത്ത

ചലനങ്ങൾ പ്രത്യക്ഷപ്പെടുകയും ചെയ്യുന്നു. ചിഹ്നങ്ങളുടെ ഈ അനന്ത ചലനത്തെ ആഗ്രഹം (desire) എന്നാണ് ലക്കാൻ വിളിക്കുന്നത്. ഇത്ത രമൊരവബോധത്തിൽ നിന്നാണ് ഭാഷ ഉണ്ടാവുന്നതെന്നും ലക്കാൻ അഭിപ്രായപ്പെടുന്നു. യഥാർത്ഥ വസ്തുവിനെക്കുറിച്ചുള്ള അഭാവ (നഷ്ട) ബോധമാണ് അതിന്റെ സ്ഥാനത്ത് വെയ്ക്കുവാനുള്ള സൂചകങ്ങളുടെ വ്യൂഹമായ ഭാഷയെ സൃഷ്ടിക്കുന്നത്. ഭാഷയിലേക്കുള്ള പ്രവേശം ആഗ്രഹങ്ങൾക്ക് അടിമയാകുന്നതിനു തുല്യമാണ്.[15] അത് വസ്തുനിഷ്ഠ പ്രപഞ്ചത്തിന്റെയും അപരമായ മാതൃശരീരത്തിന്റെയും ബന്ധം വിച്ഛേ ദിച്ച് സൂചകപ്രപഞ്ചത്തിൽ പ്രവേശിക്കുന്ന പ്രക്രിയയാണ്.

നീണ്ടുപോകുന്ന സൂചകങ്ങളുടെ നിരയെന്നു ഭാഷയെ വ്യക്തമാക്കുന്ന ലക്കാൻ, വാക്കുകളുടെ നിയതാർത്ഥത്തിലുള്ള പരിമിതികളിൽ നിന്നു സൂചകങ്ങളുടെ അനന്തലീല എന്നു ഭാഷയെ പുനർനിർവചിക്കുന്നു. ഭാഷാവ്യവഹാരത്തിലൂടെ ഒരാൾ ഞാൻ എന്ന ചിഹ്നവുമായി ഐക്യ പ്പെടുന്നു. ഈ ഐക്യം ഒരിക്കലും പൂർണമല്ല. തനിക്കു ലഭിക്കാവുന്ന ഒരേ ഒരു സ്വത്വം സാങ്കല്പികമാണ്, മിഥ്യയാണ് എന്ന തിരിച്ചറിവ് കവിയെ സംഘർഷത്തിന്റെ ലോകത്തിലേക്ക് നയിക്കുന്നു. കവിതയിലെ ഭാഷ യും-വാക്കും ബാഹ്യലോകവും(പ്രകൃതി)വാക്കും-കവിസ്വത്വവും എന്നി ങ്ങനെ ബന്ധങ്ങളുടെ അനന്തപരമ്പരയെ സൂചിപ്പിക്കുന്നു.

കവി സ്വയം ആവിഷ്കൃതനാവുകയും ലോകത്തെ ചിത്രീകരിക്കുക യും വഴി വിപ്ലവകരമായ സ്വാതന്ത്ര്യമാണ് നേടിയെടുക്കുന്നത്. സ്വന്തം മനസ്സിനെ ബിംബവത്കരിക്കുന്നതിലൂടെയാണ് ഇതു സാധിക്കുന്നത്. ഇങ്ങനെ കവിസ്വത്വം ബിംബങ്ങളിലൂടെ (ഭാഷയിലെ സൂചകപരമ്പ രയിലൂടെ) ആവിഷ്കൃതമാകുന്നു. കവിതയിലെ സൂചകപരമ്പരകൾ (കാവ്യബിംബങ്ങൾ) കവിസ്വത്വവുമായി ബന്ധപ്പെട്ട ചില അടിസ്ഥാ നസ്വഭാവങ്ങൾ പ്രകടിപ്പിക്കുന്നുണ്ട്. സവിശേഷമായ ഒരു മാനസി കാവസ്ഥയെയോ ദർശനത്തെയോ സങ്കീർണപ്രകൃതത്തെയോ ആവിഷ്കരിക്കുന്നതിന് ഇപ്രകാരം സൂചകങ്ങളുടെ (ബിംബങ്ങളുടെ) വിവിധ ഭാവദശകളിലുള്ള ആവർത്തനം മതിയാകുന്നുവെങ്കിൽ അത് കവി സ്വത്വത്തിന്റെ ആന്തരവൈരുദ്ധ്യത്തിന്റെ പ്രത്യേകത കൊണ്ടു തന്നെയാണ്.

സ്വന്തം മനസ്സിന്റെ കേവലാവസ്ഥയെ സൂചിപ്പിക്കുന്ന ഏതു ബിംബവും പ്രകൃതിയോടു താദാത്മ്യപ്പെട്ടതാണ്. പ്രകൃതിയെയും മനുഷ്യ നെയും സമീകരിക്കുന്നതു വഴിയാണ് കവിതയിൽ പ്രകൃതിബിംബങ്ങൾ ജന്മം കൊള്ളുന്നത്. പ്രകൃതിചിത്രങ്ങളെ ആശ്രയിച്ചുള്ള ഈശ്വരപൂജയ്ക്ക്

ഒരു വഴിത്തിരിവായത്, പി. യുടെ കാവ്യജീവിതത്തിലെ പ്രധാനപ്പെട്ട ഒന്നാണ്. നായികയെ വിളിക്കാൻ ഏർപ്പാടാക്കുന്ന തോഴിയിൽ അനുരക്തനായിപ്പോകുന്ന നായകൻ, ഏതാണ്ടതുപോലെയാണ്. ഈശ്വരപൂജയെ സാഹിത്യമാക്കാൻ തനിക്ക് ഏതൊന്നിനെ ആശ്രയിക്കേണ്ടിവന്നുവോ ആ പ്രകൃതിബിംബങ്ങളിൽത്തന്നെ കവി അലിഞ്ഞു ചേരാൻ തുടങ്ങിയത്. പ്രകൃതിയെത്തന്നെ കാവ്യദേവതയായും നിത്യകന്യകയായും സങ്കൽപ്പിച്ച് അവളെത്തന്നെ ആരാധിച്ചു തുടങ്ങുകയായി. ഈ വഴിത്തിരിവിന് ശേഷം പി.യ്ക്ക് അമ്പലം ഒരു ലക്ഷ്യമല്ല കവിക്ക് അതും പ്രകൃതിയുടെ ഭാഗമെന്ന നിലയ്ക്ക് ബിംബമായി വരും എന്നേയുള്ളൂ. പി. യുടെ കാവ്യസ്വത്വം മൗലികമായി വേറിട്ടത് ഈ വഴിക്കാണ്.

പ്രകൃതി എന്ന ഭൂതകാലക്രിയ

ദൃശ്യലോകം പ്രകൃതിയാണ്. ബിംബങ്ങൾക്കുള്ള ദൃശ്യപരമായ വസ്തുക്കൾ പ്രകൃതിയിൽ നിന്നു ലഭ്യമാകുന്നതു കൊണ്ടുതന്നെ കവി പ്രകൃതിയെയാണ് ആവിഷ്കരിക്കുന്നത്. മഹത്തായ ആശയങ്ങൾ ആവിഷ്ക്കരിക്കേണ്ടി വരുമ്പോൾ എഴുത്തുകാരനു പ്രധാനമാതൃക പ്രകൃതിയാണ്. പ്രകൃതി എന്ന വാക്ക് ചരിത്രത്തിൽനിന്നു കണ്ടെടുക്കുകയല്ല; അത് അനുഭവത്തിന്റെ ഭാഗമാണ്. സ്വതന്ത്രമല്ലാത്ത മനസ്സിന് ഒരിക്കലും പ്രകൃതിയെ തിരിച്ചറിയാനാവില്ല. നിരന്തരധ്യാനത്തിലൂടെയും നിസ്വാർത്ഥതയിലൂടെയും മാത്രമേ പ്രകൃതിയുടെ അതീതസ്വഭാവങ്ങൾ കണ്ടെത്താനാവുകയുള്ളൂ. നിറഞ്ഞ ആത്മാർത്ഥതയുടെ സ്വരൂപമാണ് പ്രകൃതി. അതീവ ജാഗ്രതാവസ്ഥയിൽ നിലകൊള്ളുന്ന സംവേദനത്താൽ പി. പ്രകൃതിയെ കാണുകയും കേൾക്കുകയും സ്പർശിക്കുകയും മണത്തറിയുകയും ചെയ്യുന്നു. ദൃശ്യത്തിന്റെയും സ്പർശത്തിന്റെയും ഇന്ദ്രിയശേഷികൾ കൊണ്ട് പ്രകൃതിയിലെ ഓരോ സൂക്ഷ്മാംശത്തെയും പി. എഴുത്തിലേക്ക് കൊണ്ടുവരുന്നു. ശീലവൽകൃതമായ സംവേദനത്തെ തകർത്തുകൊണ്ട് പ്രകൃതിയുടെ നൈസർഗ്ഗികമായ സൗന്ദര്യത്തെയാണ് പി. ആവിഷ്ക്കരിച്ചത്.[16]

ചെറുപ്പത്തിൽ തന്നിൽ നിന്ന് അകന്നുപോയ സൗന്ദര്യത്തിന്റെ പൂർണതയെത്തേടിയുള്ള പ്രയാണമാണല്ലോ പി. യുടെ കാവ്യജീവിതം. തനിക്കുതന്നെ അപരിചിതമായ ഒരു ഭാവം ആ കവിതകളിലെല്ലാമുണ്ട്. ഈ ലോകജീവിതം അസ്ഥിരമായ അർത്ഥശൂന്യമായ ഒരു വിഭ്രാന്തിയാണ്. ഇവിടെ നിന്നു മറ്റൊരു ലോകത്തിന്റെ മധുരസ്മൃതികൾ താലോലിക്കുവാനാണ് പലപ്പോഴും ആ കൗതുകം. ഈ ലോകം തനിക്കു നഷ്ടലോകമാണ്; പൂർത്തീകരിക്കാനാവാത്ത ആഗ്രഹങ്ങളുടെ പരമ്പരയാണ്. ഈ

ആഗ്രഹപൂർത്തീകരണം സാധ്യമാകുന്നത് അപരലോകത്തിലാണ് എന്നു കവി വിശ്വസിക്കുന്നു. ഈ ലോകത്തു താൻ അസ്വസ്ഥനാണ്. അഭയം കൈവരുന്നത് അന്യലോകത്തു മാത്രം. സിനിമ കഴിഞ്ഞാൽ, വർഷരാത്രി, ഉദ്യാനപാലകൻ, ചന്തപിരിഞ്ഞിട്ടും ഇങ്ങനെ ഒട്ടേറെ കവിതകളിൽ ഈഭാവം ആവർത്തിക്കുന്നതായി കാണാം.

ഈയിരുളിലീരാവിൻ, നിൻ വണ്ടിയിൽ
നീ തനിച്ചു തനിച്ചു താൻ പോവണം
അന്ധകാരാദ്രി തന്നപ്പുറമയേ
പാന്ഥതാവക വിശ്രമത്താവളം
എത്രമോന്തിക്കഴിഞ്ഞിതിനിയു മീ
മദ്യപാത്രം നിറയ്ക്കുവാനോശ്രമം
(ചന്ത പിരിഞ്ഞിട്ടും)

തനിക്ക് ലക്ഷ്യസ്ഥാനം മറ്റേതോ ഒരു ലോകമാണെന്ന് വിശ്വസിക്കുകയും അതു തിരഞ്ഞു നടക്കുകയും ചെയ്യുന്ന ഒരു കാല്പനികഭാവമാണിത്. കളിയച്ഛനിൽ ഒരു ഭാഗം നോക്കുക.

"പോരുമിപ്പാഴ്ക്കളി വീട്ടിലേക്കൊന്നിനി
പ്പോയി വരുവാൻ മുതിരുന്നു മാനസം
പക്ഷെ വീടെവിടെ?
"മൂടി മാറാലയിൽ ച്ചാടീകയങ്ങളിൽ
വീടിനെത്തേടിയൊരോർമ്മകൾ കൂടിയും"
(കളിയച്ഛൻ)
വീട്, നഷ്ടബോധമായിത്തീരുകയാണിവിടെ.
'വള്ളംകളി' എന്ന കവിത നോക്കുക.
"വിതുമ്പുന്ന നിശ്ശൂന്യതയ്ക്കപ്പുറത്തു നിന്നുമെന്നെ
വിളിക്കയാം വീണ്ടുമേതോ മുരളീനാദം
പുഴയുടെ പാട്ടുകാരാ അഴകിന്റെ നാട്ടുകാരാ
പഴങ്ങളും പൂക്കളും തൃക്കാൽക്കലർപ്പിച്ചു
എണ്ണ തീർന്നു പുകയുന്ന പാഴ്‌വിളക്കുമീവെള്ളവും
അർണ്ണവത്തിൽ നടയിലെ വഴിപാടാക്കി
വ്യോമമേറിത്തെളിതാരാ മണിമുത്താക്കും, മണ്ണിൻ
താമരയിലയിൽ വീണ നീർക്കണമാം നീ"
(വള്ളംകളി)

നിശ്ശൂന്യതയ്ക്കപ്പുറമുള്ള നിമന്ത്രണമായിത്തീരുന്നുണ്ട് ഈ വരികൾ.

'ഉത്സവക്കളി'യിലും ഇതേ തേങ്ങലുകൾ ആവർത്തിക്കുന്നുണ്ട്.

"ഒരൊറ്റ വേഷം കണ്ടില്ല
പാട്ടുകേട്ടില്ലൊഴുക്കെഴും
മേളത്തിലൊന്നു മുങ്ങീല
അരങ്ങിൽക്കേറിയില്ല ഞാൻ

എന്തിന്നു വന്നു ഞാൻ? ഏതു
വഴിയീ നാട്ടിലെത്തി ഞാൻ
തിരിച്ചുചെല്ലമെന്മേട്ടു-
കളികാണാതുറങ്ങിയോൻ"

(ഉത്സവക്കളി)

ഈ വരികളിലെല്ലാം നഷ്ടപ്പെട്ടതിനെക്കുറിച്ചുള്ള ബോധം കവിയെ പിരിയാതെ പിൻതുടരുന്നതായി കാണാം. പലതരം മായാമോഹങ്ങളുടെ പിറകെ നടന്നു ജീവിതം വ്യർത്ഥമാക്കിയ ഒരാളിന്റെ വിഷാദകലുഷമായ ഗാനങ്ങളാണ് പി.യുടെ കവിതകളിൽ മിക്കവയും.

പാട്ടുനിലച്ചും, വിളക്കുകൾ കെട്ടുപോം
പാറാവുകാരൻ പുറത്താക്കുമെന്നെയും
ഞെട്ടിത്തെറിക്കുന്നു മാനസമിക്കളി
വിട്ടാലിരുട്ടത്തു പോകേണ്ടതെങ്ങു ഞാൻ
(സിനിമ കഴിഞ്ഞാൽ)

ഒറ്റപ്പെട്ടവന്റെ മാനസികവ്യഥ ഘനീഭൂതരൂപമായി മാറുന്നത് ഈ വരികളിൽ കാണാനാവും.

നേടിക്കൊട്ടുത്തു പലതും
എന്നാലും തുവെളിച്ചമേ
ഏഴയാം പൂവിനോടൊന്നും
മിണ്ടാതെങ്ങോട്ടു പോയി നീ
(പൂമൊട്ടിന്റെ കണി)

വിരഹവ്യഥയുടെ രൂപത്തിൽ നഷ്ടബോധം ഇവിടെ ആവർത്തിക്കുന്നു. ഭൂതകാലം വളരെ മനോഹരമായിരുന്നുവെന്ന് കവി വിശ്വസിക്കുന്നു. വർത്തമാനകാലമാകട്ടെ, അതീവക്ലേശകരവും അരോചകവും. ഭൂതകാലത്തിന്റെ അടയാളം പതിഞ്ഞതെന്തും അങ്ങനെ പി. യ്ക്ക് ചേതോഹരമാകുന്നു. ഇങ്ങിനി വരാത്തവണ്ണം പൊയ്പ്പോയ ഭൂതകാലത്തിന്റെ മധുരാനുഭൂതികൾ അയവിറക്കുകയും അഭിരമിക്കുകയും ചെയ്യുക അദ്ദേഹത്തിന് നിർവൃതികരമായ അനുഭവമാണ്. വർത്തമാനകാലത്തോടുള്ള ഈ അതൃപ്തിയാണ്, കൃത്രിമനാഗരികതയോടുള്ള എതിർപ്പും ഗ്രാമീണവിശ്വാസിയോടുള്ള മതിപ്പുമായി മാറുന്നത്. കുഞ്ഞിരാമൻ നായർ ഏതോ ജനനാന്തരസൗഹൃദങ്ങളെ അബോധപൂർവ്വമായി അയവിറക്കുക തന്നെയാവാം ചെയ്യുന്നത് എന്ന കെ.പി. ശങ്കരന്റെ വാക്കുകൾ പരിശോധനാർഹമാണ്.[17] എന്താണ് കവി അബോധപൂർവ്വമായി അയവിറക്കിക്കൊണ്ടിരിക്കുന്നത്. മാതൃശരീരമെന്ന 'അപര'ത്തെ തെറ്റായ തിരിച്ചറിവിലൂടെ, സാങ്കല്പികമായി അതിനോടു താദാത്മ്യപ്പെട്ടുകൊണ്ട് തന്റെ ആഗ്രഹത്തെ (Desire) പൂർത്തീകരിക്കുവാൻ കുട്ടി നടത്തുന്ന ശ്രമം പോലെയാണിത്.

എല്ലാ കാല്പനികകവികൾക്കും വർത്തമാനകാലം അസംതൃപ്തമാണ്. സമകാല യാഥാർത്ഥ്യവും ജീവിതകലാപവും അവരിൽ അസ്വസ്ഥത നിറയ്ക്കുന്നു. തനിക്കഭിമതമായ അഴകുകളും ആദർശങ്ങളുമൊക്കെ അസ്തമിച്ചിരിക്കുന്നു. പലതും നോക്കിക്കൊണ്ടിരിക്കെ അസ്തമിക്കുകയാണ്. പ്രകൃതിയുടെ പച്ചമേട്ടുകളും പവിഴത്തുരുത്തുമൊക്കെ വെറിപിടിച്ച ആധുനികമനുഷ്യൻ (കൃത്രിമനാഗരികത) വീണ്ടുവിചാരം കൂടാതെ വെട്ടിനിരത്തുകയും ചുട്ടുമുടിക്കുകയുമാണ് ചെയ്യുന്നത്. പി. തന്റെ കൃതികളിലൂടെ വിലപിച്ചുകൊണ്ടിരിക്കുന്നത് ഈ പ്രകൃതിനഷ്ടത്തെക്കുറിച്ചാണ്. മാതാവിനോടുള്ള അബോധത്തിലുള്ള താല്പര്യം മാതൃദേശത്തോടും മാതൃഭാഷയോടും ഉണ്ടാകുന്നു. പി.യുടെ സാമൂഹ്യവിമർശനത്തിന്റെ തലം ഇവിടെ നിന്നാണ് തുടങ്ങുന്നത്. അതോടൊപ്പം പ്രാകൃതമനോഭാവം (Primitive nature) കാല്പനികമായ സ്വത്വത്തിന്റെ ഭാഗമായി പി.യിൽ രൂഢമായിട്ടുണ്ട്.

ഹന്തവെൺമഴുവിന്റെ കടിയേറ്റണഞ്ഞിപ്പോയ്
പന്തൽ പൊക്കിയ കുറ്റൻ മാമരനിരയെല്ലാം
(ഗാന്ധിഗ്രാമം-അതെവിടെ)
ഉച്ചണ്ഡാരവത്തോടും പാദപവംശം പാടേ
പച്ചതിന്നുവാനെത്തീ യന്ത്രശാലകളെല്ലാം
ഹാ, പരം മരം നിലംപൊത്തുമ്പോൾ, തെളിവിദ്യു-
ദീപത്താൽ, പുത്തൻ കമ്പിക്കാലുകൾ ചിരിക്കുന്നു
പ്രാക്തന സംസ്കാരത്തിൽ തായ്‌വേരുപുഴക്ക-
വാനൊത്തൊരുമിച്ചു നീളെ മഴുവും കോടാലിയും
(അയയ്ക്കാത്ത കത്ത്)

ഇവിടെയൊക്കെ അതിനിശിതമായ സമകാലിക വിമർശനമാണ്. എന്നാൽ മറ്റുചിലപ്പോളത് അത്യന്തം കരുത്തുമാകാറുണ്ട്.

കൈമെയ്യുണർന്നു, മലരുതിരു-
മാമരത്തോപ്പുകളെങ്ങു പോയീ?
പൊൻകതിരുണ്ടു പുലർന്നോരോമൽ
പൈങ്കിളി കൂട്ടുകളെങ്ങു പോയി
വല്ലീല മോമനക്കാറ്റു നൃഴം
വല്ലീനികുഞ്ജങ്ങളെങ്ങുപോയി
(കവിയെവിടെ)

ഇവിടെ ആ സൗന്ദര്യപ്രകൃതി മാത്രമല്ല, അതിൽ പുലർന്നിരുന്ന ശാലീനമായ മനുഷ്യപ്രകൃതിയും മാഞ്ഞുപോവുകയാണല്ലോ. നഷ്ടപ്പെടുന്നത്/നഷ്ടപ്പെട്ടത് എന്ന നിലയിൽ തന്നിൽ നിന്നു അകന്നുപോയ സൗഭാഗ്യത്തെക്കുറിക്കുവാൻ 'പോയി' എന്ന 'ഭൂതകാലക്രിയ' ആവർത്തിക്കുന്നുണ്ട് പി. പല കവിതകളിലും.

പൂക്കളത്തിന്റെ മദമിളകി
പൂത്തനിലാവിൻ മധുകലക്കി
പാതിരാമൗനംപടി കടന്നു
കേറി പൊൻചിങ്ങപ്പൂങ്കാറ്റുപോലെ
(കവിയുടെ കണ്ണുനീർ)

പാഴിലാവുന്ന ഈ അന്വേഷണത്തിന്റെ പരമ്പര നമുക്ക് പല കവിതകളിലും കാണാം. ആദർശങ്ങളുടെ തകർച്ചയും പി.യുടെ ആശാഭംഗത്തിനു പിന്നിലുണ്ട്. നഷ്ടപ്പെട്ടതിനെച്ചൊല്ലി ആഴത്തിലുയരുന്ന നിശ്വാസം കാല്പനികകവിതയുടെ കാതലായ ഭാവമാണ്. ഇത്തരമൊരു ഊഷ്മളനിശ്വാസം പി.യുടെ കവിതയുടെ അടിയൊഴുക്കാണ്.

അത്രമേൽ പ്രാണനും പ്രാണനായ് നിന്നു നീ
യാത്ര പറയാതെ പോയതുചിതമോ?
വിണ്ണിൻ വെളിച്ചമെഴുതി നിന്നീടുമോ
കണ്ണിലൊരുകുറി കൂടി ക്ഷണപ്രഭേ?
(സൗന്ദര്യദേവത)

ഗൃഹാതുരത്വമായി, ഭൂതകാലരതിയായി, കാല്പനിക മധുരവിഷാദമായി ചിറകിട്ടടിക്കുന്ന ഈ ഭാവം, 'കാത്തിരുപ്പ്'' എന്ന സ്ഥായീഭാവത്തിന്റെ പരിവർത്തനമാണ്. സൂചകപരമ്പരകളിലൂടെ, കാവ്യബിംബങ്ങളിലൂടെ പി.യുടെ കവിതയിൽ ഈ ഭാവം നോക്കുന്നിടത്തൊക്കെ പൂത്തുനിൽക്കുന്നു.

യാത്രപറയാതൊരു നോക്കു കാണാതെ
പൂത്തുതളിർത്ത വസന്തം തിരിച്ചുപോയ്
(ഇരുണ്ടമാനം;വരണ്ടഭൂമി)
ഏവമെന്തിനിണങ്ങി നാം തമ്മിൽ
വേർപിരിയുവാൻ മാത്രമായ്
(മാഞ്ഞുപോയ മഴവില്ല്)

തന്റെ കൈയിൽ നിന്നു വഴുതിപ്പോയ ആ സൗഭാഗ്യം തന്നിലെ അപരസാന്നിധ്യമാണ്. അതിനെ തിരഞ്ഞു കണ്ടെത്താനുള്ള വൃഥാശ്രമമാണ് പി. യുടെ അന്വേഷണത്തിനു പിന്നിലുള്ളത്. ഗ്രാമീണപ്രകൃതിയുടെയും ഗ്രാമീണകന്യകയുടെയും സൗന്ദര്യങ്ങളും സൗഭാഗ്യങ്ങളും ആസ്വദിച്ചുകൊണ്ടുള്ള പി.യുടെ യാത്രകൾ ഇതിനെ പൂരിപ്പിക്കുന്നു.

വിയോഗത്തിൽ നിന്നുറവിടുന്ന ഒരു വികാരം-നഷ്ടബോധം-എല്ലാ കലാസൃഷ്ടിയുടെയും കേന്ദ്രമാണെന്നൊരു മനഃശാസ്ത്രമതമുണ്ട്. എഴുത്തുകാരന്റെ മനസ്സിന്റെ അഗാധതയിലെങ്ങോ കുടികൊള്ളുന്ന ഈ നഷ്ടമാണ് ഏതൊരു കലാസൃഷ്ടിയുടെയും സത്ത. ഒരിക്കൽ സ്നേഹിച്ചിരുന്നതും സമ്പൂർണമായിരുന്നതും എന്നാൽ പിന്നീട് കൈവിട്ടതും

ശിഥിലവുമായ ഒന്നിന്റെ പുനഃസൃഷ്ടിയാണ് എല്ലാ കലാരൂപങ്ങളും. ഒരർത്ഥത്തിൽ ഈ നഷ്ടബോധത്തെ അതിജീവിക്കുവാനുള്ള ഉദ്യമമാണ് കലാസൃഷ്ടിയിലൂടെ കലാകാരൻ നടത്തുന്നത്. ഡോ. എം. ലീലാവതി പി.യുടെ അന്വേഷണത്വരയ്ക്ക് പല തലങ്ങളുണ്ടെന്ന് നിരീക്ഷിക്കുന്നു. വ്യക്തിതലം, സമൂഹതലം, ഓരോന്നിനും അന്തഃസ്ഥലം, ബഹിർസ്ഥലം നഷ്ടപ്പെട്ടുപോയ സ്വർഗ്ഗത്തെക്കുറിച്ചുള്ള അന്വേഷണം എന്നു വ്യാപകമായി പ്രതീകാത്മകമായി ഇതിനെ നിർവ്വചിക്കാം. പൊയ്പ്പോയ ആ സ്വർഗ്ഗം ഓരോ തലത്തിൽ ഓരോന്നാണ്. കൈവിട്ടുപോയ ശൈശവത്തെപ്പറ്റിയും ധിക്കരിച്ചുപേക്ഷിച്ച് പോന്ന വീടിനെക്കുറിച്ചും ഇഷ്ടജനങ്ങളെക്കുറിച്ചും (മാതാപിതാക്കൾ) പി. പല കവിതകളിലും ആവർത്തിക്കുന്നുണ്ട്.[18]

ഇവ പ്രകടമായി, പ്രതീകാത്മകമായി പല കവിതകളിലും ചിതറിക്കിടക്കുന്നുണ്ട്. നഷ്ടസൗഭാഗ്യത്തോടെ അനിർവചനീയമായ കേവലദുഃഖത്തോടെ ഇവയെ വർണ്ണിക്കുമ്പോൾ വൈയക്തികമായ മാനം കൈവരുന്നു. കുഞ്ഞിരാമൻനായരുടെ കവിതകളുടെ പ്രധാനഭാവം ഐന്ദ്രിയസുഖങ്ങളുടെ സമ്പൂർണതയ്ക്ക് വേണ്ടിയുള്ള തീവ്രമായ ആഗ്രഹമാണ്. പ്രകൃതി, പി. യിൽ സ്ത്രീലൈംഗിക കർത്തൃത്വമായി പലപ്പോഴും ആവിഷ്കരിക്കപ്പെടുന്നുണ്ട്. പി. യുടെ ആദർശകാവ്യദേവത-നിത്യകന്യക-എന്ന സങ്കല്പം തന്നെ ഉദാത്തീകരിച്ച തീവ്രമായ ആഗ്രഹമാണ് എന്ന് കണ്ടെത്താം.

പ്രകൃതിയുടെ ആന്തരവൈരുദ്ധ്യം

പ്രകൃതി കവിയുടെ ഇന്ദ്രിയങ്ങൾക്ക് ആനന്ദത്തിന്റെ വിരുന്നൂട്ടുകയാണ് ചെയ്യുന്നത്. പ്രകൃതി കന്യക (സ്ത്രീ) ആനന്ദത്തിനൊപ്പം വേദനയും കവിയ്ക്കു നൽകുന്നു. പി.യുടെ കവിതയിൽ നിറഞ്ഞുനിൽക്കുന്ന ഈ ആനന്ദം വിശദീകരിക്കപ്പെടേണ്ടതുണ്ട്. ഫ്രോയ്ഡിന്റെ ആനന്ദതത്വ (Pleasure principle) ത്തിന്റെ അടിസ്ഥാനം തിരിച്ചുകിട്ടലും നഷ്ടപ്പെടലുമാണ്. ലക്കാനിയൻ ദർശനത്തിൽ, ഭാഷയിലേക്കുള്ള ശിശുവിന്റെ പ്രവേശം ഒരു പ്രതീകക്രമത്തിലേക്കുള്ള പ്രവേശം കൂടിയാണ്. ഭാഷയിലേക്ക് പ്രവേശിക്കുമ്പോൾ കണ്ണാടിഘട്ടത്തിൽ രൂപീകരിക്കപ്പെട്ട സ്വത്വത്തിന്റെ ഐക്യം ചിതറിത്തെറിക്കുന്നു. കാരണം, താനല്ലാത്ത അനേകങ്ങളുടെ ലോകത്തിലേക്കാണല്ലോ ശിശു ഭാഷയിലൂടെ എത്തിച്ചേരുന്നത്. ശിശുവിന് ഭാഷയുടെ അനന്തസാധ്യതകൾ മനസ്സിലായിത്തുടങ്ങുന്നതും ഈ അവസ്ഥയിലാണ്.

ഫ്രോയ്ഡ് ഉദാഹരിച്ചിട്ടുള്ള തന്റെ പേരക്കുട്ടിയുടെ കളിതന്നെയാണ് ലക്കാനും ഉപയോഗിക്കുന്നത്. എന്നാൽ ഫ്രോയ്ഡ് നൽകുന്നതിൽ നിന്നു വ്യത്യസ്തമായ ഒരു വിശദീകരണമാണ് ലക്കാൻ, കുട്ടിയുടെ കളിക്ക് നൽകുന്നത്. ഫോർട്ട് (പോയി), ദാ (ഇവിടെ) എന്നിങ്ങനെ ഉച്ചരിച്ചു കൊണ്ട് നൂലിൽ കെട്ടിയ കളിപ്പാട്ടം കൊണ്ട് കളിക്കുകയാണ് കുട്ടി. 'ഫോർട്ട്' എന്നു പറയുമ്പോൾ കളിപ്പാട്ടം പോകുന്നു (എറിയുന്നു). 'ദാ' എന്നു പറയുമ്പോൾ വരുന്നു (തിരിച്ചെടുക്കുന്നു). ഇതിലൂടെ ഭാഷയുടെ സാധ്യതയുപയോഗിച്ച് ഇല്ലാത്ത ഒന്നിനെ മുന്നിലേക്ക് ആനയിക്കാനാകും എന്ന തത്വമാണ് കുട്ടി ഗ്രഹിക്കുന്നത്. പ്രതീകങ്ങളുടെ ഈ ഉപയോഗസാധ്യതാബോധം ഭാഷാർജ്ജനത്തെ സ്വാധീനിക്കുന്നുണ്ട്. പി.യുടെ കവിതയിൽ ആവർത്തിച്ചു പ്രത്യക്ഷപ്പെടുന്ന ഒന്നാണ് 'ആനന്ദം' എന്ന വാക്ക്.[19] തിരിച്ചുകിട്ടലിന്റെയും നഷ്ടപ്പെടലിന്റെയും ഒരുതലം പി. യുടെ ആനന്ദസങ്കല്പത്തിലുണ്ട്.

ആനന്ദമരുത്തേറ്റു നൃത്തമാടുന്ന ദൂര-
ത്താദർശ മഹാക്ഷേത്രഗോപുര പ്രദീപങ്ങൾ
(രാമരാജ്യത്തിലേക്ക്)
ആനന്ദവൈകുണ്ഠം കാട്ടിത്തന്ന
പാണന്റെ ചാളയിന്നെങ്ങുപോയി
(കവി എവിടെ)

എന്ന വരിയിൽ ഈ ദർശനം കാണാം.

ആനന്ദം എന്ന അനുഭവം തന്നെയാണ് പി. എന്ന കവിയെ കവിയാക്കിത്തീർത്തത് എന്നു തിരിച്ചറിയാൻ സാധിക്കും. സ്നേഹതീക്ഷ്ണമായ കുടുംബ ബന്ധങ്ങളെ വിട്ടെറിഞ്ഞ് ജീവിതത്തെ യാത്രയാക്കിത്തീർക്കാൻ തീവ്രമായ ഈ ആനന്ദത്തിനു കഴിഞ്ഞുവെന്നതാണല്ലോ യാഥാർത്ഥ്യം.

മനുഷ്യനെ മനുഷ്യനാക്കി നിലനിർത്തുന്നത് പ്രകൃതിയോടും സംസ്കാരത്തോടും സമൂഹത്തോടുമുള്ള ജൈവികബന്ധമാണ്. ഈ ജൈവികബന്ധം സൃഷ്ടിക്കുന്ന ആനന്ദവും അതിന്റെ വിനാശം സൃഷ്ടിക്കുന്ന അനാഥത്വവുമാണ് പി. യുടെ കവിതയിൽ മാറിമാറി വരുന്ന രണ്ടു തലങ്ങൾ. പ്രകൃതി, സമൂഹം, സംസ്കാരം, മാതാപിതാക്കന്മാർ എന്നീ ബിംബങ്ങൾ ഒരു വശത്തും ഇവയെല്ലാം തള്ളിക്കളഞ്ഞ് സ്വയം അനാഥത്വം വരിക്കുന്ന മനുഷ്യൻ മറുവശത്തും-ഈ ദ്വന്ദ്വം പി. യുടെ കവിതയിൽ ആവർത്തിച്ചു വരുന്ന പ്രമേയങ്ങളാണ്. ഇത്തരമൊരു തീവ്രമായ സംഘർഷം അനുഭവിച്ചുകൊണ്ടാണ് ഏകാകിതയുടെ ഒറ്റയാൾ വഴിയിൽ, കവി തന്റെ നഷ്ടലോകത്തെക്കുറിച്ചും അനാഥത്വത്തെക്കുറിച്ചും പാടുന്നത്.[20]

സകലതിൽ നിന്നും എടുത്തെറിയപ്പെട്ട് തനിക്കുതന്നെ മനസ്സി ലാക്കാൻ കഴിയാത്ത, സത്ത നഷ്ടപ്പെട്ട മനുഷ്യന്റെ പ്രതീകമായി കരിശേറ്റം നടത്തുമ്പോഴും പ്രകൃതി നൽകിയ തീക്ഷ്ണമായ അനുഭവ മാണ് പി.യെ ആനന്ദാവസ്ഥയിൽ എത്തിക്കുന്നത്. അങ്ങനെ പി.യുടെ കവിത ഒരേസമയം ആനന്ദത്തിന്റെയും തിരസ്കാരത്തിന്റേതുമാകുന്നു. കാവ്യരചനയെന്ന ഉദാത്തമായ ആനന്ദത്തെ (Subline pleasure) അനുഭവിക്കാൻ തനിക്കാവുന്നു എന്ന് പി. പറയുന്നു.

ആ നിമിഷങ്ങളിൽ കവി വ്യക്തിയല്ല, ശക്തിയാകുന്നു. ജീവിതം അനന്തമായ മഹാകാവ്യമാണ്; അനശ്വരമായ മഹാകാവ്യമാണ്. ശരിയായ നിയോഗം വരുമ്പോൾ അതു വെളിച്ചപ്പാടിന്റെ ശബ്ദമല്ല. മറ്റേതോ ശബ്ദമായിരിക്കും. അവൻ ഒരോടക്കുഴലായി മാറും. അനശ്വ രമായ ഗുലികയായി മാറും, ഇങ്ങനെ കവിതയിലൂടെ പി. ആനന്ദത്തെ തേടുകയും കവിതയിലൂടെത്തന്നെ ആനന്ദത്തെ പുനഃസൃഷ്ടിക്കുകയും ചെയ്യുന്നു.[21] കാവ്യദേവതയെത്തേടിയുള്ള പി.യുടെ ഒടുങ്ങാത്ത യാത്രയ്ക്ക് പിന്നിൽ ഈ ആനന്ദാനുഭവമായിരുന്നു ഉണ്ടായിരുന്നത്.

മറ്റു സാഹിത്യരൂപങ്ങളിൽ നിന്നു കവിയെ വ്യത്യസ്തമാക്കുന്നത് കാവ്യദേവത ആവേശിക്കുന്ന നിമിഷങ്ങളിൽ കവി ഭ്രാന്തന്റെയും കാമു കന്റെയും പ്രവാചകന്റെയും മധ്യേയുള്ള അവസ്ഥയിൽ എത്തിച്ചേരുന്നു എന്നതാണ്. പി. യുടെ കാമനകളെയെല്ലാം നിയന്ത്രിച്ചുകൊണ്ട് തന്റെ ഭാവനാലോകത്തിന് അതിരുകളിടുന്നത് പിതൃസ്വരൂപമാണ്. ആ പിതൃരൂപത്തിൽ നിന്നുള്ള ഉച്ഛൃംഖലമായ സ്വാതന്ത്ര്യപ്രഖ്യാപനങ്ങളാണ് പി. യുടെ കാവ്യജീവിതം. കാല്പനികസ്വത്വത്തിന്റെ അടിസ്ഥാനഅം ശങ്ങളിലൊന്നാണ് ഈ നിഷേധം. കാല്പനികമായ വിഷാദം ഒരു മനോഭാവമാണെങ്കിൽ കാല്പനികമായ നിഷേധം ആ മനോഭാവത്തി ന്റെ ക്രിയാംശമാണ്. വിഷാദത്തിൽ കർമരാഹിത്യമാണുള്ളതെങ്കിൽ നിഷേധത്തിൽ കർമോന്മുഖതയാണുള്ളത്.

ആനന്ദം: പാപം/പശ്ചാത്താപം

ഈ ആനന്ദമനുഭവിക്കുമ്പോൾ കവിയിൽ കഠിനമായ കുറ്റബോധമു ളവാകുന്നു. സ്വാതന്ത്ര്യബോധവുമായി ബന്ധപ്പെട്ട കാല്പനികനിഷേധം ഒട്ടൊക്കെ ജന്മസഹജമാണെന്നു പറയാം. കാരണം സ്വാതന്ത്ര്യബോധം കുട്ടിക്കാലം മുതൽക്കേ വ്യക്തിയിൽ അന്തർഹിതമാണ്. ബാല്യകാല ത്ത് മാതാപിതാക്കളുടെ അധീശത്വത്തിലാണ് കുട്ടി. ഈ അധീശത്വ ത്തെ നിഷേധിക്കുവാനുള്ള ആഗ്രഹം വ്യക്തിയുടെ മനസ്സിലുണ്ടാകും. വളർച്ചയുടെ അനന്തരഘട്ടങ്ങളിൽ വ്യക്തി മാതാപിതാക്കളുടെ

അധീശത്വത്തിൽ നിന്ന് മുക്തി പ്രാപിക്കുന്നു. ദുഃഖഹേതുകമാണെങ്കിലും വളർച്ചയ്ക്കിടയിലെ ഒരനിവാര്യതയാണ് ഈ സ്വാതന്ത്ര്യംപ്രാപിക്കൽ എന്ന് ഫ്രോയ്ഡ് അഭിപ്രായപ്പെടുന്നു.

തനിക്കു ജീവൻ നൽകി ഊട്ടി വളർത്തി വാത്സല്യപൂർവ്വം സംരക്ഷിച്ചു പോന്ന പിതാവിനെ ധിക്കരിച്ചും ഉപേക്ഷിച്ചുമാണ് താൻ തന്റേതായ ലോകം തേടിപ്പോയത്. അതിനാൽ പ്രേമത്തിന്റെ ആനന്ദാനുഭവങ്ങളെല്ലാം പാപത്തിന്റെ കറ പുരണ്ടതായി കവിയ്ക്കു തോന്നുന്നു. പിതാവിന്റെ പ്രഭാവത്തെ തിരസ്ക്കരിച്ചു കൊണ്ടുള്ള ഈ യാത്രയിൽ ഈഡിപ്പൽ വ്യഥയുണ്ട്.[22]

അഹംബോധത്തിന്റെ ഉത്പത്തി ഒരു സാമൂഹിക പ്രക്രിയയാണ്. ഇതിനെ സാധ്യമാക്കുന്നത് മുഖ്യമായും കാഴ്ചയാണ്. ബാഹ്യപ്രപഞ്ചത്തിൽ അനുഭവപ്പെടുന്ന അനുഭൂതികളെ വർണിക്കുന്നതിനേക്കാൾ ആ അനുഭൂതിയുടെ പിറകിൽ വർത്തിക്കുന്ന ചൈതന്യത്തെ കണ്ടറിയാനായിരുന്നു കാൽപ്പനികർ ശ്രമിച്ചത്. സ്വന്തം ഭാവനയായിരുന്നു അവർക്കതിനുള്ള ഉപകരണം. പ്രകൃതിക്കു നേരെ കാല്പനികർ പുലർത്തിപ്പോന്ന പ്രത്യേക മനോഭാവത്തിനു ഇതു തന്നെയാണ് കാരണം. തങ്ങളുടെ ഭാവനയിലൂടെയാണ് അവർ പ്രകൃതിയെ കണ്ടത്. പ്രകൃതി അവർക്ക് തങ്ങളുടെ ഭാവനയെ പ്രതിഫലിപ്പിക്കാനുള്ള കണ്ണാടിയായിരുന്നു. ഇങ്ങനെ കാൽപ്പനിക കവി പ്രകൃതിയിൽ സ്വന്തം മനോഭാവങ്ങൾ തന്നെയാണ് പ്രതിഫലിച്ചു കണ്ടത്.[23] അഹംബോധത്തിന്റെ പിളർന്ന അവസ്ഥയാണ് പി.യുടെ ആന്തരവൈരുദ്ധ്യത്തിനു കാരണം. തന്നിൽ നിന്നു നഷ്ടമായ-അകന്നുപോയ സൗഭാഗ്യത്തെ തേടുകയും അതേ അവസരത്തിൽ തന്നിൽ നഷ്ടമാവുകയും ചെയ്യുന്ന അവസ്ഥ-സഫലീകരിക്കാനാവാത്ത അബോധത്തിന്റെ ആന്തരവാസനയായി-ആഗ്രഹമായി ഭാഷയിൽ പ്രതിനിധാനം ചെയ്യപ്പെടുന്നു.

സ്വപ്നവും യാഥാർത്ഥ്യവും തമ്മിലുള്ള അകലമില്ലാതാവുന്ന ഒരു മാനസികാവസ്ഥ പി.യിലുണ്ട്. കുഞ്ഞിരാമൻനായർ മാനസികമായി ജീവിച്ച സ്വപ്നലോകവും യഥാർത്ഥലോകവും പരസ്പരഭിന്നമാണ്. സ്വപ്നവും യാഥാർത്ഥ്യവും തമ്മിൽ രഞ്ജിക്കാനാവാതെ വരുന്നു. ഈ സ്വയം ഉൾവലിയലാണ് പി.യിലെ പലായന സ്വഭാവത്തിനു പിന്നിലുള്ളത്. ചെറുപ്പംതൊട്ടേ ഈ വൈരുദ്ധ്യം പ്രകടമാകുന്നു. ജീവിതയാഥാർത്ഥ്യങ്ങളുമായി ഇണങ്ങിക്കഴിയാൻ ശ്രമിക്കുന്നുണ്ടെങ്കിലും ആന്തരവൈരുദ്ധ്യം മൂലം പഠനം, തൊഴിൽ, കുടുംബജീവിതം എന്നിവയെല്ലാം പരാജയമായി കലാശിക്കുകയാണുണ്ടായത്.

പൊരുത്തപ്പെടാൻ ശ്രമിക്കുന്നതിനിടയിൽ മാതാപിതാക്കളെയും ഗുരുനാഥനെയും ധിക്കരിക്കേണ്ടി വരുന്നു. ഇത്തരം തെറ്റുകളിൽ നിന്നുണ്ടാകുന്ന കുറ്റബോധം-പശ്ചാത്താപമായി പി. യിൽ രൂപപ്പെടുന്നു. ഇതിന് പ്രായശ്ചിത്തം ചെയ്യുന്നുണ്ടെങ്കിലും ഈ പ്രവണത ഒഴിയാബാധപോലെ (obsession) അദ്ദേഹത്തെ പിന്തുടർന്നിരുന്നു.

ശ്രീകോവിലുന്നം വെച്ച നേർവഴി തെറ്റിപ്രേത
പാഴ്പ്പറമ്പേറിപ്പോയ ഭീകരരജനിയിൽ
നേടിയില്ലൊന്നും നേടിയില്ല നീ കരൾക്കുമ്പ
വാടിബന്ധനമറ്റ ജീവിത ചേതനയറ്റ.
(നഷ്ടക്കച്ചവടം)

ശ്രീകോവിലിനെ ലക്ഷ്യമാക്കിയാണ് സഞ്ചരിക്കുന്നതെങ്കിലും വഴിതെറ്റി പ്രേതഭൂമിയിലാണ് എത്തിച്ചേർന്നതെന്ന യാഥാർത്ഥ്യം കവിയെ നടുക്കുന്നു. യാതൊന്നാണോ ജീവിതത്തിൽ നേടേണ്ടത് അത് നേടാതെ ജീവിതം വാടിപ്പോകുന്നതായി കവി മനസ്സിലാക്കുന്നു. തന്റെയും മറ്റുള്ളവരുടെയും സങ്കല്പങ്ങളിലുള്ള വ്യത്യാസംമൂലം ഒടുവിൽ താനൊറ്റയാണെന്ന തോന്നൽ രൂഢമൂലമാകുന്നു. ഇങ്ങനെ ഭ്രഷ്ടനും, നഷ്ടസർവ്വസ്വനും ഏകാകിയുമായവന്റെ വിഷാദം കവിതയിലാകെ നീണ്ടുനിൽക്കുന്നു. ഉദാത്തമായ ശൈശവത്തിലേക്കു തിരിച്ചു നടക്കാൻ കവി ശ്രമിക്കുന്നു. പക്ഷേ അതു നടക്കില്ലല്ലോ. ആനന്ദദായകമായ ആ അനുഭവത്തെക്കുറിച്ചു പി. എഴുതുന്നു. കെട്ടിവെച്ച കുടുമക്കു മുകളിൽ പട്ടുതൊപ്പി, കാതിൽ കടുക്കൻ, കൈകളിൽ സ്വർണ്ണവള, കാലിൽ വെള്ളിത്തരിവളകൾ, വിരലിൽ മോതിരം, ഉള്ളിൽ ഷർട്ട്, പുറത്ത് കോട്ട്, കോട്ടിന്റെ നാലുകീശ, കീശയിൽ മിഠായി, കൊച്ചുകുട, തോളിൽ പുസ്തകസഞ്ചി എന്ന് കാൽപ്പനികതയുടെ സ്വർഗ്ഗഭൂമിയിൽ നിന്നും ജീവിതയാഥാർത്ഥ്യത്തിന്റെ[24] കണ്ടാകീർണ്ണമായ പ്രതലത്തിലേക്കു തന്നെ വന്നുപതിച്ച തന്റെ ദുർദശയെ കുറിച്ചു കുഞ്ഞിരാമൻ നായർ പരിതപിക്കുന്നുണ്ട്. എന്നും സ്വപ്നലോകത്തു വിഹരിക്കാനായിരുന്നു അദ്ദേഹത്തിനിഷ്ടം.

പി. യുടെ കവിതയുടെ മർമ്മമായി പി. നാരായണക്കുറുപ്പ് കണ്ടെത്തുന്നതു നോക്കുക: ഇഷ്ടപ്പെട്ടതിൽ മുഴുകി സ്വയംമറക്കുക ഔചിത്യചിന്തയില്ലാതിരിക്കുക, സാമൂഹിക-ഗാർഹിക-പശ്ചാത്തലവുമായി തന്റെ അഭീഷ്ടങ്ങളെ സൗകര്യപൂർവ്വം ബന്ധിപ്പിക്കാതിരിക്കുക. ബാക്കി ലോകത്തെ മുഴുവൻ മറക്കുക. ഇതെല്ലാം ലൈംഗികമായ അതിഭാവുകത്വത്തിന്റെ ലക്ഷണമാണ്. ഇത്തരം ലൈംഗികവികരണം മരണം വരെ അതുവിട്ടു പിരിയില്ല എന്ന് ഡി.എച്ച്. ലോറൻസ് എഴുതി. അച്ഛനോടു തെറ്റു ചെയ്തു, ഗുരുവിനെ ധിക്കരിച്ചു. കുടുംബത്തിൽ നിന്നു

പിണങ്ങിപ്പിരിഞ്ഞു എന്നൊക്കെ ഈ തെറ്റിന് സ്വരൂപം കല്പിക്കുന്നത് ശരിയല്ല. അതൊക്കെ ഒരാളുടെ ജീവിതകാലം മുഴുവൻ നിലനിന്ന് നിലയ്ക്കാത്തൊരു കവിതയുടെ സ്രോതസ്സായി വർത്തിക്കുന്നതല്ല എന്നു പറയുന്ന അദ്ദേഹം. 'എന്നാൽ ഭൂതസംബന്ധി (element) യായ ലൈംഗികനിഷ്ഠ സ്വഭാവമാകട്ടെ, ഒരു ജൈവപ്രതിഭാസമെന്ന നിലയിൽ ഉറവവറ്റാത്തതാണ്. ആത്മനിന്ദ, കാമചാരിത്വം, പശ്ചാത്താപം ഈ മൂന്നു കാര്യങ്ങൾ പി.യുടെ മനോഘടനയെ ആഴത്തിൽ സ്വാധീനിച്ചിരിക്കുന്നു' എന്നു ശ്രീ കുറുപ്പ് സ്ഥാപിക്കുന്നു.[25]

പി. യുടെ പാപബോധത്തെ മറ്റൊരുതരത്തിൽ ഇ.പി. രാജഗോപാലൻ വിലയിരുത്തുന്നു. ആധുനികതയുടെ നിയമങ്ങൾ കൊണ്ട് സജീവമാകുന്ന, ഫ്യൂഡൽബന്ധങ്ങൾ നിഴൽ വീഴ്ത്താത്ത പുതിയ ചുറ്റുപാടുള്ള ആ പശ്ചാത്തലത്തിൽ നിലനിൽക്കുന്നതിനെയാണ് പി. പാപമെന്നു വിളിക്കുന്നത്. ഫ്യൂഡലിസം ഉറപ്പാക്കുന്ന പാരമ്പര്യത്തിന്റെ സഹായമില്ലാതെ ഒരു ജീവിതം-സ്വത്വം-പണിയുന്നതിനെയാണ് പി. പാപമായി കരുതിപ്പോരുന്നത്. കാവ്യചരിത്രരൂപമായി സൂചിപ്പിക്കുമ്പോൾ ആധുനികതയുടെ ദ്രുതപരിണാമിയായ, ഉറച്ചുകട്ടിയാവുന്നതിനു മുൻപേ ഉരുകിപ്പോരുന്ന നിയമങ്ങൾ ഫ്യൂഡൽ പശ്ചാത്തലത്തിലുള്ള ഒരു പുതിയ സമൂഹത്തിലുണ്ടാക്കുന്ന ആഴമേറിയ സംഘർഷങ്ങൾ പി. യിലൂടെ വാക്ക് നേടുന്നു എന്നതാണ് നേര്. വ്യക്തിപരമായ അസുഖകരമായ ആധുനികതയുടെ ഇടപെടലുകൾ ചെറുക്കാനുള്ള ഒരു മാനസികതന്ത്രം കൂടിയാണ് പി.യുടെ പാപബോധം എന്നു വിശകലന വിധേയമാക്കുകയാണ് ഇ.പി.രാജഗോപാലൻ ചെയ്യുന്നത്.[26]

പണക്കാരനും ജന്മിയുമായ അച്ഛനെ ധിക്കരിക്കുക, നാടുചുറ്റുക. ഇതാണ് പി. യുടെ പാപബോധത്തിന്റെ വ്യക്തിപരമായ ഒരു കാരണം. ഫ്യൂഡലിസത്തോടുള്ള കണക്കുതീർക്കലാണത്. ഒരു തൊഴിലിലും ഉറച്ചുനിൽക്കാതെ പണത്തെക്കുറിച്ച് കൃത്യമായി ആലോചിക്കാതെയുള്ള ജീവിതത്തിൽ നിന്ന് വിടുതി നേടാൻ കഴിയുന്നില്ല എന്നതിൽ നിന്നാണ് പാപബോധം വീണ്ടും ഉയരുന്നത്. ഇത് ലാഭവ്യവസ്ഥയായ മുതലാളിത്തത്തോടുള്ള എതിർപ്പാണ്. തന്റെ നിലതെറ്റിയ കുടുംബജീവിതമാവട്ടെ, മധ്യവർഗ്ഗത്തിന്റെ നോട്ടത്തിലുള്ള സുരക്ഷിതകുടുംബം എന്ന സ്വാർത്ഥസങ്കൽപ്പത്തിന്റെ നിരാകരണവും. എന്നാൽ ഈ സാമൂഹികമാനങ്ങൾ കവിക്ക് പിടികിട്ടിയിരുന്നില്ല. തന്റെ അരാജകത്വം ആരോഗ്യകരമായ ഒരു ബദൽമാതൃക പണിയുന്നതിന്റെ ആദ്യപടിയായി പി. യ്ക്ക് മനസ്സിലാക്കാൻ കഴിഞ്ഞില്ല. ഈ അജ്ഞതയാണ് താൻ പി.യല്ല പാപിയാണെന്നു കവിക്ക് തോന്നിയതിനു കാരണം.

അതുമാത്രമല്ല ഫ്യൂഡലിസത്തിൽ നിന്നു ആധുനികതയിലേക്കു വരുന്ന മധ്യവർഗ്ഗപുരുഷന്റെ അന്ധാളിപ്പ് കുഞ്ഞിരാമൻ നായരിലുണ്ട്.[27]

കളിയച്ഛൻ എന്ന കൃതിയെ അപഗ്രഥിച്ചുകൊണ്ടുള്ള എം.പി. ശങ്കുണ്ണിനായരുടെയും വി. രാജകൃഷ്ണന്റെയും പഠനങ്ങളിൽ പി. യുടെ പാപബോധം വ്യത്യസ്തരീതിയിൽ അപഗ്രഥനവിധേയമാകുന്നുണ്ട്.

"ഗുരുത്വക്കേടെന്നു കവി സ്വയം നിർദ്ദേശിക്കുന്ന ഒരപരാധത്തെ ച്ചൊല്ലിയുള്ള പശ്ചാത്താപമാണ് പ്രസ്തുത കവിതയിലെ പ്രമേയം. ഗുരുനിന്ദ പ്രായശ്ചിത്തം ആവശ്യപ്പെടുന്ന ഒരപരാധം തന്നെയാണെന്ന ധാരണയുടെ അടിസ്ഥാനത്തിലാണ് ശങ്കുണ്ണിനായരുടെ വായന പുരോഗമിക്കുന്നത്.[28] പരോക്ഷമായിട്ടെങ്കിലും ഈ വായനയെ അംഗീകരിച്ചുകൊണ്ടാണ് രാജകൃഷ്ണൻ കളിയച്ഛനെ വായിക്കുന്നത്. കുഞ്ഞിരാമൻ നായരുടെ ആത്മകഥാപരമായ കുറിപ്പുകളും കളിയച്ഛനും ചേർത്തുവച്ചു വായിക്കുന്ന ഒരാൾക്ക് ഈ കവിതയുടെ രചനയ്ക്കു പിന്നിൽ നീറിപ്പിടിച്ചു നിൽക്കുന്ന ഈഡിപ്പൽ സംഘർഷത്തിന്റെ സ്വഭാവം തെളിഞ്ഞു കിട്ടുമെന്നാണ് എന്റെ വിശ്വാസം. ഈ എഴുത്തുകാരനെ ജീവിതാവസാനം വരെ പിന്തുടർന്ന ഈഡിപ്പൽ വ്യഥയുടെ സംക്ഷിപ്തമായൊരു രൂപമാണ് കളിയച്ഛൻ.[29]

ഈ രണ്ടു വായനയിൽ നിന്നും ഹാരോൾഡ് ബ്ലൂമിന്റെ മനഃശാസ്ത്രവിശകലനത്തിന്റെ സഹായത്തോടെ ഡോ. വി.സി ഹാരിസ് നടത്തുന്ന വായനയിങ്ങനെയാണ്: പിതൃനിഷേധം ഏതൊരു കവിയും ഏതൊരു കലാകാരനും അനിവാര്യമായി കടന്നുപോകേണ്ട ഒരു വികാസഘട്ടമാണ്. പിതൃനിഷേധമില്ലാതെ പിതൃഹത്യ കൂടാതെ ചരിത്രത്തിന്റെയും പാരമ്പര്യത്തിന്റെയും കുച്ചുവിലങ്ങുകളിൽ നിന്നു മോചനം നേടാൻ സാധ്യമല്ല തന്നെ. തനിക്ക് നിൽക്കക്കള്ളി നൽകാത്തവിധം തന്നെ പൊതിഞ്ഞുനിൽക്കുന്ന പിതൃകവി(ത)കളുടെ തികച്ചും റാഡിക്കലായ ഒരു ദുർവായന (misreading) യിലൂടെ മാത്രമേ ഏതൊരു കവിക്കും തന്റേതായ വ്യക്തിത്വവും വ്യതിരിക്തതയും സ്ഥാപിച്ചെടുക്കുവാൻ കഴിയൂ. ഈ പ്രക്രിയ പ്രദാനം ചെയ്യുന്ന തീക്ഷ്ണമായ സന്ദേഹങ്ങളും ഉൽക്കണ്ഠകളും പാപബോധവും മറ്റും അങ്ങനെ, കവി(ത)യുടെ കൂടപ്പിറപ്പുകളാകുന്നു. കളിയച്ഛൻ ആവിഷ്കൃതമാക്കുന്നത് ഇത്തരമൊരു സംഘർഷമാണെന്നു പറയാം.[30] ഈ സംഘർഷത്തിൽ നിന്നു കാവ്യപാഠം മോചിതമാകുന്നതാകട്ടെ വിസ്മയകരമായ ഒരു ദുർവായനയിലൂടെയും.

തന്റെ പിതാവിനോട് വലിയ അപരാധം ചെയ്തു എന്ന തോന്നൽ പി. യെ വേട്ടയാടുന്നുണ്ട്. ഒന്നിലുമുറയ്ക്കാത്ത പ്രകൃതവും കാല്പനിക

സംഘർഷത്തിലധിഷ്ഠിതമായ നിരാശയും പി.യെ പിതൃവ്യവഹാരങ്ങളിൽ നിന്നു പുറത്തു നിർത്തുന്നു. ഇനി അച്ഛന്റെ സന്നിധിയിലേക്ക് മടങ്ങാനാവുകയില്ല എന്ന ബോധം പി.യെ അരക്ഷിതനാക്കുകയും ചെയ്യുന്നു. തന്റെ മുന്നിലെ രക്ഷാധികാരിയുടെ അഭാവം പി. യെ നിരാശനാക്കുമ്പോഴാണ് ആസ്തിക്യബോധത്തിലേക്ക് നയിക്കപ്പെട്ടുന്നത്. കയ്പ്പാർന്ന പ്രേമാനുഭവങ്ങളിൽ മുഴുകുന്ന കവി കുറ്റബോധത്തിന്റെ ഇരുട്ടിലകപ്പെടുന്നു. ഉള്ളിലുള്ള അനുഭവങ്ങളോടും പുറമെയുള്ള പെരുമാറ്റങ്ങളോടുമുള്ള വ്യക്തിയുടെ വൈകാരികപ്രതികരണമാണ് കുറ്റബോധം.

തനിക്ക് മറ്റൊരാളിൽ നിന്നുണ്ടാകുന്ന അനുഭവത്തിൽ നിന്നോ മറ്റൊരാളോടുള്ള തന്റെ പെരുമാറ്റത്തിന്റെ അപസാമാന്യതയിൽ നിന്നോ കുറ്റബോധം തോന്നാം. കുറ്റബോധം വർദ്ധിച്ചു വരുമ്പോൾ താൻ വിലയില്ലാത്തവനാണെന്ന് വ്യക്തിക്കു തോന്നും. തൽഫലമായി സ്വയം ശപിക്കുന്നതിനും വെറുക്കുന്നതിനും അയാളൊരുങ്ങുന്നു. താൻ സ്നേഹശൂന്യനും വികാരരഹിതനുമാണെന്നുമായിരിക്കും അയാളുടെ വിചാരം. പ്രേമാനുഭവം ഒരു യാതനയായി മാറാൻ കവിയുടെ കുറ്റബോധം കാരണമാവുന്നു. താൻ സൗന്ദര്യദേവതയായി ആരാധിച്ച കാമുകി സ്നേഹദ്വേഷങ്ങളും അസൂയയും സ്വാർത്ഥതയുമുള്ള ഒരു സാധാരണമനുഷ്യസ്ത്രീയാണെന്ന തിരിച്ചറിവ് കവിയെ നിരാശനാക്കുന്നു. അവളെ ഉപേക്ഷിക്കുവാൻ കവി നിർബന്ധിതനാവുന്നു. ഇങ്ങനെ പിതാവും കാമുകിയും നഷ്ടപ്പെടുന്ന കവി ആശ്രയമറ്റ യാത്രയാണ് നടത്തുന്നത്. ഇവിടെ പെരുംകളിയച്ഛന്റെ, ഈശ്വരന്റെ സാന്നിധ്യം കവിയ്ക്ക് അഭയമാവുകയും വെളിച്ചത്തിന്റെ പൊന്നമ്പലത്തിലേക്ക് ആനയിക്കപ്പെടുകയും ചെയ്യുന്നു. അങ്ങനെ സനാതനനായ ആ പിതാവിന്റെ മുമ്പിൽ തന്റെ കുറ്റങ്ങളേറ്റു പറയുന്നു. താൻ ചെയ്ത പാപങ്ങളെ മനുഷ്യരാശിയുടെ മുഴുവൻ പേരിൽ അധ്യവസായം ചെയ്യുന്നു. പാപത്തെ 'പൊതുവിധി'യായി മാറ്റുന്ന ഈ തന്ത്രത്തിലൂടെ അതിനെ മറികടക്കാൻ വ്യഥാ ശ്രമിക്കുന്നു.[31]

ഒഴിയാബാധപോലെ കടന്നുവരുന്ന പാപബോധവും ലൈംഗിക അതിഭാവുകത്വവും കാല്പനികവിഷാദവും പി. യെ ആന്തരസംഘർഷത്തിലെത്തിക്കുന്നു. പി.യുടെ കവിസ്വത്വ സംഘർഷമാണ് ഇത്. തന്റെ 'അപര'മായി നിലനിൽക്കുന്ന സ്ത്രീ/പ്രകൃതിയെ പ്രാപിക്കുവാനുള്ള അടങ്ങാത്ത ആവേശം (Desire) അനിയന്ത്രിതമായി അബോധത്തിലുണ്ട്. കാവ്യരചനയെന്ന ആനന്ദത്തിലൂടെ പ്രതീകാത്മമാക്കി (symbolic) അപരത്തെ പുല്കുവാനാണ് പി. ശ്രമിക്കുന്നത്. എന്നാൽ തന്റെ ആഗ്രഹങ്ങൾക്കെതിരെ നിൽക്കുന്ന പിതൃരൂപത്തെ മറികടന്നേ ആ ആനന്ദത്തെ

പ്രാപിക്കാനാവുകയുള്ളൂ. ലൈംഗികമായ അതിഭാവുകത്വത്തിനാൽ ഒന്നിലും ഉറച്ചുനിൽക്കാനാവാത്ത അവസ്ഥ, ഈ അഭാവത്തെ (lack) കൂടുതൽ ദുരന്തപൂർണ്ണമാക്കുന്നു. അങ്ങനെ കാല്പനികമായ വിഷാദത്തിലേക്കോ സ്വപ്നത്തിലേക്കോ കവി തള്ളിയിടപ്പെടുന്നു. അർത്ഥപൂർണവും പൂർണതൃപ്തി നൽകുന്നതുമായ (ഒരിക്കലുമതു നൽകുന്നില്ല) ഭോഗത്തിന്റെ പശ്ചാത്തലം പുനർജ്ജനിപ്പിക്കാനുള്ള ശ്രമം കുഞ്ഞിരാമൻനായരുടെ കവിതയുടെ ഓരോ വരിയിലും കാണാം. ആ ശ്രമം നിയന്ത്രണാതീതമാണ്. അത് കവിതയുടെ സംവിധാനം നശിപ്പിക്കുന്നു. കാരണം, ആ അന്വേഷണം അന്തമില്ലാത്തതത്രെ. വാങ്മയത്തിന്റെ ശൃംഖലയിൽ മന്ത്രത്തിലെന്നപോലെ കവി മറ്റെല്ലാം മറക്കുന്നു. വർത്തമാനകാല ദുഃഖത്തിന്റെ പരിമിതപ്രമേയങ്ങൾ ദൂരെയെറിയുന്നു. ചിലപ്പോൾ ഈ സ്ത്രൈണചിത്രങ്ങൾ, ശുദ്ധകാല്പനികമായ ഒരു പ്രക്രിയയിലൂടെ സാംസ്കാരികമായ ഗൃഹാതുരത്വമുദ്ദീപിപ്പിക്കുന്ന ജീവിതചിത്രങ്ങളായി മാറുന്നു. ഇങ്ങനെ തന്നിലെ അമർത്തിവെച്ച (repressed) ആഗ്രഹങ്ങളുടെ സൂചകപരമ്പരകൾ കവിതയിൽ വാരിവിതറുന്നുണ്ട് പി. പ്രകൃതിയിലും പ്രണയിനിയിലും താനനുഭവിച്ച ആനന്ദം ഇങ്ങിനി വരാത്തവണ്ണം നഷ്ടമായിക്കഴിഞ്ഞ് ഏറെക്കാലത്തിനുശേഷം പഴയ സ്മരണകൾ അയവിറക്കുന്ന മട്ടിലാണ് മിക്ക കവിതകളും എഴുതപ്പെട്ടിട്ടുള്ളത്.

കാട്ടുമുല്ലകൾ പൂക്കുന്ന
വനവീഥിയിലൂടവേ
വരുമോ കുങ്കുമം തൊട്ട
സാന്ധ്യശോഭ കണക്കവൾ
(തോണിപ്പുരയിൽ)

രാവിൻ തൈമണിമുല്ലപ്പന്തലിൽ
നോവിൻ വീർപ്പു വിരിയുമ്പോൾ
നീളെ രാവിലെ പൊൻകിനാവായി
നീ വരില്ലിനിയെങ്കിലും
മത്സഖി നിന്നെ കാത്തിരിക്കും ഞാ-
നന്ത്യസവാന്ത്യദിനം വരെ
(നീ വരില്ല)

ഏവമെന്തിനു കണ്ടുമുട്ടി നാം
വേർപിരിയുവാൻ മാത്രമായ്
ഏവമെന്തിനിണങ്ങി നാം തമ്മിൽ
വേർപിരിയുവാൻ മാത്രമായ്
(മാഞ്ഞുപോയ മഴവില്ല്)

കാത്തിരിപ്പ്, വേർപാട് എന്നീ പ്രണയത്തിന്റെ ഇരുധ്രുവങ്ങളും പി.യിൽ ശക്തമായി കടന്നുവരുന്നു. തന്നിൽ നിന്നു ഒഴിഞ്ഞുപോയ അപരത്തെക്കുറിച്ചുള്ള അന്വേഷണമാണ് നിത്യകന്യക എന്ന സങ്കല്പത്തിലേക്ക് പി.യെ നയിച്ചത്. കവിതയായും കാമിനിയായും ദേവിയായും ശക്തിയായുമൊക്കെ ആരാധിക്കുന്ന-ഉപാസനയുടെ മൂർത്തിയായി പി.യിൽ ഈ സൗന്ദര്യദേവത വളർച്ച പ്രാപിക്കുന്നു. ഈ അന്വേഷണത്തിന്റെ രൂപരേഖകളാണ് അദ്ദേഹത്തിന്റെ ആത്മകഥാപരമായ കുറിപ്പുകൾ. സൗന്ദര്യദേവത എന്ന കവിതയിൽ പി. തന്റെ ഏകാന്ത ജീവിതദുഃഖം പകരുവാനുള്ള ഭാഷയായി അവതരിപ്പിക്കുന്നുണ്ട് ഈ സ്ത്രൈണചേതനയെ,

ഹൃല്ലസൗന്ദര്യമേ, നിൻപാദസംഗമം
വള്ളിക്കുടിലിൽ പ്രതീക്ഷിച്ചു നിൽപ്പു ഞാൻ
ഒന്നും കഥിച്ചില്ല കൈകോർത്തിരുന്ന നാ-
ളെന്തോ പറയാനുഴറിയിരുന്നു ഞാൻ
ത്വൽക്കർണ്ണസീമ്നിയിന്നേകാന്ത ജീവിത-
ദുഃഖം പകരുവാൻ ഭാഷയുണ്ടായി മേ
എങ്കിലും സന്തപ്ത ചിത്തമുൾക്കൊള്ളുന്ന
സുന്ദരസ്ഫടികപാത്രമുടഞ്ഞുപോയ്
(സൗന്ദര്യദേവത)

തന്റെ അമ്മയോടുള്ള ആഗ്രഹത്തിനു വിലങ്ങുതടിയായി നിൽക്കുന്ന പിതൃരൂപത്തെ/അധികാരത്തെ നിരാകരിക്കുവാനും തിരസ്ക്കരിക്കുവാനും തന്നിൽ നിന്നു നഷ്ടപ്പെട്ട് പോയതിനെ തിരിച്ചെടുക്കുവാനുമുള്ള ഒരു ത്വര പി. യുടെ മാതൃദേശ (മാതൃഭാഷയോടും) ത്തോടുള്ള സ്നേഹമായി വിലയിരുത്തപ്പെട്ടിട്ടുണ്ട്.

എല്ലാവർക്കും ദേശാഭിമാനമാണെങ്കിൽ (Patrioticism) കുഞ്ഞിരാമൻനായർക്ക് മാതൃഭൂപ്രേമമാണ്. അമ്മയോടുള്ള രക്തബന്ധത്തിലുറച്ച ഭക്തിയോ പ്രേമമോ ആണ് അദേഹത്തിന്റെ രാജ്യസ്നേഹം. ഹൃദയത്തിന്റെ പടിഞ്ഞാറ്റയിൽ പ്രതിഷ്ഠിച്ചാരാധിക്കുവാനുള്ള കുലപരദേവതയാണ് അദ്ദേഹത്തിനു മാതൃഭൂമി. ഇങ്ങനെ കുഞ്ഞിരാമൻനായരുടേത് സ്വരാജ്യസ്നേഹമല്ല (patrioticism) മാതൃഭൂദേവാർച്ചനയാണ് (matriotism).

ഇതിന് പ്രത്യക്ഷ ഉദാഹരണമായി ചൂണ്ടിക്കാട്ടുവാനുള്ളത് നരബലി എന്ന കവിതയാണ്.

തരിക്കില്ല മനം തെല്ലും
പകയ്ക്കാ രണഭൂമിയിൽ
മരിക്കും ഞാൻ നിനക്കായി
മംഗളാദർശദേവതേ
(നരബലി)

സൗന്ദര്യദേവതയായും കാവ്യകന്യകയായും, ഉപാസനാമൂർത്തിയായും മാറിയത് ഈ മംഗളാദർശദേവത തന്നെയാണ്.

കാല്പനികസ്വത്വം: അപരം, ആഖ്യാനം

നിത്യകന്യക: ലൈംഗികതയും അബോധവും

പി. കുഞ്ഞിരാമൻനായരുടെ കവിതയിലൂടെ രൂപപ്പെടുന്ന വിഷയി/കർത്താവ് (subject) അമർത്തി വെയ്ക്കുന്ന കാമനകൾ; അപരത്തോടുള്ള ലൈംഗികമായ ആഗ്രഹം തന്നെയാണ്. അതിനെതിരെ നില്ക്കുന്ന പിതൃവ്യവസ്ഥയെ (patriarchy) എതിർക്കുമ്പോൾ തന്നിലെ ധാർമ്മികബോധമുള്ള കുട്ടി ഉണരുന്നു. പി. യുടെ പാപത്തിന്റെ ഉറവിടം ഈ ധാർമ്മികബോധമാണ്. ഫ്യൂഡലിസത്തോടും ആധുനികതയോടും മുതലാളിത്തത്തോടും ഒരേസമയം പുറംതിരിഞ്ഞു നില്ക്കുന്ന വിഷയി. പ്രതീകാത്മകമായി ആഗ്രഹപൂരണത്തിനു ശ്രമിച്ചുകൊണ്ടേയിരിക്കുന്നു. തെറ്റുകൾ ചെയ്യുകയും പാപബോധത്തിന്റെ പിടിയിലകപ്പെടുകയും ഏറ്റുപറയുകയും ചെയ്യുന്ന ഈ കർത്താവ് (subject) ഭാഷാ സൃഷ്ടിയാണ്.

ലൈംഗികതയും അബോധവും ഒന്നായിത്തീരുന്ന വ്യാപ്തിയാണ് ആഗ്രഹം. തന്റെ അപരമായ സ്ത്രൈണകർതൃത്വത്തെ (feminine subjectivity) ഉദാത്തീകരിക്കുന്നതിലൂടെ വീണ്ടെടുക്കുവാനുള്ള ഭാഷാപരമായ മിഥ്യാശ്രമമാണ് നിത്യകന്യക എന്ന സങ്കല്പനത്തിലൂടെ പി. നടത്തുന്നത്. ശൈശവത്തിൽ കൈവിട്ടുപോയ ആത്മബോധത്തിനും യൗവനത്തിൽ ഉറച്ചുനിൽക്കാൻ കഴിയാതെ പോയ ദാമ്പത്യജീവിതത്തിനും ഒരു സംയുക്ത പ്രതിരൂപമെന്ന (symbol) നിലയിൽ ഈ വിഷയി കണ്ടെത്തുന്നുണ്ട് നിത്യകന്യക എന്ന ഉപാസനാ മൂർത്തിയെ. മനോവിശകലനത്തിന്റെ ഇരട്ടഅച്ചുതണ്ടായി ആഗ്രഹ-ഭാഷാബന്ധത്തെ ലക്കാൻ സ്പഷ്ടമാക്കുന്നുണ്ട്. തന്നിലെ അപരത്തെ ഇങ്ങനെ ഭാഷാപരമായി ചിഹ്നവത്ക്കരിക്കുന്നതിന് പി. താദാത്മ്യത്തിന്റേതായ നാർസിസ്റ്റ് ഘടനയിലെത്തുന്നു. ഒരാൾ മറ്റൊരാളിന്റെ വ്യക്തിത്വം നിർവ്വചിക്കുന്നു. പ്രകൃതിയുടെ കണ്ണാടിബിംബത്തിലാണ് പി. തന്റെ അപരത്തിന്റെ പ്രതിഫലനം കണ്ടെത്തുന്നത്.

കവിതയെ, നിത്യകന്യകയെന്നാദ്യമായി വിശേഷിപ്പിച്ചത് കുമാരനാശനാണ്.[32]

നെഞ്ചാളും വിനയമാടെന്നി പൗരുഷത്താൽ
നിഞ്ചാരദ്യുതി കണികാണ്മതില്ലൊരാളും
കൊഞ്ചൽത്തേൻ മൊഴിമണി, നിത്യകന്യകേ, നിൻ
മഞ്ചത്തിൽ മന്നമറികില്ല മൂർത്തിമാരും
(കാവ്യകല അഥവാ ഏഴാം ഇന്ദ്രിയം)

ഭാരതീയ കാവ്യശാസ്ത്രകാരന്മാർ കാവ്യരസത്തെ ബ്രഹ്മാനന്ദസഹോദരം എന്നും വ്യവഹരിച്ചതിനെ കുഞ്ഞിരാമൻനായർ മറ്റൊരുവിധത്തിൽ സാധൂകരിച്ചുകൊണ്ടാവണം പൂർണ്ണതയെന്ന സ്വത്വത്തെ പ്രതീകവത്ക്കരിച്ച നിത്യകന്യക (കാവ്യകന്യക) എന്ന സങ്കല്പം രൂപപ്പെടുത്തിയത്. കുഞ്ഞിരാമൻനായർ കവിതയുടെ ആദ്ധ്യാത്മികതലത്തെക്കുറിച്ചു വിശദമായി പഠിച്ചിട്ടുള്ള മല്ലിശ്ശേരി കരുണാകരൻ പറയുന്നതിങ്ങനെ: കുഞ്ഞിരാമൻനായരുടെ സാധനാതൃഷ്ണ കാവ്യതൃഷ്ണയ്ക്ക് വഴിമാറി. നഷ്ടപ്പെട്ടുപോയ ആദ്ധ്യാത്മികചിന്തയുടെ അതേ ഭാവതലം നൽകിക്കൊണ്ടു പണ്ടങ്ങോ മറന്നവളും അടുക്കാൻ മടിക്കുന്നവളുമായ ഒരു പ്രിയതമ എന്ന സങ്കല്പത്തിലാണ് കുഞ്ഞിരാമൻ നായരുടെ 'ഭാവന' കാവ്യകന്യകയ്ക്ക് രൂപം നൽകിയത്". ഈ നിത്യകന്യകയാണ് കുഞ്ഞിരാമൻ നായരുടെ ഉദാത്തസങ്കല്പം.[33] തന്റെ സ്വത്വത്തിനു പൂരണം നൽകുന്ന അപരത്വം (otherness) അതുകൊണ്ടു തന്നെ ആ പ്രിയതമയെ പല പ്രതീകങ്ങളിലും അദ്ധ്യവസായം ചെയ്യുകയും പ്രകൃതിപ്രതിഭാസങ്ങളിലെല്ലാം അവളുടെ മേൽവിലാസം തിരയുകയുമാണ് ചെയ്യുന്നത്.

കവിയ്ക്ക് ഈ സങ്കല്പകന്യാസംയോഗം സുഖമല്ല, വിയോഗദുഃഖമാണ് നൽകുന്നത്. എന്നാൽ ആ വിയോഗത്താലുള്ള സുഖം കുഞ്ഞിരാമൻനായരെ ഉത്തേജിതനാക്കുകയാണ് ചെയ്യുന്നത്. ഒരു വശത്ത് ഈഡിപ്പൽ വ്യഥയാൽ പറ്റിപ്പോയ പതനത്തിന്റെ വേദന, മറുവശത്ത് എത്തിപ്പിടിക്കാനാവാത്ത ദൂരത്തിൽ മറഞ്ഞും തെളിഞ്ഞും നിൽക്കുന്ന ആത്മബോധം (അപരം, അല്ലെങ്കിൽ പൂർണത, ഉദാത്തത, സൗന്ദര്യം) സർവ്വോപരി അബോധത്തിലമർത്തിവെച്ച കാമന; ഇരുളും വെളിച്ചവും തമ്മിലുള്ള ഈ ഘോരസംഘർഷം അദ്ദേഹത്തിന്റെ കവിതകളിലെല്ലാം കാണുന്നു. ഭാഷയിലൂടെ പ്രതിനിധാനം ചെയ്യപ്പെടുന്ന ഒടുങ്ങാത്ത ആഗ്രഹപരമ്പരകളായി വഴുതിമാറിക്കൊണ്ടിരിക്കുന്നു. സൂചകത്തിനുമീതെ സൂചിതങ്ങളുടെ ഈ വഴുതിമാറലാണ് തിരഞ്ഞിട്ടും തിരഞ്ഞിട്ടും കണ്ടെത്താനാവാതെ പോകുന്നത്. തന്നിലെ പൂർണതയെത്തന്നെയാണ് താൻ അന്വേഷിക്കുന്നതെന്നു കവിയ്ക്കു തിരിച്ചറിയാനാവാത്തതാണ്

പി. യുടെ ദുരന്തത്തിനു പിന്നിലുള്ളത്. തെറ്റായ തിരിച്ചറിവാണ് (Misrecognition) പി. യെ ആത്മ, പരപീഡനങ്ങളിലേക്ക് കൊണ്ടു പോകുന്നത്.

കവിയായിത്തീരുകയെന്നതാണ് തന്റെ ജീവിതദൗത്യമെന്നു പി. കരുതി. പട്ടിണികിടന്നാലും മരിച്ചാലും മറ്റെല്ലാം വിട്ട് കവിതക്കുവേണ്ടി ജീവിതം ഹോമിക്കും. മലയാളത്തിൽ കവിത മാത്രം കൊണ്ടു കൂടാനൊരുമ്പെട്ടുവാൻ ഏല്ക്കേണ്ടിവരുന്ന കൊട്ടും ശിക്ഷ-നരകയാതന-ഏല്ലം. അവളുടെ നുള്ളും അടിയും ചവിട്ടും ചിരിച്ചു കൊണ്ടേല്ക്കും-ഒരഗ്നിപരീക്ഷ അതാണ് കവിജീവിതം. ചിരിച്ചും കൊണ്ട് ആ ചെങ്കനൽ കുഴയട്ടപ്പിലിറങ്ങി നടക്കും.[34]

പ്രകൃതിപോലെ അവൾ എന്ന സമരൂപകല്പന തുറന്നിടുന്ന കാഴ്ച (scopic view) അഭിരമിപ്പിക്കുന്നത് ഒളിഞ്ഞു നോട്ടത്തിലേക്കാണ്. നിന്നെ ഞാൻ കണ്ട സ്ഥലത്തു നിന്ന് നീ എന്നെ കണ്ടിരിക്കാനിടയില്ല എന്ന വീക്ഷണസ്ഥാനം കുഞ്ഞിരാമൻനായരുടെ പ്രകൃതിപ്രണയങ്ങളുടെ കാമചോദന (libido) യിൽ ആഗ്രഹങ്ങളുടെ (desire) ഇടങ്ങളെ ഉറപ്പിക്കുകയാണ്. ഞാൻ കാണാൻ ആഗ്രഹിച്ചതെന്തോ അത് ഒരിക്കലും കഴിഞ്ഞുമില്ല എന്ന ലക്കാനിയൻ നിലപാടിൽ യാഥാർത്ഥ്യങ്ങൾ ആഗ്രഹം പൂർത്തീകരിക്കാത്ത അസാന്നിദ്ധ്യമാകുന്നു.

കഴിഞ്ഞകാലം അവനെ, അവളെ, അത്, ഇത്, എല്ലാം തിരക്കി. ഇനി നിന്നെ തിരക്കുക, നിന്നെ അന്വേഷിക്കുക, നിന്നെ കണ്ടെത്തുക, മണൽത്തരിയെ അറിഞ്ഞാൽ ബ്രഹ്മാണ്ഡമറിഞ്ഞു. പൂവിനെ അറിഞ്ഞാൽ എല്ലാ ജീവിത രഹസ്യമറിഞ്ഞു. ഒന്ന് അറിഞ്ഞാൽ എല്ലാം അറിഞ്ഞാൽ എല്ലാം അറിഞ്ഞു. ആ ഒന്ന് ഞാൻ എന്ന നീയാകട്ടെ. നീ നിന്നെക്കണ്ടാൽ നീ തേടുന്ന നിത്യകന്യകയെ കണ്ടു എന്ന സാങ്കല്പികക്രമങ്ങൾ (imaginative order) നിത്യകന്യകയായ കവിതയുടെ സാന്നിദ്ധ്യത്തെ കവി കണ്ടു തീർക്കുകയാണ്.[35]

നിത്യാനന്ദപ്രദായിനിയായ കവിതയെ നിത്യകന്യകയായി ദർശിക്കുവാനുള്ള ഉത്പ്രേരകങ്ങളും പ്രതിബന്ധങ്ങളും കുഞ്ഞിരാമൻനായരിൽ സ്ത്രീയാണ്. 'ദാസിയെ പിടിച്ചാൽ-കളിത്തോഴി പാട്ടിലായാൽ കന്യകയുടെ ലക്ഷ്യത്തിലെത്തുവാനുള്ള മാർഗ്ഗമായി[36] സാമീപ്യമായി തിരിച്ചറിയുന്നു. സ്ത്രീയിൽ പ്രകൃതി സൗന്ദര്യം കണ്ടു. പ്രകൃതിസൗന്ദര്യത്തിൽ കവിതകണ്ട് ഉപാസിക്കുക എന്നത് യോഗമുറയിലാവണം. ഭോഗമുറയ്ക്കായാൽ പതനം പറ്റും ജീവിതം പതറും. കവിത ചിതറും.[37] ഇങ്ങനെ കാവ്യരചനയെത്തന്നെ ഒരു കല്പിതമാക്കി (Fiction) അതിൽ

കാവ്യവ്യാപാരത്തെ വ്യവസ്ഥപ്പെടുത്തിയ കവിയാണ് പി.

ആദ്യകാലത്തു ലഭിച്ച പ്രചോദനം പല കവികളും പ്രത്യേകിച്ച് കാല്പനികർ, തങ്ങളുടെ വൈകാരികസത്തയുടെ ഭാഗമാക്കി നിലനിർത്താറുണ്ട്. സ്വന്തം ആത്മാവിന്റെ-അതിൽക്കൂടി പൊതുവായി മനുഷ്യാത്മാവിന്റെയും-മഹത്വം മനസ്സിലാക്കാനും പ്രപഞ്ചമാകെ നിറഞ്ഞു നിൽക്കുന്ന സർഗചൈതന്യത്തിനും സ്വാത്മാവിനും തമ്മിലുള്ള അവിച്ഛന്നത അനുഭവിച്ചറിയാനും വേഡ്സ്വർത്തിനെ പ്രാപ്തനാക്കിയത് പ്രകൃതി നൽകിയ പ്രചോദനവും ആനന്ദവുമായിരുന്നു. ഇത് അദ്ദേഹത്തിന് അമൃതലബ്ധിപോലെയായിരുന്നു. അഭേദദർശനത്തിന്റെയും ആനന്ദലഹരിയുടെയും ദിവസങ്ങൾ കഴിഞ്ഞു പോയപ്പോഴും അദ്ദേഹം പ്രകൃതിയുമായുള്ള ബന്ധത്തിനുമേൽ വളരെക്കാലം മുറുകെപ്പിടിച്ചു. പി. യ്ക്ക് പ്രകൃതിയിൽ ആദ്യദർശനം നൽകി മറഞ്ഞ ആ കാവ്യദേവത നൽകിയ പ്രചോദനം സ്ഥായിയായി നിലനിൽക്കുന്നു. പ്രാണനിൽ പ്രാണനായ ആ സൗന്ദര്യദേവത പി. യോടു യാത്രപറയാതെയാണു പോയത്. അവൾക്കു വേണ്ടിയുള്ള കാത്തിരുപ്പോ അന്വേഷണമോ ആയി പി. തന്റെ കാവ്യജീവിതത്തെ അദ്ധ്യവസായം ചെയ്യുകയാണ് പിന്നെ. അവൾ ഇനി വരുമോ എന്ന ചോദ്യവും ഇനി വരില്ല എന്ന ഉത്തരവും ഒരുനാൾ വരും എന്ന പ്രതീക്ഷയും മാറിമാറി കവിഹൃദയത്തിൽ ഉദിച്ചസ്തമിക്കുന്നു. മതാത്മകമായ ഒരു അന്തർദർശനമായി, കാവ്യശൈലിയായി ഒരിക്കലും നഷ്ടമാകാത്ത കാവ്യാനുഭൂതിയായി ഒക്കെ പി. ഇതിനെ കൊണ്ടു നടന്നു. പി. കുഞ്ഞിരാമൻനായരിൽ വിഭ്രാമകമായി നിലനിന്നിരുന്ന കാമചോദന (libido) ആയി ഇതിനെ വായിച്ചെടുക്കാം. കാവ്യകന്യക/നിത്യകന്യക പി.യുടെ കാവ്യസങ്കല്പത്തെയും കവി സ്വത്വത്തെയും നിയന്ത്രിച്ചു നിർത്തിയ ഒരു കല്പിതമാണെന്നത് മാനസികാപഗ്രഥനത്തിൽ വളരെ പ്രാധാന്യമർഹിക്കുന്നു.

തന്റെ സ്വത്വത്തിലെ അപരത്തിന്/അന്യത്തിന് പല പരിണാമഭേദങ്ങൾ വരുത്തിയാണ് കവി ഉദാത്തവൽക്കരിച്ചിരിക്കുന്നതെന്ന് ആദ്യകാല കവിതകളെ പരിശോധിക്കുമ്പോൾ മനസ്സിലാകും. 1934-നു മുമ്പെഴുതിയ ദർശനം എന്ന കവിതയിലിതു കാണാം.

കേട്ടറിയുമെന്നാലുമിതേവരെ
കണ്ടതില്ലൊരുനോക്കുനിൻരൂപത്തെ
പേർത്തുമാഗ്രഹമെങ്ങുകവിതേ നീ
പാർത്തുപോരും സ്ഥലമെന്നറിയുവാൻ
(പ്രതിദ്ധ്വനി)

കവിതയുടെ സ്ഥലം തേടിയുള്ള ഈ തെരച്ചിൽ പ്രപഞ്ചവസ്തുക്കളിലേക്കെല്ലാം നീളുന്നു. പക്ഷേ, എവിടെയും കണ്ടെത്താൻ കവിക്കു കഴിയുന്നില്ല. തന്നിലേക്കു തന്നെ തിരിഞ്ഞു നോക്കുമ്പോൾ

കണ്ടറിഞ്ഞു ഞാനെന്റെ യാത്മാവിലും
മിന്നിടുന്നൊരു നിക്ഷേപമുള്ളതായ്
അപ്പലരിയിൽ കണ്ടു ഞാൻ സർവ്വവും
ചിൽ പ്രകാശത്തിൽ മുങ്ങിക്കുളിപ്പതായ്
(പ്രതിദ്ധ്വനി)

താൻ തേടിയലഞ്ഞു കൊണ്ടിരിക്കുന്ന സത്ത തന്നിൽത്തന്നെതിരിച്ചറിയുന്ന 'ആത്മബോധ'ത്തിനാൽ ആനന്ദനൃത്തം ചവിട്ടുന്നു.

അങ്ങു നിന്നും പ്രവഹിച്ചിതെന്നിലെ
ക്കംബതൻ മണിവീണതൻഝങ്കാരം
ആ മധു ലോകത്തിൻ പ്രതിധ്വനി-
യായിക്കണ്ടു ഞാൻ മർത്ത്യ പ്രപഞ്ചത്തെ!
(പ്രതിദ്ധ്വനി)

കവിതയെ അമ്മയായി, പ്രപഞ്ചശക്തിയായി താദാത്മ്യ ഭാവത്തിലാണ് കാണുന്നത്. തനിക്കുനഷ്ടപ്പെട്ട മാതൃ ശരീരത്തെ കണ്ടറിയുന്നതുപോലെയാണിത്. ലക്കാനിയൻ സാങ്കല്പികക്രമ (imaginary)ത്തെ ഇവിടെ കണ്ടെത്താം. കവിതയിൽ കന്യക എന്ന സങ്കല്പമുണ്ടെങ്കിലും കവിതേ എന്ന സബോധനയേ ഇവിടെ നടത്തുന്നുള്ളൂ.

എന്നാൽ കവിതയെ ഒരു ഗ്രാമകന്യകയായി സങ്കല്പിച്ചു കൊണ്ടെഴുതിയ ആദ്യകവിതയാണ് പുലരൊളി. സ്വപ്നയാഥാർത്ഥ്യങ്ങളുടെ വിടവ് ഇവിടെ നഷ്ടപ്പെടുന്നു. ഗാഢനിദ്രയിലാണ് കവിക്ക് ഈ അനുഭവമുണ്ടാകുന്നത്.

എൻമുന്നിൽ വിണ്ണിൽ നിന്നുമൊരു നൂലിഴതാഴുമ്പോലെ
എങ്ങുനിന്നെന്നറിയില്ല-ഒരു പാട്ടു ഞാൻ കേട്ടു
നോക്കിക്കൊണ്ടിരിക്കവേ, വ്യോമത്തിനേയും മുക്കി
മുക്കിവന്നലച്ചിതാഗാനത്തിൽ വെള്ളപ്പൊക്കം
മാമകാത്മാവിലേയ്ക്കാഗ്ഗാനധാരയിൽക്കൂടി
യീമഹാവിശ്വത്തിന്റെ സൗന്ദര്യം പ്രവഹിക്കെ
ള്ളമയിൽ ക്കുളിപ്പിച്ചു മുറ്റം ഹാ മച്ചിത്തത്തെ
(പുലരൊളി)

ആ മധുരസംഗീതത്തിന്റെ അകമ്പടിയോടെ ഒരു സുന്ദരി ഇറങ്ങിവന്നു.

മുട്ടിയെൻ ഹൃദയത്തിൻ വാതിൽക്കലാസംഗീതം
ഞെട്ടി ഞാനുണർന്നിതാ ദീർഘനിദ്രയിൽ നിന്നും
നിർന്നിമേഷമായൊരു സംഗീതസ്വരൂപിണി

നില്പതു കണ്ടേനെന്റെ വിരിപ്പിന്നരികിലായ്
(പുലരൊളി)

എന്നാൽ ഒട്ടിടകൊണ്ട് ആ സുരഭിലസ്വപ്നം ഞെട്ടറ്റുവീണു. ആ സ്വപ്നം മുറിഞ്ഞുപോയി.

പൂതമൊരുമിന്നലൊളിതൻ വിളികേട്ടെൻ
പാതിരാനേരത്തന്നുകണ്ടു ഞാൻ! പുലരൊളി
കേവലമൊരു മുക്കിൽ മരിച്ചു കിടക്കുമെൻ-
ജീവിതകാലത്തൊരുനിമിഷം ജീവിച്ചു ഞാൻ
സൗന്ദര്യം ശ്വസിച്ചു ഞാൻ സത്യത്തെ നുകർന്നു ഞാൻ
പൂർണ്ണതയ്ക്കകത്തേയ്ക്കൊന്നെത്തി നോക്കീയെൻ കൺകൾ
മിന്നുമാവിളക്കൊളി പറന്നിതിരുളേറി
പിന്നെയുമുറങ്ങി ഞാനിപ്പോഴുമുറങ്ങുന്നു
(പുലരൊളി)

സൗന്ദര്യദർശനമാണ് കവിയ്ക്കനുഭവപ്പെടുന്നത്. സംഗീതസ്വരൂപിണി, ദിവ്യസുന്ദരി, പാതിരാനേരത്തെപുലരൊളി എന്നിങ്ങനെ മേലെനിന്നും ഭൂമിയിലേക്കിറങ്ങി വരുന്ന ഈ അനുഭൂതിയെ, ചുറ്റുപാടും കാണുന്ന ഗ്രാമകന്യകമാരിലേക്ക് ആവാഹിക്കുന്നു. വിണ്ണിൽ നിന്നിറങ്ങിവന്നു പൊന്നിൽ കുളിപ്പിക്കുന്ന പുലരികന്യക ഗ്രാമകന്യകയായി രൂപം പ്രാപിക്കുന്നു.

പൊന്നണിവല്ലിതൻ തുമ്പിൽക്കിടത്തിഴ-
യുന്നൊരു നീരാള മൂടുപടവുമായ്
ആ മലഞ്ചോലയും നീന്തിദ്ദൂരത്തു നി-
ന്നാരാലണവാളാരുനീ ശോഭനേ
(പുലരൊളി)

സ്വപ്നത്തിൽ ദിവ്യദർശനം നൽകി ക്ഷണനേരം കൊണ്ട് മാഞ്ഞുപോയ അവളെ ആ നിത്യകന്യകയെ തേടിയുള്ള വിരഹാതുര തയോടെയുള്ള അനന്തമായ അന്വേഷണത്തിനു ആരംഭം കുറിച്ചത് വഴികാണാതെ എന്ന കവിതയിലൂടെയാണ്.

അങ്ങടുക്കുമ്പോളകലെയകലെയാ-
യല്ലോ ശ്രവിപ്പൂ നിൻ മഞ്ജീര ശിഞ്ജിതം
തന്നു നിൻ ഗാനപരിമളപൂർണ്ണമായ്-
ത്തീർന്നിതാത്മാവിലെൻ പ്രശാന്തനഭസ്ഥലം
അതാലണയുകെൻ ദേവി, വൻ തൃഷ്ണയായി-
ലാന്നൊരാത്മാവിന്നമൃതം വിളമ്പുവാൻ
ഏതും ഗണിക്കാതെ വന്നെൻ, ഭവദ്ഗൃഹ-
സീമയിൽ കൊട്ടിയടച്ച പടിക്കൽ ഞാൻ!
അഞ്ചിതമേതോ പനിമലർ പോലൊരു
പുഞ്ചിരി തൂകി മായായ്ക മംഗളേ

ഈ മണൽക്കാട്ടു കടന്നു കയറട്ടെ
തേജോമയി നിൻ നിലാവെളിച്ചത്തു ഞാൻ
(വഴികാണാതെ)

ഉൽക്കടമായ വിയോഗദുഃഖത്തോടെ നായികാ സങ്കേതത്തിലേക്കു പോകുന്ന പ്രണയിയുടെ വികാരവായ്പ് ഇവിടെ നിന്നങ്ങോട്ട് കവിസത്തയിൽ രൂഢമാകുന്നു.

വിണ്ണിൽ വെളിച്ചം പടരും മന്നിൻ രംഗത്തിലെങ്ങുമേ
കാൽച്ചിലമ്പൊലിയോടും നൃത്തം ചെയ്യുന്ന സുന്ദരി
ശബ്ദജാലത്തിലുണ്ടപ്പോൾ നിന്റെ വീണാമണിസ്വനം
വാനിൻ നീലിമയിൽ നിന്റെ ഹൃദയത്തിൻ വിശുദ്ധിയും
വികാസോന്മുഖമാത്മനാദത്തിൻ നളിനങ്ങളിൽ
വിളങ്ങുന്നിതും നീദേവി സച്ചിദാനന്ദ സ്വരൂപിണി
(കവിത)

ആദ്യത്തെ സംഗീതസ്വരൂപിണി ഇവിടെ സച്ചിദാനന്ദ സ്വരൂപിണിയായി മാറുന്നു. മതാത്മകമായ ഒരു പരിവേഷം കാവ്യകന്യകയ്ക്കു ലഭിക്കുന്നതിവിടെയാണ്.

അന്നത്തെ നാടകം എന്ന കവിതയിലാണ് സൗന്ദര്യദേവത എന്ന സങ്കല്പം കവിക്ക് ഉരുത്തിരിഞ്ഞു കിട്ടുന്നത്.

ഇന്നെങ്ങു പോയി മറഞ്ഞു, തൻ തോഴനിൽ
ധന്യത ചേർക്കുമാഗ്രാമീണ സുന്ദരി
ഓമനേ നിൻവർണ്ണഗേഹത്തിലെത്തുവാൻ
പ്രേമം കരുക്കുമീപൗർണ്ണമിനാളിൽ ഞാൻ
പാവനമാണു നീ പാടിയ പാട്ടുകൾ
പാടുക വീണ്ടുമെൻ ഗ്രാമീണകന്യകേ
നിന്നുടെ പാട്ടിലലിഞ്ഞുപോകട്ടെ യി-
സ്സുന്ദര സ്വപ്ന മനോഹരജീവിതം
ഇന്നുഞാൻ ചേർന്നു പതഞ്ഞൊഴുകട്ടെ നിൻ
സൗന്ദര്യഗീതരംഗഭംഗങ്ങളിൽ
(അന്നത്തെ നാടകം)

ഗ്രാമീണകന്യകയായി ഇതിൽ കവിതയെ പ്രതീകവൽക്കരിച്ചത് ശ്രദ്ധേയമാണ്. ഈ ഗ്രാമകന്യകയാണ് ഉദാത്തീകരിക്കപ്പെട്ട് സൗന്ദര്യദേവത എന്ന കവിതയിൽ ആവിഷ്കരിക്കപ്പെടുന്നത്. 1951-ൽ കുഞ്ഞിരാമൻനായർ എഴുതി. എനിക്കേറ്റവും ഇഷ്ടപ്പെട്ട കവിതയോ നഷ്ടപ്പെട്ടുപോയ ഏതോ ദിവ്യാനുഭൂതിയെപ്പറ്റി നൊന്തു നിലവിളിച്ച്-ആ അലൗകികാനുഭൂതിക്ക് ഗ്രാമീണകന്യകാരൂപം കൊടുത്ത അവളെന്നേക്കുമായി പടിയിറങ്ങിപ്പോയ ആ വയൽ വരമ്പിൽക്കൂടി കണ്ണീരിറ്റു വീണുകൊണ്ട് കടന്നുപോയ 'സൗന്ദര്യദേവത' എന്ന ആ കൊച്ചുകവിതയാണ്.[38]

അതിലെന്തുണ്ട് എന്ന ചോദ്യത്തിന്റെയും ഔചിത്യം എന്തുതന്നെയായാലും അനന്തമായ ഈ അന്വേഷണഭാവമാണ് പി. യിൽ, ദിവ്യമായ വിയോഗം ദുഃഖം നിറയ്ക്കുന്നത്.

1973-ൽ പി.എഴുതി: എന്റെ ഏറ്റവും നല്ല കവിതകൾ നാല്പതു വയസ്സിനു മുമ്പെഴുതിയതാണ്. സൗന്ദര്യദേവത മുപ്പത്തിരണ്ടാമത്തെ വയസ്സിലെഴുതിയതാണ് 1978-ൽ ജീവിതത്തിന്റെ അന്ത്യവർഷത്തിൽ കവി എഴുതി. അകത്തും പുറത്തും അവൾ, കവി ഉപാസിക്കുന്ന സൗന്ദര്യദേവത.[39] ഈ പ്രസ്താവങ്ങളുടെ വെളിച്ചത്തിൽ സൗന്ദര്യദേവതയാണ് കവിയ്ക്ക് എന്നും പ്രിയപ്പെട്ട ദേവത, സൗന്ദര്യദേവത എന്ന കവിതയ്ക്കു ശേഷം ദേവതാപദം ചേർത്ത് ചൊല്ലുക കവിയുടെ പതിവായിരുന്നു. വാസന്തോത്സവദേവത, ജീവിതാനന്ദ ദേവത മംഗളമാല്യദേവത, നാഗസൗന്ദര്യദേവത എന്നിങ്ങനെ.

പല കവിതകളിലും തന്നിൽ നിന്നും അകലേക്കകലേക്കും ഒഴിഞ്ഞു മാറിപ്പോകുന്ന സൗന്ദര്യദേവതയെക്കുറിച്ച് കവി സൂചിപ്പിക്കുന്നു.

താവക കടാക്ഷമൊന്നേൽക്കുവാൻ കലാക്ഷേത്ര
ദേവതേ, കവിതേ, തേ ദാസനിൽ ക്കനിഞ്ഞാലും
അറയിൽച്ചെല്ലുന്നേരം വെളിയിൽ ചരിക്കും നീ
പുറത്തു തേടുന്നേരമുള്ളറയ്ക്കകം പൂകും!
(പ്രിയതമ)

വാസന്തോത്സവദേവതയെൻ
പൂങ്കൊടിയില്ലീ ഭവനത്തിൽ
നേർത്തൊരു വീർപ്പുമയയ്ക്കാതെ
യാത്രാമൊഴിയുമുരയ്ക്കാതെ
തൃഷയാൽ വരളും കണവന്നാ
വിഷുവിൻ കണി വിളമ്പാതെ
പത്തായങ്ങൾ നിറയ്ക്കാതെ
പുന്നെൽക്കതിർപോലവൾ പോയി
കനകക്കൊന്നപ്പൂങ്കുലയായ്
കണികാണാനിനിയവൾ വരുമോ
(വിഷു വേലന്നാൾ)

പ്രേമനിർഭരം മൂകമെൻ അന്തരാത്മാവിന്നും
ഗ്രാമസൗന്ദര്യപ്പൂവിൽ അവളെ തിരയുന്നു.
(അയയ്ക്കാത്ത കത്ത്)
ഭാവനാമണിക്കോവിലിലില്ലെൻ
ജീവിതാനന്ദദേവത

ശാന്തകർഷകവാടവും കട-
ന്നെന്തിനോണമേ വന്നു നീ
കാലവീചിയിലൂയലാടിപ്പോയ്
കാല്യകർഷക കന്യക.
ഹാ, കനിയുകയില്ലിനി മേലിൽ
നാക സൗന്ദര്യദേവതാ!
(മാഞ്ഞുപോയ മഴവില്ല്)

ഇവിടെ സൂചിതമായ കാല്യകർഷകകന്യക എന്ന സാധനയാണ് കാവ്യകന്യക അഥവാ നിത്യകന്യക എന്ന പേരിൽ പിന്നീട് കവിയുടെ ആന്തരചേതനയുടെ പ്രതീകമായി വാഴ്ത്തപ്പെട്ടത്.

കുഞ്ഞിരാമൻനായർ നിത്യകന്യക എന്ന പേരിൽ തന്നെ ഒരു കവിത എഴുതിയിട്ടുണ്ട്.

ആ നവരത്നഹർമ്മ്യത്തിൽ മുകൾത്തട്ടി-
ലാനന്ദ നീലിമച്ചാർത്തിനു റാണിയായി
തേനല ചുറ്റമിളക്കുന്ന മാണിക്യ-
വീണമീട്ടുന്നിതൊരു നിത്യകന്യക
(നിത്യകന്യക)

രമ്യഹർമ്മത്തിന്റെ മുകൾത്തട്ടിലെ വീണ വായിക്കുന്ന നിത്യകന്യക, കാവ്യദേവതയായ സരസ്വതി തന്നെയാണ്. മതാത്മകമായ ആത്മസത്തയിൽ കുടികൊള്ളുന്ന കലാദേവതയെ ആരാധനയിലൂടെ തോറ്റിയെടുക്കുകയാണ് പി. ചെയ്യുന്നത്. ഈ നിത്യകന്യകയിലാണ് തന്റെ സർവ്വസ്വവും കവി സമർപ്പിക്കുന്നത്. ഒരു തപസ്യപോലെ ആ വിശ്വംഭരശക്തിയെ ഉപാസിക്കുകയും ചെയ്യുന്നത്. പ്രകൃതിയിലൂടെയാണ് ഈ ഉപാസന സാധ്യമാകുന്നത്.

താൻ പൂർണതയെന്നു ദർശിക്കുന്ന അപരത്തിൽ കുട്ടിയെങ്ങനെയാണ് തന്നെ തിരിച്ചറിയുകയും അതിൽ ലയിക്കുകയും ചെയ്യുന്നത്. അതുപോലെയാണ് കവി നിത്യകന്യകയിൽ ലയിക്കുന്നത്.

പൂന്തേൻ മണമെഴും താമരപ്പൊയ്ക തൻ
ശാന്തതീരത്തിലിശ്ശ്രാവണ സന്ധ്യയിൽ
ഈ മൗനമുദ്രയിൽ ഈ ഗാനധാരയിൽ
ഈടാർന്ന സുന്ദരരൂപ ലഹരിയിൽ
തീവ്രതപസ്യയിൽ ആത്മാർപ്പണങ്ങളിൽ
ദീർഘവിരഹാശ്രു മൗക്തിക മാലയിൽ
മംഗളവാദ്യധ്വനിയിൽ നിലാവില്വ-
ത്തുംഗ കലോത്സവ മംഗളരാത്രിയിൽ
വീണാനിനദ മകരന്ദധാരയിൽ
ത്താണൊഴുകട്ടെ, യലിയട്ടെ നിന്നിൽ ഞാൻ! ത്യകന്യക)

ആ കാവ്യകന്യകയുടെ നിത്യമായ പൂർണകടാക്ഷം തന്നിൽ പതിയുന്നതായി കവിക്കു തോന്നുന്നു. കുഞ്ഞിരാമൻനായരുടെ കവിതയുടെ അന്തഃസത്തയാണ് കടാക്ഷം എന്ന കവിതയിൽ കാണുന്നത്. കാവ്യദേവതയെ/നിത്യകന്യകയെ ചരാചരപ്രപഞ്ചത്തിന്റെ പൊരുളായി കാണുന്നുണ്ട് ഈ കവിതയിലദ്ദേഹം.

അവൾ വിശ്വമഹാറാണി
അവൾ വിശ്വൈക മോഹിനി
ആനന്ദ വല്ലീശ്വരിയാ-
മവൾ സർവ്വാർത്ഥ ദായിനി
(കടാക്ഷം)

കിനാവിലെ കന്യകയെ-ഭാവനാസന്തതിയായ കവിതയെ ജീവിതകാലം മുഴുവൻ തേടിനടന്ന കവിതാസ്വരൂപിണിയെ നിത്യകന്യകാരൂപത്തിൽ സാക്ഷാത്ക്കരിച്ചപ്പോൾ അത് ലോകത്തെ അറിയിക്കുവാൻ കവി തെരഞ്ഞെടുത്ത മാധ്യമം ഗദ്യമായിരുന്നു. മറ്റാർക്കും പകർപ്പവകാശം കിട്ടാത്ത തരത്തിൽ പി. നിത്യകന്യകാസങ്കല്പത്തെ പ്രചരിപ്പിച്ചു. നിത്യകന്യകയെത്തേടി (1972) കവിയുടെ കാല്പാടുകൾ (1973) എന്നെ തിരയുന്ന ഞാൻ (1977) എന്നീ ആത്മകഥാപരമായ കുറിപ്പുകളും സാധാരണ ആത്മകഥയുടെ ചട്ടക്കൂടുകളെത്തന്നെ പൊളിച്ചെഴുതിയ ആ ഗദ്യരചനകൾ - പി. യുടെ കാവ്യജീവിതവും പരസ്പരപൂരകങ്ങളായി നിലകൊള്ളുന്നു. കവിതയിൽ പി. പറയുന്നതെല്ലാം ആത്മകഥകളിലും പി. ആവർത്തിക്കുന്നു.

സ്വത്വ-അപരസംവാദം

സ്വത്വത്തിലെ അപരത്തെ യോഗമുറയിലും ഭോഗമുറയിലും ആവിഷ്കരിക്കുന്നുണ്ട് പി. സ്ത്രീകളെ ദേവതാ പരിവേഷത്തോടെ അവതരിപ്പിക്കുന്നത് പുരുഷകാല്പനികതയുടെ സവിശേഷതയാണ്. കുഞ്ഞിരാമൻനായരിലെ സ്ത്രീ കാമുകിയും വേശ്യയും യക്ഷിയും അമ്മയും ദേവിയും കവിതയുമെല്ലാം ചേർന്ന ഒരു മഹാസങ്കല്പമാണ്. കാമുകി നിരുപാധികമായ പ്രേമത്തിന്റെ മധുനൽകി കവിയെ ആനന്ദിപ്പിക്കുന്നു. പ്രേമത്തിന്റെ വാഗ്ദാനം നൽകി ആകർഷിച്ച് കാമത്തിന്റെയും പാപത്തിന്റെയും മലിനമാർഗ്ഗങ്ങളിലേക്ക് കവിയെ നയിച്ച് വേശ്യയും യക്ഷിയും അയാളെ നശിപ്പിക്കുന്നു. സ്നേഹവാത്സല്യങ്ങളും അഭയവും നൽകി അമ്മ അയാളെ എന്നും സംരക്ഷിക്കുന്നു. ദേവിയാകട്ടെ, ഐശ്വര്യത്തിന്റെയും അറിവിന്റെയും സത്യത്തിന്റെയും ലോകങ്ങൾ കവിക്കു കാണിച്ചുകൊടുക്കുകയും കൈപിടിച്ചയാളെ അങ്ങോട്ടുകൊണ്ടുപോവുകയും ചെയ്യുന്നു.

ഉദാത്തമായി സ്ത്രീയെ അവതരിപ്പിക്കുമ്പോഴും തന്റെ ലൈംഗികമായ കാമനകൾക്കു (ആഗ്രഹങ്ങൾക്കു) വിധേയമാകുന്നവളായി, തന്റെ കണ്ണുകൊണ്ടു കോരിക്കുടിക്കുവാൻ സൗന്ദര്യമുള്ളവളായി, ഒളിഞ്ഞും തെളിഞ്ഞും മറഞ്ഞും അകന്നും തന്നെ വിരഹദുഃഖത്തിലേക്കു കൊണ്ടു പോകുന്നവളായി ഗൃഹാതുരവും ദീപ്തവുമായ സ്മരണകളെ ഉദ്ദീപിപ്പിച്ചു കൊണ്ടു നില്ക്കുന്ന നാടൻ പെണ്ണായി പി. അവതരിപ്പിക്കുന്നു. പ്രകൃതി പ്രതിഭാസങ്ങളുടെ മാറുന്ന രൂപങ്ങളിലൂടെ പ്രകൃതി-മനുഷ്യത്വാരോപ ണത്തിലൂടെ നടത്തുന്ന ഈ ആഖ്യാനതന്ത്രം പി. യുടെ വിരലടയാളം പതിഞ്ഞതാണ്. കാവിൽ കുളിച്ചു തൊഴുതു കിഴക്കു നടകയറുന്ന മേഘങ്ങളും കുളിച്ചു കുറിതൊട്ടുവരുന്ന പൊൻചിങ്ങമാസവും ഇത്തര ത്തിലെ മനുഷ്യാനുഭവങ്ങളാൽ ജീവത്താകുന്നത് ഗ്രാമീണരൂപത്തിന്റെ ചടുല മാതൃകകളാണ്.

കുഞ്ഞിരാമൻ നായരുടെ ലോകത്തിൽ സ്ത്രീകൾക്കാണ് മുഖ്യസ്ഥാനം എന്നു മാത്രമല്ല പുരുഷനെ അദ്ദേഹം കാണുന്നു കൂടിയില്ല എന്ന ആർ. നരേന്ദ്രപ്രസാദിന്റെ വിമർശനത്തിൽ കഴമ്പുണ്ട്.[40] പലപ്പോഴും സ്ത്രീയെ സ്ത്രീയായി കാണുന്നതു കൊണ്ടല്ല നേരെ മറിച്ച് അവളെ ഭോഗവസ്തു വായി, വിധേയയായി, അടിമയായി കാണുന്നതുകൊണ്ടാണ് നോക്കു ന്നിടത്തെല്ലാം സ്ത്രീരൂപം മാത്രം പ്രത്യക്ഷീഭവിക്കുന്നത്. പൊൻവയലിനും മുല നൽകി വെൺകുളിർമണൽ, വേലയ്ക്കു പോകുന്ന ഇരുട്ടിന്റെ പുരി കുഴലൊതുക്കി വിൺമുഖത്തു മുറുക്കിച്ചുവപ്പിച്ച സന്ധ്യകൾ കളിക്കുന്നു. പാടത്തെ നെടുനേന്ത്രത്തങ്കത്താലിയണിഞ്ഞ് ഉഷഃസന്ധ്യ, മൂവന്തിയും, പൊൻകസവുടലിൽ പുത്തൻ പട്ടുടുപ്പുകളിടുന്നു. കയ്പവള്ളി ഇപ്പോളെടു ത്ത പച്ചസാരിയുടുത്തു കാണുന്നു.

നിത്യനൂതനമായ പ്രകൃതിയുടെ, സൂക്ഷ്മസ്വഭാവം എത്ര പകർത്താൻ ശ്രമിച്ചിട്ടും തൃപ്തി വരുന്നില്ല പി.യ്ക്ക്. പ്രകൃതിയുടെ സൗന്ദര്യത്തിലേക്ക് ആണ്ടുപോവുകയും ഓരോ പ്രകൃതി ദൃശ്യത്തെയും സൂക്ഷ്മമായി പകർ ത്തുന്നതിൽ ആനന്ദം അനുഭവിക്കുകയും ചെയ്യുന്നു കവി. സ്വതന്ത്രവും സ്വച്ഛന്ദവുമായി വളരുകയും വികസിക്കുകയും ചെയ്യുന്ന പ്രകൃതി കുഞ്ഞി രാമൻനായരുടെ കവിതയിൽ നിറയുന്നുണ്ട്. മനുഷ്യനിൽ ലയിക്കുന്ന ഞാൻ, പ്രകൃതിയിൽ ലയിക്കുന്ന മനുഷ്യൻ, കവിതയിൽ ലയിക്കുന്ന പ്രകൃതി എന്നീ തലങ്ങളിൽ ഈ പകർന്നാട്ടത്തെ വിശകലനം ചെയ്യാം.

മനുഷ്യാരോപമാണ് (personification) പി. കവിതയുടെ ജൈവഘ ടകമായി വർത്തിക്കുന്നത്. അതുകൊണ്ടുതന്നെ വ്യക്തിയനുഭവത്തിന്റെ ഭാഷയിൽ പ്രകൃതി ആവിഷ്കൃതമാകുന്നു. പ്രകൃതിബിംബങ്ങളോടുള്ള ആ അടുപ്പം കൊണ്ടാണ് പ്രതിരൂപാത്മകമായ/ബിംബാത്മകമായ ഭാഷ

രൂപപ്പെടുത്താൻ പി.യ്ക്ക കഴിയുന്നത്. അതുകൊണ്ടുതന്നെ പ്രത്യക്ഷതലത്തിൽ നിന്ന് രൂപകാത്മകമായ തലത്തിലേക്ക് പി. കവിതയെ കൊണ്ടുപോകുന്നു. ഞാൻ എന്ന വ്യക്തി പൂർണമായും ശിഥിലമാകുന്നു. തന്റെ ജീവിതകഥ മുഴുവൻ പി. കവിതയിൽ പകർത്തി വെച്ചിട്ടുണ്ടെങ്കിലും പി. എന്ന വ്യക്തി അപ്രത്യക്ഷനായിട്ട്, മനുഷ്യൻ നേരിടുന്ന പ്രതിസന്ധികളുടെ ചിത്രമായിട്ടാണ് രൂപമെടുക്കുന്നത്.

രാക്കരിക്കിൻ കണ്ണുകത്തി
ത്തള്ളും വെള്ളം തെറിക്കവേ
ച്ചിരിച്ചു കൊണ്ടോന്നു കണ്ണു
ചിമ്മിപ്പോയ് പുലർതാരക
(സൗന്ദര്യപൂജ)

യുവാവായി വൃദ്ധ ഗഗനം
ഊഴി കന്യാകുമാരിയായ്
സമുദ്രം പൊൻ ചിലമ്പിട്ട്
തുള്ളും കോമളബാലനായ്
(സൗന്ദര്യപൂജ)

എന്നെല്ലാം കവി പറയുമ്പോൾ ഭാവനയ്ക്ക് പ്രകൃതി എത്രമാത്രം വിധേയമായി എന്നു വ്യക്തമാണ്. പി.യുടെ കാവ്യനിർമ്മാണത്തെക്കുറിച്ച് ബി. ഹൃദയകുമാരി പറയുന്നതു നോക്കൂ; "ഒരു ആശയം അല്ലെങ്കിൽ ഒരു ഭാവം കവിയുടെ അടിസ്ഥാനത്തിൽ പ്രവർത്തിച്ച് കാവ്യബിംബങ്ങളെ ഇണക്കിച്ചേർക്കുന്നു. ഒരു നാടകത്തിലെ കഥാപാത്രങ്ങൾക്കുള്ളതുപോലെ അല്ലെങ്കിൽ ഒരാളുടെ പ്രത്യേക സന്ദർഭത്തിലെ പെരുമാറ്റത്തിനുള്ളതുപോലെ ഒരു യൗക്തികഘടന കാവ്യബിംബങ്ങൾക്കു കിട്ടുന്നത് ഒരാശയമോ ഭാവമോ അവയെ പരസ്പരം ബന്ധിപ്പിക്കുന്നതുകൊണ്ടാണ്.[41] ഡോ. എം. ലീലാവതി ഇമേജുകളുടെ ഘോഷയാത്രയെന്നാണ്[42] ഇതിനെ വിശദമാക്കുന്നത്. ഇമേജുകളെ ഇത്രയേറെ വൈചിത്ര്യവൈവിദ്ധ്യങ്ങളോടെ അതോടൊപ്പം ആവർത്തന കൗതുകത്തോടെയും സംഘടിപ്പിച്ചിട്ടുള്ള മറ്റൊരു മലയാള കവി ഇല്ല.

പി. നാരായണക്കുറുപ്പ് പി.യിലെ സിംബലിസത്തെക്കുറിച്ച് പറയുന്നു: നമ്മുടെ അഗ്രിമനായ സിംബലിസ്റ്റു കവി എന്ന നിലയിൽ അദ്ദേഹത്തിന്റെ ദർശനത്തിന്റെ തനിമയും അതിനദ്ദേഹം ആശ്രയിച്ച അഭിനവബിംബകല്പനാസങ്കേതവും നമ്മുടെ കാവ്യത്തിനും മനസ്സിനും ശുദ്ധവായുവും വെളിച്ചവും പകർന്നുതരുന്നു. പ്രകൃതിയെ മൂർത്തബിംബങ്ങളായി ഇന്ദ്രിയസംവേദനക്ഷമമായ സജീവവിലാസമായി മാറ്റുവാനുള്ള കുഞ്ഞിരാമൻ നായരുടെ കല മലയാളത്തിൽ അന്യാദൃശമത്രെ.[43] പ്രകൃതിബിംബങ്ങൾ

കവിയെ പൂർണ്ണമായും കീഴടക്കിയതു കാരണം പ്രകൃതിവിലാസം സജീവമായി ഒരു കഥാപാത്രമായി ഉണ്മയായി അദ്ദേഹത്തിനു പ്രത്യക്ഷമായി. അതൊരു വ്യക്തിപരമായ അനുഭവമായിരുന്നു. ഈ പ്രത്യക്ഷപ്പെടൽ കവിയെ വെളിച്ചപ്പാടിന്റെ തലത്തിലേക്കെത്തിക്കുന്നു. അങ്ങനെ പ്രകൃതിദർശനത്തിന്റെ പീലിക്കാവടി തുള്ളിത്തുടങ്ങും. ഇതാണ് കുഞ്ഞിരാമൻനായർ ചെയ്തത്.

കവിത ചിത്രണത്തിന്റെയും ചിത്തഭ്രമത്തിന്റെയും സംയോജനമാണെന്നു പറയാം. പി. യുടെ ബിംബകല്പനകളെക്കുറിച്ച് സൂക്ഷ്മപഠനം നടത്തിയ ഡോ. ബി ഭാനുമതിയമ്മ പറയുന്നതു നോക്കുക: കുഞ്ഞിരാമൻ നായർ കാവ്യചിത്രങ്ങളുടെ ലോകത്തിലേക്കു കടക്കുന്നതു ചിത്തഭ്രമം ബാധിച്ചവനെപ്പോലെയാണ്. സ്വയം മറന്ന് അദ്ദേഹം ബിംബാവലികളുടെ പ്രളയത്തിൽ മുങ്ങിക്കുളിക്കുന്നതാണ് നാം കാണുന്നത്.[44] പി.യുടെ കാവ്യബിംബങ്ങളെ പ്രത്യേകമെടുത്ത് പഠനം നടത്തിയ ഡോ. ടി.എൻ.സതീശൻ നിരീക്ഷിക്കുന്നതു നോക്കുക.[45] ആത്മനിന്ദയോളം വളരുന്ന പീഡിതാത്മാവിന്റെ മാനസികാവസ്ഥയോടാണ് അദ്ദേഹം പ്രപഞ്ചത്തെ കണ്ടത്. മാനസികാവസ്ഥയുടെ പ്രത്യേകതയനുസരിച്ച് വസ്തുക്കളോടുള്ള മനോഭാവവും മാറുന്നു. ഈ മാറ്റം കാവ്യബിംബങ്ങളിൽ പ്രകടമാകുന്നു.

എല്ലാ ഇന്ദ്രിയങ്ങൾക്കും ബിംബങ്ങൾ ഉളവാക്കാൻ സാധിച്ചേക്കും. എന്നാൽ കണ്ണുകൾക്കാണ് സമ്പൂർണ്ണബിംബങ്ങളെ അനുഭവിക്കാനുള്ള ക്ഷമത കൂടുതൽ. കണ്ണുകൾ നിർമ്മിച്ചെടുക്കുന്ന ഈ മനോചിത്രങ്ങളെ മിഴിബിംബങ്ങൾ എന്നു വിളിക്കാം. ഗന്ധ-സ്പർശ-നാദ-രസാനുഭവങ്ങളും ബിംബങ്ങൾ ഉണ്ടാക്കുന്നുണ്ട്. ഇവയെ ഗന്ധബിംബങ്ങൾ, സ്പർശബിംബങ്ങൾ, നാദബിംബങ്ങൾ, രസനബിംബങ്ങൾ എന്ന മട്ടിൽ വ്യവച്ഛേദിക്കാം. ഏതൊരിന്ദ്രിയം മുഖാന്തിരം ലഭിക്കുന്ന അവബോധവും ഒടുവിൽ കണ്ണുകളുമായി ബന്ധപ്പെടുന്നുവെന്ന് പറയേണ്ടിവരും. നമ്മുടെ അനുഭവതലത്തെ സ്പർശിക്കുന്നതെന്തും കാവ്യബിംബമാകും എന്ന ഒരു വാദം നിലനില്ക്കവേതന്നേ കണ്ണുകൾക്ക് സംവദിക്കാൻ കഴിയുന്നതു മാത്രമേ കാവ്യബിംബമാകൂ എന്ന മറുവാദമുണ്ട്.

വളരെ ചെറുവസ്തുമുതൽ വലിയ ദൃശ്യങ്ങൾ വരെ നേത്രേന്ദ്രിയത്തിനു വിഷയമാകും. കവികളിൽ ദൃശ്യബിംബങ്ങളെ (visual images) സൃഷ്ടിക്കുവാനുള്ള കഴിവ് ആദ്യം രൂപപ്പെടുത്തുന്നതും അതുകൊണ്ടാവാം. മൂർത്തമായ (concrete) വസ്തുക്കളെ ദൃശ്യവൽക്കരിക്കുമ്പോൾ മാത്രമല്ല, അമൂർത്തമായതിനു (Abstract) രൂപം കൊടുക്കുമ്പോഴും കാണാം ദൃശ്യബിംബത്തിന്റെ ശക്തി. പി.യുടെ കവിതകളിലാണ് മലയാളത്തിൽ

ഐന്ദ്രികത അതിന്റെ ആഴങ്ങൾ വെളിപ്പെടുത്തുന്നത്. തന്റെ ഒരേ ഒരു ഇതിവൃത്തം പ്രകൃതിയാണെന്ന് തിരിച്ചറിയുകയും ഇന്ദ്രിയാനുഭവമായി പകർത്തുകയുമാണ് പി. ചെയ്യുന്നത്. ഇങ്ങനെ പ്രകൃതിയുടെ പുതിയൊരു സൗന്ദര്യപാഠം നിർമ്മിച്ചുകൊണ്ട്, അനുഭവിപ്പിക്കുന്നിടത്താണ് പി. കുഞ്ഞിരാമൻനായരുടെ കവിസ്വത്വം സഫലമാകുന്നത്.

ബിംബഭാഷ: അനുഭവത്തിന്റെ നിർമ്മിതി

ഇന്ദ്രിയാനുഭൂതി ഉണർത്തുന്നവിധം ബിംബകല്പന നടത്തുമ്പോഴാണ് കവിത ഉത്തമകലയായി മാറുന്നത്. ഒരു വിശേഷണപദത്തിനോ ഉപമയ്ക്കോ രൂപകത്തിനോ ഒരു ശൈലിക്കോ വീക്ഷണത്തിനോ ഒരു കാവ്യബിംബം സൃഷ്ടിക്കാൻ കഴിയും എന്ന് സി. ഡേ. ലെവിസ്, കാവ്യബിംബം (Poetic Image) എന്ന പുസ്തകത്തിൽ വിശദീകരിക്കുന്നുണ്ട്.[46] കാവ്യബിംബങ്ങൾ അലങ്കാര സാധനങ്ങളല്ലെന്നും അത് അന്തർജ്ഞാനോപലഭ്യമായ സത്തയാണെന്നും അഭിപ്രായമുണ്ട്. ബിംബാത്മകമായ ഭാഷ (പ്രതിരൂപാത്മകമായ) സൃഷ്ടിച്ചുവെന്നതാണ് പി.യെ മലയാളകവിതയിലെ ഏകാന്തപഥികനാക്കുന്നത്. തന്റെ ആത്മകഥാക്കുറിപ്പുകളിലും ഗദ്യലേഖനങ്ങളിലും ഭാഷയുടെ പ്രതിരൂപാത്മകമായ സങ്കലനസാധ്യതകളെയും അദ്ദേഹം സന്നിവേശിപ്പിച്ചിട്ടുണ്ട്. അനിയന്ത്രിതമായ അബോധസാന്നിദ്ധ്യവും അമർത്തിപ്പിടിച്ച ജീവിത കാമനകളും പി. യുടെ സാഹിത്യത്തിൽ നിറഞ്ഞുനില്ക്കുന്നു. ഉള്ളിൽത്തട്ടുന്ന അനുഭവം തീക്ഷ്ണമായ രീതിയിൽ പുനരാവിഷ്കരിക്കാൻ കവിതയിൽക്കൂടി മാത്രമേ കഴിയൂ. അതുകൊണ്ടുതന്നെയാണ് പി. തന്റെ എഴുത്തുമുറ (ആത്മകഥയും ഗദ്യവുമെല്ലാം) ബിംബങ്ങൾ കൊണ്ടു സമൃദ്ധമാക്കുന്നത്.[47]

അന്ധകാരത്തിൽ ക്കളി കഴിഞ്ഞാടുന്ന
പന്തലുപോലെ കുഴയുന്ന വിണ്ടലം
പാട്ടുകഴിഞ്ഞൊരു ഗായകൻ വെച്ചതാം
ചേങ്ങലപോലെ മയങ്ങുന്നു ഭൂതലം (കളിയച്ഛൻ)
യൗവനം പറ്റിയ കാറ്റിൻ-പ്രേമ
ലേഖനം പൂവു തിരിച്ചയച്ചു
വൃദ്ധാർക്കനെപ്പുറത്താക്കി-സന്ധ്യ
നക്ഷത്ര വീടിൻ പടിയടച്ചു
(പിച്ചിച്ചീന്തിയ പുഷ്പചക്രം)

എന്നു കവിതയിലും ഉദിച്ചു പൊങ്ങിയ ചെങ്കതിരോൻ ബിംബം എടുത്തുമാറ്റി കവി ആ സ്ഥലത്തു ഒരു പൊൻതളിക വയ്ക്കുന്നു. നീലിമ പൂണ്ട വാനം കൊണ്ടു കവി നീല മേലാപ്പു കെട്ടുന്നു. തുമഞ്ഞു തുള്ളികൊണ്ടു കവി മുത്തുമാല കോർക്കുന്നു. പുഴയെക്കൊണ്ടു കവി ചിരിപ്പിക്കുകയും

കരയിപ്പിക്കുകയും ചെയ്യുന്നു. പ്രകൃതിസൃഷ്ടി കൊണ്ടു വെറും വർണ്ണക്കട ലാസ്, കവിസൃഷ്ടി അതുകൊണ്ടു നിർമ്മിച്ച പുഷ്പം, പ്രകൃതി മണ്ണ്. കവിത പ്രതിമ പ്രകൃതി തങ്കം. കവിത ശില്പം.

ഉദിച്ചുപൊങ്ങുന്ന സൂര്യബിംബം കൊണ്ടു തിരിപ്പൊൽ പമ്പരം നിർമ്മിച്ച കവി ഒരു കുട്ടിയായി കളിക്കുന്നു. ജീവിതത്തിന്റേയും മരണത്തിന്റെയും ചുമലിൽ കൈവെച്ച് കവി ഒരു യുവാവായി ഇരിക്കുന്നു..[48]

('കാവ്യം'-ഉദയരാഗം)
എന്നു ലേഖനത്തിലും
ഈ മനുഷ്യന് ഊണില്ലേ?
ഉവ്വ്-പ്രകൃതിസൗന്ദര്യം!
കിണ്ണം?
ഭൂമി.
പാൽ കഴിക്കുമോ?
ഉവ്വ്-പൂനിലാവ്-കവി കഴിക്കുന്ന പശുവിൻ പാല് പൂനിലാവ്!
വെള്ളിക്കോപ്പ?
ചന്ദ്രമണ്ഡലം!
മുന്തിരിയും കൽക്കണ്ടവും?
നക്ഷത്രങ്ങൾ!
വായിക്കുന്ന കവിതകൾ?
വസന്തത്തിന്റെ പൂക്കൾ.
മൂളിപ്പാട്ട്?
ഭാരതപ്പുഴ
കളഭം?
സാന്ധ്യപ്രഭ!
കുങ്കുമം?
ഉദയപ്രഭ!
ഭസ്മം?
നാട്ടുവെളിച്ചം!
പേന?
മഴവില്ല്!
മഷിക്കുപ്പി?
കടൽ!
മഷി?
കടൽവെള്ളം!
ജനിച്ച രാജ്യം?
മനോരാജ്യം!
സാക്ഷാൽ തറവാട്?
സൂര്യമണ്ഡലം!

ഷാരടി-വല്ലാത്ത പഹയനാണല്ലോ! ഈ പഹയൻ ധ്രുവദീപ്തിയും പൂൽക്കൊടിയും കോർത്താണ് ഈ മനുഷ്യൻ.[49] എന്ന ആത്മകഥാകുറിപ്പിലും എഴുതുന്നു.

ഇങ്ങനെ കവിതയിലും ഗദ്യത്തിലും ബിംബഭാഷ സമൃദ്ധമായി ഉപയോഗിക്കുന്ന പി. യുടെ ബിംബാത്മകമായ ശൈലി ഐന്ദ്രികതയിൽ നിന്നുൽപ്പന്നമാകുന്നതാണ്.

സൂക്ഷ്മസംവേദനക്ഷമതയുള്ള ഇന്ദ്രിയങ്ങളും അവയെ എന്നും ഉത്തേജിപ്പിക്കുന്ന പ്രകൃതിയുടെ കാന്തികതയും തമ്മിലുള്ള പ്രതിപ്രവർത്തനം ചെറുപ്പംതൊട്ടേ പി.യുടെ ഭാവനയെ പ്രചോദിപ്പിച്ചുകൊണ്ടിരുന്നു.

വിശ്വദർശനമാം നവ്യ-
പ്രഭാ മണ്ഡലവേദിയിൽ
പ്രപഞ്ചകാവ്യം നിർമ്മിപ്പൂ
വിശ്വനാഥൻ മഹാകവി
നീർത്തിവെച്ചമഹാകാവ്യ-
മായി ബ്രഹ്മാണ്ഡമണ്ഡലം
ഗോളമോരോന്നു മോരോരോ
ദീപ്ത കാവ്യാക്ഷരങ്ങളായ്
(കവിയുടെ കണ്ണുനീർ)

ഈ വരികളിലെ ദർശനം പി.യെ സംബന്ധിച്ചിടത്തോളം അക്ഷരാർത്ഥത്തിൽ വാസ്തവം തന്നെയാണ്. പ്രകൃതിയെ നോക്കിക്കാണുന്നതിലുള്ള വ്യതിരിക്തതയാണ് ഈ ബിംബാത്മകഭാഷയ്ക്കു പിന്നിൽ വർത്തിക്കുന്നത്. സാധാരണ പ്രകൃതി നിരീക്ഷകന്റെ നോട്ടമല്ലിത്. പ്രകൃതിയെത്തന്നെ തന്നിലേക്ക് ആവാഹിക്കുന്ന കവിതയുടെ മന്ത്രവാദമാണിത്. മനോഭാവത്തിൽ നിന്നു പിറവികൊള്ളുന്ന അടയാളങ്ങളാണ് ആ കാവ്യഭാഷ രൂപപ്പെടുത്തുന്നത്.

ലോലവണ്ടിണ്ട പോലുള്ള വാനിൽ
നീലിമയിങ്കൽ നീരാടുവാനും
വിണ്ണുഴകിൽ മുഖമുർന്നു വീഴും
കണ്ണുനീർച്ചുംബിച്ചെടുക്കുവാനും
താനെയിരുന്നു കൊണ്ടീവസന്ത-
താരാശ്രുതിയ്ക്കൊത്തുപാടുവാനും
വാനിന്റെ ദിവ്യസന്ദേശമേന്തും
ഗാനം വിവർത്തനം ചെയ്യുവാനും
അല്ലാതെ ഞാനറിഞ്ഞീലയൊന്നും-
മല്ലാതെ ഞാൻ പഠിച്ചീലയൊന്നും
(ഗുരുദക്ഷിണ)

ഈ വരികളിൽ കാണുന്നത് പ്രകൃതിയാൽ പ്രചോദിതമായ കവിയുടെ ചിന്തകളല്ല, പ്രകൃതി മാത്രമാണ്. തന്റെ സ്വത്വത്തെ പ്രകൃതിയിൽ ലയിപ്പിക്കുകയാണ്. പ്രകൃതി ഉപാസനയുടെ പരകോടിയായി ഇതിനെ കാണാവുന്നതാണ്. മറ്റൊരുദാഹരണം നോക്കു.

ഉടലിലുയിർപോലെ, മലരിൽ മണം പോലെ
കടലിലലപോലെ വേണുവിൻ നാദം പോലെ
തകൃതിത്തായാട്ടാടും, കായാമ്പൂ നിറമൊത്ത
പ്രകൃതിയ്ക്കുള്ളിലൊളിച്ചു കളിക്കും ഞാൻ
മേഘ മേചകക്കാട്ടിൽ ഭൂമിയാം പശുവിനെ
മേച്ചുകൊണ്ടെന്നും വേണുനാളികയൂതുന്നു ഞാൻ
ഈ മഹാർണ്ണവമൊരു തേൻ കടലാക്കും മണി-
ത്താമരച്ചെറുതോണി തുഴഞ്ഞു കളിക്കും ഞാൻ
ആനന്ദരസം തേച്ച വിശ്വദർപ്പണത്തിങ്ക-
ലാത്മാവിൻ മുഖം കൊണ്ടു തനിയേ ചരിക്കും ഞാൻ
സച്ചിദാനന്ദതേജശ്ചന്ദന വിലേപനായ്
വിസ്തൃതഗഗനമായ് വിശ്വത്തെത്തഴുകും ഞാൻ
(കവിയും നിരൂപകനും)

ആദികാല്പനികവാദത്തിലെ കർത്തൃദൈവം (Author God) എന്ന സങ്കല്പനത്തോടടുത്തു നിൽക്കുന്നതാണ് പി. വരയ്ക്കുന്ന ഈ വിഷയി. ഇങ്ങനെ പ്രകൃതിയിലേക്ക് വിലയം കൊണ്ട് അനുഭവമാക്കിയവതരിപ്പിക്കുന്ന രീതി അനന്യമായ പി.ശൈലിയാണ്.

അനുഭവം: ആഗ്രഹവും വാക്കും

പ്രകൃതിയിൽ മനുഷ്യനെയും മനുഷ്യനിൽ പ്രകൃതിയെയും ലയിപ്പിക്കുന്ന ഈ ശൈലി വിശകലനം ചെയ്യേണ്ടതുണ്ട്. പി. യുടെ പ്രകൃതിയെ മാനവീകരിക്കുന്ന (humanise) രീതി പുതിയൊരു ലാവണ്യാനുഭവം സൃഷ്ടിക്കുന്നുണ്ട്. പ്രകൃതിയിലെ ഓരോ വസ്തുവിലേക്കും തുറന്ന കണ്ണുകളോടെ നോക്കുമ്പോൾ മാത്രമേ, അവയിലേക്ക് മനുഷ്യാനുഭവങ്ങളെ കലർത്തുവാൻ കഴിയുകയുള്ളൂ. സൂക്ഷ്മമായൊരു ഇന്ദ്രിയശ്രദ്ധ ഇതിന്റെ പിന്നിൽ സന്നിഹിതമായിരിക്കണം. മനുഷ്യഭാവങ്ങളെ ബാഹ്യപ്രകൃതിയിൽ സമാന്തരം (സമാനത) കണ്ടെത്തി അവതരിപ്പിക്കുക എന്നത് അസാമാന്യഭാവനയുള്ളതുകൊണ്ടാണ്. വളരെ നാടകീയ (Dramatic) മായിട്ടാണ് പലപ്പോഴും ഈ സന്നിവേശം നടക്കുക.

ഓടിനടന്നു കളിച്ചു, മന്നിൽ
വാടിപുതുക്കുംവെയിൽ നാളങ്ങൾ
പൊന്നിൻ കനവുകൾ നെയ്തുതള്ളും
മഞ്ഞു മുകളിലൊളിച്ചു നിന്നു

പച്ചിലക്കുമ്പിളാൽ പ്പൂവറുത്തി-
ട്ടുത്രാടസന്ധ്യ തളർന്നു നിന്നു
(കവി എവിടെ)

തൊട്ടുവേലിക്കൽപ്പാർക്കും ചിറ്റാടയ്ക്കെവിട്ടന്നോ
തക്കത്തിൽ തങ്കത്താലികെട്ടുവാനൊരാളെത്തി
പിച്ചിപ്പൂ വിടർന്നു പോയ്; മുല്ലയ്ക്കുവെള്ളക്കല്ല
വെച്ചൊരു മൂക്കുത്തിയായ്; മല്ലിക പൊക്കം വെച്ചു
പിഞ്ചു കൈമലർനുള്ളലേല്ലുവാനിളം തുമ്പ
പുഞ്ചിരി തൂകിത്തുകിച്ചാഞ്ചാടി കുളിർകാറ്റാൽ
(സുഭദ്ര)

അന്ധകാരത്തിൻ ചളിപ്പാടത്തെ വിത്തോരോന്നു
മർക്കരശ്മിയെക്കണ്ടു ചുണ്ടുകൾ വിടർത്തുമ്പോൾ
(പൂക്കളമൊരുക്കട്ടെ)
നീലമലതൻമുടിമാച്ചുകറുപ്പു നിറം
മാലേയ കളഭത്തിൻ വർണ്ണം പൂശി
തങ്കക്കസവു ഞെറിവെച്ചൊരു നീരാളത്തിൻ
കുങ്കുമനിര വാനിൽപ്പൊങ്ങുകയായ്
(അന്നത്തെത്തിരുവാതിര)

എന്നു പി. എഴുതുമ്പോൾ ഭാഷയുടെ അർത്ഥസങ്കൽപ്പത്തെ അട്ടിമറിച്ച്, ഭാഷയെന്ന മാധ്യമത്തിൽ അനുഭവത്തെ നിറയ്ക്കുകയാണ്. പ്രപഞ്ചത്തിലുള്ള സകലവസ്തുവിനും പ്രാണൻ കൊടുത്തുകൊണ്ട് ഭാഷയെ ഒരു ജൈവാവസ്ഥയിലാക്കി മാറ്റുകയാണ് ചെയ്യുന്നത്. ആകാശം മന്ദ്രശംഖനാദം മുഴക്കുന്ന, പർവ്വതങ്ങൾ തൊഴുതുനിൽക്കുന്നു, മുകിലുകൾ മേയുന്നു, കവുങ്ങുകൾ ദിവ്യരസാനുഭവത്തിൽ ആടുന്നു, മൺചുമരിന്റെ മിഴി വിണ്ണിലേക്ക് നോക്കുന്ന അചേതനവസ്തുക്കളെ സചേതനമാക്കി മാറ്റുകയെന്നത് ഒരു കവിയുടെ അസാധാരണമായ സിദ്ധിയായി വിലയിരുത്തേണ്ടതില്ല. എന്നാൽ പി. യെന്ന കവിയിൽ കാണുന്ന അസാധാരണത്വം, പി. യ്ക്ക് സകലവസ്തുവിനെയും ജീവത്തായേ കാണാൻ സാധിക്കുകയുള്ളൂ എന്നതാണ്.

പ്രകൃതിയും മനുഷ്യനും തമ്മിലുള്ള ബന്ധത്തെക്കുറിച്ചുള്ള തന്റെ കാഴ്ച, ഭാഷയിലൂടെ മാത്രമേ സാധിക്കുകയുള്ളൂ. എന്നാൽ മൂലവസ്തുവിനെ-യാഥാർത്ഥ്യത്തെ അല്ലെങ്കിൽ, പ്രകൃതിയെ പ്രതിനിധീകരിക്കാൻ അപ്രാപ്യമാണ് കേവലഭാഷ എന്ന തിരിച്ചറിവ് കവിയ്ക്കുണ്ട്. അതുകൊണ്ടാണ് രൂപകാത്മകവും ലാക്ഷണികവുമായ ഒരു ശൈലിയിലൂടെ അനുഭവത്തെ സാന്ദ്രീകരിച്ച് (condensed) ആദേശം (displacement) ചെയ്യാനുള്ള ശ്രമം നടത്തുന്നത്. ഇത് വാക്കും ആഗ്രഹവും തമ്മിലുള്ള

ബന്ധത്തിൽ നിന്നാണ് രൂപപ്പെടുന്നത്. ചിഹ്നത്തെ സംബന്ധിച്ച സൊസ്സൂറിയൻ സങ്കല്പത്തെ മനഃശാസ്ത്രവൽക്കരിക്കാൻ സൂചകങ്ങൾ സൂചിതങ്ങളുടെ മുകളിലൂടെ നിരന്തരം വഴുതിക്കൊണ്ടിരിക്കുന്നു എന്ന് പറയുന്നുണ്ട്. അതുപോലെത്തന്നെയാണ് പ്രകൃതിയെ-പല സൂചകങ്ങളിലൂടെ അനുഭവവേദ്യമാക്കുവാനാണ് കവിതയിലെ വിഷയികൾ (subjects) ശ്രമിച്ചുകൊണ്ടിരിക്കുന്നത്. വാക്കിന്റെയും ആഗ്രഹത്തിന്റെയും ഇടയിൽ നഷ്ടപ്പെട്ടുകൊണ്ടിരിക്കുന്ന ലിംഗം (phallus) തന്നെയാണിത്.

കുഞ്ഞിരാമൻനായരുടെ വ്യക്തിസ്വത്വവും കവിസ്വത്വവും പിളർന്നു കിടക്കുന്നത് പല കവിതകളിലും കാണാൻ കഴിയും. നഷ്ടബോധം അലട്ടുന്നവന്റെ അന്വേഷണം, വീടുതേടൽ/വെളിച്ചംതേടൽ, തെറ്റു ചെയ്യുക/ഏറ്റുപറയുക, ജീവിതം മുഴുവൻ തന്നെത്തിരയുക, വീടില്ലാത്ത വിഷുപക്ഷി ഏതോ ദേശാന്തരത്തിലായ് എന്ന വരി ഇതിനെയൊക്കെ ഏകോപിച്ച് നിർത്തുന്ന ബിംബസൂചകമായി നിലകൊള്ളുന്നു. കവിതയിലെ വിഷയിയും അതിലെ ഭാഷാബന്ധഅധികാരങ്ങളും ഉൽപ്പന്നമാകുന്ന ഒന്നിലാണ് ഇത്തരം ബിംബസൂചകങ്ങൾക്ക് അർത്ഥമുണ്ടാകുന്നത്. കേരളീയ പ്രകൃതിയെയും ജീവിതത്തെയും പി. മിഴിവോടെ ബിംബവൽക്കരിച്ചിട്ടുണ്ട്. വിഷയി (subject) വിഷയ (object) ങ്ങളെ വ്യാവർത്തിപ്പിക്കുന്നതിനുള്ള കാഴ്ചയാണ്. നേത്രേന്ദ്രിയത്തിലൂടെയാണ് ഈ തിരിച്ചറിവുണ്ടാകുന്നത്.

പൂവിട്ടു മാതേവർ തൃക്കാലടി-
പൂജിച്ച പൂമുറ്റമൊന്നുനോക്കി,
ചാമയും റാഗിതിനയുമൊത്തു
വാഴുന്ന വീട്ടിലേക്കൊന്നു കേറി
വാർത്ത മധുവോട്ടമോണപ്പൂക്കൾ
യാത്രപറയും പറമ്പിലൂടെ
പൂജ കഴിഞ്ഞു നടയടച്ച
കാവിൽ ക്കയറിത്തൊഴുതിറങ്ങി
ഓണക്കളി കഴിഞ്ഞുർന്ന ചായൽ
കോതിയൊതുക്കും പയറിനത്തെ
തൊട്ടുതടവി, ക്കുഴിക്കിഴങ്ങിൻ
കൊച്ചിനു പൂവിൻ പൊതികൾ നൽകി
മുല്ലമലരും വിതറിനില്ക്കും
വെള്ളിയരിവാൾ പുതുക്കിവീണ്ടും
പൊന്നും കതിരുകൾ കൊയ്യുവെക്കാൻ
കന്നിപ്പുലരി വയലിലെത്തി
(കന്നിപ്പുലരി)

കന്നിപ്പലരി വയലിലെത്തുന്ന നിമിഷത്തിന്റെ അനുഭവം പതിനാറുവരികളിലൂടെ നീളുന്നു. ഓരോ വരിയിലും ഈ അനുഭവത്തിന്റെ ഉള്ളിലടങ്ങുന്ന അനുഭവകണങ്ങൾ നിറഞ്ഞു നിൽക്കുന്നു.

കണ്ണീർദ്ധാരയൊഴിക്കിശ്ശ്യാമള-
വിണ്ണിൻ കണ്ണുകൾ തെളിയുമ്പോൾ
ഉള്ളിൽ നിർവൃതികൊള്ളും കാവുകൾ
തുള്ളൽപ്പന്തലൊരുക്കുമ്പോൾ
മികവൊട്ടവെണ്മണിമൈതാനത്തിൽ
മുകിലുകൾ മേഞ്ഞു നടക്കുമ്പോൾ
നോവുകളാറ്റിത്തഴകും രാവിൻ
കോവിൽപ്പാലകൾ പൂക്കുമ്പോൾ
കുയിൽ തേന്മാവിൽ മധുകിനിയും കുളിർ-
കവിതകൾ കണ്ണു മിഴിക്കുമ്പോൾ
നിയതാമങ്ങനെ തരുണിമപുണരും
പനസം മാറുമറക്കുമ്പോൾ
തെണ്ടിനടന്നാരാവിന്നറുതിയിൽ
വണ്ടുമുരണ്ടു മയങ്ങുമ്പോൾ
വെൺകുളിർ കൈയിൽ മോഹിനിയാമിനി
തിങ്കൾത്താലമെടുക്കുമ്പോൾ
പാഴ്ചളിമണ്ണിലുഴയ്ക്കും ഞാറുകൾ
പൊൻമണിമാലകൾ തീർക്കുമ്പോൾ
മേളമുതിർക്കും പുഞ്ച വരമ്പിൽ
ചാളകൾ മഞ്ഞിൽ ച്ചുരുളുമ്പോൾ
കാവിൽപ്പാട്ടു കഴിഞ്ഞൊരു മണ്ഡല
മാസം യാത്ര തിരിക്കുമ്പോൾ
വേറുപിരിഞ്ഞ വിദൂരഗൃഹത്തിലെ
വേദനവഴിയും കുറിപോലെ
ഊതുക വീണ്ടും നെടുവീർപ്പിൻ കുഴ-
ലാതിര നാളിൻ കാറ്റേ നീ!
(പറന്നുപോയ പൂത്തിരുവാതിര)

എന്ന് ആതിരനാളിലെ കാറ്റിനെ അവതരിപ്പിക്കുന്നു. കേവല പ്രകൃതിയനുഭവം മാത്രമല്ല, കാഴ്ചയുടേതായ-ദൃശ്യസൗന്ദര്യം കൂടി പകർന്നു തരുന്നുണ്ടീ വരികൾ. ഇതിൽ ഉള്ളടങ്ങിയിരിക്കുന്ന വിഷയിയുടെ ആത്മവത്തയിലെ സംഘർഷമാണ് ഊതുക വീണ്ടും നെടുവീർപ്പിൻ കുഴൽ എന്ന വരിയിൽ സന്നിവേശിപ്പിക്കപ്പെട്ടിരിക്കുന്നത്. ഇത്തരം ലാവണ്യാനുഭവത്തിലൂടെ പ്രതിനിധീകരിക്കപ്പെടുന്ന അനുഭവം, തെരഞ്ഞെടുപ്പിന്റെയും, സംയോജനത്തിന്റെയും രണ്ടടിസ്ഥാനധ്രുവങ്ങളിലുണ്ടായിരിക്കുന്നതാണ്.

താൻ നിരീക്ഷിക്കുന്ന പുറംലോകത്തിന്റെ പുനഃസൃഷ്ടിയല്ല കവി കവിതയിലൂടെ നിർവ്വഹിക്കുന്നത്. പുറംലോകം നൽകുന്ന പ്രചോദനത്താൽ കവി കവിയുടേതായ ഒരു പ്രകൃതിപാഠമാണ് നൽകുന്നത്. കവിത നൽകുന്ന സൗന്ദര്യപാഠം (ലാവണ്യാനുഭവം) പ്രകൃതി എന്ന പ്രതിഭാസത്തിലേക്ക് നമ്മെ ആകർഷിക്കുന്നു. പ്രകൃതിയെ അനുഭവിപ്പിക്കാൻ ആ പാഠത്തിനു കഴിയുന്നത് കവിതയിലെ വിഷയി വായനക്കാരനിലെ വിഷയിയുമായി സമാനനാകുമ്പോഴാണ്.

ഓണക്കാലം എത്ര വർണ്ണിച്ചാലും കുഞ്ഞിരാമൻനായർക്കു മതിവരില്ല. ഒരു വർണ്ണനയിലുള്ള ഈരടി നോക്കുക.

തോറ്റു തുലഞ്ഞല്ലോ, പൂക്കളന്തി-
ക്കാറ്റിനു സംബന്ധമെത്ര ദിക്കിൽ
(ഓണക്കാലത്ത്)

കാറ്റത്ത് ആടിയുലയുന്ന പൂക്കളാണ് ഈ വർണ്ണനയെ ജീവത്താക്കുന്നത്. ഇതിൽ ആരോപിക്കപ്പെട്ടിരിക്കുന്നത് മനുഷ്യഭാവം തന്നെയാണ്. ഈ ആരോപണത്തിനു പ്രേരകമാകുന്നത് ആത്മാംശമാണെന്ന് കാണാം. കവിത നൽകുന്ന വൈകാരികസത്തകളുടെ വെളിച്ചത്തിൽ കുഞ്ഞിരാമൻ നായരുടെ വ്യക്തിത്വത്തിന്റെ കുറെ സവിശേഷതകൾ ഇതിൽ കാണാം. ഇതിനു സഹായിക്കുന്നിടത്താത്രെ ഉപയോഗിക്കുന്ന ബിംബങ്ങൾ സാർത്ഥകമായിത്തീരുന്നത്.

ഈ ലോകം തന്റേതല്ല. താൻ മറ്റേതോ ലോകത്തുള്ള ഒരാളാണ്. തന്റെ താവളം അക്കരെ ആകുന്നു. ഈ ചിന്ത പി. യുടെ കവിതകളുടെ മുഖ്യതലമാണ്. അസഹനീയമായ നഷ്ടങ്ങളെച്ചൊല്ലിയുള്ള നെടുവീർപ്പ്, തരളമായ ഒരു വിയോഗവ്യഥ ആ കവിതകളിലാകെ നിറഞ്ഞു നിൽക്കുന്നു. തന്നെ ചുറ്റപ്പെട്ടു നിൽക്കുന്ന ഈ അസ്വാസ്ഥ്യമാണ് പി.യെന്ന കവിയുടെ സ്വത്വസംഘർഷത്തിന്റെ ഭാഗമായി അവശേഷിക്കുന്നത്. അത് ഭാഷയും ആഗ്രഹവുമായി ബന്ധപ്പെട്ടു നിൽക്കുന്ന വിടവ് (ലിംഗം-phallus) തന്നെയാണ്.

തെല്ലുമില്ലാശ പൊള്ളയാം പേരിലും
തെണ്ടിവണ്ടിൻ മുഖസ്തുതി വാക്കിലും
ആത്മനിർവൃതിയൊന്നാൽ കൃതാർത്ഥങ്ങൾ
സ്വാനുഭൂതിതൻ സൽകലാസൃഷ്ടികൾ
(പതിറ്റടിപ്പൂവിനോട്)
എന്നും കാല്പനികസ്വത്വത്തെ നോക്കി ഊർദ്ധ്വമുഖമായി
മാനം നോക്കിപ്പാടട്ടെ ഞാൻ
മാനം നോക്കിപ്പാടട്ടെ
(പാട്ടുകാരൻ)

എന്ന ജീവിതാന്ത്യംവരെപ്പാടുകയും ചെയ്തു പി.
അഭൗമമീഗാനം അഭൗമമീനാദ-
ഭൗമമീ ഭാവ, മഭൗമമീ ഭാഷയെന്നു

തിരിച്ചറിഞ്ഞുകൊണ്ട് ദിവ്യമാമെന്തിനെയോ അന്വേഷിച്ചുകൊണ്ട് അവ്യാഖ്യേയമായി അലയുമ്പോഴും

ഊതിയ നെടുവീർപ്പിൻ വേണുനിസ്വനം പോലെ
വേദന വഴിയുന്നോരോർമ്മപോലെ
പ്രാണനിൽ മിഴിനീരുവീണുകുതിരും പോലെ
(കവിയുടെ കണ്ണുനീർ)
ഏതോ അഭൗമവിഷാദം പി.യെ വേട്ടയാടിക്കൊണ്ടിരുന്നു.
കണ്ണീരണിഞ്ഞുകുഗ്രാമ-
ലക്ഷ്മി നോക്കിയിരിക്കവേ
കേവഞ്ചികേറിപ്പോയോണ
വെണ്ണിലാവണിരാവുകൾ
(സൗന്ദര്യപൂജ)

ഈ ബിംബത്തിൽ കുഞ്ഞിരാമൻ നായർ എന്ന കവിയുടെ ആത്മവത്ത ആവാഹിക്കപ്പെട്ടിരിക്കുന്നു.

ഒന്നുമില്ലാരുമില്ലയിക്കൊടും പശ്ചാത്താപ-
മൊന്നൊഴിച്ചൊന്നുമില്ലിന്നെന്റേതായ് പ്രപഞ്ചത്തിൽ
(കുറ്റത്തനായ)

എന്ന ചിന്തയിലേക്കെടുത്തെറിയപ്പെട്ടുമ്പോൾ തുണയായി വരുന്നത് ആസ്തിക്യബോധത്താലുറച്ച ആത്മവത്തയാണ്.

പി. യുടെ ജീവിതം, അസംതൃപ്തമായ ഒരു പീഡിതാത്മാവിന്റെ സൗന്ദര്യോന്മുഖമായ അന്വേഷണമായിരുന്നു. തീവ്രമായ പശ്ചാത്താപവും കുറ്റബോധവും അദ്ദേഹത്തെ നിരന്തരം വേട്ടയാടിക്കൊണ്ടിരുന്നു. തന്റെ ദുർവിധിക്കു കാരണം പിതൃസ്വരൂപത്തെ (പിതാവ്/ഗുരു) ധിക്കരിച്ചതാണെന്ന്, അതിനുള്ള ശിക്ഷയാണ് താനനുഭവിക്കുന്നതെന്നെല്ലാമുള്ള ചിന്ത ആത്മനിന്ദയോളം വളരുന്നു. സ്വയംപീഡനത്തിന്റെയും-പരപീഡനത്തിന്റെയും തലം ആ കവിതയുടെ കൊടുംസംഘർഷമാണ്. ഈ മനഃസംഘർഷങ്ങൾ കവിതയിൽ മനുഷ്യനും പ്രകൃതിയും തമ്മിലുള്ള സംഘർഷമായും വ്യവസ്ഥയുമായുള്ള ഏറ്റുമുട്ടലായും ചിത്രീകരിക്കപ്പെട്ടിട്ടുണ്ട്. ഇതിനായി മിക്കവാറും പ്രകൃതിബിംബങ്ങളെക്കൊണ്ട് പശ്ചാത്തലം സൃഷ്ടിച്ച് കവിതയിലെ വിഷയി(subject)യുടെ മനോഭാവത്തെ പ്രകൃതിയിലേക്കു സന്നിവേശിപ്പിക്കുന്ന രചനാതന്ത്രം പ്രയോഗിക്കുന്നുണ്ട്. ഇവിടെ ആവർത്തിച്ച കവിതയിലുപയോഗിക്കുന്ന ചില രൂപകങ്ങൾ/ബിംബങ്ങൾ സൂക്ഷ്മപഠനത്തിനു വിധേയമാക്കേണ്ടതുണ്ട്.

കാല്പനികസ്വത്വത്തിന്റെ ദാർശനികമായ തലമായി ഇതിനെ തിരിച്ചറിയേണ്ടതുണ്ട്. ആകാശത്തേക്കു പറക്കുന്ന പക്ഷി, കടലിലേക്കു കുതിക്കുന്ന പുഴ, വീടും നാടും ഓർത്തു നടക്കുന്ന ഒരു പഥികൻ, വീടില്ലാത്ത വിഷുപക്ഷി എന്നിങ്ങനെ പോകുന്നു ആ രൂപകങ്ങൾ. പല കവിതകളിലും പ്രത്യക്ഷപ്പെടുന്ന ഈ രൂപകങ്ങൾ കവിതയുടെ ഇതിവൃത്തമായിത്തന്നെ-കവിത ആകത്തന്നെ ഒരു രൂപകമായി ചുരുങ്ങിയ വിധത്തിൽ കവി ഉപയോഗിച്ചിട്ടുണ്ട്. ആകാശം കൈമോശം വന്നപ്പോൾ, നാട്ടിലേക്ക്, പറവയുടെ വീട്, വെളിച്ചത്തിലേക്ക്, സ്വരാജ്യത്തിലേക്ക് ഒരു പദയാത്ര തുടങ്ങിയ തലക്കെട്ടുകളും ഈ ആശയം വഹിക്കുന്നുണ്ട്. ഈ രൂപകങ്ങളിൽ അടങ്ങിയ ദർശനം പ്രകടമായിത്തന്നെ കവിതയിലേക്കു കടന്നുവരുന്നുണ്ട്. കാല്പനിക സ്വത്വത്തിന്റെ അന്തർധാരയാണ് ഈ അന്യലോകോന്മുഖത.

ഉടച്ചുവാർക്കുകൊന്നെന്നെ
നീലവാനിൻ വിഭാതമേ!
ചിറകേകു തുറക്കു നിൻ
ധ്രുവനക്ഷത്രഗോപുരം!
(കൂപ്പുകൈ)

തലപൊക്കുക; മേലോട്ടു
നോക്കു; കെങ്കുമപാരത
വാരിപ്പുണർന്നുമ്മവെക്കാൻ
കാത്തുനില്ക്കുമപാരത!
(പൂമൊട്ടിന്റെ കണി)

തേടുക തേനീച്ചയായ്-
സ്സത്യത്തിനുച്ചിക്കൊമ്പി
ലാടുക പൂവിൻ നിത്യ
സൗന്ദര്യ മകരന്ദം.
(സ്വപ്നദർശനം)

ഇരുളിലീരാവിൽ, നിൻ വണ്ടിയിൽ
നീ തനിച്ചു താൻ പോവണം
അന്ധകാരാദ്രിതന്നപ്പുറമയേ
പാന്ഥ, താവകം വിശ്രമത്താവളം.
(ചന്തപിരിഞ്ഞിട്ടും)

വരുമോ തെന്നലായ് വീണ്ടും
അവൾ, പായ നിവർത്തുവാൻ
തോണിക്കൊമ്പത്തമർന്നോണ-

നിലാവിൻ പാട്ടുപാടുവാൻ?
(തോണിപ്പുരയിൽ)

അർണ്ണവത്തിൻ കരയിൽ വരണമാലയുമായി
പൂർണ്ണത നിന്നെയും കാത്തുകാത്തിരിക്കുന്നു!
(പടക്കളത്തിൽ)

വിമലപ്രബോധം വീശും നഭശ്ചരൻ വിളയാട്ടും
വിഹായസ്സിൻ മടിത്തടം മറന്നുവോ നീ
(ഇണക്കിളി വിളിക്കുമ്പോൾ)
അശ്രുവിൽ നീരാട്ടുമീയന്തരാത്മാവിൻ സ്വപ്ന
മജ്ഞാതമൃദുവേണുനാദത്തെത്തിരയുന്നു
(കൃഷിക്കാരന്റെ പാട്ട്)

അപാരത: പൂർണത, നിത്യസൗന്ദര്യം

അപാരത, പൂർണത, നിത്യസൗന്ദര്യം എന്നൊക്കെ വിശേഷിപ്പിക്കപ്പെടുന്ന ഈ പ്രതിഭാസത്തിന്റെ മൂർത്തബിംബങ്ങൾ ആകാശവും കടലും തോണിയുമൊക്കെയാണ്. കാത്തുനില്ക്കുക, വാരിപ്പുണർന്നുമ്മ വയ്ക്കുക, മടിത്തടമണയുക, എന്നീ പ്രയോഗങ്ങൾ ഈ മഹാപ്രതിഭാസത്തിലേക്ക് ലയിച്ചു ചേരുവാനുള്ള ആത്മസത്തയുടെ അടങ്ങാത്ത ആഗ്രഹമായി കാണാം. മൂർത്തമായതിനു പിന്നിൽ അദൃശ്യമായി നില്ക്കുന്ന അമൂർത്തമായ ശക്തിയെ കവി എല്ലായ്പ്പോഴും ദർശിക്കുന്നു. ഒരതീതശക്തിയിൽ അലിഞ്ഞു ചേരേണ്ടതാണ് ഓരോ ജീവനുമെന്നും അവിടേയ്ക്കെത്തുവാനുള്ള ശ്രമമായിരിക്കണം ജീവിതമെന്നും കവി പലപ്പോഴും ആവർത്തിക്കുന്നുണ്ട്, അക്കരയ്ക്ക് എന്ന കവിതയിൽ ഇങ്ങനെ ലോകത്തെക്കുറിച്ചാണ് പി. എഴുതുന്നത്.

അക്കരെയിരമ്പുന്ന വാഹിനീതരംഗത്തി-
ന്നക്കരെ, പൊൻകോവിലിൻദ്വീപമുണ്ടെരിയുന്നു
പ്രേമപൂർണമായ് ദിവ്യമാകൃഷ്ടമൊരാമന്ത്രണം
പോലെ ദൂരെയഗ്ഗലണ്ടാനാദങ്ങൾ മുഴങ്ങുന്നു
അക്കരെത്താരാമത്സ്യം പുളയും ചിറകൾക്ക-
മക്കരെ ത്തിരുനാമഘോഷങ്ങളുയരുന്നു
അക്കരെ ത്തുളച്ചിട്ട നീലമാമലകൾക്ക-
മക്കരെ, മഹോത്സവപ്പൂപ്പന്തൽ തിളങ്ങുന്നു
അക്കരെ, യിരമ്പുന്ന ചന്തതൻ ബഹളത്തി-
നക്കരെ പ്പൊങ്ങിപ്പഞ്ചവാദ്യങ്ങൾ മുഴങ്ങുന്നു
അക്കരെയിരുളിനും വെളിച്ചത്തിനുമെല്ലാ
മക്കരെ വിദൂരമെൻ സങ്കേതം ലസിക്കുന്നു.
(അക്കരയ്ക്ക്)

ആ ആനന്ദത്തിന്റെ ലോകത്തിലേക്കുള്ള യാത്രയെ കവി വിവരിച്ചിരിക്കുന്നതിങ്ങനെയാണ്.

ഛിന്നബദ്ധമായ് ദൂരെക്കിടപ്പൂജഗൽപ്പാശം
പിഞ്ചുകൈക്കിടാവിന്റെ നാഭീനാളത്തെപ്പോലെ
കൺമിഴികളിലെങ്ങു മദ്വൈത പ്രഭ നൂനം
മന്മനം ഗതമാനമേകാഗ്രസുഖലീനം
നിലയം വിട്ടും തോറുമന്തരാത്മാവിൻ മേനി
വലയം ചെയ്യുന്നിതാ സംഗീതമയലോകം
സുന്ദരഗീതം പൊന്തിവരുന്നു ചെവിക്കപ്പാകെ
കണ്ണടയുന്തോറുമീ വെളിച്ചം പടരുന്നു
നാടലറയുന്തോറുമീയാകാശമടക്കുന്നു
തോട്ടടയുതോറുമീയാത്മാവു വിടരുന്നു
(ദുഃക്കമരത്തിൽ)

അതിഭൗതികമായ ഒരനുഭൂതിയെത്തേടിയാണ് പി.യുടെ പ്രവാസം. എങ്കിലും അതിന്റെ അടിത്തറ ലൈംഗികമായ കാമന (libido) കളാണ്. അതിനെ കെട്ടഴിച്ചുവിടാനുള്ള ഒരു മാർഗ്ഗമായി പി. കാവ്യരചനയെ കണ്ടിരുന്നു. താൻ ഭൗതികമായിത്തേടിത്തിരിഞ്ഞ സൗന്ദര്യദേവതമാരിലൊന്നും തൃപ്തിപ്പെടാൻ കഴിയാത്ത ഒരവസ്ഥ കവിയ്ക്കുണ്ടായിരുന്നല്ലോ. കവിതയിലാകെ ചിതറിക്കിടക്കുന്ന കാമനയുടെ ശരീരസാന്നിദ്ധ്യങ്ങളെത്ര വേണമെങ്കിലും കണ്ടെത്താൻ കഴിയും.

ജീവിതസിരകൾക്കൊരു ചൈതന്യ-
മേകിയാശതൻ, വാതിൽ തുറപ്പൂ നീ
ഭവ്യസംതൃപ്തി ചേർപ്പനിൻ സുസ്മിതം
ദിവ്യമാകും രസായനം പോലവെ!
ഉല്ലാസതസന്ധ്യതുക്കമിരുൾത്തിര-
യ്ക്കുള്ളിലേകാന്തതയി, ലീനിന്നുടെ
പോർമുലകൾ തഴുകിത്തഴുകിയെൻ
മാറിടം മറക്കുന്നു താപങ്ങളെ!
വാനിലുണ്ടായ ദിവ്യ ലഹരിപോൽ
താരകങ്ങൾ പതഞ്ഞു പൊന്തീടവേ
ആവിമുഗ്ദ്ധാധരമൊഴുക്കുന്നു, മൽ
ജീവിതക്ഷതത്തിൽ സുഖധാരയെ!
നിന്റെ വാതിലിൽമുട്ടുന്നു, നിത്യവും-
മന്തിനേരം രഹസ്യത്തിനായി ഞാൻ!
(എന്റെ രഹസ്യക്കാരി)

നേരിയമിഴിനീരിൽവന്നവൾ
മാരിവില്ലുപോൽ മാഞ്ഞുപോയ്
അന്ധകാരഗിരികളും കട-

ന്നെന്തിനോണമേ, വന്നു നീ?
വാനിൽ മോഹമ വിഗ്രഹദ്ധ്യാന-
ലീനയുഴിമയങ്ങുമ്പോൾ
അർണ്ണവത്തെപ്പുണരും പാൽപ്പുഴ-
തൻനെടുവീർപ്പുണരുമ്പോൾ,
അമ്പിളിക്കലയോടുഗ്ദ്ധമാ-
യാമ്പലമലർ ചോദിച്ചു:
"ഏവമെന്തിനു കണ്ടുമുട്ടിനാം
വേർപിരിയുവാൻ മാത്രമായ്!
ഏവമെന്തിനിണങ്ങി നാം തമ്മിൽ
വേർപിരിയുവാൻ മാത്രമായ്"!
(മാഞ്ഞുപോയ മഴവില്ല്)

എന്റെ രഹസ്യക്കാരിയെന്ന കവിതയിൽ പ്രത്യക്ഷമായിത്തന്നെ അമർത്തിപ്പിടിച്ച ആഗ്രഹങ്ങളാൽ അസഹ്യമായ സാന്നിധ്യം കാണാം. മാഞ്ഞുപോയ മഴവില്ലിൽ വിരഹം കൊണ്ടു പിടയുന്ന ശരീര സാന്നിദ്ധ്യമാണ്. ഈ തരത്തിൽ കാവ്യജീവിതത്തിന്റെ തുടക്കം മുതൽതന്നെ രതിവിരതികളുടെ സംഘർഷം കവിസ്വത്വത്തിൽ ആന്തരവൈരുദ്ധ്യമായിത്തീരുകയും അതിൽനിന്നു രക്ഷനേടുവാനാണ് ഒടുങ്ങാത്ത നിത്യതയെത്തേടിയുള്ള യാത്രയെന്നും തിരിച്ചറിയാൻ കഴിയും. പ്രതീകാത്മകക്രമത്തിലെ നിയമത്തിനാൽ പ്രജാവൽക്കരിക്കപ്പെട്ടുമ്പോൾ പിളർന്നുപോകുന്ന സ്വത്വത്തിന്റെ മുറിവുകൾ പി. യുടെ സാഹിത്യത്തിന്റെ അടിസ്ഥാന പ്രമാണമാണ്.

കണ്ണാടി തന്നു പൂർണതയെ അപരത്തിൽ ദർശിക്കുകയും ആ അപരങ്ങൾ സൂചകങ്ങളിൽ നിന്നു സൂചകങ്ങളിലേക്കു നീളുന്ന ആഗ്രഹങ്ങളുടെ പരമ്പരയിൽ ഫ്രോയ്ഡിയൻ കുട്ടിയെപ്പോലെ പോയി! ദാ. ഇവിടെ!~കണ്ടു! കിട്ടി! എന്നു ധരിച്ച് വിഫലമാകുന്ന ഒരു മനോഘടന പി. യിലുണ്ട്. പി. യിലെ പാപ-പശ്ചാത്താപത്തെക്കൂടി കൂട്ടിവായിച്ചാലേ ഈ പ്രകരണം മുഴുവനാവുകയുള്ളൂ. അരങ്ങിൽ നിന്നു പുറത്താക്കപ്പെട്ടവൻ, പരീക്ഷയിൽ തോറ്റവൻ, കുളിച്ചുതൊഴാതെ മടങ്ങുന്നവൻ, ഇരുട്ടിലാക്കപ്പെട്ടവൻ എന്നിങ്ങനെ പല ബിംബങ്ങളിൽ നിന്ന് പി. അനുഭവിച്ച പാപ-പശ്ചാത്താപത്തിന്റെയും ആത്മനിന്ദയുടെയും ആത്മപീഡയുടെയും ഘോരസംഘർഷം നമുക്ക് വായിക്കാം. നിത്യകന്യകയായ (പൂർണത) കവിതയ്ക്കുവേണ്ടി ഭൂമിയിലെന്തും സഹിക്കും എന്ന പ്രതിജ്ഞയുമായി സ്വജീവിതം തന്നെ ബലി നൽകി, ദുരന്ത മുഖത്തേക്കണയുകയായിരുന്നു പി. കളിയച്ഛൻ, ഉത്സവക്കളി, കുളിച്ചുതൊഴാതെ, നഷ്ടക്കച്ചവടം എന്നിങ്ങനെ മിക്ക കവിതകളിലും ഈ പാപ-പശ്ചാത്താപ അംശം പൊന്തിക്കിടപ്പുണ്ട്. അതോടൊപ്പം തന്നെക്കുറിച്ചും

താൻ ജീവിക്കുന്ന ചുറ്റുപാടുകളെക്കുറിച്ചും കവിയ്ക്കു തീരെ തൃപ്തിയില്ല. താൻ നീചനാണെന്നും ഇഷ്ടജനങ്ങളെ വഞ്ചിച്ചവനാണെന്നുമുള്ള ചിന്ത ആത്മനിന്ദയോളം വളരുന്നു. കുഞ്ഞിരാമൻനായരുടെ കവിതകളുടെ ശക്തമായ ഒരടിയൊഴുക്കായി ഈ വിചാരം നിലനിൽക്കുന്നു.

എൻ നിഴൽ വീണമുഹൂർത്തം നിന്റെ
പൊന്നിൻ കവിളുവിളർത്തതെന്തേ
(ഓണപ്പൂവ്)

പാപിയായ തന്നെ ദർശിക്കുന്ന വേളയിൽ പ്രകൃതിഭംഗികൾതൊ ക്കെ നിറം മങ്ങിപ്പോകുന്നു. ഇരുട്ടിന്റെ പുഞ്ചിരി എന്ന കവിതയിലും കാണാം ഇതേ ആത്മനിന്ദ.

ഏതോ കൊടും പാപശിക്ഷ-
യേറ്റ ജീവിതവല്ലരി
വേരുണങ്ങി, ക്കൽത്തുറുങ്കിൽ
മരവിച്ച മരിപ്പ ഞാൻ
കുമ്പിട്ടു കുലുങ്ങുന്ന
ചെന്തെങ്ങായി പ്പിറന്നുപോൽ
എന്തുമാറ്റം കരിഞ്ഞൊരു
കാഞ്ഞിരക്കുറ്റിയിന്നു ഞാൻ
(ഇരുട്ടിന്റെ പുഞ്ചിരി)

എന്നിങ്ങനെ തനിക്കു വന്ന പതനത്തെ കവി അവതരിപ്പിക്കുന്നു. ഈ ആത്മനിന്ദയിൽ നിന്നു കുതറിമാറുവാനുള്ള ഏക പോംവഴി ആ അന്യലോകമാണ്. അപ്പുറമപ്പുറം, അക്കരെയക്കരെ, അകലെ അകലെ എന്ന ഈ ദൂരം പി. യുടെ മുക്തിപഥമാണ്. അതോടൊപ്പം രക്ഷാലോകവുമാണ്.

പൂനിലാവൊളിയാം കാട്ടു
പൂഞ്ചോലച്ചാർത്തിനപ്പുറം
തിങ്ങിനില്ക്കും മഹാരണ്യ
ഗോപുരങ്ങൾക്കുമപ്പുറം
പൊൻ താഴികക്കുടം ചൂടി
നില്ക്കുന്നു ദേവപൂജതൻ
വാദ്യഘോഷം മുഴങ്ങുന്ന
വെളിച്ചത്തിന്റെയമ്പലം
(സൗന്ദര്യപൂജ)

ഈയൊരു സങ്കല്പം പല കവിതകളിലും ആവർത്തിക്കുന്നുണ്ട്. തന്റെ പാപങ്ങളുടെ കൂരിരുളുകളിൽനിന്നു കൊണ്ട് വെളിച്ചത്തിന്റെ അമ്പലങ്ങളുടെ അഭയസ്ഥലികളിലേക്കുള്ള യാത്ര. അവിടെയാണ് അമ്മ/ജനനി കുടികൊള്ളുന്നത്. പ്രകൃതിയിലൂടെ കടന്നാണ് ആ

അദൃശ്യലോകത്തേക്കെത്തുക. പി. യുടെ കവിതകളിലെ വിഷയി (subject) കളുടെ ലക്ഷ്യമാണത്.

പച്ചക്കാടിൻ മടിയിലൊരേലം പൂക്കും മലയുണ്ടേ
പവിഴപ്പുറ്റിൽ മണിനാഗങ്ങളുറങ്ങും മലയുണ്ടേ
കാർമുകിൽ മിന്നൽ പ്പടവാളൂരിപ്പൊരുതും മലയുണ്ടേ
കാളും സന്ധ്യകൾ കങ്കുമഗുരുതികളാടും മലയുണ്ടേ

അവിടെ ചന്ദനമുരസി സുഗന്ധം പൊത്തുന്ന ആ പൂമാലിലാണത്രെ സാക്ഷാൽ ജനനി കുടികൊള്ളുന്നത്. തനിക്കു ശൈശവത്തിൽ നഷ്ടപ്പെട്ടുപോയ അമ്മയുടെ സാന്നിദ്ധ്യത്തെ; വാക്കിനും ആഗ്രഹത്തിനുമിടയിൽ കൊഴിഞ്ഞുപോയ ലിംഗത്തെ (phallus) യാണ് പി. അദൃശ്യമായി സങ്കല്പിച്ചുകൊണ്ടിരുന്നത്. പി. ഭാവനാവിണ്ണിലേക്കൊന്നു മുഴുകിയിട്ടേ മണ്ണിലേക്കു തിരിച്ചുവരുന്നുള്ളൂ. മനുഷ്യന്റെ സാത്വികതയോടൊപ്പം ദൈവത്തിന്റെ സാന്നിദ്ധ്യം കൂടിയാണ് ഈ കവി തേടുന്നത്. അതുകൊണ്ടുതന്നെയാണ്, എത്ര അനിയന്ത്രിതമായി ജീവിച്ചാലും ശ്രേഷ്ഠമായ പരമ്പരാദർശത്തോടും സാത്വികതയോടും കൂറുപുലർത്താൻ പി. യ്ക്ക് കഴിഞ്ഞിരുന്നത്.

ഇരുട്ടിലെ മനുഷ്യൻ, വെളിച്ചമെഴുതുന്നു

ഇരുളിന്റെ കയങ്ങളിൽ വീണുരുളുമ്പോഴും വെളിച്ചത്തിൽക്കുളിക്കാനായി കുതറിയ ഒരു മനസ്സാണ് പി. യുടേത്.

അട്ടത്തടിവെച്ചുതൊട്ടുവാൻ നോക്കുമ്പോ-
ളകലേക്കുംപായും വെളിച്ചമേ നിന്നെ,
ശരിക്കും സാത്വികക്കുറുകയേകി ഞാൻ
മെരുക്കുവാൻ നോക്കും മരിക്കുവോളവും!
(വെളിച്ചത്തിലേക്ക്)

അന്തി, വെളിച്ചം എന്ന ഒരു കാലപ്രമാണം പി.യുടെ കവിതകളിൽ നിറഞ്ഞു നിൽക്കുന്നു. അതിൽ ഇരുട്ടിന്റെ അംശമാണ് കൂടുതൽ. ഇരുളിൽ (പാപത്തിൽ)പ്പെട്ട് ഉഴലുന്ന വെളിച്ചത്തിലേക്കാനയിക്കപ്പെടുന്ന രീതി ആവർത്തിച്ചു കടന്നുവരുന്നു. വെളിച്ചത്തെ മെരുക്കിയെടുക്കുവാനും വെളിച്ചത്തിലേക്ക് മടങ്ങുവാനുമുള്ള വെമ്പൽ പി. യിൽ സഹജവാസനയാക്കി നിലകൊള്ളുന്നു. കെ.ജി.എസ്. പറയുന്നതു നോക്കുക: പി. കവിതകളിൽ നാം ആവർത്തിച്ചുകാണുന്ന തലം കൂരിരുട്ടിന്റെ, രാത്രിയുടേതാണ്. വല്ലാതെ സ്വന്തം പാപബോധത്തിന്റെയും ദുഃഖത്തിന്റെയും ശാപത്തിന്റെയും ഇരുട്ടിൽ കുഞ്ഞിരാമൻനായർ നിൽക്കുന്നു. അഭിമുഖീകരിക്കുന്ന ഇരുട്ടിന്റെ ഉള്ളിൽ പൂത്തവെളിച്ചമായി കുഞ്ഞിരാമൻ നായർ സ്വന്തം കവിതകളെയും ലോകത്തെയും സംസ്കാരത്തേയും വിന്യസിക്കുന്നു. ഇരുളും, രാത്രിയും, കടന്നു വെളിച്ചത്തിന്റെ ഉദയങ്ങളിലേക്ക് പി.

യുടെ ഈ യാത്രകൾ ആ മനോഘടനയുടെ അടിസ്ഥാനമാകുന്നു.[50]

ഇരുട്ടുകൊണ്ടാകെ മൂടി-
വരും നേരത്തു നിൻമുഖം
തിരിച്ചറിഞ്ഞില്ല, കൂടെ
ക്കളിച്ചോരു വെളിച്ചമേ
പ്രപഞ്ചദർപ്പണത്തിങ്കൽ
നിഴലാട്ടങ്ങൾകാൺകിലും
നിന്റെ വേഷമരങ്ങത്തു
കണ്ടതില്ല വെളിച്ചമേ!
(ഉത്സവക്കളി)

ഓർക്കുകയാണു, നീയേകാകിയായ്
വീടു വെടിഞ്ഞൊരാ രാത്രി
ഘോരാന്ധകാരത്തിൻ വാനിൽ-തെളി
താരകൾ കെട്ടൊരു രാത്രി
(നീ വന്നില്ല)

ഇരുളിൻ വെള്ളപ്പൊക്കത്തിൽനിന്നൊരുമട്ടു
കരകേറിയകവിയിങ്ങനെ ചോദിക്കുന്നു
സത്യത്തിൻ വെളിച്ചത്താൽ വാനിനെപ്പോൻപൂശിക്കാൻ,
മുറ്റമീ മന്നിൻ തോപ്പിലഴകുവിരിയിക്കാൻ,
മിന്നുന്ന വിജ്ഞാനത്താൽ വിളക്കുകാണിക്കുവാൻ
മന്നിന്റെ ചുണ്ടിൽ പ്രേമപ്പൈംപാലു പകരുവാൻ
(മനുഷ്യനില്ല)

പാട്ടുനിലയ്ക്കും; വിളക്കുകൾ കെട്ടുപോം
പാറാവുകാരൻ പുറത്താക്കുമെന്നെയും
ഞെട്ടിത്തെറിക്കുന്ന മാനസമിക്കളി
വിട്ടാലിരുട്ടത്തുപോകേണ്ടതെങ്ങുഞാൻ
(സിനിമ കഴിഞ്ഞാൽ)

തുറന്നു കരൾപ്പൂക്കൾ, ഇരുളിൻ ചുമൽ പറ്റി
മറഞ്ഞു നിന്നു വീണ്ടുമഭയാർത്ഥിയാം മർത്ത്യൻ!
(ഇരുട്ടിലെ മനുഷ്യൻ)

കൂരിരുട്ടിൻ മറുകരെ
വെളിച്ചത്തിന്നുമക്കരെ
സ്ഥലം മാറ്റുക നിൻവഞ്ചി
യേറ്റി, സന്ധ്യാപ്രകാശമേ
(ഇരുട്ടിന്റെ പുഞ്ചിരി)

ഇരുളിന്റെ, പാപബോധത്തിന്റെ സംഘർഷങ്ങളിൽപ്പെട്ടുഴലുമ്പോൾ കവിയിലെ പാപിക്കു (വിഷയി subject) ദുർഗർവ്വുണ്ടായിരുന്നു. അത് തകർക്കപ്പെടുന്നു. അവിടേക്ക് സമർപ്പണത്തിന്റേതായ, കീഴടങ്ങലിന്റേതായ ഒരംശം വരുന്നു. അത് പുതുവെളിച്ചമാണ്.

ദുഷ്ടമാം ദുർഗ്ഗർവരൂക്ഷക്കരിമ്പാറ
പൊട്ടിക്കരഞ്ഞു ശരണം വിളിക്കവെ
അന്ധകാരാദ്രി തകർക്കും ഹിമാംശുവായ്
പുഞ്ചിരിക്കൊണ്ടടുത്തെത്തുമപ്രേമവാൻ

ഈ പ്രേമവാന്റെ മുമ്പിൽ എല്ലാം ഏറ്റുപറയുകയും സ്വയം ശുദ്ധമാവുകയും ചെയ്യുന്നു. ഇങ്ങനെ വെളിച്ചത്തിലേക്ക് ഉണർത്തപ്പെടുന്ന എത്രയെങ്കിലും വരികൾ ആ കാവ്യലോകത്തു കണ്ടെത്താം.

ചില ഉദാഹരണങ്ങൾ
ചമ്പകം പൂക്കുമക്കാടിന്നടിയിലൂടെവേദൂരെ
പൊൻ പുലർവേളതൻ നീണ്ടകര കാണുന്നു
(താമരത്തോണിയിൽ)

അകക്കോവിലുള്ളൊരു
വിളക്കിൻ പ്രതിബിംബമായ്
അനങ്ങാതെ തിരിത്തുമ്പ-
ത്തിരിക്കും സർവ്വസാക്ഷി താൻ
(ദീപം)

തൊട്ടുതഴുകുക, കേഴുമോമ
ന്മൊട്ടു വിടർത്തും വെളിച്ചമേ നീ!
കേടറ്റവാനിലോഴിഞ്ഞു നിന്നു
നാടകം കാണുമുഡുകണക്കെ
മുറ്റിത്തഴയ്ക്കും ചളിക്കുളത്തി-
ലൊറ്റയ്ക്കുനിൽക്കുവാൻ നോക്കിയാലും
കട്ടപിടിക്കും കരൾത്തടത്തി-
ലൊട്ടൊന്നും മേല്ക്കുമേലന്ധകാരം!
(ഒളിച്ചുകളി)

ഭ്രഷ്ടനായ് ചേറ്റിലടിഞ്ഞ വിത്തിൻ
നഷ്ടസ്വരാജ്യസ്മൃതി പുതുക്കി
സ്വപ്രഭാവത്തിൽ കരുത്തുകാട്ടും
സുപ്രഭാതാർക്ക കിരണങ്ങളേ
(ഘോഷയാത്ര)

തന്നെത്താൻ മറന്നു ബോധദീപം കെട്ട തമസ്സിന്റെ
ബന്ധനത്തിലടിപ്പെട്ട ചരാചരത്തെ
ഉണർത്തുവാൻ കിരണങ്ങളിറങ്ങി വരുന്ന-
ചിങ്ങമാലപ്പൂമരത്തിൻ കിളികൾ പാടീ
(ഓണമുണ്ണാൻ)

ഇങ്ങനെ വെളിച്ചത്തെ ഉപാസിച്ചുകൊണ്ട് അനിർവ്വചനീയമായ ആ വിദൂരത്തിലുള്ള ആനന്ദത്തിലേക്കു ലയിക്കുവാൻ ആ അഴകിന്റെ പൂവിളിയിൽ മുഴകുവാൻ അടങ്ങാത്ത ആഗ്രഹമാണ് കവിതയിലെ വിഷയി (subject) കൾക്ക്.

കൊഴിഞ്ഞു വീഴും മഴകു-
പൂക്കുമിക്കരെ നിന്നവൾ
ചൂണ്ടുന്ന കൈവിരൽ നിത്യ-
വസന്തം പൂക്കുമക്കരെ
(കടാക്ഷം)

ഈയൊരു അവസ്ഥയാണ് പൂർണതയായും അപാരതയായും വിശേഷിപ്പിക്കുന്നത്. പൂർണതയിലേക്ക് എത്തുന്നതിന് നേത്രതിമിരം കീറുക എന്ന പ്രയോഗം പലരീതികളിലും ആവർത്തിക്കുന്നുണ്ട്.

കാലമായാൽത്തോട്ടുകൊത്തി
പ്പിളർക്കും ഖഗമെന്നപോൽ
നിൻകണ്ണുകീറുവാൻ ശസ്ത്ര
മേന്തിക്കൊണ്ടവനെത്തുമേ!
ആയിരംകൈനീട്ടിനിന്നെ-
ത്തഴുകും കരുണാമയൻ;
തമസ്സുനീങ്ങും അജ്ഞാത
പ്രപഞ്ചം ദൃശ്യമായ് വരും.
(പൂമൊട്ടിന്റെ കണി)

നേത്രതിമിരം കീറാൻ ഇവിടെ എത്തുന്നത് സൂര്യനാണ്. അജ്ഞാതപ്രപഞ്ചം ദൃശ്യമാക്കാനുള്ള താക്കോൽ പ്രകൃതിയുടെ കൈയിലാണ്.

കണികാണുക പൂമൊട്ടേ
പരംജ്യോതിസ്വരൂപനെ;
സ്വബോധമെന്ന കൈനീട്ടം
തരും വിശ്വൈകബാന്ധവൻ.

കണികാണുന്നതിലൂടെ നേടുന്ന സ്വബോധം തന്നെത്തന്നെത്തിരിച്ചറിയാനുള്ള കണ്ണാടിക്കാഴ്ച(Mirror of view)യായി, അജ്ഞാത പ്രപഞ്ചം തിരിച്ചെടുക്കാനുള്ള ആഗ്രഹമായി മാറുന്നു. ഈ ആശയം പല കവിതകളിലും ആവർത്തിക്കുന്നുണ്ട്. നേത്രതിമിരംകീറി അപാരതയിലേക്ക്/പൂർണതയിലേക്ക്-യാഥാർത്ഥ്യത്തിലേക്ക് (real)

കവിയെ കൊണ്ടെത്തിക്കുന്നത് കാവ്യദേവതയാണ്. ലോകം അവളുടെ നിഴലാണ്. ഋതുക്കൾ അവളുടെ ദാസിമാരാണ് ഭൂമിവെൺചാമരത്തിനാലവളെ വീശുന്നു. താരകൾ തെന്നൽവഴിയിൽ തിരിയ്ക്കുന്നു. വിശ്വമഹാറാണിയായ വിശ്വൈകമോഹിനിയായ സർവ്വാർഥദായിനിയായി അവളെ, അവളുടെ നിഴലിനെ കണ്ടു ചിലർ. ആ വിശ്വൈകനർത്തകി ഇപ്പോഴും മറയ്ക്കകത്താണ്.

കൊഴിഞ്ഞു വീഴമഴക
പൂക്കുമിക്കരെ നിന്നവൾ
ചൂണ്ടുന്ന കൈവിരൽ, നിത്യ
വസന്തം പൂക്കു മക്കരെ
(കടാക്ഷം)

നിത്യവസന്തം പൂക്കുമക്കരയ്ക്കാണ് കവിയ്ക്കു പോകേണ്ടത്. കവിയുടെ ദർശനം കവിത എന്ന സങ്കല്പത്തിൽ നിന്നുമാണ് രൂപമെടുക്കുന്നത്. കാവ്യദേവതയുടെ നൃത്തം കാണാൻ കഴിയുന്ന നിമിഷങ്ങൾ തനിക്കു നൽകുന്ന അനുഭവം തന്നെയാണ് ജീവിതത്തിനപ്പുറത്തുള്ള ലോകത്തിലും കവി പ്രതീക്ഷിക്കുന്നത്. ഈ അനുഭവത്തിലേക്കുള്ള യാത്ര അയഥാർത്ഥമാണ്. യാഥാർത്ഥ്യക്രമത്തിലേക്ക് കടക്കാൻ ഭാഷയ്ക്ക് സാധ്യമല്ല. കാരണം, ഭാഷ വസ്തുക്കളെ പ്രതിനിധാനം ചെയ്യുക എന്നു പറയുന്നത് അവയ്ക്ക് അർത്ഥം നൽകുന്നു എന്നതല്ല. മറിച്ച് ചരിത്രപരവും ഭൂമിശാസ്ത്രപരവും സാംസ്കാരികവുമായ തനിമയുള്ള വ്യക്തികളായി അത് വിഷയികളെ രൂപപ്പെടുത്തുക മാത്രം ചെയ്യുന്നു. ഒരു സംജ്ഞ മറ്റൊന്നിന്റെ സ്ഥാനത്തുവരുന്ന അഥവാ, മറ്റൊന്നിനെ പ്രതിനിധാനം ചെയ്യുന്ന ലക്ഷണയായിട്ടോ (metonymy) സമാനമായ സംജ്ഞകളുടെ ഭാഷയെ രൂപകസംബന്ധമായിട്ടോ (metaphor) മാത്രമേ അത്തരം പ്രതിനിധാനങ്ങൾ ഭാഷയിൽ സാന്നിദ്ധ്യമാകുന്നുള്ളൂ. തന്റെ ലക്ഷ്യമായി കാണുന്ന ഈ അദൃശ്യലോകം പൂകാൻ കവിയുടെ കൗതുകം തന്നിൽ നിന്നു കൈവിട്ടുപോയ എല്ലാത്തിനും പരിഹാരമാകുമെന്ന് കവിതയിലെ വിഷയികൾ (subject) കാണുന്നു.

ഇരുൾ വെളിച്ചങ്ങളുടെ ഇടയിൽ കിടന്ന് അങ്കംവെട്ടുന്ന ദൈവവും ചെകുത്താനും സ്രഷ്ടാവും സംഹാരകനും തന്നിൽത്തന്നെയുള്ള മനോലോകങ്ങളുടെ പ്രതിരൂപാത്മകത തന്നെയാണ് കവിക്ക് ഇരുളും വെളിച്ചവും. ഒന്ന് പശ്ചാത്തലമെങ്കിൽ മറ്റേത് പുരഃസ്ഥലമാണ്. ഒന്ന് ആസുരമാണെങ്കിൽ മറ്റേത് സാത്വികമാണ്. കവിതയിൽ അതത് പ്രകരണങ്ങളിൽ ഇവയ്ക്ക് ഭിന്നമായ ആകൃതികളും ഭാവങ്ങളുമായിരിക്കും. ഇരുൾവെളിച്ചങ്ങളുടെ ഇടയിൽ ഉഴറുന്ന ഈ മനോഘടന പി.യുടെ

കാവ്യസ്വത്വത്തിലെ ആന്തരവൈരുദ്ധ്യമാണ്. കാവ്യഭാഷയുടെ കറുപ്പും വെളിച്ചവും അവ കൂടിച്ചേർന്ന ഇതരവർണ്ണങ്ങളും ഈ നിഴൽവെട്ടങ്ങളുടെ പശ്ചാത്തല-പുരഃസ്ഥല ഭേദങ്ങളാലാണ് പ്രതീകാത്മകമായ ഒരു പദവിന്യാസത്തിലേക്ക് ആവാഹിക്കപ്പെടുന്നത്. ഇരുളിൽ നുണയുന്ന രതിയുടെ തിരിയാണ് കവിക്ക് വെളിച്ചം. വെളിച്ചത്തിനോടുള്ള രതിയാകട്ടെ, അന്ധതാമിസ്രത്തിനോടു പടവെട്ടാനുള്ള കരുത്തുമാകുന്നു. ഇങ്ങനെയൊരു കാഴ്ചയാണ് കുഞ്ഞിരാമൻ നായർ കവിതയിലെ സ്ഥായിയായ അനുഭവം.[51] കുറച്ചുകൂടി സൂക്ഷ്മമായി പറഞ്ഞാൽ മനോഭാവത്തിൽ നിന്ന് പിറക്കുന്ന അടയാളങ്ങളാണ് ആ കാവ്യഭാഷ രൂപപ്പെടുത്തുന്നത്. അദ്ദേഹത്തിന്റെ കവിതകൾക്ക് ആകെ ഒരു ആധാരശ്രുതിയുണ്ട്. വിവിധമാണ് അനുഭവങ്ങൾ. എന്നാൽ അവയ്ക്കെല്ലാം കൂടി ഒരു ആധാരഭാവമുണ്ട്. കുഞ്ഞിരാമൻനായർ എന്ന വ്യക്തിസ്വത്വവും കവിസ്വത്വവും അഭിന്നമായിത്തീരുന്ന ആ തലം സ്ഥായിത്വമാർന്ന ഒരു ബിംബമാണ് നഷ്ടബോധം അലട്ടുന്നവന്റെ അന്വേഷണം? വീട് തേടൽ, വെളിച്ചം തേടൽ[52] ജീവിതം മുഴുവൻ തന്നെത്തന്നെ തിരഞ്ഞുനടന്ന ഒരു കവിയുടെ സമ്പൂർണസൂചകമാകുന്നു അത്.

കുറിപ്പുകൾ

1.രവിശങ്കർ എസ്. നായർ, പി. ഒരു പുനർവായന, തിരുവനന്തപുരം. പരിധി പബ്ലിക്കേഷൻസ്, 2007, പുറം. 21.

2.കെ.ജി. ശങ്കരപിള്ള, വാക്കുകളുടെ മഹാബലി (ലേഖനം), പി. മായാത്ത കാല്പാടുകൾ, എൻ. സന്തോഷ്കുമാർ (എഡി.) കോഴിക്കോട്. മാതൃഭൂമി പ്രിന്റിംഗ് ആന്റ് പബ്ലിഷിംഗ് കമ്പനി ലിമിറ്റഡ്, 2006. പുറം. 11.

3.എൻ.വി. കൃഷ്ണ വാരിയർ, പൂക്കളം അവതാരിക, കോട്ടയം. സാഹിത്യപ്രവർത്തക സഹകരണ സംഘം, 1964. പുറം. 9

4.മല്ലിശ്ശേരി കരുണാകരൻ, കളിയച്ഛനു ചുറ്റും, തൃശ്ശൂർ. കേരളസാഹിത്യ അക്കാദമി, 1997. പുറം. 17.

5.പി. കുഞ്ഞിരാമൻ നായർ, കവിയുടെ കാല്പാടുകൾ, കോട്ടയം. ഡി.സി. ബുക്സ്, പുറം 190.

6.അതേ പുസ്തകം. പുറം 190.

7.ബി. ഹൃദയകുമാരി, കാൽപനികത, കൊല്ലം. ഇംപ്രിന്റ് ബുക്സ്, പുറം. 31.

8.Bateson F.W, A guide to English literature, London. Romans Green and Co, 1968. p.144.

9.കെ.ജി. ശങ്കരപിള്ള, വാക്കുകളുടെ മഹാബലി (ലേഖനം), സമ്പാ: എഡി. എൻ. സന്തോഷ്കുമാർ; പി. മായാത്ത കാല്പാടുകൾ, മാതൃഭൂമി പ്രിന്റിംഗ് ആന്റ് പബ്ലിഷിംഗ് കമ്പനി ലിമിറ്റഡ്, 2006. പുറം. 12.

10.Jacques Lacan, Ecrits, tr. Alan Sheridan, pp.1- þ7.

11.ഡോ. ഡി. ബഞ്ചമിൻ, സാഹിത്യ ചരിത്രം പ്രസ്ഥാനങ്ങളിലൂടെ, എഡി.ഡോ. കെ.എം. ജോർജ്ജ്, കോട്ടയം. ഡി.സി. ബുക്സ് 1998. പുറം 27.

12.പി. കുഞ്ഞിരാമൻനായർ, ചളിക്കുളവും കുറെ താമരപ്പൂക്കളും (അനുബന്ധം1. പി.എം. നാരായണൻ, പി. കുഞ്ഞിരാമൻനായർ, പുറങ്ങൾ. 83-92)
13.ബി. ഭാനുമതിയമ്മ, പി. കുഞ്ഞിരാമൻനായരുടെ കവിത ഒരു വിമർശനാത്മക പഠനം, (ബാലാമണിയമ്മ പി. യുടെ പ്രകൃതി സങ്കല്പത്തെക്കുറിച്ച് പറഞ്ഞത് ഉദ്ധരണം), കോട്ടയം, നാഷ്ണൽ ബുക്സ്റ്റാൾ, 2001, പുറം. 153.
14.പി. യുമായിട്ട് അക്കിത്തത്തിന്റെ അഭിമുഖം. മാതൃഭൂമി ആഴ്ചപതിപ്പ്, 1970. മെയ് 3.
15.പി. പവിത്രൻ, ഘടനാനന്തരവാദ മനഃശാസ്ത്ര സമീപനം (ലേഖനം) ആധുനികാനന്തര സാഹിത്യ സമീപനങ്ങൾ (എഡി. സി.ജെ. ജോർജ്ജ്) തൃശ്ശൂർ. ബുക്ക്‌വേം, പുറം. 6-7.
16.രവിശങ്കർ എസ്. നായർ, പി. ഒരുപുനർവായന, തിരുവനന്തപുരം. പരിധി പബ്ലിക്കേഷൻസ്, പുറം. 28.
17.കെ.പി. ശങ്കരൻ, നവകം, കോഴിക്കോട് പൂർണ പബ്ലിക്കേഷൻസ്, 1988 പുറം. 44.
18.ഡോ. എം. ലീലാവതി, വർണ്ണരാജി, കോട്ടയം. സാഹിത്യ പ്രവർത്തക സഹകരണസംഘം, 1989. പുറം. 102.
19.രവിശങ്കർ എസ്. നായർ, പി. ഒരു പുനർവായന, പുറം. 18.
20.രവിശങ്കർ എസ്. നായർ, പി. ഒരു പുനർവായന, പുറം. 19.
21.പി. എം നാരായണൻ (ഉദ്ദരണം), പി. കുഞ്ഞിരാമൻനായർ, ചളിക്കുളവും കുറെ താമരപ്പൂക്കളും. പുറങ്ങൾ, 83-92.
22.ഡോ. വി.സി. ഹാരിസ്, എഴുത്തും വായനയും, കോട്ടയം. സാഹിത്യ പ്രവർത്തക സഹകരണസംഘം, 1999. പുറം. 63
23.S.T Coleridge, Biographic Literaria, Vol. 18 II London. Oxford University Press, 1984. p. 259.
24.പി. കുഞ്ഞിരാമൻനായർ, കവിയുടെ കാല്പാടുകൾ, കോട്ടയം. ഡി.സി. ബുക്സ്, 1999. പുറം. 174.
25.പി. നാരായണകുറുപ്പ്, കവിയും കവിതയും, തിരുവനന്തപുരം. കേരളഭാഷാ ഇൻസ്റ്റിറ്റ്യൂട്ട്, 2004. പുറങ്ങൾ. 60-61.
26.ഇ. പി. രാജഗോപാലൻ, കവിതയുടെ ഗ്രാമങ്ങൾ, തൃശ്ശൂർ. കറന്റ് ബുക്സ്, 2008. പുറങ്ങൾ. 61-62.
27.അതേ പുസ്തകം പുറം 60.
28.എം.പി. ശങ്കുണ്ണിനായർ, കളിയച്ഛൻ (ലേഖനം) കവിതയുടെ രഥോത്സവം ഡോ. അജയപുരം ജ്യോതിഷ് കുമാർ, തിരുവനന്തപുരം. കേരളഭാഷാ ഇൻസ്റ്റിറ്റ്യൂട്ട്, പുറങ്ങൾ. 3-6.
29.വി. രാജകൃഷ്ണൻ, ആളൊഴിഞ്ഞ അരങ്ങ്, തൃശ്ശൂർ. ഗ്രീൻബുക്സ്, 2004. പുറങ്ങൾ. 102-103.
30. ഡോ. വി.സി.ഹാരിസ്, എഴുത്തും വായനയും, പുറങ്ങൾ. 63-64.
31.അതേ പുസ്തകം പുറങ്ങൾ. 66-67.
32.എൻ. കുമാരനാശാൻ, ആശാന്റെ പദ്യകൃതികൾ, കോട്ടയം. ഡി.സി. ബുക്സ്, 2009. പുറങ്ങൾ. 598-599.
33.മല്ലിശ്ശേരി കരുണാകരൻ, കളിയച്ഛനു ചുറ്റും, തൃശ്ശൂർ. കേരള സാഹിത്യ അക്കാദമി, 1997. പുറം. 112.

34. പി. കുഞ്ഞിരാമൻ നായർ, കവിയുടെ കാല്പാടുകൾ, പുറം. 218.
35.പി.എസ്. ദേവരാജൻ, ആഖ്യാനം സ്മരണ, സ്വത്വം: ആത്മകഥ ഒരു സാം സ്കാരികവായന, അപ്രകാശിത എം.ഫിൽ പ്രബന്ധം, കോട്ടയം. എം.ജി. യൂണിവേഴ്സിറ്റി, 2006, പുറം. 110.
36.അതേ പുസ്തകം പുറം.17.
37.അതേ പുസ്തകം പുറം.33.
38.പി. കവിതകൾ, വാല്യം-2, എഡി. ഡോ. എ.കെ. നമ്പ്യാർ, കോട്ടയം. ഡി.സി ബുക്സ്, 2006. എന്റെ കവിത, പുറങ്ങൾ.18-77.
39.എൻ.വി. കൃഷ്ണവാരിയർ, കളിയച്ഛൻ (അവതാരിക), കോട്ടയം. ഡി.സി. ബുക്സ്, 1998. പുറം. 9.
40.ആർ. നരേന്ദ്രപ്രസാദ്, ഭാവുകത്വം മാറുന്നു, കോട്ടയം. ഡി.സി. ബുക്സ്, 1991, പുറം. 129.
41.ബി. ഹൃദയകുമാരി, കാല്പനികത, കൊല്ലം. ഇംപ്രിന്റ് ബുക്സ്,പുറം. 100.
42.ഡോ. എം. ലീലാവതി, വർണ്ണരാജി, കോട്ടയം. സാഹിത്യപ്രവർത്തക സഹകരണ സംഘം, പുറം. 95.
43.പി. നാരായണകുറുപ്പ്, കവിയും കവിതയും, തിരുവനന്തപുരം. കേരളഭാഷാ ഇൻസ്റ്റിറ്റ്യൂട്ട്, പുറം. 73.
44.ഡോ. ബി. ഭാനുമതിയമ്മ, പി. കുഞ്ഞിരാമൻ നായരുടെ കവിത ഒരു വിമർ ശനാത്മക പഠനം, കോട്ടയം. 1989. നാഷണൽ ബുക് സ്റ്റാൾ. പുറം.198.
45.ഡോ. ടി.എൻ സതീശൻ, പി.യുടെ കാവ്യബിംബങ്ങൾ, കോഴിക്കോട്. ലിപി പബ്ലിക്കേഷൻസ്, പുറം. 73.
46.ഇ. ഉമ്യഘലംശ,െ വേല ജീലശേര കാമഴല ു. 19.
47.രവിശങ്കർ എസ്. നായർ, പി. ഒരു പുനർവായന, തിരുവനന്തപുരം. പരിധി പബ്ലിക്കേഷൻസ്, പുറം. 81.
48.പി.എം. നാരായണൻ, പി. കുഞ്ഞിരാമൻനായർ, ന്യൂഡൽഹി. 2007. പുറം.52.
49.പി. കുഞ്ഞിരാമൻനായർ, നിത്യകന്യകയെതേടി, കോട്ടയം. ഡി.സി. ബുക്സ്, 1997. പുറങ്ങൾ 79-80.
50.കെ.ജി. ശങ്കരപിള്ള, വാക്കുകളുടെ മഹാബലി (ലേഖനം) പി. മായാത്തകാ ല്പാടുകൾ, സമ്പാ. എഡി എൻ.സന്തോഷ്കുമാർ. മാതൃഭൂമി, കോഴിക്കോട്. 2006, പുറം. 12-13.
51.ദേശമംഗലം രാമകൃഷ്ണൻ, സ്വന്തം വിരലടയാളം (ലേഖനം), കവിതയുടെ രഥോത്സവം സമ്പാ:ഡോ.അജയപുരം ജ്യോതിഷ്കുമാർ, തിരുവനന്തപുരം. കേരളഭാഷാ ഇൻസ്റ്റിറ്റ്യൂട്ട്, പുറം. 114.
52.അതേ പുസ്തകം പുറം. 110-111.

അധ്യായം മൂന്ന്
ആത്മസംഘർഷത്തിന്റെ കവിതകൾ

എല്ലാ കവിതകളും ബോധപൂർവ്വമായ ഒരു ഘടനയെ പ്രതിനിധാനം ചെയ്യുന്നു (conscious structure). കവിതയുടെ ആസ്വാദന-സൗന്ദര്യതലത്തിലേക്ക് വായനക്കാരൻ എത്തപ്പെടുന്നത് ഈ ഘടനയിലൂടെയാണ്. എന്നാൽ അബോധപൂർവ്വമായ മറ്റൊരു ഘടനയും എല്ലാ കവിതകൾക്കുമുണ്ട്. (unconscious structure) ബിംബബന്ധിതമായ ഈ ഘടനയാണ് കവിതയുടെ അബോധമായി നിലകൊള്ളുന്നത്. ഈ അബോധത്തിൽ നിന്നാണ് കവിതയുടെ യഥാർത്ഥ ഘടനയിലേക്ക് വായനക്കാരന് പ്രവേശനം ലഭിക്കുക. ഇത് എല്ലാ കവിതകളിലും ചിലപ്പോൾ കാണണമെന്നില്ല. കവി ഒരേ ബിംബം തന്റെ കവിതകളിൽ ബോധപൂർവ്വമല്ലാതെ ആവർത്തിക്കുന്നുണ്ടാവാം. പ്രതിഭാധനരല്ലാത്ത കവികളിൽ ഭാവനാദാരിദ്ര്യമായിതിനെ വിലയിരുത്താം. എന്നാൽ ഒന്നാംകിട കവികൾ ഒരസാധാരണ വെളിപാടോടെ ഇത്തരം ബിംബങ്ങൾ ആവർത്തിക്കുമ്പോൾ വായനക്കാരന് കവിയുടെ അബോധത്തിലേക്കുള്ള കൈത്തിരിയായിത്തീരാറുണ്ട്.

കവിസ്വത്വവും ആവർത്തിക്കുന്ന ബിംബങ്ങളും

ഈ തരത്തിൽ ആവർത്തിക്കുന്ന ബിംബങ്ങൾ കവിസ്വത്വത്തിന്റെ ആഴങ്ങളിലേക്കു അനുവാചകനെ നയിക്കാൻ പ്രാപ്തമാകുന്നു. കലാകാരന്റെ സർഗ്ഗാത്മകതയെല്ലാക്കാലത്തും ഒരു പ്രഹേളികയാണ്. അതിനെ റിഡിൽ (Riddle) എന്നാണ് പ്രസിദ്ധ മനഃശാസ്ത്രജ്ഞനായ യുങ്[1] വിളിക്കുന്നത്. യാഥാർത്ഥ്യം (Real) ഭാഷയ്ക്ക് പ്രതിനിധാനം ചെയ്യാൻ

കഴിയില്ല. ചിഹ്നങ്ങളിലൂടെ-ബിംബങ്ങളിലൂടെ വിഷയീകരിക്കുവാൻ മാത്രമേ ഭാഷയ്ക്ക് കഴിയുകയുള്ളൂ. ബോധതലം യാഥാർത്ഥ്യങ്ങളുടെ ലോകമാണ്. ഇതിനു വിപരീതമാണ് അബോധം, സ്വപ്നങ്ങളുടെയും അയഥാർത്ഥ്യങ്ങളുടെയും മണ്ഡലം. ഈ രണ്ടു തലങ്ങളുടെയും സംയോഗം സർഗ്ഗാത്മകതയിലുണ്ട്.

കവിത ആശയങ്ങൾ, സൗന്ദര്യവൽക്കരണം, ആഖ്യാനം എന്നിവയാൽ നിർമ്മിക്കപ്പെട്ട ഭാഷാവസ്തുവാണ്. കവി ഉപയോഗിച്ച വിവിധ ഭാഷാസാധ്യതകളും കരുക്കളും കൊണ്ടുമാത്രം കവിയുടെ/കവിതയുടെ അബോധത്തിന്റെ വ്യവഹാരം അപഗ്രഥനവിധേയമല്ല. ബോധത്തിന്റെ വ്യവഹാരങ്ങളെ അവലംബിച്ചുകൊണ്ട് അവയിലൂടെ മാത്രമാണ് അബോധം സംസാരിക്കുന്നത്. തടസ്സങ്ങളായി, മൗനങ്ങളായി, പിളരലുകളായി അത് ബോധവ്യവഹാരങ്ങളെ സന്നിഗ്ധമാക്കും. ബോധത്തിന്റെ സംഭാഷണത്തിന്റെ ഉദ്ദേശ്യങ്ങളെ അട്ടിമറിച്ചുകൊണ്ട് അത് ഇടപെടലുമായി പ്രത്യക്ഷപ്പെടും. ഇങ്ങനെ അബോധം, ബോധവ്യവഹാരത്തിലൂടെ മാത്രമേ പുറത്തേക്കു വെളിപ്പെടുന്നുള്ളൂ. അബോധമനസ്സിന്റെ ഘടനയിൽ ആവർത്തിച്ചു പ്രത്യക്ഷപ്പെടുന്ന ബിംബങ്ങളിൽ നിന്നു കവിതയുടെ/കവിയുടെ സ്വത്വത്തിലേക്കും/വ്യവഹാരങ്ങളിലേക്കും ചിലസൂചകങ്ങൾ ലഭിക്കാം. കവിതയിലെ വിഷയി/വിഷയം (subject) ചലിപ്പിക്കുന്ന/സംസാരിക്കുന്ന സൂചകം, മറ്റൊരു സൂചകത്തിലേക്കോ സൂചകപരമ്പരയിലേക്കോ ആണ് ചൂണ്ടി നിൽക്കുന്നത്. ഇങ്ങനെ കവിതയിൽ നിരന്തരം ആവർത്തിച്ചുകൊണ്ടിരിക്കുന്ന സൂചകപരമ്പരയെ അപഗ്രഥിക്കുക എന്നതാണ് കവിതയുടെ/കവിയുടെ അബോധത്തിലേക്കുള്ള പ്രവേശിക. ലക്കാനിയൻ പ്രതീകക്രമം (symbolic order) രൂപപ്പെടുന്നത് ഭാഷയെയും സംസ്കാരത്തെയും ചിഹ്നങ്ങളിലേക്ക് ബിംബങ്ങളിലേക്ക് വിവർത്തനം ചെയ്തുകൊണ്ടാണ്.

കാവ്യബിംബങ്ങളെക്കുറിച്ച് ആധികാരികപഠനം നിർവ്വഹിച്ച ഡോ. ലീവിസ് വികാരക്ഷമതയുള്ള പദചിത്രങ്ങൾ എന്നാണ് കാവ്യബിംബത്തെ നിർവ്വചിക്കുന്നത്.[2] അതോടൊപ്പം ഒരു കവിത മുഴുവൻ തന്നെ കാവ്യബിംബമായി മാറാമെന്ന് ലീവിസ് നിരീക്ഷിക്കുന്നുണ്ട്. ഈ സങ്കല്പം കാവ്യബിംബത്തെ വിപുലമായ അർത്ഥതലത്തിലേക്കു കൊണ്ടുപോകുന്നു. ഏതെങ്കിലും ഒരു നിമിഷത്തിലെ വൈകാരികവും ബുദ്ധിപരവുമായ സങ്കീർണ്ണതയെ അവതരിപ്പിക്കുന്നതാണ് ബിംബം[3] എന്ന എസ്രാ പൗണ്ടിന്റെ വീക്ഷണം വികാരത്തോടൊപ്പം ചിന്തയ്ക്കും പ്രാധാന്യം നൽകുന്നു. ഇങ്ങനെ രൂപപ്രതീതിയുളവാക്കുക, ഭാവന, സൗന്ദര്യം എന്നിവയെ ഉന്നിദ്രമാക്കുക, ആശയങ്ങൾ വിശദീകരിക്കുകയും

നിഗൂഹനം ചെയ്യുകയും ചെയ്യുക എന്നിവ അറിഞ്ഞോ അറിയാതെയോ കവികൾ ഈ ബിംബപ്രയോഗത്തിലൂടെ നടത്തുന്നത്. കാൽപ്പനികകവികൾക്ക് കവിത ഒരനുഭവമാണ്. അവർ സൃഷ്ടിക്കുന്ന കാവ്യബിംബങ്ങളും അവർക്കനുഭവമാണ്. ആ ബിംബങ്ങളെ/ബിംബാത്മകമായ ശൈലിയെ അപഗ്രഥിക്കുമ്പോൾ കവിസ്വത്വത്തിന്റെ അന്തഃസംഘർഷങ്ങളെ തിരിച്ചറിയാൻ കഴിയും.

സ്വത്വത്തിന്റെ സംവാദസ്വരം

പി. ക്കവിതയുടെ ഈ തരത്തിലുള്ള അപഗ്രഥനത്തിലൂടെ സ്വത്വസംഘർഷത്തിന്റെ ഇടങ്ങളെ സൂക്ഷ്മമായി പഠിക്കുവാൻ ചില പ്രധാന കവിതകൾ തെരഞ്ഞെടുക്കുന്നത്. പ്രകൃതിവ്യഞ്ജകങ്ങളായ സൂചകനിരയുടെ പരമ്പരയാണ് പി.യുടെ കവിതകളിൽ നാം നിരന്തരം കാണുന്നത്. ഇതിലൂടെ പി.യുടെ കവിതകളിൽ നിരന്തരം ആവർത്തിക്കുന്ന മോട്ടീഫുകളെ പരിശോധിക്കുന്നു.

കാത്തിരിക്കുന്നതാരെയോ പൊന്നോണ
ക്കോടി കാണാത്ത താളും തകരയും?

പി. യുടെ ബിംബാത്മകമായ ഭാഷയുടെ ഏറ്റവും സവിശേഷാംശം അതിന്റെ സംവാദസ്വരമാണ് (Dialogic). കവിതയിലൂടെ പി. കൊണ്ടുവരുന്ന അനുഭവത്തിന്റെ രണ്ടു സ്ഥലഘടനകൾ ഈ രണ്ടു ഭാഷാവ്യവഹാരസ്ഥലികളാണ്. കാൽപ്പനികതയുടെ കൊണ്ടാടപ്പെട്ട ഭാവഗീതാംശത്തെ (lyrical) മുറിച്ചുകൊണ്ട് സംഭാഷണത്തിന്റെയോ സംബോധനയുടെയോ ആഖ്യാനമുറ പി. പ്രയോഗിക്കുന്നു. പി.യുടെ പദാവലികളിൽ മൗലികതയായി നിലകൊള്ളുന്നത് ഈ ലിറിക്കൽ മുറുക്കത്തെ അയഞ്ഞ, ആവർത്തന സ്വഭാവമുള്ളതാക്കിയതാണ്.[4]

അത്രമേൽ പ്രാണനും പ്രാണനായ് നിന്ന നീ
യാത്ര പറയാതെപോയതുചിതമോ
(സൗന്ദര്യദേവത)

എത്ര മോന്തിക്കഴിഞ്ഞി, തിനിയുമീ
മദ്യ പാത്രം നിറയ്ക്കുവാനോ ശ്രമം?
(ചന്ത പിരിഞ്ഞിട്ടും)

തോടുകൊണ്ടൊരുവെള്ളപൂണ്ട നൂൽ ധരിച്ചോരു
പാടത്തിൻ വക്കത്തായൊരമ്പലം കാണുന്നില്ലോ
(ശാന്തിക്കാരൻ)

ഞാൻ, നീ എന്ന സംബോധനാരൂപങ്ങളിലെഴുതപ്പെട്ട എത്ര വേണമെങ്കിലും കവിതകൾ ഉദാഹരിക്കാൻ കഴിയും. ഇതിലെ ഞാൻ പരിത്യക്തനും ദുഃഖിതനും ഭ്രഷ്ടനും വിരഹിയും ഒക്കെയായ ആഖ്യാതാവ് (Narrator) വിഷയി (subject) യാണ്, നീ എന്ന അപരത്തിലേക്ക് സന്നിവേശിപ്പിക്കപ്പെടുന്ന ഞാൻ ആണ്. പ്രകൃതി/സ്ത്രീ, പാപം/പശ്ചാത്താപം/ഭക്തി എന്നിങ്ങനെ നീളുന്ന വൈരുദ്ധ്യം പി. ക്കവിതയിൽ ആന്തരികമായി വളർന്നുവരുന്ന ആത്മസംഘർഷമാണ്.

കണ്ടുമോഹിച്ചുമന്മനം, നിന്മുഖ-
ത്തണ്ടലരിന്നകൃത്രിമ സൗന്ദര്യം!
ഏതുമേ കണ്ടതില്ല, ഴകല്പവും
ജീവിതബഹളത്തിൻ മുഖത്തു ഞാൻ
(എന്റെ രഹസ്യക്കാരി)

അമ്പലം കത്തുന്നിതമ്പല-മാരുമി
ച്ചെന്തീതളർത്തുവാനില്ലേ?
കുമ്പിട്ടുനോക്കേണ്ട; ബിംബത്തിൽ ചാർത്തിയ
ചെമ്പട്ടു പാറുന്നതല്ല
(അമ്പലം കത്തുമ്പോൾ)

തേട്ടക, ജ്ഞാതപൃഷ്ഠത്തിൽ
തേൻ, "ചൊല്ലി മധുമക്ഷിക
ആൽ വിത്തുരച്ചു; നീതേട്ട-
കാത്മാവിൻ പരിപൂർണ്ണത"
(കൂപ്പുകൈ)

എന്തുനേടി ജീവിതത്തിൽ ? ചോദിക്കുന്നു നക്ഷത്രങ്ങൾ
എല്ലാം കൊടുത്തു ഞാൻ നേടി കണ്ണുനീർത്തുള്ളി.
(താമരത്തോണിയിൽ)

ഇങ്ങനെ പല കവിതകളിലുള്ള സംവാദസ്വരത്തിലാണ് പി. ഭാവം വ്യഞ്ജിപ്പിക്കുന്നത്. വിഷാദം, കാത്തിരിപ്പ്, തൃഷ്ണ, പാപം, ഭക്തി, അന്വേഷണം എന്നിവയൊക്കെ പി.യുടെ ആഖ്യാനഘടനയിൽ വന്നു നിറയുന്നു. ചില കവിതകളിൽ ഈ പ്രകരണങ്ങൾ കൂടിയോ കുറഞ്ഞോ വ്യഞ്ജിക്കപ്പെട്ടിരിക്കും.

പി. ക്കവിതകളിലെ ആഖ്യാതാവ് നഷ്ടലോകങ്ങളിൽ നിന്നുകൊണ്ടാണ് അനുഭവത്തെ കവിതയിലേക്കു പകർന്നാടുന്നത്. അയാൾ പ്രവാസിയാണ്, ഓർമ്മകളുടെ ഒഴിയാഭാണ്ഡങ്ങൾ ചുമക്കുന്നവനാണ്. വഴിയേതെന്നറിയാതെയുഴന്നു നില്ക്കുന്നവനാണ്. കവിതയുടെ തുടക്കത്തിൽ ഇത്തരം ഒരു ഭാവമാണ് സംവദിക്കപ്പെടുന്നത്. പിന്നീട്

പ്രകൃതിയിലേക്ക് തന്നെ പകർത്തിയെഴുതുകയാണ്. പ്രകൃതിയെ തന്നിലേക്ക് പകരുകയും തന്റെ സംഘർഷങ്ങളെ പ്രകൃതിപാഠമാക്കി ത്തീർക്കുകയും ചെയ്യുന്നു. ഒരാശയം പലമട്ടിൽ പറയുക, ഒരു വസ്തുവി നെത്തന്നെ പല വസ്തുക്കളോടു ഭാവപ്പെടുത്തുക, ഒരു അനുഭവം തന്നെ പല ബിംബങ്ങളിലൂടെ പകർന്നു തരിക. ഇങ്ങനെ തന്നെത്തന്നെ പ്രശ്നവൽക്കരിച്ച് അതിനുമുന്നിൽ പ്രകൃതിയെ നേർക്കണ്ണാടിയാക്കി നിർത്തിക്കൊണ്ട്, സൂക്ഷ്മനിരീക്ഷണങ്ങളിലൂടെയുള്ള ഞാൻ കവിത കളാണ് അദ്ദേഹത്തിന്റെ ഒട്ടുമിക്ക കവിതകളും. പ്രകൃതിയിൽ മുഴുകി മനുഷ്യപ്രകൃതിയായ കവിയുടെ നാവാണ് ഇവിടുത്തെ കാവ്യഭാഷ.

കാടിൻ മടികളിൽ വാനിൻ മുടികളിൽ നീയാരെത്തേടി
ആടും മഴമുകിൽ ചൂടും മലകളിൽ നീയാരെത്തേടി
ഇണയാ നിന്നിണ ചിറകുമുരുമ്മിച്ചാരത്തമരുന്നു
തുണയാ നിന്നിണ യുരിയാടാതെ മറവിലിരിക്കുന്നു
നിന്നുടെയുയിരിന്നുയിരാമവനാ മറവിലിരിക്കുന്നു
നിൻ കരൾ നോവുകളറിവോനവനാ മറയിലൊളിഞ്ഞു

തന്റെ ഇണയെത്തേടി പ്രകൃതിയുടെ മറവിൽ അലഞ്ഞു തിരിയുന്ന കവിസ്വത്വം ഭാവുകചിത്തത്തെ അവാച്യമായ അനുഭൂതിയിലേക്കു കൊണ്ടുപോകുന്നുണ്ട്. പക്ഷേ, ആ മറവിലൊളിച്ചിരിക്കുന്ന പ്രകൃതി അപ്രാപ്യമായി നിലകൊള്ളുന്നു എന്നതാണ് പി. ക്കവിതകളുടെ അനുഭവം. ജീവിതത്തിന്റെ സങ്കടങ്ങളും ഹർഷങ്ങളും വൈരുദ്ധ്യങ്ങളും നിരാശകളും പ്രസരിപ്പിക്കുന്ന ബിംബാത്മകശൈലിയാണ് പി. യുടെ കവിതയുടെ ജീവസ്ഥലം. തന്റെ ഇന്ദ്രിയങ്ങൾ വ്യാപരിച്ച ഭൂപ്രകൃതികൾ താൻ കണ്ടറിഞ്ഞവരുടെ മുഖങ്ങൾ, അനുയോജ്യമായ അനുഭൂതി കളുടെ അകംപുറങ്ങൾ. എത്ര മൂർത്തമായി ബിംബവത്ക്കരിച്ചാലും പിന്നെയും അമൂർത്തമായി മുട്ടിയിരുമ്മി നിൽക്കുന്ന ഭാവപ്രകൃതി കാന്തി കപ്രഭാവത്തോടെ പി. യുടെ കവിതകളിൽ നിറയുന്നുണ്ട്. കവിതയുടെ അവതരണഘടനയാണതിന്റെ കാരണം.

മനുഷ്യഭാവത്തെ നാടകമാക്കി, മനുഷ്യചേഷ്ടകളിലൂടെ വിന്യസിക്കു ന്ന അപൂർവ്വ ചാതുര്യമാണതിനു പിന്നിലുള്ളത്. അദ്ദേഹത്തിന്റെ മിക്ക കവിതയുടെയും പാറ്റേൺ ഇപ്രകാരമാണ്. ഒരു വെറും പെണ്ണല്ല തന്റെ സങ്കല്പ ദേവത എന്നുള്ള ബോധം ആദ്യമേ ഉണർത്തുവാൻ പറ്റിയ ചില ബിംബങ്ങൾ അദ്ദേഹം നിരത്തും. അവൾ പിന്നെ എന്താണെ ന്നറിഞ്ഞുകൂടാ അതിന്റെ വിസ്മയം ഒരു സ്ഥായിയായി കവിതയിൽ അവശേഷിക്കുകയും ചെയ്യും. വെറും ലൗകികരോമാഞ്ചവും കണ്ണീരുമായി കവിത അവസാനിക്കാതിരിക്കാൻ ഈ വിസ്മയം സഹായിച്ചു. ഇങ്ങനെ കവിതയ്ക്ക് അഗാധത കൊടുക്കാൻ വിശ്വവ്യാപകത്വം കൊടുക്കാൻ

സ്വന്തം വ്യക്തിപരമായ അനുഭൂതിയെക്കൊണ്ട് ആകാശത്തെയും സമുദ്രത്തെയും സ്ഥാവരജംഗമങ്ങളെയും ആശ്ലേഷിക്കാനുള്ള കഴിവാണ് മറ്റ് കാല്പനിക കവികളിൽ നിന്ന് പി. യെ വ്യത്യസ്താക്കുന്നത്.[5]

ഇഷ്ടപ്പെട്ടതിൽ മുഴുകി സ്വയം മറക്കുക എന്നത് പി.യുടെ മൗലികഭാവമാണ്. ആവർത്തിച്ചാവർത്തിച്ച് പെരുക്കുന്ന, കൊഴുപ്പിക്കുന്ന ഒരു കേരളീയ ക്രമം, പി.യുടെ സംസ്കാരികസത്തയുടെ ഭാഗമായി എഴുത്തിലെല്ലാം വ്യാപിച്ചുനിൽക്കുന്നു. എസ്. ഗുപ്തൻനായർ കാല്പനികസ്വത്വത്തിന്റെ സവിശേഷ ലക്ഷണമായി ഇതിനെ കരുതുന്നു.[6] ഭാവനയുടെ മായാലോകത്തിൽ ബ്രഹ്മാണ്ഡമോഹിനിയുടെ താരാട്ടുകേട്ടു മയങ്ങുന്ന ഒരു അരുൾക്കവിയായാണ് പി. യെ അദ്ദേഹം കാണുന്നത്. പി. യുടെ ബിംബാത്മകമായ കാവ്യശൈലിയെ സൂക്ഷ്മാംശത്തിൽ പരിശോധിക്കുന്നുണ്ട് ഗുപ്തൻനായർ. അതിനുവേണ്ടി ചില താക്കോലുകൾ കണ്ടെത്തുന്നുണ്ട്. ഒന്ന്: ആമന്ത്രണം, ആവാഹനം. കവിതയിൽ ചിത്രങ്ങളുടെ വിശദാംശങ്ങളിലേക്കു കടക്കുന്നതിനു മുമ്പുതന്നെ അവയുടെ ഭാവക്രമം, മെല്ലെയുച്ചരിച്ച് മന്ത്രങ്ങളെപ്പോലെ ആമന്ത്രണവും ആവാഹനവും നിർവ്വഹിച്ചു കഴിഞ്ഞിരിക്കും. രണ്ട്: കേരളത്തിലെ ഓരോ തരിമണ്ണിനോടും പാഴ്ചെടിയോടും അദ്ദേഹം ഗാഢപ്രേമത്താൽ ബന്ധിതനാണ്. അവയിലൊക്കെ ആരും കാണാത്ത സൗന്ദര്യം അദ്ദേഹം കാണുന്നുണ്ട്. മൂന്ന്: സൗന്ദര്യകാമുകന്റെ ആത്മാന്വേഷണമാർഗ്ഗമായ അഴക്. കുഞ്ഞിരാമൻ നായരുടെ കവിത അഴകിന്റെ പൂവിളിയാണ്. നഷ്ടസൗഭാഗ്യങ്ങളെചൊല്ലിയുള്ള നിലവിളിയും. കുഞ്ഞിരാമൻനായർ ആ അന്വേഷണമാർഗ്ഗത്തിലാണ്. ലക്ഷ്യത്തിലെത്തിയിട്ടില്ല. ലക്ഷ്യത്തിലെത്തിയാൽ പിന്നെ കുഞ്ഞിരാമൻ നായർ ഇല്ല.

ഗുപ്തൻനായരുടെ ഈ വാക്കുകൾ, പി.യുടെ ആഖ്യാനത്തെക്കുറിച്ച് ചില തിരിച്ചറിവുകൾ നൽകുന്നുണ്ട്. യാത്രയും അതിൽ നിന്നുൽപ്പന്നമാകുന്ന നിലവിളിയുമാണ് പി.യെന്ന കവിയുടെ കാല്പനികസ്വത്വത്തിലെ അടിസ്ഥാനഭാവം. പി.യുടെ സുപ്രധാന കവിതകളുലെല്ലാം ഈ ആന്തരവൈരുദ്ധ്യം, സ്വത്വസംഘർഷത്തിന്റെ തലത്തിലെത്തുന്നുണ്ട്. യഥാർത്ഥ ജീവിതത്തിനും കാവ്യജീവിതത്തിനുമിടയിൽ നിലനിന്നിരുന്ന വിടവ്. പി.ക്ക് പൂരിപ്പിക്കാനാവാത്ത സമസ്യയായിരുന്നു. രണ്ടും ഒന്നായിക്കണ്ടപ്പോഴുണ്ടായ ദുരന്തമാണ് പി.യെന്ന കവിയെ ഏകാകിതയിലെക്കെടുത്തെറിഞ്ഞത്; ആൾക്കൂട്ടത്തിൽ ഒറ്റപ്പെട്ട അസ്വസ്ഥമായ ഒരു കാവ്യസ്വത്വമാണ് കുഞ്ഞിരാമൻനായരുടെ കവിതകളിലെ ബിംബങ്ങളിലൂടെ ഉരുത്തിരിയുന്നത്. ഇങ്ങനെ പി. തന്റെ കവിതകളിൽ ആത്മകഥ കൂടി എഴുതിവെച്ചിരിക്കുന്നു. അതേപോലെ

ആത്മകഥകളിൽ കവിതകളും. ഈ പിരിയ്ക്കാനാവാത്ത 'കാവ്യസ്വത്വ'മാണ് അദ്ദേഹത്തിന്റെ എഴുത്തിലെമ്പാടും അടിസ്ഥാനധാരയായി കുടികൊള്ളുന്നത്. ഇത് അദ്ദേഹത്തിന്റെ സ്ഥായിയായ മനോഘടന തന്നെയാണ്. വർത്തമാനത്തിൽ നിന്നു ഭൂതകാലത്തിലേക്ക് തുറന്നു വെച്ച പ്രകൃതിയിലേക്ക് ഉറ്റു നോക്കുന്ന കണ്ണുകൾ, അതിൽ തറഞ്ഞു നില്പുണ്ട്. പൈതൃകം, ആത്മീയത എന്നിവയിൽ വിരുദ്ധ ധ്രുവങ്ങളായി നിൽക്കുന്ന ദ്വന്ദ്വങ്ങൾ ആസക്തിയുടെയും അനാസക്തിയുടെയും പഴമയുടെയും പുതുമയുടെയും യാഥാർത്ഥ്യവും സ്വപ്നവുമായി അദ്ദേഹത്തിൽ നിലകൊണ്ടിരുന്നു. അതിന്റെ ഇഴകളെ അപഗ്രഥിക്കുമ്പോൾ മാത്രമേ പി.യുടെ കാവ്യസ്വത്വത്തെ അനാവരണം ചെയ്യുവാൻ കഴിയൂ.

തെരഞ്ഞെടുത്ത കവിതകളുടെ പഠനം

കവിതയിലെ ആത്മസംഘർഷങ്ങൾ

കവിതകളിലെ ആത്മസംഘർഷങ്ങളെ അപഗ്രഥിക്കുന്നതിനു കളിയച്ഛൻ, പിറന്നമണ്ണിൽ, ഇരുട്ടിലെ മനുഷ്യൻ, ഉത്സവക്കളി, അമ്മയും മകനും എന്നീ പാപബോധവും ആത്മവിചാരണയും കൂടിക്കുഴഞ്ഞ തരത്തിൽ രചിച്ച കവിതകളെയും. അന്യലോകത്തെത്തേടി, ആ ലക്ഷ്യത്തിലേക്ക് എത്തുന്നതിനുള്ള വെമ്പൽ പൂണ്ട് നിൽക്കുന്ന കാവ്യചേതന നിലനിൽക്കുന്ന അക്കരെയ്ക്ക്, കൂപ്പുകൈ, കടാക്ഷം മുതലായ കവിതകളെയും. ആ ലക്ഷ്യം പിഴച്ചുപോയതിൽ ദുഃഖിക്കുന്ന തോണിപ്പുരയിൽ, സ്കൂൾ പൂട്ടുമ്പോൾ, സിനിമകഴിഞ്ഞാൽ, ചന്തപിരിഞ്ഞിട്ടും, നഷ്ടക്കച്ചവടം, വെള്ളാരങ്കല്ലിന്റെ കഥ, കുളിച്ചുതൊഴാതെ എന്നീ കവിതകളും. കാത്തിരുപ്പ്, അന്വേഷണം, എന്നിവയ്ക്ക് പ്രാധാന്യം കൊടുത്തിട്ടുള്ള സൗന്ദര്യദേവത, നീ വരില്ല, എന്റെ രഹസ്യക്കാരി എന്നീ കവിതകളെയും വിശകലനവിധേയമാക്കുന്നു. ആത്മകഥകളിൽ കവിതയിൽ എഴുതിയതിൽ നിന്നു ഭിന്നമായിട്ടൊന്നും ഒരു മോട്ടീഫും (motif) കാണാൻ കഴിയില്ല. ഏതോ അവ്യക്തമായ ലക്ഷ്യവും കൈയിൽ നിന്ന് വഴുതിപ്പോയ ഒരു ഭൂതകാലവും-അത് പൈതൃകമാകാം, ലൈംഗികതയാവാം, ആദ്ധ്യാത്മികസത്തയാവാം-ഇവയൊക്കെ ആ കവിതകളിലെ നഷ്ടമായി വരുന്നുണ്ട്.

താൻ എന്തിന്റെ ഭാഗമാണോ അതിൽ നിന്നു വേർപെട്ട് അതിനോടുത്തന്നെ കലഹിക്കുന്ന ദ്വന്ദ്വാത്മകതയാണ് പി.യുടെ കവിതയിലെ അന്തർഭാവത്തിന്റെ ഉറവിടം. പ്രകൃതിയിൽ നിന്ന് വേർപെട്ടു, പ്രകൃതിയുടെ നിയമങ്ങളോട് കലഹിക്കുന്ന മനുഷ്യനും വീട്ടിൽ നിന്നകന്ന്

കുടുംബത്തിന്റെ സദാചാരനിഷ്ഠകളെയും ഘടനയെയും ലംഘിക്കുന്ന കവിയും ഒരേ ഭാവം തന്നെയാണ് പേറുന്നത്. പി. യുടെ കാവ്യലോകത്ത് ഒരേ ആശയം സൂചിപ്പിക്കുന്ന മോട്ടീഫുകൾ (motif) ആവർത്തിക്കുന്നുണ്ട്. കവിതയുടെ ആഴത്തിൽ നിലനില്ക്കുന്ന വിരുദ്ധതലങ്ങൾ, രണ്ടു ജീവിതങ്ങൾ തമ്മിലുള്ള സംഘർഷങ്ങളിൽ നിന്നുടലെടുക്കുന്നതായിക്കാണാം.

ഭൗതിക പിണ്ഡമീയൂഴിയിൽ പാഴ്പ്പൊടി
മണ്ണിൽ കിടന്നുരുളുമ്പോൾ, കരൾകളോ
പൂതപ്രണയമാം വിണ്ണിലെ താരക-
പ്പൂക്കൾക്കിടയിൽ പറന്നു കളിക്കയാം
(തീർത്ഥയാത്ര)

ഇങ്ങനെ മണ്ണിൽ നിന്നു വിണ്ണിലേക്കു പറന്നു കളിക്കുന്ന അസ്വാസ്ഥ്യത്തിന്റേതായ മണ്ഡലം പി.ക്കവിതയുടെ ആന്തരവൈരുദ്ധ്യമാണ്. രണ്ടു ലോകങ്ങളാണിത്. ആദ്ധ്യാത്മികത, പാരമ്പര്യം, പ്രകൃതി എന്നിവയൊക്കെച്ചേർന്നു സൃഷ്ടിക്കുന്ന ഒരു അപരലോകം/അതീതലോകം. ഇന്ദ്രിയചോദനകളാലും മനുഷ്യ ബന്ധങ്ങളാലും ജീവിതപ്രശ്നങ്ങളാലുമുഴലുന്ന ഐഹികലോകം/അധമലോകം. ഇഹലോകത്തുനിന്നു പരലോകത്തിലേക്കു യാത്രചെയ്യാനുള്ള അടങ്ങാത്ത ആഗ്രഹം (desire), എന്നാൽ ആഗ്രഹത്തിനനുസരിച്ച് അവിടേക്കെത്തുവാൻ താൻ ഒന്നും ചെയ്യാത്തതിലുള്ള ആത്മനിന്ദ, അതിൽനിന്നുൽപ്പന്നമാകുന്ന പാപ-പശ്ചാത്താപങ്ങൾ. പി. യുടെ കവിതയുടെ സ്ഥിരം ഘടനയാണിത്. വിഷാദത്തിൽ നിന്നിങ്ങനെ ദർശനത്തിലേക്കു വളരുന്ന ഈ ഭാവക്രമം കവിതയുടെ അന്തഃസംഘർഷമാണ്.

കളിയച്ഛൻ

കടിഞ്ഞാണില്ലാത്ത ലൈംഗികകാമനകളാണ് അതീതമായ ലോകത്തിൽ നിന്ന് ആസക്തിയുടേതായ അധമലോകത്തിലേക്ക് കൊണ്ടുവരുന്നത്. ദുർവാസനകളുടെ ആ സ്ഥലം പക്ഷേ തന്നെ വിടാതെ പിൻതുടരുന്നു. പി.യുടെ സുപ്രധാന കവിതയായ കളിയച്ഛൻ ചർച്ച ചെയ്യുന്നത് ഇതാണ്. ആറ്റിക്കുറുക്കിയ ആദ്ധ്യാത്മിക ജീവിതകഥ[7] യായും ഗുരുത്വക്കേടെന്നു കവി സ്വയം നിർദ്ദേശിക്കുന്ന ഒപരാധത്തെച്ചൊല്ലിയുള്ള പശ്ചാത്താപമായും[8] വിമോചനത്തിന്റെ വഴി[9] അല്ലെങ്കിൽ വിജയത്തിന്റെ ഏകമാർഗ്ഗം[10] ലോകസാഹിത്യത്തിലെ ഒന്നാംകിട മസോക്കിസ്റ്റ് കവിത[11] എന്നും വ്യത്യസ്തമായ രീതിയിൽ വിലയിരുത്തപ്പെട്ട ആ കവിത പി. യുടെ സ്വത്വസംഘർഷങ്ങളെ ശക്തമായി ആവിഷ്കരിച്ച ഒന്നാണ്. കളിയച്ഛൻ വാക്കുകളുടെ കളിയാണ്.

അർത്ഥങ്ങളുടെ അസ്ഥിരതയാർന്ന ഭാഷാവ്യവസ്ഥയായി ഇതിനെ വായിക്കാം. എല്ലാ ശ്രേഷ്ഠകവിതകളും അങ്ങനെത്തന്നെ. ഇച്ഛകളുടെ കളിയാണ് കളിയച്ഛൻ.[12] തന്നിലെ അടങ്ങാത്ത ആഗ്രഹങ്ങളെ പൂർത്തീകരിക്കാൻ വേണ്ടി; കുളിരാർന്നു നിൽക്കുന്ന ആതിരയുടെ തെന്നൽ കുറുനിരമുകരണം, മൂവന്തിയിൽ മുന്തിരിച്ചാറുപ്പിഴിഞ്ഞതുമോന്തണം, രാകാശശാങ്കമുഖിയാം രജനിതൻ വാർകുന്തലിൻ മുല്ലമാല ചൂടിക്കണം, രസത്തിൻ കസാലയിൽ വീണ് മോഹപ്പുകക്കോട്ട കെട്ടണം. ഇതിലെ വിഷയി നടത്തുന്ന നിഷേധമാണ് അയാളെ പാപബോധത്തിലേക്കു തള്ളിയിടുന്നത്.

വ്യക്തിയുടെ/കലാകാരന്റെ സ്വാതന്ത്ര്യത്തിനു നേരെ നിലകൊള്ളുന്ന വ്യവസ്ഥയ്ക്കെതിരെ നടത്തുന്ന ഈ കലാപം പി. തന്റെ സ്ഥിരം ശൈലിയിലാണ് അവതരിപ്പിക്കുന്നത്. പ്രകൃതിയിലൂടെ കവിതയിലെ വിഷയി (subject) തന്റെ നിസ്വതയെ പകർന്നുകൊടുക്കുകയാണ്, ആനന്ദഹേമന്തസന്ധ്യകൾ, വിണ്ടലമേറിയ താരകൾ, ഉഷസ്സുകളുടെ തെന്നൽക്കുറിപ്പുകൾ, പ്രോത്സാഹനം നൽകുന്ന അലയാഴി, ആശാമനോജ്ഞകവനമതിക്കൊട്ടും ക്ലേശനിരാശയെന്നു പാടുന്ന ആറ് എന്നിങ്ങനെ പ്രകൃതിപാഠത്തിലൂടെയാണ് തന്റെ ഒറ്റപ്പെടലിനെ ആവിഷ്കരിക്കുന്നത്. അരങ്ങിൽ നിന്ന് ഗുരുശാപം മൂലം പുറത്താക്കപ്പെട്ട ഈ കലാകാരൻ തന്നിലേക്കു മാത്രം തിരിഞ്ഞിരിക്കുന്നവനാണ്. ഇനിമേലിൽ കളിവട്ടത്തിലേക്കു തനിക്കുവരാൻ കഴിയില്ല എന്ന് ഉറപ്പിക്കുന്നവൻ.

ഇച്ഛകൾക്കൊക്കെക്കടിഞ്ഞാണിട്ടും, കളി
യച്ഛന്റെ നേർക്കു തെറിവാക്കു തുപ്പി ഞാൻ
തോപ്പിൽക്കിളിർത്തു കളിയച്ഛനോട്ട ഞാൻ
മാപ്പിരക്കില്ലെന്ന ഭീകരമുൾച്ചെടി
(കളിയച്ഛൻ)

തന്റെ ആഗ്രഹങ്ങൾക്കു നേരെ വിപരീതം നിന്ന കളിയച്ഛന്റെ നേർക്ക് തെറിവാക്കു തുപ്പി സ്വയം പുറത്താകുന്നവൻ. പക്ഷെ, അയാൾ ധീരനല്ല. കലാകാരന്റെ സ്വത്വം വീണ്ടെടുക്കേണ്ടത് നിഷേധപാഠങ്ങളിലൂടെയാണ് എന്നു തിരിച്ചറിയാത്തവനാണ് ഈ വിഷയി. എന്നാൽ അയാൾക്കതിനുള്ള ചങ്കുറ്റമില്ല. പാപഭീരുവാണയാൾ. കളിയച്ഛന്റെ നേരിട്ടുള്ള ഇടപെടൽ കവിതയിലില്ല. കളിയരങ്ങിന്റെ അധികാരിയുടെ അദൃശ്യരൂപത്തെ ഭയന്നു പിൻമാറുന്ന ഭീരു കലാജീവിതം നയിക്കാൻ കെല്പുള്ളവനല്ല. എല്ലാ കളിയച്ഛൻമാരും കളിയരങ്ങുകളും ചരിത്രത്തിന്റെ തുടർച്ചകളാണെന്നു തിരിച്ചറിയുന്നതിലുള്ള ശിഷ്യന്റെ

ചിന്താശൂന്യതയാണ് അയാളെ പാപഭീതിയുടെ കുഴിയിലേക്ക് തള്ളിയിടുന്നത്. പി.യുടെ അനുഭവതലത്തിലെ ചരിത്രത്തിന്റെ അഭാവമാണ് ശിഷ്യന്റെ ഒറ്റപ്പെടലിനു കാരണം. അയാൾ ഒറ്റപ്പെട്ട തുരുത്തിൽ തന്റെ വിഷാദങ്ങളെ പ്രകൃതി എന്ന ദർപ്പണത്തിൽ പ്രതിഫലിച്ചുകണ്ട് ദുഃഖത്തടാകത്തിൻ കരയിലിരിക്കുന്ന പ്രാകൃതകാല്പനികൻ തന്നെയാണ്. ചുറ്റുപാടുകളെ നോക്കാതെ അതിന്റെ വൈരുദ്ധ്യാത്മകതയെ തിരിച്ചറിയാത്ത ഏകശിലാത്മകമായ ഒരു ആഖ്യാനഘടനയിൽ ഇതിലെ വിഷയി കുടുങ്ങിക്കിടക്കുന്നു. തന്നിലെ ഉച്ചണ്ഡഗർവ്വ് എന്നത് അടിയറവു വെയ്ക്കേണ്ട ഒന്നാണ് എന്ന് അയാളുടെ അബോധത്തിലുണ്ട്. അതിനു വെമ്പിയിരുന്ന അയാൾ കളിയച്ഛനിൽ കീഴടങ്ങാതെ മറ്റൊരു പെരും കളിയച്ഛന്റെ അടുത്തു കീഴ്പ്പെടുന്നു.

തനിക്ക് കളിയച്ഛനു പകരം മറ്റൊരു രക്ഷകബിംബം ആവശ്യമാണെന്നുള്ള ആത്മവിശ്വാസക്കുറവിൽ കാണുന്നത് വ്യവസ്ഥാപിതത്വത്തോടുള്ള വിധേയത്വമാണ്. കീഴടങ്ങലിന്റേതായ പ്രത്യയശാസ്ത്രം പ്രസരിപ്പിക്കുന്ന ഈ കവിത, മികച്ച കവിതയായിത്തുടരുന്നത് വാക്കുകളുടെ കളിയായതുകൊണ്ടു തന്നെയാണ്. കളിയച്ഛനിലെ മനോഘടന പി.യുടെ മറ്റു പല കവിതകളിലേയും വിഷയികൾ (subject) പിന്നീടും ആവർത്തിക്കുന്നുണ്ട്. 1970-ൽ എഴുതിയ വിടയരുളുക എന്ന കവിതയിൽ:

അടവുവയ്യിനിക്കളി യോഗത്തിൽ നി-
ന്നടിയനു വിടയരുളീടേണമേ!

എന്നും

അദൃശ്യമാം ചരടിളക്കവേ, യിവ
നതിലൊരു പാവക്കളി കളിക്കയായ്

എന്നും

തനുവിറയ്ക്കയിലരങ്ങത്തെത്തുമ്പോൾ
മനസ്സിൽ തോന്നുന്നില്ലൊരു മുദ്രപോലും
കളിക്കാർക്കൊക്കെയും കളിയായ് ഞാൻ
കളിയോഗത്തിനു കളങ്കമായി ഞാൻ

എന്നും

കളിയോഗത്തിനില്ലൊരു തരക്കേടും
കളിപ്പന്തലിനില്ലരങ്ങിനുമില്ല
അടിവെപ്പുകളിങ്ങറിവില്ലായ്കയാ-
മടിയനാടുവാൻ വശമില്ലായ്കയാം
അതിനാലിന്നു താൻ കളിയോഗത്തിൻ നി-
ന്നടിയനു വിടയരുളീടണമേ
(വിടയരുളുക)

എന്നും പറയുന്ന വിഷയി (subject)യെ പല കവിതകളിലും കാണാം. കളിയച്ഛൻ മലയാളവിമർശനം പല രീതിയിൽ വായിച്ചെങ്കിലും വ്യവസ്ഥാപിതമായ, സാമ്പ്രദായികമായ വായനയാണവയൊക്കെ. സന്ധ്യയിൽ തുടങ്ങി രാത്രിയുടെ കടുത്ത പാപയാമങ്ങളിലൂടെ കടന്ന് വെളിച്ചത്തെ (ഉദയത്തെ) പുല്കുന്ന ഒരു കാലക്രമം ഈ കവിതയിലുണ്ട്. സന്ധ്യയും രാത്രിയും കളിയോഗത്തിൽ നിന്നു പുറത്താക്കപ്പെട്ട കഥകളി നടനെ സംബന്ധിച്ചിടത്തോളം ഏറ്റവുമധികം ആത്മസംഘർഷം നേരിടുന്ന വേളയാണ്. കാരണം, അയാളുടെ ആത്മാവിഷ്കാരം-കലാപ്രകടനം നടക്കുന്ന സമയക്രമമാണത്. ഈ വേളയിൽ കവിത നിബന്ധിച്ചത് ഔചിത്യപൂർണ്ണമാണ്. പ്രകൃതിയിൽ തുടങ്ങി മനുഷ്യാനുഭവങ്ങളിലൂടെ പ്രകൃതിയിൽ വിലയം പ്രാപിക്കുന്ന ഭാവക്രമം ഈ കവിതയിലുണ്ട്. പക്ഷേ, കവിതയുടെ അവസാനഭാഗം കുഴലൂതുന്ന നീലബാലൻ, പ്രീതിപ്പൊലിമ തൻപൊൻതിടമ്പാം ജ്യോതിസ്വരൂപൻ വ്യവസ്ഥാപിതമായ അധികാരിയുടെ രൂപമായി കവിതയിൽ നിലകൊള്ളുന്നു. കളിയച്ഛൻ, വ്യവസ്ഥയ്ക്കെതിരെയുള്ള ഒരു ചെറുവിരലനക്കം പോലുമാകാതെ പോകുന്നതു അതുകൊണ്ടാണ്.

ചരിത്രത്തിൽനിന്നു പുറത്തുനിൽക്കുന്ന വ്യക്തിയുടെ ദുരന്തമാണ് വ്യക്തിയെ കടുത്ത ഒറ്റപ്പെടലിലേക്കും പലായനപ്രവണതകളിലേക്കും നയിക്കുന്നത്. ഊരിവലിച്ചെറിഞ്ഞേക്കുക, കൈമെയ് മറന്നു നീ വീഴുക, ചൂടുക, പൊട്ടിക്കരഞ്ഞു ശരണം വിളിക്കുക എന്നീ പ്രയോഗങ്ങൾ, കീഴടങ്ങലിന്റെ, സമർപ്പണത്തിന്റേതാണ്. അപ്പോളെന്തിനായിരുന്നു ഈ നാടകം? എന്നൊരു ചോദ്യം വരുന്നു. പാപം ചെയ്യുന്നത് പശ്ചാത്തപിക്കാൻ വേണ്ടിയാണ്. അതു തുടരുന്നതു അതിനു വേണ്ടിത്തന്നെയാണ് എന്ന കവിതയുടെ/കവിയുടെ പ്രത്യയശാസ്ത്രനിലപാടിലേക്കെത്തുന്നു. അങ്ങനെ ഈ കവിതയിലെ വിഷയി (subject), കവിയുടെ പിളർന്ന/ചിതറിയ സ്വത്വത്തിന്റെ കഞ്ചുകമണിയുന്നു. ഇതിനെ സഫലീകരിക്കപ്പെടാത്ത തൃഷ്ണയും അതിനു കാരണമായ ഗുരു/പിതൃസ്വാധീനവും ഒരു ആത്മീയ പ്രത്യയശാസ്ത്രത്തിലേക്ക് ആദേശം (displacement) ചെയ്തുകൊണ്ട് കലാകാരൻ തന്റെ സുഖജീവിതത്തെ പുനരാവിഷ്കരിക്കുവാനുള്ള തന്ത്രമാക്കുന്നതായി വിലയിരുത്താം. കളിയച്ഛനെ മറികടക്കുവാൻ മറ്റൊരു കളിയച്ഛന്റെ കാൽക്കൽ വീഴുക. സർഗ്ഗാധികാരത്തെ പാപബോധത്തിൽ നിന്നു മോചിപ്പിക്കുവാൻ മറ്റൊരു സർഗപ്രക്രിയക്ക് സ്തുതിപാടുക; ഇത് പിതൃവ്യവസ്ഥയോടുള്ള (Patriarchy) സന്ധി ചെയ്യലാണ്.

കളിയച്ഛനെ (വ്യവസ്ഥയെ) ഭയപ്പെടുകയും ധിക്കാരത്തിന്റെ ബാധ്യതകളറിയാത്ത നടനെ ജീവിതത്തിലാവർത്തിക്കുകയും ചെയ്യുന്ന വായനക്കാർക്കാണ് അധികാരത്തോടുള്ള എതിർപ്പിനേക്കാൾ എളുപ്പത്തിലുള്ള പരിഹാരം കീഴടങ്ങലാണെന്ന ധ്വനി ഈ കവിതയിൽ അറിയാതെ വരുന്നു. അപ്പോൾ താൻ നടത്തിയ കലഹം സ്വന്തം നിഴൽകുത്ത് മാത്രമായി അവശേഷിക്കുന്നു. അങ്ങനെ അത് ആത്യന്തികമായി വ്യവസ്ഥയുടെയും അധികാരസ്ഥാപനത്തിന്റെയും വിജയമാകുന്നു. കല-കലാകാരൻ (കളിയച്ഛൻ), മതം-മതാധികാരി, കുടുംബം/സമൂഹം-പിതാവ് എന്ന അധികാരഘടന ഈ കവിതയിലുണ്ട്. ഇവിടെ സംഭവിക്കുന്നത്, കലാകാരനിലെ വ്യക്തി (സ്വത്വം) മതാധികാരത്തിനുമുന്നിൽ വ്യവസ്ഥപ്പെടുന്നതാണ്. ഇതിൽ അമർത്തിവെയ്ക്കപ്പെടുന്ന ഒരു ലൗകികതലം ഉണ്ട്. സമൂഹത്തിന്റെ ശക്തിയാണ് കളിയച്ഛൻ എന്നും അതിന്റെ നിയമങ്ങളെ തെറ്റിക്കുന്ന വ്യക്തി ധിക്കാരിയാവുകയും പിന്നീട് കമ്പസരിക്കുകയും ചെയ്യുന്ന വാർത്തയാണ് കളിയച്ഛനിലെ വിഷയി (subject) യിൽ കുടികൊള്ളുന്നതെന്ന് എം. ലീലാവതി വായിക്കുമ്പോൾ വ്യവസ്ഥാപിതത്വത്തോടുള്ള കൂറ് പ്രഖ്യാപിക്കുകയാണ്.[13] എന്നാൽ വ്യവസ്ഥയെ/അധികാരഘടനയെ തകർക്കുവാൻ അധികാരിയുടെ-ഗുരുവിന്റെ തലയറുക്കുന്ന, വ്യവസ്ഥാപിതത്വത്തിനെതിരെ നിലനിൽക്കുന്ന ഘടനയിൽ ഈ കവിത വെറുമൊരു ഒത്തുതീർപ്പ് സ്തുതിഗീതമാകുന്നത് അതുകൊണ്ടാണ്.[14] പി. പിന്നീട് ആത്മകഥയിൽ തുടർന്നെഴുതിയ വിഷാദം മുതൽ ദർശനം വരെയുള്ള ഘട്ടങ്ങൾ കളിയച്ഛനിലുണ്ട്. ഈ ഏകാഗ്രവും ഏകതാനവുമായ ഭാവം കളിയച്ഛനെ മാത്രം മുൻനിർത്തി വിശകലനം ചെയ്യാവുന്നതല്ല.

അമ്മയും മകനും

കളിയച്ഛനോടു ചേർത്തു വായിക്കേണ്ട ഒരു കവിതയാണ് അമ്മയും മകനും. താൻ മാതാപിതാക്കളോടു വലിയ അപരാധം ചെയ്തുവെന്ന് ജീവിതകാലം മുഴവൻ പി.വിശ്വസിച്ചിരുന്നു. അച്ഛന്റെ സ്വത്തെല്ലാം പങ്കിട്ടെടുക്കുന്ന മകൻ സർവ്വതും നഷ്ടപ്പെടുത്തി അമ്മയുടെ അടുത്തേക്കെത്തുന്നു.

മാതാവേ കനിഞ്ഞൊന്നു നല്കേണമെനിക്കിന്നു
താതൻ നേടിയ നെടുംകൃഷിനിലങ്ങൾ
എന്നിങ്ങനെ താതന്റെ ഭാഗം വാങ്ങി മകൻ പോകെ
താങ്ങുവാനാകുമോ സന്തതികൾ
ഭാഗം പിരിഞ്ഞു പോം തീവ്രശോകം?
(അമ്മയും മകനും)

അങ്ങനെ ഭാഗം വാങ്ങിപ്പോയപ്പോൾ ആനന്ദം നഷ്ടപ്പെട്ട അമ്മ പൂനിലാവറ്റ രജനിപോലെയും വേനലിൽ വിണ്ട വയലുപോലെയുമായി ത്തീർന്നു. മകൻ ജീവിതമധു, ധൂർത്തനായി ഉണ്ടു നടന്ന്, ലൗകികസുഖ ഭോഗങ്ങളിൽപ്പെട്ടു. അമ്മയെ മറന്നു.

ആർത്തു വണ്ടുകൾ വഴിപോക്കാ, പൊൻ പൂമധുനുകരുക നീ
തിരികെവരില്ലൊരു നാളും തോഴാ, പോയവസന്തങ്ങൾ
വിരഹം മീട്ടിയ ഗാനം പോലെ വിളറുന്നുവാനം
നിനവിൻ വണ്ടുകളിക്കുന്നുണ്ടാ നീലത്താമരയിൽ
നീലനിറം തടവുന്ന കരിമ്പീ-കമനീയം ലോകം
വാറ്റുക വാറ്റുക നുകരുക നുകരുക മധുരാമൃതമിതു നീ
(അമ്മയും മകനും)

ജീവിതത്തെ മധുരാമൃതമായി നുകരാനുള്ള കവിതയിലെ വിഷയി (subject)കളിയച്ഛനിലെ വിഷയിക്കു സമാനമാണ്. എന്നാൽ അമ്മയും മകനും എന്ന കവിതയിലെ മകന് അമ്മ സർവ്വസ്വവും നൽകുകയാണ്. ഒന്നും നിരോധിക്കാതെ ആസക്തിയുടേതായ ലോകം മകനു തുറന്നു കൊടുക്കുന്നു.

വിറ്റുവയലുകൾ വിറ്റുഭവനവും
വിറ്റു തൻതെങ്ങണിത്തോപ്പും
(അമ്മയും മകനും)

പൂമധുവും പൂപ്പാത്രവും തകർന്നപ്പോൾ വീണ്ടും ആ അമ്മയുടെ സവി ധത്തിലേക്ക് അഭയാർത്ഥിയായി വരികയാണ് മകൻ ചെയ്യുന്നത്.

സക്തനായി അധമലോകത്തിൽ പാഴ്ച്ചെളിക്കുണ്ടിൽ വീണു വിലപിക്കുമ്പോൾ വിലക്കുകളാൽ, ശാസനകളാൽ നിരാകരിക്കുന്ന പിതൃരൂപമല്ല, മകന്റെ തെറ്റുകൾ പൊറുത്ത് അവനെ മോക്ഷത്തിലേ ക്കാനയിക്കുകയാണ് ആ അമ്മ ചെയ്യുന്നത്.

ഓർമ്മയിൽ പൊങ്ങിവരുന്ന-ഹൃത്തു
ഭാഗിച്ചു പോന്നൊരെൻ ഗേഹം
എന്നനമോർപ്പുവിദൂരം-വാഴ-
മമ്മതൻ പാവനരൂപം
(അമ്മയും മകനും)

അമ്മയുടെ സുരക്ഷിതത്വത്തിലുള്ള തന്റെ ശൈശവകാലത്തെക്കുറി ച്ചോർക്കുന്ന വിഷയിയെ ഈ കവിതയിൽ കാണാം.

ഓരോന്നു കൊഞ്ചിപ്പുണർന്നമ്മിഞ്ഞ നൽകീ-
ഓർപ്പു ഞാനമ്മതൻ പാവനരൂപം
*തേടിയ*ത്തിരഞ്ഞുപടികൾ കടന്നു.*
പിടിയണിഞ്ഞി നിലാവൊളിപോലെ

ആധികളൊക്കെയും മാറ്റിമുകർന്നു
ഓർപ്പു ഞാനമ്മതൻ പാവനരൂപം
(അമ്മയും മകനും)

ഈ 'പാവനരൂപം' തന്റെ ശൈശവത്തിൽ നഷ്ടംവന്ന/കൈമോശം വന്ന അഭയമാണ്/അപരമാണ്. തന്റെ തെറ്റുകളേറ്റു പറഞ്ഞ് മാപ്പിരന്നപ്പോൾ അതു നൽകി തന്റെ മകനെ പരിശുദ്ധയാക്കുകയാണ് ആ അമ്മ ചെയ്യുന്നത്. ഈഡിപ്പൽ വൃത്തത്തിൽ അമ്മയോടുള്ള പ്രത്യേക മമതയും അമ്മയ്ക്കു മകനോടുള്ള മമതയും ഇവിടെ വായിക്കാം. തന്റെ ജീവിതത്തിന്റെ തീർത്ഥബിന്ദുവായി മാതാവിനെ കാണുന്നുണ്ട് ഈ കവിതയിലെ വിഷയി.

അന്ധകാരം മൂടുമാർത്തശയ്യ തന്നരികിൽ
വന്നു നില്പു ദൂരെ നിന്നെൻ വത്സല ജനനി
ഇന്നകന്നു മോഹജാലമെന്തിനീ വിഭവം
ഒന്നു പോരു, മമ്മയെന്ന തീർത്ഥബിന്ദു മാത്രം (അമ്മയും മകനും)

ഈ അമ്മയെ സംസ്കാരമായും മാതൃദേശമായും അമ്മയെന്ന മറ്റൊരു കവിതയിൽ എഴുതുന്നു.

അമ്മ

ഉറ്റജീവിത സഖിക്കേകി സർവ്വവുമെന്നാൽ
പെറ്റതായതൻ കടം വീട്ടുവാൻ മറന്നുപോയ്
വ്യഗ്രനായ് പ്പുറം തള്ളി, ശാശ്വതൈശ്വര്യ ശാന്തി
വിഗ്രഹം പ്രതിഷ്ഠിച്ചൊരാർഷ, സംസ്കൃതിക്ഷേത്രം
**ചിത്തത്തിലവൾമാത്രം- നീ വേലയെടുക്കുന്നു*
കാന്തയായ് സ്വയം വേട്ട ഹൗണിയെ പ്പുലർത്തുവാൻ
നിഷ്ഠുരമവൾക്കിന്നാദാസികളാണിപേരു-
കേട്ടൊരീത്തറവാട്ടു മങ്കമാരെയും കഷ്ടം (അമ്മ)

ഭാരതീയസംസ്കാരത്തെ അമ്മയായി പ്രതിഷ്ഠിച്ച് ആത്മരോഷം കൊള്ളുന്നുണ്ട് ഈ പുത്രൻ. തന്നെ സ്വയം വിമർശനം ചെയ്ത് അമ്മയോടുള്ള കടം വീട്ടുവാൻ എങ്ങനെ സാധിക്കും? ഭാഗംവെച്ച തറവാടിനെ തിരിച്ചുപിടിക്കുക-സംസ്കാര നിക്ഷേപങ്ങൾ തിരിച്ചുപിടിക്കുക. ഒരിയ്ക്കലും ഭാഗം വയ്ക്കാനാവാത്ത മാതൃപ്രേമത്തെ മുറുകെപ്പിടിച്ച്,

തന്നുയിരുപേക്ഷിച്ചും പോറ്റുമുത്തമപുത്രൻ
ഉന്നതാദർശം പൂർവ്വ സംസ്കൃതി നിക്ഷേപങ്ങൾ
നേടിയെടുത്ത് അമ്മയുടെ അരികിലേക്കെത്തുകയാണയാൾ.
ഉള്ളുണർത്തുന്ന ദിവ്യതേജസ്സിൻ തിരുമുമ്പിൽ
വള്ളികൾ പൂത്താലങ്ങൾ ചൊരിയും വിഭാതത്തിൽ
പാവനാഹ്വാനം ചെവിക്കൊണ്ടുണർന്നോതീപുത്രൻ
പാദപൂജയ്ക്കാനയിച്ചേ വരുന്നു വരുന്നൂ ഞാൻ. (അമ്മ)

ഇതിന്റെ വികസിതരൂപമാണ് നരബലി എന്ന കവിതയിൽ കാണുന്നത്.

ആമ്പലമൊട്ടിന്റെ പാട്ട്

ആമ്പലമൊട്ടിന്റെ പാട്ടിൽ അമ്മയ്ക്ക്, മറ്റൊരു ഭാവം വരുന്നു. പാപിയായ മകൻ തനിക്കുപറ്റിയ വീഴ്ചകളേറ്റു പറയുന്ന രീതിയിൽ കവിതയുടെ അവസാന ഭാഗം ശ്രദ്ധിക്കുക.

ദാഹമറിഞ്ഞു ജലം തന്ന കൈകൾ
ക്ഷുത്തറിഞ്ഞന്നം വിളമ്പിയ കൈകൾ
പോയി; നിശ്ശൂന്യപഥത്തിലാശംസാ
പുഷ്പം വിതറിയ ദേവിതൻ കൈകൾ

അമ്മയുടെ സ്നേഹവും അഭയവും കൊതിക്കുന്ന ശിശുവായി ഇതിലെ വിഷയി മാറുന്നു. ഈ ലോകം ഒരു വിഷാന്നമാണെന്നും കരുതുന്ന ശിശു. അമ്മ പണ്ടുപകർന്ന ദിവ്യാമൃതം കൊതിയ്ക്കാനും മുതിരുന്നു. ശൈശവത്തെയും മാതൃത്വത്തേയും ഉദാത്തീകരിക്കുമ്പോൾ ഈഡിപ്പൽ രതിയുടെയും തനിക്കു നഷ്ടപ്പെട്ടുപോയ സ്വർഗ്ഗം/മാതൃശ രീരത്തെ പ്രാപിക്കുവാനുള്ളതിന്റെയും ത്വര ഈ വരികളിൽ കാണാം.

ലോകം വിഷാന്നം, കൊതിക്കുന്നു തായേ
നീ തരും ദിവ്യാമൃതം നുകരാൻ.

താൻ അമ്മയോടു കാട്ടിയ വഞ്ചനയാൽ പശ്ചാത്താപത്തിലാണയാൾ.

തന്നതില്ലമ്മേ നിനക്കുമരന്ദം
തന്നില്ല നിന്നുടൽ മൂടാൻ സുഗന്ധം
തന്നില്ല നന്ദിതൻ പൂക്കൾ തരുന്നേ
നിന്നു മരിച്ചു മരവിച്ച ബാഷ്പം!

എന്നു വിലപിക്കുകയും ചെയ്യുന്നു ഈ പുത്രൻ. വിണ്ണിന്റെ യുപ്പിൻ തരിയിട്ടലിവിൽ കഞ്ഞിവിളമ്പിത്തരാൻ വരികമ്മേയെന്നു മാതൃരൂപ ത്തെ തിരിച്ചു വിളിക്കുകയും ചെയ്യുന്നു.

പിറന്ന മണ്ണിൽ

കവിയുടെ പാപബോധത്തിന്റെയും പശ്ചാത്താപത്തിന്റെയും കഥ പറയുന്ന രചനയാണ് പിറന്ന മണ്ണിൽ. പേരും പെരുമയുള്ള തന്റെ തറവാട് ഊട്ടി ഉറപ്പിച്ച ചില സദാചാരസംഹിതങ്ങൾ പി. എപ്പോഴും കവിതയിൽ ആവർത്തിക്കാറുണ്ട്. പക്ഷേ, സവിശേഷമായ കുടുംബ സങ്കല്പം പി.യിലെ അഭാവമായി കാണുന്നുണ്ട്. ഈ കുടുംബസങ്കല്പത്തിൽ നിന്നു പുറത്തുപോയി നാട്ടുമുഴുവൻ അലഞ്ഞുതിരിഞ്ഞ്, കവിതയ്ക്കു

വേണ്ടി മാതാപിതാക്കളേയും കുടുംബമൂല്യങ്ങളെയും ലംഘിച്ച്, തിരിച്ച വരുന്ന പുത്രനാണ് ഈ കവിതയിലെ വിഷയി. ആ മടക്കയാത്രയിൽ പിറന്ന മണ്ണ് കവിയെ സംബന്ധിച്ചിടത്തോളം സ്നേഹവാത്സല്യങ്ങളു ടെയും പരിശുദ്ധിയുടെയും സുരക്ഷാബോധത്തിന്റെയും കേദാരമാണ്. മാതൃ-പിതൃരൂപങ്ങൾ ഈ കവിതയിൽ നിറഞ്ഞു നിൽക്കുന്നു. തന്റെ മണ്ണിലേക്കെത്തുമ്പോൾ അതുവരെ താൻ ചെയ്ത പാപങ്ങളെല്ലാം തന്നിൽ നിന്നകലുന്നതായി തോന്നുന്നു.

അഴകൊഴുകുമീ മണൽത്തരികളി-
ലദൃശ്യമാം കാന്തിയോളിച്ചിരിക്കുന്നു
പടവിടിഞ്ഞൊരിക്കിണറിലൊക്കെയും
പരിശുദ്ധതീർത്ഥമുറന്നു നിൽക്കുന്നു.
(പിറന്ന മണ്ണിൽ)

കവിതയിലെഴുതി വച്ച ആത്മകഥാകുറിപ്പു തന്നെയാണീ രചന കവിതയിലെ വിഷയി (subject) തന്നെ അവതരിപ്പിക്കുന്നതിങ്ങനെ യാണ്:

ജനനിയോരാതെ മഹോത്സവം കാണാൻ
തനിച്ചു പോയൊരു കുരുടനാം കുട്ടി
ഇരുട്ടത്തങ്ങിങ്ങു വഴിതെറ്റിച്ചുറ്റി-
പ്പുറപ്പെട്ട വീട്ടിൽ തിരിച്ചു ചെല്ലും പോൽ

ജീവിതത്തിന്റെ മഹോത്സവം തനിച്ചു കാണാൻ പോയ കുരുടനാം കുട്ടി എന്ന പ്രയോഗം, കുരുടത്തവും ഇരുട്ടും വഴിതെറ്റലും ഒക്കെ വിഷയിയുടെ പാപബോധത്തിൽ നിന്നു വരുന്നതാണ്. അവിടെത്തന്നെ വിഷയി ഒരു വഴിയും കണ്ടെത്തുന്നു.

പരിചിതമാമീവഴിയിലൊക്കെയും
ഇരുട്ടുതാൻ മമ വെളിച്ചം കാട്ടുന്നു

അതോടൊപ്പം നൂറായിരം സ്മൃതികളും. പ്രകൃതിയും സ്മൃതിയും കൂടിക്കു ഴഞ്ഞെപ്പോഴും നിലനിൽക്കുന്ന ഒരാഖ്യാനഘടന പി. സൃഷ്ടിക്കുന്നുണ്ട്. ആകാശം, കടൽ, കാറ്റ്, ഇരുട്ട്, വെളിച്ചം എന്നിങ്ങനെ പ്രകൃതിഭാവ ങ്ങളിലൂടെ ആനന്ദം, വിഷാദം, നെടുവീർപ്പ് എന്നീ വികാരങ്ങളൊക്കെ ആവിഷ്ക്കരിക്കുന്നു.

നിറഞ്ഞകണ്ണുമായരികെത്തെത്തുന്നു
മറഞ്ഞുപോയൊരാ മധുരശൈശവം

തന്റെ മധുരമായ ശൈശവത്തെ തിരിച്ചെടുക്കുകയാണിവിടെ. പിന്നെ വീട്ടിൽ തന്റെ അച്ഛനുണ്ട്-സ്നേഹവാത്സല്യങ്ങളോടെ തന്നെ വളർത്തുകയും വലുതാക്കുകയും അതേസമയം തന്നെ നിയന്ത്രിക്കുക യും സ്വന്തം വരുതിയ്ക്കുള്ളിൽ തളച്ചിടുകയും ചെയ്യുന്ന അച്ഛൻ. അച്ഛൻ

വിധേയത്വത്തിന്റെ പ്രതീകമായി നിലനിൽക്കുന്നു; ഈഡിപ്പൽ ചക്രത്തിലെപ്പോലെ. അച്ഛന്റെ വിധേയത്വമാവശ്യപ്പെടുന്ന സുരക്ഷിതത്വത്തിൽനിന്ന് മകൻ സ്വാതന്ത്ര്യം തേടിപ്പോകുന്നു. ജീവിതം ധൂർത്തിന്റെ തെരുവിലലഞ്ഞു തീർത്ത ആ മകൻ ഭോഗങ്ങളിലും പാപങ്ങളിലും മുങ്ങിക്കുളിച്ച് പശ്ചാത്താപത്തോടെ മടങ്ങിയെത്തുന്നു.

അച്ഛനെ അവതരിപ്പിച്ചിരിക്കുന്നതു നോക്കുക:
ഇളം കുളിർ കാറ്റിൽ തുളസിതന്മണ-
മിളക്കും ഹേമന്ത പ്രശാന്തസന്ധ്യയിൽ
പരം വ്യവഹാരശതങ്ങൾ ചൂഴ്കിലും
പരമതേജസ്സിൽ നിലീനചിത്തനായ്
ശശിബിംബം കണക്കിറയത്തു ചൂരൽ
ക്കസാലയിൽച്ചാരിക്കിടക്കയാണച്ഛൻ

ആ പിതൃപാദങ്ങളിൽ വീണ് തെറ്റുകളേറ്റു പറഞ്ഞ് പാപമുക്തനാകുന്നു. കളിയച്ഛനിൽ ഈ പശ്ചാത്താപത്തിനു തുടർച്ച നൽകുകയാണ് ഈ കവിതയിലെ വിഷയിയും. ദൈവം/മനുഷ്യൻ, പിതാവ്/പുത്രൻ, ഗുരു/ശിഷ്യൻ എന്നീ ബിംബങ്ങളിലൂടെ സാർവ്വലൗകികമായ ദ്വന്ദ്വങ്ങളിലൂടെ മനുഷ്യസമുദായത്തിന്റെ പാപ-പശ്ചാത്താപബോധങ്ങളെ സമീകരിക്കുമ്പോഴാണ് കലാത്മകമായ ദാർശനികാംശം ഈ ബന്ധത്തിനുണ്ടാകുന്നത്. പി. തന്റെ സുപ്രധാന കവിതകളിലെല്ലാം ഈയൊരു വ്യവഹാരം കൊണ്ടു വരുന്നുണ്ട്. ഫ്രോയ്ഡിയൻ സങ്കല്പത്തിലെ പാപത്തിന് ശിശുവിന്റെ അബോധത്തിലുള്ള പിതൃഹത്യ. ഇത് ലിംഗച്ഛേദ ഭീഷണിയിൽ നിന്നുണ്ടാകുന്നതാണ്. സ്വാതന്ത്ര്യത്തിന്റെ നിരോധശക്തിയായി നിൽക്കുന്ന പിതൃരൂപത്തെ മറികടക്കുക, എന്നാൽ മാത്രമേ സ്വാതന്ത്ര്യത്തിന്റെ ആനന്ദം അനുഭവിക്കാൻ കഴിയുകയുള്ളൂ.

എന്നാൽ സ്വാതന്ത്ര്യത്തിന്റെ ആനന്ദം അനാഥത്വത്തിലേക്കും കടുത്ത അരക്ഷിതത്വത്തിലേക്കും നയിക്കും. പാപബോധത്താൽ വേട്ടയാടപ്പെടും. ഈ പാപബോധത്തിൽ നിന്നു മുക്തനാകാൻ വീണ്ടും സുരക്ഷിതത്വത്തിലേക്ക്. സുരക്ഷിതത്വം കൊണ്ടു വരുന്ന വിധേയത്വം, സ്വാതന്ത്ര്യത്തെ കവർന്നെടുക്കലാണെന്നു മനസ്സിലാക്കി വീണ്ടും സ്വാതന്ത്ര്യപ്രഖ്യാപനം. ഇങ്ങനെ സുരക്ഷയ്ക്കും സ്വാതന്ത്ര്യത്തിനും വേണ്ടിയുള്ള സ്വീകാരവും തിരസ്കാരവും മനുഷ്യചരിത്രത്തിലെ ആവർത്തിക്കുന്ന ഒന്നാണ്. ആ മാനസികാവസ്ഥ-ഈ മനോഘടന പി. കുഞ്ഞിരാമൻനായരുടെ അടിസ്ഥാന മനോഘടനയാണ്. തന്റെ പാപഭാരത്തിന്റെ ചുമടെല്ലാം ഇറക്കി വെച്ചാലുടൻ അച്ഛൻ/കുടുംബം ഉപേക്ഷിച്ച് തന്റെ ഭോഗയാനങ്ങൾക്കായി കുഞ്ഞിരാമൻനായർ തെക്കൻവണ്ടി

കയറുകയാണ ചെയ്യുന്നത്. ആത്മകഥകളായ കവിയുടെ കാല്പാടുകൾ, നിത്യകന്യകയെത്തേടി, എന്നെത്തിരയുന്ന ഞാൻ ഈയാനങ്ങ ളുടെ തുടരെഴുത്തുകളാണ്.

ഈ കവിതയിൽ അച്ഛൻ മാത്രമല്ല അമ്മയുമുണ്ട്. പി.യുടെ ജീവി തത്തിലും കവിതയിലും അമ്മ ഒരു പ്രധാനകഥാപാത്രമാണ്. അവർ മകന് സുരക്ഷ നൽകുന്നുവെങ്കിലും വിധേയത്വമാവശ്യപ്പെടുന്നില്ല. അധികാരരൂപമല്ല അമ്മ പി.ക്ക് ആരാധനാരൂപമാണ്. തന്നിലെ അപര (other) ത്തോടുള്ള ആരാധന (സ്ത്രീ/ദേവത) പി.യുടെ ഭക്തിയുടെ മറ്റൊരു വശമാണ്. ഒരു ദേവതയെപ്പോലെയാണ് കവി അമ്മയുടെ ചിത്രം വരയ്ക്കുന്നത്.

ഇളകാതെ കാറ്റിൽ തിരികളഞ്ചെണ്ണം
ജ്വലിക്കുന്ന നിലവിളക്കിനു മുമ്പിൽ
തിരുമിഴിരണ്ടുമടച്ചുയോഗാംഗ-
മുറയിൽ ധ്യാനത്തിലിരിക്കയാണമ്മ

ഈ അമ്മ, ശൈശവം മുതൽ വാർദ്ധക്യകാലം വരെ പി.യുടെ ആത്മശക്തിയായി നിലനിന്നിരുന്നുവെന്നത് പ്രധാനമാണ്. അച്ഛന്റെ പ്രഭാവത്തിൽ നിഷ്പ്രഭനാകുന്ന പി.യിലെ വിഷയി; അമ്മയുടെ മടിത്ത ട്ടിൽ കൂടുതൽ കരുത്തനാകുന്നതു കാണാം.

അച്ഛൻ കുഞ്ഞിരാമൻനായരുടെ കുടുംബകവിതകളിൽ പ്രായേണ സാന്നിധ്യം മാത്രമാകുമ്പോൾ, അമ്മ അങ്ങനെ പരിമിതപ്പെടുന്നില്ല. സാന്ത്വനം, ലാളനം, ശകാരം, പ്രാർത്ഥന, പരിഭവം-പല മാനുഷികഭാവ ങ്ങളുടെയും അപ്രതിരോധ്യമായ ആർദ്രത ഈ അമ്മയിൽ നിന്ന് മകനെ പശ്ചാത്താപവിവശനാക്കുമാറ് ഒഴുകിയെത്തുന്നു. കുടുംബത്തിൽ നിന്ന് സ്വന്തം കൊള്ളരുതായ്മകൊണ്ട് ഭ്രഷ്ടനായി അലയുമ്പോൾ വസുധൈ വകുടുംബകം എന്ന ദർശനവെളിച്ചത്താൽ പ്രകൃതിയെ, അമ്മയോടു താദാത്മ്യപ്പെടുത്തി തന്റെ ഏകാകിതയുടെ ഉത്തരമന്വേഷിക്കുന്നു.

തെറ്റെന്നു ഞാനീ പ്രപഞ്ചഗൃഹത്തിനി-
ന്നൊറ്റയ്ക്കു ഭാഗവും വാങ്ങിത്തുലഞ്ഞവൻ
നൽമുലപ്പാലൂട്ടിയോരു ജനനിയെ-
ക്കണ്ണുനിറച്ചു കണ്ടിട്ടെത്രകാലമായ്
(പിറന്ന മണ്ണിൽ)

ഹോട്ടല്ലൂണും വാടകമുറിയും

പിറന്ന മണ്ണിൽ എന്ന കവിതയ്ക്ക് സമാന്തരമായൊരു യാത്രയെയാണ് ഹോട്ടല്ലൂണും വാടകമുറിയും എന്ന കവിതയിൽ പി. അനുഭവിപ്പിക്കുന്നത്. ഒരു പാവപോലെ ഒരോണനാളിൽ സ്വന്തം വീട്ടിൽപ്പോയിത്തിരിച്ചുവന്ന് തീവണ്ടിയാപ്പീസിലിരിക്കുകയാണ് ഈ കവിതയിലെ വിഷയി (subject).

ഒട്ടിട ചലച്ചിത്രമായ് മിന്നിയെന്നിൽ കേളി
കേട്ടൊരെൻ തറവാട്ടിന്നുജ്ജ്വലവസന്തങ്ങൾ
അകലെയിരമ്പുന്നു കടൽ ഇരുൾപറ്റി-
പ്പകഞ്ഞ കരിന്തിരി പോലെ ഞനിറങ്ങിപ്പോയ്
(ഹോട്ടല്ലൂണും വാടകമുറിയും)

സ്വയംകൃതാനർത്ഥത്താൽ തനിക്കനുഭവിച്ച വിധിയെക്കുറിച്ചു കേഴുന്നുണ്ടയാൾ.

ഉറ്റൊരു വസുന്ധരേ നല്കുക പെറ്റമ്മയെ
വിറ്റ പുത്രനേല്ക്കണ്ടും ക്രൂരമാം വധശിക്ഷ
(ഹോട്ടല്ലൂണും വാടകമുറിയും)

ഇവിടെ പെറ്റമ്മയെ വിറ്റുതിന്ന പുത്രനു ലഭിക്കേണ്ട വധശിക്ഷയായി തന്റെ അനുഭവത്തെ സാമാന്യവൽക്കരിക്കുകയും തന്റെ വിധി മനുഷ്യന്റെ പൊതുവിധിയായി മാറ്റി അദ്ധ്യാരോപം ചെയ്യുകയും ചെയ്യുന്നു കവി. നാടിനും വീടിനും അന്യനായിരിക്കുന്ന ഈ കവിതയിലെ ആഖ്യാതാവ്. എന്നാലും

ഹാ ഞരമ്പോരോന്നിലും കിനിയും നിണമിന്നു

മീമണ്ണുമായിട്ടൊട്ടിപ്പിടിച്ചു കിടക്കുന്നു എന്നത്രെ അയാളുടെ അനുഭവം. അടുത്ത വരികളിൽ ഈ അനുഭവം കുറച്ചുകൂടി തീവ്രതരമാകുന്നുണ്ട്.

മുറ്റത്തെത്തുളസി തൻ പാവനഗന്ധം മുല്ല-
മന്ദാരപ്പൈപംപിച്ചകക്കൂട്ടർ തൻഗാഢാശ്ലേഷം
ശർക്കരമാവിൻപ്പണ്ടേക്കൂട്ടുകൂട്ടിയ കിളി-
മുക്കോണിൽക്കണിവെയ്ക്കുമമ്പലപ്പിറാവുകൾ
കാട്ടുകെട്ടിയ വഴിയോരത്തുനിന്നാരെയോ
കാത്തുനില്ക്കുമീക്കാശിത്തുമ്പകൾ മുക്കുറ്റികൾ
മരിച്ചാൽ പുലയുള്ള ചാർച്ചക്കാരിവർ-ഇന്നു
തിരിച്ചു മുഖം പാഴ് നിഴൽ ദൂരെക്കാൺകെ

കുഞ്ഞിരാമൻനായരുടെ പ്രപഞ്ചബോധം പകരാൻ പര്യാപ്തമാണീ വരികൾ. അതുമാത്രമല്ല, അനാഥത്വത്തിന്റെ തുരുത്തിൽപ്പെട്ട് ഉള്ളുകലങ്ങുമ്പോൾ, പ്രകൃതിയെന്ന സനാതനബന്ധുത്വത്തെ ക്കൂട്ടുപിടിയ്ക്കുന്ന കവി. താൻ മറ്റെല്ലാറ്റിലേക്കും മറ്റെല്ലാം തന്നിലേക്കും തോരാതെ

പകർന്നാട്ടുന്ന സംക്രമണവാദത്തിന്റെ പ്രകാശനവിധം16 എന്ന് കെ.ജി. ശങ്കരപിള്ള ഈ വസ്തുത നിരീക്ഷിച്ചിരിക്കുന്നു. പി.യുടെ കവിതകളിൽ മാത്രമല്ല, പി. എന്തെഴുതിയാലും ഈ പകർന്നാട്ടം സ്വത്വത്തിലുറഞ്ഞു കിടക്കുന്ന ആവിഷ്കാരക്രമമാണ്.

വൈയക്തികമായ പാപബോധവും പശ്ചാത്താപവും അതിനോടൊപ്പം നിലക്കുന്ന വിഷാദം, നിരാശ, കാത്തിരുപ്പ്, അന്വേഷണം എന്നിവയൊക്കെ മനുഷ്യകുലത്തിന്റെയാകെ വികാരങ്ങളാക്കി അനുഭവിപ്പിക്കുന്ന ഈ രീതി പല കവിതകളിലും ആവർത്തിച്ച് പ്രത്യക്ഷപ്പെടുന്നുണ്ട്.

ഇരുട്ടിലെ മനുഷ്യൻ

കളിയച്ഛൻ, പിറന്നമണ്ണിൽ എന്നീ കവിതകൾപോലെ പി.യുടെ ആത്മസംഘർഷങ്ങളുടെ വിശകലനത്തിൽ പ്രധാനപ്പെട്ട രചനയാണ്. ഇരുട്ടിലെ മനുഷ്യൻ എന്ന ചെറുകവിത. വിശ്വപ്രകൃതിയെ മാനുഷികാംശങ്ങളിലേക്കു പകർത്തിയെഴുതുന്ന പി.യുടെ സ്വത്വമൂലകങ്ങളുള്ള ശൈലി ഈ കവിതയിലും കാണാം. കല തൻ തറവാടായ് പൂർണ്ണമാം നിത്യൈശ്വര്യം വിളയുന്ന അഴകിന്റെ നാട് മറന്നവൻ എന്നും പ്രകൃതിപ്രേമം തരും ശ്വാസകോശത്തിൽപ്പാടേ വികൃതരോഗാണുക്കൾ നിറഞ്ഞു ചടച്ചവൻ എന്നുമാണ് ഇരുട്ടിലെ മനുഷ്യൻ സ്വയം നിർവചിക്കുന്നത്. ഇത് താൻ ചെയ്തുപോയ അപരാധങ്ങൾ ഏറ്റുപറഞ്ഞ് സ്വയം അതിനു പരിഹാരം തേടുന്ന സ്ഥിരം കുഞ്ഞിരാമൻ നായർ ഘടന തന്നെയാണ്.17

കഴിഞ്ഞതെല്ലാം മറന്നെനിക്കുകേറിപ്പറ്റാൻ
കതകു തുറക്കുമോ? വിളക്കുകൊളുത്തുമോ
(ഇരുട്ടിലെ മനുഷ്യൻ)

എന്നാണ് ഈ കവിതയിലെ വിഷയിയുടെ പ്രകൃതിയോടുള്ള ചോദ്യം. പ്രകൃതിയെ അതിന്റെ സമഗ്രതയിൽ അവതരിപ്പിക്കുന്നുണ്ട് പി. ഈ കവിതയിൽ. അഭിസംബോധനയുടെ നീണ്ട ഒരു നിരയിലൂടെ ഉയിരിന്നുയിരാകും ജ്യോതിസ്സെപ്പള്ളിക്കുറപ്പുണർത്താനെത്തും സമുദ്രം, ഏഴരവെളുപ്പിനു കുളിച്ചു നിർമ്മാല്യത്തിന്നേകാന്തപഥം പറ്റും സാധകനക്ഷത്രം, കളകൾ പറിക്കുന്ന കുങ്കുമപ്പാടങ്ങൾ തൻകരയിൽപ്പുണ്യാശ്രമം ചമയ്ക്കും പ്രഭാതം, പഞ്ചമീചന്ദ്രക്കലതിളങ്ങും കുളിർത്തണ്ണീർപ്പന്തൽ ക്കോപ്പൊരുക്കുന്ന നൈദാഘദിനാന്തം പൈദാഹം പൊറാക്കൊച്ചു തൂണസന്തതിയ്ക്കായി പൈമ്പാലു തിളപ്പിയ്ക്കും പാർവണനിശകൾ രാവിലും വിനീദ്രരായ് പ്രപഞ്ചരഹസ്യങ്ങളാരാണു തളരുന്ന പാതിരാത്താരങ്ങളെ തേനൊലിപ്പാട്ടിൻ സൂക്ഷ്മധ്വനികൾ പകർത്തുവാൻ വീണതന്നറ്റകുറ്റം തീർക്കുന്ന പുഴകൾ ശാശ്വത സമാധാനസന്ദേശമുലകങ്ങളും വീശുവാൻ

സ്വജീവിതമർപ്പിച്ചകുളിർകാറ്റ്, വിശൈ്വകമഹാകാവ്യസർഗ്ഗലീനനാ യെല്ലാം വിസ്മരിച്ചഹന്തകളെരിക്കും ഗഗനമേ, തുടർന്ന്, മുകിലിനേയും പ്പാടത്തെയും, ഋതുക്കളെയും, പറവപ്പറ്റങ്ങളേയും, മലകളേയും ഒക്കെ വിളിച്ച് പാപത്തിന്റെ പിടിയിൽ നിന്നു തന്നെ മോചിപ്പിക്കണമെന്നു ഏറ്റുപറയുന്നു കതകുതുറന്ന്, വിളക്കുകൊളുത്തി, കഴിഞ്ഞതെല്ലാം

മറന്ന്, കേറിപ്പറ്റുക എന്നീ ക്രിയകളിലൂടെ സംക്രമിക്കപ്പെടുന്നത് നഷ്ടപ്പെട്ടതിനെ തിരിച്ചെടുക്കാനുള്ള അടങ്ങാത്ത ആഗ്രഹമാണ്.

പ്രകൃതിയെ ഇങ്ങനെ ആവാഹിച്ചെടുക്കുന്ന വിഷയി ആരാണ്?
ആരുവാൻ വിളിക്കുന്നതെന്നേ? ഞാനെല്ലാം നേടി
യാത്മാവു നഷ്ടപ്പെട്ടൊരഭയാർത്ഥിയാം മർത്ത്യൻ
(ഇരുട്ടിലെ മനുഷ്യൻ)

ഞാനിൽ നിന്ന് മർത്ത്യനിലേക്കുള്ള സംക്രമണം-പി.യുടെ സ്വത്വ ത്തെ ലയിപ്പിക്കാനുള്ള ശാസ്ത്രമാണ്. തന്നെ പ്രകൃതിയിലേക്കും തന്നെ മർത്ത്യനിലേക്കും പരിവർത്തിപ്പിച്ചുകൊണ്ടു കവിതയെ പുതിയ മാന ത്തിലേക്കു കൊണ്ടുപോകുന്നു. പശ്ചാത്താപവിവശമായ മനസ്സോടെ നോക്കിക്കാണുന്ന രീതി കവിതകളിലെല്ലാം അനുവർത്തിച്ചു വരുന്ന ആഖ്യാനശൈലിയാണ്. പ്രകൃതിയുടെ അതിസമൃദ്ധമായ ഉദാരതയും സൗന്ദര്യവും വാഴ്ത്തുന്ന ഈ ഭാഗം കവിതയ്ക്കൊരു പ്രപഞ്ചകാന്തി നൽകുന്നുണ്ട്; പ്രകൃതി പ്രാർത്ഥനപോലെ അഭയം അർത്ഥിക്കുവാനായി വിശ്വപ്രകൃതിയുടെ ക്ഷേത്രനടയിലെത്തപ്പെട്ടു നില്ക്കുന്നു ആ വിഷയി. ഈ ക്ഷേത്രാരാധന സൂക്ഷ്മാംശത്തിൽ സഹജമായ പ്രകൃത്യാരാധന തന്നെയായിരുന്നു.

പി. തന്റെ നിലവിളികളേറ്റു പറയുന്നത് അമേയമായ പ്രകൃതിയോ ടാണ്. സനാതനസത്തയോടാണ്-ആർഷവിശ്വാസത്തെ ചേർത്തുപിടി ച്ച് എതോ പരമസത്യത്തിന്റെ വിഭിന്നരൂപങ്ങളാണ് താനും പ്രകൃതിയു മെന്ന ബോധം, ആ അജ്ഞേയമായ സത്യത്തെ നേടുവാൻ/തേടുവാൻ പ്രേരിപ്പിക്കുകയാണ് ഈ കവിതയിലെ വിഷയി. പി. ആ സത്യത്തെ തന്റെ അപരമായിക്കണ്ട് മൂർത്തീകരിക്കുവാനും ആരാധനയോടെ അതിനെ തേടിനടക്കുവാനും തന്നെ അതിൽ പകർത്തിയെഴുതാനും ജീവിതാന്ത്യം വരെ ശ്രമിച്ചുകൊണ്ടിരുന്നു. ഉദാരമതിയായ പ്രകൃതി (അമ്മ/അപരം), ഏതു പാപിക്കും അഭയം നൽകുന്നവൾ, ഒരിക്കലുമൊ ഴിയാത്ത കലവറ (സ്നേഹത്തിന്റെ) യിൽ നിന്ന് എന്തും വാരിക്കോരി ക്കൊടുക്കാൻ സന്നദ്ധതയാകുന്നവൾ, പ്രകൃതി തന്നിലേക്കയാളെ ക്ഷണിക്കുന്നു.

ഇന്നദീതീരത്തുള്ളായിരം പൂവിൻ വീട്ടി-
ലൊന്നിൽ നീ കുടിയേറിപ്പാർത്താലുമഭയാർത്ഥി
തേന്നൂറും കരളുമായുൾപ്പുകനവോദയം ധ്യാനിച്ച
ഭജിക്കുന്ന താമരമൊട്ടിനുള്ളിൽ പാർക്കുവാൻ

പ്രകൃതി അയാളോടു പറയുന്നു. തന്റെ കരളുതുറക്കപ്പെട്ടിരിക്കുന്നു. പക്ഷേ ഇത്രനേരം അഭയത്തിനായി വിലപിച്ച ആ മർത്ത്യൻ ആണയാൾ. ആ വിഷയി ഇരുളിൽ ചുമൽ പറ്റിനിന്നതേയുള്ളൂ. ഇവിടെയാണ് ഒരു ചോദ്യം? പിന്നെ എന്തിനായിരുന്നു ആ വിലാപം? കളിയച്ഛനിലും മറ്റു നിരവധി കവിതകളിലും ഇത്തരമൊരു ഭാവക്രമം കാണാം. ഗുപ്തൻനായർ പറഞ്ഞതുപോലെ അന്വേഷിക്കലാണ് പി.യുടെ കാവ്യജീവിതം. അന്വേഷണ ലക്ഷ്യത്തിലെത്തിയാൽ പിന്നെ പി.യില്ല. അഭയം ലഭിച്ചിട്ടും സ്വീകരിക്കാതെ അലച്ചിലാണ്/നിലവിളിയാണ്. തന്റെ വിധിപ്രകാരം വിശ്വസിക്കുന്നത് ആ മനോഘടനയുടെ-സ്വത്വത്തിന്റെ-അടിസ്ഥാനവും ദുരന്തപൂർണ്ണവുമായ ഭാവമാണ് ഇത്.18 ഒരിക്കലും തുറക്കപ്പെടാനിടയില്ലാത്ത കവാടത്തിൽ അനന്തമായി മുട്ടിവിളിക്കുന്ന നിലയാണ് ആ കാല്പനികസ്വത്വത്തിലുള്ളത്, വെളിച്ചം അന്വേഷിക്കുന്നതിനാലാണ് അതുകണ്ടെത്തുന്നതിലല്ല താത്പര്യം.19 വ്യക്തിനിഷ്ഠമായ അപസാമാന്യതയാണിത്. വിശ്വപ്രകൃതിയെ ഒരു മഹാക്ഷേത്രമായും ജിവിതത്തെ അഭയാന്വേഷണവുമായിക്കാണുന്ന സങ്കല്പം ആ കവിതയ്ക്ക് മതാത്മകമായ അന്തരീക്ഷം നൽകുന്നു. അഭയത്തിനുള്ള സാധ്യത തിരസ്കരിച്ച് സുനിശ്ചിതമായ ഒന്നിനോടും വിധേയമാവാതെ നില്ക്കുന്ന ഈ അതീതഭാവം ഒന്നിനോടും പ്രതിബന്ധതയില്ലാതെ മഹാശൂന്യതയിൽ ഏകനായി നില്ക്കുന്ന ഈ അഭയാർത്ഥിയംശമാണ് പി.കുഞ്ഞിരാമൻനായരുടെ 'ഭക്തിഭാവ'ത്തിലടങ്ങിയിരിക്കുന്നത്.20

വെള്ളാരങ്കല്ലിന്റെ കഥ

പ്രകൃതിയെ മനുഷ്യനിലേക്കും മനുഷ്യനെ പ്രകൃതിയിലേക്കും ലയിപ്പിച്ചുകൊണ്ടുള്ള ശൈലിയാണ് പി.യെ മറ്റ് കാല്പനികകവികളിൽ നിന്നു വ്യത്യസ്തനാക്കുന്നത്. ആത്മാനുഭവങ്ങളെ കാവ്യഘടനയിലേക്കാവാഹിക്കുന്ന രീതിയ്ക്ക് ഉദാഹരണം നോക്കു.

വിറ്റുണ്ടുതീർത്തു നീ പണ്ടേ-യമ്മ
സൂക്ഷിച്ചരത്നാഭരണം
ദേശങ്ങൾ തോറുമലഞ്ഞു-പിതൃ
ദേവന്റെ നാമം മറന്നു
പെണ്ണുങ്ങൾ വീശിയെറിയും -കട
കണ്ണിൻ വലയിൽ കുടുങ്ങി
പൊയ്കയിൽ നിന്നു മറുത്തു-കര

യ്ക്കിട്ടൊരു ചെന്താരുപോലെ
മുറ്റമദ്ദേഹമാർഗ്ഗത്തിൽ-ഭ്രഷ്ട്
പറ്റിയ താരം കണക്കെ
നേടിയതൊക്കെയും നഷ്ടപ്പെട്ടു
വാടിക്കൊഴിഞ്ഞു നീ മണ്ണിൽ
(നീ വന്നില്ല)

ഇഴപിരിച്ചെടുക്കുമ്പോൾ സങ്കീർണ്ണമായ ഒരു വിഷാദഭാവം കാല്പനികസ്വത്വത്തിന്റെ അടയാളമായി പി.യിലുണ്ട്.

നീറുകയാണെൻ മനസ്സ്, നീണ്ട
ദാരുണമാത്മകഥ നിനച്ച്
തെറ്റെന്നൊരുദിനമാത്മദീപ്തി
യറ്റ ഞാൻ വെള്ളാരങ്കല്ലായ് വീണു!
(വെള്ളാരങ്കല്ലിന്റെ കഥ)

ഈ പതനം തന്റെ ദാരുണമായ ആത്മകഥ തന്നെയെന്നു തിരിച്ചറിയുന്നു ഈ കവിതയിലെ വിഷയി.

പാപാത്തദുർദ്ദിനമൊന്നിലേതോ
ശാപസ്തനിതപ്രഹരമേറ്റ്!
അച്ഛനരുളിയ കൊട്ടാരവും
ഭദ്രസ്വരാജ്യവുമൈശ്വര്യവും
ദിവ്യകലതൻ പരിവേഷവും
നവ്യപ്രതിഭാ പ്രസരങ്ങളും
ഒറ്റഞൊടിയിലിരുണ്ടു കെട്ടു;
പറ്റിയെനിക്കൊരധഃപതനം.
(വെള്ളാരങ്കല്ലിന്റെ കഥ)

തന്റെയീ അധഃപതനം, തമോലോകത്തിലേക്കുള്ള വീഴ്ച താൻ വരുത്തി വച്ചതുതന്നെയാണെന്നും അതിൽ നിന്നുള്ള മോചനം സാധ്യമാകണമെങ്കിലോ ജ്യോതിർലോകത്തിലേക്കു യാത്ര തിരിക്കണമെന്നും ഈ കവിതയിലെ വിഷയിയ്ക്കറിയാം. എന്നാലിപ്പോൾ ആ നഷ്ടലോകത്തിന്റെ സ്മൃതികൾ മാത്രമേയുള്ളൂ. തന്റെ വഴിതെറ്റിയ പോക്ക്, അടങ്ങാത്ത ആഗ്രഹപരമ്പരകൾ, അതിൽ നിന്നു കുതറി മാറുവാനുള്ള വൃഥാശ്രമം ഒക്കെ പി.യുടെ സ്ഥായീഭാവങ്ങളാണ്.

പൂം പൊയ്കതൻ ബന്ധമറ്റുപോയോ-
രാമ്പലമൊട്ടായ് ക്കരിഞ്ഞു ജീവൻ
കണ്ടാലറിയാത്ത മട്ടിലിന്നു-
കണ്ടിൽക്കിടക്കുന്ന ഞാനാരെന്നോ?
വാനവൃന്ദങ്ങൾ താലോലിക്കു
മോഹനനക്ഷത്രമായിരുന്നു!
ഭ്രഷ്ടനായ് തീർന്നൊരെനിക്കാഹാരം

നഷ്ടസ്വരാജ്യസ്മൃതികൾ മാത്രം!
(വെള്ളാരങ്കല്ലിന്റെ കഥ)

പല കവിതകളിലും; കവിയുടെ ദർശനത്തിലാകെ ഈ പാപ-പശ്ചാത്താപബോധം ഉള്ളൊഴുക്കായി പ്രവഹിക്കുന്നുണ്ട്. ലൗകികവ്യവഹാരത്തിൽ തനിക്കേറ്റ മുറിവുകൾ ചില കവിതകളിൽ, അതേപടി ന്യായീകരിക്കുന്നുണ്ട്.

രൂപങ്ങൾ മാഞ്ഞു മിഴിവറ്റ വർണം
കെട്ടതാം ചിത്രപടമായ് പ്രപഞ്ചം
താളം പിഴച്ചൊരു ഗാനമായ് വാനം
അർത്ഥമില്ലാത്ത പദമായ് ഭൂമി.
മായാലഹരീ ചഷകമൊഴിഞ്ഞു
ചേർക്കുണ്ടിലെ നിഴൽനാടകം തീർന്നു.
മുത്തുന്ന തേനീച്ചയില്ലാ, പുണരാൻ
തെന്നലില്ലിന്നു മടിശ്ശീല ശൂന്യം
തങ്കമാസ്സുണ്ടത്തുകക്കകളായി
മാലയായികണ്ടതിഴജാതിയായി;
കല്യാണമണ്ഡപം യക്ഷിപ്പറമ്പായ്
പുഞ്ചിരികൈവിഷം ചേർത്തകറുപ്പായ്
ച്ചുളുന്നമിന്നൽ നീ കണ്ടതെല്ലാം മുക്കു-
പണ്ടം നിരത്തിയ മായാവിപണി
(ആമ്പലമൊട്ടിന്റെ പാട്ട്)

പൂരത്തിനു പോയിട്ട്

കാവ്യജീവിതവും/വ്യക്തിജീവിതവും സ്വപ്നജീവിതവും/യഥാർത്ഥ്യജീവിതവും ആത്മീയജീവിതവും/ഭൗതികജീവിതവും തമ്മിലുള്ള ഏറ്റുമുട്ടൽ കവിതകളിലെല്ലാം ചിതറിക്കിടപ്പുണ്ട്. പി.യുടെ ഭക്തിയും സക്തിയും തമ്മിലുള്ള സംഘർഷം പല കവിതകളിലും ബിംബവത്ക്കരിക്കപ്പെട്ടിട്ടുണ്ട്. കളിച്ചു തൊഴുത് ഓണപ്പുലരിയെ എതിരേൽക്കാത്തമനുഷ്യൻ, ചന്തയിൽ ചുറ്റിനടന്നിട്ട് ക്ഷേത്രത്തിൽ പോകാതെ തിരിച്ചുപോകുന്ന മനുഷ്യൻ, ക്ഷേത്രത്തിലെത്തിയിട്ട് ശ്രീകോവിൽ കടക്കാത്ത മനുഷ്യൻ എന്നിങ്ങനെ തന്റെ ലൗകികനഷ്ടങ്ങളെ ബിംബവത്ക്കരിക്കുന്നു. 'കളി' എന്ന ക്രിയാബിംബം ജീവിതത്തെയാകെ പകർന്നുതരുന്ന ഒന്നായി മാറുന്നുണ്ട്. ജീവിതക്കളിയിൽ' പരാജയപ്പെട്ടവൻ എന്നത് പി.യുടെ ആത്മസംഘർഷത്തിന്റെ കേന്ദ്രസത്തയാണ്. ഉത്സവക്കളി, കളിച്ചുതൊഴാതെ, നഷ്ടക്കച്ചവടം എന്നീ കവിതകളിലെല്ലാം ആവർത്തിതാഖ്യാനമായി കടന്നു വരുന്നുണ്ട്.

അരയാൽത്തറയിൽത്തോർത്തു
വിരിച്ചൊന്നു മയങ്ങവെ
ഏതോ കുറുപ്പതിന്നാണ്ടു
പോയിഞാൻ മോഹനനിദ്രയിൽ
തട്ടിപ്പിടഞ്ഞെഴുന്നേറ്റു
തീർന്നുപോയുത്സവക്കളി
കളിയാക്കിച്ചിരിക്കുന്നു
ദൂരത്തു പുലർതാരക.
(ഉത്സവക്കളി)

ഉത്സവക്കളി കാണാതെ തിരിച്ചുപോകുന്നവനാണ് ഈ കവിതയിലെ വിഷയി. തന്റെ വൈയക്തികമായ നഷ്ടങ്ങളെ ഇങ്ങനെ ആത്മനിന്ദാതലത്തിലവതരിപ്പിക്കുന്ന രീതി പി.യുടെ കാവ്യസ്വത്വത്തിന്റെ ഭാഗമാണ്. കുളിച്ചുതൊഴാതെ എന്ന കവിതയിൽ ദേവനെക്കാണാതെ അടച്ച നടനോക്കി നിരാശനായി മടങ്ങുന്ന വിഷയിയെ കാണാം.

വൈകീസമയമടച്ചനടനോക്കി
യേകാകിയായിത്തിരിച്ചുപോകുന്നു ഞാൻ
സന്തപ്തമായി-നിരാശ-വിളക്കുപോ-
ലെന്നുമെരിയട്ടെയെന്നകക്കോവിലിൽ
(കുളിച്ചു തൊഴാതെ)

പൂരത്തിനു പോയിട്ട് എന്ന കവിതയിൽ വേണ്ടതു വേണ്ട രീതിയിൽ കാണാതെ പോകുന്നതിന്റെ ദൈന്യം നിഴലിക്കുന്നുണ്ട്.

പാവമെൻ ചങ്ങാതിപൂരത്തിനുപോയി
കാവിൽക്കടന്നതില്ലെന്നോ?
ഇല്ലാകടന്നില്ല കാവിൽപ്പരമാർത്ഥ
മുള്ളുതുറന്നു പറഞ്ഞു
ചന്തസ്ഥലങ്ങളിൽ നീളെയലഞ്ഞുള്ള
പാനീയമൊക്കെയും മോന്തി
യെഞ്ചോരിവായ്മലർത്തുമ്പില്ലതിരുന്ന
പുഞ്ചിരിപ്പഞ്ചാര നക്കി
ചങ്ങാതിമാരുമായ് ചീട്ടുകളിച്ചു, പിൻ
വാങ്ങിയോനെന്തൊരു പൂരം

ഇങ്ങനെ പൂരത്തിനുപോയ ചങ്ങാതിയിൽനിന്നു സാമാന്യവത്ക്കരിക്കപ്പെടുന്നയീ ആശയം കവിതയുടെ അവസാനം.

കഷ്ടമീ വീർപ്പിനാൽക്കാവ്യമെന്താക്കേളി
കേട്ടൊരു പൂരം കഴിഞ്ഞു
ഉണ്ടൊരുവസ്തു; വതു കൈവരാതെ താൻ
തെണ്ടിത്തിരിയുന്നു മർത്ത്യൻ
ഉണ്മതൻ വിഗ്രഹം കാണാതെ, ചന്തയും

കണ്ടുമടങ്ങുന്ന മർത്ത്യൻ
ചെയ്യേണ്ടതെന്തതു ചെയ്യാതെ മോഹത്താൽ
കൈയിൽ കുടുങ്ങുന്ന മർത്ത്യൻ
ഒന്നുമറിയാതെ വന്നു വൃഥാ പാരിൽ
നിന്നു തിരിച്ചു പോകുന്നു!
(പൂരത്തിനു പോയിട്ട്)

ചെയ്യേണ്ടതൊന്നും ചെയ്യാതെ മോഹത്തിൽ കുടുങ്ങുന്ന മർത്ത്യരിലേക്ക് ആരോപിക്കപ്പെട്ടുകയും പാരിലെ ജീവിതോത്സവത്തിന്റെ യഥാർത്ഥ്യം മനസ്സിലാക്കാതെ വൃഥാ തിരിച്ചുപോകുന്ന മർത്ത്യനിലേക്ക് അത് സംക്രമിക്കപ്പെട്ടുകയും ചെയ്യുന്നു. മറ്റൊരു കവിതയിൽ ശ്രീകോവിലിലുന്നം വെച്ച് പോയി വഴിതെറ്റിപ്പോകുന്ന കൊച്ചു വാണിഭക്കാരനെ അവതരിപ്പിക്കുന്നുണ്ട്.

ശ്രീകോവിലുന്നം വെച്ചുനേർവഴിതെറ്റിപ്രേത-
പ്പാഴ്പ്പറമ്പേറിപ്പോയ ഭീകരരജനിയിൽ
തേടിയില്ലൊന്നും നേടിയില്ല നീ കരൾക്കുമ്പു
വാടിബന്ധനമേറ്റ ജീവചേതന കേണൂ
അന്തിച്ചന്തതന്നൂടുപാതയിൽ നിഴൽവീഴ്ത്തി
കൈമുതൽ നഷ്ടപ്പെട്ട കൊച്ചുവാണിഭക്കാരൻ
(നഷ്ടക്കച്ചവടം)

നേടുവാൻ കഴിയാതെ പോകുന്ന ആത്മാവിന്റെ നെടുവീർപ്പുകൾ പി. സ്കൂൾ പൂട്ടുമ്പോൾ എന്ന കവിതയിലും ആവർത്തിക്കുന്നുണ്ട്.

നേടുവാൻ പുറപ്പെട്ട വിദ്യാർത്ഥി ഭവാനിന്നു
വീടിനെ വഞ്ചിച്ചൊരു കാമുകനായ്ത്തീർന്നല്ലോ
ഒക്കെയും നിരർത്ഥകവ്യയമായ്പ്പോയല്ലോ നിന്ന്
പകലേകിയതായ ശാശ്വതധനമെല്ലാം
(സ്കൂൾ പൂട്ടുമ്പോൾ)

ജീവിതത്തിൽ താനൊന്നും നേടാതെ പോകുന്നു എന്ന ചിന്ത പ്രബലമാക്കപ്പെടുന്ന കവിതകളിൽ ചില ഉദാഹരണങ്ങളാണ് സൂചിപ്പിച്ചത്. ഈ ലോകം ഉപേക്ഷിച്ച് അന്യലോകത്തിലേക്ക് പലായനം ചെയ്യുക കവിചേതസ്സിന്റെ അടങ്ങാത്ത ആഗ്രഹമാണ്. ഇവിടെ ഒന്നും നേടിയില്ല, നേടാനുള്ളത് അപരലോകത്തിലാണ് എന്ന ദർശനം പി.യുടെ കാവ്യസ്വത്വത്തിന്റെ സംഘർഷതലമാണ്.

നമസ്കാരം ഭൂതധാത്രി
തായേ പോയി വരട്ടേയോ?
ഭൂഗോള മുറിതൻ താക്കോൽ
തിരിച്ചേല്പിച്ചിടുന്നു ഞാൻ
ഒരിക്കലും മറക്കില്ല

വെറുതെ തന്നൊരീമുറി
അലങ്കോലപ്പെട്ട നിലമെങ്കിൽ
നീ മാപ്പ് നൽകുക.
(കവിയുടെ കണ്ണുനീർ)

ഈ ഭൂഗോളമുറിയുടെ താക്കോൽ തിരിച്ചേല്പിച്ചയാത്രയാവുകയാണ്. ആ അജ്ഞാതലോകത്തിലേക്ക് തന്നെയാരോ വിളിക്കുകയാണ്. ആ അപരലോകത്തിന്റെ വിളി പി.യുടെ കവിതകളിൽ ഒടുങ്ങാത്ത നിലവിളിയാകുന്നുണ്ട്.

ആരോ വിളിക്കുകയാണെന്നെ;
ആരോ നിൽക്കുന്നു ചന്ദ്രനിൽ;
ആരോ മുദ്രകൾ കാട്ടുന്നി-
താരോ പാടുന്നു വീണയിൽ.
(കവിയുടെ കണ്ണുനീർ)

അക്കരെയ്ക്ക്

അക്കരെയ്ക്ക് എന്ന കവിതയിൽ നിലവിളിയും ആ കരയിലേക്കെത്തപ്പെടാനുള്ള കവിസത്തയുടെ വെമ്പലും കാണാം. ആദ്ധ്യാത്മികതയുടേതായ പരിവേഷം ഈ കവിതയിലുണ്ട്. ഘോരമായ അലച്ചിലിന്റെ ചിത്രങ്ങൾ കവിതയിൽ നിറയുന്നുണ്ട്.

കട്ടത്തകല്ലും മുള്ളും പടർന്നു നിമ്നൗന്നത്യ-
ക്കൂട്ടക്കായ്ക്കിടക്കുന്ന ശൂന്യമീ നെടുംപാത
വാണിഭം നിൽക്കും ചന്തസ്ഥലങ്ങളങ്ങാടികൾ,
പാരിലും നെല്പാടങ്ങൾ, തോപ്പുകൾ, ചിറകളും,
ആട്ടമാട്ടുകൾമേയും പറമ്പും, കുറ്റിക്കാട്ടും,
നീടെഴും കുന്നും പെരുംകുഴിയും പാറക്കെട്ടും-
ചെമ്മണ്ണു, കരിങ്കൽച്ചില്ലിടയ്ക്കു മണൽവിരി-
യമ്മട്ടുനീണ്ടു ദീർഘ ദീർഘമീ യാത്രാമാർഗ്ഗം!
(അക്കരെയ്ക്ക്)

ജീവിതയാത്രയുടെ യാതനായാമങ്ങളായി കവിസത്തയെ പൊതിഞ്ഞു നിൽക്കുന്ന ഇരുട്ട്, തമോമയരാത്രിയായി വന്നെത്തുന്നു. താൻ പിന്നിട്ട പ്രയാണവഴികൾ തിക്തസത്യങ്ങളായി പിളർന്നു കിടക്കുന്നു. ആത്മകഥകളിലെല്ലാം ചൂളം വിളിക്കുന്ന രാത്രി വണ്ടിപോലെ പുക തുപ്പിനിൽക്കുന്നു.

കവി കയ്പു നിറഞ്ഞ തന്റെ കഴിഞ്ഞ
കാലങ്ങളെ ഓർത്തെടുക്കുന്നു.
നീങ്ങുന്നു സ്മരണതൻ തിക്തരോമന്ഥം കണ്ണു-
നീരിനാൽക്കുതിർത്തി ഞാൻ പിന്നിട്ട യാത്രാമാർഗ്ഗം.
(അക്കരെയ്ക്ക്)

പേക്കിനാവുകൾ കുത്തിനിറച്ച തുകൽസ്സഞ്ചി തൂക്കിയുള്ള ഏകാകിയുടെ യാത്ര, ഭോഗത്തിന്റെയും മോഹത്തിന്റെയും അന്ധകാര ത്തിലേക്കുള്ളതായിരുന്നുവെന്നു വിഷയി തിരിച്ചറിയുന്നുണ്ട്. അന്ധമായ ആഗ്രഹങ്ങളുടെ പിറകേ പോയതിനാലുള്ള നഷ്ടം വലുതാണ്.

ലൗകികതയുടെ കാമിതമദിര മോന്തി ജീവിതത്തിന്റെ യഥാർത്ഥസ ത്ത മറന്ന അയാൾ, തനിക്കു സംഭവിച്ച നഷ്ടങ്ങളെ ആത്മസംഘർഷ ത്തോടെ ഓർത്തെടുക്കുന്നു.

മുന്നിൽ വന്ന നീ മെല്ലെ വഴുതിപ്പിൻ വാങ്ങീല
പിന്നിൽവന്നവരെല്ലാം നിൻ മുന്നിൽ കടന്നില്ലേ
നീട്ടിയകടകണ്ണിൻ ചൂണ്ടലിട്ടാരോനിന്നെ-
പ്പാട്ടിലാക്കീലേ പറ്റിപ്പോയീലേ വ്രതഭംഗം?
ചന്തയിൽപ്പൂരം നാളിൽ ദേവിയെത്തൊഴാതേതോ
ചന്തയിൽച്ചുറ്റിത്തിരിഞ്ഞലഞ്ഞു കാലം പോയി
ദൂരെനിന്നൽക്കണ്ടയാൽ ദേവനെതൊഴാൻ വന്നു
കേറിനീ പണം തട്ടും തേവിടിപ്പെണ്ണിൻ വീട്ടിൽ
പ്രണയപ്പൂപ്പുഞ്ചിരിപ്പാലിന്റെ വില നൽകി
പ്പണവും തീർന്നുകിട്ടീ പാഴ്വഴിപ്രഹരങ്ങൾ
കഴിഞ്ഞൂ ക്ഷണികമാ നാടകം തിരശ്ശീല-
യൊഴിഞ്ഞൂ തോണിക്കാശുപോലുമില്ലല്ലോകയ്യിൽ
(അക്കെരെയ്ക്ക്)

ഇത്തരം അനുഭവവിവരണങ്ങൾ പി. തന്റെ ആത്മകഥക ളിൽ നിരന്തരം ആവർത്തിക്കുന്നുണ്ട്. തോണിക്കാരൻ വരണം, തോണിക്കാരും വേണം. അത്രനേരം കൂരിരുൾപ്പടർപ്പിൽ ഞാൻ വീഴട്ടെ എന്നു കവിതയിലെ വിഷയി പറയുന്നു. അക്കരെയെത്തുവാൻ എന്തു യാതനയും സഹിക്കുന്ന അയാൾ തന്റെ വിഷാദങ്ങളും പാപങ്ങളും അവിടെ ഇല്ലാതാകും എന്ന പ്രതീക്ഷയിലാണ്. അക്കരെയുള്ള ആ പൊൻകോവിലിൽ പ്രേമപൂർണ്ണമായ് ദിവ്യമായുയരുന്ന ആ മന്ത്രണം അയാൾ ശ്രവിക്കുന്നു.

അക്കരെയിരുളിനും വെളിച്ചത്തിനുമെല്ലാ-
മക്കരെ വിദൂരമെൻ സങ്കേതം ലസിക്കുന്നു
യാതൊന്നു നിനച്ചുകൊണ്ടുണർന്നു നടന്നു ഞാൻ
ആ തീർത്ഥസ്ഥലം നണ്ണിനണ്ണി ഞാൻ കരയട്ടെ
(അക്കരെയ്ക്ക്)

തന്റെ ഭൗതികവും ആത്മീയവുമായ സർവ്വവ്യസനങ്ങൾക്കും ഉത്ത മൗഷധം, ആ തീർത്ഥസ്നാനമാണെന്നു തിരിച്ചറിയുന്നു. ഉൽക്കടമായ പശ്ചാത്താപവും പരിദേവനവുമാണ് കുഞ്ഞിരാമൻ നായരുടെ കവിതക ളിൽ ചിരസ്ഥായിയായ ഭാവം. കളിയച്ഛനിലും പിറന്നമണ്ണിലും കാണുന്ന

പശ്ചാത്താപത്തിന്റെ അടിയൊഴുക്ക് ഈ കവിതയിലും കാണാം. കവി ത്തന്നെത്തന്നെ കുറ്റവിസ്താരം നടത്തുകയും ഒടുവിൽ തനിക്കെത്തപ്പെ ടേണ്ട ദിവ്യമായ ആ സാന്നിദ്ധ്യത്തെ പ്രതീക്ഷയോടെ നോക്കിനില്ക്കുന്ന തുമായ ഭാവം; അക്കരെയ്ക്ക് എന്ന ഈ കവിതയിലും കാണാം.

മുറ്റമെൻ നിവേദ്യങ്ങളാറ്റിൽ വീണടിയട്ടെ
പറ്റിയ ശോകാഗ്നിയിൽ കർപ്പൂരമെരിയട്ടെ
ചന്ദനത്തിരികൾ തൻ പ്രേമസൗന്ദര്യം കാറ്റിൽ-
ച്ചെന്നുടൻ പ്രദക്ഷിണ വരിയിലുരുളട്ടെ!
മുട്ടുവാൻ മുകരുവാൻ കിട്ടാത്ത പദമൊന്നിൽ
സാഷ്ടാംഗപ്രണതിയായ്ത്തീരട്ടെ പതനങ്ങൾ
ഊണിലെന്നുറക്കത്തിൽ നടപ്പിലിരിപ്പിലും
പ്രാണന്റെ ഇടുപ്പിലും പ്രേമപ്പം പൊടിപ്പിലും
കേട്ടറിഞ്ഞ താമാഴി തന്നടിതേടിത്തേടി
ക്കാട്ടിലെ പൂഞ്ചോലയായ്, കണ്ണുനീരുറവോടെ
കൂട്ടവിട്ടാടിപ്പാടിപ്പാടിയാരുടെ നട
നേടാതെ കടവത്തിക്കരിരുട്ടിൽ ഞാൻ വീണു,
കേഴമാത്മാവിൻ വിളികേൾക്കുമാപ്പൊന്നമ്പല
ത്താഴികക്കുടമോർത്തീ മൺകുടമുടയട്ടെ!
(അക്കരെയ്ക്ക്)

പി.യുടെ കവിതകളിലെ വിഷയി (subject) കളുടെയെല്ലാം സമാ നതയാണ് ലക്ഷ്യത്തിലേക്കെത്തുന്നതിനു മുമ്പേയുള്ള പതനം. ലക്ഷ്യം പ്രാപ്യമാവാതെ പോവുക അന്വേഷണം ലക്ഷ്യത്തിലെത്താതെയവസാ നിപ്പിക്കുക. തന്റെ ഭോഗവാസനകളുടെ അനിയന്ത്രിതമായ അവസ്ഥ. കോവിലിനുള്ളിലെത്തി ആത്മസ്വരൂപത്തെ ദർശിക്കുവാൻ കഴിയാതെ പോകുന്നു. പി. നേരിട്ട ഈ ആത്മസങ്കടം ആഴത്തിലെഴുതപ്പെട്ടിരിക്കു ന്നു മിക്ക കവിതകളിലും.

സൗന്ദര്യദേവത, വൈകി വന്ന വിരുന്നുകാരി

കേരളീയമായ ഒരു പ്രണയപരിസരം കുഞ്ഞിരാമൻ നായരുടെ കവിതയിലുണ്ട്. നിളാതീരവും പട്ടാമ്പിപ്പരിസരവും കവിയുടെ ആദ്യ കാലപ്രണയവേദിയാണല്ലോ. പി. തനിക്കേറ്റവും പ്രിയപ്പെട്ടതെന്നു പറയുന്ന കവിത-സൗന്ദര്യദേവത- ഈ കാലഘട്ടത്തിന്റെ സൃഷ്ടിയാണ്. വിരഹത്തിന്റെ കണ്ണീർത്തുള്ളികൾ പുരണ്ടതാണീ കവിത.

അത്രമേൽ പ്രാണനും പ്രാണനായ് നിന്നു നീ
യാത്രപറയാതെ പോയതുചിതമോ
വിണ്ണിൽ വെളിച്ചമെഴുതി നിന്നീടുമോ
കണ്ണിലൊരുകുറികൂടി ക്ഷണപ്രഭേ
(സൗന്ദര്യദേവത)

തന്നിലൊരു ക്ഷണപ്രഭയായി വന്നുപോയ അവൾ. ഈ ക്ഷണപ്രഭയാണ് പിന്നീട് മൂർത്തീകരിച്ച നിത്യകന്യക. അവസാനകാലം വരെ തന്റെ ഈ അപരത്തെതേടി (others) യാണ് പി.യുടെ യാത്രകൾ തുടരുന്നത്. സ്ത്രീയെ യോഗഭോഗമുറകളിൽ കണ്ട് ആനന്ദത്തിനും ആരാധനയ്ക്കും വിധേയമാക്കി തന്നിലൊടുങ്ങാത്ത കാമനകൾക്ക് പൂർത്തീകരണം തേടുകയാണ് പി. ചെയ്തത്. അവസാനകാലത്തെഴുതിയ വൈകി വന്ന വിരുന്നുകാരി എന്ന കവിതയും ഈ അനുഭവത്തിലേക്കു തന്നെ നമ്മെ കൊണ്ടുപോകുന്നു.

നാലഞ്ചുമാത്രകൾ! തീർന്നു മധുരോർമ്മി-
മാല തൻപൊട്ടിച്ചിരിയും കരച്ചിലും
ചൊല്ലുന്ന ചേതനമേലിലവളെനീ
കണ്ടുമുട്ടില്ലയീ ജീവിതപ്പാതയിൽ
ശാരദസന്ധ്യതൻ പൂക്കുമ്പിൾ ചിന്നിയോ-
രാവഴിത്താരയിൽ മാഞ്ഞു നിലാവവൾ
കാണില്ലിനിയൊരു നാളില്ല, മെങ്കിലും
കാക്കും നിശതൻ കിനാവിലെത്തോപ്പിൽ ഞാൻ.
(വൈകി വന്ന വിരുന്നുകാരി)

കടാക്ഷം

തന്നിൽ നിന്ന് എന്നെന്നേയ്ക്കുമായി അകന്നുപോകുന്നവളാണ് ഈ സങ്കല്പകന്യക (നിത്യകന്യക). അടുക്കുന്തോറും അകലേക്കകലേക്കു കൊണ്ടുപോകുന്ന അപാരതയാണവൾ, കവികാണുന്ന സമ്പൂർണ്ണ സൗന്ദര്യം-നിത്യവിശുദ്ധയായ അവൾ-കടാക്ഷം എന്ന കവിതയിൽ കടന്നു വരുന്നുണ്ട്; സർവ്വചരാചരസത്തയായി.

അജ്ഞാതമവൾ തൻ ലീല.
അജ്ഞാതമവൾ തൻ വഴി,
അജ്ഞാതമെന്നവൾ തൻ
പ്രേമശാസ്ത്രക്കുടുക്കുകൾ,
എന്നും
ആ മായാമയിയെച്ചൊല്ലി
കണ്ണീർവാർക്കേണ്ട നീകവേ!
ആ മിന്നൽക്കൊടിയെത്തേടി
കൂരിരുട്ടിൽപ്പെടേണ്ട നീ.
(കടാക്ഷം)

എന്നും പറയുന്നു. തനിയ്ക്കെന്നും അദൃശ്യയാണ് എന്നു കരുതി കവി തിരിച്ചു മടങ്ങുന്നുവെങ്കിലും ചരാചരപ്രേമലീലയുടെ പിന്നിൽ അവൾ തന്നെയാണെന്നും താൻ തിരഞ്ഞു കണ്ടെത്തേണ്ടതവളെത്തന്നെയാണെന്നും കരുതുന്ന കവി. കാവ്യദേവതയുടെ ചില അറിവുകൾ കവിയ്ക്കുണ്ട്.

തന്റെ തപ്തമായ ഏകാന്തതയിലും കയ്പുനിറഞ്ഞ ജീവിതത്തിലും അവൾ വരുമെന്നു കരുതുന്നു കവി.

തുറുങ്കറയിൽ

താൻ ഈ ലോകത്തുവന്നു പെട്ടവനാണെന്നും താൻ ഈ ലോകത്ത് ജീവിക്കാൻ കൊള്ളരുതാത്തവനാണെന്നുമാണ് തുറുങ്കറയിൽ എന്ന കവിതയിലെ വിഷയി സൂചിപ്പിക്കുന്നത്.

എങ്ങുന്നു വന്നു? പോകുന്ന
തെങ്ങു? ഞാനാര്? നേർവഴി-
തെറ്റിപ്പാമ്പിൻ മാളമുള്ള
കാട്ടിലെങ്ങനെ പെട്ടുഞാൻ!
(തുറുങ്കറയിൽ)

എന്ന നിരാശയിലും
അവളെക്കാത്തിരിക്കുന്നു
വിളക്കില്ലാത്ത സന്ധ്യയിൽ
ചിലമ്പൊലിച്ചാർത്തുചെകിടോർ
ത്തിരിപ്പു ക്രൂരിരുട്ടിൽ ഞാൻ
(തുറുങ്കറയിൽ)

ആ കാത്തിരിപ്പ്, അന്വേഷണമാണ് നിത്യകന്യകയെത്തേടിയും തന്നെത്തിരയുകയും കാല്പാടുകൾ തേടുകയും ചെയ്യുന്ന ആത്മയാത്രകളുടെ അടിത്തറ.

കവിസത്തയുടെ അന്വേഷണം ആ അന്യലോകത്തെയാണ്. തന്നെ ആ ദിവ്യദേശത്തേയ്ക്ക് കൊണ്ടുപോകാനായി അവൾ വരും. മാതൃദേവത തന്നെയുമാവാം അവൾ. തനിക്കു പുനർജന്മമേകാൻ അവൾ വരുമെന്നു ഈ കവിതയിൽ വിഷയി വിശ്വസിക്കുന്നു.

വളകിലുക്കം കൊണ്ടാട്ടും
കൈയിൻ വെള്ളിവിളക്കുമായ്,
വരൂ, പുനർജന്മമേകാൻ
പൊൻപുലർപ്രഭപോലെ നീ!
(തുറുങ്കറയിൽ)

അവളുടെ കടാക്ഷമേറ്റാൽ, തന്റെ പാപമെല്ലാം പൊറുത്ത് വിശുദ്ധനാകും താൻ എന്നു വിശ്വസിക്കുന്നു വിദ്യാരംഭം എന്ന കവിതയിലെ വിഷയി.

അവളൊന്നു കടാക്ഷിച്ചാൽ വിടരും നിൻമിഴികൾ
അവളൊന്നു തഴുകിയാൽ ഉണരും നിൻ ഹൃദയം
അഴിയുമീ അവിദ്യതൻ നെടും പാശനിരകൾ

പൊഴിയും നിന്നകതാരിൻ പുതുഗന്ധമരന്ദം.
മൃതിമൂക പരാപരമൃതസഞ്ജീവനിയായ്,
ഗതിപാരിന്നരുളീടും മമൃത നീരുറവയായ്,
ഉയിരിനുമുയിരേറ്റ മധിനാഥയവളാം
ഉണരുന്ന കലകൾ തൻ മഹാറാണിയവളാം
അലിവുറ്റൊരവളുടെ കരതാരു പിടിച്ച്
ഇരുളിന്റെ കൊടുങ്കാടു കടന്നേറി നടന്നാൽ
അലതല്ലും വെളിച്ചത്തിൽ കടലുകൾ കടന്നാൽ
അലയറ്റ മഹാശാന്തിയുള്ളിപ്പൊയ്കയണയാം.
(വിദ്യാരംഭം)

ഈ അജ്ഞാത സൗന്ദര്യ സ്വരൂപത്തെ പ്രാപിക്കുവാനുള്ള ഒടുങ്ങാത്ത കാല്പനിക യാത്രയും ആയാത്രയിലുടനീളം ഭൂമിയിൽ അവളെന്നു കരുതി തന്റെ കാമനകൾക്ക് സായൂജ്യവേദിയാക്കിയ അപരങ്ങളോടു ചെയ്ത നിരന്തരപാപങ്ങളും അവയിൽനിന്നുണ്ടായ ഒടുങ്ങാത്ത കുറ്റബോധവും നിറഞ്ഞതാണ് കുഞ്ഞിരാമൻനായരുടെ കാവ്യപ്രപഞ്ചം; അതിനനുബന്ധമായി എഴുതിയ ആത്മകഥകളും. ഈ സ്ത്രൈണ ചേതനയാണ് വിഷാദത്തിന്റെ നടുക്കയങ്ങളിലേക്കെടുത്തെറിയപ്പെടുമ്പോൾ പി.യുടെ കവിതയിലെ പല വിഷയികൾക്കും ആലംബമായി ത്തീരുന്നത്. തോണിപ്പുരയിൽ എന്ന കവിതയിൽ.

എല്ലാം കൊള്ളയടിയ്ക്കപ്പെ
ട്ടവശം, നിസ്വചിത്തനായ്
തലതാഴ്ത്തിയിരിപ്പു ഞാൻ
തോണിപ്പുരയിലേകനായ്!
(തോണിപ്പുരയിൽ)

നിസ്വചിത്തനായ് സർവ്വതും കവർച്ച ചെയ്യപ്പെട്ടിരിക്കുന്ന ഈ വിഷയി കവിസ്വത്വത്തിന്റെ പ്രതിനിധിയാണ്. തന്നിലേക്ക് ഉൾവലിഞ്ഞ് ഒറ്റപ്പെട്ട പക്ഷിരൂപമായ് മറ്റൊരു കവിതയിൽ ഈ അവസ്ഥയെ അവതരിപ്പിക്കുന്നുണ്ട്.

അസ്തമിച്ചതാമതോ പുരാതന-
സംസ്കാര സന്ധ്യ സൗന്ദര്യ നിലീനനായ്
ഭീമമാം ശൈത്യം വിഴുങ്ങാതെ
വാഴുന്നു രോമപ്പുതപ്പുള്ള
പക്ഷിയേകാകിയായ്.
(ഹരിദ്വാരഗംഗയിൽ)

തന്റെ തകർച്ചയ്ക്കു കാരണം താൻ തന്നെയാണെന്നും അതിൽ നിന്നു മോചിതനാകണമെങ്കിൽ സ്വയം നവീകരിക്കണമെന്നും ഈ വിഷയി കരുതുന്നു. തകർന്ന തോണി എന്ന ബിംബം ഈ കവിതയിലാകെ

ഭാവശക്തി പകരുന്നു. തോണിയുപയോഗിച്ച് മാത്രമേ തനിക്കീ ജലമാർഗ്ഗം മുറിച്ചുകടന്ന് തന്റെ ലക്ഷ്യസ്ഥാനമായ അക്കരെയെത്തുവാൻ കഴിയുകയുള്ളൂ. കണ്ണിൻ വെളിച്ചവും പ്രാണഞരമ്പിൽ ചുടുരക്തവുമായി,

വരുമോ കുങ്കുമം തൊട്ട
സാന്ധ്യശോഭ കണക്കവൾ?
(തോണിപ്പുരയിൽ)

എന്ന പ്രതീക്ഷയിൽ അയാൾ കഴിയുന്നു. ആ ദേവത പി.യുടെ ആദ്ധ്യാത്മികതയായി, ആശ്രയശക്തിയായി പത്മചൈതന്യമായി കുടികൊള്ളുന്ന മാതൃദേവത തന്നെയാണ്. അമ്മയായും കാമുകിയായും ഭാര്യയായും അഭയവരദയായി കുടികൊള്ളുന്ന ഈ ആരാധ്യരൂപത്തിലാണ് പി. തന്റെ കാവ്യസ്വത്വത്തെ കുടിയിരുത്തിയത്.

എന്റെ രഹസ്യക്കാരി

എന്റെ രഹസ്യക്കാരി എന്ന കവിതയിൽ തന്നിലെ ദുഃഖത്തെയെല്ലാം വലിച്ചെടുത്ത് ആനന്ദം നൽകുന്ന (ലൈംഗികാനന്ദം) പ്രണയിനിയാണ് അവൾ.

രാത്രിതൻ കയ്ക്കെത്തിയീവാസരം
പേർത്തും പേർത്തുമലയുമീനേരത്താൽ
ചന്ദ്രരശ്മിയുത്തപ്തമാവുഴിയെ
മന്ദം മന്ദം തഴുകമീയന്തിയിൽ
മായുമെല്ലാം, പനിനീർതളിക്കുകെൻ-
മാറിലോമനേ, പോർമുലമൊട്ടിനാൽ
ആർത്തിയാം മ ജീവിതദാഹമൊ-
ട്ടാറ്റുക നിന്നധരാമൃതത്തിനാൽ
(എന്റെ രഹസ്യക്കാരി)

നീ വരില്ല

നീ വരില്ല എന്ന കവിതയിൽ നഷ്ടബോധവും/വിരഹദുഃഖവും കവിചേതന നീറിപ്പിടിപ്പിച്ച് അകലെ അകലെപ്പോയ, മാഞ്ഞുപോയ ഈ സ്ത്രീ സത്ത തന്നെയാണ് കാണുന്നത്.

രാത്രിതൻ മാറിലമ്പിളി, തല-
വെച്ചുറങ്ങുമീ നേരത്തിൽ
പൂവിതറിയ, മെന്നൂ നീർത്തുവാൻ
നീ വരില്ലയിനിയെങ്കിലും
കാർത്തികത്താരം പൂക്കുമീയല്ലിൽ
കാത്തിരിക്കും ഞാനേകനായ്!
(നീ വരില്ല)

ഈ കാത്തിരിപ്പ് തന്നിൽ അഭാവമായി (lack) നിലനില്ക്കുന്ന അപര സത്തയാണെന്നു കാണാൻ കഴിയും. ഈ അപരസത്ത (otherself) തന്നിൽനിന്നു അന്യവത്ക്കരിക്കപ്പെട്ടിരിക്കുന്നു. അപ്രാപ്യമായതിനെ നേടുക നഷ്ടമായതിനെ തേടുക എന്നിങ്ങനെ കാല്പനികസ്വത്വത്തിന്റെ അടിസ്ഥാനഭാവം നീ വരില്ല എന്ന കവിതയിൽ പ്രണയനഷ്ടമായി/ ലൈംഗിക അഭാവമായി നിലനില്ക്കുന്നു.

ഓർക്കുമെന്നുമാ മുഗ്ധരൂപം ഞാ-
നോർക്കുമെന്നുമാ സ്സന്ധ്യയെ
യാത്ര തന്നുപധാന, മുർദ്ധപ്രേമ-
വീർപ്പിനാൽ നീ നിറയ്ക്കുമ്പോൾ
ശ്രീലമാദിമരംഗത്തിൽ, ത്തിര
ശ്ശീലവീണുപൊയെങ്കിലും.
ഈ രജനിയിലീമിഴിനീരിൽ
ശൂന്യസൈകതവേദിയിൽ,
പൂനിലാവൊളി പോലൊരിക്കലും
നീ വരില്ലിയിനിയെങ്കിലും.
കാത്തിരിക്കും ഞാൻ കൈത്തിരിയുമായ്
ചീർത്ത മൃത്യുവിന്നക്കരെ!

മൃത്യുവിന്നക്കരെ, ആ സ്ത്രൈണസത്ത തന്നിലേക്കു ലയിക്കപ്പെട്ടും. അമേയവും പൂർണ്ണവുമായ ആ ദിവ്യശക്തി തന്നെയാണ് പി.യുടെ കാവ്യവിഷയികളുടെയെല്ലാം ലക്ഷ്യസ്ഥാനം. പി.യുടെ കവിതകളെല്ലാം ആവർത്തിച്ചാവർത്തിച്ച പ്രത്യക്ഷപ്പെടുന്ന ആ സൗന്ദര്യചേതന-കാവ്യ ദേവതയാണ്, നിത്യകന്യകയാണ്. ആ നിത്യകന്യകയെത്തേടിയുള്ള അവസാനമില്ലാത്ത പ്രയാണമാണ് പി.യെന്ന കവിയുടെ കാവ്യോർജ്ജമായി നിലനിന്നിരുന്നതെന്ന് ഇപ്പോൾ നമുക്ക് തിരിച്ചറിയാൻ കഴിയും. നഷ്ടസ്വർഗ്ഗം-ശൈശവത്തിൽ തന്നിൽ നിന്നു നഷ്ടപ്പെട്ടുപോയ അപരം/ അന്യം-ആ മാതൃചേതന-അവളുടെ ആഗ്രഹം. അത് പ്രതീകാത്മകക്രമത്തിലേക്കു പ്രവേശിക്കുമ്പോൾ ഈ പ്രപഞ്ചത്തിലെ സകലവസ്തുക്കളിലേക്ക് ചരാചരപ്രകൃതിയിലേക്കും സംക്രമിക്കപ്പെട്ടിരിക്കുന്നു.

പി.യുടെ കാവ്യസ്വത്വത്തെ അപഗ്രഥിക്കുമ്പോൾ അതിൽ നില കൊള്ളുന്ന ശക്തിയും ദൗർബല്യങ്ങളുമെന്താണ്? ആ സത്തയുടെ ആന്തരവൈരുദ്ധ്യങ്ങളെന്തെല്ലാമാണ്? ഭാഷ, ബിംബസംയോജനം, കവിതകളിലെ പ്രധാന മോട്ടീഫുകളെന്തൊക്കെയാണ്? കവിതകളുടെ അപഗ്രഥനത്തിലൂടെ കാവ്യസ്വത്വത്തിൽ നിലനിന്നിരുന്ന ആന്തരവൈരുദ്ധ്യമാണ് കവിതകളിലെ വിഷയികളുടെ സംഘർഷമായി കാണാൻ കഴിയുന്നത്. പി. ഈ സംഘർഷങ്ങൾ തന്നെയാണ് ആത്മകഥകളിലേക്കും മറ്റു ഗദ്യരചനകളിലേക്കും പ്രക്ഷേപിച്ചിരിക്കുന്നത്.

സ്വത്വം എന്നത് ഭാഷയാൽ നിർമ്മിതമാണ് എന്ന് ലക്കാനിയൻ കാഴ്ചപ്പാടിൽ നിന്നുകൊണ്ട് പി. യുടെ എഴുത്തിനെ അപഗ്രഥിക്കുമ്പോൾ ആ വ്യവഹാരത്തിന്റെ അടിസ്ഥാനധാര കാൽപനികതയാണ്. കാല്പനികത എന്ന ബൃഹദാഖ്യാനത്തെ 'പി' തന്റെ സ്വത്വത്തിലേക്ക്-ആഖ്യാനത്തിലേക്ക് സ്വാംശീകരിച്ചതെങ്ങനെയെന്നു കഴിഞ്ഞ അദ്ധ്യായങ്ങളിൽ വിശദീകരിച്ചതിനെ ഇങ്ങനെ ക്രോഡീകരിക്കാം.

പി. എന്ന കവിയുടെ സ്വത്വം, അനുഭവത്തെ ആഖ്യാനം ചെയ്യുമ്പോൾ സംഭവിക്കുന്ന പിളർപ്പ്, സ്വത്വ/അപരങ്ങളുടെ പിളർപ്പ തന്നെയാണ്. കവിതയിലെ വിഷയി/കർത്താവ് ജനിക്കുന്നത് ഭാഷയിൽ നിന്നാണ്. ഭാഷയാണ് അഥവാ സൂചകമാണ് കർത്താവിനെ ജനിപ്പിക്കുന്നത്. കർത്താവും കവിതയിലെ സൂചകങ്ങളും തമ്മിലുള്ള ബന്ധം പരസ്പരാശ്രിതത്വത്തിന്റേതാണ്. ഇത് ലക്കാനിയൻ വ്യാഖ്യാനത്തിൽ, ഒരു ഘടനയെ സൂചകത്തിനു സ്ഥാപിച്ചെടുക്കാൻ കഴിയുന്നതുപോലെ കർത്താവിനു പകരം മറ്റൊന്നിനെ സ്ഥാപിക്കാനുള്ള കഴിവാണ് ഇവിടെ പരമപ്രധാനം.

പി.യുടെ കവിതകളിലെ വിഷയികൾ (Subjects) പൊതുവായി പങ്കുവയ്ക്കുന്ന മോട്ടീഫുകളെ (വിഷയാംശങ്ങൾ) ഇങ്ങനെ സംഗ്രഹിക്കാം.

(ഒന്ന്): നഷ്ടപ്പെട്ടു പോയതിനെ അന്വേഷിച്ചുകൊണ്ടിരിക്കുക. ഒടുവിൽ കണ്ടെത്താറാകുമ്പോൾ, തന്റെ വിധിയിൽ വിശ്വസിച്ചു കൊണ്ട് പിൻമടങ്ങി വീണ്ടും അതിനെയെപ്പോഴെങ്കിലും കാണുമെന്നുള്ള വിശ്വാസം പുലർത്തുക. അതിനെ കണ്ടെത്താൻ കഴിയാത്തതിനു കാരണം തന്നിലെ പാപമാണെന്നു തിരിച്ചറിയുക.

(രണ്ട്): അനിയന്ത്രിതമായ തന്റെ ആഗ്രഹങ്ങളാൽ (ഭൗതികമായി ലൈംഗികത) ഭോഗയാനങ്ങളിലേക്കും അധമലോകത്തിലേക്കുമെത്തുക. കവിതയ്ക്കുവേണ്ടിയാണിതെല്ലാമെന്നു ചിന്തിക്കുക. അമിതമായ പാപബോധത്തിൽ, തനിക്കു നഷ്ടപ്പെട്ടുപോയ അതീതലോകത്തെക്കുറിച്ചോർത്തു നെടുവീർപ്പിടുക.

(മൂന്ന്): ഭൗതികം-ആത്മീയം, യാഥാർത്ഥ്യം-സ്വപ്നം, വ്യക്തി-കവി ജീവിതങ്ങൾ തമ്മിലുള്ള ആന്തരവൈരുദ്ധ്യങ്ങൾ. ക്ഷേത്രം തന്റെ ലക്ഷ്യസ്ഥാനം, പ്രകൃതി-ക്ഷേത്രം, സ്വത്വം-പ്രകൃതി എന്നിങ്ങനെ നിരന്തരം കവിതയിലൂടെ ആരോപിക്കുക. തന്നെ പ്രകൃതിയിലേക്കും പ്രകൃതിയെ തന്നിലേക്കും മനുഷ്യനെ പ്രകൃതിയിലേക്കും-പ്രകൃതിയെ മനുഷ്യനിലേക്കും സംക്രമിപ്പിക്കുന്ന രീതി ആഖ്യാനഘടനയിൽ തുടരുക.

(നാല്): ഭാഷയെ ബിംബവൽക്കരിച്ചുകൊണ്ട് സൂക്ഷ്മമായി പ്രകൃതിയെ മനുഷ്യാനുഭവങ്ങളിലേക്ക് ആവിഷ്കരിക്കുന്ന രീതി ആഖ്യാനത്തിൽ നിരന്തരം ആവർത്തിക്കുക.

(അഞ്ച്): ആഖ്യാനത്തിലെ മൗലികത

1. ഒരു ആശയം പലമട്ടിൽ പറയുക.

2. ഒരു വസ്തുവിനെത്തന്നെ പല വസ്തുക്കളോടുപമിക്കുക.

3. ഒരു അനുഭവം തന്നെ പല ബിംബങ്ങളിലൂടെ പകർന്നു തരുന്ന രീതി.

(ആറ്): കാല്പനികതയുടെ ഭാവഗീതാംശത്തെ (Lyrical) അയച്ച് സംവാദാത്മകമാക്കി (Dialogic) അവതരിപ്പിക്കുന്ന രീതി.

കുറിപ്പുകൾ

1.ഡോ. ആർ. അമ്പിളികുമാരി, ആശാൻ കവിതയിലെ കാവ്യബിംബങ്ങൾ, തിരുവനന്തപുരം. കേരളഭാഷാ ഇൻസ്റ്റിറ്റ്യൂട്ട്, 2011. പുറം. 97.

2.C. DayLewis, the poetic image, Jonnathan Cape, London, 1968. p.22.

3.Ezra paund, Literary essays of Ezra pound, London, Faber and Faber, 1968, p. 4.

4.ഇ.വി രാമകൃഷ്ണൻ, അനുഭവവും ആഖ്യാനവും പി. കവിതകളിൽ (ലേഖനം) (കവിതയുടെ രഥോത്സവം. സമ്പാ: ഡോ. അജയപുരം ജ്യോതിഷ് കുമാർ) തിരുവനന്തപുരം. കേരളഭാഷാ ഇൻസ്റ്റിറ്റ്യൂട്ട്, 2006, പുറം. 60-61.

5.പി.നാരായണകുറുപ്പ്, കവിയും കവിതയും, തിരുവനന്തപുരം. കേരളഭാഷാ ഇൻസ്റ്റിറ്റ്യൂട്ട്, 2004, പുറം. 84.

6.എസ്. ഗുപ്തൻ നായർ, കാവ്യസ്വരൂപം, കോട്ടയം. സാഹിത്യപ്രവർത്തക സഹകരണസംഘം, നാഷനൽ ബുക്സ്റ്റാൾ, 1998, പുറം. 114.

7.എൻ.വി. കൃഷ്ണവാരിയർ, കളിയച്ഛൻ (അവതാരിക), കോട്ടയം. ഡി.സി. ബുക്സ്, 1998. പുറം. 9.

8.എം.പി. ശങ്കുണ്ണിനായർ, കളിയച്ഛൻ (ലേഖനം) കവിയുടെ രഥോത്സവം (എഡി. ഡോ. അജയപുരം ജ്യോതിഷ് കുമാർ) തിരുവനന്തപുരം. കേരളഭാഷാ ഇൻസ്റ്റിറ്റ്യൂട്ട്, 2002 പുറം.3

9.ബി. ഹൃദയകുമാരി, കാല്പനികത, കൊല്ലം. ഇംപ്രിന്റ് ബുക്സ്, 1998. പുറം.183.

10.ഡോ. എം. ലീലാവതി, വർണ്ണരാജി, കോട്ടയം, സാഹിത്യപ്രവർത്തകസഹകരണസംഘം, 1989, പുറം. 120.

11.മേലത്ത് ചന്ദ്രശേഖരൻ, കുഞ്ഞിരാമൻ നായർക്കവിത, തൃശ്ശൂർ, കേരളസാഹിത്യഅക്കാദമി, 2006. പുറം. 249-250.

12.ഇ.പി. രാജഗോപാലൻ, കവിതയുടെ ഗ്രാമങ്ങൾ, തൃശ്ശൂർ, കറന്റ് ബുക്സ്, 2008, പുറം. 50.

13.എം. ലീലാവതി, വർണ്ണരാജി, കോട്ടയം. സാഹിത്യ പ്രവർത്തകസഹകരണസംഘം, 1989, പുറം. 124.

14.ഇ.പി. രാജഗോപാലൻ, കവിതയുടെ ഗ്രാമങ്ങൾ, തൃശ്ശൂർ. കറന്റ് ബുക്സ്, 2008, പുറം. 56.

15.കെ.പി. ശങ്കരൻ, ത്രിവേണി, തൃശ്ശൂർ. കറൻറ് ബുക്സ്, 2009, പുറം. 40.

16.കെ.ജി. ശങ്കരപ്പിള്ള, വാക്കുകളുടെ മഹാബലി (ലേഖനം) (പി. മായാത്ത കാല്പാടുകൾ; എഡി. എൻ സന്തോഷ് കുമാർ) കോഴിക്കോട്. മാതൃഭൂമി, 2006, പുറം. 12.

17.ഡോ. ഡി. ബഞ്ചമിൻ, കാവ്യനിർദ്ധാരണം, തിരുവനന്തപുരം. പ്രഭാത് ബുക്സ്, 2002, പുറം. 80-81.

18.എസ്. ഗുപ്തൻ നായർ, കാവ്യസ്വരൂപം, കോട്ടയം. സാഹിത്യ പ്രവർത്തക സഹകരണസംഘം, നാഷണൽ ബുക്സ്റ്റാൾ, 1998, പുറം. 121.

19.ഡോ. ഡി. ബഞ്ചമിൻ, കാവ്യനിർദ്ധാരണം, തിരുവനന്തപുരം. പ്രഭാത് ബുക്സ്, 2002, പുറം. 82.

20.അതേ പുസ്തകം പുറം. 82.

21.രവിശങ്കർ, എസ്. നായർ, പി. ഒരു പുനർവായന, പരിധി പബ്ലിക്കേഷൻസ്, തിരുവനന്തപുരം. 2007, പുറം. 93.

അധ്യായം നാല്
ആത്മകഥ: അനുഭവം, ആഖ്യാനം

ആധുനികതയിൽ നിന്നു ഉത്പന്നമായ വ്യക്തിസത്തയുടെ ആവിഷ്കാരമാണ് ആത്മകഥ. വ്യക്തിചരിത്രത്തിന്റെ ആഖ്യാനപാഠമാണത്. കാല്പനികതയുടെ സംസ്കാരം, അധിനിവേശത്തിന്റെ ഏറ്റവും നാടകീയമായ ചലനങ്ങൾ ഇവയൊക്കെയാണ് ആത്മകഥ എന്ന സാഹിത്യഗണത്തിന്റെ പിറവിക്കു കാരണമായിട്ടുള്ളത്. ആത്മകഥയിലെ ആഖ്യാനം യാഥാർത്ഥ്യത്തിന്റേയും കല്പിത (Fiction) ത്തിന്റെയും സാന്നിധ്യഅസാന്നിധ്യങ്ങളാൽ രൂപപ്പെടുന്ന ഒന്നാണ്. ആത്മകഥ അടിസ്ഥാനപരമായി എഴുത്താണ്, ആഖ്യാനമാണ്, ഭാഷാനിർമ്മിതിയാണ് എന്ന ധാരണ സജീവമാകുന്നത് ആധുനികതയുടെ കാലത്താണ്.[1]

ആത്മകഥ: കല്പിതവും ആഖ്യാനവും

ആത്മകഥ ഒരു ആഖ്യാനമായതുകൊണ്ടുതന്നെ അതിലൊരു ബോധപൂർവ്വവും കൃത്രിമവുമായ കെട്ടിച്ചമയ്ക്കൽ (Artificial fabrication) ദർശിക്കുവാൻ കഴിയും. കഥയുടെ (Fiction) സാന്നിധ്യമാണ് ആത്മകഥയുടെ ആഖ്യാനത്തെ നിയന്ത്രിക്കുന്നത്. ആത്മകഥ, നോവൽ എന്നിവ തമ്മിലുള്ള അകലം കുറയ്ക്കുന്നത് എഴുതിയ ആളിന്റെ ആഖ്യാനത്തെ തട്ടിച്ചു നോക്കുമ്പോഴാണ്. എനിക്കുചുറ്റുമുള്ള ലോകം എന്താണെന്നും ഞാൻ എന്താണെന്നും എന്തുപോലെയാണെന്നും എന്റെ അർത്ഥമെന്താണെന്നും വസ്തുനിഷ്ഠപ്രപഞ്ചഘടനയിലൂടെ ധ്വനിപ്പിക്കപ്പെടുന്ന ഒന്നാണ് ആത്മകഥ എന്ന രൂപകം (metaphor) തന്നെയെന്നു ആത്മകഥാവിമർശകനായ ജെയിംസ് ഓൾനി അഭിപ്രായപ്പെടുന്നു.[2]

ആഖ്യാനത്തെക്കുറിച്ച് ഷോൾസ്/കെല്ലോഗ് എന്നിവരുടെ അഭിപ്രായം ഏതൊക്കെ സാഹിത്യകൃതിയിലാണോ കഥയുടെ സാന്നിദ്ധ്യവും ആഖ്യാതാവിന്റെ സാന്നിധ്യമുള്ളത് അവയാണ് ആഖ്യാനങ്ങൾ.[3] ഇതിനെ കുറച്ചുകൂടി സൂക്ഷ്മതലത്തിൽ പരിശോധിക്കാം. യഥാർത്ഥമോ കൽപ്പിതമോ ആയ ഗതകാലസ്മരണകൾ മൗലികമായി ഭാഷയിലൂടെ പ്രതിനിധാനം ചെയ്യുന്നതാണ് ആഖ്യാനം എന്ന് ട്രോഗറ്റും പ്രാറ്റും[4] ആഖ്യാനത്തെ നിർവ്വചിക്കുന്നു.

ഗതകാലസ്മരണകൾ പ്രതിനിധാനം ചെയ്യുന്നു എന്നത് 'ആത്മകഥ'യിൽ വളരെ പ്രധാനപ്പെട്ടതാണ്. ഒരു വ്യക്തി തന്റെ ഓർമ്മകളിലൂടെയാണ് ഭൂതകാലത്തെ പുനഃസൃഷ്ടിക്കുന്നത്. ഒരാൾ തന്റെ അനുഭവങ്ങൾ ഓർത്തെടുക്കുമ്പോഴാണ് അത് അനുഭവങ്ങളായിത്തീരുന്നത്. ഒരാൾ അയാളോടുതന്നെ നടന്ന കാര്യങ്ങളെക്കുറിച്ചു പറയുമ്പോഴാണ് അയാൾ ഓർമ്മിക്കുന്നു എന്നു പറയുന്നത്. തന്നോടു തന്നെ ഒരാൾ നടത്തുന്ന ആഖ്യാനം ആത്മകഥാഖ്യാനത്തിന്റെ സവിശേഷമായ തലമാണ്. റോളാങ് ബാർത്ത് ആഖ്യാനത്തെക്കുറിച്ചു നൽകുന്ന ചുരുങ്ങിയ നിർവ്വചനം: ഇന്ദ്രിയഗോചരമായ ക്രമിതവും പരസ്പരബന്ധിതവുമായ സംഭവശ്രേണിയെന്നാണ്'.[5] ഒരു വ്യക്തിജീവിതകഥ കാലസ്ഥലപരിധികളിൽ ആഖ്യാനം ചെയ്യപ്പെടുന്ന ആത്മകഥയിലെ ഭാഷാകർത്തൃത്വ സൂചകങ്ങളിലേക്ക് വിരൽ ചൂണ്ടുന്നതാണ് ബാർത്തിന്റെ ഈ ആഖ്യാന നിർവ്വചനം.

ഭാഷയ്ക്ക് ഒരു ആദേശ (displacement) സ്വഭാവമുണ്ട്. ഈ സ്വഭാവത്തെ ആഖ്യാനം പ്രയോജനപ്പെടുത്തുന്നുണ്ട്. കാലികമായും (temporally) സ്ഥലികമായും (spatially) അകലത്തിരിക്കുന്ന വസ്തുക്കളെ ആദേശം ചെയ്ത് ആഖ്യാതാവ് ശ്രോതാവിനു/വായനക്കാരനു'രദാ ചെയ്യുന്നതിന് ഉപയോഗിക്കുന്ന ആഖ്യാനബഹുലകമാണ് (normative mode) ഈ ആദേശപ്രക്രിയ സാധ്യമാക്കുന്നത്. വിദൂരതയിലുള്ള വസ്തുക്കളുടെ വാചികമായിട്ടുള്ള ആവിഷ്കാരം കൂടിയാണ് ആഖ്യാനം. സ്ഥലവർണന/പ്രകൃതിവർണനയിലെ അടിസ്ഥാനതലം ഭാഷയിലുള്ള ഈ ആദേശപരമായ ആഖ്യാനവൃത്തിയാണ്.

ആഖ്യാനം കാല നിബദ്ധമായി പ്രവർത്തിക്കപ്പെടുന്ന യഥാർത്ഥമോ കൽപ്പിതമോ ആയ സംഭവങ്ങളുടെയോ സാഹചര്യങ്ങളുടെയോ ആവിഷ്കാരമാണെന്നും ആഖ്യാനപഠിതാവായ ജെറാൾഡ് പ്രിൻസ് നിർവ്വചിക്കുന്നു.[6] ഈ നിർവ്വചനത്തിന്റെ കുറച്ചുകൂടി വിപുലീകൃതതലമാണ് ജെറാൾഡ് ജെന്നറ്റിന്റേത്.[7] ജെന്നറ്റിന്റെ അഭിപ്രായത്തിൽ

ആഖ്യാനത്തിന് മൂന്നു കേന്ദ്രങ്ങളുണ്ട്. 1. കൃതി (Text) 2. കൃതിയും കൃതിയ്ക്കാസ്പദമായ സംഭവങ്ങളും (കഥ) തമ്മിലുള്ള ബന്ധം 3. കൃതിയും നിർമ്മാണപ്രക്രിയയും തമ്മിലുള്ള ബന്ധം. ചുരുക്കത്തിൽ കഥ, കൃതി, ആഖ്യാനം എന്നീ മൂന്നു ബിന്ദുക്കൾ ചേർന്നു രൂപപ്പെടുന്ന ത്രികോണം ഒരു കൃതിയുടെ ആഖ്യാനസ്വഭാവത്തിലേക്കു കടക്കാൻ സഹായിക്കുന്നു.

ഇങ്ങനെ കഥ, ആഖ്യാനത്തിലൂടെ കൃതിയായി മാറുമ്പോൾ ഒട്ടേറെ ഘടകങ്ങൾ അതിൽ സന്നിഹിതമാകുന്നുണ്ട്. സ്ഥലകാലപശ്ചാത്തലങ്ങൾ, ആഖ്യാതാവിന്റെ മാനസികതലം വീക്ഷണസ്ഥാനം, ഭാഷയുടെ സ്വരഘടന എന്നിവയാണ് അവയിലെ പ്രധാന ഘടകങ്ങൾ. ആത്മകഥയെക്കുറിച്ചു പറയുമ്പോൾ ആഖ്യാതാവിന്റെ ആത്മനിഷ്ഠത അതിനെ സ്വഗതാഖ്യാനമാക്കുന്നുണ്ട്. പല തലങ്ങളിൽ പല അർത്ഥങ്ങളിൽ പ്രയോഗിക്കുന്ന ഒരു പദമാണിത്. കാല്പനികതയിൽ ഭാവഗീതാവിഷ്കാരത്തോടു ബന്ധപ്പെടുത്തി വളരെ ചർച്ച ചെയ്യപ്പെട്ടിട്ടുണ്ട് ഈ പദം. അതോടൊപ്പം നാടകത്തിൽ കഥാപാത്രങ്ങൾ സ്വയം സംസാരിക്കുന്നതിനെയും സ്വഗതാഖ്യാനം എന്നു സൂചിപ്പിക്കുന്നുണ്ട്. ഏകപാത്രനാടകം (Monodrama), ആത്മഗതം (soliloqy) സ്വഗതം (Aside) നാടകീയ സ്വഗതാഖ്യാനം (Dramatic Monologue) എന്നിങ്ങനെ നാലു രീതിയിൽ കാണപ്പെടുന്നു.

ഷ്ലോമിത്ത് റിമ്മെൺ കെനാൻ ആഖ്യാനത്തെ നിർവ്വചിക്കുന്നത് ഒരു ഭാഷകനും ഒരു ശ്രോതാവും തമ്മിലുള്ള സംവേദനമായിട്ടാണ്. ആഖ്യാനത്തിന്റെ അടിസ്ഥാനരൂപത്തെ കെനാന്റെ നിർവ്വചനമനുസരിച്ച് മൂന്നായി വർഗീകരിക്കാം (1) കഥ (2) പാഠം (3) ആഖ്യാനം. ഒരു സംഭവ പരമ്പരയിലെ നിയോജകങ്ങളെ കാലിക ക്രമത്തിൽ പുനർനിർമ്മിക്കുന്ന, പാഠത്തിലെ സംഭവവിവരണമാണ് കഥ. എഴുതുകയും പറയുകയും ചെയ്യുന്ന ഒരു മാധ്യമ വ്യവഹാരമാകുന്നു ഇത്. സ്പഷ്ടമായി പറഞ്ഞാൽ എന്താണോ നമ്മൾ വായിക്കുന്നത് അതാണ് പാഠം. പാഠത്തിൽ സംഭവ വിവരണങ്ങളുടെ കാലികക്രമം നിയോജകങ്ങളുടെ സ്വഭാവമനുസരിച്ച് വീക്ഷണകോണുകളാൽ സ്ഥാനഭ്രംശം ചെയ്യപ്പെടുന്നു. സംഭവപരമ്പരകൾ കൂടിച്ചേരുന്ന കഥയുടെ നിർമ്മാണ പ്രക്രിയയാണ് ആഖ്യാനം.[8] പാഠമെന്നത് ഒരു ഭാഷാ നിർമ്മിതിയാണ്. ഒരു യഥാർത്ഥസംഭവത്തിന്റെയോ സംഭവങ്ങളുടെയോ യഥാർത്ഥ സംഭവമോ സംഭവങ്ങളോ ആകാനിടയുള്ളവയുടെയോ പ്രത്യഭിജ്ഞാനവും (ധാരണകളും) ഒരു കഥ പല കഥകൾക്കും ജന്മം നൽകും.

ഈ തരത്തിൽ ആത്മകഥയിലുള്ള പാഠത്തിലെ കർത്താവിന്റെ നിലപാടുകളാണ് പാഠത്വ (Textuality) ത്തിന്റെ നിലപാടുകളായി

നിർണയിക്കപ്പെടുന്നത്. ഈ നിലപാടുകൾക്കനുസരിച്ച് അവൻ (He)/ അവൾ (She) പ്രതിനിധാനം ചെയ്യുന്ന ജീവിതത്തിന്റെ ആഖ്യാനമാണ് ആത്മകഥയിൽ നടക്കുന്നത്. ഇതിലൂടെ ആ വ്യക്തി ജീവിച്ച സമകാലത്തിന്റെ ദർശനവും സാമൂഹികവീക്ഷണവും വിശകലനം ചെയ്യുകയും വ്യാഖ്യാനിക്കുകയും ചെയ്യുന്നു. ആത്മകഥയുടെ വിവരണഘടനയിലുള്ള ചില പ്രധാനഘടകങ്ങളെ ബിഖു പരേഖ് ചൂണ്ടിക്കാട്ടുന്നു: ഒന്ന്: പൂർവ്വകല്പിതമായ സാംസ്കാരിക പരിധികളിൽ മൂല്യനിർണയം ചെയ്യപ്പെടുന്നതും സമീകരിക്കപ്പെടുന്നതുമായ ഒരനന്യസ്വത്വ (unique self) ത്തിന്റെ കഥയാണ് ആത്മകഥ. ജീവിതം ഒരു യാത്രയാണെന്ന രൂപകത്തിലൂടെ ഓരോ പുരുഷന്റെയും സ്ത്രീയുടെയും തെരഞ്ഞെടുപ്പുകൾ, വീക്ഷണങ്ങൾ, സന്ദിഗ്ദാവസ്ഥകൾ എന്നിവയുടെ ഏകതാനമായ ക്രിയകളുടെ ആവിഷ്കാരം ആത്മകഥയിൽ നിർമ്മിക്കപ്പെടുന്നു. രണ്ട്: ആത്മകഥയിലെ 'സ്വത്വ'ത്തിന് ഒരു ചരിത്രമുണ്ടെന്നും അവ ഭൂതകാലത്തിന്റെ തെരഞ്ഞെടുപ്പുകളുടെയും തീരുമാനങ്ങളുടെയും ഉൽപ്പന്നമായി നിർണയിക്കപ്പെടേണ്ടതുമായ ധാരണ. മൂന്ന്: ആത്മകഥയിലെ ആത്മനിഷ്ഠ വിന്യാസം (subjective orientation) അപരത്തി (other)ൽ നിന്നാണ് നിർമ്മിതമാവുന്നത്. നാല്: സയുക്തികമായ സ്വത്വത്തിന്റെ പ്രതിബിംബാത്മകത (self-reflective), ആത്മകഥയിൽ വിവരിക്കപ്പെടുന്ന ജീവിതത്തിന്റെ വിച്ഛേദം/വിഘടനത്വം നിർമ്മിക്കുമ്പോൾ പൂർവ്വകല്പിതമായ (മുന്നേ നിലനില്ക്കുന്ന-സദാത്മകമായ) സ്വത്വത്തിന്റെ ചുറ്റുപാടുകൾ തെളിഞ്ഞുവരുന്നു.[9]

ബിഖുപരേഖിന്റെ ഈ അപഗ്രഥനത്തിൽനിന്ന് ആത്മകഥയുടെ പാഠത്തിന്റെ ഘടകങ്ങളെ താഴെപ്പറയുന്ന രീതിയിൽ വേർതിരിച്ചെടുക്കാം. (1) പൂർവ്വകല്പിത സാംസ്കാരികവ്യവഹാരം (2) സ്വത്വം (3) അപരം (4) ഭൂതകാലത്തിന്റെ നിർമ്മാണം (5) ആത്മനിഷ്ഠ വിന്യാസം (Self- orientation). ഇങ്ങനെ ആത്മകഥയുടെ, ഒരു സാഹിത്യരൂപമെന്ന നിലയിലുള്ള വ്യതിരിക്തത (Variable) പാഠനിർമ്മിതിയിൽ തെളിഞ്ഞു വരുന്ന ഘടകങ്ങളെ വിശകലനം ചെയ്യുമ്പോഴാണ്, ആത്മകഥാപഠനം സാംസ്കാരിക പഠനമായി മാറുന്നത്. അതായത്, മുന്നേ നിലനിൽക്കുന്ന ഒരു സദാത്മകസ്വത്വം എന്ന ആശയത്തെ അടിസ്ഥാനമാക്കിയാണ് ആത്മകഥ വ്യതിരിക്തമാകുന്നത്. ആത്മകഥ എന്ന പാഠവും പാഠത്തിനു പുറത്തുള്ള സൂചകവും (referent) തട്ടിച്ചു നോക്കിയുറപ്പിക്കുന്നതാണ് ഈ ആധികാരികത (authenticity). എന്നെ കണ്ടെത്താൻ ഞാൻ മാത്രമാണ് അധികാരി എന്നതാണ് ആത്മകഥയ്ക്കു പിന്നിലെ അഹങ്കാരം.[10]

വ്യക്തിസ്വത്വം എന്നത് ഉദ്ഗ്രഥിതമല്ല, അദ്വിതീയമോ സ്വകാര്യമോ പോലുമല്ല. വ്യക്തിസ്വത്വം എന്നത് അതിനെപ്പറ്റി എഴുതുന്നതിനു മുമ്പ് സത്തയായി നിലനിന്ന ഒന്നേയല്ല. സ്വത്വത്തെ (സത്തയെ) ഉണ്ടാക്കുന്നത് ഭാഷയാണ് എന്നാണ് ഉത്തരാധുനിക ഭാഷാചിന്തകൾ. മുമ്പേ മാനവികവാദസങ്കല്പത്തിൽ നിലനിന്നിരുന്ന ഭാഷാപൂർവ്വസ്വത്വം എന്ന സങ്കല്പത്തിനെതിരാണിത്. ആത്മകഥയിൽ ആഖ്യാനം ചെയ്യപ്പെടുന്ന/ നിലനിൽക്കുന്ന സ്വത്വം ഒരു ഭാഷാനിർമ്മിതിയാണ്, വ്യാകരണവസ്തുതയാണ്, പ്രതീകാത്മകഘടനയാണ്. ഭാഷ എന്ന പ്രതീകാത്മകഘടനയിലൂടെ നടത്തുന്ന ഭാഷണപ്രക്രിയയിലൂടെ യാഥാർത്ഥ്യവും (Real) അയഥാർത്ഥ്യവും (Fiction) ഒരു കൃത്രിമ സാംസ്കാരിക സ്വത്വനിർമ്മാണം നടത്തുന്നുണ്ട് ആത്മകഥയിൽ.

ആത്മകഥാഖ്യാനത്തിൽ കല്പിതകഥയിൽ നിന്നും നോവലിൽ നിന്നും വ്യത്യസ്തമായ ഒന്ന് യാഥാർത്ഥ്യം എന്ന പ്രമാണലേഖമാണ് (reference). അവൻ/അവൾ/അയാൾ ഈ സർവ്വനാമങ്ങളെ അടയാളപ്പെടുത്തുന്നതെങ്ങനെയാണ് എന്നതു സുപ്രധാനമാണ് ആത്മകഥയിൽ. ആത്മകഥയിൽ, ആഖ്യാതാവ് അയാളുടെ അനുഭവങ്ങളുടെ സ്മരണകളായിരിക്കും അവതരിപ്പിക്കുന്നത്. ആത്മകഥയിലെ ആഖ്യാതാവ് (Narrator), എഴുത്തുകാരൻ(Writer), കഥാപാത്രം (Protagonist)-നായകൻ/നായിക എന്നിവർ ഒരാളാണെന്നത് ആത്മകഥയെ പ്രശ്നസങ്കീർണമായ ഒരു ആഖ്യാനരൂപമാക്കുന്നു. അങ്ങനെ ഞാൻ, എന്റെ കഥയുടെ സാക്ഷിയായി-സർവദത്തദൃഷ്ടിയിൽ (എപ്പോഴും തുറന്നിരിക്കുന്ന കണ്ണ്) എന്നെ കണ്ടുകൊണ്ടിരിക്കുന്നു. ഇങ്ങനെയുള്ള ഉത്തമപുരുഷ ആഖ്യാനത്തിന് ജെറാൾഡ് ജന്നറ്റ് നൽകുന്നത് ആഖ്യാനതല ആഖ്യാനം (Homodigetic Narration) എന്നാണ്.[11]

രണ്ടുതരം കാരണങ്ങളാൽ ഉത്തമപുരുഷനും പ്രശ്നപൂർണമാണ്. ആഖ്യാനതല ആഖ്യാനത്തെ തിരിച്ചറിയാൻ വേണ്ട വിശ്വസ്തതെളിവുകളൊന്നും പ്രത്യക്ഷമായിട്ടില്ല എന്നതാണ് പ്രധാനം. ബഹിർമുഖ ആഖ്യാനേതരതല (Over of heterogetic/Authorial Narration) ആഖ്യാതാക്കളും ഉത്തമപുരുഷനിലായിരിക്കും സൂചനകൾ നൽകുന്നത് എന്നതാണ് ഒന്നാമത്തെ കാരണം. അപൂർവ്വം ചില ആഖ്യാനതലങ്ങളിൽ ആഖ്യാതാക്കൾ പ്രഥമപുരുഷനിൽ (Fist person of Narration) ആയിരിക്കും പ്രത്യക്ഷപ്പെടുക എന്നതാണ് മറ്റൊരു കാരണം. തന്മൂലം ഉത്തമപുരുഷാഖ്യാനം എന്നതിനേക്കാൾ ജന്നറ്റ് നൽകുന്ന ആഖ്യാനതലആഖ്യാനം എന്ന സംജ്ഞയാണ് കുറെക്കൂടി വ്യക്തതയുള്ളത്.

എഴുത്തുകാരന്റെ ആഖ്യാനം (Authorial Narration) എന്നതും ആത്മകഥയിൽ സംഭവിക്കുന്നുണ്ട്. എഴുത്തുകാരന്റെ വീക്ഷണ കോണിൽ നിന്ന് സ്വയം പ്രമാണവൽക്കരിക്കുന്ന ഒരു തലം ഈ ആഖ്യാനത്തിലുണ്ട്. തന്റെ പല മുഖങ്ങളെ മാറി-മാറി അണിയുന്ന രീതി സംഭവിക്കുന്നുണ്ടിവിടെ. ദൈവസമാനമായ ഒരു സർവ്വജ്ഞന്റെ ആഖ്യാനരീതിയാണിവിടെ സംഭവിക്കുന്നത്.

കല്പിതാഖ്യാനത്തിൽ (figural narrative situation) സംഭവങ്ങൾ, പ്രഥമപുരുഷ (first person) ആഖ്യാനത്തിൽ നടത്തുന്നു. ഒരു കഥാപാത്രമായി/കഥാപാത്രത്തിന്റെ കണ്ണിലൂടെ കാണുന്ന തരത്തിൽ അവതരിപ്പിക്കുകയാണിവിടെ ചെയ്യുന്നത്. ഇങ്ങനെ ഉത്തമപുരുഷൻ (ഞാൻ-ആഖ്യാതാവ്) ഗ്രന്ഥകർത്താവ് (ഞാൻ-എഴുത്തുകാരൻ) കല്പിതാഖ്യാതാവ് (ഞാൻ-കഥാപാത്രം) എന്നിങ്ങനെ വ്യത്യസ്ത വീക്ഷണ കോണിലൂടെ ആത്മകഥാഖ്യാനം സംഭവിക്കുന്നു.

ആത്മകഥാകർത്താവായി-ആഖ്യാതാവായി-ആത്മകഥയിലെ കഥാപാത്രമായി (നായിക/നായകൻ) ആത്മകഥയുടെ പാഠത്തിൽ ചിതറികിടക്കുന്ന ആത്മകഥാകർത്താവിനെ അല്ലെങ്കിൽ ആഖ്യാനത്തിന്റെ അബോധത്തെ പുറത്തുകൊണ്ടുവരുമ്പോഴാണ് ആത്മകഥാപഠനം പ്രശ്നപൂർണമാവുന്നത്. ആത്മകഥയിലെ ഞാൻ വ്യക്തിയുടെ സാംസ്കാരികാനുഭവത്തെത്തന്നെയാണ് തരുന്നത്. എന്നാൽ ആ അനുഭവമെന്നു പറയുന്നതിൽ ഭാഷാവൃത്തിയുമുണ്ട്. ഇതേ വ്യക്തിയെ, ഞാൻ എന്ന ഉത്തമപുരുഷനെ, സർവ്വനാമത്തെ അയാൾ/അദ്ദേഹം/ അവൻ/അവൾ ആയിക്കണ്ടാൽ പാഠസന്ദർഭങ്ങളെല്ലാം തകിടം മറിയും. ഈ ഞാൻ എതിർലിംഗത്തിൽപെട്ടവളോ/വർണ്ണക്കാരനോ/ വിദേശിയോ ആയാൽ അട്ടിമറി തന്നെ നടക്കും.

ഒരു ഞാൻ മാത്രമേയുള്ളൂ എന്ന് ഒരാളെപ്പറ്റി അയാൾ പറയുന്നത്, ഒറ്റമനുഷ്യൻ മാത്രമല്ല പലരാണ്. അതിനാൽ വ്യക്തിയുടെ അയാൾ (അവൻ/അവൾ) ആഖ്യാനങ്ങൾ (he/she-Narratives) ഒരു സത്തയല്ല, ഒരു പ്രക്രിയയാണെന്നു പറയേണ്ടിവരും. ഇവിടെ ആത്മകഥയുടെ ആധികാരികതയാണ് ചോദ്യം ചെയ്യപ്പെടുന്നത്. ഇങ്ങനെ ഞാൻ എന്നത് സമയാതീതമായ സ്വയം സമ്പൂർണ്ണമായ ഒന്നല്ല. സ്വത്വബോധമെന്നത് മറ്റുള്ളവരിൽ നിന്ന് തന്നെക്കുറിച്ചുകിട്ടുന്ന ചിഹ്നബോധത്തെയാണ് ആശ്രയിച്ചു നിൽക്കുന്നത്.[12]

ആത്മകഥ: പാഠത്തിന്റെ പേര്

ആത്മകഥാകർത്താവിന്റെ പേരും (name) പാഠത്തിന്റെ തലക്കെട്ടും (title) തമ്മിലുള്ള അകലമാണ് ആത്മകഥയുടെ പ്രധാന വ്യതിയാനങ്ങളിലൊന്നെന്ന് ആത്മകഥയെ അപനിർമ്മാണമാർഗ്ഗത്തിലൂടെ അപഗ്രഥിക്കുന്ന വേളയിൽ റോബർട്ട് സ്മിത്ത് പറയുന്നു.[13] താത്വികമായി പേര്, പാഠത്തിന്റെയും ആത്മകഥാകർത്താവിന്റെയും തലക്കെട്ടായി പരിണമിക്കുന്നുവെന്ന് സ്മിത്ത് ചൂണ്ടിക്കാട്ടുന്നു.

ആത്മകഥാകർത്താവും പാഠവും തമ്മിൽ വിഭജിക്കപ്പെട്ടിരിക്കുന്നു. ആത്മകഥാകർത്താവ് സ്വന്തം പേരിനകത്തു നിന്നുകൊണ്ട് അന്യാളുടെ പേര് പാഠത്തിന് കൊടുക്കുന്നു. എഴുത്തുകാരനും പേരും തമ്മിലുള്ള വിള്ളൽ (cleft) എഴുത്തുകാരനെ പേരിൽ നിന്ന് വിഭജിക്കുന്നു. ഈയൊരു പ്രക്രിയയിൽ ആത്മകഥയെ പേരുമാത്രം അവശേഷിച്ച പദവി (titular status) യുടെ എഴുത്താക്കി മാറ്റുന്നു.[14]

റോബർട്ട് സ്മിത്തിന്റെ നിഗമനത്തിന്റെയടിസ്ഥാനത്തിൽ പി. കുഞ്ഞിരാമൻ നായർ എന്ന എഴുത്തുകാരന്റെ പേര് 'കവിയുടെ കാല്പാടുകൾ' എന്ന പാഠത്തിന്റെ തലക്കെട്ടിൽ പേരുമാത്രം അവശേഷിച്ച പദവിയായി എഴുത്തിൽ നിലനിൽക്കുന്നു. 'കവിയുടെ കാല്പാടുകൾ' 'എന്നെ തിരയുന്നഞാൻ', നിത്യകന്യകയെത്തേടി എന്നീ കൃതികൾ യാത്ര എന്ന രൂപകത്തിലൂടെ ഞാൻ നടത്തുന്ന ആഖ്യാനവൃത്തിയാണ്. യാത്രയുടെ എഴുത്തിൽ, യാത്രികന്റെ ക്രിയാവ്യവഹാരങ്ങൾ പരോക്ഷമായി അയാളിലെത്തന്നെ മറ്റൊരാളിലേക്ക് അദ്ധ്യാരോപം ചെയ്യുകയാണ്. തനിക്ക് പിടിതരാതെ അദൃശ്യമായി നിൽക്കുന്ന കവിതയായ നിത്യകന്യകയെത്തേടി തിരഞ്ഞ് ആദിയും അന്തവുമില്ലാത്ത വഴിയിൽ നിൽക്കുന്ന കവികർമ്മവ്യവഹാരത്തിന്റെ കാല്പാടുകൾ അതിൽ തെളിഞ്ഞു നിൽക്കുന്നു.

ആത്മകഥയിൽ രണ്ടു വ്യവസ്ഥകൾ സജീവമായി നിലനിൽക്കുന്നു. ഒന്ന്: പാഠത്തിന്റെ സ്വത്വത്തെ (textual self) യാഥാർത്ഥ്യവുമായി ബന്ധിപ്പിക്കുന്ന ഒരു സൂചകവ്യവസ്ഥ. ഇതാണ് ആത്മകഥയിലെ യാഥാർത്ഥ്യബിംബത്തെ (image of the real) ഉളവാക്കുന്നത്. രണ്ട്: ഇതേ ധർമ്മം ചെയ്യുന്ന ഒരു സാഹിത്യവ്യവസ്ഥയുമുണ്ട്. സ്വത്വത്തെ ഭാഷയിലൂടെ നിർമ്മിക്കുന്ന വ്യവസ്ഥ. ഇതാണ് യഥാർത്ഥം എന്ന പാഠഫലം ഉളവാക്കുന്നത്. ഈ രണ്ടു വ്യവസ്ഥകൾ പരസ്പരപൂരകമായി പി.യുടെ ആത്മകഥയുടെ പാഠവ്യവസ്ഥകളിൽ ഒളിഞ്ഞും തെളിഞ്ഞും നിൽക്കുന്നു.

പി. എന്ന കവിയുടെ കവികർമ്മ വ്യവഹാരത്തിന്റെ കഥയായി പി.യുടെ ആത്മകഥകളെ വിലയിരുത്താം. കവിതയ്ക്കുവേണ്ടി താൻ നടത്തിയ അലച്ചിലുകളും നിത്യകന്യക എന്ന അപ്രാപ്യയായ കാവ്യ ദേവതയെ പ്രകൃതിസൗന്ദര്യത്തിലും സ്ത്രീസൗന്ദര്യത്തിലും ദർശിച്ച് ഭൗതി കയാഥാർത്ഥ്യത്തിൽ തടഞ്ഞു വീണ്, കാവ്യദേവതയുടെ, സൗന്ദര്യത്തെ ഭൗതികമായി ദർശിച്ച് സ്ത്രീരൂപങ്ങളെ കല്യാണമില്ലാകല്യാണങ്ങളിലൂടെ പ്രാപിച്ച് തിരസ്കരിച്ച്, പ്രണയവും പാപവും കലർന്ന പശ്ചാത്താപവഴി കളിലൂടെ ആത്മസംഘർഷത്തിന്റെ, ആത്മനിന്ദയുടെ എരിതീയിലേക്ക് വീഴുന്ന കാഴ്ചകളാണ് ഈ ആത്മകഥകളിലുള്ളത്. സങ്കല്പ യാഥാർത്ഥ്യ ങ്ങളിൽ ഏറിയകൂറും സങ്കല്പങ്ങളിൽമാത്രം കഴിഞ്ഞ കാല്പനികനായ കവിയുടെ തൃഷ്ണാപൂർണമായ കാവ്യവ്യവഹാരത്തിന്റെ അടയാളപ്പെടു ത്തലാണ് പി.യുടെ ആത്മകഥാപാഠങ്ങളിൽ നിറയുന്നത്. ഒടുങ്ങാത്ത ആഗ്രഹങ്ങളാൽ പ്രകൃതി/സ്ത്രീ സൗന്ദര്യങ്ങളിൽ മുങ്ങിക്കുളിച്ച് കവിത യ്ക്കുവേണ്ടി ആഖ്യാതാവ് നടത്തുന്ന അനുഭവങ്ങളുടെ നിർമ്മാണമാണ് ആത്മകഥാപാഠവ്യവസ്ഥയിൽ സംഘർഷം നിറയ്ക്കുന്നത്.

കവികർമ്മ വ്യവഹാരത്തിന്റെ സ്ഥലപരിധികളുടെ ആഖ്യാനം കാഞ്ഞങ്ങാട്ടുനിന്നും പട്ടാമ്പിക്കും പട്ടാമ്പിയിൽ നിന്ന് ലക്കിടിക്കും ലക്കിടിയിൽ നിന്ന് പാലക്കാട്ടേക്കും പാലക്കാട്ടുനിന്നും തൃശ്ശൂരേക്കും തൃശ്ശൂരിൽ നിന്ന് തിരുവനന്തപുരം സി.പി, സത്രത്തിലേക്കും വന്നും പോയുമിരിക്കുന്നു. പി.യുടെ ആത്മകഥ നിയതമായ അർത്ഥത്തിൽ ആദിമദ്ധ്യാന്തങ്ങളോടുകൂടിയ ഒരാത്മകഥയല്ല, 'ഓർമ്മകൾ വരുന്ന മുറയ്ക്ക് അവ എഴുതപ്പെടുന്നതിനാൽത്തന്നെ സംഭവങ്ങളുടെ കാലികമായ തുടർച്ചയൊന്നും ആ ആത്മകഥയിലില്ല.[15] ക്രമരാഹിത്യത്തിൽ നിന്നുട ലെടുക്കുന്ന ക്രമഭംഗിയാണ് പി.കുഞ്ഞിരാമൻ നായരുടെ ആത്മകഥ കളെ ശ്രദ്ധേയമാക്കുന്നത്.[16]

'ആത്മകഥയുടെ കരാറിൽ' ജീവിതമെഴുതുമ്പോൾ

വാസ്തവലോകവും ആഖ്യാനത്തിലൂടെ രൂപപ്പെടുന്ന സങ്കല്പലോകവും തമ്മിലുള്ള വിടവ് പി.യിൽ വലിയ അഭാവമായി നിലനിൽക്കുന്നുണ്ട്. കവിത എന്ന ഏകലക്ഷ്യത്തിലേക്ക് ഉന്നിദ്രമായിരിക്കുന്ന സ്വത്വം, സ്ഥലത്തെ/പ്രകൃതിയെ, ഭൂഭാഗദൃശ്യങ്ങളെ (land scapes) എഴുത്തി ലൂടെ ആദേശം (displacement) ചെയ്യുമ്പോൾ ചിതറിപ്പോകുന്നുണ്ട്. അപരത്താൽ (other) ചിതറിപ്പോകുന്ന സ്വത്വത്തിന്റെ പാഠബന്ധി തമായ ഇരട്ട (Textual double)- യാണ് പി.യുടെ എഴുത്തിനെ നിയന്ത്രിച്ച പോരുന്നത്. ലെജോൺ ആത്മകഥയുടെ കരാറിൽ

(Autobiographical pact) ജീവിതവും കൃതിയും പാഠത്തിന്റെ അകം പുറങ്ങളിലെ സ്ഥാനികതയാണെന്നു പറയുന്നു. കുഞ്ഞിരാമൻ നായരുടെ കൃതികളിൽ യഥാർത്ഥജീവിതത്തിന്റെ വസ്തുതാവിവരണങ്ങൾ വാർന്നു വീഴുന്നത് ആഖ്യാനത്തിന്റെ പ്രായോഗികതന്ത്രങ്ങളാലാണ്.

ഉദാ:

"സൂര്യൻ കാണും മുമ്പ് കിഴക്കൻ ചെന്താമരപ്പൊയ്കയിൽ മുങ്ങി ക്കുളിച്ച് ഈറനുടുത്ത പുലരികൾ പാടവും പറമ്പും കടന്നുപോയി. നിഴലും വെളിച്ചവും ഉങ്ങിൻ തണലിൽ കൂട്ടിപ്പിടിച്ചു കിടക്കുന്ന മധ്യാഹ്നങ്ങൾ പുഴക്കരവിട്ടു പോയി. മേക്കുഴകി പൊട്ടും തൊട്ട് സന്ധ്യകൾ തൊഴാൻ ഇറങ്ങിപ്പോയി".[17]

ഉദാ:

"ജനാല തുറന്നു. ദൂരെ കല്ലടിക്കോട്ടു നീലമല, ചെണ്ടമദ്ദളം പാണി. പെരുമ്പറയെന്നു തോന്നുന്നു. കുന്നുകൾ, പാടം, പറമ്പ്, ഒതുങ്ങി നിൽക്കുന്ന കൊച്ചു ഭവനങ്ങൾ. പാട്ടുകഴിഞ്ഞു വെച്ച വീണ ഭാരത പ്പുഴ. കഴിഞ്ഞകാലമോർത്തു മനംനൊന്ത കണ്ണുനീരൊപ്പി, കടവ്, കടവുപാത, യാത്രക്കാർ, അക്കരെ കയറമ്പാറച്ചന്ത, ആൽമര ത്തണൽ, മേയുന്ന കാലിപ്പിള്ളേർ, ഉറങ്ങുന്ന കടവുതോണി, കാവൽച്ചാളകൾ, മാല തൊടുത്തു പാറുന്ന പച്ചക്കിളികൾ". ഓ. മതി, ഈ വഴിയമ്പലം മതി. ഇവിടെ തങ്ങാം ഇവിടെനിന്ന് അവളെ വിളിക്കും. ഓടിവരും വരുന്നപക്ഷം അങ്ങോട്ടുചെന്നു കടന്നു പിടിക്കും ബലാത്സംഗം, ബലാത്സംഗം ഈ വീട്ടിൽ വച്ച് അതു നടക്കും.[18]

രണ്ടുതരം ആഖ്യാനരീതികൾ ഈ വർണനയിൽ കാണാം. ആദ്യത്തേതിൽ 'ഈറനുടുത്ത പുലരികൾ' 'കൂട്ടിപ്പിടിച്ചു കിടക്കുന്ന മദ്ധ്യാഹ്നങ്ങൾ', 'മേക്കുഴകി പൊട്ടും തൊട്ട് സന്ധ്യകൾ' ഇവയെല്ലാം ഭൂതകാലത്തിലെ ക്രിയകളുമായി ബന്ധപ്പെട്ടു കിടക്കുന്നു. കടന്നുപോയി, വിട്ടുപോയി, ഇറങ്ങിപ്പോയി. നഷ്ടപ്പെട്ട അനുഭവങ്ങളെ ഓർമ്മപ്പെടുത്തു ന്നു ഈ വിവരണം.

ജനാല തുറന്ന് കാണുന്ന ഒരു വിദൂരദൃശ്യമാണ് രണ്ടാമത്തേത്. നീലമല, കുന്നുകൾ, പാടം, പറമ്പ്, ഭവനങ്ങൾ, പുഴക്കടവ്, കടവുപാത, ചന്ത ഇങ്ങനെ നീണ്ടുപോകുന്ന ഒരു ദൃശ്യത്തിൽ നിന്നും പെട്ടെന്ന് കട്ട് ചെയ്യുന്നത്. പ്രകൃതിയുടെ ദൃശ്യാനന്ദത്തിൽ നിന്ന് (കവിത എന്ന അനുഭവം). പ്രചോദിതമായി അനുഭൂതിയിൽ നിന്ന് അപ്രാപ്യമായതിനെ പ്രാപിക്കു വാനുള്ള വ്യഗ്രതയിലേക്കു കടന്നുവരുന്നു ആഖ്യാതാവ്.

ഇങ്ങനെ കേരളത്തിന്റെ സ്ഥലകാലങ്ങൾ ആഖ്യാനത്തിൽ കല്പിത (fictioinal) സ്ഥലകാലങ്ങളായി രൂപം മാറിവരുന്നു. ഈ കല്പിതാ ഖ്യാനങ്ങളിലൊക്കെ അമർത്തിവെച്ച ആഗ്രഹങ്ങളുടെ സൂചകങ്ങ ളായി പ്രകൃതിദൃശ്യങ്ങൾ നിലകൊള്ളുന്നു. ഇങ്ങനെ സ്ഥലകാലങ്ങൾ കാല്പനീകരിച്ച് യഥാർത്ഥകാലത്തിൽ നിന്ന് ആഖ്യാനകാലത്തിലേക്ക് ആദേശം (displacement) ചെയ്യപ്പെടുന്നു. ആത്മകഥയിലെ ആഗ്രഹ യുക്തിയിലാണ് (Desire logic) പി.യുടെ യാത്രാവിവരണ/പ്രകൃതിദൃശ്യ ങ്ങൾ രൂപപ്പെടുന്നത്. ഇത് ഒരു യാത്രാവിവരണകാരന്റേതല്ല; സ്വത്വം പ്രതിനിധാനം ചെയ്യുന്ന ആത്മകഥാകർത്താവിന്റേതാണ്.

അനുഭവങ്ങളുടെ നിർമ്മാണമാണ് പി.യെ സംബന്ധിച്ചിടത്തോളം ആത്മകഥ. ആത്മകഥാകർത്താവായി നിലകൊള്ളുന്ന 'ഞാൻ' മായാ രൂപത്തിൽ യാഥാർത്ഥ്യങ്ങളെ പ്രതിനിധീകരിക്കുകയാണ്. അയാൾ/ അവൻ/ അവൾ എന്നീ സർവ്വനാമങ്ങളിൽ മറഞ്ഞിരുന്ന് വ്യത്യസ്ത മുഖംമൂടികളണിഞ്ഞ് ആഖ്യാതാവിന്റെ പകർന്നാട്ടത്തിലൂടെ അനുഭവ ങ്ങളെ പുനർ നിർമ്മിക്കുകയാണ്. ഭാഷയിൽ സന്നിവേശിക്കപ്പെടുന്ന ഈ ഞാൻ, ഇപ്പോൾ, ഈ നിമിഷം, ഇവിടെ-ആഖ്യാനച്ചരടിൽ നിർ മ്മിക്കപ്പെടുന്ന ഒന്നാണ്.

ആത്മകഥ: പരസ്യപ്പെടുത്തുന്ന ഞാൻ

ഞാൻ ഒരു പാഠനിർമ്മിതിയാണ്. ഞാൻ എന്ന് ആത്മകഥാകാരൻ വിളിക്കുന്നത് തന്നെത്തന്നെയല്ല. ഞാൻ ആയി താൻ പരസ്യപ്പെടു ത്താൻ ആഗ്രഹിക്കുന്ന ഒരു നിർമ്മിതിയെയാണ്. പി. തന്റെ ആത്മക ഥകളിലൂടെ പരസ്യപ്പെടുത്താനാഗ്രഹിക്കുന്ന ഞാൻ ഒരു കവിയാണ്. കവിതയ്ക്കുവേണ്ടി മാത്രമാണ് തന്റെ ജീവിതം എന്നാണ് അയാൾ കരു തുന്നത്. അതിനുവേണ്ടി എന്തു ത്യാഗം സഹിച്ചും ജീവിക്കും. നിത്യക ന്യകയെ പ്രാപിക്കുവാനുള്ളതാണ് തന്റെ ജീവിതം. ആ ലക്ഷ്യപ്രാപ്തിക്കു വേണ്ടി താൻ വീട്, നാട്, തൊഴിൽ, വിദ്യ എല്ലാം ഉപേക്ഷിച്ചു. തന്റെ ഗുരുവിനോട് പിതാവിനോട് ഒക്കെ അപരാധങ്ങൾ ചെയ്തു. പിതാവിന്റെ ഇഷ്ടങ്ങൾക്ക് വിരുദ്ധമായി താൻ ചെയ്ത തെറ്റുകൾ ജീവിതാന്ത്യം വരെ പാപ-പശ്ചാത്താപങ്ങളായി നീറ്റിക്കൊണ്ടിരുന്നു. അത് ആത്മനിന്ദ യുടെ തലത്തോളം വളർന്ന് ആ തീയിൽ എരിഞ്ഞുകൊണ്ടിരുന്നു.

താൻ കവിയാണ്, കവിതയാണ്, നിത്യകന്യക (സ്ത്രീ)യാണ് തന്റെ ലക്ഷ്യം. ആ അപരത്തിലേക്ക്-സ്വത്വവും അപരവും ഒന്നായിത്തീരുന്ന ആഹ്ലാദം, രതിജന്യമായ ആഹ്ലാദമായി വിഷയിയുടെയും (subject) അന്യത്തിന്റെയും (other) അതിർവരമ്പുകൾ മാഞ്ഞുപോകുന്ന

അവസ്ഥയിലേക്ക്-പി.യിലെ 'ഞാൻ' കർത്തൃത്വം മാറുന്നുണ്ട്.

ഒരു ദിവസം ചോദിച്ചു: മാപ്പുതരു ഓമനേ നിനക്ക് എന്തുവേണം? ഹൃദയം തൊട്ട് അവൾ പറഞ്ഞു: തന്റെ ഹൃദയം ച്ഛന്നതരണം. തന്നെ എനിക്കു ബലിയർപ്പിക്കണം പറ്റുമോ. ഏറ്റു. പറ്റും. അവൾ മറന്നു.[18]

കവിതയ്ക്കുവേണ്ടി, തന്റെ ആ ആദർശദേവതയ്ക്കുവേണ്ടി ആത്മ ബലിയാവുക എന്നതാണ് നരബലി പോലെയുള്ള കവിതയിൽ പി. എഴുതിയത്. ഈ വിഷയം തന്നെയാണ് ആത്മകഥയിൽ വീണ്ടും വിശദമാക്കപ്പെടുന്നത്.

തരിക്കില്ലാ മനം തെല്ലും
പകയ്ക്കാ രണഭൂമിയിൽ;
മരിയ്ക്കും ഞാൻ നിനക്കായ്
മംഗളാദർശ ദേവതേ!
(നരബലി)

കവിസ്വത്വമാണ് താൻ പരസ്യപ്പെടുത്താൻ ഉദ്ദേശിക്കുന്നത്. നിത്യകന്യകക്കു വേണ്ടിയുള്ള ത്യാഗം ആ സൗന്ദര്യദേവതയെ പ്രാപിക്കുന്നതിനു വേണ്ടിയുള്ള യാത്രകൾ, പ്രകൃതി, ഭൗതികതലത്തിൽ-വള്ളുവനാടൻ സുന്ദരികളുടെ സൗന്ദര്യത്തിലേക്ക്. എല്ലാം കവിതയ്ക്കു വേണ്ടിയായിരുന്നു. ഓരോ സ്ത്രീ ബാന്ധവവും ഇങ്ങനെ കവിതയ്ക്കു വേണ്ടിയെന്ന രീതിയിൽ പ്രത്യയശാസ്ത്രവൽക്കരിച്ച് കാല്പനികവൽക്കരിക്കുക കവിയുടെ ഒരുതരം~ഒഴിയാബാധ (obsession) തന്നെയായിരുന്നു.

പ്രകൃതിയെയും കവിതയെയും കന്യകയെയും ഒരേതരത്തിൽ പി. കാണുന്നു. പ്രകൃതിയും ലോകവും ലോകജീവിതവും മറ്റെന്തും കവിതയിൽ നിന്ന് അടർത്തിയെടുക്കാൻ ഈ മനുഷ്യനു സാധ്യമല്ല. പ്രകൃതി, ജീവിതം, പ്രപഞ്ചം, സുന്ദരിയായ സ്ത്രീ, കവിത എല്ലാം ഈ മനുഷ്യന് ഒന്നു തന്നെയാണ്. ഒരേ രത്നത്തിന്റെ പല രശ്മികൾ. എല്ലാം ഒന്ന്. പ്രകൃതിയും കന്യകയും കവിതയും എല്ലാം ഒന്ന് ഉഷക്കാന്തിയിലും പഞ്ചമീ നിലാവിലും കന്യകയിലും ഒരേ കവിത കണ്ടെത്തുക.[19] തന്റെ കവിസ്വത്വത്തിനെ/കാവ്യവ്യവഹാരത്തെ പി. എപ്പോഴും ഉദാത്തീകരിച്ചിരിക്കുന്നു.

കവിയാകാൻ ഇതെല്ലാം വേണോ? വേണം. വിജ്ഞാന രഹസ്യച്ചെപ്പ് അവന്റെ പക്കലുണ്ടാവണം, ചരാചരരഹസ്യം അവൻ അറിയണം. ഉള്ളിനുള്ളിലെ ലോകം സൂക്ഷ്മലോകം കാണണം.[20]

മറ്റൊരിടത്ത്:

കവിഭാവനയ്ക്ക് ഒരുനിമിഷം കൊണ്ടു ബ്രഹ്മാണ്ഡക്ഷേത്രമാകെ വലംവെച്ചുവരാൻ കഴിയും. സ്രഷ്ടാവും സൃഷ്ടിയുമാണു കവിഭാവന.

ഭാവനാലോകം, ഭാവനാശക്തി. ആ സിദ്ധി കവിക്കു മാത്രമുള്ള അത്ഭുതസിദ്ധി.[21]

മറ്റു ചിലയിടങ്ങളിൽ കവിത എഴുത്തിനെ മഹത്വപ്പെടുത്തുന്നുണ്ട്. ശ്വാസോച്ഛ്വാസം പോലെ നില്ക്കാതെ കവിത ഓടിക്കിതച്ചു വരുന്നു പൊട്ടിച്ചിരിച്ച് പൊട്ടിക്കരഞ്ഞ് കവിത വരുന്നു.[22]

കവിത തിരയൂ ഉപവസിക്കൂ, അനുസരിക്കൂ, അനുഭവിക്കൂ കവിയുടെ ജീവിതം. കവിത, കവിതാലഹരി അതുമാത്രം അതിന്റെ നടയ്ക്കൽ നിന്റെ യഥാർത്ഥസുഖലോകം എറിഞ്ഞുടയ്ക്കൂ.[23]

എന്നും കുട്ടിയായിരിക്കണം ഒരു കവി. ഭാവനാലോകവിഹാരിയായ കവി. കാക്കകൾക്കിടയിൽ അവൻ പൂങ്കുയിലായി ജീവിക്കണം. കൊത്തും കുത്തും സഹിച്ച് ആത്മനാദം സംരക്ഷിക്കണം. വടക്കുനോക്കി അതാണ് യോഗിമനസ്സ്.[24]

ഇങ്ങനെ ആത്മകഥയിൽ ഞാൻ പരസ്യപ്പെടുത്താൻ ഉദ്ദേശിക്കുന്നത് കവിയായ, കവിത തിരഞ്ഞു നടക്കുന്ന/സക്തിയാലും ഭക്തിയാലും നീങ്ങുന്ന യാത്രികനായ ഒരു വിഷയിയെയാണ്. ഈ വിഷയിനിർമ്മിതിക്കു പിന്നിൽ സമൂഹത്തിൽ മേൽക്കൈ നേടിയിട്ടുള്ള പ്രത്യയശാസ്ത്രത്തോടുള്ള ഇഷ്ടമോ അല്ലെങ്കിൽ വെറുപ്പോ അതുമല്ലെങ്കിൽ ഇതു രണ്ടിന്റെയും വൈരുദ്ധ്യമായ കലർപ്പോ ആണുണ്ടാവുക.[25]

ആത്മകഥയിലെ പ്രത്യയശാസ്ത്രവ്യവഹാരം

ആത്മകഥയിലെ വിഷയി ഉയർത്തിപ്പിടിക്കുന്നത് പിതൃഘടനയിൽ രൂപീകൃതമായ ഒരു പ്രത്യയശാസ്ത്രവ്യവഹാരമാണ്. പുരുഷനായ കവി/തറവാടിയായ അച്ഛന്റെ മകൻ എന്നിങ്ങനെയുള്ള ചില വ്യവഹാരഘടനയിലൂടെ വളർന്നുവരുന്ന വിഷയി തന്റെ ജീവിതാനുഭവങ്ങളിൽ നിന്നു തിരഞ്ഞെടുക്കുന്നത് വളരെക്കുറച്ചു മാത്രമാണ്. എന്നാൽ ആ അനുഭവങ്ങളിൽ അയാളുടെ പ്രത്യയശാസ്ത്രം പ്രവർത്തിക്കുന്നുണ്ട്. പ്രത്യയശാസ്ത്രം (Ideology) ഒരു പ്രതിഫലന മണ്ഡലമാണ്. വ്യക്തികൾ അവരുടെ നിലനിൽപിന്റെ ഉപാധികളുമായി വച്ചുപുലർത്തുന്ന 'സാങ്കല്പിക'മായ ബന്ധമാണ് പ്രത്യയശാസ്ത്രമെന്ന് അൽത്തൂസർ പറയുന്നു.[26]

സ്ത്രീ/പ്രകൃതി സൗന്ദര്യത്തിൽ തന്റെ അപരത്തെ ദർശിച്ചുകൊണ്ട് അതിനെ പ്രാപിക്കാനായി തേടിയും തിരഞ്ഞും നടക്കുന്ന പുരുഷനായ കവി. ആൺ നോട്ട (Male Gaze) ത്തിലൂടെ തനിക്കു വിധേയമായിത്തീർന്ന സ്ത്രീശരീരത്തെ കാണുന്നതുപോലെയാണ് പ്രകൃതിയെ ആഖ്യാനം ചെയ്യുന്നത്.

അൽത്തുസർ തന്റെ പ്രത്യയശാസ്ത്രം എന്ന സങ്കല്പനം രൂപപ്പെടുത്തിയത് ലക്കാനിയൻ കണ്ണാടിഘട്ടത്തിൽ നിന്നാണല്ലോ. ഞാൻ ചിന്തിക്കുന്നു അതുകൊണ്ട് ഞാൻ എന്ന ദെക്കാർത്തിയൻ നിർവചനം അതുവരെയുള്ള ജ്ഞാനസങ്കല്പത്തെ പുതുദിശയിലേക്ക് കൊണ്ടുപോയി. കാർട്ടീഷ്യൻ ദർശനം എന്ന പേരിൽ പ്രസിദ്ധമായ ആ വിചാരം ആധുനികജ്ഞാനവ്യവഹാരങ്ങളെയെല്ലാം സ്വാധീനിച്ചിട്ടുണ്ട്.[27]

എന്താണ് ഞാൻ? എന്ന ചോദ്യം ദെക്കാർത്തിനെ അകവും പുറവുമെന്ന നിലയിൽ പരസ്പരം മുറിഞ്ഞുനിൽക്കുന്ന രണ്ട് യാഥാർത്ഥ്യങ്ങളിലേക്കാണ് കൊണ്ടുപോയത്. അതായത്, ഞാൻ/മനസ്സ്/ അകം:ലോകം/ശരീരം/ പുറം എന്നിങ്ങനെ. എനിക്ക് കാണാവുന്നതൊന്നും ഞാനല്ല, എന്റെ ശരീരം എനിക്കു കാണാനാവുന്നതാണ്. അതുകൊണ്ട് ഞാൻ എന്നത്, എനിക്കു പുറത്തു നഷ്ടമാകുന്നതിൽ നിന്നു ശേഷിക്കുന്ന ആ അകം ആണ് ഞാൻ.[28] കണ്ണാടിയിലെ പ്രതിബിംബ ത്തിൽ നിന്നാണ് മനുഷ്യ ശിശു ഞാൻ എന്ന ഭാവത്തെ കണ്ടെടുക്കുന്നത്. കണ്ണാടിയിൽ ആദ്യമായി ശിശു തന്നെ കാണുമ്പോൾ അപരത്തിന്റെ (other) അഭാവമാണ് തിരിച്ചറിയുന്നത്. അപരത്തിന്റെ അഭാവം (ഫ്രോയ്ഡിയൻ അമ്മ/ശിശു ദ്വന്ദ്വം) സാങ്കല്പികമായ തെറ്റായ തിരിച്ചറിവിലേക്കു (mis-recognition) കൊണ്ടുപോകുന്നു.[29]

ഈ പുറന്തള്ളപ്പെട്ട അകം ഭാഷയിലാണ് നിലനിൽക്കുന്നത്. ഇതാണ് ലക്കാനിയൻ പ്രതീകക്രമം (socio-symbolic order). സാമൂഹികസ്ഥാനങ്ങളെ രൂപീകരിക്കുന്ന വ്യവസ്ഥയാണ്. ഞാൻ എന്നെ നിക്ഷേപിക്കുന്നത് വീണ്ടെടുക്കുന്നത്, ഈ സ്ഥാനങ്ങളിലാണ്. ഇത് പ്രത്യയശാസ്ത്രഘടന കൂടിയായി വിവക്ഷിക്കാം. ഉദാ: സമൂഹത്തിൽ ഈ }ഞാൻ പലസ്ഥാനങ്ങളിൽ പലപ്രത്യയശാസ്ത്രവ്യവഹാരങ്ങളിൽ പല കർത്തൃത്വസ്ഥാനങ്ങ (subject positions)ളിൽ പ്രതിനിധാനം ചെയ്യാം. ഉദാ: കവി/കാമുകൻ/ആൺ/അദ്ധ്യാപകൻ/അച്ഛൻ/സഞ്ചാരി എന്നിങ്ങനെ. അതായത് എന്നെ പ്രതിനിധാനം ചെയ്യുന്ന കർത്തൃത്വത്തിന്റെ സ്ഥാനങ്ങളാണ്. 'ഞാൻ' ഇങ്ങനെ മാത്രമേ എനിക്ക് എന്നെ ലഭ്യമാവുകയുള്ളൂ.

ആത്മകഥയിലെ ആഖ്യാനസ്വരം

ആത്മകഥയിലെ കർത്തൃത്വം-എന്റെ ജീവിതം/എന്റെ കഥ/എന്റെ ചരിത്രം ഈ എന്റെയിലെ ഞാൻ അപര(other)ത്താൽ നിർമ്മിക്കപ്പെടുന്നതാണ്. അങ്ങനെ ആത്മകഥയെന്നത് സ്വത്വ-അപരങ്ങളിൽ നിന്നുള്ള ആത്മഭാഷണമാണ്. കണ്ണാടിയിലെ ഞാൻ എന്നെ

കാണുന്നതുപോലെ ആത്മകഥയിലെ ഞാൻ സന്നിഹിതമാകുന്നത് അപരസാന്നിദ്ധ്യത്തിലാണ്. കവിയുടെ കാല്പാടുകളിലെ കർത്തൃത്വസ്ഥാനങ്ങൾ പ്രത്യയശാസ്ത്ര നിർമ്മിതികൾ എന്നിവ സൂക്ഷ്മമായിട്ട് ആത്മകഥാപാഠത്തിൽ, മറഞ്ഞു കിടക്കുന്ന ആഖ്യാനസ്വരമാണ്. പുരുഷനായ കവി/തറവാടിയായ/ജന്മിയായ അച്ഛന്റെ മകൻ എന്നിങ്ങനെ പല കർത്തൃസ്ഥാനങ്ങളിലൂടെയാണതു പ്രവർത്തിക്കുന്നത്.

പുരുഷനായ കവി എന്ന കർത്തൃസ്ഥാനം പ്രകൃതിയെ സ്ത്രീയിൽ കണ്ട്, സ്ത്രീയിൽ കവിത കണ്ട് ആരാധിക്കുകയും പ്രാപിക്കുകയും ചെയ്യുന്ന രീതി. ഇത് ഒരു രൂപകവൃത്തിയാണ്. സൗന്ദര്യമെന്ന അമൂർത്തതയെ (abstract) മൂർത്തതയായി കണ്ട് ഭൗതികമായി പ്രാപിക്കുക. അതിൽ പ്രണയമെന്നതിലുപരിയായി അത്യാഹ്ലാദം കാണുക (കാമചോദനയായി). ദൃശ്യാനന്ദം, അതിലൂടെ ദൃശ്യരതിയും ആത്മരത്യാനുഭൂതിയും കൂടിക്കുഴഞ്ഞ ഒരവസ്ഥയാണ് പി.യുടെ കാവ്യാനുഭൂതികളുടെയെല്ലാം അടിസ്ഥാനമെന്നു കരുതാം. സങ്കല്പയാഥാർത്ഥ്യ ലോകങ്ങളുടെ രണ്ടവസ്ഥകൾ കൂട്ടിമുട്ടിക്കാനാവാത്തതാണ് നഷ്ടബോധത്തിന്റെയും ഗൃഹാതുരതയുടെയും കവിയായി പി. മാറിയതിന്റെ പിന്നിൽ .

എങ്ങുന്നുവന്നു പോകേണ്ട
തെങ്ങോട്ടെന്തിനു വന്നു ഞാൻ
എന്ന കവിതയിൽ ചോദിക്കുന്നത് പ്രതിസന്ധിയിലകപ്പെട്ടിട്ടുണ്ട്.
ശാരദസന്ധ്യതൻ പൂക്കുമ്പിൾ ചിന്നിയോ
താവഴിത്താരിൽ മാഞ്ഞുനിലാവൾ
കാണില്ലിനിയൊരു നാളിലുമെങ്കിലും
കാക്കും നിശതൻ കിനാവിലെത്തോപ്പിൽ ഞാൻ
(സൗന്ദര്യദേവത)

ഒരൊറ്റവേഷം കണ്ടില്ല
പാട്ടുകേട്ടില്ലൊഴുക്കെഴും
മേളത്തിലൊന്നുമുങ്ങീല
അരങ്ങിൽ കേറിയില്ല ഞാൻ
(ഉത്സവക്കളരി)

ഇവിടെയൊക്കെ കാണുന്ന നൈരാശ്യത്തിന്റെ ഉറവിടം കാല്പനികമായ വിഷാദച്ഛായയാണെന്നു കരുതിയെങ്കിലും അതിന്റെ അടിസ്ഥാന മനോഘടന, സങ്കല്പയാഥാർത്ഥ്യങ്ങൾ തമ്മിലുള്ള വിടവ്/അഭാവം (lack)/നഷ്ടപ്പെട്ട അന്യത്തിന്റെ ആഗ്രഹത്താലുള്ള വേട്ടയാടൽ അതിശക്തമായിരുന്നു കവിതയിലെ വിഷയികളിൽ. ഇത് ആത്മകഥകളിൽ ആവർത്തിക്കുന്നതു കാണാം.

പി.യുടെ എഴുത്തിൽ കൂടിയാണ് ഞാൻ ആഖ്യാതാവിന്റെ ഉത്പന്നമാണ് എന്ന അനുഭവം നാം തിരിച്ചറിയുന്നത്. കവി ആത്മകഥകളിലെഴുതിയ വസ്തുതകൾ പലതും യഥാർത്ഥത്തിൽ നിന്ന് വളരെ അകന്നതും കാല്പനികഭാവനനിറം പിടിപ്പിച്ചതുമാണെന്ന് പി.യുടെ ആത്മകഥകളെ കുറിച്ച് സി.പി. ശ്രീധരൻ എഴുതുന്നു. ലളിതമായി തോന്നാവുന്ന ഈ അഭിപ്രായത്തിൽ ആത്മകഥയെക്കുറിച്ചുള്ള പുതുചിന്തയുണ്ട്.[30]

ജി, ചങ്ങമ്പുഴ, വൈലോപ്പിള്ളി, ഇടശ്ശേരി എന്നിവരുടെ അനുഭവക്കുറിപ്പുകൾ യുക്തിഭദ്രമായ ഭാഷയിൽ നേർരേഖീയമായ ആഖ്യാനത്തിലാണ് കാണപ്പെടുന്നത്. ഇവരുടെ എഴുത്തിനെ നിയന്ത്രിച്ചുനിർത്തിയത് മധ്യവർഗ്ഗ കുടുംബപ്രത്യയശാസ്ത്രമാണ്. സ്വത്വത്തിന്റെ ഉദ്ഗ്രഥനാത്മകമായ ഘടനയാണ് ഇവരുടെ ശൈലിയിലുള്ളത്. കവിത എന്ന രൂപത്തിനു യുക്തിരഹിത ആഖ്യാനമെന്നും ആത്മകഥയ്ക്ക് കുറച്ചുകൂടി ഗൗരവമേറിയ യുക്തിഭദ്രമായ ശൈലിയാണ് ആവശ്യമെന്നും ഇവർ കരുതിയിരുന്നിരിക്കാം. ഇവിടെയാണ് പി. കുഞ്ഞിരാമൻ നായരുടെ പ്രത്യേകത. അദ്ദേഹത്തിന് എഴുത്തിൽ ഒരൊറ്റ വ്യവഹാരമേയുള്ളൂ. അത് കാവ്യവ്യഹാരമാണെന്നാണ് ആത്മകഥകളും വ്യക്തമാക്കുന്നത്. ഇവിടെ വ്യക്തിസത്ത/കാവ്യസത്ത എന്നോ യുക്തിരഹിതം/യുക്തിഭദ്രം എന്നോ സങ്കല്പം/യഥാർത്ഥം എന്നോ പി.യിൽ ഉണ്ടായിരുന്നില്ല. കവിതയും ആത്മകഥയും പി.ക്ക് തന്റെ ഒരു സ്വത്വത്തിന്റെ പ്രകടനം, അതായത് കാവ്യസ്വത്വത്തിന്റേത്. പി.യുടെ അനന്യതയ്ക്കുള്ള തെളിവാണിത്. കേശാദിപാദം കവിയായിരുന്ന പി.യ്ക്ക് രണ്ടു ജീവിതങ്ങളില്ലായിരുന്നു. ദ്വൈതമല്ല അദ്വൈതമാണ് പി.യിൽ നാം കാണുന്നത്. പക്ഷേ കാല്പനികസ്വത്വത്തിൽ നിന്നു കൊണ്ടുതന്നെ ഭാവഗീതമെന്ന മുറക്കത്തിന്റെ ആഖ്യാനക്രമത്തെയും ആത്മകഥയെന്ന സ്വഗതാഖ്യാനത്തിന്റെ ക്രമത്തെയും അദ്ദേഹം മൗലികമായി അഴിച്ചുപണിതു. അവയെ നാടോടിയായ അയഞ്ഞ രൂപങ്ങളാക്കി മാറ്റിയെന്നത് മലയാള ഭാവനാചരിത്രത്തിലെ ഭാവുകത്വവ്യതിയാനമായി തിരിച്ചറിയേണ്ടതാണ്.

പി.യുടെ ആത്മകഥാപരമായ കൃതികളിലെല്ലാം ആത്മഭാഷണത്തിന്റെയും സുഹൃദ് സംഭാഷണത്തിന്റെയും സംവേദനവിദ്യതന്നെയാണ് സ്വീകരിച്ചിട്ടുള്ളത്. ഈ ഭാഷണങ്ങളിലൂടെ അതീവ സങ്കീർണമായ ഒരു വ്യക്തിത്വം നമുക്കു മുന്നിൽ അനാവരണം ചെയ്യപ്പെടുന്നു. തന്റെ കവിതകളിലൂടെയും സർഗാത്മകമായ ഗദ്യകൃതികളിലൂടെയും കുഞ്ഞിരാമൻനായർ നമ്മോടു പറയുന്ന കാര്യങ്ങൾ ഒന്നു തന്നെയാണ്.[31] ആത്മകഥയുടെ ഘടനയെക്കുറിച്ചുള്ള ഒരഭിപ്രായം, ഒരു കുത്തഴിഞ്ഞ പുസ്കത്തിന്റെ സ്വഭാവം പുലർത്തുന്ന ആത്മകഥ, പി. കുഞ്ഞിരാമൻനായർ

അതിനെ ക്രമപ്പെടുത്താനൊന്നും നിൽക്കാതെ അപ്പടി നമ്മുടെ മുന്നിലേക്ക് വയ്ക്കുന്നു.[32] ആത്മകഥയിൽ നാം കാണുന്നത് തോന്നിയതുപോലെ പോകുന്നതും ബിംബനിബിഡവും പകർന്നാടുന്നതും സന്ദിഗ്ധതയുടെ നിഴൽ വീണതുമായ ആഖ്യാനമാണ്. ധ്വന്യാത്മകവും പ്രതീതി പ്രധാനവുമായൊരു തലമാണ് പി.യുടെ ആത്മകഥയിലുള്ളത്.

ആത്മകഥയിലെ കർത്തൃത്വസ്ഥാനങ്ങൾ

കവിയുടെ കാല്പാടുകളിലെ ആഖ്യാനത്തിലെ ഞാൻ പരോക്ഷ ഭാഷണത്തിലൂടെ പാഠത്തിൽ മറഞ്ഞുകിടക്കുന്ന സ്വരമാണ്. ആര് സംസാരിക്കുന്നു എന്ന അന്വേഷണമാണ് ഒരു കൃതിയിലെ/പാഠത്തിലെ ആഖ്യാതാവിനെ തിരിച്ചറിയാനുള്ള മാർഗ്ഗം. അതുതന്നെയാണ് ആഖ്യാനസ്വരവും (Narrative voice). പാഠത്തിലെ സ്ഥലവിവരം പട്ടികയിലെ കാഞ്ഞങ്ങാട്, പട്ടാമ്പി, തിരുവില്വാമല, ലക്കിടി, പാലക്കാട്, തൃശ്ശൂർ, തിരുവനന്തപുരം തുടങ്ങിയ ദേശങ്ങളിൽ 'ഞാൻ' അവിടവിടങ്ങളിലെ സംഭവങ്ങളിൽ രൂപപ്പെടുന്ന ആഖ്യാനസ്വരമാകുന്നു. ഓരോ ദേശത്തെയും ജീവിതാനുഭവങ്ങൾ റിപ്പോർട്ട് ചെയ്യപ്പെടുന്നത് തൃതീയ വ്യക്തിതലങ്ങളിലൂടെയാണ് (Third person Narration).

പലതരം ആഖ്യാനങ്ങളെ ലംബാത്മകതലത്തിൽ വിവൃതമാക്കിക്കൊണ്ട് 'ഞാൻ' എന്ന കർത്താവ് പാഠത്തിൽ കാഴ്ചയായും കേൾവിയായും സ്പർശമായും വ്യാവഹാരികതലത്തിൽ ഇന്ദ്രിയഗോചരമായിത്തീരുന്നു. ഇവിടെ കല്പിതാ (Fictional Narration) ഖ്യാനത്തിനു പോഷകമായി നില്ക്കുന്നുണ്ട്. ആദ്യ അദ്ധ്യായമായ 'കരിനിഴലിന്റെ കഥയിൽ'

പതിവുകാരും പരിചയക്കാരും നിരന്നിട്ടുണ്ട്.
തകിൽ വാദ്യം അപ്പുണ്ണി, നാഗസ്വരം മുരളി,
ഇടിമുടിവാദ്യം ചാത്തുണ്ണി, കോങ്കണ്ണൻ വെളിച്ചപ്പാട്
അപ്പോൾ സാറ് കൊല്ലങ്കോട് വിട്ടു, ഇല്ലേ?
സ്കൂളിൽ നിന്നു പെൻഷൻ പറ്റി പിരിഞ്ഞു
അടുത്ത പരിപാടി?
തിരുവില്വാമല സ്ഥിരതാമസം.
അതുനന്നായി.
തിരുവില്വാമലയിലെ പഴയ ആളല്ലേ![33]

ആത്മകഥയിലെ ആഖ്യാതാവ് കഥാകഥനവ്യവഹാരത്തിലെ ഭാഷകനോ സ്വരമോ ശ്രോതാവോ ആകുന്ന ആഖ്യാനമാണ്. കഥാകഥനവ്യവഹാരങ്ങളും ആഖ്യാനത്തിലേക്ക് വരുന്ന രീതിയാണ്. യഥാർത്ഥ വ്യക്തികളെ കൽപ്പിതതലത്തിൽ അവതരിപ്പിക്കുന്ന രീതി പി. കവിയുടെ കാല്പാടുകളിൽ ഉപയോഗിച്ചിട്ടുണ്ട്. തകിൽ വാദ്യം, നാഗസ്വരം, ഇടുമുടി

വാദ്യം ഇങ്ങനെ വാദ്യമേളക്കാരുടെ സംഘം. അതിനോടൊപ്പം ഒരു കോങ്കണ്ണൻ വെളിച്ചപ്പാട്ടും പിന്നീട് ആഖ്യാതാവും. ഇതിൽ ചോദ്യകർത്താവ് ആരാണെന്ന സൂചനയില്ല. ആരുമാകാം. തിരുവില്വാമലയിൽ സ്ഥിരതാമസത്തിനൊരുങ്ങുന്ന ആഖ്യാതാവിലേക്കാണ് സംഭാഷണ കേന്ദ്രം നീളുന്നത്.

ഈ ആഖ്യാതാവിന്റെ വേഷപ്പകർച്ചകളെല്ലാം ആ സംഭാഷണ ശകലങ്ങളിലുണ്ട്. തിരുവില്വാമലയിലെ ഭക്തൻ, കൊല്ലങ്കോട്ടെ അധ്യാപകൻ, നിളാതീരത്തെ നിത്യകന്യകയെത്തേടുന്ന കവി, കാഞ്ഞങ്ങാട് പനയന്തട്ട തറവാട്ടിലെ സീമന്തപുത്രൻ, സി.പി. സത്രത്തിലെ അന്തേവാസി, തൃശ്ശൂരിലെ പ്രൂഫ് റീഡർ എന്നിങ്ങനെ ആത്മകഥകളുടെ തിരശ്ചീനതലത്തിൽ വന്നു നിറയുന്ന പഴയ/പുതിയ 'ഞാൻ എന്ന' ആഖ്യാനകർത്താവ് അതതു പ്രാദേശികതയുടെ വ്യാഖ്യാതാവാണ്. ഇങ്ങനെ ഓരോ പ്രാദേശിക സ്ഥലസംവാദങ്ങളുടെ വക്താവായ അയാൾ 'പാഠ'ത്തിൽ നേരിട്ടു വരുന്നില്ല.

ചാപ്പുണ്ണിനായർ ചോദിച്ചു: ഈ ഇരിക്കുന്ന ആളെ അറിയുമോ?
കണ്ടിട്ടില്ല.
ഇതാണ് 'കവിതക്കുഞ്ഞിരാമൻ നായർ'
ഓഹോ, കേട്ടിട്ടുണ്ട്
കൊല്ലങ്കോട്ടുനിന്നുള്ള ഗംഭീരയാത്രയയപ്പും
പടവും പത്രങ്ങളിൽ കണ്ടു.
ഷഷ്ടിപൂർത്തിപടങ്ങളും കണ്ടു[34]

ഇങ്ങനെ മുമ്പ് നേരിട്ട് കാണാത്ത കേൾക്കാത്ത ഇപ്പോൾ മാത്രം പ്രത്യക്ഷപ്പെടുന്ന/കെട്ടിയുണ്ടാക്കപ്പെട്ട കവിത കുഞ്ഞിരാമൻ നായർ എന്ന ഞാൻ പാഠ നിർമ്മാതാവാണ്. ഞാൻ എന്ന ആത്മകഥാകാരൻ വിളിക്കുന്നത് തന്നെത്തന്നെയല്ല, ഞാൻ ആയി താൻ പരസ്യപ്പെടുത്താൻ ആഗ്രഹിക്കുന്ന ഒരു നിർമ്മിതിയെയാണ്. ഈ നിർമ്മിതികളുള്ളിലാണ് പ്രത്യയശാസ്ത്രം പ്രവർത്തിക്കുന്നത്.

പിതാവും പുത്രനും ഞാനും

പ്രതീകാത്മകക്രമത്തിലേക്കു കർത്തൃത്വമായി/പ്രജയായി ശിശു മാറുന്നത് പിതാവിന്റെ നാമത്തെ സ്വീകരിച്ചുകൊണ്ടാണ്. പിതൃനാമത്തിന്റെ പിന്തുണയോടെയാണ് 'ഞാൻ' ആയി ഓരോ വ്യക്തിയും മാറുന്നത്. ഇത് നിയമത്തിന്റെയും പ്രത്യയശാസ്ത്രത്തിന്റെയും മേഖലയാണ്. എഴുത്ത് എന്നത് പ്രതീകാത്മക പ്രവൃത്തിയാണ് (Symbolic act). തന്നിലെ ഇരട്ട അഭാവത്തെയാണ് (double absence/lack) എഴുത്തുകാരൻ എഴുത്തു പ്രക്രിയയിലൂടെ പ്രകടിപ്പിക്കുന്നത്. പിതൃരൂപകം (paternal metaphor) അയാളെ ലിംഗച്ഛേദഭീതി (castrational fear) യിലേക്ക് പ്രാഥമിക ദമനത്തിലൂടെ കൊണ്ടുവരുന്നു. (Primary repression) എഴുത്തിലൂടെ അതിനെ മറികടക്കുമ്പോൾ, ഭാഷ (നിയമം) വീണ്ടും അയാളെ ലിംഗച്ഛേദഭീതിയിലേക്ക് കൊണ്ടുപോവുകയും ചിതറിക്കുകയും ചെയ്യുന്നു. ഇങ്ങനെ രണ്ടാം അഭാവത്തിലേക്ക് കടക്കുന്നു (double absence). ഗുരുവിന്റെയും/പിതാവിന്റെയും നാമത്തിൽ പ്രത്യയശാസ്ത്രപ്രതിനിധാനങ്ങളെ കുറിച്ച് കവിയുടെ കാല്പാടുകളിലെ ആഖ്യാതാവ് സൂചനകൾ നൽകുന്നുണ്ട്.

പിതാവിനെ സ്വപ്നത്തിലൂടെ ആവിഷ്കരിക്കുന്നതു നോക്കുക:

ചുമരിൽ അച്ഛന്റെ പടം, നേർത്ത നിലാവ് മനസ്സ് തളർന്നുറങ്ങി പാതിരാത്ത് ഒരു സൂര്യോദയം അകലെ സൂര്യമണ്ഡലം. ഒരു തേജോരൂപമിറങ്ങിവരുന്നു ആംഗ്യം കാട്ടി അകലേക്കുചൂണ്ടി. വിദൂരനക്ഷത്രമണ്ഡലത്തിലേക്ക് അച്ഛൻ, അച്ഛൻ, അച്ഛാ! എന്റച്ഛാ കാലുപിടിച്ചു കരഞ്ഞു എന്റെ പൊന്നച്ഛാ.[35]

പിതാവിന്റെ നാമം/പാരമ്പര്യം/പ്രവൃത്തി എന്നിവ വിവരിക്കുമ്പോൾ ആഖ്യാതാവ് അങ്ങേയറ്റം ഉത്സാഹം കാണിക്കുന്നു. ജന്മിത്തത്തെയും തറവാടിത്തത്തെയും അഭിമാനപൂർവ്വം സ്മരിക്കുന്നു വിഷയി.

കാഞ്ഞങ്ങാട്ടെ ഏറ്റവും വലിയ ജന്മികുടുംബം-കുന്നും മലയും വനവിഭവങ്ങളും തഴച്ച ഏച്ചിക്കാനം. വിഖ്യാതിപെറ്റ മൂത്ത വലിയ യജമാനൻ അദ്ദേഹത്തിന്റെ കണ്ണിലുണ്ണിയും ഇഷ്ടസചിവനുമായിരുന്നു.[36]

കൂട്ടുകുടുംബവ്യവസ്ഥയെ ഉദാത്തീകരിക്കുന്നു.

ഫലവൃക്ഷങ്ങൾ വീഴുന്ന ദീർഘവിശാലമായ വളപ്പ്-വെള്ളിക്കോത്തു പുതിയ വളപ്പ്. നാട്ടിൻ പ്രഭുവായ പുഴങ്കര കുഞ്ഞമ്പു എഴുത്തച്ഛന്റെ ഭവനം. പുതിയ വളപ്പ്. അമ്പത്തി നാലാണ്ടിനുമുമ്പുള്ള പുതിയ വളപ്പ് ഐശ്വര്യം കതിരിട്ട അന്തസ്സുറ്റ നായർ ഭവനം. അമ്മ, പെങ്ങന്മാർ, മരുമക്കൾ, (ഭാര്യമാർ)- അവരുടെ മക്കൾ, വേലക്കാർ. ഇരുനൂറോളം അംഗങ്ങൾ ഒരു ഞെട്ടിയിൽ തൊട്ടുരുമ്മി ചിരിച്ചും കരഞ്ഞും കറയറ്റ കരൾ കൈമാറിയ പൂങ്കുലകൾ. ഒരേ അഗ്രം ഒരേ താളം, ഒരേ ഹൃദയസ്പന്ദം-വടക്കൻ ദിക്കിൽ ഐക്യപ്പൊലിമ പുലർത്തിവന്ന കൂട്ടുകുടുംബജീവിതത്തിന്റെ അന്തിത്തുടുപ്പ്.[37]

ജന്മിത്ത/ജാതി (സ്വത്വ)പുരുഷ കർതൃത്വസ്ഥാനങ്ങളിൽ അഭിമാനം കൊള്ളുന്ന വിഷയിയെ (ആഖ്യാതാവിനെ) ഇവിടെ ദർശിക്കാം. ഇങ്ങനെ കർതൃത്വസ്ഥാനങ്ങളിലൂടെ പുറത്തേയ്ക്കു വരുന്ന പ്രത്യയശാസ്ത്ര

നിലപാടുകൾ. കടുത്ത കാല്പനികനായ പി. അങ്ങേയറ്റം പാരമ്പര്യ വാദിയും യാഥാസ്ഥിതികനായിരുന്നു എന്നതിനു തെളിവാണ്. ഈ തരത്തിൽ അനേകം സന്ദർഭങ്ങൾ ആത്മകഥകളിലുണ്ട്. പിതാവി നെപ്പോലെ ഗുരുവും. ആത്മകഥാകർത്താവിന്റെ ഭയ/ഭക്തികൾക്ക് പാത്രമാകുന്നുണ്ട്.

അവിടുത്തെഴുന്നള്ളുന്ന ഉച്ചിരോമം പാറി നെറ്റിയിൽ മാറത്തും കൈകളിലും തെളിഭസ്മം പൂശി. സ്വർണ്ണം കെട്ടിയ ഗൗരിശങ്കരരുദ്രാക്ഷമാല ധരിച്ച്, കോടിയലക്കിയ പാവുട്ടത്ത് ഇടക്കൈയിൽ തോർത്തും കൊച്ചോലക്കുടയുമായി ഗുരുനാഥൻ ശ്രീഭജനം കഴിഞ്ഞ് അമ്പല ത്തിൽ നിറഞ്ഞെഴുന്നള്ളുന്നു. ചുണ്ടിൽ മുഴങ്ങുന്ന സ്തോത്രവർഷങ്ങൾ. ഭാരതത്തിന്റെ കേരളത്തിന്റെ യുഗമന്ന്യനായ ഗുരുനാഥൻ സാക്ഷാൽ വിദ്വൽ പണ്ഡിതരാജൻ പുന്നശ്ശേരി നീലകണ്ഠശർമ്മ.[38]

ഗുരുവുമായിട്ടുള്ള ബന്ധം ദേവസമാനമായിരുന്നു.

അലിഞ്ഞ മിഴികളാൽ ശിഷ്യരും ഉഴിയുന്നു. ഗുരുനാഥൻ മലനാടിന്റെ ഗുരുനാഥൻ. ശ്രീ പുന്നശ്ശേരി നിലകണ്ഠശർമ്മ രുദ്രാക്ഷം ധരിച്ച് ഭസ്മമ ണിഞ്ഞ ആ പ്രശാന്ത സുന്ദരരൂപൻ മുമ്പിൽ വന്നു. സരസ്വതിയാമ ത്തിൽ അച്ചുകൂടത്തിലെ കിടപ്പറയിൽ നിന്നുള്ള കുഞ്ഞിരാമൻ എന്ന വിളി കാതിൽ മുഴങ്ങി. പുലരിത്തുടുപ്പ് നഷ്ടപ്പെട്ടു. പ്രഭാതസുഷമ മങ്ങി വെയിലിനു ചൂടേറുമ്പോൾ വീണ്ടും വന്നു. ആചാര്യപാദങ്ങളിൽ വെളിച്ചം തേടിവന്നു.[39]

ഈ പിതൃ ഗുരു രൂപങ്ങളോടു താൻ വലിയ അപരാധം ചെയ്തു എന്ന വിശ്വാസം ആത്മകഥാഖ്യാനത്തിലെ വിഷയിയെ സംഘർഷത്തിലേക്കു കൊണ്ടു പോകുന്നു, ആത്മകഥാപാഠത്തിലാകെ കുമ്പസാരത്തിന്റെ സ്വരം പകരുന്നത് ആ അപരാധത്തിൽ നിന്നു വരുന്ന പാപബോധ മാണ്. കളിയച്ഛൻ എന്ന കവിതയിൽ കേന്ദ്ര ആശയമായി നിലകൊ ള്ളുന്ന പിതൃ-അധികാരം/വ്യവസ്ഥാനിരാസവും സ്വത്വസംഘർഷവും ആത്മകഥയിലെ വിഷയിയിൽ ആത്മനിന്ദയോളം വളരുന്നുണ്ട്.

ഇവൻ പിറന്നുവളർന്ന കാഞ്ഞങ്ങാട്ടെ ചിത്രങ്ങൾ പുറത്തെടുക്കാം. ബാങ്കിൽ ഇന്ന് പണമിടും നാളെ തിരിച്ചെടുക്കും ഇന്ന് സ്നേഹിക്കും നാളെ വെറുക്കും. ഇന്നു വിരുന്നിനു വിളിക്കും നാളെ പിടിച്ചു പുറത്താ ക്കും. പകൽ അമ്പലത്തിൽ ഭജനമിരിക്കും-അന്തിക്കു കള്ളുഷാപ്പിൻ കേറും-അർദ്ധരാത്രി വേശ്യാഗൃഹത്തിന്റെ വാതിൽ മുട്ടും.[40]

വിഷയിയിലെ ആത്മസംഘർഷങ്ങൾ ആത്മവൈരുദ്ധ്യമായി പുറ ത്തുവരുന്നു.

ആർക്കും നേർവഴികാട്ടുന്ന പ്രഭാതരശ്മി മുഖത്തടിച്ച് മുറിച്ചു പറഞ്ഞു: താൻ കവിതതേടി വേശ്യാത്തെരുവിലെത്തി അമ്പലം തേടി ചുടലയിലെത്തി. നക്ഷത്രം നോക്കിനടന്ന് കുണ്ടൻകിണറ്റിൽ ചാടി. തോട്ടക്കാരന്റെ ജോലിയേറ്റ് കല്ലുട്ടിയിൽ കിടന്നുറങ്ങി. കൽക്കണ്ടം വേണ്ടാത്തവർക്കു കൊടുത്തു കല്ലേറു വാങ്ങി. ആകാശം എത്തിപ്പിടിക്കാൻ ചാടി ഭൂമി നഷ്ടപ്പെട്ടു.[41]

ജാതിസ്വത്വപുരുഷന്റെ സംഘർഷങ്ങൾ

തന്റെ സങ്കല്പയാഥാർത്ഥ്യങ്ങളെ ചേരുംപടി ചേർക്കാതെ വൈരുദ്ധ്യത്തിൽ നിന്നു പിടയുന്ന വിഷയിയെ ഈ അനുഭവങ്ങളിൽ കാണാൻ കഴിയും.

കാല്പനികവൽക്കരിച്ചുകൊണ്ട് തന്റെ പാപത്തെ, തെറ്റിനെ മറികടക്കുന്ന ആഖ്യാനതന്ത്രം കവിയുടെ കാല്പാടുകളിലെ അവസാനത്തിൽ ജാതകം നോക്കുന്നതിൽ കാണാം. മനുഷ്യവിധിയിൽ നിന്നും ഒരാൾക്കു ഒഴിയാൻ പറ്റില്ല, എന്നതോടൊപ്പം സ്വയം ന്യായീകരിക്കുവാനുള്ള ശ്രമം ഈ ജാതകം നോക്കലിൽ വായിച്ചെടുക്കാവുന്നതാണ്.

ദുർവ്യയം. എന്നും കടം. ഒരു രാശിയും നേരെയില്ല.
മതി പണിക്കരെ, മതി. വിസ്തരിച്ചതു മതി
പിന്നീടാവാം, ജീവചരിത്രക്കുറിപ്പു കിട്ടി
ഇത് എൻലാർജ് ചെയ്താൽ ആത്മകഥയായി[42]

തന്റെ ജീവിതം, തന്റേതല്ല. താൻ ചെയ്യുന്ന പ്രവൃത്തികളൊന്നും തന്റെ കുഴപ്പം കൊണ്ടല്ല. തന്നെ നിയന്ത്രിക്കുന്നത് തനിക്ക് അജ്ഞാതമായ 'ജാതകവിധി'യാണ്. പണിക്കരു പറയുന്നത് ശരിതന്നെയാണ് എന്നവസാനിക്കുന്ന പ്രസ്താവന യുക്തിരഹിതമായ ഒന്നാണ്. തന്റെ ജീവിതത്തിൽ സംഭവിച്ചു പോയ എല്ലാ ദുരന്തങ്ങൾക്കും കാരണം നേരത്തേ തയ്യാറാക്കപ്പെട്ട ഒന്നാണെന്നുള്ള ദൈവനീതിബോധം-ആത്മീയപ്രത്യയശാസ്ത്രം-പിതൃ അധികാരവ്യവസ്ഥയോടും ചേർന്നു നില്ക്കുന്ന ഒന്നാണ്. അതിന്റെ ശക്തനായ വക്താവായി മാറുന്നു ആത്മകഥയിലെ ആഖ്യാതാവ്. രതി-വിരതി (സക്തിഃഭക്തി)കളുടെ സംഘർഷമായി ആത്മകഥയിലെ ആഖ്യാതാവിനെ നിയന്ത്രിച്ചുകൊണ്ടിരിക്കുന്നത് ഇതേ പിതൃ-ആത്മീയ പ്രത്യയശാസ്ത്രം തന്നെയാണ്. പി.യുയർത്തിപ്പിടിച്ച കവിതയെക്കുറിച്ചും കാവ്യരചനയെക്കുറിച്ചുമുള്ള സങ്കല്പം, ആത്മകഥാപാഠത്തിൽ ജന്മി-ജാതിസ്വത്വപുരുഷന്റെ പ്രത്യയശാസ്ത്ര നിലപാടായിത്തീരുന്നു.

നിത്യകന്യക എന്ന ഉദാത്തീകരിക്കപ്പെട്ട സങ്കല്പം പരിശോധിച്ചാൽ, 'ശുദ്ധകവിത'യുടെ വക്താവാണ് പി. ആഖ്യാതാവിന്റെ സാഹിത്യ ത്തെക്കുറിച്ചുള്ള ചിന്ത യിലേക്ക് ഇത് വിരൽ ചൂണ്ടുന്നു. ശുദ്ധമായത് കന്യകയെ സംബന്ധിച്ചിടത്തോളം ചാരിത്രശുദ്ധി എന്നൊരർത്ഥം കൂടിയുണ്ട്. പ്രണയിനിയായ നിത്യകന്യകയെ വശത്താക്കാൻ കളി ത്തോഴിയായ പ്രകൃതിയെ കൂട്ടുപിടിക്കുന്നതിനെക്കുറിച്ചുള്ള വിവരണം. അവളുമായി പ്രേമബന്ധം ഉറപ്പിക്കാൻ ആരുമായി? ഞാൻ പ്രേമിക്കുന്ന അവളുമായി-കവിതയുമായി നിത്യകന്യകയുമായി പ്രേമബന്ധം സ്ഥാപി ക്കാൻ, അവളുമായി കല്യാണം ഉറപ്പിക്കാൻ. പട്ടാമ്പി പരിസര പ്രകൃതി അവളുടെ കളിത്തോഴിയാണ്. അവളെന്നോട് പണ്ടേ വാഗ്ദാനം ചെയ്തു. ഇടഞ്ഞു നില്ക്കുന്ന അവളെ മാറോടടുപ്പിച്ചു തരാമെന്ന്.[43]

കവിതയെ കാമിനിയാക്കുവാൻ/അവളെ സ്വന്തമാക്കുവാൻ കവി തയെ-ശുദ്ധപ്രകൃതിസൗന്ദര്യത്തിൽ നിന്നുല്പാദിതമാകുന്ന ഒന്നായ ശുദ്ധകവിത എന്ന നിത്യാനുഭൂതിയെ ലൗകികവൽക്കരിച്ചു പ്രതീതിയാ ഥാർത്ഥ്യമാക്കി നിർത്തുന്നു. അതോടൊപ്പം ശുദ്ധാശുദ്ധിയെക്കുറിച്ചുള്ള സങ്കല്പം കൂടി കടത്തിവിടുന്നു. ഫ്യൂഡൽബോധത്തിലാണ്ടുകിടക്കുന്ന സ്ത്രീത്വത്തെക്കുറിച്ചുള്ള സങ്കല്പം തന്നെയായി നിത്യകന്യക മാറുന്നു. അപ്രാപ്യമായ യാഥാർത്ഥ്യമാണ് ഈ കന്യക. വിഷയിയുടെ അനുഭ വനിർമ്മാണത്തിന്റെ പരിണാമത്തെക്കുറിച്ച്, ജാതി (സ്വത്വ) പുരുഷൻ ഉല്പാദിക്കുന്ന അയിത്തസങ്കല്പം ഈ 'ശുദ്ധഗതി'യ്ക്കു പിന്നിലുണ്ട്. പി.യുടെ ഭൗതികജീവിതത്തിൽ സ്ത്രീകളുമായുള്ള ബന്ധങ്ങളെ അപഗ്ര ഥിക്കുമ്പോൾ കാണാൻ സാധിക്കുന്നത്, കവിത ഉല്പാദിക്കുവാനുള്ള ഉപാധിക (medium) ളായിട്ടാണ് സ്ത്രീകളുമായിട്ടുള്ള ബന്ധങ്ങളെ പി. കണ്ടിട്ടുള്ളത്. തന്റെ ഇംഗിതാനുസാരികളാക്കി ആ സ്ത്രീജീവിതങ്ങളെ ചവിട്ടിമെതിച്ച പി.യുടെ നിലപാടുകൾ സ്ത്രീവിരുദ്ധതയുടെ പ്രത്യയശാ സ്ത്രം ഉല്പാദിപ്പിക്കുന്നതാണ്.

അങ്ങനെ ജീവിതസർവ്വസ്വമായ കവിതയ്ക്കുവേണ്ടി നിളാതീരത്ത് താൻ നടത്തിയ ബന്ധങ്ങളെ ഭാരതപ്പുഴക്കരയിലെ ഗ്രാമഭംഗിയുമായി മനസ്സ് നിത്യസംബന്ധത്തിലേർപ്പെട്ടു. നിളാതീരത്ത് അങ്ങിങ്ങായി മനസ്സ് ഒട്ടി. ഉള്ളഴിഞ്ഞ സംബന്ധങ്ങൾ.[44]

ഫ്യൂഡൽ അവബോധത്തിൽ നിലനിൽക്കുന്ന സംബന്ധം എന്ന അസംബന്ധത്തെ കാവ്യവൽക്കരിക്കുകയാണ് ആത്മകഥയിലെ വിഷയി. (ബന്ധമല്ല/സംബന്ധമാണ്) വള്ളുവനാടൻ മണ്ണിലും വെള്ള ത്തിലും കാറ്റിലും വെളിച്ചത്തിലുമുള്ള പ്രകൃതിഭംഗിയെ ഇവിടെ വിഷയി സ്ത്രീയിലും ഭാഷയിലും ഭക്ഷണത്തിലും ഒക്കെ കണ്ടെത്തുകയാണ്. സ്ത്രീ/

ഭാഷ/വിഭവങ്ങൾ (ഭക്ഷണാദികൾ) ഇവയിലൊക്കെ 'അഴകിന്റെ അനുഭൂതി' ഒളിഞ്ഞിരിക്കുന്നു. ഭാഷയും ഭക്ഷണവും ഉത്പന്നങ്ങളാണ്. അതേപോലെ സ്ത്രീയെ ഭോഗവസ്തുവായി കാണുക തന്നെയാണ് വിഷയി ചെയ്യുന്നത്. തനിക്ക് കവിതാനുഭവം ഉത്പാദിപ്പിക്കുന്നതിനുള്ള വിഭവമായിട്ടാണ് വിഷയി സ്ത്രീബന്ധങ്ങളെ കണ്ടതെന്നതിന് ആത്മകഥ തെളിവു നല്കുന്നു.

അപ്പോൾ കല്യാണമില്ലാത്തകല്യാണം എത്രനടന്നു?

മൂന്ന്. ഏകാങ്കപ്രണയ നാടകങ്ങൾ? ഏഴ്.

ആത്മകഥകഥയെല്ലാം തുറന്നു പറയുമോ? പറയും

സമയം തരണം ഓമർഖയ്യാം ചോദിച്ചു: ഇത്രയുമായിട്ടും കവി മരിച്ചില്ല! മരിച്ചു മരിക്കുന്നു.

നല്ലേണ്ണ മുൻസിഫ് പറഞ്ഞു

കവി മരിച്ചാലും കവിതജീവിച്ചത്-താമരവിരിഞ്ഞത്-കല്യാണങ്ങളുടെ ഏകാന്തപ്രണയങ്ങളുടെ ചളിക്കുളത്തിൽ നിന്നല്ലെന്ന് ആരുകണ്ടു.[45]

ഇങ്ങനെ കാല്പനികമായി തന്നെ ന്യായീകരിക്കുന്ന വിഷയിയെ ആത്മകഥയിലെമ്പാടും കാണാം. ജാതകഗണനയിലും ജീവിതക്കുറിപ്പുകളടക്കമുള്ള ആത്മകഥാഖ്യാനങ്ങൾ പലതും കവിയുടെ എക്സൻട്രിക് ശീലങ്ങളുടെയും ആത്മനിഗൂഢവൽക്കരണത്തിന്റെയും ഫലമാണ്. എല്ലാം തന്റെ ജാതകഫലമാണെന്നമട്ടിൽ പാപമെന്നു ബോധ്യമുള്ള തന്റെ കാമമോഹിതമായ (സ്ത്രീബന്ധങ്ങൾ) പിഴച്ചകർമ്മങ്ങൾക്ക് വിശ്വാസ്യമായ സാധൂകരണം കണ്ടെത്തുന്നു. മറ്റുള്ളവരിൽ നിന്നു സഹാനുഭൂതിയുണർത്തുന്ന സ്വയം കുറ്റപ്പെടുത്തലുകളിലൂടെ നടത്തുന്ന ആത്മനിന്ദാരീതിയിലുള്ള സ്വയംചിത്രണം-കുമ്പസാരപരമായ ഈ സ്വരം തന്റെ പ്രത്യയശാസ്ത്രനിലപാടുകളെ അറിഞ്ഞോ അറിയാതെയോ പുറത്തേക്കു തുറന്നു വിടുന്നു. ഇത് വിഷയി നടത്തുന്ന ഒരാത്മപ്രതിരോധതന്ത്രമായിരുന്നു എന്നു വിലയിരുത്താം.

കാവ്യാനന്ദം = രത്യാനന്ദം

കവിത ആനന്ദമാണ്. പൂർണ്ണാനന്ദകവിതയാണ് കവികർമ്മത്തിന്റെ ലക്ഷ്യമെന്ന് ആവർത്തിതാഖ്യാനമായി ആത്മകഥയിലുണ്ട്. കാവ്യരസം എന്നതു തന്നെയാണ് പ്രധാനം. രത്യാനന്ദത്തിന്റേതായ തലം കവിതാരചനയിലൂടെ താൻ അനുഭവിക്കുന്നുണ്ട്. സ്വത്വ അപരങ്ങൾ മാഞ്ഞു പോവുമ്പോഴുള്ള ആഹ്ലാദമാണ് തന്റെ എഴുത്തിലൂടെ ആത്മകഥയിലെ

വിഷയി അനുഭവിക്കുന്നത്. കവിതയുടെ ആനമല ഉറവൊലിമനസ്സിലും അവളുടെ കടാക്ഷമേറ്റ രാത്രി. അവൾ ചുംബിച്ച രാത്രി. അവൾ കെട്ടിപ്പുണർന്ന രാത്രി. അവൾപോയി. മധുരം മറയുന്നില്ല.[46]

മറ്റൊരിടത്ത്: ഇതിന്റെ പിന്നിൽ അവളാണ്-അവളുടെ നീലക്കൺമുന. ആ കാന്തസ്പർശമേറ്റ് മലയാളമങ്ങോളമിങ്ങോളമിളകി. അവൾ തൊട്ടപ്പോൾ എല്ലാം ചെമ്പുതുട്ടും സ്വർണ്ണനാണ്യമായി. വെറും മനുഷ്യൻ ശരിക്കും വലിയ കവിയായി ഇതാണു സത്യം.[47]

കവിതയെ മനുഷ്യസ്ത്രീയായി മൂർത്തീകരിച്ചുകൊണ്ടുള്ള അപരസംവാദമാണ് ആത്മകഥയിലെവിടെയും കാണുന്നത്. ശബ്ദോ വൈ സഃ എന്നു ഋഷികൾ കണ്ട നാദബ്രഹ്മസത്യം അറിയണം എന്നതാണ് കവിതയിലെ വിഷയികളെപ്പോലെ ആത്മകഥയിലെ വിഷയിക്കും പ്രധാനം.

ആകാശം പറഞ്ഞു: ഭ്രാന്തൻ. ഭൂമി പറഞ്ഞു വിഡ്ഢി. ആയിരിക്കാം എന്തും സഹിച്ചും എനിക്കവനെ കാണണം. സാക്ഷാൽ കവിയെ എല്ലാം പോയാലും എനിക്കവളെ കണ്ടുപിടിക്കണം. സാക്ഷാൽ കവിതയെ.[48]

കാവ്യരസത്തെ ബ്രഹ്മരസമായി കണ്ട് ദേവതയായി ആരാധിക്കുന്ന രീതി പൗരസ്ത്യമാണ്. പി.യുടെ ആസ്തിക്യദർശനത്തിന്റെ അടിസ്ഥാനം അതാണ്. വാസ്തവലോകത്തിൽ ഈ സൗന്ദര്യദേവതയെ സാക്ഷാൽ അക്ഷരദേവതയായി തിരിച്ചറിയുന്ന രീതി, കവിതകളുടെ തുടർച്ചയായി ആത്മകഥയിലുമുണ്ട്.

കവിതയെ ദേവിയായി ആരാധിക്കുന്നതു നോക്കുക:
താവകകടാക്ഷമൊന്നേൽക്കുവാൻ കലാക്ഷേത്ര-
ദേവതേ കവിതേ, തേ ദാസനിൻ കനിഞ്ഞാലും
അറയിൽ ച്ചെല്ലുന്നേരം വെളിയിൽ ച്ചരിക്കും നീ
പുറത്തുതേടുന്നേരമുള്ളറയ്ക്കകം പൂകും
(സൗന്ദര്യദേവത)

ഇങ്ങനെ കവിതയെക്കുറിച്ചുള്ള ഏതു പരാമർശവും ചെന്നെത്തുന്നത് അക്ഷരദേവതയിലാണ്. സക്തിയും ഭക്തിയും ത്മിലുള്ള വൈരുദ്ധ്യം ിളർന്നു പോയ സ്വത്വത്തിന്റെ/അപരത്തിന്റെ വൈരുദ്ധ്യമായി നില നിൽക്കുന്നു.

ആത്മകഥയിൽ കാവ്യരചനയെപ്പറ്റി പറയുന്നതു നോക്കുക. ഭാഗ്യക്കുറി കിട്ടിയവന്റെ നിമിഷത്തെ സുഖനിദ്ര. അമ്മയുടെ മാറിൽ മുലക്കണ്ണുവായിൽ ആനന്ദലഹരിപ്പതയിൽ അലിഞ്ഞ ഇളംകിടാവിന്റെ സുഖനിദ്ര. പ്രിയതമയുടെ കവിൾത്തടം മുകർന്ന് മാറോട് മാറണച്ച് പ്രേമലഹരിയിൽ ആണ്ടു മുങ്ങിയ ഭാവരസമുദ്ര.[49]

ഇവിടെ കവിതയുടെ കാമുകനായി വളർന്ന വിഷയി ശിശുവിന്റെ ആദ്യാനന്ദരസത്തിലേക്ക്, ലക്കാനിയൻ സാങ്കല്പികക്രമത്താൽ അമ്മയും ശിശുവും ഒരൊറ്റ ശരീരമായിക്കഴിയുന്ന അവസ്ഥയിലേയ്ക്ക് മാറുന്നതായി കാണാം. സ്വത്വഅപരങ്ങൾ ത്മിലുള്ള പിളർപ്പിവിടെയില്ല.

പി.ക്കവിതകളുടെ ലക്ഷ്യം ആനന്ദാനുഭവമാണ്. 'അമ്മ'യെക്കുറിച്ചുള്ള സങ്കൽപ്പങ്ങളിലെല്ലാം ആരാധനാതുല്യമായ വികാരം കടന്നു വരുന്നതായിക്കാണാം. രതിയിൽ നിന്ന് വിരതിയിലേക്കു നീങ്ങുന്ന ഈ അനുഭവമാണ് പി.യുടെ ഭക്തിസ്വത്വത്തിന്റെ അടിസ്ഥാനമായിത്തീർന്നത്. ഡോ.കെ രാഘവൻ പിള്ള ഒരിയ്ക്കൽ നിരീക്ഷിച്ചതുപോലെ കുഞ്ഞിരാമൻനായരിലെ ശിശു ഒരിയ്ക്കലും വളർന്നിരുന്നില്ല വളർന്നവൻ മുറ്റിയ കവിയുമായിരുന്നു.[50]

ജീവിതാവസാനം വരെ കളിക്കമ്പക്കാരനും കുസൃതിയുമായ ആ ശിശുവിനെ കവി തന്റെയുള്ളിൽ പോറ്റിക്കൊണ്ടു നടന്നു. ആ ശിശു അമ്മ/പ്രകൃതിയുടെ/അജ്ഞാതമായ ദേവതയുടെ മുമ്പിൽ നിത്യവിസ്മയം പൂണ്ടു നിന്നു. പി.യുടെ ആന്തരവൈരുദ്ധ്യമായി നിന്ന സക്തി/ഭക്തിയായി നിലകൊണ്ട്, വാസ്തവസാങ്കല്പികലോകങ്ങളെ കൂട്ടിമുട്ടിയ്ക്കുവാൻ കഴിയാത്തവന്റെ എതിർദിശകളിലേക്കുള്ള യാത്ര തന്നെയാണ് അത്. അനേകത്തിൽ നിന്ന് ഏകത്തിലേക്ക്. ഏകത്തിൽ നിന്ന് അനേകത്തിലേക്കുള്ള യാത്രയായി, ചിതറിത്തെറിക്കലായ് ഇങ്ങനെ കണ്ണാടിക്കു മുന്നിൽ ശകലീകരിക്കപ്പെടുന്ന ശിശുവിനെപ്പോലെ തന്റെ പദങ്ങളെല്ലാം പിഴച്ചുപോയെന്ന് പി. ഒടുക്കം വരെ കുമ്പസാരസ്വരത്തിൽ നിലവിളിച്ചു. അഭാവത്തിന്റെയും ആനന്ദത്തിന്റെയും കുതറിപ്പുരക്കലായ് നിരന്തരം വേട്ടയാടിക്കൊണ്ടിരുന്ന പ്രഹേളികയായിത്തീർന്നിരുന്നു പി. എന്ന വളർന്നു മുറ്റിയ ശിശുവിൽ അത് ജീവിതാന്ത്യം വരെ. അതു കൊണ്ടാണ് തന്റെ പദങ്ങളെല്ലാം പിഴച്ചുപോയതെന്ന് ഒടുക്കം വരെ കുമ്പസാരസ്വരത്തിൽ നിലവിളിച്ചത്.

അഭാവത്തിന്റെയും ആനന്ദത്തിന്റെയും ഐന്ദ്രിയതയുടെയും കവിയായി പി.യെത്തീർത്തത് സാങ്കല്പികതയുടെയും പ്രതീകാത്മകതയുടെയും ഇടയിൽ നിന്നു വഴുതിമാറിപ്പോകുന്ന യാഥാർത്ഥ്യക്രമ(ഞലമഹ)ത്തിന്റെ പ്രാപ്തിക്കായി നടത്തിയ ഒടുങ്ങാത്ത പ്രയാണങ്ങളാണ്.

അമ്മദൈവത്തിനു മുന്നിലെ ആത്മബലി

മാതാവിനോടുള്ള ശിശുവിന്റെ ബന്ധം സ്വത്വത്തിൽ നിന്നുള്ള അപര (other) ത്തെ തിരയൽ തന്നെയാണ്. പി. ആത്മകഥയിലും കവിതകളിലും നിത്യകന്യകയായി അതോടൊപ്പം മാതൃദേവതയായി

ആരാധിച്ചുകൊണ്ടിരുന്നത് ഈ ആത്മസത്തയെ തന്നെയാണ്.

"അമ്മേ! ഭൂതധാത്രി ഇന്നു നിന്റെ കാൽകെട്ടിപ്പിടിച്ചു മാപ്പിരക്കുന്നു. നിന്റെ കാൽ കണ്ണീരിനാൽ കഴുകുന്നു. അമ്മേ ലോകം തെണ്ടി, നാടുതെണ്ടി, ശീലവും കോലവും കെട്ട ഈ മകനെ ഏതോ കൃത്രിമ ജീവിതം മോന്തി തലതെറ്റിയ വഴിതെറ്റിയ ഈ മകനെ ഈ കൂരിരുട്ടിന്റെ ഒഴുക്കിൽ നിന്നു പിടിച്ചു കയറ്റൂ. വെറുപ്പു ഭയമായി മാറട്ടെ. വികൃതിമനസ്സു പ്രകൃതി സുന്ദരസ്വരാജ്യവും കാണട്ടെ.[51]

ഞാൻ ചെയ്ത തെറ്റുകൾ ഏറ്റു പറഞ്ഞ് പശ്ചാത്തപിച്ച് പ്രായശ്ചിത്തം ചെയ്യുന്ന മകൻ പി.യിലെ മൗലികമായ 'ബിംബം' ആണ്. ഇത് വ്യക്തിയിൽ നിന്നും സമഷ്ടിതലത്തിലേക്ക് വളരുന്ന കാഴ്ച കാണാം. ഇത് പ്രകൃത്യാരാധനയിൽ നിന്നു രൂപം കൊണ്ടതാണ്. പ്രകൃതി പി.യെ സംബന്ധിച്ച് അമ്മയാണ്. താൻ ചെയ്ത അപരാധങ്ങൾ കവി ആത്മകഥയിൽ എണ്ണിയെണ്ണി പറയുന്നുമുണ്ട്. പ്രകൃതിയുടെ എല്ലാ വാത്സല്യങ്ങളും അനുഗ്രഹങ്ങളും ആവോളമാസ്വദിച്ച് വളർന്ന് താൻപോരുമ്പോൾ പ്രകൃതിയെത്തന്നെ ദ്രോഹിക്കുന്ന മനുഷ്യന്റെ പാപബോധം, ആത്മനിന്ദ, പശ്ചാത്താപം എന്നിവ പി.യെപ്പോലെ സാഹിത്യത്തിൽ ആവിഷ്കരിച്ചവർ ഏറെയില്ല.[52]

അമ്മയുടെ കരളലിവാൽ പുലരുന്ന ധൂർത്തപുത്രൻ അമ്മയെ തല്ലുന്നു. പ്രകൃതിയുടെ ദയാവായ്പാൽ പുലരുന്ന മനുഷ്യൻ വിശ്വപ്രപകൃതിയെ ദ്രോഹിക്കുന്നു. കാറ്റും വെള്ളവും വെളിച്ചവും മണ്ണും കൊറ്റിനുള്ളതെന്തും വാരിക്കോരിത്തരുന്ന പ്രകൃതി. ആ പ്രകൃതിയെ പ്രേമപ്രകൃതിയെ വെല്ലുവിളിച്ചു ഹിംസിച്ച മനുഷ്യൻ സ്വയം തകരുന്നു.[53] ഇതിനു സമാന്തരമായി കവിതയിലും വ്യക്തിപരമായ തെറ്റുകൾ മനുഷ്യന്റെ മുഴുവൻ തെറ്റുകളായി കണ്ടുകൊണ്ട് അതിനെ ആത്മവിമർശനാത്മകമായിക്കാണുന്ന രീതിയുണ്ട്; നരബലി പോലെയുള്ള കവിതകളിൽ

വിളിക്കയാണമ്മയിന്ന്:
"മകനേ"! വിളികേട്ടു ഞാൻ
വരുന്നൂ ഞാൻ നരബലി
നൽകുവാൻ തീർക്കുവാൻ കടം
(നരബലി)

ആത്മബലിയുടേതായൊരു തലം പി.യുടെ അമ്മസങ്കല്പത്തിനു മുന്നിലുണ്ട്. ഈ സ്ത്രീത്വം-കാമിനിയായി നിത്യകന്യകയായി-കവിതാദേവതയായി നിൽക്കുമ്പോൾത്തന്നെ 'നരബലി'യിൽ അമ്മയിൽ നിന്നകന്നുപോയ മനുഷ്യൻ/മകൻ, പ്രകൃതിയിൽനിന്നകന്നുപോയ മനുഷ്യൻ എന്ന ബിംബാത്മകതലം കൂടി കൈവരുന്നു. സ്വത്വപരമായ

ഈ അകൽച്ച-ആത്മീയമായ പതനം-താൻ ചെയ്തുപോയ പൊറുക്കാനാവാത്ത തെറ്റുകൾ ഏറ്റുപറഞ്ഞ് സ്വന്തം ആത്മാവിന്റെ ബലിദാനത്തിലേക്കു വിഷയിയെ നയിക്കുന്നു. അങ്ങനെ ശക്തിരൂപിണിയായി ആ അമ്മ രൂപം മാറുന്നു.

നുറുങ്ങിപ്പൊടിയുന്നൊരീ
യസ്ഥികൂടത്തിലേറി നീ
നൃത്തമാടിച്ചിരിച്ചാലും
കാളി, യിക്കാളരാത്രിയിൽ!
(നരബലി)

ഇങ്ങനെ അമ്മഭാവത്തിനു മുമ്പിൽ സ്വയം സമർപ്പിക്കുന്ന ഭക്തന്റെ രൂപം ഈ കവിതയിലുണ്ട്. ഇത് നേരത്തേ സൂചിപ്പിച്ച, സ്ത്രീയെ അധികാരമേഖലയായിക്കാണുന്ന പുരുഷരൂപത്തിനെതിരെയാണ് നിൽക്കുന്നത്. ആത്മസമർപ്പണത്തിന്റെ തലം ഈ ഉപാസനയിലുണ്ട്; സ്വയം തലതല്ലിപ്പൊളിച്ചു നിൽക്കുന്ന വെളിച്ചപ്പാടിന്റേതുപോലെ.

ആത്മകഥ കാവ്യവ്യവഹാരമാകുമ്പോൾ

ആത്മകഥയിൽ ആഖ്യാതാവ് സ്വീകരിച്ചിരിക്കുന്ന ഭാഷാരീതി കാവ്യവ്യവഹാരത്തിന്റേതാണ്. തികച്ചും ബിംബാത്മക (metaphorical) മായ ഈ ശൈലി പി.യുടെ കവിതാപ്രവേശികകളിൽ നാം കണ്ടതാണ്. ഏകദേശം ഇരുനൂറിൽപ്പരം കവിതകൾക്ക് പി. ആമുഖക്കുറിപ്പുകൾ ആ കവിതയിലേക്കുള്ള അനുഭവത്തിലേക്കുള്ള താക്കോലുകളാണ് അത്തരം പ്രവേശികകൾ. ആ പ്രവേശികകൾ, പ്രകൃതിദൃശ്യം/അനുഭവം/സന്ദർഭവിവരണം/ഉള്ളടക്കം എന്നിങ്ങനെയാണ് വ്യവസ്ഥ ചെയ്യപ്പെട്ടുന്നത്. ഇത്തരം സൂചകങ്ങളിലൂടെ സൃഷ്ടിക്കുന്ന അനുഭവങ്ങൾ കവിതയ്ക്കു ഗുണമോ ദോഷമോ സൃഷ്ടിക്കുമെന്നതു ചർച്ചചെയ്യേണ്ട ഒന്നാണ്.

പി.യുടെ കവിതാപ്രവേശികകൾ വിലയിരുത്തിക്കൊണ്ട് കെ. നാരായണചന്ദ്രൻ പറയുന്നു: തലക്കെട്ടിൽ കവിതയുടെ ഉടനീളത്തിൽ ആഖ്യാനോപാഖ്യാനങ്ങളിൽ സ്വഗതങ്ങളിൽ പലപ്പോഴും അതിരുകടന്നുപോകുന്ന അലങ്കാരപ്പരപ്പുകളിൽ-ഇവയിലൊന്നും മതിവരാതെ ഈ കവി ഏതാണ്ട് ഇരുനൂറിൽപ്പരം കവിതകൾക്ക് പ്രവേശികകൾ ചേർത്തിട്ടുണ്ട്. ഓരോ കുറിപ്പിലും കഴിയുന്നത്ര ചിട്ടയോടെ ഇടവരചേർത്ത്, നിരത്തുകയാണ് പതിവ്. എഴുതിയകാലം, ദേശം, മനോവൃത്തി, ആരെ ധ്യാനിച്ച്/ആർക്കുവേണ്ടി പരിസരങ്ങൾ അന്തരീക്ഷം അന്നും/ഇന്നും ഇതിവൃത്തത്തിന്റെ രൂപരേഖ. തെറ്റിദ്ധരിക്കാനുള്ള ആശയങ്ങളെക്കുറിച്ചും ബിംബങ്ങളെക്കുറിച്ചും മുൻകരുതൽ. സൂചിതകഥകൾ എന്നിങ്ങനെ തരാതരത്തിൽ സന്ദർഭോചിതമായി എഴുതിയിട്ടുള്ള ആമുഖശകലങ്ങൾ

പി.യുടെ കാവ്യാവതരണശൈലിയുടെ മുഖമുദ്രകളാണെന്നു പറയാം.[54]

ഉദാ: ചില പ്രവേശികകൾ, നീ വരില്ല എന്ന കവിതയുടെ പ്രവേശിക.

കിള്ളിക്കുറിശ്ശിമംഗലം, നീണ്ടവയൽ, ഭാഗ്യരേഖയായ നീൾ വരമ്പ്.

ഭാരതപ്പുഴ- വയൽക്കരയിലെ കൊച്ചുമാളിക വീട്, വാഴത്തോപ്പ് , പാമ്പിൻ കാവ്, മുല്ലപൂത്ത സന്ധ്യ അന്തിത്തെന്നൽ-മുല്ലമാല കെട്ടുന്ന അവൾ-തോണിക്കടവിൽ അവളെകാത്തുനിന്നും- അവൾ ആംഗ്യം കാട്ടി- വരാം- അവൾ വന്നില്ല.[55]

മറ്റൊന്ന്: മുണ്ടശ്ശേരി എല്ലാം മറന്ന് കാഞ്ഞങ്ങാട്ട് ഷഷ്ടിപൂർത്തി ഉത്സവത്തിന് വന്നു. ആ സ്നേഹനിധി പറഞ്ഞു. കുഞ്ഞിരാമൻ നായരുടെ അമ്മയെ കാണണം". വീട്ടിൽ വന്നു- അമ്മയെക്കണ്ടുവന്ദിച്ചു ഗംഭീരമായ ആശംസാ പ്രസംഗം വർഷിച്ചു. അന്ത്യനാളിലൊന്നിൽ തൃശ്ശൂർ വീട്ടിൽച്ചെന്ന് കണ്ടു. ആളെയറിഞ്ഞു കരഞ്ഞു കെട്ടിപ്പിടിച്ചു. കരൾനൊന്ത് അന്തിമാഭിവാദ്യമർപ്പിച്ചു. മുണ്ടശ്ശേരി, മലരും മധുരക്കടലുമായി മുണ്ടശ്ശേരി.[56]

ഈ ആമുഖക്കുറിപ്പുകളുടെ/കവിതാ പ്രവേശികകളുടെ വിപുലീകരണമാണ് ആത്മകഥയിലെ ശൈലിയിൽ കാണുന്നത്.

ആത്മകഥകളിൽ നിന്ന്:

പുള്ളിമാനിനു കാട്, മത്സ്യത്തിനു വെള്ളം, പറവയ്ക്ക് ആകാശം, കവിതയ്ക്കത് ഏകാന്തശാന്തി വിളയുന്ന പ്രകൃതിസൗന്ദര്യം പ്രകൃതി, അത്ഭുതചരാചര പ്രകൃതി. ആ കുടുംബത്തിലെ ഒരംഗമാണ് മനുഷ്യൻ.[57]

പ്രഭാതം പുതിയപുതിയ കവിതകളെഴുതി. സന്ധ്യ കടൽക്കരയിൽ ഒറ്റയ്ക്കിരുന്നു പുസ്തകം വായിച്ചു. രാത്രി കണ്ണടച്ചുകിടന്ന് ഉറങ്ങാതെ പ്രപഞ്ചകാവ്യ വ്യംഗ്യരസം നുണഞ്ഞു.[58]

തലേദിവസം കൂടാളി വലിയ നമ്പ്യാർ പറഞ്ഞ വിഷയം കഥകളിലുടെയും വേഷത്തിന്റെയും-കഥ പെട്ടെന്നു മിന്നൊളിയായി മനസ്സിൽ പാളി ജീവിതമാകെ ഏതോ ദർശനമുണ്ടായി.[59]

ബിംബാത്മകമെന്നും കാവ്യാത്മകമെന്നും അതിഅലങ്കാരസമൃദ്ധമെന്നും പറയാവുന്ന ഈ ഭാഷാപ്രയോഗങ്ങളെക്കുറിച്ച് മല്ലിശ്ശേരി കരുണാകരന്റെ അഭിപ്രായം ശ്രദ്ധിക്കുക. കുഞ്ഞിരാമൻനായരുടെ ഭാഷ ഗദ്യത്തിലും കവിതയിലും ഒരുപോലെ കാവ്യാത്മകമാണ്. ഗദ്യത്തിൽ കൊച്ചുചൂർണ്ണികകളും വാക്യങ്ങളും വ്യാകരണദൃഷ്ട്യാ അപൂർണ്ണങ്ങളെന്നു തോന്നുന്ന കൊച്ചുവാക്യങ്ങളും ആധിപത്യം വഹിച്ചു നില്ക്കുന്നു. ഇവയിൽ മഴവിൽപ്പൊലിമയും ഭാവനോന്മേഷവും അർത്ഥഗരിമയും

ചിത്രസൗന്ദര്യവും താനേ വന്നു ചേരുന്നു.[60]

കവിയുടെ കലാതന്ത്രത്തിൽപ്പെട്ട ഒന്നാണ് ഭാഷയെ തന്ത്രപരമായി ആഖ്യാനത്തിലുപയോഗിക്കുകയെന്നത്. ശൈലിയെന്നു പറയുമ്പോൾ പ്രധാനമായും ഊന്നുന്നത് തെരഞ്ഞെടുപ്പിലാണ് (choice). പ്രത്യേക ഭാഷയുടെ വ്യത്യസ്തമായ പദവാക്യശേഖരങ്ങൾ തമ്മിൽ തട്ടിച്ചുനോക്കലാണത്. നേരത്തേ നിശ്ചയിച്ചതോ അല്ലാത്തതോ ആയ ഒരു വിഷയിയെ ബോധനോപാധികളിലൂടെ പ്രകാശിപ്പിക്കുമ്പോൾ വിഷയം, സന്ദർഭം എന്നിവയും എഴുത്തുകാരന്റെ സ്വഭാവം, മനഃസ്ഥിതി എന്നിവയും ഈ തെരഞ്ഞെടുപ്പിനെ സ്വാധീനിക്കും.

കാല്പനീകരിക്കപ്പെട്ട ഭാഷയുടെ സാധ്യതകളെല്ലാം ആത്മകഥകളിൽ പി. ഉപയോഗിക്കുന്നു. സമാസശൈലിയുള്ള ഈ രചനാപാടവത്തിൽ നിർവ്വചനശൈലി, കടങ്കഥാശൈലി, രേഖാചിത്രശൈലി, യുക്തിവിചാരശൈലി, സംഭാഷണശൈലി, മാനവീകരണ ശൈലി, പ്രകൃതിവർണ്ണനാ ശൈലി ഇവയൊക്കെ സ്വീകരിക്കുന്നുണ്ട്. ഈ ഭാഷാരീതികളുടെ സമൃദ്ധിയിൽ മുങ്ങി നിൽക്കുന്ന 'ഉദാരത' പി.യെ വാക്കുകളുടെ മഹാബലിയാക്കുന്നു. ഈ വാക്കുകളുടെ ധൂർത്ത് പി.യുടെ ഫ്യൂഡൽ പശ്ചാത്തലത്തിൽ നിന്നു പരിശോധിക്കപ്പെടേണ്ടതാണ്. വാക്കുകളെ കുറുക്കിയെടുക്കുന്ന പിശുക്കൻ വൈലോപ്പിള്ളി ശൈലിയ്ക്കെതിർ പുറമാണിത്. മതിവരാത്ത അസംതൃപ്തമായ ഒരു മനോഘടന ഈ ധൂർത്തിലുണ്ട്. ആവർത്തിച്ചുറപ്പിക്കുന്ന, നാടൻ കലകളുടെ രീതി/ ഉത്സവങ്ങളുടെ രീതി/തായമ്പകയുടെ രീതി/രസത്തിന്റെ പരകോടിയെ ഫലിപ്പിക്കുന്ന സൗന്ദര്യശാസ്ത്രത്തെ ഇതിൽ ദർശിക്കാൻ സാധിക്കും.

ആത്മകഥ: പ്രകൃതി, അനുഭവം

നിയതമായർത്ഥത്തിൽ ആദിമദ്ധ്യാന്തങ്ങളോടുകൂടിയ ഒരാത്മകഥ കുഞ്ഞിരാമൻ നായർ എഴുതിയിട്ടില്ല. ഇതൊരാത്മകഥയല്ല. കവി സ്വന്തം ഹൃദയം ചീന്തിയെടുത്തു ചോര വാരുന്ന ഉള്ളറകളിലേക്ക് എത്തിനോക്കുകയാണ്. കവിത തേടി നക്ഷത്രങ്ങളുടെയും നിലാവിന്റെയും വഴിവെളിച്ചത്തിൽ നിളാനദിയുടെ തീരത്തിലും ഋതുഭേദങ്ങൾ വികാരവൈവിദ്ധ്യം വരുത്തുന്ന പ്രകൃതിയുടെ കളിത്തട്ടുകളിലും ക്ഷേത്രപ്രാന്തങ്ങളിലും അനുസ്യൂതമായി സഞ്ചരിച്ച കവി പിന്നിട്ട കാല്പാടുകളിലേക്ക് തിരിഞ്ഞുനോക്കുന്നു.[61]

തന്റെ അടുക്കും ചിട്ടയുമില്ലാത്ത ജീവിതത്തിലെ ചില നിർണായകമായ സന്ദർഭങ്ങൾ ഓർത്തെടുക്കുക മാത്രമാണ് ആത്മകഥാപരമായ ലേഖനകളിൽ അദ്ദേഹം ചെയ്യുന്നത്. ഓർമ്മകൾ വരുന്ന മുറയ്ക്ക് അവ

എഴുതപ്പെടുന്നതിനാൽത്തന്നെ സംഭവങ്ങളുടെ കാലികമായ തുടർച്ച യൊന്നും ലേഖനങ്ങളിൽ കാണാൻ കഴിയില്ല.[62]

ഒരാത്മകഥയ്ക്കു ഉണ്ടായിരിക്കണമെന്നു നാം കരുതുന്ന രൂപഭാവ ങ്ങളൊന്നും കവിയുടെ കാല്പാടുകൾക്കില്ല. എന്തിന് കാലക്രമത്താൽ സംഭവങ്ങൾ അടുക്കി പ്രതിപാദിക്കാൻ കൂടി കവി മിനക്കെട്ടിട്ടില്ല.[63]

ആറുപതിറ്റാണ്ടിലേറെ നീണ്ട ജീവിതത്തിന്റെ ആദിമധ്യാന്തപ്പൊരു ത്തമുള്ള ജീവചരിത്രം. ഈ മൂന്ന് ആത്മകഥകളും തിരയുന്നത് വൃഥാശ്ര മമാണ്. സംഭവങ്ങളുടെ, പൂർവ്വാപരക്രമദീക്ഷയില്ലാതെ, പരസ്പരപ്പൊ രുത്തമില്ലാതെ എഴുതിപ്പോയ കാവ്യാത്മകമായ-ബിംബസമൃദ്ധമായ കാല്പനിക ഗദ്യകൃതികൾ എന്ന വിശേഷണമായിരിക്കും പി.യുടെ ആത്മകഥക്ക് എന്തുകൊണ്ടും യോജിക്കുക.[64]

പി.യിലെ ആത്മകഥയെ സംബന്ധിച്ചിട്ടുള്ള ചില ഗൗരവമേറിയ പ്രശ്നങ്ങളാണ് മുകളിൽ ഉദ്ധരിച്ച പ്രസ്താവനകളിൽ കാണുന്നത്.

ഒരു വ്യക്തിയുടെ ഭൂതകാലം, ഉൾനോട്ടത്തിലൂടെയും ഓർമ്മകളിലൂ ടെയും വർത്തമാനകാലത്തിൽ സൃഷ്ടിക്കുന്ന സംവർഗമാണ് ആത്മകഥ. ഞാൻ എന്നതു സമഗ്രമായൊരു സത്തയാണെന്നുള്ള വിശ്വാസത്തിൽ നിന്നു രൂപപ്പെട്ട ഒന്നാണ് ആ നിർവചനം. കാല്പനികത കൊണ്ടുവന്ന വ്യക്തിസത്തയുടെ ഔന്നത്യം ആ വിശ്വാസത്തിലുണ്ട്. എന്നാൽ ഇതിൽ നിന്നും ഭിന്നമായൊരംശം പി.യുടെ ആത്മകഥാരചനയുടെ പിന്നിലു ണ്ടായിരുന്നു. പി.യെ സംബന്ധിച്ചിടത്തോളം ആത്മകഥ ഒരു കല്പിത വ്യവഹാരം (fictional discourse) തന്നെയായിരുന്നു.

ആത്മകഥാ സാഹിത്യചരിത്രത്തിൽ പി.യുടെ കവിയുടെ കാല്പാ ടുകൾ വിലയിരുത്തപ്പെടുന്നതു നോക്കുക: അമ്പത് അധ്യായങ്ങളാണ് ഈ വലിയ ഗ്രന്ഥത്തിനുള്ളത്. കുത്തഴിഞ്ഞ പുസ്തകം പോലെയാണ് കുഞ്ഞിരാമൻനായരുടെ ജീവിതം. കാഞ്ഞങ്ങാട്ടു ജനിച്ച ഈ മനുഷ്യൻ കവിതയെന്ന നിത്യകന്യകയെത്തേടി നിളാതീരത്തിലും തിരുവില്വാമല യിലും കൊല്ലങ്കോട്ടും ജീവിതത്തിൽ നല്ലൊരു ഭാഗം അലഞ്ഞുതിരിഞ്ഞു ചെലവഴിച്ചു. ചെന്നിടത്തൊന്നും ഉറച്ചില്ല ഇടത്താവളങ്ങളിൽ അന്തി യുറങ്ങി. കവിതപോലെത്തിയ സുന്ദരിമാരെ ആശ്ലേഷിച്ച്, കല്ലിലും പുല്ലിലും സൗന്ദര്യം കണ്ട് ഊരുചുറ്റിത്തിരിഞ്ഞ മഹാകവി, താൻ പിന്നിട്ട കാലഘട്ടങ്ങളെ തെല്ലമ്പരപ്പോടെ ചിലപ്പോൾ ക്ഷമായാചനത്തോടെ, പശ്ചാത്താപത്തോടെ ആത്മനിന്ദനത്തോടെ നോക്കിക്കാണുന്നതിന്റെ വാചാലമായ ആവിഷ്കാരമാണ് കവിയുടെ കാല്പാടുകൾ.[65]

തന്റെ ജീവിതത്തിന്റെ ആത്യന്തികമായ ലക്ഷ്യം കവിയായിരിക്കുകയെന്നതാണ്, കാവ്യദേവതയ്ക്കുവേണ്ടി ജീവിക്കുക എന്നു പി. കരുതിയിരുന്നു. ജീവിതകാലം മുഴുവൻ തേടിനടന്ന കവിതാസ്വരൂപിണിയെ നിത്യകന്യകാരൂപത്തിൽ സാക്ഷാത്ക്കരിച്ചപ്പോൾ അത് ലോകത്തോടു വിളിച്ചു പറയാൻ കവി തിരഞ്ഞെടുത്ത മുഖ്യപ്രചരണ ഉപാധിയാണ് ആത്മകഥാ രചന.[66] താൻ കവിയാണ് തനിക്ക് കവിയേ ആകേണ്ടൂ. അതിനുവേണ്ടി എല്ലാം സഹിക്കുക ഇങ്ങനെ കാല്പനികത, ജീവിതത്തിന്റെ സ്വപ്നചിത്രമാണെന്ന വാദം പി.യുടെ കവിതയിലാണ്/ജീവിതത്തിലാണ് യാഥാർത്ഥ്യമാകുന്നത്.[67]

കാവ്യസൃഷ്ടിയുടെ ആനന്ദമാണ് പി.ക്ക് ഏറ്റവും പ്രിയപ്പെട്ട സുഖമെന്ന് ഒരഭിമുഖത്തിൽ പി. പറയുന്നുണ്ട്. ഈ സുഖം നേടാനുള്ള ദുഃഖവും സുഖമാണ്[68] എന്ന് അദ്ദേഹം കരുതുന്നുണ്ട്. ഈ സുഖാനുഭവം തേടിയുള്ള യാത്രയാണ്; അനിയന്ത്രിതമായ അലച്ചിലിനെ-തനിക്ക് സംഭവിച്ച നഷ്ടങ്ങളെ, എന്നും പാടിയ തിരുത്താൻ സാധിക്കാത്ത പിഴവുകളെ, കുറിച്ച് പശ്ചാത്താപത്തോടെ ഓർത്ത് പി. ആത്മവിചാരണയ്ക്ക് മുതിരുന്നത്. അങ്ങനെ പി.യുടെ ആത്മകഥകൾ കുമ്പസാരകഥകളാവുന്നു.

ആത്മകഥയെ പി. കാല്പനികമായ സ്വപ്നാത്മകമായ ഒരനുഭവമായിത്തീർക്കുന്നു. അനുഭവിക്കുകമാത്രമല്ല, അനുഭവത്തെ നിർമ്മിക്കുന്നൊരു തലം പി.യുടെ ആത്മകഥകളിലുണ്ട്. കവിതയിലൂടെ ആനന്ദത്തെ നേടുകയും കവിതയിലൂടെത്തന്നെ പുനഃസസൃഷ്ടിക്കുകയും ചെയ്യുക. ഇങ്ങനെ കാവ്യദേവതയുടെ ഇടം തേടിയുള്ള ഒടുങ്ങാത്ത യാത്രകളിൽ കുടുംബം, അച്ഛൻ, അമ്മ, നാട്, വിദ്യാഭ്യാസം, തൊഴിൽ ഒക്കെ തനിക്കു നഷ്ടപ്പെട്ടു എന്ന വിശ്വാസം. അതിൽ നിന്നു രൂപപ്പെടുന്ന കുറ്റബോധം. കുറ്റബോധത്താൽ വേട്ടയാടപ്പെടുകയും വീണ്ടും അതേ തെറ്റ് ആവർത്തിക്കുകയും ചെയ്തുകൊണ്ട് അനുഭവങ്ങൾ തേടിപ്പോവുക. ഇത് ഒരു മാനസികമായ അനുഭവമാണ്. എല്ലാം കവിതയ്ക്കുവേണ്ടിയാണ് എന്ന രീതിയിൽ കവിയെയും കവിതയെഴുത്തിനെയും ഉദാത്തീകരിക്കുന്ന ഒരഹം പി. യിലുണ്ടായിരുന്നു.

കുഞ്ഞിരാമൻനായരുടെ കവിതയെ പ്രചോദിപ്പിച്ച പ്രാധാനമായൊരു ഘടകം കേരളത്തിലെ പ്രകൃതിസൗന്ദര്യമായിരുന്നു. സചേതനമായ ആ പ്രകൃതിയിൽത്തന്നെ തന്നിലെ വികാരങ്ങളെ വിവർത്തനം ചെയ്യുന്ന രീതി പി.യിൽ ഏറ്റവും സജീവശൈലിയായി നിലനിന്നിരുന്നു. ഇങ്ങനെ തന്നോടൊപ്പം പ്രകൃതിയിലെ പ്രതിഭാസങ്ങളെല്ലാം

വികസിക്കുകയും സങ്കോചിക്കുകയും ചെയ്യുക, അതിൽ ആനന്ദം കൊള്ളുക/നിരാശപ്പെടുക. പി.യുടെ എഴുത്തിന്റെ മൗലികാംശമാണിത്. മനുഷ്യൻ തന്നെ പ്രകൃതിയുടെ ഒരു ഭാഗം മാത്രമാണ് പി.യ്ക്ക്.[69]

പി.യുടെ കാല്പനികസ്വത്വത്തിന്റെ ഏറ്റവും പ്രകടമായൊരംശമാണ് പ്രകൃത്യാരാധന. കാല്പനികതയിൽ പ്രകൃതിയും മനുഷ്യനും വേർപിരിയാനാവാത്തവിധം പരസ്പരം ബന്ധപ്പെട്ടിരിക്കുന്നു. കാല്പനികതക്ക് ചുറ്റുമുള്ള സസ്യജന്തുജാലങ്ങളുമാണ്, പുഴയും മലയും ആകാശവും കൂടിയുള്ള ബാഹ്യപ്രകൃതിയാണ് ഒന്ന്. ജന്മവാസനകളും പരിതോവസ്ഥകളും കൂടി വിഭിന്നമായി സൃഷ്ടിച്ച വ്യക്തിമനസ്സുകളിൽ പ്രതിഫലിക്കുന്ന പ്രകൃതിയാണ് മറ്റൊന്ന്. ബാഹ്യപ്രകൃതിയെ (nature) യാന്ത്രികമായ, മൃതമായ ഒരവസ്ഥയിൽ നിന്നും മോചിപ്പിച്ചാണ് കാൽപനികൻ കാണുന്നത്. പി.കവിതയുടെ തുടർച്ചയായി ആത്മകഥകളിലും പ്രകൃതിയിലേക്ക് തുറന്നിരിക്കുന്ന കണ്ണുകളാണ് നാം കാണുന്നത്. പ്രകൃതിദൃശ്യങ്ങളിൽ ആന്ദത്തോടുറ്റു നോക്കുന്ന കണ്ണുകൾ പി.യുടെ ആഖ്യാനത്തിന്റെ ആധാരമാണ്.

കവിയുടെ കാല്പാടുകളിൽ തന്റെ ശൈശവത്തെക്കുറിച്ചു വിവരിക്കുന്ന ഭാഗങ്ങൾ നോക്കുക.

ആകാശ നീലിമയിൽ, വിദൂരതയിൽ ഒരരയന്നമായി പറന്നു പോകുക, അസ്തമന പ്രഭയിൽ മുകിൽത്തുണ്ടായി നീരാടുക പൂവിലെ മണമാവുക, വള്ളിയിൽ ചേർന്ന് മരമാവുക, കടലിൽ ചേരുന്ന പുഴയാവുക, താനെ പാടുന്ന ഓടക്കുഴലാവുക, നാദമുണർത്തുന്ന വീണയാവുക, സ്വന്തം കവിതയെഴുതുന്ന തൂലികയാവുക, പൂഴിയും നക്ഷത്രവുമാവുക, വസന്ത കോകിലമാവുക, കുന്നിൻ പാച്ചോറ്റി മരം, പൂത്തകാട്ടിൽ തേനീച്ചയായി അലയുക, ചെന്താമരപ്പൂമെത്തയിൽ കാർവണ്ടായി മയങ്ങുക. പൊൻകതിർ കുലകൊത്തി പഞ്ചവർണ്ണക്കിളിയായി പൊന്നണിപ്പാടം തോറും പറന്നു നടക്കുക.[70]

ആത്മകഥ: അകം-പുറം നോട്ടങ്ങൾ

കവിതകളിലെന്നപോലെത്തന്നെ ദൃശ്യഘ്രാണബിംബങ്ങളുടെ സമൃദ്ധി ആത്മകഥകളിലുണ്ട്. ഈ പ്രകൃതിചിത്രണത്തിൽ അമർത്തിവെച്ചിരിക്കുന്ന കാമനകൾ തലപൊക്കുന്നതു കാണാം.

കൊല്ലങ്കോട് തോർത്തുമുണ്ടു മാത്രമുടുത്ത മധുരപ്പതിനേഴുകാരി, വനകന്യക താമരപ്പൊയ്കയിൽ എണ്ണതേച്ചുകുളിക്കാനിറങ്ങുന്ന ചുരുണ്ടിരുന്ന പുരിവാർകുഴൽ കാറ്റിൽ ഓളമിളക്കുന്നു.

കറുത്ത മുലക്കണ്ണുള്ള മലകൾ

കാടിന്നടിത്തട്ടിൽ ഒളിഞ്ഞും തെളിഞ്ഞു മിളകുന്നു
ഉടുപുടവ-ഗായത്രിപ്പുഴ-കുത്തഴിഞ്ഞിഴയുന്നു.[71]

പ്രകൃതിദൃശ്യങ്ങളിലേക്ക് ഉറ്റുനോക്കുന്ന കണ്ണുകളുടെ പിന്നിൽ കാമചോദനകളാൽ അമർത്തി (repressed) വെച്ചിരിക്കുന്ന അബോധതലം ഉണർന്നു വരുന്നതു കാണാം. സ്വത്വമെന്നത് ലൈംഗികചോദനകളിൽ നിന്നും ഭ്രമാത്മകതയിൽ നിന്നും വേറിട്ട ഒന്നല്ല. വിഷയിയുടെ നിലനില്പുതന്നെ ദമന (repression) ത്തിലാണ്. ലൈംഗിക തൃഷ്ണകളെ അബോധത്താൽ അടക്കം ചെയ്തുകൊണ്ടാണ് ഈ നിലനില്പ്. അപരത്തിൽ പൂരിപ്പിക്കപ്പെടുന്ന തന്റെ ചോദനകൾ വിഷയിയിൽ (നോക്കുന്നയാളിൽ/കാഴ്ചക്കാരനിൽ) അഭാവം (lack) ഉണ്ടാക്കുന്നു.

കണ്ണാടിയിൽ 'ഞാൻ' എന്നെ കാണുമ്പോൾ സംഭവിക്കുന്നത് അപര (other) ത്തിന്റെ അഭാവമാണ്. ഫ്രോയ്ഡിയൻ മാതൃകയിൽ മാതാവ്/ശിശുദ്വന്ദ്വം; മാതാവിന്റെ നഷ്ടമാണ്/അഭാവമാണ് മൗലികമായി മനുഷ്യജീവിതത്തിലെ എല്ലാ പ്രതിനിധാനങ്ങളുടേയും അടിസ്ഥാനം.[72] കാവ്യദേവത കവിയുടെ മനസ്സിലെ സ്ഥായിയായ ഈ അനുഭവമാണ് എന്ന് പി.യുടെ ആഖ്യാനവൃത്തിയെ നിയന്ത്രിച്ചുകൊണ്ടിരുന്നത് ഈ അനുഭവമാണ് ആത്മകഥകൾ തെളിയിക്കുന്നു. ചില ഉദാ:

സിന്ദൂരപ്പൊട്ട് തൊട്ട് പൊൻ വളയണിക്കൈയിൽ
പൂത്താലവുമായി പൊൻ കസവൊളിവിതറി
കന്നിപ്പുലരി, ആ നിത്യകന്യക വീണ്ടും അരങ്ങത്തു വന്നു.[73]

ഏതാണ് ആ ലക്ഷ്യം?

പൂർണ്ണാനന്ദകവിത. നിത്യകാവ്യാനുഭൂതി. പുഴയും കടലും പോലെ ജീവിതവും കവിതയും ഒന്നായലിഞ്ഞ് അന്തരാത്മാവിൽ നിന്നു തിളച്ചു പൊന്തുന്ന മധുര കാവ്യാനുഭൂതി.

ആ അനുഭൂതി ഇതേവരെ കൈവന്നില്ല കവിക്ക്. കണ്ണാടിയിൽ അവളുടെ മുഖം കണ്ടിട്ടുണ്ട്, അവളെ നേരിൽ കണ്ടിട്ടുണ്ട്. കാണുമോ?

അറിഞ്ഞുകൂടാ. എന്നാൽ ആയിരമായിരം ജന്മം അവൾക്കു വേണ്ടി ഞാൻ കാത്തിരിക്കും.[74] ഗൃഹാതുരതയോടെ തന്നിൽ നിന്നുമെന്നോ നഷ്ടപ്പെട്ടുപോയ അപരത്തെ തിരയുകയാണ്.

യാത്ര: എഴുത്തിന്റെ രൂപകം

'യാത്ര' എന്ന രൂപകത്തിന്റെ മുകളിലുള്ള എഴുത്താണ് പി.യുടെ മൂന്ന് ആത്മകഥകളും. 'യാത്ര'യുടെ ഈ എഴുത്തിൽ യാത്രികന്റെ ക്രിയാവ്യവഹാരങ്ങൾ അയാളെത്തന്നെ മറ്റൊരാളിലേക്ക് അദ്ധ്യാരോപം

ചെയ്യുന്നു. തനിക്കു പിടിതരാതെ അദൃശ്യമായിനില്ക്കുന്ന കവിതയെ/നിത്യ കന്യകയെ തേടിയും തിരഞ്ഞും അന്വേഷിച്ചും നടക്കുന്ന ഈ യാത്രയിൽ ആദിയും അന്തവുമില്ലാത്ത ഈ വഴിയിൽ നീട്ടിവെയ്ക്കപ്പെടുകയാണ് യഥാർത്ഥ ലക്ഷ്യം. താൻ അന്വേഷിക്കുന്ന ആ നിത്യകന്യകയുടെ വീട് ഭാരതപ്പുഴക്കരയിലെ വള്ളുവനാടൻ പ്രകൃതിയിലാണെന്നു കവി തിരിച്ചറിയുന്നു.

ഇവിടെ ഭാരതപ്പുഴക്കരയിൽ പുഞ്ചപ്പാടങ്ങളുടെ കരയിൽ-പച്ചമരത്തോപ്പിൽ കർഷകവാടങ്ങൾക്കിടയിൽ എവിടെയോ ഇലഞ്ഞി മരച്ചോട്ടിൽ അവൾ പാട്ടുപാടിക്കൊണ്ടിരിക്കുന്നു-നാഗവള്ളിക്കാവിൽ ഊഞ്ഞാലാടിക്കൊണ്ടിരിക്കുന്നു. അവളുടെ മേൽവിലാസം കിട്ടണം അവളുടെ കളിത്തോഴി സുന്ദരപ്രകൃതി ചെവിയിൽ സ്വകാര്യം പറയുന്നു. അവൾ കൈതപ്പൂങ്കാറ്റുവീശുന്ന ഈ നാട്ടിലുണ്ട്. അവളുടെ വിടുപണിക്കാരാണ് ഈ നാട്ടിലെ ആണും പെണ്ണും.[75] തന്റെ ആഗ്രഹപൂർത്തീകരണത്തിനുള്ള വിഷയമാണീ അപരം (other). ഈ ആഗ്രഹവസ്തു തനിക്കെങ്ങനെ പ്രാപ്തമാകും എന്ന് ആഖ്യാതാവ് കണ്ടെത്തുന്നുണ്ട്

ദാസിയെപ്പിടിച്ചാൽ-കളിത്തോഴിപാട്ടിലായാൽ-

രാജകുമാരിയെകിട്ടും."[76] അടക്കിവെച്ച ലൈംഗികവാസനകളുടെ പ്രകടനമാണ് ഈ പ്രസ്താവത്തിലുള്ളത്. രത്യാനന്ദത്തിനു തുല്യമായി കാവ്യാനന്ദത്തെ കാണുന്നു ഇവിടെ. അനിയന്ത്രിതമായ കാമചോദനകളെയും അപഥസഞ്ചാരങ്ങളെയും ന്യായീകരിക്കാൻ വിഷയി (കവി) കണ്ടെത്തുന്ന കാല്പനികമായ വ്യാഖ്യാനമാണ് നിത്യകന്യക എന്ന സങ്കല്പം.

സ്ത്രീയിൽ പ്രകൃതിസൗന്ദര്യം കണ്ടു, പ്രകൃതിസൗന്ദര്യത്തിൽ കവിത കണ്ടു ഉപാസിക്കുകയാണെന്ന് പി. പറയുന്നുണ്ട്. അത് ഉദാത്തീകരിച്ച അവസ്ഥയായ യോഗമുറയിലാവണം ഭോഗമുറയ്ക്കായാൽ പതനം പറ്റും, ജീവിതം പതറും, കവിത ചിതറും എന്ന് വിശദീകരിക്കുന്നുണ്ട്.

ആത്മകഥയിൽ മറ്റൊരിടത്ത് എഴുതുന്നു.

ഇവിടെ നിന്ന് അവളെ വിളിക്കും. ഓടിവരും. വരാത്തപക്ഷം അങ്ങോട്ടു ചെന്ന് പിടിക്കും. ബലാത്സംഗം. ബലാത്സംഗം: ഈ വീട്ടിൽ വെച്ച് അതു നടക്കും.[77] ദമിത ലൈംഗികതയുടെ (Repressed sex) കെട്ടഴിച്ചു വിടുന്ന ഇത്തരം സന്ദർഭങ്ങൾ ആത്മകഥകളിൽ ധാരാളം കണ്ടെത്താൻ കഴിയും.

ലൈംഗികതയുടെ അടിസ്ഥാനമായി ഫ്രോയ്ഡ് പറയുന്ന ആനന്ദ തത്വം (pleasure principle), ശിശു അമ്മയുടെ മുലകുടിക്കുകയും ആ സുരക്ഷിതത്വത്തിൽ കഴിയുകയുംചെയ്യുന്നത്-ലൈംഗികാഹ്ലാദവും ജൈവികാവശ്യവും-തികച്ചും വ്യത്യസ്തമാണെങ്കിലും അവ തമ്മിൽ ബന്ധി തമാണ്. വിശപ്പുമാറിയാലും കുട്ടി/ശിശു ആ പ്രവൃത്തിയിൽ തുടരാൻ തല്പരരാവുന്നു, മാനവലൈംഗികതയുടെ കാതലായ ഒരു ഘട്ടമാണി തെന്നു ഫ്രോയ്ഡ് വ്യഖ്യാനിക്കുന്നു. എന്നാൽ ഈ ആഹ്ലാദാന്വേഷണ പ്രേരണയ്ക്കുമേൽ ശക്തമായ നിയന്ത്രണം ബാഹ്യലോകത്തിലെ നിയ മങ്ങളേർപ്പെടുത്തുന്നു. ഈ ബാഹ്യലോകനിയന്ത്രണമാണ് ഫ്രോയ്ഡ് യാഥാർത്ഥ്യതത്ത്വം (Reality principle) എന്നതു കൊണ്ടർത്ഥമാ ക്കുന്നത്.[78]

ഫ്രോയ്ഡ് ഇതിൽ നിന്നാണ് ഈഡിപ്പസ് കോംപ്ലക്സിലേക്കും ഷണ്ഡീകരണഭീതിയിലേക്കും തന്റെ ആശയങ്ങൾ വികസിപ്പിക്കു ന്നത്. ലക്കാൻ ഫ്രോയ്ഡിയൻ പിതാവിന്റെ പകരമായി ഭാഷയെയും സംസ്കാരത്തെയും കൊണ്ടുവരുന്നു. തന്റെ ആഹ്ലാദ/ആനന്ദാന്വേഷ ണത്തിനു തടസ്സം നിൽക്കുന്ന എല്ലാത്തിനെയും തിരസ്കരിക്കുന്നുണ്ട്. പി. കളിയച്ഛൻ എന്ന കവിതയിൽ തന്റെ ആഗ്രഹങ്ങൾക്കൊക്കെ/ ഇച്ഛകൾക്കൊക്കെ കടിഞ്ഞാണിടുന്ന 'കളിയച്ഛൻ'എന്ന പിതൃരൂപത്തെ ചോദ്യം ചെയ്യുന്നുണ്ട്. പി.യിലെ ശിശു, ആഗ്രഹ പരമ്പരകളുടെയിടയിൽ തന്റെ ആനന്ദാതിരേകത്തിനായി സ്വയം ബലിനൽകിയവനാണ് എന്ന് ജീവിതം സാക്ഷ്യപ്പെടുത്തുന്നുണ്ടല്ലോ.

പി.യുടെ കവിതയുടെ ഏറ്റവും പ്രധാനതതലം ഐന്ദ്രിയാനുഭൂതി യാണ്. ഈ ഇന്ദ്രിയങ്ങളിൽ പി.യിൽ ഏറ്റവും സജീവമായതു കണ്ണാണ്. കാഴ്ചകളോടുള്ള പ്രത്യേകമായൊരാസക്തി; ഒറ്റനോട്ടത്തിൽ ഉള്ളിലേക്കു കയറി വരുന്ന ചിത്രങ്ങൾ വരയ്ക്കുക പി.യുടെ പ്രത്യേകതയാണ്. ഇതിന് ദാർശനികമായ തലങ്ങൾ പലതുണ്ടെങ്കിലും രതിജന്യമായൊരനുഭൂതി ഈ കാഴ്ചകൾക്കു പിന്നിലുണ്ട്.

'നിത്യകന്യക'യായ കവിതയെക്കുറിച്ചും അവളുടെ കളിത്തോഴിയായ പ്രകൃതിയെക്കുറിച്ചും എത്ര പറഞ്ഞാലും പി.യ്ക്കു മതിയാവുകയില്ല. ഋതുകു മാരിമാർ കവിതാകന്യകയുടെ പച്ച നീലസാരികളിൽ വിചിത്രപ്പൂപ്പണി നടത്തുന്നു. ചെങ്കടലലകൾ അവളുടെ താക്കോൽ ആളുകൾക്ക് നവര ത്നമൊരുക്കുന്നു, മാനത്തെ പൂപ്പന്തലിൽ വെള്ളിത്താലവുമായി വരുന്ന വസന്തസന്ധ്യകൾ അവളുടെ പള്ളിപ്പട്ടുമെത്തയിൽ വിതറാൻ മുല്ലപ്പൂ ക്കളിറുക്കുന്നു. സന്ധ്യാശോഭകൾ അവളുടെ ചെന്താമരക്കാലടികളിൽ അണിയിക്കാൻ മൈലാഞ്ചിച്ചാറൊരുക്കുന്നു.[79]

ഇങ്ങനെ കൂടുവിട്ടു കൂടുമാറി പ്രകൃതിപ്രതിഭാസങ്ങളിലെല്ലാം അലിയുവാനും അലയുവാനുമുള്ള സക്തി, കാല്പനികസ്വത്വത്തിന്റെ ഭാഗം തന്നെയാണ്. എന്നാൽ രതിജന്യമായ അനുഭൂതിയുടെ ആനന്ദം/ദുഃഖം ഈ കാഴ്ചകളിലുണ്ട്.

ശിശുലൈംഗികതയുമായി ബന്ധപ്പെട്ട് മൂന്ന് പ്രധാന ഉറവിടങ്ങളെക്കുറിച്ച് ഫ്രോയ്ഡ് പറയുന്നുണ്ട്. ഒന്നാമത്തേത് ശരീര പ്രവർത്തനങ്ങളുമായി ബന്ധപ്പെട്ടതാണ്. രണ്ടാമത്തേത്, രതി സുഖമേഖലകളുടെ ഉത്തേജനമാണ്. മൂന്നാമത്തേത്, നയനകൗതുകം, ക്രൂരത തുടങ്ങിയവയുമായി ബന്ധപ്പെട്ട പ്രചോദനങ്ങളാണ്. ലൈംഗികവൈകല്യങ്ങൾ മറ്റു ശാരീരിക രോഗങ്ങൾക്കു കാരണമാകുന്നതുപോലെത്തന്നെ ലൈംഗികപ്രചോദനം മനുഷ്യനിൽ സർഗ്ഗാത്മകമായ പ്രവർത്തനങ്ങൾക്കും കാരണമാവുന്നുണ്ട്.[80]

കവിയുടെ കാല്പാടുകളിൽ നിന്ന് ഒരു ഉദാ: നിളയുടെ ചിറ്റോളം അതാണീ ചുരുണ്ട കുറുനിര. കരയോരത്തെ നറും കൈതപ്പൂ അതാണീ ചടച്ച ഉടൽ. പുഴയുടെ കണ്ണാടിയിൽ പതിഞ്ഞ ചന്ദ്രബിംബം. അതാണീ ഓമനമുഖം. മണൽത്തട്ടിലെ നിലാവ് ഈ പുഞ്ചിരി. നിളാതടത്തിലെ കൊച്ചുചെന്തെങ്ങിനിളനീരുകൾ. മറച്ച മാറിൽ അതിന്റെ അഴകുതുളുമ്പുന്നു. കൈവിരലുകളിൽ കാട്ടുമുല്ല വള്ളിസ്പർശം. മാമ്പൂക്കളിലെ തേൻതുള്ളി ഈ മധുമൊഴി. ഇവൾ ടീച്ചറല്ല, വെറുമൊരു സ്ത്രീയല്ല. നിളയുടെ മകൾ, പുഷ്പകന്യക, ദേവകന്യക.[81]

ആൺനോട്ടവും ദമിതലൈംഗികതയും

ലൈംഗികതയിൽ കണ്ണിന് പ്രധാന പങ്കുണ്ട്. ജനനേന്ദ്രിയത്തിൽ നിന്നു വളരെ അകലെയുള്ള കണ്ണിന് ലൈംഗികതയിൽ വളരെ പ്രാധാന്യമുണ്ട്. ഇണയെ ആകർഷിക്കുന്നതിൽ കണ്ണുകൾക്ക് സവിശേഷമായ സ്ഥാനമാണ് ഉള്ളത്. സൗന്ദര്യം കണ്ണുകളെ ആകർഷിക്കുകയും അത് ലൈംഗികമായ ഉത്തേജനത്തിന് കാരണമാവുകയും ചെയ്യുന്നു. കണ്ണുകൾക്ക് അതിന്റേതായ ലൈംഗികാനന്ദമുണ്ട്. എന്നാൽ അത് ലൈംഗിക പ്രചോദനത്തിന് തീക്ഷ്ണത വർദ്ധിപ്പിക്കുകയും ചെയ്യുന്നു. കാഴ്ച കാമനയെ തീക്ഷ്ണമാക്കുന്നു. അതിന്റെ ഫലമായി ജനനേന്ദ്രിയങ്ങൾ ലൈംഗികവൃത്തിക്കുള്ള തയ്യാറെടുപ്പുകൾ നടത്തുന്നു. എന്നാൽ അതിനനുസൃതമായ രീതിയിൽ അത് നടക്കാതെ വരുമ്പോൾ ദുഃഖമുണ്ടാകുന്നു. കാവ്യദേവത, കാവ്യരചന ലൈംഗികാനുഭൂതിയായി തുടരുന്നതിനു നിത്യകന്യകയെത്തേടിയിൽ നിന്ന് ഒരു ഉദാ:

ഹേ നിത്യകാമുകീ, സത്യകാമുകീ, അജ്ഞാതകാമുകീ, ഹേ നിത്യ കന്യകേ നീ എവിടെ? നീ എവിടെ? ഈ പട്ടുതിരി കത്തുന്ന മേടസ ന്ധ്യയിൽ-പടമുയർത്തുന്ന രാത്രിയിൽ-എണ്ണ തീർന്ന വിളക്കണയുന്ന മുറിയിൽ തപ്പിതപ്പി ഈ അന്ധകാമുകൻ ഈ നിത്യകാമുകൻ ഉറക്കെ വിളിക്കുന്നു. ഓമനേ നീയെവിടെ.[82]

ഇന്ദ്രിയസംവേദനത്തിനുള്ള ഒരു കേവലമായ അവയവമല്ല കണ്ണ്; അത് ആനന്ദത്തിനുള്ള ഒരവയവം കൂടിയാണെന്നും സൂചിപ്പിച്ചുവല്ലോ ഇവിടെയാണ് കാഴ്ചയും/ബദ്ധദൃഷ്ടിയും (gaze) തമ്മിലുള്ള വ്യത്യാസം. പ്രതീകാത്മക ക്രമ (symbolic order) ത്തിൽ മുങ്ങിക്കിടക്കുന്ന കണ്ണും ആത്മരത്യാനുഭവത്തിൽ രമിക്കുന്ന ബദ്ധദൃഷ്ടിയും തമ്മിലുള്ള വ്യത്യാസ മാണത്. ബദ്ധദൃഷ്ടി (Gaze) എന്ന സങ്കല്പനം സംസ്കാരപഠനരംഗത്തു വളരെയധികം വിശകലനം ചെയ്യപ്പെട്ട ഒന്നാണ്. ഇരുപതാം നൂറ്റാണ്ടി ന്റെ അവസാനദശകങ്ങളിൽ സിനിമാപഠനരംഗത്ത് ബദ്ധദൃഷ്ടി (Gaze) യെ ശക്തമായി ഉപയോഗപ്പെടുത്തുന്നുണ്ട്. കാഴ്ചയെക്കുറിച്ച്/പ്രത്യേകിച്ച് ആൺനോട്ട (male gaze) ത്തെക്കുറിച്ച്, ഹോളിവുഡ് സിനിമകളെ മുൻ നിർത്തി പഠിച്ച ലോറാമുൾവ, നോട്ടത്തെ ഒരു രാഷ്ട്രീയ ഉപകരണമായി വ്യാഖ്യാനിക്കുകയുണ്ടായി.[83]

സ്ത്രീവാദകാഴ്ചപ്പാടിൽ നിന്നുകൊണ്ടുള്ള മുൾവയുടെ പരികല്പനകൾ ആൺനോട്ടം (male gaze) എങ്ങനെ സ്ത്രീവിരുദ്ധമായിത്തീരുന്നു എന്നതു പുറത്തു കൊണ്ടുവരുന്നു. സിനിമ എപ്പോഴും സ്ത്രീയെ പുരുഷന്റെ ഒരു കാഴ്ചവസ്തുവായി ചിത്രീകരിക്കുന്നു. ആ കാഴ്ചവസ്തു ആഗ്രഹവസ്തുത ന്നെയാണ്. സിനിമ എങ്ങനെ ഒളിഞ്ഞുനോട്ട (voyarestic gaze) മായി മാറുന്നു എന്ന് മുൾവെ ചിന്തിക്കുന്നുണ്ട്. സ്ത്രീ കാഴ്ചയുടെ കർമ്മം മാത്രമായിത്തീരുന്നുയെന്നു മുൾവ പറയുന്നു.[84] മുൾവ നോട്ടത്തെ, വസ്തുരതിപരമായ നോട്ടമെന്നും (Scopophelic Gaze) ആത്മരതിപ രമായ (Narscistic gaze) നോട്ടമെന്നും രണ്ടുതരത്തിൽ തിരിക്കുന്നു. കണ്ണാടിയിൽ ശിശു തന്റെ സ്വത്വത്തെ തിരിച്ചറിയുന്നത് അന്യത്തിന്റെ അഭാവത്തിലാണ്. തന്റെ സ്വത്വം യഥാർത്ഥമാണെന്നുള്ള ശിശുവിന്റെ തെറ്റായ തിരിച്ചറിവ് (mis-recognition) ഭാവിയിൽ പിളർന്നു പോകുന്ന (split self) സ്വത്വത്തെക്കുറിച്ചുള്ള ഓർമ്മപ്പെടുത്തലാണ്. ശിശുവിന്റെ ശരീരഏകത തെറ്റായ തിരിച്ചറിവാണ്. ആത്മരതിയിൽ ശിശുവിനുള്ള ആനന്ദം, തന്റെ ശാരീരികമായ അവസ്ഥകൾക്കുമേൽ കണ്ണാടി ആരോപിക്കുന്ന ഏകതയാണ് (unity). കണ്ണാടി നുണപറ യുകയാണ്, നുണയെ സത്യമായി തിരിച്ചറിയുകയാണ് ശിശു ചെയ്യു ന്നത്.[85] ഇങ്ങനെ തെറ്റായ തിരിച്ചറിവിലൂടെയാണ് താദാത്മ്യത്തിലൂടെ

(identification) യാണ് ശിശു പ്രതീകാത്മകവ്യവസ്ഥ (symbolic order)യിലേക്ക് പ്രവേശിക്കുന്നത്. ഭാവിയിലുള്ള എല്ലാ താദാത്മ്യങ്ങളുടെയും അടിസ്ഥാനം ഇതാണ്.[86]

പുരുഷന്റെ നോട്ടത്തിനുള്ള കർമ്മ (object) മായി/വസ്തുവായിത്തീരുന്ന സ്ത്രീയുടെ ശരീരം, പുരുഷനിൽ കാമോദ്ദീപകമായിത്തീരണമെന്ന സങ്കല്പത്തിലധിഷ്ഠിതമായ ദൃശ്യങ്ങൾ കോർത്തൊരുക്കിയ സിനിമകളെയാണ് മുൾവ ആക്രമിക്കുന്നത്. അതിലൂടെ നോട്ടത്തിനു പാത്രീഭവിക്കുന്നതിനുവേണ്ടി സ്ത്രീ അവളുടെ ശരീരത്തെ എങ്ങനെ ഒരുക്കിവയ്ക്കുന്നു എന്നതിനെക്കുറിച്ചും മുൾവ ചിന്തിക്കുന്നു.[87] സ്ത്രീ എങ്ങനെയാണ് ഒരു കാമോദ്ദീപകമായ ബിംബമായിത്തീരുന്നതെന്നും സ്ത്രീയുടെ ശരീരദർശനത്തിൽ പുരുഷന്റെ ആത്മരതി അനുഭവം എങ്ങനെ തൃപ്തിപ്പെടുന്നുവെന്നും മുൾവെ ആലോചിക്കുന്നു. ഇത്തരം നോട്ടങ്ങളുടെ ശൃംഖലകൾ പി.യുടെ ആത്മകഥകളിൽ നിന്നു കണ്ടെടുക്കാനാവും.

ഉദാ: പ്രപഞ്ചം പൂവണിഞ്ഞ പച്ചത്തിരശ്ശീല. അതിനുപിന്നിൽ അദൃശ്യകലാലോകത്തിൽ- ആ ചെന്താമരമലരിൽ അവൾ പൊൻതാമരപ്പദമൂന്നുന്നു. അവളുടെ തിരുനെറ്റിയിലെ കുങ്കുമപ്പൊട്ടിൽ നിന്നു പുലരികൾ വിരിയുന്നു. അവളുടെ പുഞ്ചിരിത്തല്ലിൽ നിന്നു പൗർണ്ണമി കൊഴിയുന്നു. നിന്റെ കാൽച്ചിലമ്പൊലിയിൽ നിന്നും സമുദ്രങ്ങൾ ഉയരുന്നു. ഏതോ ആൾക്കണ്ണാടിയുടെ മുമ്പിൽക്കൂടി നീ കടന്നു പോകുമ്പോഴുള്ള കൈവളക്കിലുക്കം. അതാണു ഭൂമിയിലെ സംഗീതധാര. നിത്യകന്യകയായ നിന്റെ നേരിയ നിഴലാണ് അതാണീ മനോഹര പ്രപഞ്ചം.[88]

തങ്കത്തരിവളയും പാദസരകിലുക്കവുമായി നേർത്ത കസവുമുണ്ടുടുത്ത് അഴകാഴിയിലെ കൊച്ചുതിരമാലകളായ കന്യകമാർ. സൗന്ദര്യസന്ദേശം പരത്തി മുല്ലപ്പൂമണമൊത്തു വീടുതോറും ഓടിനടക്കുന്ന വ്രതാന്ത്യനാളിൻ കരിമ്പു വില്ലുകുലച്ച ആവനാഴിയിൽ പൂ നിറച്ചു മധുവസന്തം തെളിക്കുന്ന പരിമളത്താരമിന്നുന്ന തെക്കൻകാറ്റിന്റെ പൂപ്പല്ലക്കിലേറി ചന്ദനസുരഭിയായ പുഷ്പശരൻ, കടാക്ഷശാസ്ത്രം പഠിപ്പില്ലാത്ത കന്യകമാരുടെ മഷിയണിഞ്ഞ മിഴിമുമ്പിൽ അവതരിപ്പിക്കുന്നു. നിലാവൊളി വീണ ഇളം മുല്ല വള്ളികളിൽ ആദ്യമായി കാമകല മൊട്ടിടുന്നു. മഷിയെഴുതിയ നീലക്കണ്ണുകളിൽ മിന്നലൊളി ഓളം വെട്ടുന്നു.[89]

ഇങ്ങനെ പിതൃകേന്ദ്രിത (patriarchial) മായ എല്ലാ പ്രണയവ്യാഖ്യാനങ്ങളിലും സ്ത്രീയെ ലിംഗവൽക്കരിച്ചുകൊണ്ടാണ് പ്രതിനിധീകരിക്കുന്നത്. ചുണ്ട്-പുഞ്ചിരി, പാദം-നൃത്തം/പാദസരകിലുക്കം, കൈ-തങ്കത്തരിവള തിരുനെറ്റി-കുങ്കുമപ്പൊട്ട്, മുല്ലപ്പൂസുഗന്ധം, മഷിയണിഞ്ഞ മിഴിമുന.

സ്ത്രീയുടെ ശരീരത്തെ കാമോദ്ദീപക അവയവങ്ങളാക്കി മാറ്റുകയാണ് ഈ നോട്ടം. പുരുഷന്റെ പ്രണയം ഒരു സ്ത്രീയോടല്ല, മൊത്തം സ്ത്രീത്വത്തോടാണ് സമഗ്രമായ ശരീരത്തെ കാണാതെ കാമവിഷയമായ ചില രൂപകങ്ങളായി അവതരിപ്പിക്കുന്നത് ഇങ്ങനെ ദൃശ്യാനന്ദത്താൽ രൂപപ്പെടുന്ന തിരനോട്ടങ്ങളാണ്. ശരീരത്തെ ഇങ്ങനെ ചുവന്ന തുടുത്ത ചുണ്ട്, കരിമഷിക്കണ്ണ്, അഴകാഴിയിലെ കൊച്ചു തിരമാല എന്നിങ്ങനെ വസ്തുരതി (Fetish) യാക്കി ശിഷ്ടഭാഗങ്ങളായി മാറ്റുകയാണ്. ഇങ്ങനെ രൂപകത്തിനു പിന്നിൽ മറഞ്ഞുനിൽക്കുന്ന ശീർഷഭാഗങ്ങളാണ്. നോക്കുന്നയാളിന്റെ സ്നേഹപാത്രമായി (object of the desire) ത്തീരുന്നത്. ഈ സ്നേഹവസ്തു അന്യ (other) വുമായി ബന്ധപ്പെട്ടതാണ്. അങ്ങനെ നോട്ടവും ശബ്ദവുമെല്ലാം അന്യത്തിൽ നിന്ന് ഉരുവപ്പെടുന്നതാണ്.

പി. തന്റെ അപഥസഞ്ചാരങ്ങൾക്കും കാമനകൾക്കും നൽകുന്ന ന്യായീകരണങ്ങൾക്കു പിന്നിലുള്ളത് കവിതയ്ക്കു വേണ്ടി/കവിതയുടെ അനുഭവനിർമ്മാണത്തിനുവേണ്ടി താൻ നടത്തിയ യാതനായാത്രകളെ ഉദാത്തീകരിച്ചു കൊണ്ടാണ്.

അവളുടെ കളിത്തോഴിയെ, പ്രകൃതിയെ സേവിച്ചു. അവളുടെ ദാസികളെ അഴകുള്ള കർഷകകന്യകമാരെ, മധുരപ്പതിനേഴുകാരികളെ സ്നേഹിച്ചു. തോഴിയെ സ്നേഹിച്ചത്, ദാസിയെ വശപ്പെടുത്തിയത്, അവരുടെ പടിക്കൽ മുട്ടിയത് അറയിൽ പാടുകിടന്നത്, അവർക്ക് തലയ്ക്കെണ്ണയും വാസനസോപ്പും ഉടുപുടവയും സമ്മാനിച്ചത്, പണപ്പൊതിനീട്ടിയത്. സ്വർണ്ണാഭരണപ്പെട്ടി സംഭാവനചെയ്തത് പുരയിടവും വയലും നീക്കിയത് എല്ലാം അവൾക്കുവേണ്ടി.[90]

കവിത/നിത്യകന്യക എന്ന രൂപകമാണ് പി.യുടെ എഴുത്തിനെ അടിമുടി നിയന്ത്രിച്ചു കൊണ്ടേയിരുന്നത്. അതിലൂടെ തേടിയും തിരഞ്ഞും അന്വേഷിച്ചു കണ്ടെത്താൻ ശ്രമിച്ചത് തന്റെ അപരത്തെ(ീവേല്യ) യാണ്. സ്ത്രീസത്തയെയാണ് തന്റെ മൗലികമായ മാതൃനഷ്ടത്തെയാണ് എന്നു സൂക്ഷ്മമായ വായനയിൽ നമുക്ക് കണ്ടെത്താനാവും. കവിതയ്ക്കു വേണ്ടി-കാവ്യദേവതയ്ക്കു വേണ്ടി സർവ്വതും സമർപ്പിച്ച് ഒരു ബലിമൃഗത്തെപ്പോലെയലഞ്ഞ പി.യുടെ കവിതയുടെ അടിസ്ഥാന അനുഭവം ആനന്ദമാണ്. അതിന്റെ നിഷേധം മൂലമുണ്ടാകുന്ന വിഷാദമാണ് പി.യെ വേട്ടയാടിക്കൊണ്ടിരുന്നത്. പി. ശ്രമിച്ചത് പൂർണ്ണാനന്ദ കവിതയ്ക്കു വേണ്ടിയാണ്. അത് യാഥാർത്ഥ്യക്രമം (Real order) തന്നെയാണ്. ഒരിക്കലും ആ അനുഭവത്തിന്റെ ഉദാത്തത (sublime) യിലേക്ക് പി.യ്ക്കു ചെന്നെത്തുവാൻ കഴിഞ്ഞില്ല; അത് അസാധ്യമാണ്. ആ അഭാവം

(lack) ഒരു വലിയ വിടവായി പി.യുടെ എഴുത്തിൽ ചിതറിക്കിടക്കുന്നു. തനിക്കനുഭവിക്കാൻ കഴിയാത്ത അവളുടെ സൗന്ദര്യത്തിന്റെ പരിശിഷ്ടം കവിയെ എന്നെന്നും പ്രലോഭിപ്പിച്ചുകൊണ്ടിരുന്നു. അതും തേടി ജീവിതം മുഴുവൻ വസ്ത്രത്തിൽ തീപിടിച്ചവനെപ്പോലെ പരക്കം പാഞ്ഞു. ആ പരക്കംപാച്ചിലിൽ താനനുഭവിച്ച ആനന്ദത്തിന്റെയും വേദനയുടെയും അംഗീകാരത്തിന്റെയും തിരസ്കാരത്തിന്റെയും കഥയാണ് പി. യുടെ സാഹിത്യം.[91]

കവിയുടെ ജീവിതത്തിലേക്ക് കടന്നുവന്ന പല സ്ത്രീകൾക്കും അദ്ദേഹത്തിന്റെ സങ്കൽപ്പത്തിലുള്ള ആദർശ സ്ത്രീത്വത്തിന്റെ (കാവ്യദേവത)/ നിത്യകന്യക) ഏഴയലത്തുപോലും എത്താനാവാത്ത പരാജിതരായി പിരിയേണ്ടിവന്നു. എന്നാൽ പലപ്പോഴും അത്തരത്തിലുള്ള ബന്ധങ്ങൾ പി.യെ ആത്മസംഘർഷത്തിലാഴ്ത്തുകയും ചെയ്തു. അനുഭവങ്ങളുടെ നിർമ്മിതി, അനുഭവങ്ങളെ പ്രകൃതി/സ്ത്രീ അപരങ്ങളിലേക്കു സന്നിവേശിപ്പിക്കുന്ന രീതി പി. യെന്ന കവിയുടെ കാല്പനികസ്വത്വത്തിന്റെ സവിശേഷതയാണ്. പി. യെ സംബന്ധിച്ചിടത്തോളം കവിത ഒരേ സമയം ലക്ഷ്യവും മാർഗ്ഗവുമായിരുന്നു. സത്യസൗന്ദര്യങ്ങളുടെ ശ്രീകോവിലിൽ കുടികൊള്ളുന്ന തന്റെ നിത്യകന്യകയെത്തേടിയാണ് അദ്ദേഹം ജീവിതം മുഴുവൻ അലഞ്ഞത്.

ആ നിത്യകന്യകയിലേക്കുള്ള മാർഗ്ഗം അവളെ ഓരോ നിമിഷവും സംഗമിക്കുന്നതിലൂടെയാണദ്ദേഹം കണ്ടെത്താൻ ശ്രമിച്ചത്. അനുഭവത്തിലൂടെയുള്ള അന്വേഷണമായിരുന്നു അത്. ഓരോ കവിതയെഴുതുമ്പോഴും തന്റെ പൂർണതാ സങ്കല്പമായ കാവ്യദേവതയുടെ ഓരോ അംശത്തെയും പി. അനുഭവിച്ചു. ഈ അനുഭവം രത്യാനന്ദത്തിനു സമാനമായിരുന്നു. എന്നാൽ അത് അനുഭവിക്കുമ്പോൾ, താനതിനു വേണ്ടി ചെയ്ത നഷ്ടങ്ങളെയോർക്കുമ്പോൾ ആത്മസംഘർഷത്തിലേക്കെടുത്തെറിയപ്പെടുന്നു.

ആത്മനിന്ദയും കുമ്പസാരവും

ആത്മകഥകളിലുടനീളം പി.കുഞ്ഞിരാമൻനായരിലെ കവിയും മനുഷ്യനും തമ്മിൽ നടക്കുന്ന നിരന്തരസംഘർഷത്തിന്റെ ചിത്രങ്ങളാണുള്ളത്. തന്റെ ജീവിതയാത്രയിൽ കുഞ്ഞിരാമൻനായർ എന്ന കവി തന്നിലെ മനുഷ്യനെ ബലി കൊടുത്തുകൊണ്ടിരുന്നു. സങ്കൽപ്പയാഥാർത്ഥ്യങ്ങൾ തമ്മിലുള്ള വൈരുദ്ധ്യം കാൽപ്പനികസ്വത്വത്തിന്റെ പ്രധാന ഘടകം തന്നെയാണ്. സങ്കൽപ്പങ്ങളിൽ മാത്രം ജീവിച്ച കവി, കവിത മാത്രമേ കണ്ടുള്ളൂ. തന്റെ ചവിട്ടടിയിൽപെട്ടു ചതഞ്ഞരഞ്ഞുപോയ

മനുഷ്യജീവിതങ്ങളെ കണ്ടതേയില്ല. ആത്മവിചാരണയും ആത്മനിന്ദയും കലർന്ന സ്വരം ഈ ആത്മകഥകളെ കുമ്പസാരങ്ങളാക്കുന്നു.

ഏതാണ്ട് എന്റെ കഥയും ഇതുതന്നെയാണ് എന്തേ എഴുത്തച്ഛാ? പരീക്ഷയിൽ തോറ്റ കുട്ടിയാണ് ഞാൻ.[92]

കവി ആത്മകഥയെഴുതുന്നു എന്ന കേട്ടുകേൾവി പലപ്പോഴും പൊരുള റ്റതാണ്. എഴുതുന്നുണ്ട്. ഇത് ആത്മകഥയല്ല. പിന്നെ? ആത്മവിചാരണ എന്നു വെച്ചാൽ തന്നെ കൂട്ടിൽക്കേറ്റി താൻ തന്നെ വിചാരണ ചെയ്യുക.[93]

ആത്മകഥ! എനിക്ക് ആത്മകഥയില്ല. ആത്മാവില്ലാത്തവന്റെ ആത്മ കഥയ്ക്കു വിലയില്ല. ആത്മബോധമില്ലാത്തവന്റെ-ആത്മ സാക്ഷാത്ക്കാരം നേടാത്ത ആത്മകഥ കള്ളപ്പണമാണ്.[94]

വലിയ കുടുംബമുണ്ടായിട്ടും കുടുംബജീവിതമെന്തെന്നറിയാത്ത ഒട്ടേറെ സ്ത്രീകൾ കൂട്ടുകെട്ടിനുണ്ടായിട്ടും ഭാര്യാസുഖമെന്തെന്നറിയാതെ മക്കളുണ്ടായിട്ടും പുത്രസുഖമില്ലാതെ കുടുംബസ്വത്തുണ്ടായിട്ടും ഒരു നേരത്തെ സുഖമായ വീട്ടാഹാരത്തിന്റെ രുചിയറിയാതെ.[95]

സങ്കൽപ്പയാഥാർത്ഥ്യങ്ങൾ തമ്മിലുള്ള തിരിച്ചറിവ്-വിടവ്, കാൽ പ്പനികരെ ആത്മസംഘർഷത്തിലേക്കു നയിക്കുന്നു. കുഞ്ഞിരാമൻ നായരിൽ ഇത് ഏറ്റവും തീവ്രതരമായിരുന്നു. ഈ തിരിച്ചറിവിന്റെ മുഹൂർത്തത്തിൽ സങ്കൽപ്പത്തിന്റെ വ്യോമവീഥിയിൽ യാത്ര നടത്തുന്ന കവി പലപ്പോഴും യാഥാർത്ഥ്യത്തിന്റെ പരുപരുത്ത പ്രതലങ്ങളിൽ അടിതെറ്റിവീഴുന്നു.

സ്ത്രീകളുമായുള്ള ഓരോ ബന്ധവും പി.യ്ക്കൊരു ലഹരി തന്നെയാണ്. ലഹരിയിറങ്ങുമ്പോൾ തിരസ്കാരം, അതിൽനിന്നുണ്ടാവുന്ന വേദന പാപബോധം, പശ്ചാത്താപം. പക്ഷെ, പ്രലോഭനീയമായ ആ ലഹരി യിലേയ്ക്കിറങ്ങാൻ പി. വീണ്ടും കൊതിയ്ക്കുന്നു.[96] താൻ കടന്നുപോയ ഓരോരോ അനുഭവങ്ങളിലൂടെയും ആത്മകഥകളിൽ കവി വീണ്ടും യാത്രചെയ്യുന്നു. ആത്മാനുഭവങ്ങളിൽ തുറന്ന കുമ്പസാരങ്ങളാണു കാണുന്നത്. പി.യുടെ ചില ഏറ്റു പറച്ചിലുകൾ നോക്കുക.

പ്രകൃതിയോടടുക്കുന്നത് കവിക്കു സമ്പത്താണ് മാറ്ററച്ചുനോക്കാതെ മനുഷ്യരോടടുക്കുന്നത് ആപത്താണ് വിശേഷിച്ച് സ്ത്രീയോട്. ആലോചിച്ചു ചെയ്യാത്തവൻ ചെയ്തു കഴിഞ്ഞാലോചിക്കും.[97]

എഴുത്തും പലായനവും

എഴുതുന്നതിനു വേണ്ടിയാണ് താൻ ജനിച്ചതെന്നുള്ള വിശ്വാസം പി.യിൽ ബാല്യകാലം മുതലുണ്ട്. എഴുത്തിലുള്ള ആനന്ദത്തിനുവേണ്ടിയാണ് വീടുപേക്ഷിച്ചത്, തെന്മലത്താഴ്‌വരയിലും വള്ളുവനാടൻ പ്രകൃതി സൗന്ദര്യത്തിലും മുങ്ങിത്താണത്. അപ്പോഴൊക്കെ കവി തന്റെ ആദ്യ പ്രണയിനിയെ ആ 'സൗന്ദര്യ ദേവത'യെ ഓർത്തുകൊണ്ടേയിരുന്നു. അവളുടെ വിരഹമാണ് കവിയ്ക്ക് അനുഭൂതി പകർന്നത്. വീട്ടുകാരും നാട്ടുകാരും കൂട്ടുകാരും പോയാലും അനേകം സ്ത്രീകൾ തന്റെ ജീവിതത്തിൽ വന്നുപോയാലും അന്തരാത്മാവിൽ ഒരാളെ കവി വിശ്വസിച്ചു, സ്നേഹിച്ചു. അവൾ ഏതു നട്ടുക്കടലിൽ നിന്നും തന്നെ രക്ഷിക്കുമെന്നു കരുതി.

'ആരത്'?

സ്ഥിരം ഭാര്യ, എന്റെ പ്രിയതമ

ഭാര്യയോ? ഏതു ഭാര്യ

കണ്ണീരുവറ്റാത്ത ഭാര്യ-മഷിവറ്റാത്ത പേന.[98]

കവിയുടെ ഈ വ്യാഖ്യാനം എത്രമാത്രം പരപീഡനപരമാണ് (sadistic). ജീവിതത്തിൽ തനിക്ക് ഒന്നിനോടു മാത്രമേ പ്രതിബദ്ധതയുള്ളൂ എഴുത്തിനോട്. ആ എഴുത്തു നൽകുന്ന സുഖത്തെക്കുറിച്ച് പി. പറയുന്നു. എഴുത്ത്, എഴുത്തുവരുന്നു. എഴുതാതെ വെച്ച പുസ്തകങ്ങൾ രണ്ടല്ല. രണ്ടായിരം പുസ്തകങ്ങൾ. എഴുതിത്തള്ളാൻ തോന്നുന്നു. ഉരുൾപ്പൊട്ടാനട്ടത്തമലയായി. അകത്ത് ആരോ ഉണർന്നു. എഴുന്നേല്ക്കുന്നു. ചിറകിട്ടടിക്കുന്നു. എഴുത്ത്, എഴുത്ത്.[99]

താൻ കവിയാണ്, താൻ കവിതയ്ക്കുവേണ്ടി എന്തും ത്യജിക്കാൻ സന്നദ്ധനാണ്. കവിതയ്ക്കുവേണ്ടിയുള്ള അനുഭവസമാഹരണത്തിനുവേണ്ടിയാണ് താൻ സ്ത്രീകളുമായിട്ടുള്ള വഴിവിട്ട ബന്ധങ്ങൾക്കുപോയതെന്നു ന്യായീകരിക്കുമ്പോൾ ഈ മനോഭാവം തികച്ചും പുരുഷകേന്ദ്രിതമായ-പിതൃകേന്ദ്രിതമായ അധികാരഘടനയിൽ നിന്നുള്ള ഉത്പന്നമാണ്. അനുഭവങ്ങൾക്കുവേണ്ടിയുള്ള കല്യാണമില്ലാക്കല്ല്യാണങ്ങൾ, മറന്നുപോയ കല്യാണം, സ്ത്രീ വിരുദ്ധമായ വീക്ഷണം-ഫ്യൂഡലിസ്റ്റ് മനോഘടനയിൽ നിന്നുണ്ടായതാണ്. നശ്വരനായ വ്യക്തിയുടെ കഥയിലൂടെ അനശ്വരമായ പ്രപഞ്ചസത്തയെക്കുറിച്ചാണ് പറയുന്നതെന്ന് പി. തന്റെ പ്രത്യയശാസ്ത്രത്തെ ഉദാത്തീകരിക്കുന്നുണ്ട്. ശരീരത്തിന്റെ പ്രലോഭനങ്ങളിൽ നിന്നു കൊണ്ട് എഴുത്തിലൂടെ ശരീരത്തിന്റെ പരിമിതികളെ

മറികടക്കാനുള്ള ശ്രമം പി.യിൽ കാണാം. ഇത് ഒരു തരം സ്വാർത്ഥ ബോധമാണ്. തന്റെ സുഖത്തെ മാത്രം നോക്കി മറ്റുള്ളവരോടുള്ള ഉത്തരവാദിത്തത്തിൽനിന്നു മാറിനടക്കുക എന്നത് ഒരു കാല്പനിക സ്വത്വത്തിന്റെ അടിസ്ഥാനമായ പലായന (escapism) പ്രവണത യാണ്. സങ്കല്പങ്ങളിൽ, ജീവിതത്തെ സ്വപ്നചിത്രമായിക്കാണുക എന്നത് കാല്പനികന്റെ മുഖമുദ്രയായി കരുതാം.

പി. യുടെ ഈ തരത്തിലുള്ള വിലക്ഷണരീതികളെ മഹത്വവത്ക്കരി ച്ചുകൊണ്ട് സി.പി. ശ്രീധരൻ പറയുന്നു.

ആയുരന്ത്യത്തോളം കവിതയുടെ ഉച്ചകൊടുംചൂട് തലയിലേറ്റി നടന്ന ഒരു ഭാവനാമാത്രസഞ്ചാരിയെ നാം മഹാകവി പി. യിൽ കണ്ടു മുട്ടുന്നു. അദ്ദേഹം ലോകത്തെ, മനുഷ്യനെ, അമ്മയെ, അച്ഛനെ, ഭാര്യയെ, കുട്ടികളെ, സ്നേഹിതന്മാരെ എല്ലാംതന്നെ മറക്കും. ആ മറവിയെക്കു റിച്ചുള്ള ശോകസ്മരണയിൽ ഞെട്ടിയെഴുന്നേറ്റു കരയും. അദ്ദേഹത്തിന്റെ ജീവിതം ഒരത്ഭുതമാണ്. നൂറ് നൂറ് കഥോപകഥകൾ കൊണ്ട് ജടിലമായ ഒരു കൊട്ടുംകാടാണ്. ആർക്കും ശരിയായ രൂപം കിട്ടാത്ത ജീവിതം.[100]

താനേറ്റവും ഇഷ്ടപ്പെടുന്ന കവിതയെന്നു പി. കരുതുന്നത് സൗന്ദ ര്യദേവത എന്ന കവിതയാണ്. തന്നിൽ നിന്നു നഷ്ടപ്പെട്ടുപോയ അപരത്തെ ഓർത്തുള്ള വിലാപമാണ് ആ കവിത.

അത്രമേൽ പ്രാണനും പ്രാണനായ് നിന്നു -
നീ യാത്രപറയാതെ പോയതുചിതമോ?
വിണ്ണിൽ വെളിച്ചമെഴുതി നിന്നീടുമോ
കണ്ണിലൊരു കുറികൂടി ക്ഷണപ്രഭേ

പാപിയായ കവിയെ വിട്ട് എന്നെന്നേയ്ക്കുമായി അകന്നുപോകുന്നവ ളായാണ് ഈ സൗന്ദര്യദേവത സങ്കല്പിക്കപ്പെട്ടിരിക്കുന്നത്. കവിക്ക് ഒരി യ്ക്കലും അറിയാനും നേടാനുമാവാത്ത വിശുദ്ധിയാണവൾ. ആ ദേവതയെ അതിഭൗതികമായി കണ്ടെത്തുവാൻ-ഒരു മിസ്റ്റിക് സൗന്ദര്യസ്വരൂപമായി ആരാധിച്ചു നടക്കുവാനുള്ള പ്രവണത പി. യിൽ അതിശക്തമായിരുന്നു.

ആ സൗന്ദര്യദേവതയുടെ ഭൗതികരൂപങ്ങളിൽ ആസക്തനായി, അത്തരം ബന്ധങ്ങളിലെ രതിദേവതമാരിൽ അവളെ കണ്ടെത്തി ഭൗതികമായ തൃപ്തി നേടുവാനുള്ള കൗതുകം-തൃഷ്ണ, പി.യെ ഒടുങ്ങാത്ത കുറ്റബോധങ്ങളിലേക്കു കൊണ്ടുപോയി. സമൂഹം വിലക്കിയ ഇത്തരം ബന്ധങ്ങളിൽ നിന്നു കാവ്യാനന്ദം(രത്യാനന്ദം തന്നെ) കണ്ടെത്തു മ്പോൾ അത് പലപ്പോഴും പരപീഡനപരമായി (sadistic)- ത്തീർന്നു. പി.യുടെ ഉള്ളിലുണ്ടായിരുന്ന യാഥാസ്ഥിതികനായ പുരുഷൻ ഇതിനെ

സംബന്ധമായി കണ്ടിരിക്കാം. ഇങ്ങനെ സ്ത്രീയിൽ കുഞ്ഞിരാമൻ നായർ കണ്ടത് പ്രകൃതിസൗന്ദര്യ (ദേവത)ത്തെയാണ്. പ്രകൃതിയിലെ കവിതയെ യോഗമുറയിലുപാസിച്ച കവി സ്ത്രീയിലെ കവിതയെ ഭോഗമുറയിലുപാസിച്ച മനുഷ്യനായി. ഈ ഭോഗകഥകൾ മിക്കവാറും ദുരന്തപര്യവസായിയായിത്തീർന്നു.[101]

'കുടുംബ'ത്തോട് ഒരിക്കലും പ്രതിബദ്ധനായിരുന്നില്ല പി. ഉത്തരവാദിത്തത്തിൽ നിന്ന്, കടമകളിൽ നിന്ന് ഓടിയൊളിക്കുക. കാല്പനിക സ്വത്വത്തിന്റെ പ്രധാന പ്രവണതകളിലൊന്നായ പലായനബോധമെന്നിതിനെ വിളിക്കാം.

ആദ്യകുട്ടി പിറന്നപ്പോൾ കവി എഴുതിയത്.
പറവക്കുഞ്ഞിനോട്, മുല്ലമൊട്ടിനോട്, നക്ഷത്രത്തോട്
മറ്റുകുട്ടികളോട്, ഉള്ളതിൽക്കവിഞ്ഞ സ്നേഹം, മമത-
നിന്റെ കുട്ടികളോട് തോന്നുന്നില്ല[102]

മാതാപിതാക്കളുടെയോ സ്നേഹിതന്മാരുടെയോ പരിചയക്കാരുടെയോ ഉപദേശങ്ങളിലോ കുറ്റപ്പെടുത്തലിലോ തന്റെ തനി സ്വഭാവം പുറത്തു വരാൻ തുടങ്ങുമ്പോൾ ഒരു കള്ളനെപ്പോലെയോ കുറ്റവാളിയെപ്പോലെയോ കവി ഒഴിഞ്ഞു മാറുന്നതു കാണാം. ചില ഉദാ:

സ്വയം വിമർശനം
വഴി പോക്കർ കല്ലെറിയുന്ന നാട്ടുമാവ്
പൂട്ടും താക്കോലുമില്ലാത്ത പഴയ സത്രം
ഉടമസ്ഥനില്ലാത്ത കാട്ടമ്പലം
ഒഴിഞ്ഞൊഴിഞ്ഞ് അകന്നകന്നുപോകുന്ന
കാശിയാത്രക്കാരൻ[103]

തത്ത്വവിചാരം

ഉറുമ്പും പറവയും പാമ്പും മനുഷ്യനും വള്ളിയും മരവും ദാമ്പത്യബന്ധത്തിൽ കുടുങ്ങി കുടുംബഭാരമേറ്റുന്ന ഈ അത്ഭുത പ്രപഞ്ചലീല കാണാൻ മനുഷ്യനു കണ്ണില്ല. നോക്കി രസിക്കാൻ സമയമില്ല. പ്രകൃതി രഹസ്യദർശനത്തിൽ നിന്ന് അവന്റെ കണ്ണ് മറക്കുന്നു. സ്വാർത്ഥചിന്ത! ആ തിമിരം നീങ്ങിയാൽ പ്രപഞ്ചരഹസ്യഅറ തുറന്നുകാണാം. അതു കാണുന്നവനാണു കവി. കവിക്ക് ഈ ലോകം തന്നെ സിനിമാഹാൾ. ചരാചരലീല സിനിമയും.[104]

ആത്മകഥ/ജാതകം നോക്കൽ

മതി, പണിക്കരേ മതി. വിസ്തരിച്ച പിന്നീടാവാം. ജീവചരിത്രക്കുറിപ്പ കിട്ടി. ഇത് എൻലാർജ് ചെയ്താൽ ആത്മകഥയായി.

സ്വന്തം ജാതകവഴിയറിയാത്ത ജീവിതം കാട്. ആത്മജാതകചിന്തയില്ലാത്ത വൻ കാട്. പോക്കുവെയിൽ നാളങ്ങൾ അർത്ഥം വെച്ച ചിരിച്ച ജാതകം-കണ്ണാടി, ആൾക്കണ്ണാടി.[105]

ആത്മവിചാരണ (കുറ്റവാളിയായി)

ഇവന്റെ മനസ്സിൽ ദൈവമല്ല, ദേവനല്ല, മനുഷ്യനല്ല ഒരു കുരങ്ങൻ. സ്ഥിരമായി പാർക്കുന്നു. ഒന്നിലും ഉറയ്ക്കാത്ത മരംചാടി കുരങ്ങൻ-ഒരായിരം കുരങ്ങൻ. അച്ഛൻ ഇവനെക്കൊണ്ട് നെടുവീർപ്പിട്ട് കുഴങ്ങി. കണ്ണു കലങ്ങി. തെളിച്ച വഴിപോകാത്ത കാട്ടുമൃഗം. അമ്മ കണ്ണീരൊപ്പി. ഏറെ പ്രതീക്ഷിച്ച മൂത്തമകൻ അവൻ പിഴച്ചുപോയി.[106]

ഇങ്ങനെ അതിസങ്കീർണ്ണമായ തന്റെ വിലക്ഷണ പ്രകൃതിക്ക് ആത്മകഥകളിൽ ന്യായീകരണങ്ങൾ കാണാം. തന്റെ ദൗർബല്യങ്ങൾക്കും വ്യക്തിജീവിതത്തിലെ പരാജയങ്ങൾക്കും കാല്പനികമായ വ്യാഖ്യാനങ്ങൾ നൽകി കവി സ്വന്തം മുഖം സംരക്ഷിക്കുന്ന കാഴ്ചകൾ ആത്മകഥകളിൽ ധാരാളമാണ്. തൊനന്താണെന്നും ആരാണെന്നുമന്വേഷിച്ചറിയാനുള്ള യാത്രയായിരുന്നു പി. യുടേതെന്നു കാല്പനികമായി നിർവ്വചിക്കാം. അദ്ദേഹത്തെ തുംഗകാല്പനികനെന്നു പേരിട്ടു വിളിക്കാം. തനിക്കുതന്നെ താനാരാണെന്നറിയില്ലയെന്ന മട്ടിൽ പി. പലപ്പോഴും സ്വയം ചോദ്യങ്ങൾ ചോദിക്കുന്നതും ആത്മകഥകളിലുണ്ട്. പി. സ്വയം നിർവ്വചിക്കുന്നതിങ്ങനെ: ഇയാൾ മനുഷ്യനല്ല, മൃഗമല്ല, പക്ഷിയല്ല, ദേവനും ചെകുത്താനുമല്ല, പിന്നെയോ പക്ഷിയും മൃഗവുമല്ലാത്ത ഒരു ജന്തു. ദേവനും ചെകുത്താനുമല്ലാത്ത ഒരു സ്വത്വം. നക്ഷത്രവും പുൽക്കൊടിയും കോർത്തിണക്കിയ ഒരു വിചിത്ര ജീവി.[107]

വിചിത്ര ജീവിയാണ് താൻ എന്ന് സ്വയം തിരിച്ചറിഞ്ഞ് ഉദാത്തീകരിക്കുന്ന ഒരു തലം പി.യിലുണ്ട്. ഇത് പി.യിലെ ആന്തരിക വൈരുദ്ധ്യത്തിന്റെ ഭാഗമാണ്. ഉത്സവക്കളി കാണാൻ വന്ന് ക്ഷേത്രനടയിൽക്കിടന്നുറങ്ങിപ്പോയവൻ, ചന്തയിൽ ചുറ്റിനടന്നിട്ട് ക്ഷേത്രത്തിൽ പോകാതെ തിരിച്ചുപോയ മനുഷ്യൻ, പരീക്ഷയിൽ തോറ്റുപോയകുട്ടി. ഇങ്ങനെ തന്നെത്തന്നെ പലതരത്തിൽ ബിംബവത്ക്കരിക്കുന്നുണ്ട്.

പ്രകൃതിയിൽ നിന്ന് വേർപെട്ടുകൊണ്ട് അതിനോട് കലഹിക്കുന്നവനും വീട്ടിൽ നിന്നകന്ന് കുടുംബത്തിന്റെ സദാചാരനിഷ്ഠയെ ലംഘിക്കുന്നവനും തമ്മിലുള്ള ആന്തര സംഘർഷങ്ങൾ പി.യെന്ന കവിയുടെ ദുരന്തദർശനവുമായി ബന്ധപ്പെട്ടുത്തേണ്ടതാണ്. തന്നെത്തന്നെ ബലികൊടുത്തു കൊണ്ട്-ആത്മരക്ഷ നടത്തുന്ന ഒരാദിരൂപം പി.യുടെ മനോഘടനയിലുണ്ട്. ഇത് പിതൃഅധികാരവ്യവസ്ഥയോടുള്ള ചേർച്ചയും

അതിനോടുള്ള കലഹവും-നിഷേധവുമായി സ്ഥായീഭാവമായി പി.യുടെ സ്വത്വത്തിൽ കാണപ്പെടുന്നു.

പിതൃഭൂമി എന്ന സംഘർഷസ്ഥലി

പി.യുടെ ആന്തരികഭാവം വ്യത്യസ്ത ധ്രുവങ്ങളിൽ നിലകൊള്ളുന്ന പ്രകൃതി എന്ന അനുഭവമാണ്. തന്റെ ഉള്ളിലുള്ള വികാരങ്ങളെ പ്രകൃതിയിലേക്കു പകർത്തുകയാണ് പി. ചെയ്യുന്നത്. ആന്തരികമായ ഭാവം സ്മൃതിയിലേക്കാണ് കൊണ്ടുപോകുന്നത്. സ്മൃതിയെപ്പോഴും സ്വയംനിന്ദയിൽ ചെന്നവസാനിക്കുന്നവേളയിൽ പ്രകൃതി എന്ന അനുഭവം ആനന്ദമാണ്. ആ അനുഭവത്തിനു വേണ്ടിയാണ് പി. വീടുവിട്ടത് പിതാവിന്റെ അധികാരഘടനയിൽ നിന്നു പലായനം ചെയ്തത്. എന്നാൽ പിതാവിനെ അദ്ദേഹം തന്റെ പേരിനോടൊപ്പം ഉപയോഗിച്ചു കൊണ്ടേയിരുന്നു. പിതാവിന്റെ വ്യവസ്ഥയെ (patriarchal system) മഹത്വപ്പെടുത്തുന്ന അവസരങ്ങൾ പി.യിൽ ധാരാളം കാണാം. അച്ഛനോട് ആന്തരികമായി വിരുദ്ധനിലപാടുകളാണ് പി. എടുത്തിട്ടുള്ളത്.

അമ്മയും ശിശുവും തമ്മിലുള്ള ദ്വിമാനസാങ്കല്പികബന്ധമാണ് പി.യുടെ പ്രകൃതിബന്ധത്തിൽ കാണേണ്ടത്. തനിക്കു നഷ്ടപ്പെട്ടുപോയ അപര (other)ത്തെ കണ്ടെത്തുമ്പോഴുള്ള ആനന്ദമാണവിടെ അനുഭവിക്കുന്നത്. പിതാവിന്റെ കുടുംബഘടനയെ ഉപേക്ഷിച്ച് മാതൃദേശത്തേക്കു നടത്തുന്ന യാത്രകൾ സ്വാതന്ത്ര്യത്തിന്റെ പ്രഖ്യാപനങ്ങൾ ആകുന്നതോടൊപ്പം പിതാവിനെ നിഷേധിക്കലും/ധിക്കരിക്കലും കൂടിയാകുന്നു. ഷണ്ഡീകരിക്കപ്പെട്ട അവസ്ഥയിൽനിന്നു കുതറി മാറുവാനും ആ അവസ്ഥയിൽ നിന്നുകൊണ്ട് നിഷേധിക്കുവാനും പി. ശ്രമിക്കുന്നുണ്ട്. ഈഡിപ്പലൈസേഷൻ ആണ് സാമൂഹികമായ ധർമ്മവും ലൈംഗികമായി വ്യത്യസ്തതയുമുള്ള വ്യക്തിയുടെ നിർമ്മിതിക്കു കാരണം.

പ്രകൃതിയിലേക്ക്-സ്ത്രീയിലേക്ക്-കവിതയിലേക്കുള്ള തന്റെ ആഗ്രഹം; ഇത് നിയമത്തിന്റെയും (law) ഭാഷ (language) യുടേയും മണ്ഡലമാണ്. നിയമം, ഭാഷയായി നിലനിൽക്കുന്ന സ്ഥലമാണ്. വിഷയിയുടെമേൽ ചിഹ്നത്തിന്റെ പ്രാധാന്യം നിലനിൽക്കുന്ന ക്രമമാണ്. അധികാരമണ്ഡലമാണ്, പ്രതീകാത്മകവ്യവസ്ഥ. ആഗ്രഹ-ഭാഷാബന്ധം എന്ന ഈ ഇരട്ട അച്ചുതണ്ട് (twinmaxes) അബോധവും ലൈംഗികതയുമായി ബന്ധപ്പെട്ടു നിൽക്കുന്ന ഇടമാണ്. ഇതിനെ അമ്മയുടെയും ശിശുവിന്റെയും ബന്ധത്തിനിടയിൽ നിൽക്കുന്ന 'സാങ്കല്പിക പിതാവ്' (symbolic father) വിലക്കുന്നു, ഈ സാങ്കല്പിക പിതാവ് ഉൽപത്തികാരകനായ പിതാവ് ആകണമെന്നില്ല. ഒരു പ്രതീകാത്മകമായ പിതാവായാൽ

(symbolic father) മതി. ഫ്രോയ്ഡിയൻ ഈഡിപ്പസ് കോംപ്ലക്സിൽ അമ്മയും കുട്ടിയും തമ്മിലുള്ള ബന്ധത്തെ നിരോധിക്കുന്ന പിതാവ് ലിംഗ ച്ഛേദഭീതി കുട്ടിയിലുണ്ടാക്കുന്നു. പിതാവിനോടു ശിശു സന്ധിചെയ്യുകയും ഈ ഭീതിയിൽ നിന്നു പുറത്തുകടക്കുകയും ചെയ്യുന്നു. ആഗ്രഹത്തെ ദമനം ചെയ്തുകൊണ്ട് ശിശു ഈ ബന്ധത്തെ തട്ടിയുടയ്ക്കുന്നു.

ലക്കാനിയൻ ദർശനത്തിൽ പിതാവിനല്ല പ്രാധാന്യം പിതൃനാമത്തി നാണ് (Name of the father). അല്ലെങ്കിൽ പിതൃരൂപകത്തിനാണ് (paternal metaphor). യഥാർത്ഥപിതാവിന്റെ ആധികാരികത അതി ശയിക്കും മൃതപിതാവിന്റെ ആധികാരികത.[108] പിതൃത്വത്തിന്റെ പ്രശ്നം പേരിടലിന്റെ (naming) പ്രശ്നമാണ്. അച്ഛന്റെ രക്തമല്ല നാമമാണ് പ്രധാനം. ഇവിടെ ശിശുവിന്റെ കർത്തൃത്വം, പിതൃനാമത്തോടും ബലി കൊടുക്കപ്പെട്ട അമ്മയുടെ അദൃശ്യശരീരത്തോടും ബന്ധപ്പെട്ടതാണ്.

പി.യുടെ ജീവിതം അസംതൃപ്തമായ ഒരന്വേഷകന്റേതായിരുന്നു. തീവ്രമായ പശ്ചാത്താപവും കുറ്റബോധവും അദ്ദേഹത്തെ നിരന്തരം വേട്ടയാടിക്കൊണ്ടിരുന്നു. അച്ഛനെയും ഗുരുനാഥനെയും താൻ ധിക്കരി ച്ചെന്നും അതിന്റെ ശിക്ഷയാണു താനനുഭവിക്കുന്നതെന്നുമുള്ള ചിന്ത, പി. യിൽ ആത്മനിന്ദയോളം വളരുന്നുണ്ട്.

കാവിലെ കുറ പറഞ്ഞു: "ഇവൻ വീടു പടികേറി പിച്ചകു നടക്കുന്നു. അന്തസ്സുള്ള തറവാട്ടിൽ പിറന്ന് പിച്ചതെണ്ടുന്നു. നാട്ടിൽ പ്രഭുവായ

അച്ഛൻ വാത്സല്യച്ചെപ്പായ അമ്മ.[109]

അച്ഛനമ്മമാർക്കു വിഷമപ്രശ്നമായ പ്രഥമസന്താനം അന്നാൾ മുതൽ അവസാനമായി കണ്ണടയ്ക്കും വരെ അച്ഛന് ഇവൻ കണ്ണിലെ കരടായിരുന്നു. അമ്മയ്ക്ക് നിത്യപ്രശ്നമായിരുന്നു. എല്ലാം മുടിച്ച ധൂർത്ത പുത്രൻ.[110]

ജന്മനാ രാജകല തികഞ്ഞ അച്ഛൻ, 'കുതിരയ്ക്കു പിറന്ന കഴുത, സിംഹത്തിനു പിറന്ന ശ്വാവ് കല്പകവൃക്ഷച്ചുവട്ടിലെ കാഞ്ഞിരമരം. അതാണിവൻ. എന്നും അച്ഛന്റെ കണ്ണിൻകുരുവായ മകൻ.[111]

"എല്ലാം തികഞ്ഞ അച്ഛൻ, എല്ലാം നിറഞ്ഞ വീട്. അവിടെനിന്ന് ഇവൻ ഇറങ്ങിപ്പോയി. വീട്ടുചോറ് ഇവൻ ഉണ്ടിട്ടില്ല. നല്ല കിടക്കയിൽ കിടന്നിട്ടില്ല. നല്ല വെള്ളം, വെള്ളത്തിൽ കുളിച്ചിട്ടില്ല.[112]

പൈതൃകത്തെയും പാരമ്പര്യത്തെയും ഉയർത്തിപ്പിടിയ്ക്കുന്ന പി.യെ ആത്മകഥയിലുടനീളം കാണാം. 'താൻ വലിയ ജന്മിത്തറവാട്ടിൽ പിറന്നയാളാണ്, തന്റെ അച്ഛൻ മഹാനായിരുന്നു. താൻ വലിയ

പാരമ്പര്യത്തിൽ പിറന്ന വീണയാളായിരുന്നു. താൻ തറവാടിയാണ് എന്നിങ്ങനെ അച്ഛനെക്കുറിച്ച് പറയുമ്പോഴെല്ലാം പി. പറയുന്നു. നാട്ടുവാഴിത്തത്തിന്റെ മാഹാത്മ്യത്തെക്കുറിച്ച് വാചാലനാവുന്നു. താൻ കവിതയ്ക്കുവേണ്ടിയാണ് തന്റെ തറവാട്ടും ബന്ധങ്ങളുമൊക്കെ ത്യജിച്ചത്. അതുകൊണ്ടു തനിക്കു വന്ന നഷ്ടത്തെയോർത്തു വിലപിക്കുകയും പിന്നീട് ആ നഷ്ടം കവിതയ്ക്കു വന്ന നേട്ടമായി കാണുകയും ചെയ്യുക പി.യുടെ രീതിയാണ്.

രാജേശ്വരതുല്യനായ-സ്നേഹാവതാരമായ അച്ഛൻ വെറുത്തു. അമ്മ പോലും വെറുത്തു. സഹോദരർ വൈരികളായി. ബന്ധുക്കൾ ശത്രുക്കളായി. തന്റേടമെന്ന സാധനം ഈ മനുഷ്യന്റെ സൃഷ്ടിയിലില്ല.[113]

എല്ലാമുണ്ടായി, ഇപ്പോൾ ഒന്നുമില്ലാത്തവനായി ഈ മനുഷ്യന് അച്ഛനമ്മമാരുണ്ട്. എന്നാൽ അച്ഛനും അമ്മയുമില്ല, വലിയ വീടുണ്ട് എന്നാൽ വീടില്ല. ജീവിതമുണ്ട് എന്നാൽ ജീവിതമില്ല.[114]

പി. കുഞ്ഞിരാമൻനായർക്ക് എന്നും താൻ തെറ്റിന്റെയും അച്ഛൻ ശരിയുടെയും പ്രതിരൂപങ്ങളായിരുന്നു. പിതാവിന്റെ നാമം, പി.യെപ്പോഴും കൊടിയടയാളമായി സ്വീകരിച്ച് തന്റെ പാരമ്പര്യത്തെ മഹത്വപ്പെടുത്തുന്നതായി കാണാം.

പൈതൃകത്തെ നിഷേധിച്ചുകൊണ്ടുമാത്രമേ, മക്കൾക്കു മുന്നോട്ടു പോകുവാൻ കഴിയൂ. വളർച്ചയുടെ അനിവാര്യതയിൽപ്പെടുന്നതാണിത്. വ്യവസ്ഥാപിതമായ കാഴ്ചപ്പാടുള്ളവർ ഇത് നിഷേധിക്കുകയാണ് ചെയ്യുന്നത്. വ്യവസ്ഥയ്ക്കെതിരെ നിന്ന പി.യാണ് പിതാവിൽ നിന്നു പുറത്തേക്കു പോയത്. പിതൃനിഷേധത്തിലൂടെ തന്റെ ആഗ്രഹപൂർത്തീകരണത്തിലേക്ക് ചെന്നെത്തുകയാണ് പി. വിലക്കപ്പെട്ട ആ ഭൂമിയാണ് പി.യെ സംബന്ധിച്ചിടത്തോളം എഴുത്ത്. ഇതിനെ ഈഗോ രൂപീകരണവുമായി ബന്ധപ്പെടുത്താവുന്നതാണ്. പിതൃനിഷേധം ഏതൊരു കവിയും/കലാകാരനും അനിവാര്യമായി കടന്നുപോകേണ്ട ഒരു വികാസഘട്ടമാണ്. ഇങ്ങനെ പിതൃനിഷേധമില്ലാതെ, പിതൃഹത്യ കൂടാതെ ചരിത്രത്തിന്റെയും പാരമ്പര്യത്തിന്റെയും വിലക്കുകളിൽ നിന്ന് സ്വാതന്ത്ര്യം നേടാൻ കഴിയില്ല.

പി.യുടെ സ്വത്വത്തിന്റെ ആന്തരവൈരുദ്ധ്യം പാരമ്പര്യ/പൈതൃക സ്വീകാരനിരാസങ്ങളിൽ കാണാൻ കഴിയും. പിതാവിന്റെ ഇഷ്ടത്തിനനുസരിച്ചുള്ള വഴിയേയല്ല പി. തിരഞ്ഞെടുത്തത്. വിദ്യാഭ്യാസം, തൊഴിൽ, ദാമ്പത്യം ഇവയിലെല്ലാം തികച്ചും കാല്പനികമായ നിലപാടുകളാണ് പി.യ്ക്കുണ്ടായിരുന്നത്. പി.എന്ന കവിയുടെ ഭൗതിക ജീവിതം

'ദുരന്ത'പൂരിതമാകാൻ കാരണം കാല്പനിക സ്വത്വത്താൽ ആവേശിതമായ മനോഘടനയാൽ നയിക്കപ്പെട്ടതിനാലാണ്. തന്നെ ആത്മവിചാരണ ചെയ്യുന്ന വേളയിൽ ഇത് പുറത്തുവരുന്നു. "ഈശ്വരതുല്യനായ വന്ദ്യപിതാവു തെക്കോട്ടു പഠിക്കാനയച്ചു. പഠിച്ചു പരീക്ഷയ്ക്കിരിക്കാതെ കോളേജിൽ കണ്ട തൊലി വെളുത്ത പെൺകുട്ടിയെ കണ്ടു ഭ്രമിച്ചു. പ്രേമലേഖനമെഴുത്ത് തൊഴിലാക്കി. പിന്നെ നാടിന്, വീടിന്, അച്ഛനമ്മമാർക്ക്, അപമാനം വരുത്തി സ്വയംകൃതാനർത്ഥത്താൽ എല്ലാം കളഞ്ഞു കുളിച്ച ധൂർത്തൻ.[115]

തന്റെ അച്ഛനോടു മാത്രമല്ല തന്റെ ഗുരുവിനോടും പുന്നശ്ശേരി നമ്പിയോടും താൻ മഹാപരാധം ചെയ്തു എന്നദ്ദേഹം വിശ്വസിച്ചു. ഈ കുറ്റബോധത്തിൽ നിന്നാണ് പി.യുടെ യാത്രകൾ ആരംഭിക്കുന്നത്. പ്രകൃതിയുടെ മടിത്തട്ടിലേക്ക് ക്ഷേത്രങ്ങളുടെ പ്രശാന്തതയിലേക്കു നീങ്ങുന്ന യാത്രകൾ പലപ്പോഴും ആസക്തികളിലേക്കു നീങ്ങുന്നു അതുണ്ടാക്കുന്ന നൈരാശ്യം പി. തന്റെ കവിതകളിലേക്കു പകർത്തിവെച്ചു.

ശ്രീകോവിലുന്നം വെച്ച നേർവഴിതെറ്റി പ്രേത
പാഴ്പ്പറമ്പേറിപ്പോയ ഭീകരരജനിയിൽ
നേടിയില്ലൊന്നും നേടിയില്ല നീ കരൾക്കുമ്പ
വാടി ബന്ധനമേറ്റ ജീവിതചേതന കേണു.
(നഷ്ടക്കച്ചവടം)

ശ്രീകോവിലിനെ ലക്ഷ്യമാക്കിയാണ് സഞ്ചരിക്കുന്നതെങ്കിലും വഴിതെറ്റി പ്രേതഭൂമിയിലാണ് എത്തിച്ചേർന്നതെന്ന ഭീകരസത്യം കവിയെ നടുക്കുന്നു. യാതൊന്നാണോ ജീവിതത്തിൽ നേടേണ്ടത് അത് നേടാതെ ജീവിതം വാടിപ്പോകുന്നതായും മനസ്സിലാക്കുന്നു. തന്റെയും മറ്റുള്ളവരുടെയും സങ്കല്പങ്ങളിലുള്ള വ്യത്യാസംമൂലം ഒടുവിൽ താനൊറ്റയാണെന്ന തോന്നൽ ക്രുദ്ധമൂലമാകുന്നു. ഭ്രഷ്ടനും സർവ്വസ്വനും ഏകാകിയുമായ ഒരുവന്റെ വിഷാദം പി. യുടെ കവിതയിൽ മാത്രമല്ല, അതിന്റെ അനുബന്ധമായി എഴുതപ്പെട്ട ആത്മകഥകളിലും പടർന്നു നിൽക്കുന്നു. ശോകാന്തനാടകനായകൻ ആണ് ആത്മകഥകളിലെ കുമ്പസാരം നിറഞ്ഞ നാടകീയസ്വഗതങ്ങളിലെല്ലാം വിലപിച്ചു കൊണ്ടിരിക്കുന്നത്.

ജീവിതം തന്നെ കലയാക്കിത്തീർക്കുന്നവരിൽ പ്രകടമാകുന്ന അവ്യവസ്ഥയാണ് പി.യിൽ ദർശിക്കുന്നത്. അതിന്റെ വ്യാകരണക്രമങ്ങൾ ലൗകികമായ പരിഗണനയ്ക്കു വഴങ്ങുന്നവയല്ല, അത്തരമൊരു ജീവിതത്തെ പൂർണമാക്കുകയാണ് ഈ വിധിന്യായത്തിലൂടെ അദ്ദേഹം ചെയ്തത്. ഈ ആത്മകഥയുടെ അനിവാര്യതയും നാം അവിടെയാണ്

തിരിച്ചറിയുന്നത് എന്ന ആഷാമേനോന്റെ വാക്കുകൾ പി.യിലെ കലാകാരനെ/കവിയെ ന്യായീകരിക്കുന്നു.[116]

കുറിപ്പുകൾ

1.ഇ.പി. രാജഗോപാലൻ, മീനും കപ്പലും, കോഴിക്കോട്. പൂർണ്ണ പബ്ലിക്കേഷൻസ്, 2011, പുറം. 83.

2.James Olney, Metaphors of self: The meaning of Autobiography, Princeton, NJ, Princeton University Press.1972, P.35.

3.അതേ പുസ്തകം പുറം.10.

4.രാധാകൃഷ്ണൻ നായർ, ആഖ്യാനവിജ്ഞാനം, തിരുവനന്തപുരം. കേരളഭാഷാ ഇൻസ്റ്റിറ്റ്യൂട്ട്, 2000, പുറം.11

5.അതേ പുസ്തകം പുറം.11.

6.അതേ പുസ്തകം പുറം. 11.

7.അതേ പുസ്തകം പുറം. 11.

8.Shlomith Rimmen Kinan, Narrative fiction, London. Routledge publications, 1983, p.45.

9.Bikhu Parekh, colonialism, Tradition and Reform: An Analysis of Gandhi's political discourse, New Delhi 1989, Sage publications, p.47.

10.ഇ.പി. രാജഗോപാലൻ, മീനും കപ്പലും, കോഴിക്കോട്. പൂർണ്ണ പബ്ലിക്കേഷൻസ്, 2011, പുറം. 83.

11.രാധാകൃഷ്ണൻ നായർ, ആഖ്യാനവിജ്ഞാനം, തിരുവനന്തപുരം. കേരളഭാഷാ ഇൻസ്റ്റിറ്റ്യൂട്ട്, 2000, പുറം. 11.

12.ഇ.പി. രാജഗോപാലൻ, മീനും കപ്പലും, കോഴിക്കോട്. പൂർണ്ണ പബ്ലിക്കേഷൻസ്, 2011, പുറം. 84.

13.Robert Smith, Derrida and Autobiography, Cambridge, Cambridge University press, 1995, p. 55.

14.പി.എസ്. ദേവരാജൻ, ആഖ്യാനം സ്മരണ, സ്വത്വം: ആത്മകഥ ഒരു സാംസ്കാരികവായന, അപ്രകാശിത എം.ഫിൽ പ്രബന്ധം, കോട്ടയം. എം.ജി. യൂണിവേഴ്സിറ്റി, 2006, പുറങ്ങൾ. 21, 22.

15.പി.എം. നാരായണൻ, പി. കുഞ്ഞിരാമൻനായർ, ന്യൂഡൽഹി. കേന്ദ്രസാഹിത്യ അക്കാദമി 2006, പുറം. 39.

16.രാജേഷ്. ഹരിപ്പാട്, പി.യുടെ ആത്മകാവ്യങ്ങൾ (ലേഖനം) കവിതയുടെ രഥോത്സവം, സമ്പാ: അജയപുരം ജ്യോതിഷ്കുമാർ, കേരളഭാഷാ ഇൻസ്റ്റിറ്റ്യൂട്ട്, 2002, പുറം. 297

17.പി. കുഞ്ഞിരാമൻ നായർ, കവിയുടെ കാല്പാടുകൾ, കോട്ടയം. ഡി.സി. ബുക്സ്, 1999. പുറം. 380.

18.അതേ പുസ്തകം പുറം. 292.

19.അതേ പുസ്തകം പുറം. 23.

20.അതേ പുസ്തകം പുറം. 371.

21.അതേ പുസ്തകം പുറം. 350.

22.അതേ പുസ്തകം പുറം. 342.

23.അതേ പുസ്തകം പുറം. 394.
24.അതേ പുസ്തകം പുറം. 72.
25.ഇ.പി. രാജഗോപാലൻ, മീനും കപ്പലും, കോഴിക്കോട്. പൂർണ്ണ പബ്ലിക്കേഷൻസ്, 2011, പുറം. 84.
26.Louis Althussar, Essays on ideology, London. Verso, 1984, p.45
27.ടി.വി. മധു, ഞാനെന്ന (അ)ഭാവം, തൃശ്ശൂർ. കേരളസാഹിത്യ അക്കാദമി, 2011, പുറം. 24.
28.അതേ പുസ്തകം പുറം.24.
29.അതേ പുസ്തകം പുറങ്ങൾ. 32-33
ശിശു തെറ്റായ തിരിച്ചറിവിലൂടെ പ്രതീകക്രമത്തിലേക്ക്-ഈഡിപ്പലൈസേഷനിലൂടെ മാത്രമേ ഈ വിഷയസന്നിഹിതമാവുകയുള്ളൂ. ആത്മകഥയിൽ ഈ വിഷയിയെയാണ് (ൌയഷലര)േ പ്രതിനിധാനം ചെയ്യുന്നത്.
വിഷയി വിഷയം
(subjectobject)
ഞാൻ അകം ലോകംപുറം
പുറന്തള്ളപ്പെടുന്ന എന്റെ 'അകം' തന്നെയാണ് വിഷയം ീയഷലര)േ.
~ഒബ്ജക്റ്റ് (object എന്ന ആംഗലേയ ശബ്ദത്തിന്റെ അർത്ഥം പുറന്തള്ളപ്പെട്ടത്(object) എന്ന ലാറ്റിൻ ശബ്ദത്തിൽ നിന്നുമുണ്ടായതാ
ണ്. സബ്ജക്റ്റ്(subject) ഉള്ളിലേക്ക് തള്ളപ്പെട്ടതും. ഇങ്ങനെ അകത്താക്കപ്പെട്ട പുറവും/പുറത്താക്കപ്പെട്ട അകവും തമ്മിൽകെട്ടുപിണഞ്ഞിരിക്കുന്ന ഒന്നാണ് /subject-object/ കർത്തൃ- കർമ്മ/വിഷയി-വിഷയബന്ധം.
30.ഇ. പി. രാജഗോപാലൻ, മീനും കപ്പലും, കോഴിക്കോട്. പൂർണ്ണ പബ്ലിക്കേഷൻസ്, 2011, പുറം. 85.
31.പി.എം. നാരായണൻ, പി. കുഞ്ഞിരാമൻനായർ, ന്യൂഡൽഹി. കേന്ദ്രസാഹിത്യഅക്കാദമി, 2003, പുറം. 40.
32.രാജേഷ്. ഹരിപ്പാട്, കവിതയുടെ രഥോത്സവം (ലേഖനം). പി. യുടെ ആത്മകാവ്യങ്ങൾ). 2002, പുറം. 297.
33.പി. കുഞ്ഞിരാമൻ നായർ, കവിയുടെ കാല്പാടുകൾ, കോട്ടയം. ഡി.സി. ബുക്സ്, 1999, പുറം. 10.
34.അതേ പുസ്തകം പുറം. 11.
35.അതേ പുസ്തകം പുറം. 104.
36.അതേ പുസ്തകം പുറം. 118.
37.പി. കുഞ്ഞിരാമൻനായർ, നിത്യകന്യകയെത്തേടി, കോട്ടയം, ഡി.സി. ബുക്സ്, 1997, പുറം. 128.
38.പി. കുഞ്ഞിരാമൻ നായർ, കവിയുടെ കാല്പാടുകൾ, കോട്ടയം. ഡി.സി. ബുക്സ്, 1999, പുറം. 146.
39.അതേ പുസ്തകം. പുറം. 41.
40.അതേ പുസ്തകം. പുറം. 116.
41.അതേ പുസ്തകം. പുറം. 94.
42.അതേ പുസ്തകം പുറം. 415.
43.അതേ പുസ്തകം പുറം. 143.
44.അതേ പുസ്തകം പുറങ്ങൾ. 17-16.

45.അതേ പുസ്തകം പുറം. 212.
46.അതേ പുസ്തകം പുറം. 22.
47.അതേ പുസ്തകം പുറം. 109.
48.അതേ പുസ്തകം പുറം. 19.
49.അതേ പുസ്തകം. പുറം. 30.
50.ആലങ്കോട് ലീലാകൃഷ്ണൻ, പി.യുടെ പ്രണയപാപങ്ങൾ, കോഴിക്കോട്. മൾബെറി പബ്ലിക്കേഷൻസ്, 1998, പുറം. 89.
51.പി. കുഞ്ഞിരാമൻനായർ, കവിയുടെ കാല്പാടുകൾ, കോട്ടയം. ഡി.സി. ബുക്സ്, 1999, പുറം. 45.
52.പി.എം. നാരായണൻ, പി. കുഞ്ഞിരാമൻ നായർ, ന്യൂഡൽഹി. കേന്ദ്രസാഹിത്യ അക്കാദമി, 2003, പുറം. 45.
53.പി. കുഞ്ഞിരാമൻ നായർ, നിത്യകന്യകയെത്തേടി, കോട്ടയം. ഡി.സി. ബുക്സ്, 1997, പുറം. 118.
54.കെ. നാരായണചന്ദ്രൻ, സമകാലീനകവിത. ലക്കം. 6, 1995-ജൂലൈ, പുറങ്ങൾ. 278-289.
55.പി. കവിതകൾ. എഡിറ്റർ, കെ. നമ്പ്യാർ, കോട്ടയം. ഡി.സി. ബുക്സ്, 2005, പുറം. 116.
56.അതേ പുസ്തകം പുറം. 151.
57.പി. കുഞ്ഞിരാമൻനായർ, കവിയുടെ കാല്പാടുകൾ, കോട്ടയം. ഡി.സി. ബുക്സ്, 1999, പുറം. 50.
58.അതേ പുസ്തകം പുറം. 204.
59.അതേ പുസ്തകം പുറങ്ങൾ. 21-22.
60.മല്ലിശ്ശേരി കരുണാകരൻ, കളിയച്ഛന് ചുറ്റും, തൃശ്ശൂർ. കേരളസാഹിത്യ അക്കാദമി, 1997, പുറം. 9.
61.ആലങ്കോട് ലീലാകൃഷ്ണൻ, പി. യുടെ പ്രണയപാപങ്ങൾ, കോഴിക്കോട്. മൾബെറി പബ്ലിക്കേഷൻസ്, 1998, പുറം. 11.
62.പി.എം. നാരായണൻ, പി. കുഞ്ഞിരാമൻനായർ, ന്യൂഡൽഹി. കേന്ദ്രസാഹിത്യ അക്കാദമി, 2003, പുറം. 39.
63.നടുവട്ടം ഗോപാലകൃഷ്ണൻ, ആത്മകഥ മലയാളസാഹിത്യത്തിൽ, തിരുവനന്തപുരം. കേരളഭാഷാ ഇൻസ്റ്റിറ്റ്യൂട്ട്. 1998. പുറം. 80.
64.രാജേഷ്. ഹരിപ്പാട്, കവിതയുടെ രഥോത്സവം. സമ്പാ: ഡോ. അജയപുരം ജ്യോതിഷ് കുമാർ) പി.യുടെ ആത്മകാവ്യങ്ങൾ, തിരുവനന്തപുരം. കേരളഭാഷാ ഇൻസ്റ്റിറ്റ്യൂട്ട്, 2007, പുറം. 288-289.
65.നടുവട്ടം ഗോപാലകൃഷ്ണൻ, ആത്മകഥാസാഹിത്യം മലയാളത്തിൽ, തിരുവനന്തപുരം. കേരളഭാഷാ ഇൻസ്റ്റിറ്റ്യൂട്ട്, 1998, പുറം. 180-81.
66.മല്ലിശ്ശേരി കരുണാകരൻ, കളിയച്ഛന് ചുറ്റും, തൃശ്ശൂർ. കേരള സാഹിത്യ അക്കാദമി, 1997, പുറം. 112.
67.ഡി. ബഞ്ചമിൻ, കാല്പനികത മലയാളകവിതയിൽ, തിരുവനന്തപുരം. അയനബുക്സ്, പുറം. 87.
68.പി. കുഞ്ഞിരാമൻനായർ അക്കിത്തവുമായി നടത്തിയ അഭിമുഖം, മാതൃഭൂമി ആഴ്ചപ്പതിപ്പ്, 1970, മെയ്3.
69.പി.എം. നാരായണൻ, പി. കുഞ്ഞിരാമൻ നായർ, ന്യൂഡൽഹി.

കേന്ദ്രസാഹിത്യ അക്കാദമി, 2003. പുറം. 43.

70.പി. കുഞ്ഞിരാമൻനായർ, കവിയുടെ കാല്പാടുകൾ, കോട്ടയം. ഡി.സി. ബുക്സ്, 1999. പുറം. 138.

71.അതേ പുസ്തകം. പുറം. 298.

72.ടി. ശ്രീവത്സൻ, നവമനോവിശ്ലേഷണം, കോട്ടയം. ഡി.സി. ബുക്സ്, 2001. പുറം. 90.

73.പി. കുഞ്ഞിരാമൻനായർ, കവിയുടെ കാല്പാടുകൾ, കോട്ടയം. ഡി.സി. ബുക്സ്, പുറം. 9.

74.അതേ പുസ്തകം. പുറം. 14.

75.അതേ പുസ്തകം. പുറം. 17.

76.അതേ പുസ്തകം പുറം. 17.

77.അതേ പുസ്തകം പുറം. 402.

78.Sigmund Freud, The Penguin, Freud Reader, ed., Adam Philips, London, Penguin books, 2006. p.135.

79.പി. കുഞ്ഞിരാമൻ നായർ, നിത്യ കന്യകയെ തേടി, കോട്ടയം. ഡി. സി. ബുക്സ്, 1997. പുറം. 57.

80.സിഗ്മണ്ട് ഫ്രോയ്ഡ്, പ്രണയത്തിന്റെയും രതിയുടേയും മനഃശ്ശാസ്ത്രം (വി.വ. പി. പി സത്യൻ) കോഴിക്കോട്. പേജ് പബ്ലിക്കേഷൻസ്, 2007. പുറം. 34.

81.പി. കുഞ്ഞിരാമൻ നായർ കവിയുടെ കാല്പാടുകൾ, കോട്ടയം. ഡി. സി, ബുക്സ് 1999. പുറം. 32.

82.അതേ പുസ്തകം പുറം. 9.

83.Laura Mulvey, Reading guide to Mulvey on cinema and psychoanalysis (http;//wwwavasite.org/mulvey htm.) P.2.

84.Ibid, P.2

85.Jacques Lacan, Ecrsti,t r. Alan sheridan, Routledge, London, 2003. P.6.

86.Ibid P. 7.

87.Laura Mulvey, Reading guide to Mulvey on cinema and psychoanalysis (http;//wwwavasite.org/mulvey htm.) P.P 2-5

88.പി. കുഞ്ഞിരാമൻ നായർ, നിത്യ കന്യകയെ തേടി, പുറം. 51

89.പി. കുഞ്ഞിരാമൻ നായർ, കവിയുടെ കാല്പാടുകൾ, പുറം. 131

90.പി. കുഞ്ഞിരാമൻ നായർ നിത്യ കന്യകയെ തേടി. പുറം. 107

91.പി. എം നാരായണൻ, പി. കുഞ്ഞിരാമൻ നായർ, ന്യൂഡൽഹി. കേന്ദ്രസാഹിത്യ അക്കാദമി, 2007. പുറം. 34.

92.പി. കുഞ്ഞിരാമൻ നായർ, കവിയുടെ കാല്പാടുകൾ, പുറം. 34

93.അതേ പുസ്തകം, പുറം. 121

94.പി. കുഞ്ഞിരാമൻ നായർ, നിത്യകന്യകയെതേടി, കോട്ടയം. ഡി. സി. ബുക്സ്, പുറം. 54

95.അതേ പുസ്തകം, പുറം. 22

96.പി. എം നാരായണൻ, പി. കുഞ്ഞിരാമൻ നായർ, ന്യൂഡൽഹി. കേന്ദ്രസാഹിത്യ അക്കാദമി, 2007. പുറം. 47

97.പി. കുഞ്ഞിരാമൻ നായർ, കവിയുടെ കാല്പാടുകൾ, കോട്ടയം. ഡി. സി.

ബുക്സ്, 1999. പുറം. 33

98.അതേ പുസ്തകം, പുറം. 257.

99.അതേ പുസ്തകം, പുറം. 271.

100.ആലങ്കോട് ലീലാകൃഷ്ണൻ, പി. യുടെ പ്രണയപാപങ്ങൾ, കോഴിക്കോട്. മൾബറി പബ്ലിക്കേഷൻസ്, പുറം 60.

101.അതേ പുസ്തകം, പുറം. 53.

102.പി. കുഞ്ഞിരാമൻ നായർ, കവിയുടെ കാല്പാടുകൾ, കോട്ടയം. ഡി. സി. ബുക്സ്, 1999. പുറം. 291.

103.അതേ പുസ്തകം, പുറം. 82.

104.അതേ പുസ്തകം, പുറം. 267.

105.അതേപുസ്തകം, പുറങ്ങൾ. 415-416.

106.പി. കുഞ്ഞിരാമൻ നായർ, നിത്യകന്യകയെതേടി, കോട്ടയം. ഡി. സി. ബുക്സ്, പുറം. 116.

107.അതേ പുസ്തകം, പുറം. 18

108.Jacques Lacan, Ecrsti,t r. Alan sheridan, Routledge, London, 2003. P.199

109.പി. കുഞ്ഞിരാമൻ നായർ, കവിയുടെ കാല്പാടുകൾ, കോട്ടയം ഡി. സി. ബുക്സ്, 1999. പുറം. 48

110.പി. കുഞ്ഞിരാമൻ നായർ, നിത്യകന്യകയെതേടി, കോട്ടയം. ഡി. സി. ബുക്സ്, പുറം. 131.

111.അതേ പുസ്തകം, പുറങ്ങൾ. 116-117.

112.പി. കുഞ്ഞിരാമൻ നായർ, കവിയുടെ കാല്പാടുകൾ, കോട്ടയം. ഡി. സി. ബുക്സ്, 1999. പുറം. 99

113.പി. കുഞ്ഞിരാമൻ നായർ, നിത്യകന്യകയെതേടി, കോട്ടയം. ഡി. സി. ബുക്സ്, പുറങ്ങൾ. 20-21.

114.അതേ പുസ്തകം, പുറം. 21.

115.അതേ പുസ്തകം, പുറം. 20.

116.ആഷാമേനോൻ, പരാഗകോശങ്ങൾ, കോട്ടയം. ഡി. സി. ബുക്സ്, 1999. പുറം. 37.

അധ്യായം അഞ്ച്
ആത്മകഥ: സ്വത്വത്തിന്റെ കഥ

അയുക്തികമായ മാനസികാനുഭവങ്ങൾ അന്തർദർശനമായി കൊണ്ടു നടന്ന പി. കാല്പനികമായ അനുഭൂതികളെയാണ് ആത്മകഥകളിലും പകർത്തിവെയ്ക്കുന്നത്. സ്വപ്നവും യാഥാർത്ഥ്യവും തമ്മിലുള്ള അകലമില്ലാതാകുന്ന മാനസികതലം പി.യെ വൈരുദ്ധ്യങ്ങളിലേക്കാണു നയിച്ചത്. കുഞ്ഞിരാമൻനായർ മാനസികമായി ജീവിച്ച സ്വപ്നലോകവും യാഥാർത്ഥ്യലോകവും പരസ്പരം ഭിന്നമാണ്. സാങ്കല്പികക്രമത്തിൽ നിന്നു പ്രതീകാത്മകക്രമത്തിലേക്കു കടക്കുന്ന ലക്കാനിയൻ ശിശുവിന്റെ അവസ്ഥ പി.യുടെ സ്വപ്ന/യാഥാർത്ഥ്യങ്ങളിലുണ്ട്. പി.യെ സംബന്ധിച്ചിടത്തോളം യാഥാർത്ഥ്യമെന്നത് പൂർണ്ണാനന്ദ കവിതയാണ്. പ്രാഥമികമായി ദമനം (repressed) ചെയ്യപ്പെടുന്നതിനെ പ്രതീകാത്മകക്രമത്തിലേക്ക് നിയമം/ഭാഷയിലേക്ക് കൊണ്ടുവരുമ്പോൾ സ്വത്വ-അപരങ്ങളാൽ ചിതറപ്പെടുന്നു. ആഗ്രഹപരമ്പരകളാൽ അലയേണ്ടി വരുന്നവന്റെ ദുരന്തമാണ് പി.യിലുള്ളത്. ആത്മാവിന്റെ ദാഹത്തിന് കവിതയെ ഉപാസിച്ചതോടൊപ്പം അദ്ദേഹം ശരീരത്തിന്റെ ദാഹത്തിന് സ്ത്രീകളെയും ഉപയോഗിച്ചിരുന്നു. ദേഹം കുപ്പമാടത്തിലും മനസ്സ് നക്ഷത്രമാർഗ്ഗത്തിലും സഞ്ചരിച്ച പി. കുഞ്ഞിരാമൻനായരുടെ ലൈംഗികജീവിതത്തിലെ അരാജകത്വത്തെച്ചൊല്ലിയൊന്നും ഇന്നു ഞെട്ടേണ്ടതില്ല.[1]

ആത്മകഥയിലെ പ്രകൃതി-യാത്ര

സ്വാസ്ഥ്യമില്ലായ്മയുടെയും മുക്തിദാഹത്തിന്റെയും പ്രതീകങ്ങളായി യാത്രയുടെ രൂപകങ്ങൾ കുഞ്ഞിരാമൻനായരുടെ കവിതകളിലും ആത്മകഥകളിലും ആവർത്തിച്ച് പ്രത്യക്ഷപ്പെടുന്നു. വ്യവസ്ഥയോടുള്ള നിഷേധമായിട്ട് സ്വയംതിരിച്ചറിയലിന്റെയും തന്നിൽ നിന്നു വേറിട്ടു പോകലിന്റെയും അവ്യവസ്ഥിതരൂപകങ്ങളാണ് അകലങ്ങളിലേക്കും അകാലങ്ങളിലേക്കും നീളുന്ന യാത്രകൾ. പ്രകൃതി സൗന്ദര്യം തേടി, സ്ത്രീയിലതുകണ്ട്, കവിതയിലേക്കാവാഹിക്കുന്ന തന്റെ അനുഭവനിർമ്മാണവിദ്യയെക്കുറിച്ച് പി. പറഞ്ഞിട്ടുണ്ട്. ദാഹിനുള്ള പ്രചോദനമായിരുന്ന പി.യുടെ ഈ യാത്രകൾ, പ്രകൃതിഭംഗികളാൽ ആകർഷിക്കപ്പെട്ട് സ്വയം മറക്കുന്ന അനുഭവം വേഡ്സ്വർത്തിലുമുണ്ടായിരുന്നുവെന്ന് ചാൾസ് കെന്നെത്ത് ബൂറോ സൂചിപ്പിക്കുന്നു.[2] ഒന്നിലും ഉറച്ചുനില്ക്കാത്തത് കാല്പനിക പ്രവണതയാണ്. ഒന്നിലുറച്ചുപോയാൽ സർവ്വതും മറക്കുക എന്നതു ലൈംഗിക അതിഭാവുകത്വത്തിന്റേതാണ് എന്ന് ഡി.എച്ച്. ലോറൻസിനെ ഉദ്ധരിച്ചുകൊണ്ടദ്ദേഹം പറയുന്നുണ്ട്.

തൃഷ്ണയോടെ, പ്രകൃതിയുടെ സൗന്ദര്യത്തെ ഓരോ അണുവിലും പകർത്തുവാൻ പി. ശ്രമിച്ചു.

ഉച്ചവെയിലിനെ, കൊന്നപ്പൂവിനെ, യിളം
കാറ്റിനെ പ്പെരുമാരിത്തല്ലിനെ സ്നേഹിച്ച ഞാൻ
(കീർത്തിമുദ്ര)

ഏറ്റവും ആകർഷിച്ച പ്രകൃതി സൗന്ദര്യ മാതൃക പി. അവതരിപ്പിക്കുന്നതു നോക്കുക.

തിരുവില്വാമല പോലെ കവിതയ്ക്കുപറ്റിയ വിശുദ്ധ സുന്ദരമായ ഒരന്തരീക്ഷം കേരളത്തിൽ മറ്റില്ല. എങ്ങും മല, നിരന്ന കുന്നുകൾ, പാടങ്ങൾ തോട്ടുകൾ, കവിതചുരത്തുന്ന ഭാരതപ്പുഴ, പ്രശാന്തസുന്ദരക്ഷേത്രം, അരയാൽത്തണൽ, പാടുന്ന പറവകൾ, തെളിഞ്ഞ നീരൊലി, ഔഷധവീര്യമുൾക്കൊണ്ട കിഴക്കൻ കാറ്റ്, ഗ്രാമീണ കർഷകഭവനങ്ങൾ, കൊച്ചു ചായക്കടകൾ, തിക്കും തിരക്കും ഒഴിഞ്ഞ മുളങ്കാട് വഴികൾ, പതഞ്ഞു പൊന്തുന്ന പ്രകൃതി വിലാസം, പുഴവക്കിലെ ഏകാന്തമൂകക്ഷേത്രങ്ങൾ, കുന്നിൻ ചെരുവിലെ നീണ്ടപാത, തുറന്ന പ്രഭാതം തെളിഞ്ഞ ചന്ദ്രോദയം, കാവൽച്ചാളകൾ, നിശ്ശബ്ദരാത്രിയിലെ കൂവൽ, ഓരോന്നും കുട്ടിയുടെ നാവിൽ കൽക്കണ്ടതുണ്ടുപോലെ മനസ്സിൽ കിടന്നലിഞ്ഞു. സൗന്ദര്യദാഹമുള്ള ആത്മാവ് നിളാമണൽത്തട്ടിൽ കിടന്നുരുണ്ടു.[3]

ഗ്രാമീണപ്രകൃതിയുടെ ശുദ്ധസൗന്ദര്യം തേടിയാണ് കവി നിളാതീരത്തേക്കു വടക്കുനിന്നു യാത്ര തിരിച്ചത്. ആ യാത്രകൾ, തന്റെ ഉള്ളിലെ

കവിയെ ലഹരിപിടിപ്പിക്കുകയും പ്രചോദിപ്പിക്കുകയും ചെയ്തു. പ്രകൃതിയെതന്നെത്തന്നെ പ്രതിഫലിപ്പിക്കുന്ന കണ്ണാടിയായിക്കണ്ട് പ്രകൃതിയിലേക്ക് തന്നെ പകർന്നാടുവാൻ പ്രകൃതിയുടെ രസം കണ്ണുകൊണ്ട് നുണഞ്ഞെടുക്കാനുള്ള ആഗ്രഹങ്ങളാണ് ആ യാത്രയ്ക്കു പിന്നിലുണ്ടായിരുന്നത്.

ഋതുഭേദങ്ങൾക്കനുസരിച്ച് പ്രകൃതിയുടെ രൂപഭാവാദികളിൽ മാറ്റങ്ങൾ വരുന്നതുപോലെ ഒരേ പ്രകൃതിതന്നെ മാറിയും മറിഞ്ഞും പി.യുടെ കവിതകളിൽ/ ആത്മകഥകളിൽ നിറഞ്ഞുനിൽക്കുന്നു. പ്രകൃതിയെന്നാൽ കുഞ്ഞിരാമൻ നായർക്കു നിളാതീരത്തെ വള്ളുവനാടൻ ഗ്രാമഭംഗി എന്നാണർത്ഥം. ഋതുക്കളിലും ഞാറ്റുവേലകളിലും ആണ്ടറുതികളിലും പുതിയ പുതിയ രൂപവും ഭാവവുമാർന്ന് പാട്ടുപാടുകയും നൃത്തം ചെയ്യുകയും പൊട്ടിച്ചിരിക്കുകയും ആർത്തലറുകയും ചെയ്യുന്ന പ്രകൃതിയിലെ എല്ലാ പ്രതിഭാസങ്ങളെയും തന്റേതായ രീതിയിൽ പി വീണ്ടും വീണ്ടും സസൂക്ഷ്മം നോക്കിക്കാണുകയും അനുഭവിക്കുകയും ചെയ്യുന്നു.

അജ്ഞാതമായ, എന്നാൽ പ്രിയങ്കരമായ തന്റെ മാതൃപിതൃഭൂമികളിൽ നിന്ന് ബഹിഷ്കൃതനാക്കപ്പെട്ട് അലഞ്ഞുനടക്കുന്നവന്റെ ഒടുങ്ങാത്ത വേദന കുഞ്ഞിരാമൻനായരുടെ കവിതകളിൽ ആവർത്തിച്ചു വന്നിട്ടുള്ളതാണ്.

സ്വപ്നസുഖങ്ങളാൽ നെയ്തെടുത്തുള്ളൊരാ
സ്വർഗ്ഗീയ ലോകത്തിൽ നിന്നു പൊടുന്നനെ
വന്നു വീണല്ലോ പരുപരുത്തുള്ളൊരീ
യുന്നമ്രദുർദ്ദശ തന്റെ പുറത്തു ഞാൻ
(ശൈശവം)

എന്ന കാല്പനികതയുടെ സ്വർഗ്ഗഭൂമികളിൽ നിന്നു ജീവിതയാഥാർത്ഥ്യത്തിന്റെ മുൾപ്രതലങ്ങളിലേക്കു പതിയ്ക്കുന്നൊരവസ്ഥ വിഷാദമുണ്ടാക്കുന്നു പി.യിൽ. സ്വപ്നലോകത്തു പറന്നു നടക്കാനുള്ള കാല്പനികസഹജമായൊരംശം പി.യുടെ യാത്രകളിലെല്ലാമുണ്ട്. സ്വയം ദുഃഖമേറ്റു വാങ്ങുന്നതിന്റെയും പാപഭാരം ചുമക്കുന്നതിന്റെയും സ്വരം ജീവിതദാഹം എന്ന കവിത മുതൽ കവിയുടെ ജീവിതാന്ത്യം വരെ കേൾക്കുന്നു, പലായന പ്രവണതയുള്ളവർ (പ്രവാസപീഡ) കുറ്റമേറ്റുപറയുന്നവരും നിത്യവിഷാദികളുമായിരിക്കും. പി. യുടെ യാത്രകളിലെല്ലാം ഇതു ദർശിക്കാം. ഈ യാത്രയുടെ ഉദ്ദേശ്യം സൗന്ദര്യ-സത്യാന്വേഷണം തന്നെയായിരുന്നു കവിയ്ക്ക്. ഇത് ഒരേ സമയം രതിയും നിർവ്വേദവുമായിരുന്നു. ജീവിതവും മരണവും പോലെ, സ്വപ്നയാഥാർത്ഥ്യങ്ങൾ പോലെ

അത് പി.യെ ചുറ്റിവരിഞ്ഞുകൊണ്ടിരുന്നു. ഇതുകൊണ്ടുതന്നെയാണെന്നു തോന്നുന്നു പി.യുടെ യോഗഭൂമിയായ വള്ളുവനാടൻ പരിസരംതന്നെ കവിയ്ക്ക് സൗന്ദര്യാസ്വാദനത്തിന്റെ ഭോഗസ്ഥലവുമായത്.

യാത്ര. പ്രകൃതി സൗന്ദര്യത്തിന്റെ നാട്ടിൽ നിന്നുള്ള യാത്ര. ഏകാന്ത ശാന്തിസുഖത്തിന്റെ നാട്ടിൽ നിന്നുള്ള യാത്ര. സൗഹൃദച്ചെന്താമരപ്പൂക്കളുക്കരയിൽ നിന്നു യാത്ര. മനസ്സു കരഞ്ഞു. കൂട്ടുകാരേ വിട? താമരക്കുളങ്ങളേ വിട? താമരപ്പൂക്കളേ വിട?[4]

യാത്ര. അനന്തമായ യാത്ര. കൂട്ടുകാർ പിരിഞ്ഞുപോയി നടന്നു വന്നു. മലഞ്ചെരുവിലെ പാത. വളഞ്ഞൊടിഞ്ഞ പാത. ദൂരെ ദൂരെ തണൽ മരങ്ങൾ, തടാകങ്ങൾ, പൂമരങ്ങൾ, മുൾപ്പൊന്തകൾ, പുള്ളിമാൻ, ചെന്നായ എഴുത്തു തേഞ്ഞുമാഞ്ഞ നാഴികക്കല്ലുകൾ.[5]

ഇടയ്ക്കിടെ പട്ടുക്കരവെച്ച പുഴകൾ, വെൺ മണൽപ്പരപ്പ്, ദൂരെ നീല മലനിര, എത്തിത്തൊടാവുന്ന കടൽ, പച്ചപാടങ്ങൾ, പുകയിലക്കൃഷിയിടങ്ങൾ മണൽ കുന്നുകൾ, കശുമാവിൻ തോപ്പുകൾ, നീണ്ട ഇരുമ്പുപാളം പട്ടണം തൊടുന്ന ചുവന്നപാത-കാഞ്ഞങ്ങാട്, കർണ്ണാടകവും മലയാളവും ഇടകലർന്ന വണ്ടിയാപ്പീസ് ബോർഡ്.[6]

ഇങ്ങനെയുള്ള യാത്രാവർണ്ണനകളോടൊപ്പം യാത്രികന്റെ നോട്ടത്തിനാൽ ഉണർന്നു വരുന്ന പ്രകൃതിദൃശ്യങ്ങളുമുണ്ട്.

ജീവിതം മുഴുവൻ പി. ഒരു യാത്രികനായിരുന്നു. യാത്രയിൽ അദ്ദേഹം ഏറെ ദേശങ്ങൾ കണ്ടു. ഏറെ ആളുകളുമായി ഇണങ്ങുകയും പിണങ്ങുകയും ചെയ്തു. ഏറെ സ്ത്രീകളുമായി ബന്ധപ്പെട്ടു. ബന്ധങ്ങളെല്ലാം ഏതെങ്കിലും തരത്തിൽ ദുരന്തങ്ങളായി മാറി. ആ ദുരന്തങ്ങളുടെ വേദനയെല്ലാം ഏറ്റെടുത്തു കൊണ്ടു തന്നെ തന്റെ നിത്യകന്യകയെത്തേടി അലഞ്ഞു.[7]

ദീർഘമായ തന്റെ യാത്രയ്ക്കുശേഷം താനെവിടെയെത്തിയെന്നും എന്തായിത്തീർന്നെന്നും പി. വെളിപ്പെടുത്തുന്നു.

അമ്പലത്തിലേക്കു പുറപ്പെട്ടു. ശ്മശാനത്തിലെത്തി. കവിത തേടി നേടാൻ ഇറങ്ങി. നാട്, വീട്, കുടുംബസ്വത്ത്, പൈതൃകം-എല്ലാമെല്ലാം നഷ്ടപ്പെട്ടു. ഹിമാലയകൊടുമുടി കയറുവാൻ പോയി. വഴുതി അഗാധതയിൽ വീണു. ശരിയാക്കുന്തോറും തെറ്റു കൂടി വരുന്നു. അഴിയ്ക്കുംതോറും കെട്ടുകൾ മുറുകുന്നു. നീട്ടിവയ്ക്കുന്തോറും കാൽപ്പാട് പിഴയ്ക്കുന്നു. കാഴ്ചപ്പാടു മങ്ങുന്നു. ഇന്നു ഞാൻ മരുഭൂമിയിലെ ഒട്ടകമാണ്. മുള്ളു കടിച്ചു തിന്നു വായയാകെ മുറിഞ്ഞ് ഒലിയ്ക്കുന്ന സ്വന്തം ചോര നുണയ്ക്കുന്ന ഒട്ടകം.[8]

മലനാട്ടിലെ നാട്ടുമ്പുറങ്ങളിലെ വഴിത്താരകളിലൂടെ മാറാപ്പുമേന്തി നടക്കുന്ന ഒരു ഏകാന്തപഥികന്റെ ചിത്രമാണ് മഹാകവി പി. കുഞ്ഞിരാമൻനായരുടെ കവിതകൾ വായിക്കുമ്പോൾ നമ്മുടെ മനോദർപ്പണത്തിൽ നിഴലിക്കുന്നത്. കാല്പനികമായ സൗന്ദര്യാഭിനിവേശം നിറഞ്ഞ മനസ്സുമായി നിത്യകന്യകയെത്തേടിയുള്ള ഒരു യാത്രയാണ്. ഈ യാത്രയിൽ ഭൗതികജീവിതത്തിന്റെ നിയമങ്ങളും മര്യാദകളും പാലിക്കുന്നതിൽ പി. പരാജയപ്പെടുകയുണ്ടായി. താൻ സ്നേഹമനുഭവിക്കാൻ യോഗമില്ലാത്ത പാപിയാണ് എന്ന അപകർഷബോധവും നീചരാശിയിൽ പിറന്നവനാണെന്ന അന്ധവിശ്വാസവും തീരാശാപമായി കവിയെ എന്നും വേട്ടയാടിയിരുന്നു.[9]

പ്രവാസവും പാപവും

ഈ കുറ്റബോധവും പാപബോധവുമാണ് പി. യിലെ പ്രവാസപീഡയായിത്തീരുന്നത്. അങ്ങനെയാണ് ക്ഷേത്രങ്ങൾ പി.യുടെ ജീവിതവുമായി ബന്ധപ്പെടുന്നത്. പി.യുടെ കവിതയെ ആഴത്തിൽ പഠിച്ച പി. നാരായണക്കുറുപ്പിന്റെ വാക്കുകൾ ശ്രദ്ധിക്കുക.

വീടും വീട്ടുകാര്യങ്ങളും ജോലിയും സ്വത്തുവകയും ഒന്നുമില്ലാതെ കവിത മാത്രം വഹിച്ചുകൊണ്ട് അലഞ്ഞു തിരിഞ്ഞു നടന്ന ഒരാൾ; ഏതോ ഉഗ്രപശ്ചാത്താപത്തിന്റെ വ്യഥ, മനസ്സിന്റെ സമനില തെറ്റിച്ച ഭ്രാന്തന്മാരെ കണ്ടിട്ടുണ്ട്. അവർ കരയും. ചിലപ്പോൾ ശപിക്കും. കുഞ്ഞിരാമൻ നായരിൽ ഈ അംശമുണ്ട്. കരയുന്നതിനു പകരം അദ്ദേഹം എഴുതുകയായിരുന്നു. പാടുകയായിരുന്നു. ആ പാട്ടെഴുത്ത് ഗംഗാപ്രവാഹമായി. അങ്ങനെ ഭ്രാന്തനെന്നതിലുപരി പി. കുഞ്ഞിരാമൻ നായരായി.[10]

ഒട്ടും അതിഭാവുകത്വമില്ലാത്ത ആ വിലയിരുത്തലിൽ, പി.യുടെയുള്ളിന്റെയുള്ളിലുള്ള ഉന്മാദിയായ കാല്പനികൻ, തന്റെ ഒടുങ്ങാത്ത പാപഭാരങ്ങളേറ്റു ചൊല്ലുന്നതിനായിട്ടാണ് ക്ഷേത്രങ്ങളിലേക്കു യാത്ര ചെയ്തത്. തന്റെ ആദർശദേവതയുടെ പ്രകൃതിദേവതയുടെ ഇരിപ്പിടമായി അദ്ദേഹം ക്ഷേത്രങ്ങളെ കണ്ടു. കേരളത്തിലെ പ്രധാനക്ഷേത്രങ്ങളൊക്കെ പ്രശാന്തസുന്ദരമായ സ്ഥലങ്ങളിലാണല്ലോ സ്ഥിതി ചെയ്യുന്നത്. പ്രത്യേകിച്ച് വള്ളുവനാടൻ ദേശങ്ങളിലെ ക്ഷേത്രങ്ങൾ. ആ പരിസരങ്ങൾ തന്റെ നിത്യകന്യകയുടെ ആവാസസ്ഥലങ്ങളായി കവി കരുതി. നിളാതീരത്തെ വള്ളുവനാടൻ പ്രകൃതിയാണ് തന്നിലെ കവിയെ ഉണർത്തുന്നതെന്ന് എപ്പോഴും അദ്ദേഹം ധരിച്ചിരുന്നു. ഈ ധാരണ ദൃഢമായി വളർന്നപ്പോഴാണ് പി. തന്റെ ജീവിതം, ആത്മബലി തുല്യമായി ജീവിച്ചു തീർത്തത്.

പട്ടിണി കിടന്നാലും മരിച്ചാലും മറ്റെല്ലാം വിട്ട് കവിതക്കുവേണ്ടി ജീവിതം ഹോമിക്കും. മലയാളത്തിൽ കവിതമാത്രം കൊണ്ടുകൂടാനൊരുമ്പെട്ടവൻ ഏല്ക്കേണ്ടി വരുന്ന കൊട്ടും ശിക്ഷ-നരകയാതന-ഏല്ലും അവളുടെ നുള്ളും അടിയും ചവിട്ടും ചിരിച്ചുകൊണ്ടേല്ലും-ഒരഗ്നി പരീക്ഷ. അതാണ് കവി ജീവിതം ചിരിച്ച് ചിരിച്ച് ചെങ്കനൽക്കുഴിയടുപ്പിലിറങ്ങി നടക്കും.[11] കാവ്യദേവതയുടെ ഈ ഉപാസന, ആ ദേവിയുടെ (വരപ്രസാദ) മുന്നിൽ ജീവത്യാഗത്തിനുപോലും സന്നദ്ധനാക്കുന്നു.

മരിക്കണം മരിക്കും ഞാൻ
നിനക്കായ് സ്നേഹ വിഗ്രഹേ
അന്തരാത്മ ചിദാനന്ദ
കവിതാ വനദേവതേ!

എന്ന് 'നരബലിയിൽ' പി.യെഴുതുന്നു. പി.യുടെ ഭക്തി, പ്രകൃതിയോടുള്ള ഭക്തിയാണ്. അത് കാവ്യദേവതാ ഉപസാനയായിത്തീർന്നതാണ്. "കവിയുടെ ബോധത്തിലും വിശ്വാസത്തിലും രൂഢമൂലമായി നിന്നിരുന്ന ഒരു സനാതനധർമ്മചിന്തയുണ്ട്. സർവ്വചരാചരങ്ങളേയും ഒരുപോലെ സ്നേഹിക്കുന്ന ഒരു വിശ്വപ്രേമബോധമാണത്. ഭൂമിയിലെ ഓരോ തരിമണ്ണിനോടും പാഴ്ചെടിയോടും ഗാഢപ്രണയബദ്ധനായി അവയിലെ നിഗൂഢസംഗീതത്തിൽ ആമഗ്നമാകാൻ കൊതിച്ച ഒരു ജൈവമനുഷ്യൻ കുഞ്ഞിരാമൻ നായരിലുണ്ട്.[12]

പ്രകൃതി, ക്ഷേത്രം, ഭക്തി

പ്രകൃത്യാരാധനയാണ് പി. യിലെ ക്ഷേത്രാരാധനയായി വളർന്നു വരുന്നത്. ചരാചരപ്രകൃതിയുമായി ആത്മബന്ധം പുലർത്തിയിരുന്ന കവിയുടെ ആത്മസത്ത യിൽ അതിന്റെ അപാരമായ, അമേയമായ സൗന്ദര്യത്തിനു പിന്നിലെ പ്രപഞ്ചസത്തയെ ആരാധിക്കുവാനുള്ള പ്രേരണയുണ്ടായിരുന്നു. ഏതോ പരമസത്തയുടെ വിഭിന്നരൂപമാണ് താനും പ്രകൃതിയുമെന്ന ബോധമാണ് അജ്ഞേയമായ ആ സത്യത്തെ തേടുവാൻ, അത് പ്രാപ്തമാക്കുവാൻ കവിയെ പ്രേരിപ്പിക്കുന്നത്. പ്രകൃതിയുടെ ദിവ്യമായ ഭാവം ഒരു വെളിപാടുപോലെ അദ്ദേഹത്തെ ആത്മീയമായൊരനുഭൂതിയിലേക്കു കൊണ്ടുപോയിരുന്നു. എന്നാൽ ഇതിൽ നിന്നു ഭിന്നമായൊരംശം പി.യുടെ സ്വത്വത്തിൽ നിലകൊള്ളുന്നുണ്ട്. അത് ജീവിതാസക്തിതന്നെയാണ്. യോഗാത്മകതയിൽ നിന്നു പൊടുന്നനെ ഭോഗാത്മകതയിലേക്കു നീങ്ങാവുന്ന കാമചോദന/രത്യാനുഭൂതിജന്യമായ ഒരംശത്തെ തേടുവാനുള്ള പ്രേരണ പി. യിൽ ശക്തമായിരുന്നു. ശരീരത്തിന്റെ പ്രലോഭനങ്ങളിൽ എപ്പോഴും പി.യിലെ അനുഭൂതികൾ മാറിമറിഞ്ഞു കൊണ്ടിരുന്നു. ഇതിനെ "തനിക്കുതന്നെ അറിയാത്ത

എന്തൊക്കെയോ അന്തഃപ്രേരണ" എന്നു പറഞ്ഞു ഉദാത്തീകരിക്കാൻ കവി തന്നെ ശ്രമിക്കാറുണ്ട്. ഇത് 'കാമചാരിത്വം' തന്നെയെന്ന് പി. നാരായണക്കുറുപ്പ് ദർശിക്കുന്നുണ്ട്.[13]

വിഭക്തമായ തന്റെ സ്വത്വത്തിൽ നിലകൊള്ളുന്ന ആഗ്രഹം (desire) തന്നെയാണതിനു പിന്നിലുള്ളത്. എല്ലാ ആത്മീയതയിലും പ്രതീകാത്മ കക്രമത്തിന്റെ സാന്നിദ്ധ്യം ദർശിക്കാം. അപ്രാപ്യമായ യാഥാർത്ഥ്യ ത്തെ പ്രതീകാത്മകതയിലൂടെ പ്രതിനിധീകരിക്കുന്ന (represent) ഒരു തലം എല്ലാ ആത്മീയതയ്ക്കു പിന്നിലുമുണ്ട്. യാഥാർത്ഥ്യത്തെ പ്രാപിക്കു ന്നതിനുള്ള പ്രാർത്ഥനാക്രമം (liturgy) പോലെ വ്യവസ്ഥപ്പെടുത്തിയ ഒന്നാണത്. പക്ഷേ, അത് നേരിട്ടു പ്രത്യക്ഷപ്പെടാതെ ഒരു പ്രത്യേക ക്രമത്തിൽ പ്രതീകങ്ങളിൽ ചിഹ്നങ്ങളിൽ, നാമസങ്കീർത്തനങ്ങളിൽ അതായത്, ഭാഷയിലൂടെ മാത്രം പ്രത്യക്ഷീകരിക്കപ്പെടുന്ന ഒന്നാണ്.

ഭക്തി അദ്ദേഹത്തിന്റെ മാർഗ്ഗവും സാക്ഷാത്ക്കാരവും ലക്ഷ്യവുമാ ണെന്ന് 'സൗന്ദര്യപൂജ' എന്ന കവിത ഉദ്ധരിച്ചുകൊണ്ട് എൻ.വി. കൃഷ്ണ വാരിയർ പറയുന്നു.[14] ജീവിതത്തിൽ പ്രതിഫലിക്കാത്ത ഈശ്വരനെ തേടുക-അതിനെ കവിതയ്ക്കു വേണ്ടിയുള്ള ഉപാസനയാക്കുക. കാവ്യ സൗന്ദര്യത്തിന്റെ ഉദാത്തമേഖല തുറക്കുക എന്നതാണ് പി. യുടെ ഭക്തിഭാവത്തിന്റെ സവിശേഷതയെന്ന് എസ്. ഗുപ്തൻനായരും അഭിപ്രാ യപ്പെടുന്നു.[15] കുഞ്ഞിരാമൻ നായരുടെ ഭക്തി ആത്മനിവേദനത്തിലാണ് പെടുന്നത്. തന്റെ സർവ്വസ്വവും തന്നെത്തന്നെയും ഇഷ്ടദേവതയുടെ പാദങ്ങളിലർപ്പിക്കുന്ന നിർമ്മലത്വമാണ് കുഞ്ഞിരാമൻനായരുടെ ആത്മനിവേദനത്തിനടിസ്ഥാനമെന്ന് ബി. ഭാനുമതിയമ്മ വിലയിരു ത്തുന്നു.[16] ഇങ്ങനെ പി.യുടെ ഭക്തിയെക്കുറിച്ച് പല അഭിപ്രായങ്ങൾ നിലനിൽക്കുന്നുണ്ട്.

ദുർവാസനകൾക്കു കീഴ്പെട്ടുപോകുന്ന ശരീരത്തെ ഉല്ലംഘിക്കാൻ എഴുത്തിലൂടെ കവി രൂപപ്പെടുത്തിയ മറുലോകം തന്നെയാണ് ആത്മീയതയുടേത്. ഇന്ദ്രിയചോദനകളാൽ പിഴച്ചുപോയ ജീവിതവും അറ്റുപോയ കുടുംബബന്ധങ്ങളും നരകയാതനയായിത്തീരുമ്പോൾ, ആ അധമലോകത്തിൽ നിന്നു പുറത്തുകടന്ന് അതീതലോകത്തിലെ നിത്യ സത്യ (eternal truth) ത്തെ പുൽകുവാനാണ് പി. ശ്രമിച്ചത്. പി. യുടെ ഭക്തിഭാവത്തിന്റെ അടിസ്ഥാനാംശം ഇതുതന്നെയാണ്. അടങ്ങാത്ത ശരീരതൃഷ്ണയാൽ വീണ്ടും വീണ്ടും ചെയ്തുപോകുന്ന തെറ്റുകൾ, അതിൽ നിന്നുണ്ടാകുന്ന ആത്മനിന്ദയും പശ്ചാത്താപവും, പാപബോധത്തിൽ നിന്നു രക്ഷപ്പെടുന്നതിനുവേണ്ടി സ്വയം സമർപ്പിച്ചുകൊണ്ട് നടത്തുന്ന

ഏറ്റുപറച്ചിലുകൾ (confessions). പി.യുടെ ആന്തരികഭാവം ഭക്തിയിലൂടെയുള്ള പലായനപ്രവണത തന്നെയാണ്.

ആത്മീയത-പ്രത്യയശാസ്ത്ര നിലപാടുകൾ

പക്ഷേ, ഈ ഭക്തിഭാവത്തെ മതപ്രത്യയശാസ്ത്രങ്ങൾ അങ്ങേയറ്റം സ്വാധീനിച്ചിരുന്നു എന്നു വിലയിരുത്തപ്പെട്ടിട്ടുണ്ട്.

ധ്വന്യാലോകം, നാരദഭക്തിസൂത്രം, പാതഞ്ജലയോഗസൂത്രം, വാൽസ്യായനസൂത്രം. നാലും അന്നുമിന്നും കയ്യിലുണ്ട്. ഇതുനാലും മുക്കിടിയാക്കി സേവിച്ച് 'രസോ വൈ സഃ' എന്ന് ഋഷികൾ കണ്ട നാദ ബ്രഹ്മരഹസ്യം അറിയണം.[17]

സവർണ്ണ ഹിന്ദുമതവിശ്വാസിയായ ഒരു മഹാകവിയുടെ മാർഗ്ഗവും ലക്ഷ്യവുമാണ് കുഞ്ഞിരാമൻനായർ ഇവിടെ യാതൊരു ശങ്കയും ഇടയില്ലാതെ വെളിപ്പെടുത്തിയിരിക്കുന്നത്. സവർണ്ണഹിന്ദു മതചിന്തയുടെ കാവ്യശാസ്ത്രമാണ് നാരദഭക്തിസൂത്രം. യോഗശാസ്ത്രമാണ് പാതഞ്ജലയോഗസൂത്രം. കാമശാസ്ത്രമാണ് വാൽസ്യായനസൂത്രം. ഈ നാലു സവർണ്ണ ഹിന്ദുമതഗ്രന്ഥങ്ങളാണ് കുഞ്ഞിരാമൻ നായരുടെ കുടുംബജീവിതത്തിന്റെയും കവിതയുടെയും അടിസ്ഥാന പ്രമാണം.[18] കുഞ്ഞിരാമൻ നായരുടെ മാസ്റ്റർ പീസ് എന്നു വിശേഷിപ്പിക്കപ്പെട്ടിട്ടുള്ള കൃതിയാണ് 'കളിയച്ഛൻ'. ആ കൃതിയിൽ 'കളിയച്ഛ'നായി സങ്കല്പിക്കപ്പെട്ടിരിക്കുന്നത് ഗുരുവായൂരപ്പനാണ്.

ലോലപീതാംബരച്ചാർത്തുകൾക്കപ്പുറം
പീലി മുടി വനമാലകൾക്കപ്പുറം
പ്രീതിപ്പൊലിമ തൻ പൊൻതിടമ്പാം മഹാ
ജ്യോതി സ്വരൂപനെക്കാണുന്നതില്ലയോ
(കളിയച്ഛൻ)

പ്രപഞ്ചജീവിതം എന്ന കളി നിയന്ത്രിക്കുന്ന കളിയച്ഛനായ ഗുരുവായൂരപ്പന് ജീവിതം സമ്പൂർണ്ണമായ് സമർപ്പിക്കുക എന്നതാണ് മുക്തിമാർഗ്ഗം എന്നത്രെ 'കളിയച്ഛൻ' എന്ന കാവ്യത്തിന്റെ പ്രഖ്യാതമായ ഗുണപാഠം.[19]

പി.യുടെ ആത്മകഥകളിലൂടെ സഞ്ചരിച്ച സവർണ്ണഹിന്ദുമതപ്രത്യയശാസ്ത്രം പി.യെ എത്രമാത്രം സ്വാധീനിച്ചു എന്ന് ബാലചന്ദ്രൻ ചുള്ളിക്കാട് അക്കമിട്ടു നിരത്തുന്നുണ്ട്. ചില ഉദാഹരണങ്ങൾ ചൂണ്ടിക്കാട്ടട്ടെ.

എവിടെയൊക്കെ വിദേശാധിപത്യത്തെയും പാശ്ചാത്യസംസ്കാരത്തെയും എതിർത്തുവോ, അവിടെയൊക്കെ സവർണ്ണഹൈന്ദവ സംസ്കാരത്തെ പകരം വെയ്ക്കുകയാണ് കുഞ്ഞിരാമൻനായർ ചെയ്തത്."[20]

പി. കുഞ്ഞിരാമൻനായരുടെ അനേകം കവിതകളിലും ആത്മകഥക ളിലും 'കഥകളി' നിറഞ്ഞു നിൽക്കുന്നു. (ഉദാ: കളിയച്ഛൻ, ഉത്സവക്കളി, കളികഴിഞ്ഞ്) മറ്റൊരു കലയെക്കുറിച്ചും അദ്ദേഹം ഇത്രമേൽ ആവേശം കൊള്ളുന്നില്ല. കാരണം പി.തന്നെ വെളിപ്പെടുത്തുന്നു.[21]

നിമിഷം തോറും നിത്യനൂതനമായി, നിത്യസുന്ദരിയുമായി വിടരുന്ന കല അതാണു സാക്ഷാൽ കല- കാലം ചെല്ലുന്തോറും ലോകമെങ്ങും കേളികൊട്ടിപ്പറക്കുന്ന കേരളത്തിന്റെ സംസ്കാരകല-കഥകളി എന്ന കല-അതാണു മലയാളത്തിന്റെ കല-മലയാളിയുടെ അനശ്വര വീരകല.[22]

കുഞ്ഞിരാമൻനായരുടെ പ്രകൃതിദർശനത്തിൽപ്പോലും മതപ്രത്യ യശാസ്ത്രം തീവ്രമായി കലർന്നുകിടക്കുന്നുവെന്ന് ചുള്ളിക്കാട് സമർത്ഥി ക്കുന്നു. തന്റെ സാമൂഹ്യവിമർശനാത്മകമായ 'നരബലി' എന്ന കവിത അവസാനിക്കുന്നതു കാളി ഉപാസനയുടെ മൂർധന്യത്തിലാണ്.

നുറുങ്ങിപ്പൊടിയുന്നൊരീ
യസ്ഥികൂടത്തിലേറി നീ
നൃത്തമാടിക്കളിച്ചാലും
കാളി, യിക്കാളരാത്രിയിൽ
(നരബലി)

സവർണ്ണഹിന്ദുക്കളുടെ കാളീഭക്തിയുടെ സംസ്കാരമാണ് പി.യിൽ പ്രബലമായിട്ടുള്ളതെന്ന് നരബലി സാക്ഷ്യപ്പെടുത്തുന്നു. പി. കുഞ്ഞിരാ മൻനായരിലെ പരിസ്ഥിതിബോധത്തെയും ഈ പശ്ചാത്തലത്തിലാണ് വിലയിരുത്തേണ്ടതെന്ന് ചുള്ളിക്കാട് പറയുന്നു. "പരിസ്ഥിതിവാദികൾ ക്ക് പ്രകൃതി ഭൗതികയാഥാർത്ഥ്യമാണ്. എന്നാൽ കുഞ്ഞിരാമൻനാ യർക്ക് പ്രകൃതി ആധ്യാത്മികസത്തയാണ്. ഈശ്വരവിഭൂതിയാണ്, ദേവിയാണ്. പ്രകൃതിയെക്കുറിച്ച് കുഞ്ഞിരാമൻനായർക്കുള്ള സങ്കല്പം അടിമുടി മതാത്മകമാണ്. ഹൈന്ദവമാണ്."[23]

'സൗന്ദര്യപൂജ' എന്ന കവിതയിൽ വിശ്വചൈതന്യധാരയുടെ പ്രഭാവത്തെക്കുറിച്ചാണ് പി. എഴുതുന്നത്. എന്നാൽ 'ലളിതാസഹ സ്രനാമ'ത്തിലെ ബിംബങ്ങളും പ്രതീകങ്ങളും ദർശനവും വാക്കുകളും പ്രയോഗങ്ങളും ഈ കാവ്യത്തിൽ നിറഞ്ഞു നിൽക്കുന്നു.

മാറിനിൽക്കുക രാവിന്റെ
മഹിഷാസുരസൈന്യമേ,
എഴുന്നള്ളുകയായ്, അർക്ക-
ചക്രമുദ്രധരിച്ചവൾ.
ശുദ്ധവിദ്യാങ്കുരസ്വച്ഛ
നവരശ്മികൾ വീശിയും
പ്രണവാകാര മാണിക്യ

മണിവീണയിണക്കിയും,
ഇരുണ്ട ഗഗനാന്തത്തെ-
ക്കുങ്കുമാഭയിൽ മുക്കിയും,
കല്ലിലും മുള്ളിലും വീണ
സപ്തസ്വരമുണർത്തിയും,
ജലബിന്ദുക്കളിൽക്കാവ്യ-
ഭാവനാരശ്മി വീശിയും,
സ്മിതം തൂകിത്തിളങ്ങുന്നു
സച്ചിദാനന്ദ രൂപിണി.
(സൗന്ദര്യപൂജ)

"ചുരുക്കിപ്പറഞ്ഞാൽ ശാസ്ത്രീയമായ പരിസ്ഥിതി ബോധമോ കവിസഹജമായ കേവലഭാവനയോ അല്ല, കറതീർന്ന ഹിന്ദുമതചിന്തയാണ് കുഞ്ഞിരാമൻ നായരുടെ പ്രകൃതിപ്രേമത്തിന്റെ അടിസ്ഥാനം. പ്രകൃതിയെയും കവിതയെയും ത്തന്നെയും ദേവിയായിട്ടാണ് കുഞ്ഞിരാമൻ നായർ ഉപാസിക്കുന്നത്[24] എന്ന ചുള്ളിക്കാടിന്റെ വാദം ആഴത്തിൽ പരിശോധിക്കപ്പെടേണ്ടതാണ്.

പി.യുടെ ആന്തരവൈരുദ്ധ്യം ഭക്തിഭാവത്തിലും നിലനിന്നിരുന്നു. "പൗരാണികവും മതപരവുമായ ബിംബങ്ങളെ അവയുടെ ശക്തി നഷ്ടപ്പെടുത്താതെ തന്നെ ആവാഹിച്ചുകൊണ്ട് പാരമ്പര്യത്തെ ശക്തി സ്രോതസ്സായി മാറ്റുകയാണ് പി. ചെയ്യുന്നത്. ആസ്തിക്യബോധം കവിതയുടെ അന്തർധാരയാണ്. അനശ്വരതയോടുള്ള ആരാധന വിവിധരൂപങ്ങളിൽ കവിതയിൽ ആവിഷ്കൃതമാകുന്നു.[25]

അമൂർത്തമായതിനെ മൂർത്തമായും മൂർത്തമായതിനെ അമൂർത്തമായും ചരപ്രകൃതിയെ അചരപ്രകൃതിയായും മറിച്ചും ആരാധിക്കുക. അതിന്റെ പ്രത്യക്ഷരൂപമാണ് 'നിത്യകന്യക'. തന്റെ നഷ്ട അപരം തന്നെയാണെന്നു വിലയിരുത്താമെങ്കിലും മതപ്രത്യയശാസ്ത്രങ്ങൾ പി.യുടെ ദർശനത്തെ തീവ്രമായി സ്വാധീനിച്ചിട്ടുണ്ടെന്നു മനസ്സിലാക്കണം. ഔചിത്യത്തിന്റെയോ ത്യാജ്യഗ്രാഹ്യബുദ്ധിയുടെയോ അഭാവം മറ്റെല്ലാതലങ്ങളിലുമുള്ളതുപോലെ പ്രത്യയശാസ്ത്രസമീപനത്തിലുമുണ്ട്.

സവർണ്ണഹൈന്ദവ പ്രത്യയശാസ്ത്രങ്ങളെ തന്റെ കവിതകളിലും ദർശനങ്ങളിലും സ്വീകരിച്ചു എന്നു പറയുമ്പോഴും പി. തന്റെ ആത്മകഥകളിൽ ഇതിനു വിരുദ്ധ അഭിപ്രായങ്ങളാണ് പറഞ്ഞിട്ടുള്ളത്. "ഞാൻ ഉറച്ച ദൈവവിശ്വാസിയല്ല-ഉപാസനയില്ല-എന്റെ മന്ത്രവും തന്ത്രവും പൂജയും ഒന്നുമാത്രം: കവിതോപാസന. പുഴ കടലിലെന്നപോലെ സൗന്ദര്യവും ശാശ്വതസത്യത്തിലണയുന്നു".[26] പി. തന്റെ ആദ്യകാലഗദ്യലേഖനങ്ങളിൽ

സനാതനമായ ലോകബോധം ഉയർത്തിപ്പിടിക്കുന്നതായി കാണാം. അമ്പലം, എന്താണ് അമ്പലം? ഉപനിഷത്തിന്റെയും ഗീതയുടെയും മതം ഏകദൈവത്തിൽ മാത്രം വിശ്വസിക്കുന്നു. നൂറായിരം അമ്പലങ്ങൾ. ഓ. വേണം. ജാതിക്ക് അകത്തുകടന്ന് ഒളിച്ചിരിക്കുവാൻ ഒരു കരിങ്കൽകോട്ട വേണം. വൈദികമതം ഏതേതിനെ നിഷേധിക്കുന്നു അതൊക്കെ ഇന്ന് അമ്പലത്തിലുണ്ട്. അവിടെ കളവുണ്ട്, വ്യഭിചാരമുണ്ട്, അമരന്മാർ ദേവന്മാർ, നിവേദ്യത്തിൽ മൂടിക്കിടക്കുമ്പോൾ ഇളം കിടാങ്ങൾ പട്ടിണി കിടക്കുന്നു.[27]

"ആ പൊൻകുന്ന് ഇടിച്ച് നികത്തു അതിന്റെ പൊട്ടും പൊടിയും തെറ്റിത്തെറിച്ച് ചെന്നു വീഴട്ടെ. പട്ടിണികിടക്കുന്ന വായനശാലകളുടെ മലർത്തിപ്പിടിച്ച കൈക്കുമ്പിളുകളിൽ. തളർന്നുറങ്ങുന്ന ഗ്രന്ഥാലയങ്ങളുടെ മടിത്തട്ടുകളിൽ."[28]

ഈ വരികളിലൊക്കെ ഭൂതാനുകമ്പ, സാമൂഹ്യനീതിബോധം, സമത്വബോധം ഒക്കെ കാണാൻ കഴിയും. പി.യുടെ കവിതയെക്കുറിച്ച് സമഗ്രമായി പഠിച്ച മേലത്ത് ചന്ദ്രശേഖരന്റെ അഭിപ്രായം വളരെ ശ്രദ്ധേയമായി തോന്നുന്നു ഇവിടെ.

"ഭക്ത്യുന്മാദത്തിന്റെ കാലത്തും കവി തികഞ്ഞ കാവ്യോപാസകനായിരുന്നു. സമൂഹത്തിൽ നഷ്ടപ്പെട്ടുപോയ ആത്മീയസംസ്കാരത്തെക്കുറിച്ച് അപ്പോഴും അദ്ദേഹം നിലവിളിച്ചത്. ഈശ്വരനോ മനുഷ്യനോ എന്ന ചോദ്യത്തിന് മനുഷ്യൻ എന്നു പി. കവിത സസൂക്ഷ്മം പരിശോധിച്ച ഒരാൾക്ക് ഉത്തരം പറയാൻ കഴിയൂ".[29]

ഒരാൾ ജീവിച്ചിരുന്ന കാലത്തെ സാമൂഹ്യസാംസ്കാരികപ്രത്യയശാസ്ത്രങ്ങളോട് അയാൾക്ക് യോജിക്കുകയോ വിയോജിക്കുകയോ ഇതിന്റെ രണ്ടിന്റെയും ഇടയിൽ നിൽക്കുന്ന നിലപാടെടുക്കുകയോ ചെയ്യാം. പി.യ്ക്കെതിരെയുള്ള ബാലചന്ദ്രൻ ചുള്ളിക്കാടിന്റെ നിലപാടുകൾ ഡോ. രവിശങ്കർ.എസ്. നായർ സൂക്ഷ്മ നിരീക്ഷണങ്ങൾക്കു വിധേയമാക്കുന്നുണ്ട്. "പിയുടെ കവിത്വത്തെ തന്നെയാണ് ബാലചന്ദ്രൻ ചോദ്യം ചെയ്യുന്നത്. പി.യിൽ അടിമുടി നിറഞ്ഞുനിൽക്കുന്ന സവർണ്ണ ഹിന്ദുമതസംസ്കാരത്തെ അനാവരണം ചെയ്യുക എന്ന പ്രത്യക്ഷലക്ഷ്യം സാക്ഷാത്ക്കരിക്കാൻ ശ്രമിക്കുമ്പോഴും പി.തന്റെ കവിതയിലൂടെ നേടിയതും സൃഷ്ടിച്ചതുമായ എല്ലാ മഹത്വങ്ങളേയും തുടച്ചു നീക്കാനാണ് ബാലചന്ദ്രൻ പരോക്ഷമായി ശ്രമിച്ചിരിക്കുന്നത്."[30]

പി.യിലെ സവർണ്ണ ഹിന്ദുമതചിന്തയാണ് ബാലചന്ദ്രൻ ചുള്ളിക്കാട് ഉയർത്തിക്കാണിക്കുന്ന ഏറ്റവും വലിയ ദോഷം. ഹിന്ദുമതത്തോടും

അതിലെ ദേവതാസങ്കല്പത്തോടും ആരാധനാനുഷ്ഠാനങ്ങളോടും തീവ്രമായ പ്രതിപത്തി പുലർത്തിയിരുന്നു. ഇതൊക്കെ പി.യെന്ന വ്യക്തിയുടെ വിശ്വാസസ്വാതന്ത്ര്യം തന്നെയാണ്. അതിനെ ചോദ്യം ചെയ്യുവാൻ ആർക്കും അവകാശമില്ല. കവിതയിലും ആത്മകഥയിലും സത്യസന്ധമായിക്കുറിച്ചിട്ടുള്ള തന്റെ ഹിന്ദുമതാധിഷ്ഠിതമായ വിശ്വാസങ്ങൾ ഉദ്ധരിച്ച വ്യക്തിപരമായ വിശ്വാസത്തേയും കലാദർശനത്തേയും കൂട്ടിക്കുഴയ്ക്കുകയാണ് ചുള്ളിക്കാട്. ബാലചന്ദ്രന്റെ വാദത്തെ ഖണ്ഡിച്ചുകൊണ്ട് രവിശങ്കർ പറയുന്നു.

എന്നാൽ തന്റെ കവിതയിലൂടെ സവർണ്ണ ഹിന്ദുചിന്ത അടിച്ചേൽപ്പിക്കുവാനോ അവർണ്ണ നിലപാടുകളെയും പോരാട്ടങ്ങളെയും ചോദ്യം ചെയ്യാനോ അധഃസ്ഥിത ജനങ്ങൾ വിധേയരായിക്കൊണ്ടിരിക്കുന്ന അടിച്ചമർത്തലുകളെയും ചൂഷണങ്ങളെയും ന്യായീകരിക്കാനോ പി. എന്ന കവി ശ്രമിച്ചിട്ടുണ്ടോ എന്നത് തീർച്ചയായും മനസ്സിരുത്തി പഠിക്കേണ്ടതാണ്. ഇത്തരമൊരു പ്രവണത പി.യുടെ കവിതയിലില്ലയെന്നു കണ്ടെത്താൻ സാധിക്കും.

ഹിന്ദുദൈവങ്ങൾ, ഗുരുവായൂരമ്പലം, കഥകളി, ഓണം എന്നിവ കവിതയിൽ നിറഞ്ഞു നിൽക്കുന്നു എന്നതു കൊണ്ടു മാത്രം സവർണ്ണ ഹിന്ദു ചിന്തയാണ് പി. എന്ന കവിയെ നയിച്ചിരുന്നത് എന്ന് വിധിക്കുന്നത് ശരിയല്ല. ഇവിടെ ചില ചരിത്രവസ്തുതകളെ മനസ്സിലാക്കേണ്ടതുണ്ട്. പി. എന്ന വ്യക്തി അംഗീകരിച്ചിരുന്ന ഹിന്ദുമത പാരമ്പര്യങ്ങളും അദ്ദേഹം ആരാധിച്ചിരുന്ന ദേവതകളും സവർണ്ണാധിപത്യത്തിന്റെ നീണ്ട നൂറ്റാണ്ടുകളിലൂടെയാണ് രൂപമെടുത്തിട്ടുള്ളത്.

എന്നാൽ ഇതൊന്നും ചികഞ്ഞുകൊണ്ടല്ല ഒരാൾ കലാസൃഷ്ടിയിലേർപ്പെടുന്നത്. ഇന്ത്യൻ സാഹിത്യത്തിലെ ഭക്തിപ്രസ്ഥാനങ്ങളെല്ലാം തന്നെ ഈ തരത്തിൽ പ്രശ്നവൽക്കരിക്കപ്പെടേണ്ടതാണ്. കേരളീയ ഭക്തിപ്രസ്ഥാനത്തിലെ നടുനായകന്മാരായ എഴുത്തച്ഛനും പൂന്താനവും ഒക്കെ ഈ തരത്തിൽ വിലയിരുത്തപ്പെടേണ്ടവർ തന്നെയാകുന്നു. കേരളീയ നവോത്ഥാനത്തിന്റെ ആചാര്യനായ ശ്രീനാരായണൻ പോലും ശൈവ-കാളീ സ്തോത്രങ്ങളുടെ രചയിതാവാണ്. അപ്പോൾ പി.യുടെ മാത്രം പ്രശ്നമായി ഇത് ഉന്നയിക്കേണ്ടതില്ലെന്നു വരുന്നു. പി.യുടെ സവർണഹിന്ദുമതബോധം പ്രശ്നവൽക്കരിക്കപ്പെടേണ്ടതാണ്.

പ്രത്യയശാസ്ത്രമൃഗമായ മനുഷ്യൻ, (ideological animal) തന്നെ നിർവ്വചിക്കുന്നത് ഏതെങ്കിലുമൊരു പ്രത്യയശാസ്ത്ര നിലപാടിലൂടെയാണെന്ന് ലക്കാനിയൻ കണ്ണാടിബിംബത്തെ സ്വീകരിച്ചുകൊണ്ട് അൽത്തൂസർ അഭിപ്രായപ്പെടുന്നുണ്ട്.[31] മനുഷ്യരും അവർ ഏർപ്പെടുന്ന

ബന്ധങ്ങളും തമ്മിലുള്ള ബന്ധമാണ് പ്രത്യയശാസ്ത്രത്തിന്റെ വിഷയം. പ്രതിനിധാനത്തിന്റെ രീതിയിലൂടെ ഈ ലോകത്തിലെ ഏതെങ്കിലും വ്യക്തിപരമായ സ്വത്വങ്ങളുമായി ഐക്യപ്പെടുത്തുന്നത് പ്രത്യയശാസ്ത്രമാണെന്ന് അൾത്തൂസർ പറയുന്നു.[32]

പ്രത്യയശാസ്ത്രമെന്നതിലൂടെയാണ് മനുഷ്യന്റെ വിശ്വാസങ്ങൾ ആഗ്രഹങ്ങൾ, പ്രതീക്ഷകൾ, ഭയങ്ങൾ എന്നിവ പ്രത്യക്ഷീകരിക്കപ്പെടുന്നതും വിമോചിപ്പിക്കപ്പെടുന്നതും. കർത്തൃത്വരൂപീകരണത്തെ സംബന്ധിച്ച ലക്കാന്റെ മനഃശാസ്ത്രപരമായ ഉൾക്കാഴ്ചകളെ അൾത്തൂസർ മറ്റൊരു തലത്തിൽ സ്വീകരിക്കുകയാണിവിടെ. പി.യിൽ കാണുന്ന 'സവർണ്ണ ഹൈന്ദവബോധം' അറിഞ്ഞോ അറിയാതെയോ പി. ജീവിച്ചിരുന്ന പരിസരങ്ങളിൽ നിന്ന് സംജാതമായതാവാം.

ഭക്തിയും സക്തിയും: ആന്തരവൈരുദ്ധ്യങ്ങൾ

പി.യുടെ ദർശനത്തിൽ കണ്ണാടിബോധത്തിന് അങ്ങേയറ്റം സ്വാധീനമുണ്ട്. പി.യുടെ പ്രത്യയശാസ്ത്രനിലപാടുകൾ സാങ്കല്പിക-പ്രതീകാത്മകക്രമങ്ങളുടെ ഭാഗമായി വൈരുദ്ധ്യാത്മകമായിത്തീരുന്നു. വ്യക്തിജീവിതം ത ആത്മീയജീവിതം എന്ന ദ്വന്ദ്വം ഭക്തി-സക്തിയായി ഇടകലർന്ന് സങ്കീർണ്ണമാകുന്നുണ്ട്. ആത്മ-പരപീഡന സ്വഭാവം ആ കാവ്യജീവിതത്തിൽ ആസ്തിക്യബോധം പോലെ ഒരന്തർധാരയാണ്. ചില നിമിഷങ്ങളിലെങ്കിലും പരപീഡനം ആത്മലീലയാകുന്നു. അടുത്തനിമിഷം തീവ്രമായ പാപബോധത്താൽ വേട്ടയാടപ്പെടുന്നു. തന്നെത്താൻ പ്രതിക്കൂട്ടിൽ കയറ്റുന്നു. വിചാരണ ചെയ്യുന്നു. ശിക്ഷ വിധിക്കുന്നു. ആത്മപീഡനതലത്തിലേക്ക് സ്വയം നോവിച്ച് സന്തുഷ്ടനാകാൻ യത്നിക്കുന്നു. ഇതാണ് പി.യുടെ യഥാർത്ഥ സ്വത്വം.

പി. ജീവിച്ചിരുന്നത് കേരളീയ സമൂഹത്തിലെ നവോത്ഥാന ആധുനികത (enlightment modernity) യുടെ കാലത്താണ്. കൊളോണിയൽ സംസ്കൃതിയിൽ നിന്നു രൂപപ്പെട്ട ആ ആധുനികതയോട് പി. ഇടഞ്ഞു നിൽക്കുകയാണുണ്ടായത്. പി. ഉയർത്തിപ്പിടിച്ചത് നാടോടി സംസ്കൃതിയിലധിഷ്ഠിതമായ ദേശീയ ആധുനികതയെയാണ്: സമത്വ സുന്ദരമായൊരു ഓണക്കാലമാണത്. അത് ഒരു നഷ്ടസ്മൃതിയാണ്. ഈ നഷ്ടബോധം ഫ്യൂഡൽ-നാടോടി സംസ്കാരത്തിൽ നിന്നു രൂപംകൊള്ളുന്നതാണ്. അതിനെ വാഴ്ത്തുകയാണ്, ആ ഗൃഹാതുരതയെ വിളിച്ചുണർത്തുകയാണ് പി. ചെയ്തത്. അതുകൊണ്ടുതന്നെ നവോത്ഥാന അധിനിവേശആധുനികതയുടെ ഏറ്റവും വലിയ വിമർശകനായി പി. മാറി. പി.യിൽ ആന്തരവൈരുദ്ധ്യമായി നിലകൊള്ളുന്ന

സങ്കല്പയാഥാർത്ഥ്യജീവിതങ്ങൾ തമ്മിലുള്ള പൊരുത്തക്കേട് പി.യിലെ ആ മൗലിക നഷ്ടബോധത്തിൽ നിന്ന് ഉത്ഭവം കൊള്ളുന്നതാണ്. പി.യെ ഭക്തകവിയായി അറുപഴഞ്ചനാക്കിയത് അന്നത്തെ കാവ്യവിമർശനത്തിലെ അധിനിവേശ ആധുനികതാബോധമാണ്. പി.യിലെ കാല്പനികമായ പ്രകൃതിബോധമാണ്'ഭക്തി' യിലുമുണ്ടായിരുന്നത്. "പിൻവാങ്ങി നില്ക്കുമ്പോഴും (പിന്നോട്ടുള്ള നോട്ടം) മുന്നോട്ടു കുതിയ്ക്കുന്ന ഒരു വൈരുദ്ധ്യാത്മക വികാസം പി.യുടെ കാവ്യദർശനം സാക്ഷാത്ക്കരിച്ചിട്ടുണ്ടെന്നു കാണാം.[33]

സമഗ്രമായ ഒരു സ്വത്വസങ്കല്പം ഭക്തിയെ, ആത്മീയതയെ സംബന്ധിച്ചിടത്തോളം പ്രധാനമാണ്. അത് അഖണ്ഡവും ഏകാത്മകവുമായ അപരമായി, ഈശ്വരനെ സങ്കല്പിച്ചുകൊണ്ടുള്ള സമഗ്രദർശനമാണ്. വ്യക്തി-സമഷ്ടി ബോധത്തിലധിഷ്ഠിമായ തലം എല്ലാ ആരാധനയ്ക്കും പിന്നിലുണ്ട്. ഞാൻ ലോകം/ഞാൻദൈവം, എന്നുള്ള കർത്തൃത്വത്തിന്റേതായ ഒരു പിളർപ്പ് ഇതിന്റെ പിന്നിലുണ്ട്. പിതാവിന്റെ നാമം (Name of the father) എന്നത് അമ്മയും കുട്ടിയും തമ്മിലുള്ള ബന്ധത്തെ പ്രശ്നവൽക്കരിക്കുന്നതുപോലെ, അമ്മയുടെ 'സ്നേഹവസ്തു'വായിത്തീരുവാനുള്ള കുട്ടിയുടെ ആഗ്രഹത്തിനു വിഘാതമായി നിൽക്കുന്നത്. ഈ പിതാവാണ്. കർത്താവും ആഗ്രഹവസ്തുവും തമ്മിൽ പിളർപ്പ് സൃഷ്ടിക്കുന്നത് ആത്മീയതയുടെ പ്രശ്നമണ്ഡലമാണ്.[34] ഇങ്ങനെ അഖണ്ഡവും ഏകാത്മകവുമായ വ്യക്തിസത്തയും അതേ രൂപത്തിലുള്ള പ്രവണതയും തമ്മിലുള്ള തന്മയീഭാവം 'സ്വയം പര്യാപ്തകർത്തൃത്വം' എന്ന ആധുനിക സങ്കല്പത്തെ പ്രപഞ്ചചൈതന്യം എന്ന ഈശ്വരസത്താസങ്കല്പവുമായി ഇണക്കിനിർത്തുന്ന വ്യാഖ്യാന പദ്ധതിയായി ഭക്തിയെ മാറ്റുന്നു.[35]

അഖണ്ഡവും ഏകാത്മകവുമായ പരംപൊരുളിലേക്ക് സനാതന സത്തയിലേക്ക് ഉണരുന്ന വ്യക്തിസത്തയുടെ കഥയായി ഭക്തിയെ തത്വവൽക്കരിക്കാം. ആധുനികമായൊരു സ്വത്വ/അപരബോധത്തിൽ നിന്നുകൊണ്ടാണ് ഭക്തിയെന്നതു വിലയിരുത്തപ്പെടേണ്ടത്. പ്രപഞ്ചചൈതന്യത്തിൽ ലയിച്ചു ചേരാനുള്ള അബോധത്തിന്റെ അടങ്ങാത്ത ആഗ്രഹമായി ഇതിനെ വ്യാഖ്യാനിക്കാം. കർത്തൃത്വത്തിന്റെ അമർത്തിവെച്ച ആഗ്രഹങ്ങൾ ഭാഷയാൽ പ്രതിനിധീകരിക്കപ്പെടുകയോ/പ്രതീകവൽക്കരിക്കുകയോ ആണ് ചെയ്യുന്നത്. അപ്രാപ്യവും അമേയവുമായ ഒരു യാഥാർത്ഥ്യം (Real) അതിനെ ഭാഷയിലൂടെയോ ആരാധനയുടെ ചിഹ്നവ്യൂഹങ്ങളിലൂടെയോ അന്വേഷിക്കുകയാണ് ഒരു ഭക്തൻ/ഭക്ത ചെയ്യുന്നത്. അത് അബോധത്തിന്റെ ആത്മരത്യാത്മകമായ അഹത്തിന്റെ അടങ്ങാത്ത ആഗ്രഹമാണ്.

ആധുനികമായ സ്വത്വം പിളർക്കപ്പെട്ട ഒന്നാണ്. സ്വത്വ-അപര ങ്ങളുമായി മുറിഞ്ഞുനിൽക്കുന്ന ഈ അവസ്ഥയെ ആരാധനയിലൂടെ ഒരുമിപ്പിക്കുവാനുള്ള ആഗ്രഹം ഭക്തിയുടെ പൂർണ്ണ സാക്ഷാത്ക്കാരത്തി ലുണ്ട്. ഈ മറികടക്കൽ പി.എന്ന കവിയിലുണ്ട്. അതോടൊപ്പം സ്വത്വ/ അപരങ്ങളായി മുറിഞ്ഞുപോകലുമുണ്ട്. ഈ സമഗ്രസത്തയെ തേടുക ആയിരുന്നു പി.യുടെ ലക്ഷ്യം. അതിനദ്ദേഹം നൽകിയ പേരാണ് നിത്യ കന്യക. തന്റെയുള്ളിൽ സങ്കല്പത്തിലുള്ള കാവ്യകന്യക തന്നെയായി അദ്ദേഹമതിനെ ആരാധിക്കുകയും ചെയ്തു. ഇഹത്തിൽ അതിനെ തേടുന്ന/തിരയുന്ന സത്തയാക്കി അപരമാക്കി മാറ്റുകയും ചെയ്തു. ഈ നമനസത്തയാണ് പി. യെന്ന കവിയുടെ ആത്മീയ സ്വത്വം.

കവിയുടെ ആത്മകഥയിൽ കവിക്കല്ല. കവി തേടുന്ന കന്യകയ്ക്ക് അഗ്രപൂജ. കാവിൽ വെളിച്ചപ്പാടിനല്ല. ദേവിക്കാണു പഞ്ചപൂജ കവി, പൂജാരി മാത്രം.[36]

അഖണ്ഡവും ഏകാത്മകവും സദാത്മകവുമായ കർത്തൃത്വം അപാരവും അമേയവുമായ പ്രപഞ്ചസത്തയിൽ ലയിച്ചുചേരുന്നതി നെയാണ് ഭക്തിയുടെ/ ഉയർന്നതലമായി ആധുനികത വിഭാവനം ചെയ്യുന്നത്. സ്വത്വത്തെ നിരസിച്ചുകൊണ്ട് സ്വത്വത്തെ വിപുലമാക്കുക യും പ്രതിഷ്ഠിക്കുകയും ചെയ്യുന്ന ഒരു സംഗതിയാണിത്. അതുകൊണ്ടു തന്നെ ആധുനികമായ സമഗ്രകർത്തൃത്വത്തിന്റെ പദവിക്ക് ഉലച്ചിൽ തട്ടാതെ ഭക്തിയുടെ/(ആത്മീയ) അതീതലോകത്തേക്കുള്ള വ്യക്തിയുടെ അവസ്ഥാന്തരം സാധ്യമാകുന്നു. പി.യുടെ സത്തയിലെപ്പോഴും നിറഞ്ഞു നിന്നിരുന്ന ഐഹികേതരമായ ബോധം, ഈ ലോകത്തിൽ നിന്നു ഒരി യ്ക്കൽ ഒഴിഞ്ഞു പോകേണ്ടവരാണ് നാമെല്ലാവരുമെന്നുള്ള യാഥാർത്ഥ ബോധം; പരമമായ സത്തയിലേക്കു ലയിക്കുവാനുള്ള ത്വരയായി വളർന്നു.

നമസ്കാരം ഭൂതധാത്രി
തായേ പോയിവരട്ടെയോ?
ഭൂഗോളമുറിതൻ താക്കോൽ
തിരിച്ചേല്പിച്ചിടുന്നു ഞാൻ!
(നരബലി)

എന്ന വരികളിലൂടെ ഇത് വെളിപ്പെടുത്തുന്നു. ഐഹികമായ സൗന്ദര്യത്തിൽ മുങ്ങിക്കുളിക്കുമ്പോഴും ഐന്ദ്രികമായ അനുഭൂതിയിൽ സ്വയം മറക്കുമ്പോഴും പി.യുടെയുള്ളിൽ സ്ഥായിയായി നിന്ന ഭാവം, ഈ നാട് തന്റേതല്ല എന്നതാണ്. തന്നിൽ നിലനില്ക്കുന്നൊരു അഭാവ ത്തെക്കുറിച്ചായിരുന്നു അദ്ദേഹത്തിന്റെ വിഷാദം. അതിനെ അന്വേഷിച്ചു

സാധ്യമാക്കുവാനുള്ള അബോധപൂർവ്വമായ അടങ്ങാത്ത ആഗ്രഹം ആരാധനാ സമാനമായി വളർന്നിരുന്നു.

പി.യ്ക്ക് ആധുനികതയുടെ അന്തരീക്ഷത്തിൽ കൊടുത്ത "ഭക്തകവി" എന്ന സ്ഥാനപ്പേര് പ്രശ്നവൽക്കരിക്കപ്പെടേണ്ട ഒന്നാണ്. പി. തന്റെ കവിതയിൽ ആദ്ധ്യാത്മികതയുടെ ഔന്നത്യം പ്രകടിപ്പിക്കുന്നു എന്നതാവാം ആ വാദത്തിനു പിന്നിലുള്ളത്. പി.യുടെ ഭക്തിയെക്കുറിച്ച് മേലത്ത് ചന്ദ്രശേഖരൻ പറയുന്നത് ഐശ്വര്യസത്തയുടെ ആദിബിംബം കുഞ്ഞിരാമൻ നായരുടെ മനസ്സിലുണ്ടായിരുന്നു. ഈ ആദിബിംബ ത്തെയാണ് പി. മനസ്സുകൊണ്ട് ഉപാസിച്ചത് എന്നാണ്[37] ഡോ. എം. ലീലാവതി 'കളിയച്ഛൻ' പഠനത്തിൽ പറയുന്നത്, ഈശ്വരനെ ധിക്കരിച്ച് സ്വശക്തിയിൽ ഗർവ്വിച്ച് അലയുന്ന മനുഷ്യന്റെ പതനം അനുശയം, മോചനം, എന്നാണ്.[38] പി.യുടെ ആത്മീയസ്വത്വസംഘർഷമാണ് കളി യച്ഛൻ എന്ന കവിതയുടെ ഭാവക്രമം.

ഭക്തിയുടെ മന:ശാസ്ത്രതലം

പി.യുടെ ആത്മീയതയ്ക്കു രണ്ടു തലങ്ങളുണ്ട്.

(ഒന്ന്) അദ്വൈതാത്മകമായ കേവലാനുഭൂതിയിലേക്കെത്തപ്പെടു ന്ന ഏകാത്മകസത്തയെ പ്രാപിക്കാനുള്ള അടങ്ങാനാവാത്ത ആഗ്രഹം.

(രണ്ട്) ഏകകേന്ദ്രത്തെ നിരാകരിക്കുന്ന ഭക്തിയും പ്രേമവും ഇഷ്ടവും വാത്സല്യവും കൂടിച്ചേർന്നു കിടക്കുന്ന അവ്യാഖ്യേയമായ ഒരു മാനസികാവസ്ഥ.

എസ്. ഗുപ്തൻനായരുടെ വാക്കുകൾ നോക്കുക: അദ്ദേഹം എഴുത്തച്ഛ നെപ്പോലെയോ പൂന്താനത്തെപ്പോലെയോ ഒരു ഭക്തകവിയല്ല. ഈശ്വ രകഥ പറയുമ്പോൾ മാത്രം രസം അനുഭവിക്കുന്ന ബ്രഹ്മനിഷ്ഠനുമല്ല. കുഞ്ഞിരാമൻ നായരുടെ കവിതയിൽ സക്തിയും, രാഗവും, ദ്വേഷവും, ആശയും നൈരാശ്യവും എല്ലാമുണ്ട്.[39]

പി.യുടെ കാവ്യരചനയ്ക്കു പിന്നിലെ പ്രഭാവങ്ങളുടെ സങ്കീർണ്ണതയാ ണിതു വ്യക്തമാകുന്നത്. മറ്റെല്ലാ വിഷയങ്ങളിലും കാണുന്ന ആന്തരവൈ രുദ്ധ്യം ഭക്തിഭാവനയിലുമുണ്ട്. ഭക്തിയെന്നത് ഈശ്വരീയമായ ആനന്ദ പ്രാപ്തിയ്ക്കുള്ള ആഗ്രഹമാണ്. അത് ഭാഷയിലൂടെ പ്രാപ്തമാകേണ്ട ഒന്നാണ്. മനുഷ്യന്റെ നിരുപാധികമായ അഭിലാഷങ്ങളെ ഈ പാരമ്പര്യ വസ്തുക്കൾകൊണ്ടു പൂർത്തീകരിക്കാൻ സാധിക്കാത്തതാണ്. ഭക്തനെ സംബന്ധിച്ചിടത്തോളം ദൈവം/ദേവത ഒരു യാഥാർത്ഥ്യമാണ്. തന്റെ

നാമസങ്കീർത്തനത്തിലൂടെ-പ്രതീകാത്മകതയിലൂടെ എത്തപ്പെടേണ്ട ഒരു യാഥാർത്ഥ്യമാണത്. ഇത് യാഥാർത്ഥ്യക്രമം തന്നെയാണ്. പ്രത്യക്ഷത്തിൽ വ്യത്യസ്തമെന്നു കരുതാവുന്ന രണ്ടുതലങ്ങൾ യാഥാർത്ഥ്യ (Real) ത്തിനുണ്ട്.

യാഥാർത്ഥ്യം (Real) നേരത്തെ നിലനിൽക്കുന്നതും കർതൃത്വത്തിൽ എത്തിപ്പിടിക്കാനാവാത്തതുമാണ്. ഭാഷ വ്യവസ്ഥീകരിക്കുന്ന ക്രമരാഹിത്യത്തിന്റെ തലമാണിത്. സൂചകത്തിന് അപ്പുറത്തേക്ക് നീങ്ങുന്ന ഈക്രമം പ്രതീക-സാങ്കല്പികങ്ങളെ ഇല്ലാതെയാക്കുകയും അസാധ്യമായ/അപ്രാപ്യമായ ഒന്നായി നിലകൊള്ളുകയും ചെയ്യുന്നു. സൂചകങ്ങളെല്ലാം ഈ ലക്ഷ്യത്തിലേക്കാണ് നീങ്ങുന്നത്. അതായത്, അപാരമായ-അപരിമേയമായ പരമസത്തയെയാണ് യാഥാർത്ഥ്യം ഉൾക്കൊള്ളുന്നത്. ഭക്തനെ സംബന്ധിച്ചിടത്തോളം പ്രതീകാത്മകമായി പ്രത്യക്ഷപ്പെടുന്ന തലമാണിത്. പി.യുടെ ആത്മീയതയെ ഏകീഭവിപ്പിക്കുകയും അതോടൊപ്പം ചിതറിപ്പിക്കുകയും ചെയ്യുന്ന ഒരംശം ഇതിൽ നിന്നു വ്യക്തമാക്കാവുന്നതാണ്.

പി.യുടെ ഉപാസനാമൂർത്തി-നിത്യകന്യക-കാവ്യകന്യകയാണ്. പി. ആ മൂർത്തിയെ ദർശിക്കുന്നത് പ്രകൃതിപ്രഭാവങ്ങളിലാണ്. ഭൂഭാഗദൃശ്യങ്ങളിലാണ് (land scaping). ഇങ്ങനെ നിത്യകന്യക/കാവ്യകന്യക/സൗന്ദര്യദേവത എന്നത് പ്രകൃതിയുടെ വിവിധ അവയവരൂപമായിത്തീരുന്നു. തന്റെ യാഥാർത്ഥ്യം എന്നത് അഭാവമാണ് (അമ്മ) എന്നു ശിശു കണ്ണാടിയിൽ നിന്നു ദർശിക്കുന്നതു പോലെയാണിത്. അന്യത്തിന്റെ ആഗ്രഹമായിത്തീരുന്നതിനുള്ള വെമ്പൽ. ഈ അന്യ(other) ത്തെയാണ് പി. തന്റെ ഒടുങ്ങാത്ത ജീവിത യാത്രയിൽ തേടിക്കൊണ്ടേയിരുന്നത്. പി. യുടെ ഭക്തി, പ്രമേയപരമെന്നതിലധികം പ്രതിപാദനപരമാണെന്നു വിശദീകരിക്കപ്പെട്ടിട്ടുണ്ട്.

തനിക്കു മുന്നിൽ നിറയുന്ന സസ്യജന്തുലോകത്തെയും ഗ്രഹ-നക്ഷത്രത്തെയും ഇതിനെല്ലാം കാരണഭൂതമായ അതീതശക്തിയേയും ഭക്തിഭാവനയിലേക്ക് ലയിപ്പിക്കുവാൻ പി.ക്ക് കഴിഞ്ഞിട്ടുണ്ട്. തന്റെ ചുറ്റുപാടുകളിലേക്ക് നോക്കി വസ്തുലോകത്തിന്റെ പ്രകൃതിയിൽ ആമഗ്നനായി നിന്ന് ഗൃഹാതുരതയോടെ പഴയകേരളത്തിന്റെ ഭാവനാഭൂപടത്തിലേക്ക് പടർന്നിറങ്ങുന്ന രീതി ഭക്തിയായിത്തീരുന്നുണ്ട്.

പി.യുടെ ഭക്തിഭാവനയെ (സ്വത്വത്തെ) ഇങ്ങനെ ക്രോഡീകരിക്കാമെന്നു തോന്നുന്നു.

ഒരു ഭാഗത്ത്, അത് പി. കവിത/ആത്മകഥകളിലെ ഈശ്വരാനുഭവത്തിന്റെ ബാഹ്യപ്രത്യക്ഷമായി പരിഗണിക്കുന്നു. പരന്നുചിതറിയ ലോകാനുഭവങ്ങളെയും ആന്തരികമായി ഏകീകരിക്കുന്ന കേന്ദ്രമായി അത് നിലകൊള്ളുന്നു. പി. തന്റെ ആത്മകഥകളിൽ കവിതയിലെന്ന പോലെ തന്റെ ജന്മദൗത്യം അന്വേഷിക്കുന്നതു കാണാം. ആത്മീയതയുടെ വെളിപാടുകളായി ഇതിനെ വായിക്കാൻ കഴിയും. ഉദാ: "ഉണ്ടു, ഉറങ്ങി, ശ്വസിച്ചു, വീർപ്പിട്ടു, ചിരിച്ചു, കരഞ്ഞു, കൈപൊക്കി, കാൽ നീട്ടി, ഓർമ്മിച്ചു, കൊടുത്തു വാങ്ങി, വിളിച്ചു, കാത്തിരുന്നു, എഴുതി, വായിച്ച്-എല്ലാം അവൾക്കുവേണ്ടി, അവളുടെ പാൽപുഞ്ചിരിക്കുവേണ്ടി. അഴകുള്ളതെന്തും ഉറ്റു നോക്കി അഴകറ്റതിലഴകുകണ്ടു. രസമുള്ളതെന്തെന്നു സ്വാദു നോക്കി. നീരസത്തിൻ രസം ആവാഹിച്ചു സുരഭിലമായത് മണത്തുനോക്കി. പതുപ്പുള്ളതെന്തും തഴുകിനോക്കി എല്ലാം അവൾക്കു വേണ്ടി ശൂന്യത-പൂർണ്ണതയാക്കി മാറ്റി."[40]

ആരാധ്യദേവതയ്ക്കു സമർപ്പിച്ചു കൊണ്ടുള്ള ആത്മനിവേദനത്തിന്റേതായ ഈ ഒരു തലം പി.യുടെ ഭക്തിയുടെ മൗലികാംശം തന്നെയാണ്.

മറുഭാഗത്ത്, ഭക്തിയെന്ന ഏകാനുഭവത്തെ ഈശ്വരനിഷ്ഠമായ സമർപ്പണത്തെ ജീവിതബന്ധങ്ങളുടെ വൈവിദ്ധ്യങ്ങളിലേക്ക് കേരളീയ പ്രകൃതിയുടെ വിശാലതയിലേക്ക് തുറന്നുവയ്ക്കുന്ന കാഴ്ച. കവിയുടെ കാല്പാടുകൾ ഒന്നാം അധ്യായത്തിലെ തിരുവില്വാമല ക്ഷേത്രത്തെ വർണ്ണിക്കുന്നതു നോക്കു:

നാലുപാടും നീല മേലാപ്പുകെട്ടിയ അനന്ത ചക്രവാളം. മേഘമാലകൾക്ക് എത്തിപ്പിടിക്കാൻ കഴിയാത്ത അഗാധനീലിമ, കണ്ണെത്താത്ത സൗന്ദര്യസരസ്സിൽ കരിങ്കൽപ്പടവുകൾ തീർത്ത മലനിരകൾ. കിഴക്കും തെക്കും പടിഞ്ഞാറും വടക്കും ഇതൾ വിരിഞ്ഞ ഗിരിനിരകളുടെ നീലത്താമരത്തടാകങ്ങൾ. കിനാവുകളുടെ അനന്തസാമ്രാജ്യം. നേർത്ത മൂടൽമഞ്ഞിന്റെ മൂടുപടം. അകംപെടാത്ത മനോരാജ്യങ്ങളുടെ പരന്ന കരിമ്പാറക്കുന്നുകൾ, ഉറക്കക്ഷീണം പെട്ട കുപ്പിവളയിട്ട ചടച്ച പാടങ്ങൾ, പച്ച പാതി തുടച്ച തോട്ടങ്ങൾ, പാളിനോക്കുന്ന ഗ്രാമീണഭവനങ്ങൾ, നാടോടിപ്പാട്ടു പാടി വയലേലകൾക്കിടയിലൂടെ ഭർത്തൃഗൃഹത്തിലേക്ക് പോകുന്ന ഭാരതപ്പുഴ. പൊയ്പ്പോയ നിലാവിന്റെ നനവു പറ്റാത്ത നിളാ മണൽപ്പുറം. പറവകളുടെ കളിത്തട്ട്. കവിളൊട്ടിയ കടവ്. എല്ലുന്തിയ ചുവന്ന അമ്പലപ്പടി ചൂണ്ടുന്ന പാത അർശസ്സ് മാറാത്ത കടവുതോണി. തകരകണ്ണുട വെച്ച തോണിപ്പുര, അകലം മുകളിൽ ധ്യാനത്തിലുറച്ച വില്വാദ്രി, കേശഭാരകിരീടം ചൂടിയ മഹാക്ഷേത്രം, തിരുവില്വാമല.

ഇവിടെ കേന്ദ്രത്തിൽ നിന്നു ഭൂപ്രകൃതിയിലേക്കു ചിതറുന്ന ഭാവന ദർശിക്കാം. ഒരു ഭാഗത്ത് ഭക്തി എല്ലാത്തിനെയും ഒരുമിപ്പിക്കുമ്പോൾ മറുഭാഗത്ത് പലതായി ചിതറിക്കുന്നു. ഇങ്ങനെ തന്റെ ജീവിതത്തിലും കവിതയിലും പോലെയുള്ള വൈരുദ്ധ്യം പി.യുടെ ഭക്തിഭാവനയിലുമുണ്ട്.

പിളരുന്ന സ്വത്വവും വളരുന്ന കാമനയും

ആധുനീകരണത്തിന്റെ സാമൂഹ്യബലങ്ങളും പ്രബുദ്ധതായുഗത്തിന്റെ യുക്തിബോധവും കേരളീയസാമൂഹ്യജീവിതത്തെ സ്വാധീനിച്ച കാലത്താണ് പി.യുടെ സാഹിത്യ ജീവിതകാലം അരങ്ങേറുന്നത്. ആധുനികമായ വ്യക്തിസത്തയുടേയും സ്വകാര്യാനുഭൂതിയുടെയും കാലമാണത്. ദേശരാഷ്ട്രഭാവനയുടെ (Nation-state) വ്യാപനവും ഈ സാംസ്കാരികസ്ഥലങ്ങളിൽ പുതിയ ഏക ദേശ (One state) സങ്കല്പത്തെക്കുറിച്ചുള്ള 'ഭാവന'യെ തുറന്നു വിട്ടു. പുരാണപാരമ്പര്യവും നവോത്ഥാന സാമൂഹ്യബോധവും സ്ഥലകാലങ്ങളെക്കുറിച്ചുള്ള നവധാരണയും നമ്മുടെ വ്യവഹാരങ്ങളിൽ നിറഞ്ഞിരുന്ന ആ കാലം പി.യുടെ ഭാവനാലോകത്തെ ആഴത്തിൽ സ്വാധീനിച്ചിട്ടുണ്ട്.[41]

'കളിയച്ഛൻ' എന്ന കവിതയിലൂടെ പി. ആധുനിക വ്യക്തിസങ്കല്പത്തിലെ സ്വത്വപ്രതിസന്ധിയെ പ്രശ്നവൽക്കരിക്കുന്നുണ്ട്. വ്യവസ്ഥയോടുള്ള നിരാസവു സ്വകാര്യാനുഭൂതിയോടുള്ള പ്രണയവും അതിൽ നിന്നുരുപപ്പെടുന്ന സംഘർഷങ്ങളും ഗംഭീരമായൊരൗന്നത്യത്തോടുകൂടി പി. 'കളിയച്ഛ'നിൽ അവതരിപ്പിക്കുന്നു. ഇത് ആധുനികതയുടെ ആത്മീയപ്രതിസന്ധി തന്നെയാണ്. ഇതേ സമയത്തുതന്നെ സ്ഥലകാലങ്ങളിലൂടെ കുതറിപ്പരക്കുന്ന പ്രകൃതിയിലേക്ക് തുറന്നിട്ട ഭാവനാലോകങ്ങളും പി. വിരചിച്ചു. തന്റെ കവിതയെ വെട്ടിയൊതുക്കാത്ത (ആധുനികതയുടെ സങ്കല്പങ്ങൾക്കു വിരുദ്ധമായി) കാമനകളുടെ സ്വതന്ത്രപ്രവാഹമായി ഒഴുക്കിവിട്ടു. ആത്മകഥകളിലെല്ലാം നരകുത്തിയൊഴുകുന്നത് ഈ കാമനാ (ആഗ്രഹ) പ്രവാഹങ്ങളാണ്. അമർത്തിവെച്ച മനസ്സിന്റെ സ്വച്ഛന്ദമായ ആ ആവിഷ്കാരങ്ങളിലൂടെ കേരളീയ ജീവിതത്തെക്കുറിച്ച് മണ്ണും പുഴയും വെയിലും നിലാവും പൂവും കൊണ്ട് പി.വരച്ച ഭാവനാഭൂപടങ്ങൾ, അനന്യമായ അനുഭവങ്ങളാണ്. ഇങ്ങനെ ആധുനികതയുടെ ഏകാത്മകമായ സ്വത്വസങ്കല്പങ്ങളെ/പ്രതാപങ്ങളെ വെല്ലുവിളിക്കാൻ പി.യ്ക്ക് കഴിഞ്ഞു. അധിനിവേശമായതിനെ എന്നും എതിർത്ത് ചെറുത്ത് നാടോടിയായ ജീവിതത്തിന്റെ ചട്ടും ചൂരും തിരിച്ചെടുക്കാനുള്ള വ്യഗ്രത പി.യിലെ മൗലികഭാവമാണ്. പി.യുടെ ഭക്തിഭാവനയെ ഏകാത്മകമായ ദർശനത്തിലേക്കും-(നിത്യകന്യക-കാവ്യദേവത) എന്ന സാങ്കല്പിക ലോകവും അഴിഞ്ഞു

ചിതറി ലോകം/പ്രകൃതിയായി നിൽക്കുന്ന ബഹുരൂപദർശനത്തിലേക്കും-(വാസ്തവലോകവും) ഇടഞ്ഞു നിൽക്കുന്ന കാഴ്ച, പി.യുടെ പിളർന്നു നിൽക്കുന്ന സ്വത്വം തന്നെയാണ്, അതിന്റെ വൈരുദ്ധ്യവുമാണ്.[42]

വാസ്തവലോകമെന്നും സങ്കല്പലോകമെന്നും കവി ഭിന്നമായി ആവിഷ്കരിക്കുന്ന ഭാവനാവ്യവഹാരങ്ങൾ മലയാളഭാവനയുടെ ഭാവുകത്വപരമായ ചരിത്രബ ന്ധങ്ങളെ അടയാളപ്പെടുത്തുകയാണ് ചെയ്യുന്നത്.[43]

ആത്മകഥ: സ്വത്വ-അപരങ്ങളുടെ ക്രമംതെറ്റൽ

'സ്വത്വത്തിന്റെ കഥ'യായ ആത്മകഥയിൽ കണ്ണാടിബിംബത്തിലെന്നപോലെ കർത്തൃസ്ഥാനങ്ങൾ മാഞ്ഞും വീണ്ടും തെളിഞ്ഞും വന്നും പോയുമിരിക്കുന്നു. ലിംഗ (Phallus)ത്തിന്റെ അഭാവം-ആഗ്രഹവസ്തുവിന്റെ നഷ്ടം-അനേകം ആദേശങ്ങളുടെ ശൃംഖലകളിലേക്ക് ആഖ്യാനത്തിൽ വിഷയിയുടെ ആഗ്രഹത്തെ നീട്ടിവയ്ക്കുന്നു. പൂർണ്ണമാവാത്ത ആഖ്യാനവൃത്തിയാണ് 'കവിയുടെ കാല്പാടുകളുടെ' ആഖ്യാനത്തിൽ കാണുന്നത്. സ്ഥല/പ്രകൃതിവർണ്ണനകളിലാണ് ഇത് കാണുന്നത്. സ്ഥലത്തെയും/പ്രകൃതിയെയും ആഖ്യാനവൃത്തിയിലൂടെ ആദേശം ചെയ്യാൻ നടത്തുന്ന ശ്രമമെല്ലാം തന്നെ വിഷയിയെ ശകലിതമാക്കുന്ന അവസ്ഥയിലേക്ക് കൊണ്ടു പോകുന്നു. ചില അദ്ധ്യായങ്ങൾ പരിശോധിക്കാം. ഓരോ അദ്ധ്യായങ്ങളെയും തുടക്കത്തിൽ ഒടുക്കവും ഒടുക്കത്തിൽ തുടക്കവും തുടരും എന്നൊരു ശകലിതാഖ്യാനത്തിൽ നിലകൊള്ളുന്നു. കവിയുടെ കാല്പാടുകളുടെ അമ്പത് അദ്ധ്യായങ്ങളും ഘടനാപരമായി മറ്റൊന്നിന്റെ പകർപ്പായതിനാൽ ഒരദ്ധ്യായത്തിന്റെ ആരംഭം മറ്റൊരദ്ധ്യായത്തിന്റെ അവസാനമായി കൂട്ടിക്കെട്ടിയാലും നിന്നുകൊള്ളും.

ഒന്നാമദ്ധ്യായം (തുടക്കം)

"നാലുപാടും നീല മേലാപ്പു കെട്ടിയ അനന്തചക്രവാളം മേഘമാലകൾക്ക് എത്തിപ്പിടിക്കാൻ കഴിയാത്ത അഗാധനീലിമ, കണ്ണെത്താത്ത സൗന്ദര്യസരസ്സിനു കരിങ്കൽപ്പടവുകൾ തീർത്ത മലനിരകൾ, കിഴക്കും തെക്കും പടിഞ്ഞാറും വടക്കും ഇതൾ വിരിഞ്ഞ ഗിരിനിരകളുടെ നീലത്താമരത്തടാകങ്ങൾ".[44]

രണ്ടാമദ്ധ്യായം (തുടക്കം)

"കാക്കയും കുരുവിയും വിട്ടുമാറാത്ത മധുരപ്പഴമുതിരുന്ന പേരാലുകൾ, തണൽ നീർത്തിയ ഉങ്ങുമരങ്ങൾ, കുളിർ വിതച്ച തോപ്പുകൾ." [45]

അഞ്ചാമദ്ധ്യായം (തുടക്കം)

"പുഴയിൽ വഞ്ചികൾ പായവിരുത്തി നീന്തി. വള്ളുവനാട്ടിലെ ഓണക്കാലം. കാറ്റ് പൂമണം കുടിച്ചു. അതിൽ കുളിച്ചു. കിഴക്കും പടിഞ്ഞാറും മാനത്ത് ചെന്താമരകൾ."[46]

പതിനഞ്ചാമദ്ധ്യായം (തുടക്കം)

"ഏലവും റബ്ബറും മുളകും നാളികേരവും നിറഞ്ഞ വേണാട്. കരിമ്പന നിരന്ന പാലക്കാട്. കവുങ്ങിൻ കുലചൂടിയ ഏറനാട്. കൊപ്പരവിപണി കളണിഞ്ഞ കടത്തനാട്."[47]

അധ്യായം പതിനെട്ടിന്റെ അവസാനം

"കിഴക്കൻ കാറ്റു തൊട്ടു വിളിച്ചു. മുറ്റത്തെ കരിമ്പന ഉറക്കത്തിലെ ന്തോ പിറുപിറുത്തു."[48]

അധ്യായം മുപ്പത്തിരണ്ടിന്റെ അവസാനം

"പാടത്തെ കുളിർകാറ്റ് ജനാലപ്പഴുതിൽ കൂടി നുഴ്ഞ് കടന്നു. പിച്ചക മണമുള്ള കാറ്റ് ചെവിയിൽ പരന്നു പുതിയ കള്ളസന്ന്യാസി. പുതിയ സുഭദ്രാഹരണം."[49]

ഇത്തരത്തിൽ അദ്ധ്യായങ്ങളുടെ ആരംഭവും അവസാനവും പ്രകൃതി വർണ്ണനകളുടെ തുടർസാന്നിദ്ധ്യങ്ങളായി നില്ക്കുന്നു. പ്രകൃതിയിൽ തുടങ്ങി, പ്രകൃതിയിൽ അവസാനിക്കുന്ന ആത്മകഥാഖ്യാനങ്ങളുടെ തുടക്കമോ ഒടുക്കമോ മറ്റൊരദ്ധ്യായവുമായി ബന്ധപ്പെടുന്നില്ല.

ആവർത്തിതാഖ്യാനം

ആത്മകഥ എന്ന ആഖ്യാനത്തെക്കുറിച്ചു തന്നെ ആവർത്തിതാഖ്യാനമുണ്ട്.

"കവി ആത്മകഥയെഴുതുന്നെന്ന കേട്ടുകേൾവി പലപ്പോഴും പൊരുളറ്റതാണ്. എഴുതുന്നുണ്ട് ഇത് ആത്മകഥയല്ല. പിന്നെ? ആത്മവിചാരണ. എന്നു വെച്ചാൽ തന്നെ കൂട്ടിൽകേറ്റി താൻ തന്നെ വിചാരണ ചെയ്യുക".[50]

മറ്റൊരിടത്ത് ആത്മകഥയെക്കുറിച്ച്:

"നിഴലിന്റെ കഥയല്ല. രൂപത്തിന്റെ കഥയാണ് ആത്മകഥ ഭാഷയുടെ കഥയല്ല ചൈതന്യത്തിന്റെ കഥയാണ് ആത്മകഥ."[51]

വീണ്ടും ആവർത്തിക്കുന്നു.

"ആത്മകഥ! എനിക്ക് ആത്മകഥയില്ല. ആത്മാവില്ലാത്തവന്റെ ആത്മകഥയ്ക്കു വിലയില്ല-ആത്മബോധമില്ലാത്തവന്റെ ആത്മസാക്ഷാൽക്കാരം നേടാത്തവന്റെ ആത്മകഥ കള്ളപ്പണമാണ്."[52]

ആവർത്തിതാഖ്യാനം, ഒരു കാര്യം എത്രപ്രാവശ്യം പറഞ്ഞാൽ മനസ്സിലാകും എത്രപ്രാവശ്യമാണ് പറയേണ്ടത് എന്നിങ്ങനെയുള്ള ആഖ്യാതാവിന്റെ സന്നിദ്ധതകളുടെ ആഖ്യാനമായി 'കവിയുടെ കാല്പാടുകൾ' മാറുന്നു.

ഇതേപോലെ "നിത്യാനന്ദകവിത" എന്ന തന്റെ ഒരേ ഒരു ലക്ഷ്യത്തെ ആഖ്യാനത്തിൽ ആവർത്തിച്ചു കൊണ്ടിരിക്കുന്നു.

"എന്താണ് ലക്ഷ്യം
പൂർണ്ണാനന്ദകവിത നിത്യകാവ്യാനുഭൂതി
പുഴയും കടലും പോലെ, ജീവിതവും കവിതയും
ഒന്നായാലിന്ന് അന്തരാത്മാവിൽ നിന്നും
പൊന്തുന്ന കാവ്യാനുഭൂതി."[53]

വീണ്ടും ആവർത്തിക്കുന്നു.

"ഞാനന്വേഷിക്കുന്ന അവളുടെ-കവിതയുടെ നാട് ഈ പുണ്യതീരത്തെവിടേയോ ആണ്. അവളെ തിരഞ്ഞു പടികൾ ഞാൻ നടന്നു-നടക്കുന്നു. ഇവിടെ ഭാരതപ്പുഴക്കരയിൽ ഈ പുഞ്ചപ്പാടക്കരയിൽ പച്ചമരത്തോലിൽ."[54]

ഇതാ വീണ്ടും.

നിളയുടെ ചിറ്റോളം അതാണീ ചുരുണ്ട കുറുനിര കരയോരത്തെ നറുംകൈതപ്പൂ, അതാണീ- ചടച്ച ഉടൽ, പുഴയുടെ കണ്ണാടിയിൽ പതിഞ്ഞ ചന്ദ്രബിംബം അതാണീ ഓമന മുഖം.[55]

പിന്നെയും ആവർത്തിക്കുന്നു:

"അതെ അവളെ കാത്തു ഞാൻ ഇടവഴിയിൽ നിന്നു കുടമണി നാദമുള്ള ഒറ്റക്കാളവണ്ടിയിൽ അവൾ വരും അവളുടെ കൂട്ടുകാരി പ്രകൃതി-അവൾ മുന്നിലിരിക്കുന്നു."[56]

ഇതാ ഒരിക്കൽക്കൂടി:

"അവൾ എന്നും വഴിയിലുണ്ട്-കണ്ണിൽ കണ്ണീരും ചുണ്ടിൽ പുഞ്ചിരിയും ഉള്ള ഭാരതപ്പുഴ, രാവും പകലും അവളെക്കാണും, നോക്കും, നെടുവീർപ്പിടും ജീവനായികയുടെ കവിതയുടെ കളിത്തോഴിയായ ഭാരതപ്പുഴ."[57]

ഈ ആവർത്തിതാഖ്യാനത്തിൽ ആഖ്യാതാവ്, ആവർത്തിക്കുന്നത് പൂർണ്ണാനന്ദകവിതയും അതിലേക്കുള്ള മാർഗ്ഗം നിളാനദിയുമാണെന്നാണ്. ആഖ്യാതാവിന്റെ ദമിതസ്വത്വ (repressed self) ത്തിന്റെ ആഗ്രഹചലനങ്ങൾ ഈ ആവർത്തിത ആഖ്യാനത്തിലുണ്ട്. വാസ്തവിക-സാങ്കല്പികലോകങ്ങളെ പ്രതീകവൽക്കരിച്ച് ഭാഷീയ

ഭാഷയുടെ ലോകത്തേക്ക് ആദേശം ചെയ്യുമ്പോൾ വഴുതിപ്പോകുന്ന ചിഹ്നകശൃംഖലപോലെ (പ്രകൃതി/കവിത) അപര (other)- ത്തിന്റെ അഭാവത്തെ പൂരിപ്പിക്കാൻ ശ്രമിക്കുന്തോറും അത് നിരന്തരം വിഭക്ത (divided)- മാക്കപ്പെടുന്ന അവസ്ഥ വിഷയി (subject)നേരിടുന്നതാണ് ഈ ആവർത്തിതാഖ്യാനത്തിൽ കാണുന്നത്.

ആത്മകഥ: കല്പിതാഖ്യാനം

ആത്മകഥയിൽ കല്പിതാംശം (fiction) അങ്ങേയറ്റം ഏറിയിരിക്കുന്നതിന്റെ കാരണം, സ്വത്വത്തിന്റെ കല്പിതാഖ്യാനമാണ് ആത്മകഥയെന്ന തിരിച്ചറിവ് കവിയുടെ കാല്പാടുകളിലെ ആഖ്യാതാവിനുള്ളതുകൊണ്ടാണ്. സങ്കല്പത്തിൽ നിന്നു കൊണ്ടു മാത്രം യാത്രചെയ്ത കവിയുടെ തൃഷ്ണാവിഷയകമായ പ്രയാണകഥയായതുകൊണ്ടു തന്നെ യഥാർത്ഥസംഭവങ്ങളെ കാല്പനീകരിക്കുന്ന രീതി ആഖ്യാനയുക്തിയുടെ അടിസ്ഥാനമായിരിക്കുന്നു. കല്പിത (fictional) തലത്തിൽ സ്വത്വത്തെ ആവിഷ്കരിക്കുന്നതുകൊണ്ട് ഈ ആത്മകഥകളെ കല്പിതാത്മകഥകൾ (fictography) എന്നു വിളിക്കാം. ആത്മകഥാപരമായ ആഖ്യായികയുടെ സാധ്യതകളെല്ലാം ഈ ആഖ്യാനരീതിയിൽ പരീക്ഷിക്കപ്പെട്ടിട്ടുണ്ട്. ആത്മകഥയിലെ എഴുത്ത് സംഭവിക്കുന്നത് ആഖ്യാനത്തിലെ അപരവ്യക്തിയുടെ ചോദ്യങ്ങളും സംശയങ്ങളും കേട്ടുകൊണ്ടും സ്പർശിച്ചുകൊണ്ടും പാഠത്തിനുള്ളിലെവിടെയോ നിൽക്കുന്ന ഉത്തമപുരുഷ (ഞാൻ) ആഖ്യാനത്തിലൂടെയാണ്.

"ആത്മാവും കഥയുമില്ലാത്ത ഒരാൾ എഴുതിവെയ്ക്കുന്ന വെള്ളക്കടലാസിനു വിലകൂട്ടുന്നു". എഴുതുന്നത് ആത്മകഥയല്ല! ആഖ്യാനത്തിൽ ഇതുവരെ കണ്ടതും കേട്ടതുമായ 'ഞാനല്ല ഞാൻ' എന്ന് ഒന്നിൽത്തന്നെ അനേകം തിരുത്തപ്പെട്ട് നീട്ടിവെയ്ക്കുന്ന ഉത്തമപുരുഷ ആഖ്യാനത്തിന്റെ ബഹുസ്വരത (multiplicity) യെ കണ്ടെത്താൻ കഴിയും.

എന്നാൽ ഈ ഞാൻ (പരസ്യപ്പെടുത്തുന്ന ഞാൻ) എന്നിൽ തന്നെ സമാശ്വാസം കൊള്ളുന്ന പലതരം സ്ഥാവരജംഗമങ്ങളിലൂടെ രൂപമാറ്റം സംഭവിച്ച് അതും ഞാൻ തന്നെ എന്ന് ഏറ്റുപറഞ്ഞുകൊണ്ട് ഉഭയജീവിതം കൈവരിക്കുന്നു. പാഠത്തിലെ ഞാൻ ഒരു വ്യക്തിയും വ്യക്തിയിൽ നിന്ന് അപരലോകത്തിലേക്കും, അപരലോകത്തിൽ നിന്ന് വ്യക്തിയിലേക്കും തിരിയുന്ന കാഴ്ചയാണ്.

നോട്ടത്തിന്റെ കർത്തൃത്വസ്ഥാനങ്ങൾ

ലക്കാനിയൻ ഉൾക്കാഴ്ചയിൽ നിന്ന് സിനിമയിലെ ആൺനോട്ടത്തെക്കുറിച്ച് (Male gaze) പറയുമ്പോൾ ലോറാമുൾവ രണ്ടുതരം നോട്ടങ്ങൾ അവതരിപ്പിക്കുന്നു. (1) ദൃശ്യരത്യാനുഭൂതിയും (2) ആത്മരത്യാനുഭൂതിയും. ഈ രണ്ടു അനുഭൂതികളും ആത്മകഥയിലെ ആഖ്യാതാവിനുണ്ട്. ഇങ്ങനെ ആഖ്യാതാവായ 'ഞാൻ' തന്നിലേക്കും അപരത്തിലേക്കും നോക്കിക്കൊണ്ടിരിക്കുന്നു. അതിനാൽ 'ഞാൻ' എന്ന പദം തന്നെ പ്രശ്നവല്കൃതമാണ്. പാഠത്തിനുള്ളിൽ ആഖ്യാതാവിന്റെ ഒളിജീവിതം വിഷയി-വിഷയം/കർത്താവ്-കർമ്മം/ആഖ്യാതാവ്-കഥാപാത്രം/സക്രിയൻ/നിഷ്ക്രിയൻ എന്നിങ്ങനെ നീളുന്നു. ഇതിൽ നിഷ്ക്രിയനായ ഞാൻ ആത്മനിഷ്ഠവ്യവഹാരത്തിന്റെ ഭാഗവും സക്രിയനായ ഞാൻ ഭാഷകനു (speaker) മാണ്. കുറച്ചുകൂടി വിശദീകരിച്ചാൽ നിഷ്ക്രിയത്വമുള്ള ഞാൻ സ്വത്വം/അഹംബോധത്തിന്റെ അവസ്ഥയെക്കുറിക്കുന്ന സ്വരവും അനുഭവകേന്ദ്രത്തിന്റെ 'സ്വത്വമായ' സക്രിയമായ 'ഞാൻ' അഹംബോധത്തെ നിർമ്മിക്കുന്ന ആഖ്യാതാവുമാണ്. ഇങ്ങനെയാണ് പി.കുഞ്ഞിരാമൻ നായരുടെ ആഖ്യാനത്തിലെ ഉഭയജീവിതത്തിൽ ഞാൻ നിലനിൽക്കുന്നത്. തന്നെ തന്നിലൂടെയും അപരഭാഷണത്തിലൂടെയും കാണാനും അവതരിപ്പിക്കാനുമാണ് ഈ ആഖ്യാനതന്ത്രം പ്രയോഗിക്കുന്നത്.

ആകാശം പറഞ്ഞു : ഭ്രാന്തൻ

ഭൂമി പറഞ്ഞു : വിഡ്ഢി

"എന്തും സഹിച്ചും എനിക്കവനെ കാണണം സാക്ഷാൽ കവിയെ. എല്ലാം പോയാലും എനിക്കവളെ കാണണം സാക്ഷാൽകവിതയെ."[58]

"ഏതാണ്ട് എന്റെ കഥയും ഇതുതന്നെയാണ്. എന്തോ എഴുത്തച്ഛാ പരീക്ഷയിൽ തോറ്റ കുട്ടിയാണു ഞാൻ, അവന്റെ കഥ, അതാണെന്റെ കഥ."[59]

ഹെഡ്മാസ്റ്റർ മൂത്ത മുൻഷിയോടു സ്വകാര്യം പറഞ്ഞു: ആൾ കനകപ്പടിയാണല്ലോ. നാം കണ്ടതല്ല കാഴ്ച ഈ മനുഷ്യൻ ഒരു കടങ്കഥയാണ്.[60]

"ദേവീവിഗ്രഹത്തിലെ തിരുവാഭരണം ഓരോന്നായി വിറ്റുകുടിച്ച ശാന്തിക്കാരന്റെ കഥ. അതാണ് ഈ കവിയുടെ കഥ."[61]

"മോഹനൻ ആവർത്തിച്ചു: ബല്ലാത്ത കുട്ടിത്തന്ത-പ്പഹയൻ."[62]

"ഒരാൾ ചോദിച്ചു: വലിയ പെൺകോന്തനാണെന്നും കേൾക്കുന്നു ശരിയല്ലെ."[63]

ലക്കാനിയൻ കണ്ണാടിയിൽ തെളിയുന്ന കർത്തൃത്വ-സ്ഥാനങ്ങൾ (subjective-positions) പോലെ പാഠത്തിലെ ഞാൻ പലതാണ്. 'ഞാൻ' പാഠത്തിൽ ഒഴുകുന്ന രൂപക (floating metaphor) മായി വിലയം കൊള്ളുന്നു. പി. കുഞ്ഞിരാമൻ നായർ എന്ന ഞാൻ: ഭ്രാന്തൻ, വിഡ്ഢി, പരീക്ഷയിൽ തോറ്റ കുട്ടി, കടങ്കഥ, തിരുവാഭരണം വിറ്റ കള്ളുകുടിച്ച ശാന്തിക്കാരൻ, കുട്ടിത്തന്തപ്പഹയൻ, പെൺകോന്തൻ, അലയുന്ന പ്രേതം എന്നിങ്ങനെ രൂപകതലത്തിൽ ചിതറുന്ന കാഴ്ച 'കവിയുടെ കാല്പാടുകളിൽ' കാണാം. ഇങ്ങനെ സന്ദിഗ്ധതകളിലൂടെ ആഖ്യാനച്ചരടിൽ തൂങ്ങിനിൽക്കുന്ന ഒരു ഭാഷാനിർമ്മിതി മാത്രമാണ്

യഥാർത്ഥത്തിൽ ഈ ഞാൻ.

ആത്മകഥയിലെ ആഖ്യാതാവിന്റെ സ്വത്വം പാഠത്തിൽ ഒഴുകിയൊഴുകി തെന്നിമാറുന്ന രൂപകങ്ങളാവുന്നു. ചിഹ്നിതങ്ങളുടെ മുകളിലൂടെ ചിഹ്നകങ്ങളൊഴുകുന്നതുപോലെ നേരിട്ടു പ്രത്യക്ഷപ്പെടാതെ, ജീവിതകഥയിലെ സംഭവപരമ്പരകൾ ആഖ്യാനത്തിൽ നിന്ന് മിക്കപ്പോഴും മാറ്റി നിർത്തപ്പെട്ടുകയോ അല്ലെങ്കിൽ സംഭവപരമ്പരകളിലെ ചില സൂചനകളാൽ പ്രതിബിംബിക്കപ്പെട്ടുകയോ ചെയ്യുന്നു.

നാടോടിക്കഥകളിലും ബാലകഥകളിലുമെന്നപോലെ പക്ഷിമൃഗാദികളും ജീവനില്ലാത്ത വസ്തുക്കളും ആഖ്യാതാവിനെ തിരിഞ്ഞു നോക്കി സംസാരിക്കുന്നുണ്ട്.

കുരുവികൾ പറഞ്ഞു: സ്വർഗം നിന്നെ കാത്തിരിക്കുന്നു, വാതിൽ തുറന്നിട്ട സ്വർഗം ഉർവശി നിനക്കു വിരുന്നൊരുക്കുന്നു, പ്രേമവിരുന്ന്, ആ നെടുവീർപ്പ് നിന്നെ വിളിക്കുന്നു. കണ്ണീർക്കണം മാറിൽ മാല ചാർത്താൻ ഒരുങ്ങിനിൽക്കുന്നു.

ഉങ്ങിലെ പനന്തത്ത പിൻവിളി വിളിച്ചു.

തുറന്ന അമ്പലനടവഴി വിട്ട് കല്ലും മുള്ളുമുള്ള ഈ കുണ്ടനിടവഴിയിൽ ഇറങ്ങാൻ തോന്നി അല്ലേ ഈ ഇടവഴി നരകവഴിയാണ്.[64]

ഞാൻ മറ്റൊരാളുടെ കണ്ണാണ്

തന്നെ മറ്റുള്ളവരുടെ നോട്ടത്തിലൂടെ അവതരിപ്പിക്കുന്ന രീതി 'കവിയുടെ കാല്പാടുകളി'ലെ ആഖ്യാനത്തെ കല്പിതതലത്തിലേക്കുയർത്തുന്ന പ്രധാന ഘടകമാണ്. ഞാൻ, മറ്റൊരാളുടെ കണ്ണാണ്/കണ്ണിലൂടെയുള്ള നോട്ടമാണ് ("I is another eye") അതായത്, ഒരാളുടെ സ്വത്വം എന്നു പറയുന്നത് പലരാൽ നിർമ്മിക്കുന്ന ചിഹ്നബോധത്തിന്റെ ആകത്തുകയാണ്.

ചാപ്പുണ്ണിനായർ പറയുന്നത്. "ഇങ്ങനെ പണം നോട്ടമില്ലാത്ത മനുഷ്യൻ എത്രകാലമായി ഇങ്ങനെ കാണാൻ തുടങ്ങീട്ട്. അന്നും ഇന്നും വന്നവരവ് ചെന്ന ചെലവ്".[65]

സ്വന്തം ശരീരത്തെ ഒരു ശവശരീരമായി കാണുന്ന കർമ്മവ്യവഹാരത്താൽ പി. കുഞ്ഞിരാമൻനായരുടെ ആഖ്യാനതന്ത്രം, ജീവിതത്തിന്റെ എഴുത്താണ്. ആത്മകഥയെന്ന നിർവ്വചനം മരണത്തിന്റെ എഴുത്താണെന്നു പുനർനിർവ്വചിക്കുന്നു. ഇവിടെ തനിക്കുവേണ്ടിത്തന്നെ 'കണ്ണീരൊഴുക്കുന്ന കണ്ണായി' 'എന്നെത്തിരയുന്ന ഞാൻ' എന്ന ആത്മകഥാക്കുറിപ്പുകളിൽ ആഖ്യാതാവിനെ കണ്ടെത്താൻ കഴിയും.

ചോട്ടിലെ മുറിയിൽ കടന്നു കൂടിക്കിടക്കുന്നതെന്താ സാറേ

മരിച്ചുപോയ പി. കുഞ്ഞിരാമൻനായരുടെ ശവം. കാഞ്ഞങ്ങാട്ട് നാട്ടും തറവാട്ടും ഇട്ടെറിഞ്ഞ് ആയിരം വീട്ടും മുറിയും മാറി മാറി തിരുവില്വാമല എത്തി. നാലു കാശിന് തിരുവില്വാമല ഒന്നാംമാളിക വിറ്റ് തുലച്ച് ഗുരുവായൂരിലെത്തി. ഗുരുവായൂർ നൂറ് മുറി മാറി അന്നുമുതൽ ചോർന്ന് ചോർന്ന് അവശേഷിച്ച വീട്ടുസാമാനവും പുസ്തകക്കെട്ടുകളും കൂട്ടത്തിൽ അച്ഛന്റെ, അമ്മയുടെ, മൂകാംബികയുടെ, ഗുരുവായൂരപ്പന്റെ പടമുണ്ട്. കേറ്റിയും ഇറക്കിയും മാറ്റിയും താഴത്തെ മുറിയിൽകൂട്ടിയ സാമാനക്കൂമ്പാരം.

അതെ മരിച്ചുപോയ കുഞ്ഞിരാമൻ നായരുടെ ശവം."[66]

ആത്മകഥയിലെ ആഖ്യാനഅപരം (other narrative) കുഞ്ഞിരാമൻ നായരുടെ പ്രേതമായി ഒരു മുറിയുടെ മൂലയിൽ കിടന്നു മുഷിയുന്നു. കഥാപാത്രത്തിലെ വ്യവഹാരമണ്ഡലത്തിൽ 'ഇവിടെ ഞാൻ ഉണ്ട് എന്നാൽ ഇല്ല' എന്ന പ്രതീതിയിലുള്ള സർവ്വജ്ഞനായ ആഖ്യാതാവിന്റെ ആധികാരികതയാണ് 'കവിയുടെ കാല്പാടുകളിലെ' 'ഞാൻ' അരുളിച്ചെയ്യുന്നത്.

ലാൻഡ്സ്കേപ്-ഡ്രീംസ്കേപ്പ്

ആത്മകഥയിലെ ദേശാന്തരയാത്രയുടെ വ്യാപാരം സ്ഥലത്തിന്റെ ആഖ്യാനത്തെ തന്നെ അപര (other)- മായി പരികല്പനചെയ്യുന്നു. വികേന്ദ്രീകരിക്കപ്പെട്ട ദേശസ്വത്വമായി കേരളീയ സ്ഥലകാലങ്ങളെ ആഖ്യാനം ചെയ്യുന്നു. നീലമേലാപ്പുകെട്ടിയ അനന്തചക്രവാളവും മേഘമാലകളുടെ അഗാധനീലിമയും കരിങ്കൽപ്പടവുകളുടെ മലനിരയും ഇതൾ വിരിഞ്ഞ ഗിരിനിരകളുടെ നീലത്താമരത്തടാകങ്ങളും കിനാവുകളുടെ മൂടൽമഞ്ഞിന്റെ മൂടുപടവും മനോരാജ്യങ്ങളുടെ കരിമ്പനക്കുന്നുകളും കുപ്പിവളയിട്ട ചടച്ച പാടങ്ങളും പാളിനോക്കുന്ന ഗ്രാമീണഭവനങ്ങളും

നാടോടിപ്പാട്ടുപാടി വയലേലകളിലൂടെ പാദസരമിട്ട് ഭർതൃഗൃഹത്തിലേക്ക് പോകുന്ന ഭാരതപ്പുഴയും കുഞ്ഞിരാമൻ നായരുടെ 'അഖില കേരളയാത്ര' യിൽ ആന്തരികവൽക്കരിക്കപ്പെട്ട പ്രകൃതിചിത്രങ്ങളാണ്. വർണ്ണച്ചമയങ്ങൾ നിറഞ്ഞ ലാൻഡ്സ്കേപ്പുകളിൽ (Land scapes) പ്രവേശിക്കുന്ന ആഖ്യാനശബ്ദം പ്രകൃതിയുടെ അതേ വർണ്ണവ്യവസ്ഥയിൽ ഡ്രീം സ്കേപ്പുകളായി (സ്വപ്നഭൂഭാഗദൃശ്യങ്ങളായി/dream scapes) പുനരവതരിപ്പിക്കപ്പെടുന്നു.

ഭാവനയുടെ സംവാദപരത (Dialogic Imagination)യിലൂടെ മാത്രമേ സ്വത്വാപരങ്ങളെ സ്ഥാനപ്പെടുത്താനാവൂയെന്ന് ആത്മകഥയിലെ ആഖ്യാതാവിനു ബോധ്യമുണ്ട്. മിഖായേൽ ബക്തിന്റെ സ്വത്വാപരദർശനത്തെ സ്ഥല-കാല ആഖ്യാനത്തിൽ സുപ്രധാനമാണ്. "അപരത്വത്തെ (otherness) അസ്തിത്വത്തിന്റെ അടിസ്ഥാനമായാണ് ബക്തിൻ കാണുന്നത്. സ്വത്വം/അപരദ്വന്ദ്വഭാവത്തിൽ അദ്ദേഹം സ്വത്വത്തിന് ഊന്നൽ നൽകുന്നില്ല."[67] ഇവിടെ ബക്തിനീയൻ സ്വത്വം ഒരു സമഗ്രതയല്ല. സ്വപ്രകാശത്തിൽ തിളങ്ങുന്ന സത്തയോ ഭാവമോ അല്ലത്. അപരസ്വത്വങ്ങളുമായുള്ള വലിച്ചു നീട്ടാവുന്ന സംബന്ധത്തിലാണ് സ്വത്വം നിലനിൽക്കുന്നത്. സംവാദപരതയിൽ (dialogism) അപരത്വത്തിന്റെ ആഘോഷമാണുള്ളത്. ലോകം അതിന് അർത്ഥം പകർന്നേകാൻ തന്റെ അപരത്വത്തെ ആവശ്യപ്പെടുന്നു.

പരിസ്ഥിതിയോടുള്ള ഉത്തരം പറയലാണു ജീവിതം. തന്മൂലം 'താനായിരിക്കുക' എന്ന അവസ്ഥയിൽ സ്വത്വം അർത്ഥരഹിതമാണ്. സ്വത്വത്തിന്റെ പ്രതികരണത്താൽ ഇടപെടുന്ന പരിസ്ഥിതിയോടുകൂടിയല്ലാതെ അതിനു ജൈവാസ്തിത്വം (living existence) നിലനിർത്താനാവില്ല. അഭിസംബോധനീയത ജൈവഘടനയുടെ (living organism) ലക്ഷണമാണെന്ന് ബക്തിൻ പ്രഖ്യാപിക്കുന്നു.[68] വ്യക്തിയുടെ ഓരോ പ്രതികരണവും അയാളുടെ 'ഉത്തരണീയത' (answerability) യുടെ ഓരോ നിശ്ചിതരൂപമാണ്. ഉത്തരണീയതയെ ഒഴിവാക്കാൻ ജൈവഘടനയ്ക്കു സാധ്യമേയല്ല. പ്രതികരണങ്ങളുടെ, ഉത്തരണങ്ങളുടെ ശൃംഖലയാണ് മനുഷ്യജീവിതം. പ്രതികരണമെന്നാൽ ഉത്തരവാദിത്വമേറ്റെടുക്കൽ എന്നാണർത്ഥം. ഇങ്ങനെ ഒരു ജൈവഘടന അതിന്റെ പരിസ്ഥിതിയോടു പുലർത്തുന്ന പ്രതികരണമാണ് സ്വത്വം.

രണ്ടു ശരീരങ്ങൾക്ക് ഒരേ സമയം ഒരിടത്തു വസിക്കാനാവില്ല. 'ഞാനി' വിടെ നില്ക്കുമ്പോൾ നിങ്ങൾ അവിടെ നില്ക്കും, അതുകൊണ്ട് ഞാനും നിങ്ങളും നിൽക്കുന്നത് അനന്യത (uniqueness) യിലാണെന്നു

പറയാം. നാമൊരിടത്താണ് എങ്കിലും വേർപിരിഞ്ഞാണ്. നാം നിൽക്കുന്ന സ്ഥാനം/സ്ഥലം (place) കാഴ്ചയുടെ അർത്ഥം നിർണ്ണയിക്കുന്നു. എന്റെ പിൻവശത്തുള്ള ദൃശ്യങ്ങൾ നിങ്ങൾക്കു കാണാം. നിങ്ങളുടെ പിൻവശത്തുള്ളവ എനിക്കും കാണാം. സ്ഥാനത്തിന്റെ/സ്ഥലത്തിന്റെ (placement) നിയമമാണത്. ഇക്കാരണത്താൽ നാം പരസ്പരം അപരങ്ങളായിത്തീരുന്നു. സ്ഥാനത്തിന്റെ നിയമം, മനുഷ്യദർശനത്തിൽ ഘടനാപരമായ വിടവു സൃഷ്ടിക്കുന്നുണ്ടെന്ന് ബക്തിൻ കാണുന്നു."[69]

സ്വത്വത്തെക്കുറിച്ചുള്ള ബക്തീനിയൻ ചിന്ത, 'കറിയുടെ കാല്പാടുകളി'ലെ സ്ഥല/സ്ഥാന(നിയമങ്ങളെ) വിശദീകരിക്കുന്നതിനു സഹായകമാണ്. "വ്യത്യസ്തമായ സ്ഥലകാലങ്ങളിലെ (Cognitive time/space) വിചാരകേന്ദ്രങ്ങളുടെ സ്ഥാനനിയമങ്ങളാണ് കുഞ്ഞിരാമൻനായരുടെ ആത്മകഥയിലെ സ്ഥലകാലങ്ങളുടെ ആഖ്യാനനിയമങ്ങൾ. പൊന്മളയിലും പട്ടാമ്പിയിലും കാഞ്ഞങ്ങാട്ടും ഗുരുവായൂരും തൃശ്ശൂരും പാലക്കാട്ടും തിരുനാവായയിലും തിരുവനന്തപുരത്തും പ്രത്യക്ഷപ്പെടുന്ന കുഞ്ഞിരാമൻനായരുടെ ആഖ്യാനസ്വത്വം ചാപ്പുണ്ണിനായരാലും ഇട്ടിരാരിശ്ശൻ നായരാലും ജോയിക്കുട്ടിയാലും ഹാജ്യാരാലും അമ്മുക്കുട്ടിയാലും ഉണ്ണൂലിയമ്മയാലും മാധവിയമ്മയാലും കൊച്ചമ്മിണിയാലും പരോക്ഷഭാഷണത്തിലൂടെ അപരസംവാദം (another dialogue) നടത്തുന്നു. ഇങ്ങനെ സ്വത്വം വിവൃതമാണ്. അപരം/അപരൻ എന്നെ പൂരിപ്പിക്കുന്നു. സമ്പൂർണനാണ് ഈ അപരൻ. കാരണം, ഞാൻ ഞാനായി നിന്നും സങ്കല്പത്തിലൂടെ സ്വയം അപരനായി മാറിനിന്നും നിർവ്വഹിക്കുന്ന നിരീക്ഷണങ്ങളാൽ എന്നെ പൂരണം ചെയ്യുന്നു. എന്റെ വിവൃതത്വം അയാളുടെ പൂരണം ആവശ്യപ്പെടുന്നു. ഞാനും അപരനും ഇന്ദ്രിയഗ്രാഹ്യമായ ഒരഹത്തിന്റെ-സ്വത്വത്തിന്റെ അനുഗ്രഹം പരസ്പരം കൈമാറുന്നു. അപരൻ എന്നെക്കുറിച്ച് സ്വരൂപിക്കുന്ന ചിത്രം എന്നിലെ എനിക്കദൃശ്യമായ സ്വത്വത്തെ വെളിപ്പെടുത്തുന്നു. അപരന്റെ കാഴ്ച എന്റെ കണ്ണാടിയാണെന്നർത്ഥം. ചുരുക്കത്തിൽ ബക്തീനിയൻ സ്വത്വത്തെയും അപരത്തെയും നമുക്കിങ്ങനെ നിർവ്വചിക്കാം: വിവൃതത്വത്തിന്റെ അടിസ്ഥാനമാണ് ഞാൻ; അപരനാകട്ടെ, പൂർത്തീകരണസാധ്യത ഉറപ്പാക്കുന്നതിനുള്ള അടിസ്ഥാനവും.[70]

ക്രമരാഹിത്യം: പിളരുന്ന സ്വത്വം

കൺമുമ്പിൽ കാണുന്ന ദേശം/ദൃശ്യം (വാസ്തവലോകം), കാണാത്ത ദേശം/ദൃശ്യം (സാങ്കല്പികലോകം) ഭൂഭാഗദൃശ്യത്തിൽ നിന്നു (land scap) സ്വപ്നഭൂഭാഗദൃശ്യമായി (Dream scape) മാറുന്നത് കാണാവുന്നതാണ്. ഇതിലൂടെ (ആഖ്യാതാവ്) കവി നടത്തുന്ന ബാഹ്യ-ആന്തര/യാത്രകൾ അതായത്, 'കവിയുടെ കാല്പാടുകളിലെ' (സ്ഥലകാലങ്ങൾ) ആഖ്യാനം ആഖ്യാതാവിന്റെ സ്വത്വ-അപരത്തിലെ പിളർപ്പിലേക്കു കൊണ്ടുപോകുന്നു. കുഞ്ഞിരാമൻനായരുടെ യാത്രാദൃശ്യങ്ങളെ ക്രമാനുഗതമായി അടുക്കിവെച്ചാൽ അതിനുള്ളിലുണ്ടാകുന്ന വിടവ് ഒരേതരം പ്രകൃതിദൃശ്യങ്ങളുടെ രൂപമാറ്റമാണ്. ഈ രൂപമാറ്റം ആഖ്യാനക്രമത്തിനുള്ളിലെ സ്വത്വ-അപരങ്ങളുടെ ക്രമംതെറ്റലാണ്. ഇത്തരം ക്രമംതെറ്റൽ ആഖ്യാനത്തിലെ ദ്വന്ദ്വങ്ങളുടെ വൈരുദ്ധ്യമല്ല. സംവാദപരതയിലെ ആഖ്യാന ബഹുത്വമായി (narrative multiplicity) വിലയിരുത്താവുന്നതാണ്.[71]

ഉദാഹരണത്തിന് ഈ ക്രമമില്ലായ്മയുടെ മാതൃകയായി
പ്രപഞ്ചം താനായി താൻ പ്രപഞ്ചമായി വളരണം.
വളർന്ന കവിയുടെ
നാട്?
നീലാകാശം
വീട്?
ഉദയാദിത്യമണ്ഡലം
എഴുത്തുപലക?
ചന്ദ്രമണ്ഡലം
പേന?
സൂര്യരശ്മി
മഷിക്കുപ്പി?
കടൽ
വെള്ളിനാണ്യം?
നക്ഷത്രവ്യൂഹം.
ബന്ധുക്കൾ?
സർവ്വചരാചരങ്ങൾ
കവിതകൾ?
നിത്യം വിരിയുന്ന പുഷ്പങ്ങൾ.[72]

ഇവിടെ 'ഞാൻ' സ്വയം എടുത്തുമാറ്റുന്നൊരാളാകുന്നു (shifter) എന്തുകൊണ്ടെന്നാൽ ഒരു വ്യവഹാരത്തിന്റെ കേന്ദ്രം പറയുന്ന കർത്തൃത്വത്തിൽ നിന്ന് മറ്റൊന്നിലേക്ക് ചലിക്കുന്നു.

താൻ പ്രപഞ്ചമായി മാറുന്ന രൂപകത്തിലെ കവി 'ഞാൻ' എന്ന കർത്തൃത്വത്തിലേക്ക് രൂപം മാറുന്നൊരാളാകുന്നു. ഒരാളുടെ അസ്തിത്വത്തിന്റെയും

ഭാഷയുടെയും കേന്ദ്രത്തിലാണ് ഞാൻ സ്ഥിതി ചെയ്യുന്നത്. ഭാഷ ഉണ്മയുടെ വാസസ്ഥാനമാണ്. 'ഞാൻ' ഇതിൽ നിന്ന് അതിനെ വ്യവച്ഛേദിക്കുന്നു. ഈ സമയത്തിൽ നിന്നും ആ സമയത്തെയും ഈ സ്ഥലത്തിൽ നിന്ന് ആ സ്ഥലത്തെയും വ്യവച്ഛേദിക്കുന്നു.

കാലത്തിന്റെ സൂചകങ്ങൾ ആത്മകഥാഖ്യാനത്തിൽ-വ്യക്തിപരമായ ഒരു സമയ സംവിധാനമായിട്ടാണുള്ളത്. കവിയുടെ കാല്പാടുകളിലോ മറ്റു രണ്ടു ആത്മകഥാകുറിപ്പുകളിലോ കൊല്ലങ്ങളെക്കുറിച്ചോ ദിവസങ്ങളെക്കുറിച്ചോ പറയാതെ പ്രകൃതിയുടെ ഭാവക്രമത്തിനനുസരിച്ച് പ്രഭാതം-അതിന്റെ വർണ്ണന/ സന്ധ്യ, രാത്രി എന്നിങ്ങനെയുള്ള സമയസൂചിയാണുള്ളത്. മാനസികമായ ഒരു കാലമാണ് (mental-time) അത്. ചിലപ്പോഴൊക്കെ അനന്തകാലമായി മാറാറുണ്ട്. ആഖ്യാതാവിന്റെ മനോനിലയ്ക്കനുസരിച്ചുള്ള സൂചകശൃംഖലകളിലൂടെയാണ് കാലം പ്രത്യക്ഷമാകുന്നത്.

"ഒലവക്കോട്ടു നിന്നും തിരിച്ചെത്തിയ രാത്രി. ഉറങ്ങാത്ത രാത്രി. രാത്രികൾ ഇഴഞ്ഞു നീങ്ങി. മനസ്സ് ഇരുട്ടിന്റെയും വെളിച്ചത്തിന്റെയും പടനിലമായി."[73]

മനസ്സിൽ നടക്കുന്ന സംഘർഷത്തിന്റെ ക്രമമായി വരുംകാലം, തിരിച്ചെത്തിയ/ഉറങ്ങാത്ത/ഇഴഞ്ഞു നീങ്ങുന്ന രാത്രിയെക്കുറിച്ചാണ് പറയുന്നത്. അതു മാനസികതലത്തിലെ ആഖ്യാനഘടനയെ പുറത്തേയ്ക്കു കൊണ്ടുവരുന്നു.

കല്പിത-സ്ഥലം/കാലം/വ്യക്തി

കാവ്യാത്മകമായ രീതിയിൽ കാലത്തെയവതരിപ്പിക്കുന്ന രീതി കാണുന്നുണ്ട്. സൗന്ദര്യാത്മകമായി, മനഃസംഘർഷത്തെ അവതരിപ്പിക്കുന്ന രീതി നോക്കുക.

സൂര്യൻ പടി ഇറങ്ങിപോയി. സന്ധ്യ പുതിയ പട്ടുസാരിചുറ്റി, മുഖത്തു പൊടിപൂശി, ആരെയോ കാത്തിരുന്നു. പുഴയലകൾ പൊട്ടിച്ചിരിച്ചു. കവിതതേടി കണ്ണടച്ചു നടന്ന കവി പടുകുഴിയിൽ ചാടി. ഭാരതപ്പുഴവക്കിലെ സിനിമ കഴിഞ്ഞു. ശോകമൂകമായ സിനിമ, വേപ്പുമരത്തിൽ ഒറ്റപ്പെട്ട മഞ്ഞക്കിളിപാടി.

വൃദ്ധാർക്കനെ പുറത്താക്കി സന്ധ്യ നക്ഷത്ര വീടിൻ
പടിയടച്ചു.[74]

നിസ്സഹായതയെയും ആത്മവേദനയെയും മാനസികതലത്തിൽ പ്രകൃതിയുടെ മാറ്റത്തിലൂടെ-ഭാവക്രമത്തിലൂടെ അവതരിപ്പിക്കുന്ന

രീതിയാണിത്. പ്രകൃതിപരമായ കാലമാണിത്. ആധുനികത രൂപപ്പെടുത്തിയ ഘടികാരകാലത്തെ/വ്യക്തി സമയസംവിധാനം കൊണ്ട് തകർക്കുന്ന ഈ രീതി പി.യുടെ പ്രതിരോധമാർഗ്ഗം കൂടിയാണ്.

യഥാർത്ഥവ്യക്തികളെ കഥാപാത്രമാക്കി അവതരിപ്പിക്കുന്ന രീതി പി. ആത്മകഥകളിൽ സ്വീകരിക്കുന്നുണ്ട്.

ഇട്ടിരാരിശ്ശൻ നായരെ അവതരിപ്പിക്കുന്നതു നോക്കുക:

"മെലിഞ്ഞു പൊക്കംകൂടിയ ഇത്തിക്കണ്ണിച്ചുടലകാഞ്ഞിരമരം. ഇരുനിറം. കണക്കു തെറ്റി, കൂട്ടിയിട്ട കൈകാലുകൾ, രണ്ടു വിരലിൽ വളർന്ന കൂർത്ത നഖം, രോമപ്പുമൂടിയ നെഞ്ച്, നീണ്ടു മെലിഞ്ഞ കഴുകൻ കഴുത്ത്, താടി രോമം കൂട്ടിനുള്ള ഓട്ടുമുഖം, ചുവന്ന വട്ടക്കണ്ണ്, തുറു നോട്ടം, വളഞ്ഞ ചുണ്ടിൽ നേർത്ത പാണ്ട്, തലയിൽ കൂർത്ത രോമം, കണ്ടാൽ നെഞ്ചം നടുക്കുന്ന ചിരി, കള്ളിമുണ്ട്, കഴുത്തിൽ മാല, കടവാനാറ്റം, പച്ചകുത്തിയ ഇടം കൈയ്യിൽ കറുപ്പ് മാന്ത്രികച്ചരട്, നേരിയ കോങ്കണ്ണ്, ചുണ്ടുമുറിയൻ, വിക്കൻ, ഇടയ്ക്കിടെ അകലേക്കു നോട്ടം, ഇട്ടിരാരിശ്ശൻ നായർ."[75]

ഇക്കണ്ടവാര്യരുടെ തൂലികാ ചിത്രം. പ്രവൃത്തികളിലൂടെയുള്ള അവതരണം:

"രാത്രി രണ്ടുമണി നടയിറങ്ങുന്ന നേരിയ കാലടി ശബ്ദം. ഇക്കണ്ട വാര്യർ പതിവുപോലെ രണ്ടു മണിക്ക് കുളിക്കാനിറങ്ങുന്നു. പ്രായം എഴുപത്തഞ്ച്, വിറയ്ക്കില്ല, വടിയില്ല, ചെരിപ്പില്ല, ചുരുട്ടിയ ശീലക്കുടയാണ് വഴിത്തുണ, ചടച്ച ദേഹം, നരച്ചതല, നിർഭയം മൂന്നുമണിക്ക് കുളിച്ച് അമ്പലത്തിലെത്തും. കാറ്റ്, മഴ, മഞ്ഞ്. ഒന്നും വാര്യരറിയില്ല. മന്ത്രജപം, നാമം, സ്തോത്രം, ചുണ്ടുകളിൽ അഞ്ചുമണിവരെ ഏകാഗ്രഭജനം, അരയിൽ ഈറൻ തോർത്തുമുണ്ട്. ഡോക്ടർ ദേഹം തൊട്ടിട്ടില്ല. ആശുപത്രി കണ്ടിട്ടില്ല. ഭക്തിയുടെ അങ്ങേയറ്റം-പിശുക്കിന്റേയും."[76]

ഒരാളുടെ ചിത്രം അതിലെ വൈരുദ്ധ്യവൈവിദ്ധ്യങ്ങൾ കൊണ്ട് എഴുതുന്ന രീതി ആത്മകഥകളിലെമ്പാടും ഉപയോഗിച്ചിട്ടുണ്ട്. ഇത് ഫിക്ഷന്റെ ആഖ്യാനതന്ത്രമാണ്. ഫിക്ഷന്റെ ഇത്തരത്തിലുള്ള സാധ്യതകളെയും ഉപയോഗിച്ചുള്ള ഈ ആഖ്യാനം 'കവിയുടെ കാല്പാടുകളെ' ഫിക്ടോഗ്രാഫി (Fictogrphy) യാക്കി മാറ്റുന്നു.

ഇതേ പോലെ വൈരുദ്ധ്യവൈവിദ്ധ്യങ്ങളോടെ സ്ഥലത്തെ എഴുതുന്നുണ്ട്. ~ഒരു വിവരണമാതൃക നോക്കുക:

"പാതയുടെ വളപ്പിൽ തഴച്ച പിലാവ്, കിടാങ്ങൾ കൂകുന്ന ഹയർ എലിമെന്ററി സ്കൂൾ, സംസ്കൃത സ്കൂൾ, പേരുകേട്ട മനകൾ, കുഞ്ചൻ സ്മാരകവായനശാല, ചെറുങ്ങോട്ടുകാവ്, മുന്നൂണ്ണികാവ്, ഭരണിവേലയു ള്ള മുളന്തൂർകാവ്, ചീട്ടുകളിയും പന്തു കളിയും പൊറുതിമുട്ടിച്ച മേച്ചിൽ പറമ്പുകൾ, താലപ്പൊലിപ്പാടം, താറടിച്ച നാല്പം കൂടിയ പാത, അരിക്ക ടത്തുകാർ ചുറ്റിപ്പറ്റുന്ന ലക്കിടി അങ്ങാടി, നെല്ലുകുത്തു കമ്പനി, കാടിന്റെ ശവക്കുമ്പാരം കൂട്ടിയ മരപ്പട്ടകൾ, പാസഞ്ചർ വണ്ടികൾ മാത്രം ഓടിക്കി തച്ചു വന്നു നിൽക്കുന്ന വണ്ടിയാപ്പീസ്."[77]

ഇങ്ങനെ നാം സാംസ്കാരികമായി സ്ഥാനപ്പെടുത്തുന്ന ആളുകളും ഇടങ്ങളും ചേർന്നാണ് തന്റെ സ്വത്വവും ഉണ്ടാകുന്നത് എന്നും ഇടപെട ലുകളിലൂടെയാണ് സ്വത്വം രൂപംകൊള്ളുന്നതെന്നുമുള്ള ബോധം പി.ക്ക് എപ്പോഴും ഉണ്ടായിരുന്നു.

ചിത്രകലയും തുറന്നിരിക്കുന്ന കണ്ണും

പ്രകൃതി എന്ന ഭാഷയാണ് പി. കുഞ്ഞിരാമൻനായരെ ഐന്ദ്രിയത യുടെ കവിയാക്കി മാറ്റിയത്. പ്രകൃതിബിംബങ്ങളിൽ അധിഷ്ഠിതമായ ആ പ്രതിരൂപാത്മകഭാഷ പി.യുടെ എഴുത്തിന്റെ സവിശേഷതയാണ്. വൈവിധ്യമാർന്നതും സങ്കീർണ്ണവുമായ അനുഭവങ്ങളും ചിന്തകളും ആശയങ്ങളും വിനിമയം ചെയ്യാൻ കഴിവുള്ള ഒരു പ്രത്യേക ഭാഷയാ യിട്ടാണ് പി. പ്രകൃതിയെ ഉപയോഗിക്കുന്നത്. അദ്ദേഹത്തിന്റെ ചിന്ത-സ്വപ്നം-ഭാഷണം ഒക്കെ പ്രകൃതിയാണ്.[78] പ്രകൃതിയുടെ അനുഭവത്തിൽ നിന്നാണ് 'തുറന്നിരിക്കുന്ന കണ്ണുകൾ' അദ്ദേഹത്തിനു ലഭിക്കുന്നത്.

ദൃശ്യത്തോടുള്ള രതി; ദമിതസ്വത്വത്തിന്റെ അപര ലൈംഗികാനുഭൂ തികൾ തന്നെയാണ്. അതിൽ നിന്നൊക്കെ അപാരതയെക്കുറിച്ചുള്ള അത്യത്ഭുതകരമായ നോട്ടങ്ങളാൽ ആ കവിത വെളിച്ചത്തിന്റെയും നിറങ്ങളുടേയും ഇന്ദ്രിയാനുഭൂതി പകരുന്നുണ്ട് എന്നതു ദൃശ്യപരത യുടെ കവിയാണ് പി. എന്നു സാധൂകരിക്കുന്നതാണ്. ചിത്രകാരന്റെ ദൃഷ്ടിയും ചിത്രണാധിഷ്ഠിതമായ ഭാവുകത്വവും കുഞ്ഞിരാമൻനായരുടെ എഴുത്തിനെ വ്യതിരിക്തമാക്കുന്നു. ഇത്തരം ദൃശ്യപരമായ ശൈലിക്ക് ധാരാളം ഉദാഹരണങ്ങൾ ആത്മകഥയിലുണ്ട്.

പകൽ വെളിച്ചത്തിന്റെ ചൊട്ടിയടർന്ന കിഴക്കദിക്ക്. തേപ്പുപാതി തുടച്ച കഥകളിവേഷക്കാരന്റെ മുഖം പോലെ പലനിറം ചിതറിയ ആകാശം. ചുണ്ടപ്പൂവിട്ട തിരനോട്ടം പോലെ തുടുത്തു കലങ്ങിയ ഇളവെയിൽ (കഥകളിയുടെ ദൃശ്യസംസ്കാരം ഈ ദൃശ്യങ്ങളെ കുറച്ചു കൂടി മനോഹരമാക്കുന്നു).[79]

ഇങ്ങനെയുള്ള ദൃശ്യപരമ്പരകൾ ആത്മകഥകളിൽ നിറയെ കണ്ടെത്താൻ കഴിയും. അനന്യമായ ഈ ആഖ്യാനരീതി, പി.യിലെ തുറന്നിരിക്കുന്ന കണ്ണും ചലിക്കുന്ന മനസ്സും തമ്മിലുള്ള ഐക്യത്തിൽ നിന്നുമുൽപ്പന്നമാകുന്നതാണ്. കണ്ണാടിയിലേക്ക് നോക്കിയിരിക്കുന്ന ശിശുവിനെപ്പോലെ മാറിമാറി വരുന്ന ബിംബങ്ങളിലേക്ക് വഴുതിവഴുതിപ്പോകുന്ന രീതിയിൽ ചിത്രകാരന്റെ ലാൻഡ്സ്കേപ്പിംഗ് ദൃഷ്ടി കാണാൻ സാധിക്കും.

ജോൺ ബെർജർ 'കാഴ്ചയുടെ വഴികൾ' (ways of seeing) എന്ന തന്റെ ചിത്രകലാപഠനത്തിൽ കാഴ്ചയാണ് വാക്കുകൾക്കു മുന്നേ നമ്മിലേക്കെത്തുന്നതെന്നു പറയുന്നുണ്ട്. ആഖ്യാനത്തെ സംബന്ധിച്ചിടത്തോളം സുപ്രധാനമായ ഒന്നാണത്. ശിശു ഭാഷയിലേക്കെത്തുന്നതിനു മുമ്പേ അവനിലെ 'കാഴ്ചക്കാരൻ' (spectator) ഉണർന്നു കഴിഞ്ഞിരിക്കും. കാഴ്ചയും വാക്കും തമ്മിലുള്ള നികത്താനാവാത്ത വിടവ് ആഖ്യാനത്തിന്റെ മൗലികമായ പ്രശ്നമാണെന്നു ചൂണ്ടിക്കാട്ടുന്നുണ്ട്[80] ബെർജർ. നമ്മൾ കാണുന്നതും മനസ്സിലാക്കുന്നതും തമ്മിലുള്ള ഈ വിടവ്, ലോകം/ബാഹ്യപ്രകൃതി എന്നത് ഞാൻ/ആന്തരപ്രകൃതി എന്ന പിളർപ്പിലേക്കു കൊണ്ടുപോവുകയും സ്വത്വ-അപരസ്ഥാന (place)- ങ്ങൾ എന്ന അനന്യത (uniqueness) സൃഷ്ടിക്കുകയും ചെയ്യുന്നു.

ഒരിടത്ത് സ്ഥിരമായി താമസിച്ചില്ല എന്നതിനാൽ പി.യുടെ കാഴ്ചകൾ മാറി മാറി വന്നു. അതിനാൽ ശീലവൽകൃതമായ ആധികാരികനേത്രത്തെ ശ്രദ്ധിക്കാതെ തന്റെ ഇഷ്ടത്തിനൊത്ത് സ്വന്തം ജീവിതം ആഖ്യാനം ചെയ്യാനുള്ള സ്വാതന്ത്ര്യം പി.ക്ക് കൈവന്നു. സ്വാതന്ത്ര്യത്തെയാണ് പി. കവിതകൊണ്ടു വിളമ്പിയത്, ഇതിന്റെ ആഘോഷമാണ് ആത്മകഥ.[81]

സ്ഥിരം കാഴ്ചകളിൽ നിന്നു മോചിപ്പിക്കപ്പെടുക എന്ന ശീലമായിരിക്കാം പി.യെ ഒരു യാത്രികനാക്കിയത്. പ്രകൃതിയുടെ വൈവിദ്ധ്യപൂർണ്ണമായ ഋതുക്കളെ അനുഭവിച്ചറിയാനും വ്യതിരിക്തമായ ഭൂപ്രദേശങ്ങളിൽ ആകാശവും ഭൂമിയും കടലും അനുഭവിക്കാനും ആ അനുഭവങ്ങളെ ഓർത്തെടുത്തു കവിതയാക്കാൻ ആത്മകഥാനുഭവങ്ങളാക്കാൻ വെമ്പുന്ന മനസ്സ് പി.യിൽ ജീവിതാന്ത്യം വരെയുണ്ടായിരുന്നു.

ചലച്ചിത്രഭാഷയും ആഖ്യാനവും

പി. കുഞ്ഞിരാമൻനായരുടെ ഈ ദൃശ്യരതിയായിരിക്കും അദ്ദേഹത്തെ ഒരു സിനിമാക്കമ്പക്കാരനാക്കിയത്. പി.യുടെ മനോഘടനയിൽ അടിസ്ഥാനമായി നിൽക്കുന്ന സങ്കല്പയാഥാർത്ഥ്യങ്ങൾ തമ്മിലുള്ള

അകലം കുറയ്ക്കുന്ന ഒരു കലയാണ് 'സിനിമ'. സ്വപ്നസദൃശമായൊരു യാഥാർത്ഥ്യത്തിൽ അഭിരമിക്കുന്ന ഈ മനോഭാവം പി.യുടെ സിനിമാഭ്രാന്തിലുണ്ടെന്നു തോന്നുന്നു.

സിനിമ (ചലച്ചിത്രം/ചലനചിത്രം) പി.യെ അങ്ങേയറ്റം സ്വാധീനിച്ചിരുന്നുവെന്നതിനു തെളിവാണ് കവിതയിലും ആത്മകഥകളിലും സിനിമയെ ബിംബമാക്കുകയും സിനിമയുടെ ആഖ്യാനസങ്കേതങ്ങളെ സ്വാംശീകരിക്കുകയും ചെയ്തത്.

കവിതയിൽ

"ഏകാന്തരാവിൻ ചലച്ചിത്രശാല" (വൈകി വന്ന വിരുന്നുകാരി)

ഭവ്യപുരാതനമെന്നാലനുദിന
നവ്യം ചലച്ചിത്രശാല. (തലസ്ഥാനത്തെ കാഴ്ചബംഗ്ലാവ്)

വിരിച്ചോരാപ്പാതയുമിന്നു മുന്നിൽ
തുറന്നിടുന്നു പുതു ചിത്രശാല. (വസന്തം വിട്ട പൂന്തോട്ടം)

സിനിമയ്ക്കായ് മാഞ്ഞുപോകും
തെന്നലിമ്മട്ട് ചൊല്ലിനാൽ (സംക്രമസന്ധ്യയിൽ)

മുട്ടാതെ നടത്തുന്ന സുന്ദരപ്രദർശന
മുത്തമം മേ ചലച്ചിത്ര ശാലയിൽ (വൈകി വന്ന വിരുന്നുകാരി)

നീ വന്നു ചിത്രപ്രദർശനം തീർന്നൊരീ
ദീപം കെടുന്ന ചലച്ചിത്രശാലയിൽ (വൈകി വന്ന വിരുന്നുകാരി)

ശോകാന്തഗാനമായ് സന്ധ്യവന്നു
ലോകചലച്ചിത്രശാലപൂട്ടാൻ
അന്തിവിളക്കിൻ തുടിപ്പുതേഞ്ഞു
സുന്ദരചിത്രപടങ്ങൾ മാഞ്ഞു
ഏകാന്തമൂക വിരഹതാപം
ശോക ചലച്ചിത്രശാല ലോകം (ഏകാന്തചിന്താ പഥികനായി)

മാലകറ്റവാൻ മദ്യമുൾക്കൊള്ളും
ശാന്തതതൻ സ്വനഗ്രാഹിയന്ത്രമുറക്കമായ്
(സിദ്ധാർത്ഥന്റെ നാട്ടിൽ)

വാനിൻ ചിത്രശാല തോറും
ആയിരം ചിത്രപടങ്ങൾ വന്നു (അജ്ഞാതശില്പി)

പുത്തൻ ചലച്ചിത്രമൊന്നിൽ

ഛായാഗ്രഹണജോലിയിൽ
നിശ്ചലം മുങ്ങിനില്പുണ്ടാ-
ക്ഷണ്ടിക്കുന്ന ദൂരവേ
ആദ്യമായ് ചലച്ചിത്ര വേദിയേറിയ താരമായ്
നൃത്തം വെയ്പു കാട്ടുതെച്ചി
നാടോടിക്കഥതൻ നടി
ഗതിമുട്ടിയതാമുങ്ങുമരം കാലപകർച്ചയാൽ
സിനിമാനടനായ് പുത്തൻപണം വാരിവിതയ്ക്കയായ്
(സംക്രമസന്ധ്യയിൽ)

യാത്രചൊല്ലിപ്പോയ്
വസന്തചലച്ചിത്രപരമ്പര
സംഗീതമില്ലാത്ത നാദം പൊങ്ങിയാൽ
ചിത്രശാലയിൽ
പുതുചലച്ചിത്രശാലയിലെ
പുതുചിത്രം കാണാൻ വരുന്നില്ലേ താൻ
ലോകച്ചിത്രശാലയിലെ
ലോഭനീയാശാവിലാസരംഗം (വെള്ളാരങ്കല്ലിന്റെ കഥ)

എന്നിങ്ങനെ ചലച്ചിത്രവുമായി ബന്ധപ്പെട്ട ബിംബങ്ങൾ കവിതയിൽ ധാരാളം വാരിക്കോരി ഉപയോഗിച്ചിട്ടുണ്ട്. ഇതുകൂടാതെ സിനിമ കഴിഞ്ഞാൽ, എന്ന കവിതയുടെ പ്രവേശികയിൽ ഇങ്ങനെ എഴുതി: സിനിമാക്കമ്പം മൂത്തകാലം പ്രപഞ്ചം സിനിമയാക്കിക്കാണുന്ന പ്രായം. രണ്ടാം സിനിമ കഴിഞ്ഞ പാതിരാനേരത്ത്-കോഴിക്കോട് ഹോട്ടൽ വരാന്തയിൽ വെച്ച് എഴുതി എന്ന് ആമുഖമായി പറഞ്ഞുകൊണ്ട് ഈ കവിത തുടങ്ങുന്നു.[82] മനുഷ്യജീവിതവിധിയെക്കുറിച്ചും/തന്റെ വിധിയെ ക്കുറിച്ചുമുള്ള മൗലികമായ മിസ്റ്റിക് വിഷാദങ്ങൾ നിറഞ്ഞതാണ് ഈ കവിത.

ആർത്തിമുഴുത്തു ഞാനുണ്ണുന്ന പാഴ്നിഴൽ
ച്ചാർത്തു വിതച്ച സുഖദുഃഖ സഞ്ചയം
(സിനിമ കഴിഞ്ഞാൽ)

ഗാഢമാത്മാവിനെ ബന്ധിച്ചിരുത്തുന്ന
മൂഢമനസ്സിന്റെ മായാ പ്രദർശനം
നിർണ്ണയമീ മഹാമായതൻ പിൻപുറം
നില്പുണ്ടദൃശ്യനായ് ചിത്രപ്രദർശകൻ
തന്നിരു ഹസ്തത്തിലാണു ഞാൻ കാണ്മീ
യന്ത്രചിത്രത്തിന്റെ സൂത്രത്തിരിപ്പുകൾ (സിനിമ കഴിഞ്ഞാൽ)

സിനിമാനുഭവത്തെ കേവലതലത്തിൽ നിന്നു വിട്ട് ആത്മീയതലത്തി ലേക്കുയർത്തുന്നു പി.യുടെ ഭാവന. 'കവിയുടെ സിനിമാക്കമ്പം' എന്ന

അദ്ധ്യായത്തിൽ (എന്നെത്തിരയുന്ന ഞാൻ) തനിക്കേറ്റവും ഇഷ്ടപ്പെട്ട സംവിധായകനായ ശാന്താറാമിനേയും അദ്ദേഹത്തിന്റെ ചിത്രങ്ങളേയും കുറിച്ച്, പി. വാചാലനാവുന്നുണ്ട്. ആ കുറിപ്പ് അവസാനിക്കുന്നതിങ്ങനെയാണ്.

ഒന്നു ചോദിക്കട്ടെ കണ്ടതിൽ വെച്ച് ഏറ്റവും നല്ല സിനിമാഹാൾ
ഏതാണ്?
ഈ ബ്രഹ്മാണ്ഡം
കണ്ടതിൽ വെച്ച് ഏറ്റവും നല്ല സിനിമ ഏത്?
പ്രപഞ്ച ജീവിതം[83]

പുഴവക്കിലെ സിനിമ എന്ന് കവിയുടെ കാല്പാടുകളിൽ ഒരദ്ധ്യായത്തിനു പേരു കൊടുത്തിട്ടുണ്ട്. ഈ അദ്ധ്യായത്തിൽ തന്റെ ജീവിതത്തെ തന്നെ ഉടച്ച ഒരു ദാമ്പത്യത്തകർച്ചയെക്കുറിച്ചാണ് പി. പ്രതിപാദിക്കുന്നത്.

സൂര്യൻ പടി ഇറങ്ങിപ്പോയി സന്ധ്യ പുതിയ പട്ടുസാരി ചുറ്റി മുഖത്തു പൊടി പൂശി ആരെയോ കാത്തിരുന്നു. പുഴയലകൾ പൊട്ടിച്ചിരിച്ചു. കവിത പാടി കണ്ണടച്ചു. നടന്ന കവി പട്ടുകുഴിയിൽച്ചാടി" ഭാരതപ്പുഴവക്കിലെ സിനിമ കഴിഞ്ഞു. ശോകമൂകമായ സിനിമ.[84]

ചലച്ചിത്രത്തിന്റെ ആഖ്യാനഭാഷ (ദൃശ്യഭാഷ) പി. കവിതകളിൽ സമർത്ഥമായി പ്രയോഗിച്ചിട്ടുണ്ട്. 'സൗന്ദര്യപൂജ' എന്ന തന്റെ കവിതയിൽ പി. കൈക്കൊണ്ടിട്ടുള്ള പദസന്നിവേശം നോക്കുക.

പറന്നു പോയ് പഞ്ചവർണ്ണ-
ക്കിളിക്കൂട്ടങ്ങൾ പോലവേ
കുന്നിൻ ചെരുവിലോണപ്പൂ-
ക്കുമ്പിളേന്തിയ സന്ധ്യകൾ.
(സൗന്ദര്യപൂജ)

ഇതിൽ ഒരു ദൃശ്യത്തിൽ നിന്നു മറ്റൊന്നിലേക്കു തൊടുക്കുന്ന നോട്ടങ്ങളുണ്ട്. ഉപമ/രൂപകം എന്നിവയുപയോഗിച്ചു നെയ്ത ഈ ദൃശ്യങ്ങൾ ഒന്നിനൊന്നായി കൂടിച്ചേർന്നിരിക്കുന്നു. പറന്നു പോകുന്ന പഞ്ചവർണ്ണക്കിളിക്കൂട്ടങ്ങളിൽ നിന്ന് കുന്നിൻ ചെരുവിലെ ഓണപ്പൂവിലേക്കും സന്ധ്യയിലേക്കും നോട്ടം നീളുന്നു. ഇത് സിനിമയിൽ ഐസൻസ്റ്റീൻ കൊണ്ടുവന്ന 'മൊണ്ടാഷ്' സങ്കല്പം തന്നെ. വ്യത്യസ്തമായ ദൃശ്യങ്ങൾ കൂട്ടി യോജിപ്പിച്ച് സൃഷ്ടിക്കുന്ന സിനിമാഭാഷ പി. ഈ മൊണ്ടാഷിലൂടെ ആവിഷ്കരിക്കുന്നു. ഭാഷയുടെ ദൃശ്യവിതാനത്തിലൂടെയുള്ള ഇത്തരം ദൃശ്യപദങ്ങളുടെ മൊണ്ടാഷുകൾ പ്രയോഗിക്കുക പി.യുടെ ആഖ്യാനരീതിയുടെ സവിശേഷതയാണ്. ആത്മകഥയിലെ മൊണ്ടാഷ് രീതിയിലുള്ള ആഖ്യാനരീതി നോക്കുക.

ഉദാ: കുടപൊളിഞ്ഞ കരിമ്പനകൾ, കുടിനീരിനു നാവിളക്കുന്ന പുഞ്ച വയലുകൾ, കലങ്ങിയും തെളിഞ്ഞും വിദൂരത തേടുന്ന ഭാരതപ്പുഴ, സ്വർണ്ണക്കൊക്കും പവിഴക്കാൽ നഖങ്ങളുമായി തെളിഞ്ഞ മണൽതട്ടിൽ പാഞ്ഞും പറന്നും തുണയൊത്തു കുണുങ്ങുന്ന ജലപക്ഷികൾ"[85] പി.യുടെ ദൃശ്യബോധം, ചലിക്കുന്ന ചിത്രകലയാണ്. മനോഹരമായ എത്രയെത്ര ഫ്രെയിമുകളാണ് ആ ഭാവനയുടെ ക്യാമറയിൽ മിന്നിമറയുന്നത്. ഒന്നിനു പിറകെ ഒന്ന് എന്ന തരത്തിൽ പ്രത്യക്ഷപ്പെടുന്ന ആ ദൃശ്യങ്ങൾ നിശ്ചലമല്ല; ചലനാത്മകമാണ്, സൗന്ദര്യപൂജയിലെ ദൃശ്യപരമ്പര നോക്കു.

കേഴുന്നു മോചനം കാത്തു
തോടിനുള്ളിലിളം കിളി;
തിമിരം കീറുവാനെന്തു
വഴിയെന്നോർത്തു കോരകം
ക്കുരിരുട്ടിൻ തോടുകൊത്തി
യുടജ്ഞാനനുകമ്പയാൽ
വിൺമരത്തിൽ പ്പറന്നേറി
മെല്ലെ കാല്യവിഹംഗമം!
രാക്കരിക്കിൻ കണ്ണുകുത്തി-
ത്തള്ളും വെള്ളം തെറിക്കവേ
ചിരിച്ചു കൊണ്ടൊന്നു കണ്ണു
ചിമ്മിപ്പോയ് പുലർ താരക!
(സൗന്ദര്യപൂജ)

ആത്മകഥയിലെ ഒരു ദൃശ്യപരമ്പര കാണുക.

അകലെ കരിമേഘങ്ങൾ. കാട്ടുപോത്തിന്റെ പറ്റം - മേയുന്ന കടുംനീലമല. ഋതുസുന്ദരികൾ മാറിമാറി വന്നു കൂടാരമടിക്കുന്ന പച്ചത്താഴ്വര. കുന്നിൻചരിവിലെ വെൺകളിവീടുകൾ, കൊറ്റിയും കുളക്കോഴിയും മൺമറന്ന മലനാടിന്റെ കഥ-പറയുന്ന പുഞ്ചവയലുകൾ. പച്ചക്കായൽ ക്കരയിൽ ഉടഞ്ഞ വഴിയമ്പലം. ചിതറിയ തൂണുകൾ. തകർന്ന ശില്പങ്ങൾ, അന്തിത്തിരി പാളുന്ന കാളീവിഗ്രഹം. കെട്ടും ഭാണ്ഡവുമിറക്കി നാടുചുറ്റുന്ന കുറവരും കുറത്തികളും. കല്ലുരുട്ടി തീപൂട്ടുന്ന അടുപ്പുകൾ, പടം വിരുത്തുന്ന ചെന്തീജ്വാല. മുളംകൂട്ടിൽ കണ്ണടച്ചു കൈവിട്ടുപോയ സ്വന്തം നാടിന്റെ ഓർമ്മ പുതച്ചിരിക്കുന്ന ചന്തക്കിളികൾ.[86]

പ്രകൃതിയുടെ സൂക്ഷ്മസ്ഥൂല തലങ്ങളിലേക്കെത്തുന്ന നോട്ടങ്ങൾ അതിന്റെ ചലനാത്മകമായ സ്വഭാവത്തെ അപ്പടി ആഖ്യാനത്തിലേക്ക് ആവാഹിക്കുന്നു. ഇങ്ങനെ ചലച്ചിത്രാഖ്യാനത്തിന്റെ ചടുലത പി.യിലുണ്ട്. ഒരു ദൃശ്യത്തിൽ നിന്ന് മറ്റൊന്നിലേക്കൊരുകട്ട് അതിൽ നിന്ന് മറ്റൊന്നിലേക്ക്, ഇങ്ങനെ ഒരു തിരക്കഥയിൽ സീനുകൾ തയ്യാറാക്കുന്നതു പോലെയാണ് പി. കവിത വിന്യസിക്കുന്നത്.

കല്പിതാത്മകഥ (Fictography)

ആത്മകഥയെ കാല്പനികവത്ക്കരിക്കുകയാണ് പി. ചെയ്തിട്ടുള്ളത്. കാല്പനികസ്വത്വത്തിന്റെ അടിസ്ഥാന ഘടകമായ ആന്തരവൈരുദ്ധ്യങ്ങളാൽ വാസ്തവ-സങ്കല്പലോകങ്ങൾ തമ്മിലുള്ള അകലം-അടുപ്പം സ്വത്വാപരസംഘർഷമായി ആഖ്യാനത്തിലുണ്ട്. ഇതിനെ മറികടക്കുവാനാണ് സ്വപ്നാത്മകമായ/ബിംബസമൃദ്ധമായ ഭാഷ സൃഷ്ടിക്കപ്പെട്ടിട്ടുള്ളത്. സ്വത്വപ്രതിഫലനാ(self-reflective)ത്മകമായ ഈ ഭാഷ അങ്ങേയറ്റം കാവ്യാത്മകമാണ്. എല്ലാറ്റിന്റെയും ബിംബങ്ങളാകുന്ന ഒരു സാംസ്കാരിക വിവർത്തനപ്രക്രിയ പി.യിലുണ്ട്. ആത്മകഥയിൽ കാവ്യവ്യവഹാരം (Poetic discourse) തന്നെയാണുള്ളത്. അതുകൊണ്ടുതന്നെയാണ് സ്ഥലകാലങ്ങളെ പ്രകൃതി എന്ന ഭാഷകൊണ്ട് എഴുതുന്നത്. വാസ്തവലോകത്തെ ആദേശം ചെയ്ത ഭാഷയുടെ ചിഹ്നശൃംഖലയിലേക്ക് ആവാഹിക്കുമ്പോൾ അഴിഞ്ഞു ചിതറിപ്പോകുന്നതാണു കാണുന്നത്. ഇതാണ് പി.യുടെ ആത്മകഥാഖ്യാനത്തെ ക്രമമല്ലാതാക്കുന്നത്.

പി. യുടെ കാവ്യവ്യവഹാരത്തെക്കുറിച്ച് മലയാളവിമർശനം ഗൗരവതരമായി അന്വേഷിച്ചിട്ടുണ്ട്. ചില വിമർശനങ്ങൾ പരിശോധിക്കാം.

ഒരു നിശ്ചിതകേന്ദ്രത്തിലേക്കു നമ്മുടെ ശ്രദ്ധയെ വലിച്ചുകൊണ്ടുപോകാൻ കഴിയാത്ത മട്ടിൽ വിഘടിതങ്ങളായ കല്പനകളുടെ പൂപ്പടവാരലാണ് കുഞ്ഞിരാമൻ നായർ എന്ന കവിയുടെ സ്വർഗലോകത്തിൽ കയറിച്ചെല്ലുന്നവർക്ക് കാണാൻ കഴിയുന്നത്.[87]

കുഞ്ഞിരാമൻ നായരുടെ കവിത അദ്ദേഹത്തിന്റെ ശൈലി തന്നെ കടം വാങ്ങിപ്പറഞ്ഞാൽ 'അഴകിന്റെ പൂവിളി' യാണ് നഷ്ടസൗഭാഗ്യത്തെക്കുറിച്ചുള്ള നിലവിളിയും. അഴകെന്നു പറയുന്നത് സൗന്ദര്യകാമുകന്റെ ആത്മാന്വേഷണം തന്നെ. കുഞ്ഞിരാമൻ നായർ എന്നും ആ അന്വേഷണമാർഗ്ഗത്തിലാണ്, ലക്ഷ്യത്തിലെത്തിയിട്ടില്ല. എത്തിയാൽ പിന്നെ കുഞ്ഞിരാമൻ നായരെന്ന കവിയില്ല.[88]ബിംബാവലി(imagery)കളുടെ ഒടുങ്ങാത്ത ഘോഷയാത്രയാണ് കുഞ്ഞിരാമൻ നായരുടെ കവിത. കേരളം ഇന്നേവരെ കണ്ടിട്ടില്ലാത്ത ഒരു ഘോഷയാത്രയാണത്. എല്ലാത്തരം കവിതകളിലും വന്നു കയറ്റിയപാടേ കയറ്റിയ നിരത്തിയിരുന്ന വിതതമായ, സ്വച്ഛന്ദമായ ഉച്ഛൃംഖലമായ ഉദാരതയാണ് ഈ കവി പ്രകടിപ്പിക്കാറുള്ളത്.[89]

കുഞ്ഞിരാമൻ നായരുടെ കവിതയിൽ സംഭവിച്ചത് എന്താണ്? ആഭരണ കോലാഹലം കൊണ്ട് വധുവിനെ കാണാൻ വയ്യാത്തതായി എന്ന മട്ടുതന്നെ. ഇങ്ങനെ താങ്ങും വിലങ്ങും വന്നു കേറുന്ന ഇമേജുകൾ

കാവ്യദർശത്തെ ശിഥിലമാക്കുന്നു.[90]

"കേന്ദ്രസ്ഥമായ ഒരു ഭാവം ഇല്ലാതിരിക്കുക ഉണ്ടാവുകയാണെങ്കിൽ അതിനു ചേരുന്ന കാവ്യബിംബങ്ങൾ മാത്രം സഞ്ചയിക്കുക. ഇത്തരം ഒരു ആസൂത്രിത ശില്പഘടനയില്ലാത്തതുകൊണ്ട് ഭാവങ്ങളും സിംബലുകളും കുഞ്ഞിരാമൻ നായരുടെ കവിതയിൽ പരസ്പരം കലമ്പികൊണ്ടിരിക്കുന്നു." [91]

പി.യുടെ കവിതകൾ ആഴത്തിൽ വായിച്ചിട്ടുള്ള പ്രൊഫ. എൻ. കൃഷ്ണപിള്ള, എസ്. ഗുപ്തൻനായർ, ഡോ.എം. ലീലാവതി, ഡോ. പി.വി. വേലായുധൻപിള്ള, ഡോ. വി. ഭാനുമതിയമ്മ എന്നിവരുടെ അഭിപ്രായങ്ങളാണ് മുകളിൽ കൊടുത്തിരിക്കുന്നത്.

ഈ വിമർശനങ്ങളെല്ലാം ആഖ്യാനത്തിനുള്ളിലുള്ള ശിഥിലീകൃതമാക്കപ്പെടുന്ന അപകേന്ദ്രീകരിക്കപ്പെടുന്ന 'കാവ്യഘടനയെക്കുറിച്ചുള്ള പരാതിയാണ്. ഇതാണ് പി.യുടെ ശൈലിയുടെ പ്രത്യേകതയെന്നു പറയണം. പി.യുടെ ആഖ്യാനത്തിന്റെ മൗലികത, പ്രകൃതി/സ്ത്രീ/കവിത എന്ന ത്രിത്വത്തെ ഏകീഭവിപ്പിക്കുവാനുള്ള ശ്രമമാണ്, പ്രകൃതിയുപാസനയെ-കാവ്യോപാസനയാക്കി മാറ്റുന്ന രീതി. വാസ്തവലോകത്തെ പ്രകൃതി വൈരുദ്ധ്യമാണ്. ഈ വൈരുദ്ധ്യത്തെ ആവിഷ്കരിക്കാൻ ശ്രമിക്കുമ്പോൾ, മെരുങ്ങാതെ-വഴങ്ങാതെ നിൽക്കുന്ന അപരത്തെ-അപാരതയെ (Real)-സാങ്കല്പിക-പ്രതീകാത്മകക്രമങ്ങളിലേക്കു പിടിച്ചുറപ്പിക്കുവാനുള്ള അടങ്ങാത്ത ആഗ്രഹവും അതിനു പറ്റാത്ത നിരാശയും ഒരു ശിശുവിനെപ്പോലെ പി. യുടെ ആഖ്യാനത്തിലുടനീളം കാണാം. ഇതിനെ മറികടക്കാൻ പ്രകൃതിയെ ബിംബവത്ക്കരിക്കുകയും പ്രകൃതിക്ക് മനുഷ്യാനുഭവങ്ങൾ പകർന്നുകൊടുക്കുകയാണ് പി. ചെയ്യുന്നത്. ഇങ്ങനെ മനുഷ്യവൽക്കരിച്ച പ്രകൃതിയെ ചലനദൃശ്യങ്ങളാക്കി മാറ്റുക എന്നതാണ് പി.യുടെ ആഖ്യാനത്തിന്റെ സവിശേഷതലം. ഇത് കവിതയിലും കാവ്യവ്യവഹാരമാക്കിയ ആത്മകഥയിലും മറ്റു ഗദ്യകൃതികളിലും കാണാവുന്നതാണ്.

ആത്മകഥ: കാവ്യജീവിതത്തിന്റെ അനുബന്ധം

സ്വന്തം കവിതകളെ ആത്മകഥ കൊണ്ട് ന്യായീകരിക്കാനാണ് പി. ശ്രമിച്ചത്. മറ്റൊരു സാഹിത്യരൂപമായിട്ടല്ല പി. ആത്മകഥയെ കണ്ടത്. തന്റെ കവിതയ്ക്കുള്ള അനുബന്ധമായിത്തന്നെയാണ്, താൻ കണ്ടെത്തിയ കാവ്യദേവതയെ-നിത്യകന്യകയായി മനുഷ്യവൽക്കരിച്ച് അവളെ തേടിയും തിരഞ്ഞും കണ്ടെത്തുവാൻ നടത്തിയ യാത്രകളുടെ മായ്ക്കാത്ത കാല്പാടുകൾ ആണ് ആത്മകഥകൾ. കവിത കൊണ്ട് അതിനുപുറത്തുള്ള

സാഹിത്യരൂപങ്ങളെയും കാവ്യവൽക്കരിക്കുകയാണ് പി. ചെയ്തത്. അതിനുവേണ്ടി തനതായ ഭാഷ സൃഷ്ടിച്ചു. 'കാവ്യഭാഷയുടെ' സകല സാധ്യതകളും ഉപയോഗിച്ച് പി. തന്റെ ജീവിതത്തെ എഴുതിവെച്ചു. വള്ളുവനാട് എന്ന ദേശത്തെ മഹത്വപ്പെടുത്തി. കേരളീയമായ ഭൂപ്രകൃതിയെ അതിന്റെ എല്ലാ വൈരുദ്ധ്യങ്ങളോടും പകർത്തി.

കവിതയിലെഴുതിയ വിഷയങ്ങൾ (motif) തന്നെയാണ് ആത്മകഥകളിൽ വിശദീകരിക്കപ്പെടുകയും ആവർത്തിക്കപ്പെടുകയും ചെയ്യുന്നത്. കവിതയിലുള്ളതേ ആത്മകഥകളിലുമുള്ളൂ. ആത്മനിന്ദ, പാപ-പശ്ചാത്താപബോധം, യാത്ര, പ്രകൃതി, എഴുത്ത്, നിഷ്ഫലത, ഭക്തി എന്നിവയെല്ലാം ആത്മകഥകളിലും പി. ആവർത്തിക്കുകയാണ് ചെയ്യുന്നത്. അനുഭവം എന്ന വാസ്തവലോകത്തു (അനുഭവിക്കൽ/ അനുഭവിപ്പിക്കൽ) നിന്നു ആഖ്യാനം എന്ന പ്രതീകവൃത്തിയിലെ സങ്കല്പലോകത്തിലേക്കു അതായത്, അനേകങ്ങളിൽനിന്ന് ഏകത്തിലേക്ക് വൈവിദ്ധ്യ പൂർണമായ പ്രകൃതിയെ ആവിഷ്കരിക്കുമ്പോൾ ശിഥിലീകൃതമാകുന്ന ചിതറിപ്പോകുന്ന, പിളർന്നുപോകുന്ന, സ്വത്വ/അപരങ്ങളാണ് പി.യുടെ 'എഴുതുന്ന സ്വത്വ'ത്തിന്റെ (writing self) ആന്തരവൈരുദ്ധ്യമായി നിലനിൽക്കുന്നത്. സ്വീകരിച്ച പ്രമേയ (വിഷയാംശം/motif) ങ്ങളിലെല്ലാം ഇത് ആവർത്തിക്കപ്പെടുന്നു. കാല്പനികസ്വത്വത്തിന്റെ അടിസ്ഥാനഘടകങ്ങളായ പ്രകൃതിപൂജ, വികാരപരത, ആത്മപരത, സൗന്ദര്യരതി, വ്യക്തിപരത എന്നിവയെല്ലാം പി.യിൽ അതിശക്തമായി നിലനിൽക്കുന്നുണ്ട്. സ്വയംപീഡന-ആത്മപീഡനാംശം (Masochist-sadist elements) പി.യെ ജീവിതത്തിലങ്ങോളമിങ്ങോളം പലായന (escapist) പ്രവണതയിലേക്ക് കൊണ്ടുപോയി. ലൗകികമായ സക്തിയും അലൗകികമായ ഭക്തിയും ഒരേപോലെ ആ പ്രതിഭയെ ആത്മസംഘർഷതലത്തിലേക്കു നയിച്ചു. പ്രകൃതിയിൽ സ്ത്രീസത്തയെ കണ്ട് (സ്ത്രീ സമ്പർക്കത്താലും വിച്ഛേദത്താലുമുണ്ടാകുന്ന അനുഭവങ്ങൾ) ആ അനുഭവങ്ങളിൽ നിന്ന് കവിത നിർമ്മിക്കുന്ന രീതി, അതിനുവേണ്ടി പി. നിർമ്മിച്ചെടുത്ത ഒന്നാണ് 'നിത്യകന്യക' എന്ന രൂപകം. നിത്യവും പരിശുദ്ധമായ ആ സൗന്ദര്യദേവതയായിരുന്നു പി.യുടെ ആരാധനാമൂർത്തി.

കവിതയ്ക്കുവേണ്ടി അച്ഛൻ, അമ്മ, വീട്, ഗുരുനാഥൻ, പ്രിയതമ-(ആദ്യഭാര്യ) എന്നിവരോടു താൻ വലിയ അപരാധം പ്രവർത്തിച്ചുവെന്ന കുറ്റബോധവും പാപബോധവും പശ്ചാത്താപവും ആന്തരികവൽക്കരിച്ച് ആത്മീയതയോടൊപ്പം നിർത്തി സ്വത്വഅപരങ്ങളെ സംവാദഭാവനയാക്കി തന്റെ സർഗ്ഗാത്മകജീവിതത്തിലാകെ നിലനിർത്തുകയാണ്

പി. ചെയ്തത്. കവിതയിലും അതിന്റെ തുടർച്ചയായി-കവിതയെ മൂർത്തീകരിച്ച-അതിനെ അന്വേഷിച്ച കണ്ടെത്തുവാൻ താൻ നടത്തിയ പാപപങ്കിലമായ യാത്രകളെയും അദ്ദേഹം തന്റെ ആത്മകഥകളിലൂടെ എഴുതിവെച്ചു. കവിതയിൽ പറയാത്ത രഹസ്യങ്ങളോ തന്നെക്കുറിച്ചുള്ള അറിവുകളോ ആത്മകഥകളിൽ ആവർത്തിക്കുന്നില്ല. പി.യ്ക്ക് തന്റെ കവിതയുടെ, കാവ്യജീവിതത്തിന്റെയനുബന്ധമാണ് ആത്മകഥകൾ. അതുകൊണ്ടു തന്നെ പി.യെന്ന കവിയുടെ കാവ്യസ്വത്വത്തിന്റെ കഥ കൂടിയാണത്. കാവ്യദേവതയ്ക്കു മുന്നിൽ ആത്മഹനനം ചെയ്ത പി. കാവ്യകലയുമായി നിരന്തരം സംഘട്ടനത്തിൽ ഏർപ്പെടുകയാണ് ചെയ്തത്. ആ ദേവതയുടെ സ്തനങ്ങളിൽ/ഒന്ന് വിഷമെന്നും മറ്റേത് അമൃതമെന്നും തിരിച്ചറിഞ്ഞുകൊണ്ട്, ഒന്ന് അവിദ്യയെന്നും മറ്റേത് വിദ്യയെന്നും തിരിച്ചറിഞ്ഞുകൊണ്ട് ഈ വിഷപാനത്തിന്റെ, അവിദ്യാടനത്തിന്റെ, ഭോഗവൈവശ്യത്തിന്റെ കഥ ഒരു സാക്ഷിയെപ്പോലെ പറഞ്ഞുപോവുന്നു. അഹത്തിൽ നിന്ന് ആവതും മുക്തനായി തന്റെ പരിവേഷങ്ങളെക്കുറിച്ച് ഒരു ഞൊടിപോലും ആകുലനാവാതെ, പി. അനാവൃതനാവുകയാണ്; വരും തലമുറകൾക്കു മുന്നിൽ. വിവേചനമല്ല അദ്ദേഹത്തെ ഈ വിചാരണയിൽ ഭരിക്കുന്നത്; ഭയാനകമായ സത്യസന്ധതയാണ്.[92]

കുറിപ്പുകൾ

1.മേലത്ത് ചന്ദ്രശേഖരൻ, കുഞ്ഞിരാമൻനായർക്കവിത, തൃശ്ശൂർ, കേരള സാഹിത്യ അക്കാദമി, 2006. പുറം. 269.

2ഡോ. ടി.എൻ. സതീശൻ, പി.യുടെ കാവ്യബിംബങ്ങൾ, കോഴിക്കോട്: ലിപി പബ്ലിക്കേഷൻസ്, 2002. പുറം. 37.

3.പി. കുഞ്ഞിരാമൻ നായർ, കവിയുടെ കാല്പാടുകൾ, കോട്ടയം. ഡി.സി. ബുക്സ്, പുറം. 28.

4.അതേ പുസ്തകം. പുറം. 77.

5.അതേ പുസ്തകം. പുറം. 92.

6.അതേ പുസ്തകം. പുറം. 125.

7.പി.എം. നാരായണൻ, പി. കുഞ്ഞിരാമൻ നായർ, ന്യൂഡൽഹി, കേന്ദ്രസാഹിത്യ അക്കാദമി, 2003. പുറം. 47.

8.പി. കുഞ്ഞിരാമൻ നായർ, കവിയുടെ കാല്പാടുകൾ, കോട്ടയം. ഡി.സി. ബുക്സ്," 1999. പുറം. 414.

9.ആലങ്കോട് ലീലാകൃഷ്ണൻ. പി.യുടെ പ്രണയപാപങ്ങൾ, കോഴിക്കോട്. മൾബെറി ബുക്സ്, 1998. പുറം. 67.

10.പി. നാരായണക്കുറുപ്പ്, കവിയും കവിതയും, തിരുവനന്തപുരം. കേരള ഭാഷാ ഇൻസ്റ്റിറ്റ്യൂട്ട്, 2004. പുറങ്ങൾ. 59-60.

11.പി. കുഞ്ഞിരാമൻ നായർ, കവിയുടെ കാല്പാടുകൾ, കോട്ടയം. ഡി.സി. ബുക്സ്, 1999. പുറം. 274.

12.ആലങ്കോട് ലീലാകൃഷ്ണൻ, പി.യുടെ പ്രണയപാപങ്ങൾ, മൾബെറി

പബ്ലിക്കേഷൻസ്, 1998. പുറം. 63.
13.പി. നാരായണക്കുറുപ്പ്, കവിയും കവിതയും, തിരുവനന്തപുരം. കേരളഭാഷാ ഇൻസ്റ്റിറ്റ്യൂട്ട്, പുറങ്ങൾ. 59-60.
14.അതേ പുസ്തകം. പുറം 65.
15.എസ്. ഗുപ്തൻ നായർ, കാവ്യസ്വരൂപം, സാഹിത്യപ്രവർത്തക സഹകരണ സംഘം, കോട്ടയം. നാഷ്ണൽ ബുക്സ്റ്റാൾ, 1998. പുറം. 121.
16.ഡോ. ബി. ഭാനുമതിയമ്മ, പി. കുഞ്ഞിരാമൻ നായരുടെ കവിത ഒരു വിമർശനാത്മക പഠനം, കോട്ടയം. സാഹിത്യപ്രവർത്തക സഹകരണസംഘം, (നാഷണൽ ബുക്സ്റ്റാൾ) 2001. പുറം. 119.
17.പി കുഞ്ഞിരാമൻ നായർ, കവിയുടെ കാല്പാടുകൾ, കോട്ടയം. ഡി.സി. ബുക്സ്, 1999. പുറം. 19.
18.ബാലചന്ദ്രൻ ചുള്ളിക്കാട്, പി. കുഞ്ഞിരാമൻ നായരും സവർണ ഹിന്ദുമതവും, തിരുവനന്തപുരം. ചിന്താ പബ്ലിക്കേഷൻസ്, 2001. പുറം. 51.
19.അതേ പുസ്തകം. പുറം 53.
20.അതേ പുസ്തകം. പുറം 20.
21.അതേ പുസ്തകം. പുറം 65.
22.പി. കുഞ്ഞിരാമൻനായർ, നിത്യകന്യകയെ തേടി, കോട്ടയം. ഡി.സി. ബുക്സ്, പുറം. 110.
23.ബാലചന്ദ്രൻ ചുള്ളിക്കാട്, പി. കുഞ്ഞിരാമൻ നായരും സവർണ ഹിന്ദുമതവും, തിരുവനന്തപുരം. ചിന്താ പബ്ലിക്കേഷൻസ്, 2000. പുറം. 79.
24.അതേ പുസ്തകം. പുറം. 80.
25.ഡോ. ടി.എൻ. സതീശൻ, പി.യുടെ കാവ്യബിംബങ്ങൾ, കോഴിക്കോട്. ലിപി പബ്ലിക്കേഷൻസ്, 2002. പുറം. 121.
26.പി. കുഞ്ഞിരാമൻ നായർ, കവിയുടെ കാല്പാടുകൾ, 1999. പുറം. 258.
27.രവിശങ്കർ. എസ്. നായർ, പി. ഒരു പുനർവായന തിരുവനന്തപുരം. പരിധി പബ്ലിക്കേഷൻസ്, 2007. പുറം. 107.
28.അതേ പുസ്തകം. പുറം. 107.
29.മേലത്ത് ചന്ദ്രശേഖരൻ, കേശാദിപാദം കവി, കോഴിക്കോട്. പൂർണ പബ്ലിക്കേഷൻസ്, 2007. പുറം. 30.
30.രവിശങ്കർ. എസ്. നായർ, പി. ഒരു പുനർവായന, തിരുവനന്തപുരം. പരിധി പബ്ലിക്കേഷൻസ്, 2007. പുറം. 104.
31.ടി.വി. മധു, നവ:മാർക്സിസ്റ്റ് സാമൂഹ്യവിമർശനം, കോട്ടയം. ഡി.സി. ബുക്സ്, 1999. പുറം. 71.
32.അതേ പുസ്തകം. പുറം. 72.
33.ആലങ്കോട് ലീലാകൃഷ്ണൻ, പി.യുടെ പ്രണയപാപങ്ങൾ, കോഴിക്കോട്. മൾബറി പബ്ലിക്കേഷൻസ്, 1998. പുറം.75.
34. Samuel Weber, Return to Freud: Jacques Lacans dislocation of psycho analysis,t r. Michael Levine, Cambridge, Cambridge University Press, .137138.
35.സുനിൽ. പി. ഇളയിടം, അജ്ഞാതവുമായുള്ള അഭിമുഖങ്ങൾ, കോട്ടയം. സാഹിത്യ പ്രവർത്തക സഹകരണ സംഘം, 2011. പുറം.173.
36.പി. കുഞ്ഞിരാമൻ നായർ, നിത്യകന്യകയെതേടി, കോട്ടയം. ഡി.സി.

ബുക്സ്, 1997. പുറം. 55.
37.മേലത്ത് ചന്ദ്രശേഖരൻ, കുഞ്ഞിരാമൻ നായർക്കവിത, കേരള സാഹിത്യ അക്കാദമി, തൃശ്ശൂർ. 2007. പുറം.13.
38.എം. ലീലാവതി, വർണ്ണരാജി(ആകാശഗംഗ-ലേഖനം), കോട്ടയം. സാഹിത്യ പ്രവർത്തക സഹകരണസംഘം, 1989. പുറം.120.
39.എസ്. ഗുപ്തൻ നായർ, കാവ്യസ്വരൂപം, കോട്ടയം. സാഹിത്യ പ്രവർത്തക സഹകരണസംഘം, 1998. പുറം.119.
40.പി. നിത്യകന്യകയെതേടി, കോട്ടയം. ഡി.സി. ബുക്സ്, 1997. പുറം.107.
41.സുനിൽ.പി. ഇളയിടം, അജ്ഞാതവുമായുള്ള അഭിമുഖങ്ങൾ, എസ്.പി.സി. എസ്. 2011. പുറം. 177.
42.അതേ പുസ്തകം, പുറം.178.
43.പി. കുഞ്ഞിരാമൻ നായർ, കവിയുടെ കാല്പാടുകൾ, കോട്ടയം. ഡി.സി. ബുക്സ്, 1999. പുറം. 9.
44.അതേ പുസ്തകം. പുറം. 5.
45.അതേ പുസ്തകം. പുറം. 37
46.അതേ പുസ്തകം. പുറം. 124.
47.അതേ പുസ്തകം. പുറം. 156.
48.അതേ പുസ്തകം. പുറം. 379.
49.അതേ പുസ്തകം. പുറം. 49.
50.പി. കുഞ്ഞിരാമൻ നായർ, കവിയുടെ കാല്പാടുകൾ, കോട്ടയം. ഡി.സി. ബുക്സ്, 1999. പുറം. 54.
51.അതേ പുസ്തകം പുറം. 54.
52.അതേ പുസ്തകം പുറം. 14.
53.അതേ പുസ്തകം പുറം. 17.
54.അതേ പുസ്തകം പുറം. 32.
55.അതേ പുസ്തകം പുറം. 49.
56.അതേ പുസ്തകം പുറം. 234.
57.അതേ പുസ്തകം പുറം. 19.
58.അതേ പുസ്തകം പുറം. 34.
59.അതേ പുസ്തകം പുറം. 54.
60.അതേ പുസ്തകം പുറം. 189.
61.അതേ പുസ്തകം പുറം. 201.
62.അതേ പുസ്തകം പുറം. 320.
63.അതേ പുസ്തകം പുറം. 389.
64.അതേ പുസ്തകം പുറം. 31.
65.അതേ പുസ്തകം പുറം. 11.
66.പി. കുഞ്ഞിരാമൻ നായർ, കവിയുടെ കാല്പാടുകൾ സമ്പൂർണ്ണാത്മകഥ (എന്നെ തിരയുന്ന ഞാൻ) കോട്ടയം. ഡി.സി. ബുക്സ്, 2006. പുറം. 469.
67.നെല്ലിക്കൽ മുരളീധരൻ, വിശ്വസാഹിത്യദർശനങ്ങൾ, കോട്ടയം. ഡി.സി. ബുക്സ്, 2008. പുറം. 498.
68.അതേ പുസ്തകം പുറം. 498.
69.അതേ പുസ്തകം പുറം. 499.

70.അതേ പുസ്തകം പുറങ്ങൾ. 500-501.

71.പി.എസ്. ദേവരാജൻ, ആഖ്യാനം, സ്മരണ, സ്വത്വം ആത്മകഥ ഒരു സാംസ്കാരിക വായന (അപ്രകാശിത എം.ഫിൽ. പ്രബന്ധം) കോട്ടയം. എം.ജി. യൂണിവേഴ്സിറ്റി, പുറങ്ങൾ. 30-31.

72.പി. കുഞ്ഞിരാമൻനായർ, കവിയുടെ കാല്പാടുകൾ, പുറം 317.

73.അതേ പുസ്തകം പുറം. 221.

74.അതേ പുസ്തകം പുറം. 46.

75.അതേ പുസ്തകം പുറം. 385.

76.അതേ പുസ്തകം പുറം. 149.

77.അതേ പുസ്തകം പുറം. 32.

78.രവിശങ്കർ. എസ്. നായർ, പി. ഒരു പുനർവായന, തിരുവനന്തപുരം. പരിധി പബ്ലിക്കേഷൻസ്, 2007. പുറം. 32.

79.പി. കുഞ്ഞിരാമൻ നായർ, കവിയുടെ കാല്പാടുകൾ, പുറം. 318.

80.ഖീവി ആല്യഴല്യ, ണമ്യ ഠീള ടലലശിഴ, ഘീിറീി. ജലിഴൗശി ആീീസ,െ ു.ു. 12.

81.ഇ. പി. രാജഗോപാലൻ, മീന്തം കപ്പലും, കോഴിക്കോട്. പൂർണ്ണ പബ്ലിക്കേഷൻസ്, 2011. പുറം. 89.

82.പി. യുടെ കവിതകൾ, വാല്യം 1, എഡി. ഡോ. എ.കെ. നമ്പ്യാർ, കോട്ടയം. ഡി.സി. ബുക്സ്, 2005. പുറം. 514.

83.പി. കുഞ്ഞിരാമൻ നായർ, കവിയുടെ കാല്പാടുകൾ (ആത്മകഥ-സമ്പൂർണ്ണം), കോട്ടയം. ഡി.സി.ബുക്സ്, 2006. പുറം. 562.

84.പി. കുഞ്ഞിരാമൻ നായർ, കവിയുടെ കാല്പാടുകൾ, കോട്ടയം. ഡി.സി. ബുക്സ്, 1999. പുറം. 46.

85.അതേ പുസ്തകം. പുറം.157.

86.പി. കുഞ്ഞിരാമൻ നായർ, കവിയുടെ കാല്പാടുകൾ, പുറം. 91.

87.എൻ. കൃഷ്ണൻപിള്ള കൈരളിയുടെ കഥ, കോട്ടയം. ഡി.സി. ബുക്സ്,പുറം. 410.

88.എസ്. ഗുപ്തൻ നായർ, കാവ്യസ്വരൂപം, കോട്ടയം. എസ്.പി.സി.എസ്, 1974. പുറം. 121.

89.ഡോ. എം. ലീലാവതി, വർണ്ണരാജി (ആകാശഗംഗ), കോട്ടയം. സാഹിത്യ പ്രവർത്തക സഹകരണസംഘം, 1989. പുറം. 95.

90.ഡോ. പി.വി. വേലായുധൻപിള്ള, തിരഞ്ഞെടുത്ത ലേഖനങ്ങൾ, തൃശ്ശൂർ. കേരള സാഹിത്യ അക്കാദമി, 2010. പുറം. 149.

91.ബി. ഭാനുമതിയമ്മ, പി. കുഞ്ഞിരാമൻ നായരുടെ കവിത ഒരു വിമർശനാത്മക പഠനം, കോട്ടയം. എസ്.പിസി.സി.എസ്,പുറം. 296.

92.ആഷാമേനോൻ, പരാഗകോശങ്ങൾ, കോട്ടയം. ഡി.സി.ബുക്സ്, 1999. പുറം. 34.

ഉപസംഹാരം

പി.യുടെ കാവ്യസ്വത്വത്തെ നവമനോവിജ്ഞാനീയത്തിന്റെ രീതിശാസ്ത്രമുപയോഗിച്ച് അപഗ്രഥിച്ച ഈ പഠനത്തിൽ കണ്ടെടുത്ത നിഗമനങ്ങളെ താഴെ ക്രോഡീകരിക്കുന്നു.

കാല്പനികതയുടെ ഭാവാത്മകമായ (Lyrical) മുറുക്കത്തെ തകർക്കുന്ന സംവാദാത്മകത (Dialogic) യാണ് പി. കുഞ്ഞിരാമൻനായരുടെ കാവ്യ ശൈലിയുടെ മൗലികതലം. പ്രാദേശികമായ ആഖ്യാനമായും സംസ്കാര പ്രതിരോധവും അന്വേഷണവുമായും വിശദീകരിക്കപ്പെടുന്ന ഒന്നായിട്ടാണ് പി.യിൽ കാല്പനികത കാണപ്പെടുന്നത്.

എന്തിനെയോ അന്വേഷിച്ചുകൊണ്ടിരിക്കുക ഒടുവിൽ കണ്ടെത്തുമ്പോൾ അതിനെ അപ്രാപ്യമെന്നുകരുതി ഉപേക്ഷിക്കുക. ഈ മനോഘടന പി.യുടെ അടിസ്ഥാനവും മൗലികവുമായ ഭാവമാണ്. കവിതയെ ദേവതയായി ആരാധിക്കുന്ന ഭാരതീയമായ രീതി പി.യുടെ 'നിത്യകന്യകാ'സങ്കൽപത്തിലുണ്ട്. ലക്കാനിയൻ ദർശനത്തിൽ ഇത് അപര (other) അന്വേഷണമാണ്. ശിശു അവന്റെ സ്വത്വത്തെ അഭാവത്തിലാണ് തിരിച്ചറിയുന്നത്. പി.യിൽ ഈ അഭാവം ശക്തമായ ഗൃഹാതുരതയായി, ഭൂതകാലരതിയായി നിലനില്ക്കുന്നു.

അപരസത്തയുമായുള്ള സംവാദമാണ് പി.യുടെ എഴുത്തിന്റെ അന്തർമണ്ഡലം. പി.യിൽ കാണുന്ന നഷ്ടബോധമാണ് പ്രകൃതിയെ കണ്ണാടിയായി (mirror) കണ്ട് തന്റെതന്നെ പ്രകൃതിയിലേക്കു പകർന്നാടുന്ന രീതി പി.യുടെ ആഖ്യാനത്തിന്റെ സവിശേഷതയാണ്. ഭൂതകാലക്രിയകൾ (മറഞ്ഞു/ പോയി/കഴിഞ്ഞു) ഏറ്റവും കൂടുതൽ തന്റെ

കവിതയിൽ പ്രയോഗിച്ച കവി പി. യാണ്. അഭാവത്തിന്റെ കവിയാണ് പി. യെന്നതിന് തെളിവാണിത്.

പി.യുടെ എഴുത്ത് പ്രതീകാത്മകവൃത്തിയാണ് (symbolic act). പി. ഉപയോഗിച്ച ഭാഷ അനുഭവത്തിന്റെ ചിത്രണത്തിനു വേണ്ടിയുള്ളതായിരുന്നു. കാഴ്ച (നോട്ടം) യായിരുന്നു പി.യുടെ ആഖ്യാനത്തെ നിയന്ത്രിച്ചു കൊണ്ടിരുന്നത്. പ്രകൃതിയെ മൂർത്തവത്ക്കരിക്കുക അല്ലെങ്കിൽ, പ്രകൃതിയെ മൂർത്തമായ അനുഭവമാക്കുക എന്നതാണ് പി. സ്വീകരിച്ച ആഖ്യാനതന്ത്രം. യാത്ര എന്ന അനുഭവത്തിലൂടെയും ചിത്രകല, ചലച്ചിത്രകല എന്നീ മാധ്യമങ്ങളുടെ സവിശേഷതകൾ പി. തന്റെ ആഖ്യാനത്തിലേക്ക് കൊണ്ടുവന്നു. പല ധ്വനികൾ ഒരേസമയം തന്നെയുണർത്തുന്ന പ്രതിരൂപാത്മകതയുടേതായ ഭാഷ കവിതയിലും ഗദ്യത്തിലും ഒരുപോലെ ഉപയോഗിച്ചു. ഇങ്ങനെ കാല്പനികതയുടെ പാതയിൽ ഏറ്റവും ദൂരം സഞ്ചരിച്ച കവിയായിത്തീരാൻ പി.ക്ക് കഴിഞ്ഞു.

അന്തി, വെളിച്ചം എന്ന ഒരു കാലപ്രമാണം പി.യുടെ കവിതകളിൽ നിറഞ്ഞുനിൽക്കുന്നു. അതിൽ ഇരുട്ടിന്റെ അംശമാണ് കൂടുതൽ. ഇരുളിൽ (പാപത്തിൽ) പ്പെട്ട് ഉഴലുകയും ഒടുവിൽ വെളിച്ചത്തിലേക്ക് ആനയിക്കപ്പെടുകയും ചെയ്യുന്ന വിഷയികൾ കവിതയിൽ ആവർത്തിച്ചു കടന്നു വരുന്നു. ഇരുൾവെളിച്ചങ്ങളുടെ ഇടയിൽ ഉഴറുന്ന ഈ മനോഘടന പി.യുടെ കാവ്യസ്വത്വത്തിലെ ആന്തരവൈരുദ്ധ്യമാണ്.

കവിതകളിൽ നിരന്തരം ആവർത്തിക്കപ്പെടുന്ന മോട്ടീഫുകൾ പി.യുടെ ആത്മസംഘർഷത്തെ വെളിപ്പെടുത്തുന്നുണ്ട്. നഷ്ടപെട്ടുപോയതിനെ അന്വേഷിച്ചു കൊണ്ടിരിക്കുക, ഒടുവിൽ കണ്ടെത്താനാകുമ്പോൾ തന്റെ വിധിയിൽ വിശ്വസിച്ച് പിൻമടങ്ങി വീണ്ടും അതിനെയെപ്പോഴെങ്കിലും കാണുമെന്നുള്ള വിശ്വാസം പുലർത്തുക, അതിനെ കണ്ടെത്താൻ കഴിയാത്തതു തന്നിലെ പാപമാണെന്ന് തിരിച്ചറിയുക, ഇങ്ങനെ പാപത്താൽ തനിക്കു നഷ്ടപ്പെട്ടുപോയ അതീതലോകത്തെക്കുറിച്ചോർത്തു നെടുവീർപ്പിടുക, ഇതിൽ നിന്ന് രക്ഷനേടുവാൻ തന്നെ പ്രകൃതിയിലേക്കും പ്രകൃതിയെ തന്നിലേക്കും മനുഷ്യനെ പ്രകൃതിയിലേക്കും പ്രകൃതിയെ മനുഷ്യനിലേക്കും സംക്രമിപ്പിക്കുന്ന രീതി പി.യുടെ ആഖ്യാനത്തിന്റെ പ്രത്യേകതയാണ്.

ഒരു ആശയം പലമട്ടിൽ പറയുക, ഒരു അനുഭവം തന്നെ പല ബിംബങ്ങളിലൂടെ പകർന്നുതരിക, ഒരു വസ്തുവിനെത്തന്നെ പല വസ്തുക്കളോട് ഉപമിക്കുക ഇങ്ങനെ കാല്പനികതയുടെ, ഭാവഗീതാംശത്തിന്റെ മുറുക്കത്തെ തകർത്ത് സംവാദാത്മകമാക്കുന്ന രീതി പി.യുടെ

മൗലികശൈലിയാണ്.

ആത്മവിചാരണ/നിന്ദ, പാപബോധം-പശ്ചാത്താപം, അപ്രാപ്യമായതിനു വേണ്ടിയുള്ള അന്വേഷണം, പ്രകൃതി/സമൂഹം/കുടുംബം എന്നിവയിൽ നിന്നൊക്കെ ഒറ്റപ്പെട്ടവന്റെ തേങ്ങൽ, സ്വയംപീഡനം, പ്രകൃതിപൂജ എന്നിങ്ങനെ കവിതയിൽ നിരന്തരം അവതരിപ്പിച്ച പ്രമേയങ്ങൾ/വിഷയങ്ങൾ (motifs) തന്നെയാണ് ആത്മകഥയിലും ആവർത്തിക്കുന്നത്. ഇത്തരം വിഷയങ്ങളുടെ വിശദീകരണങ്ങൾ ആത്മകഥകളിൽ കാണാൻ കഴിയും. കവിതയിൽ പറഞ്ഞ ആത്മകഥകൾ തന്നെയാണ് ആത്മകഥകളിലും ആവർത്തിക്കുന്നത്. പൂർവ്വ, പരക്രമമില്ലാതെ അനുഭവങ്ങളെ നാടകീയമായി അപരസംഭാഷണങ്ങളിലൂടെ അവതരിപ്പിച്ച് നിഗൂഢവൽക്കരിക്കുന്ന രീതി പി. യുടെ ആത്മകഥകളെ വേറിട്ടു നിർത്തുന്നു.

വാസ്തവലോകത്തിനും (പ്രകൃതി/അനുഭവം) സങ്കല്പലോകത്തിനുമിടയിലുള്ള (കവിത/ആഖ്യാനം) പിളർപ്പാ(split)ണ് പി.യിൽ ആന്തരവൈരുദ്ധ്യമായി ത്തീരുന്നത്. വാസ്തവലോകത്തിലെ അനുഭവങ്ങളെ പ്രതീകാത്മകക്രമത്തിലേക്ക് (ഭാഷ), സാങ്കല്പികലോകത്തിലേക്ക് ആഖ്യാനം ചെയ്യുമ്പോൾ ചിതറിപ്പോകുന്നു. ഭാഷയുടെയും സംസ്ക്കാരത്തിന്റെയും പ്രതീകാത്മകവ്യവസ്ഥയിൽ സഫലമാകാത്ത ആഗ്രഹപരമ്പരകളിലേക്ക് ശിശു എടുത്തെറിയപ്പെടുന്നതുപോലെ സ്വത്വത്തിന്റെ ഈ ചിതറിപ്പോകൽ ആണ് പി.യെ ആത്മസംഘർഷത്തിലേക്കു നയിക്കുന്നത്.

ആധുനികത നിർമ്മിച്ച അടയാളങ്ങളിൽ പ്രധാനമായത് കാഴ്ചയെക്കുറിച്ചുള്ള ദർശനമായിരുന്നു. പി. യുടെ എഴുത്തിനെ നിയന്ത്രിച്ചു നിർത്തിയത് കാഴ്ച യായിരുന്നു. "തുറന്നിരിക്കുന്ന കണ്ണുകൾ" പി.യുടെ ആഖ്യാനത്തിന്റെ സവിശേഷതയാണ്. കാണേണ്ട കവിത/ഗദ്യമായിരുന്നു പി.യുടേത്. "അനുഭവങ്ങളുടെ നിർമ്മാണം" അഥവാ, അനുഭവിപ്പിക്കലായിരുന്നു പി. യുടെ ആഖ്യാനരീതി. ചിത്രകലയുടെയും ചലച്ചിത്രത്തിന്റെയും ആഖ്യാനരീതി (ദൃശ്യങ്ങളെ ഉപയോഗിക്കുന്ന ശൈലി) പി.യുടെ എഴുത്തിന്റെ മികവാണ്.

ആധുനികതയുടെ അടയാളങ്ങളായ അച്ചടി, തീവണ്ടി, ചലച്ചിത്രം എന്നിവയെ പുല്കുമ്പോഴും ആധുനികത ഉയർത്തിയ നാഗരികവികസന സങ്കല്പങ്ങളെ പുരോഗതിയെ പ്രകൃതിവിരുദ്ധമായതിനാൽ പി. രൂക്ഷഭാഷയിൽ വിമർശിച്ചു. എന്നാൽ ആധുനികതയ്ക്കെതിരെ പി. ഉയർത്തിക്കൊണ്ടുവന്നത് ഫ്യൂഡൽ ദേശീയ കാഴ്ചപ്പാടുകളായിരുന്നു.

ദേശചരിത്രത്തെ, രാഷ്ട്രീയ സമൂഹഘടനയെ ഭൂരിപക്ഷവിരുദ്ധതയെ തിരിച്ചറിയാതെ വാഴ്ത്തുന്ന രീതി പി.യുടെ ചരിത്രദർശനത്തിന്റെ ന്യൂനതയായി വിലയിരുത്താം.

പി.യുടെ ഭാവനയുടെ ഉറവിടങ്ങളിലേക്ക് തിരിഞ്ഞുചെല്ലുമ്പോൾ ഉപരിവർഗ സമൂഹം കൊണ്ടാടിയ ഭൂതകാലമാണ് ആ ഭാവനയെ ത്രസിപ്പിച്ചിരുന്നതെന്ന തിരിച്ചറിയാൻ കഴിയും. അടിത്തട്ടിന്റെ സങ്കീർണതകളൊന്നുംതന്നെ കാണാതെയുള്ള മുകൾനോട്ടങ്ങൾ പി.യുടെ കാഴ്ചകളെ പരിമിതപ്പെടുത്തിയിട്ടുണ്ട്. ഗൃഹാതുരതയുടെ കവിയാണ് പി. ഉപരിവർഗത്തിന്റെ മഹത്വപ്പെടുത്തിയ ഭൂതകാലമാണ് പി.യുടെ 'ഭാവനയെ' പ്രചോദിപ്പിച്ചുകൊണ്ടിരുന്നതെന്ന് സൂക്ഷ്മവായനയിൽ ബോദ്ധ്യപ്പെടും.

ഇന്ത്യൻ കാല്പനികതയുടെ സവിശേഷതയായ മൗലികതയെക്കുറിച്ചുള്ള അന്വേഷണം തന്നെയായിരുന്നു പി.യുടെ കാവ്യസ്വത്വത്തിന്റെ ഏറ്റവും ഊർജവത്തായ തലം. അഗാധമായ ഒരശാന്തി പി.യുടെ മനോഘടനയിൽ നിലനിന്നിരുന്നു. വ്യക്തിഗതമായ ദുരന്തഘടനയിൽ നിന്നു സമകാലിക മാനവികതയുടെ ദുരന്തത്തെ ഉയർത്തിക്കൊണ്ടുവരുവാൻ പി.ക്ക് കഴിഞ്ഞിട്ടുണ്ട്. പി.യുടെ ഈ ദുരന്തവേദനയാകാം സമകാലികതയുടെ (ആധുനികതയുടെ) പ്രത്യയശാസ്ത്രങ്ങളെയെല്ലാം വിമർശനബോധത്തോടെ നോക്കിക്കാണുവാൻ പ്രേരിപ്പിച്ചത്.

എല്ലാം പ്രകൃതിയിലേക്ക് പകർത്തിവെയ്ക്കുന്ന ശൈലിയിൽ നിന്നാണ് പി.യുടെ അനുഭവം ആഖ്യാനവും സംവാദാത്മകവുമാകുന്നത്. കാവ്യപരമായ എല്ലാ അംശങ്ങളും മാറ്റിനിർത്തിയാലും പ്രകൃതി എന്ന അനുഭവത്തിനു വേണ്ടി മാത്രം വായിക്കാവുന്നതാണ് പി. യുടെ കവിത.

നിത്യകന്യകാസങ്കല്പം, പി.യുടെ ജാതിപുരുഷകർത്തൃത്വത്തിനും 'ശുദ്ധിവാദ'ത്തിനും ഉദാഹരിക്കാവുന്ന ഒന്നാണ്. "നിത്യകന്യക-പരിശുദ്ധമായ സ്ത്രീത്വം" എന്നത് ജാതിപുരുഷന്റെ 'ആദർശസ്ത്രീ'സങ്കൽപമാണ്. ഇത് പിതൃഅധികാരഘടനയുടെ സ്ത്രീനിർമ്മിതിയാണ്. സ്ത്രീ-അശുദ്ധയാകാൻ പാടില്ലാത്തവൾ (അശുദ്ധമാക്കപ്പെട്ടതിനെ പിന്നീട് ഉപേക്ഷിച്ചു കളയുന്ന രീതി പി.യുടെ പ്രണയപാപങ്ങളിലെ സംഘർഷസ്ഥലിയാണ്). ഇങ്ങനെ അപരത്തെ (other) ആദർശവല്ക്കരിക്കുകയും ആ സങ്കൽപത്തിലൂടെ ഉത്തേജിതനാവുകയും ചെയ്യുന്ന ജാതിപുരുഷൻ ആണ് പി.യുടെ 'ആഖ്യാന സ്വത്വ' ത്തിന്റെ നായകൻ.

കാവ്യനിർമ്മാണത്തിനു വേണ്ടിയുള്ള 'അനുഭവ നിർമ്മാണപ്രക്രിയ'യാണ് പി.യുടെ ഒട്ടുമിക്ക പ്രണയബന്ധങ്ങളിലും കാണുന്നത്.

ഇതിനുള്ള വിശദീകരണങ്ങൾ ആത്മകഥകളിൽ ചിതറിക്കിടപ്പുണ്ട്. അത്തരം പ്രണയങ്ങളുടെ തകർച്ചയുണ്ടാക്കിയ കുറ്റബോധത്തിൽനിന്നാണ് ആത്മവിചാരണയുടെയും ആത്മനിന്ദയുടെതുമായ പാപത്തറകളിലേക്ക് പി. യാത്ര ചെയ്യുന്നത്. പ്രണയ പാപങ്ങളുടെ ഈ ദ്വന്ദ്വം പലപ്പോഴും കെട്ടിച്ചമയ്ക്കപ്പെട്ടതുപോലെ (fabricated) തോന്നും.

അച്ഛനമ്മമാരോടും പ്രണയിനികളോടും കുടുംബത്തോടും താൻ കടുത്ത പാപം ചെയ്തു എന്ന ബോധത്തിൽനിന്നാണ് ആത്മനാശത്തോളമെത്തുന്ന പശ്ചാത്താപത്തിലേക്കെടുത്തെറിയപ്പെടുന്നത്. ഈ തകർച്ചയിൽ നിന്നുള്ള ഉയിർപ്പാണ് കവിത എഴുതുക എന്നത് (നിത്യകന്യകയെ തേടുകയെന്നത്). ഈ നിത്യകന്യകയെത്തേടിയും തിരഞ്ഞും അറിഞ്ഞും നടത്തിയ അലച്ചിലുകളുടെ വിശദീകരണങ്ങളാണ് അന്വേഷണ പരമ്പരയാണ് പി.യുടെ ആത്മകഥകൾ.

ആത്മകഥ, അപരത്തിന്റെ കഥയാകുന്നത് സ്വത്വത്തിന്റെ പ്രതിനിധാനങ്ങളിലാണ് (Representation). പി. കുഞ്ഞിരാമൻനായരുടെ ആത്മാനുഭൂതികളുടെ (ഉൽപ്പാദനവ്യവസ്ഥയുടെ) ഉറവിടം പനയന്തട്ട തറവാടും ലോഡ്ജുകളും സത്രങ്ങളും അമ്പലങ്ങളും അച്ചടിശാലകളും കാമുകിമാരുടെ ഭവനങ്ങളും നിളാതീരവുമാണ്. ആത്മകഥയിലെ ഈ സ്ഥലകാലങ്ങളുടെ വ്യവഹാരം തന്നെ ആത്മകഥാകർത്താവിന്റെ ഏകശബ്ദത്തെ (ഞാൻ) തകർത്തുകളയുന്ന സാംസ്കാരികപരമായി കവിയുടെ കാല്പാടുകളിൽ ചിതറിക്കിടക്കുന്നു. കർതൃത്വങ്ങളുടെ വ്യവഹാരങ്ങളിൽ പിളർന്നു കിടക്കുന്ന ഈ വ്യക്തി (ഞാൻ) യാണ് കവിയുടെ കാല്പാടുകൾ ഉൾപ്പെടെയുള്ള ആത്മകഥകളിലെ ആഖ്യാനത്തെ പ്രശ്നസങ്കീർണമാക്കുന്നത്.

സ്വന്തം കവിതകളെ ആത്മകഥ കൊണ്ട് ന്യായീകരിക്കാനാണ് പി. ശ്രമിച്ചത്. മറ്റൊരു സാഹിത്യരൂപമായിട്ടല്ല പി. ആത്മകഥയെ കണ്ടത്. തന്റെ കവിതയ്ക്കുള്ള അനുബന്ധമായിത്തന്നെയാണ്, താൻ കണ്ടെത്തിയ കാവ്യദേവതയെ-നിത്യകന്യകയായി മനുഷ്യവൽക്കരിച്ച് അവളെ തേടിയും തിരഞ്ഞും കണ്ടെത്തുവാൻ നടത്തിയ യാത്രകളുടെ മായ്ക്കാത്ത കാല്പാടുകൾ ആണ് ആത്മകഥകൾ. കവിത കൊണ്ട് അതിനപ്പുറത്തുള്ള സാഹിത്യരൂപങ്ങളെയും കാവ്യവൽക്കരിക്കുകയാണ് പി. ചെയ്തത്. അതിനുവേണ്ടി തനതായ ഭാഷ സൃഷ്ടിച്ചു. 'കാവ്യഭാഷയുടെ' സകല സാധ്യതകളും ഉപയോഗിച്ച് പി. തന്റെ ജീവിതത്തെ എഴുതിവെച്ചു. വള്ളുവനാട് എന്ന ദേശത്തെ മഹത്വപ്പെടുത്തി. കേരളീയമായ ഭൂപ്രകൃതിയെ അതിന്റെ എല്ലാ വൈരുദ്ധ്യങ്ങളോടും പകർത്തി.

പി.യുടെ ആത്മകഥകളെല്ലാം കല്പിതങ്ങളാണ്. കല്പിതാത്മകഥകൾ (Fictography) എന്ന വിഭാഗത്തിൽപ്പെടുത്താവുന്ന ഇവ മലയാളത്തിലെ മറ്റ് ആത്മകഥകളിൽ നിന്നെല്ലാം വേറിട്ടുനില്ക്കുന്നു. തന്റെ കവിതകളുടെ പ്രവേശികകളായി രൂപപ്പെടുത്തിയ അനുഭവങ്ങളുടെ നീട്ടിയെടുക്കലാണ് 'കവിയുടെ കാല്പാടുക'ളിലും മറ്റ് ആത്മകഥാപരമായ കുറിപ്പുകളിലും ആവിഷ്ക്കരിച്ചിരിക്കുന്നത്.

ആത്മകഥകളിൽ പി. അവലംബിക്കുന്ന ആഖ്യാനരീതികൾ പലതാണ്.

1. എല്ലാറ്റിനെയും ബിംബവല്ക്കരിക്കുന്ന കാവ്യവ്യവഹാരത്തിന്റേതായ രീതി. (ഇത് ചലിക്കുന്ന ചിത്രത്തിന്റെ മൂവിക്യാമറയുടെ-കേന്ദ്രമില്ലാത്ത -ആഖ്യാന രീതിയാണ്)
2. വ്യക്തികളെ കഥാപാത്രങ്ങളാക്കി (fictionise) അവതരിപ്പിക്കുന്ന ശൈലി.
3. സ്ഥലകാലങ്ങളെ വ്യക്തിപരമായ ഒരു ക്രമത്തോടെ ആവിഷ്കരിക്കുന്ന സമ്പ്രദായം.
4. അപരആഖ്യാനങ്ങളിലൂടെ പ്രത്യക്ഷപ്പെടുന്ന ആഖ്യാതാവായ ഞാൻ (ഉത്തമപുരുഷൻ).
5. ഭൂഭാഗവർണന (landscape) യിൽ നിന്ന് സ്വപ്നാത്മകമായ ഭൂഭാഗ വർണനയിലേക്ക് (dream scape) സ്ഥലകാലങ്ങളെ ആഖ്യാനം ചെയ്യുന്ന രീതി.
6. കണ്ണിനെ ലൈംഗികസുഖാവയവമാക്കി മാറ്റി-ആൺനോട്ടത്തിലൂടെ- കവിത (നിത്യ കന്യക) യെ അപരമാക്കി (സ്ത്രീ) ദർശിക്കുന്ന രീതി.
7. പൈതൃകത്തെ/ഫ്യൂഡൽപാരമ്പര്യത്തെ ആദർശവല്ക്കരിച്ചുകൊണ്ട് പ്രത്യയശാസ്ത്രത്തെ ഉയർത്തിപ്പിടിച്ച് അതു നഷ്ടപ്പെടുത്തിയ തന്നെ സ്വയം നിന്ദിക്കുന്ന/പരിഹസിക്കുന്ന രീതി.
8. കൂടാതെ, കേരളത്തിലെ ഭൂ-സസ്യ-മനുഷ്യ പ്രകൃതിയെ ജീവത്താക്കുന്ന ആഖ്യാനതന്ത്രം പിയുടെ ആത്മകഥകളെ സാംസ്ക്കാരിക യാത്രാനുഭവമാകുന്നു.
9. ആത്മകഥയിലെ ഓരോ അധ്യായത്തിന്റെയും തുടക്കവും ഒടുക്കവും വ്യവച്ഛേദിക്കാനാവാത്തവിധം ഇഴപിരിഞ്ഞു കിടക്കുന്നുണ്ട്.

സ്വത്വ- അപരങ്ങളുടെ ക്രമംതെറ്റലായി ഇതിനെ വായിക്കാവു ന്നതാണ്.

അനുഭവാഖ്യാനങ്ങളിലെ സംവാദപരതയുടെ (dialogic) വൈരുദ്ധ്യ ങ്ങളെ തന്റെ പിളർന്ന സ്വത്വത്തിന്റെ വിച്ഛേദങ്ങളായി നിലനിർത്തിയെ ന്നതാണ് പി.യുടെ എഴുത്തിന്റെ ഏറ്റവും വലിയ പ്രത്യേകത. അധിവായ നയും ന്യൂനവായനയും പി.യുടെ എഴുത്തിലെ 'അനുഭവ നിർമ്മിതിയുടെ' ഉറവിടങ്ങളെ വിട്ടുകളയുകയാണ് ചെയ്തിട്ടുള്ളത്. നിരന്തരമായി തന്റെ എഴുത്തിലൂടെ പി. തിരഞ്ഞു നടന്നത് തന്നിലെ അഭാവത്തെ, സാംസ്കാരിക അപരത്തെയാണ്. താൻ ജീവിച്ചിരിക്കുന്ന കാലത്തി ന്റെ-ആന്തരികസംഘർഷങ്ങളെ ആഖ്യാനത്തിനുള്ളിൽ കൊണ്ടുവന്നു എന്നതാണ് പി. കുഞ്ഞിരാമൻ നായർ എന്ന എഴുത്തുകാരന്റെ ശക്തി എന്നതാണ് ഈ പഠനത്തിന്റെ പ്രധാന കണ്ടെത്തൽ.

അനുബന്ധം-ഒന്ന്
പി. കുഞ്ഞിരാമൻനായർ
മഹാകവി

ഇരുട്ടിലെ വെളിച്ചമാണ് കവി. ഉഷസ്സിന്റെ മുൻഗാമിയായ പുലരി നക്ഷത്രമാണ് കവി, അതെ ഈശ്വരന്റെ-ആ സത്യഗായകന്റെ-പൊന്നോടക്കുഴലാണ് കവി!

മനുഷ്യൻ കവിയാണ്. എന്നാൽ കവി മനുഷ്യനല്ല. എല്ലാ മനുഷ്യരിലും കവിതയുണ്ട് എന്നാൽ എല്ലാ മനുഷ്യരും കവികളല്ല.

സർഗ്ഗരാജ്യത്തിന്റെ അന്തർനേത്രമത്രെ കവി. ഭൂമിയിലുദിച്ച ചെങ്കതിരവനത്രെ കവി!

തന്നത്താൻ വിരിയുന്നതാണ് കവിഹൃദയം. തന്നത്താൻ ഉണരുന്നതാണ് കവി ഹൃദയം. കവിത ഉള്ളിലാണ്; പുറത്തല്ല. ധ്വനിയാണ് പ്രതിധ്വനിയല്ല കവിത!

ഇടുങ്ങിയ പാത്രത്തിൽ ധ്വനി ചെന്നലയ്ക്കുമ്പോൾ പ്രതിധ്വനി പുറപ്പെടുന്നു. ധ്വനിയെ പാത്രം ആവർത്തിച്ചു പറയുന്നു. എന്നാൽ അന്യന്റെ ധ്വനിയെ ആവർത്തിക്കില്ല ആകാശം!

ആദികാവ്യം ഇന്ത്യുടെ ഉള്ളിൽ നിന്ന് പുറപ്പെട്ട ധ്വനിയാണ്. അതിന്റെ പ്രതിധ്വനികളായി എത്രയെത്രെ രാമായണങ്ങൾ ഉണ്ടായി? അവയെല്ലാമിന്നെവിടെ? സത്യമാണ് കവിത. പ്രതിധ്വനി സത്യമല്ല. ഒരു കാളിദാസൻ ഒരു ശാകുന്തളമെഴുതി പ്രതിധ്വനി പുറപ്പെട്ടു. എത്രയെത്രയോ ശാകുന്തളങ്ങൾ തുടരെത്തുടരെ പുറപ്പെട്ടു.

ഒരെഴുത്തച്ഛന് ഒരു രാമായണമുണ്ടായി. ഒരു വള്ളത്തോൾ സ്വന്തം ഒരു രീതി തുടർന്നു-തുടങ്ങി, എല്ലാവരും കേകയും കാകളിയും മഞ്ജരിയും. ഇത് ഒരു തരം രോഗമാണ്. കേരളത്തിലൊട്ടാകെ പടർന്നുപിടിച്ച പുതിയൊരു പകർച്ചവ്യാധിയാണ്. ഈ ദീനം കാണുമ്പോൾ വെറുപ്പല്ല, അനുകമ്പയാണ് തോന്നുന്നത്.

സാക്ഷാൽ പനിനീർപൂവിനും കടലാസിന്റെ പനിനീർപൂവിനുമെന്ത ന്തരമോ, ആ അന്തരമാണ് സാക്ഷാൽ കവിതയ്ക്കും അനുകരണത്തിനും തമ്മിൽ!

കവിത അലങ്കാരമല്ല, ഗുണമല്ല, വൃത്തിയല്ല, രീതിയല്ല, അതെന്തോ ഒന്നാണ്. കുലീനയുടെ സുന്ദരിയുടെ - ആഭരണവിഭൂഷിതയുടെ- മരാള ഗമനയുടെ- മുഖത്തു കാണാത്ത, പുല്ലും കെട്ടുമായി നിരത്തുവക്കത്തു നിൽക്കുന്ന ചെറുമിപ്പെണ്ണിന്റെ മുഖത്തു കാണാവുന്ന എന്തോ ഒന്നാണ്!

ഒരൊറ്റ ശ്ലോകം മഹാകാവ്യമായെന്നു വരാം. ഇരുപത് സർഗ്ഗങ്ങളു ള്ള ഒരു വലിയ പുസ്തകം മഹാകാവ്യമായില്ലെന്നുവരാം.

കവിതയ്ക്കു വേണ്ട പ്രധാന ഗുണം പ്രേരണയാണ്. ഏത് ശ്ലോകം വായിച്ചാൽ മനുഷ്യർ കുറേക്കൂടി വലുതാവുമോ, മുൻപത്തെ ആളല്ലാ താവുമോ, സ്വർഗ്ഗത്തിലേക്കുയരുമോ ആ ശ്ലോകമാണ് ശ്ലോകം. ആ പ്രേരണാശക്തിയില്ലാത്ത ഗ്രന്ഥത്തിൽ ദോഷമുണ്ട് എന്നല്ല, ആ ഗ്രന്ഥം തന്നെ ഒരു ദോഷമാണ്. ആത്മശക്തിയില്ലാത്ത മനുഷ്യൻ മനുഷ്യനല്ല. പ്രേരണാശക്തിയില്ലാത്ത കവി കവിയുമല്ല.

ടാഗോറാവാൻ ശ്രമിക്കുന്ന യുവകവികളുണ്ട്. താൻ ടാഗോറായാൽ ടാഗോറേ ഉള്ളൂ. താനില്ല! എത്ര ഭയങ്കരമായ ആത്മഹത്യയാണിത്?

കവി എന്തിനു കവിതയെഴുതുന്നു? ഈ ചോദ്യം വലിയ ചോദ്യമാണ്.

സമുദ്രത്തിലെന്തിനു തിരമാലകളുണ്ടാവുന്നു? ആകാശത്തിലെന്തിനു നക്ഷത്രങ്ങൾ ഉദിക്കുന്നു? പൂർണിമാദിനം എന്തിനു പാലൊളി നിലാവ് തൂകുന്നു? ഉഷസ് എന്തിനു പുഞ്ചിരികൊള്ളുന്നു? കുയിലെന്തിന് പാടുന്നു? പുഷ്പങ്ങളെന്തിനു വിരിയുന്നു? വാനം എന്തിന് ഇന്ദ്രധനുസ് നിർമ്മിക്കുന്നു?

ഇവയെല്ലാമെന്തിനോ അതിനുവേണ്ടി കവി കവിതയെഴുതുന്നു.

ഗീതാഞ്ജലി കവിതയല്ല, പാവങ്ങളിൽ കവിതയില്ല എന്നു പറയാ റുണ്ട്.

അതിനുത്തരം ഇത്രമാത്രം. വെളിച്ചം കാണാതിരിക്കുന്നത് വെളി ച്ചത്തിന്റെ ദൂഷ്യമായും വരാം. കണ്ണിന്റെ തരക്കേടായും വരാം. കുരുടൻ

വെളിച്ചത്തിലൊരു കവിതയും കാണാറില്ല. മൂക്കടപ്പുള്ളാൾ പനിനീർപ്പൂവിലൊരു പരിമളവും കാണാറില്ല-പോരാ, ചെങ്കണ്ണുള്ളാൾക്കു വെളിച്ചം ദുസ്സഹമായിക്കൂടിത്തോന്നുന്നു. ഇതൊന്നും ഗ്രന്ഥത്തിന്റെ ദോഷമല്ല, കണ്ണിന്റെ ദോഷം. ആദ്യം വേണ്ടതു കണ്ണിൻ ദണ്ഡത്തിനു ചികിത്സിക്കുക. പിന്നീടു പുസ്തകം വായിക്കുക.

ഒന്നിലുംതന്നെ കവിത കാണാത്ത ചില ഭാഗ്യവാന്മാരുണ്ട്. ഇതും കണ്ണിന്റെ തരക്കേടുതന്നെ. ഭൂമിശാസ്ത്രകാരന്റെ കണ്ണു ഹിമാലയമാകുന്ന ആ വമ്പിച്ച ലൈബ്രറിയിലെ ഒരു ഗ്രന്ഥത്തിലും കവിത കാണാറില്ല, ഗംഗാനദിയുടെ കൊച്ചലകളിൽ ഒരു സംഗീതവും കേൾക്കാറില്ല. ഇതു നോട്ടത്തിന്റെ വ്യത്യാസം.

പ്രകൃതിശാസ്ത്രജ്ഞൻ, പനിനീർപൂവിനെ കാണുന്നു: കച്ചവടത്തിനായി പനിനീരെടുക്കുന്നവനും കാണുന്നു; കാമുകനും കാണുന്നു; അമ്പലവാസിയും കാണുന്നു; കവിയും കാണുന്നു.

പ്രകൃതിശാസ്ത്രജ്ഞനു പനിനീർപൂവുമൊരു പ്രകൃതിതത്വമാണ്. കച്ചവടക്കാരന് അതൊരു കച്ചവടസാധനമാണ്. കാമുകന് അതു കാമിനിയുടെ കവിൾത്തടമാണ്. അമ്പലവാസിക്കതു നിത്യവൃത്തികഴിക്കാനുള്ള ഒരുപകരണമാണ്.

എന്നാൽ അതേ കച്ചവടസാമഗ്രിയിൽ കവി, പ്രകൃതി സ്വന്തം കൈയക്ഷരത്തിലെഴുതിയ രണ്ടുവരി കവിത വായിക്കുന്നു- എല്ലാം കാഴ്ചയുടെ വ്യത്യാസം!

മനുഷ്യൻ പ്രപഞ്ചം കാണുന്നു. കവി പ്രപഞ്ചത്തെ നോക്കുന്നു! കവി മാത്രം പോരാ-സഹൃദയനും വേണം, മധുരഭക്ഷ്യം പോരാ-ഉപഭോക്താവ് വേണം. നടൻ മാത്രം പോരാ- സദസ്യനും വേണം. പൂവുമാത്രം പോരാ-വണ്ടും വേണം.

സഹൃദയനനുഭവിച്ചാലേ, ഉണ്ണാനറിയുന്ന ആൾ ആസ്വദിച്ചാലേ, ശരിയായ സദസ്യൻ അറിയാനുണ്ടായാലേ, വണ്ടു തേനനുഭവിച്ചാലേ, കവിത കവിതയും ഭക്ഷ്യം ഭക്ഷ്യവും, വേഷം വേഷവും, പുഷ്പം പുഷ്പവുമാവൂ!

പൂവ് പൂവാക്കേണ്ട ഭാരം പൂവിന്റേതാണ്. അതിനെ ശിരസ്സിൽ ധരിച്ചു മാനിക്കേണ്ടതു മനുഷ്യന്റെ കടമയാണ്. രത്നം രത്നമാക്കേണ്ടതു രത്നത്തിന്റെ കടമയാണ്. അതിനെ എടുത്തു കനകകോടീരത്തിൽ ചാർത്തേണ്ടതു മനുഷ്യന്റെ ധർമവുമാണ്.

യഥാർത്ഥ സഹൃദയൻ അനുഭവിച്ചാലേ കവിതയുടെ ജന്മം, രസികനായ മധുവുണ്ടാലേ പുഷ്പത്തിന്റെ ജന്മം, സഫലമാകൂ! അനവധി യാത്രക്കാർ ഇരുന്നു ചൂടാറ്റിയാലേ ഒരു വൃക്ഷത്തിന്റെ ജന്മം സഫലമാവൂ. അനവധി കൈവിരലുകളുടെ പാട് പതിഞ്ഞ പുസ്തകത്തിന്റെ ജന്മമേ കൃതാർത്ഥമാവൂ! പരാർത്ഥമായി ജീവിച്ച മനുഷ്യന്റെ ജന്മമേ ചാരിതാർത്ഥ്യമാവൂ!

ഭാഗവതർ എന്നതിന്, എങ്ങും എന്നും ഭാഗവതർ എന്നർത്ഥമില്ല. പാടുമ്പോൾ ഭാഗവതർ; ലോകം അയാളെ അറിയുന്നത് ഭാഗവതരായിട്ടെന്നുമാത്രം. കള്ളൻ എന്ന പദത്തിന് എപ്പോഴും കട്ടുകൊണ്ടേയിരിക്കുന്നവനെന്നർത്ഥമില്ല. വല്ല വിധത്തിലും ഒരപകടം പിണഞ്ഞാൽ മനുഷ്യനവനെ കള്ളനെന്നു വിളിക്കും. അതേപോലെ കവി കവിയാണെന്നതിനു ലോകം അറിയുന്നതു കവിയായിട്ടാണെന്നു മാത്രമേ അർത്ഥമുള്ളൂ. ഒരു കവി ഒരച്ഛനായിക്കൂടെന്നില്ല-ഒരമ്മാമനായിക്കൂടെന്നില്ല-ഒരു ഗൃഹസ്ഥനായിക്കൂടെന്നില്ല-ഒരു മരാമത്തുകാരനായിക്കൂടെന്നില്ല.

ഈ അഭിപ്രായം ആപാതഃസാധുവത്രെ!

എന്നാൽ കവി അച്ഛനല്ല, അമ്മാമനല്ല, ഗൃഹസ്ഥനുമല്ല-കവി വെറും കവി മാത്രം!

ടാഗോർ ചില സമയത്തു കവിയല്ലാതെവരാം. കന്നുമേക്കുന്ന സാധു കൃഷീവലബാലൻ ചില ഘട്ടത്തിൽ കവിയായെന്നുവരാം.

അഹോ! ആരുടെയും കണ്ണിൽപ്പെടാതെ എത്രയെത്ര രത്നങ്ങൾ, കടലിനടിയിൽ കിടക്കുന്നു! ആരുടെയും, ആരാധനയ്ക്ക് വിഷയീഭവിക്കാതെ എത്രയെത്ര വനപുഷ്പങ്ങളുടെ പരിമളം നിഭൃതമായ വനവായുവിന്റെ നെടുവീർപ്പിൽ ലയിച്ചുപോവുന്നു! ആ രത്നങ്ങളുടെ കാന്തിപ്രസരം ഉപ്പുവെള്ളലത്തിലലിഞ്ഞലിഞ്ഞു പോവണമെന്നാണോ, ആ വനപുഷ്പങ്ങളുടെ നിഭൃതപരിമളം വന്യസമീരനിൽ ലയിച്ചുപോവണമെന്നാണോ ദൈവേച്ഛ? ആവട്ടെ-രത്നമേ, നീ രത്നമായി എന്നതുമാത്രം മതി, വനപുഷ്പമേ നീ പുഷ്പമായി എന്നതുമാത്രം മതി, നിനക്കു കൃതാർത്ഥത കൊള്ളാൻ.

ആരാലുമറിയപ്പെടാതെ, നീ സമുദ്രത്തെ രത്നാകരമാക്കി,

ആരുമറിയാതെ നീ കാടിനെ ഉദ്യാനമാക്കി,

നിങ്ങളുടെ ആ ആരാലുമറിയപ്പെടായ്കയാണ് നിങ്ങളുടെ ജീവിതത്തിന്റെ പരമരഹസ്യം; പരമസൗന്ദര്യം! ആ വനപുഷ്പം ഒരു സന്യാസിനിയാണ്; ഒരു ഋഷിയാണ്. ആ രത്നം, ഒരു കവിയാണ്; സ്വയം

പ്രകാശനിധിയായ ഒരു മഹാകവിയാണ്! മനുഷ്യന്റെ മഹാകവി, മഹാകവിയല്ല-യുവകവിമാത്രം. മഹാകവി വേറൊരാളുണ്ട്- വെളിച്ചത്തിനും വെളിച്ചം; കലയ്ക്കും കല; സംഗീതത്തിനും സംഗീതം; ജീവനും ജീവൻ; കവിക്കും കവി- ആ കവിയാണ് മഹാകവി. സർവചാരാചരത്തിന്റെയും ഹൃദയത്തിലെ- ആ സാഹിത്യസാമ്രാജ്യത്തിലെ-കവി സാമ്രാട്ടേ. ആ കവിയത്രെ മഹാകവി!

ഈശ്വരൻ മഹാകവി. പ്രപഞ്ചം അവിടുന്ന നിർമ്മിച്ച മഹാകാവ്യം. അതിന്റെ തർജമമാത്രമാണ് മനുഷ്യകൃതികൾ. മനുഷ്യന്റെ ഗ്രന്ഥശാലയിലുള്ളവ സ്വതന്ത്രകൃതിയല്ല-പിന്നെയോ, എല്ലാം തർജമ, വെറും തർജമ.

അനുബന്ധം രണ്ട്
പി.കുഞ്ഞിരാമൻ നായരുടെ കൃതികൾ

പദ്യകൃതികൾ

	കവിതകൾ	പ്രസിദ്ധീകരിച്ച വർഷം	പ്രസാധകർ
1.	അങ്കക്കച്ച	1936	ഭാരതവിലാസംപ്രസ്സ്, തൃശ്ശൂർ
2.	അന്തിത്തിരി	1957	ഹാജി.കെ.പി. അഹമ്മദ്കുട്ടി ആന്റ് ബ്രദേഴ്സ്, കണ്ണൂർ
3.	ഉദയസൂര്യൻ	1935	"
4.	ഓണസ്സദ്യ	1960	പി.കെ ബ്രദേഴ്സ്, കോഴിക്കോട്
5.	കരിന്തിരി	1942	"
6.	കളിയച്ഛൻ അഥവാ അരങ്ങും അണിയറയും	1954	ശ്രീ ഗുരുവായൂരപ്പൻ ബുക്ക് ഡെപ്പോ, ഗുരുവായൂർ
7.	ചന്ദ്രദർശനം	1973	നാഷണൽ ബുക്ക് സ്റ്റാൾ, കോട്ടയം
8.	താമരത്തേൻ	1964	കറന്റ് ബുക്സ്, തൃശ്ശൂർ
9.	താമരത്തോണി	1966	എസ്.പി.സി. എസ് കോട്ടയം

10.	താമരമാല	1943	പി.കെ. ബ്രദേഴ്സ്, കോഴിക്കോട്
11.	തിരുമുടിമാല	1976	ഗുരുവായൂർ ദേവസ്വം
12.	ദീപാരാധന	1945	"
13.	നിർവ്വാണ നിശ	1967	മംഗളോദയം, തൃശ്ശൂർ
14.	നക്ഷത്രമാല(ഒന്നാംഭാഗം)	1945	സരസ്വതിപ്രസ്സ്, തൃശ്ശൂർ
15.	നക്ഷത്രമാല(രണ്ടാംഭാഗം)	1945	"
16.	നിറപറ	1944	പി.കെ. ബ്രദേഴ്സ്, കോഴിക്കോട്
17.	നിറമാല	1994	"
18.	നിശാഗാനം	1935	ജി.പി പിള്ള ആന്റ് ബ്രദേഴ്സ്, കൊല്ലം
19.	പടവാൾ	1945	ഗുരുവിലാസം, തൃശ്ശൂർ
20	പാടുന്ന മൺതരികൾ	1945	"
21.	പാതിരാപ്പൂവ്	1934	പി.കെ. ബ്രദേഴ്സ്, കോഴിക്കോട്
22.	പിറന്ന മണ്ണിൽ	1963	അമലാ ബുക്സ്, കോഴിക്കാട്
23.	പൂക്കളം	1964	എസ്.പി.സി.എസ്. കോട്ടയം
24.	പൂത്താലി	1957	എഡ്യുക്കേഷണൽ സ്പ്ലൈസ്, പാലക്കാട്
25.	പൂമ്പാറ്റകൾ	1952	കെ.ടി.ഗോവിന്ദൻ നമ്പ്യാർ, കൂടാളി
26.	പ്രപഞ്ചം	1960	സാഹിത്യപരിഷത്ത് സഹകരണ സംഘം, എറണാകുളം
27.	പ്രേമവിജയം	1936	വിദ്യാവിലാസം, കോഴിക്കോട്
28.	ബാലാമൃതം 1	1936	പി.കെ.ബ്രദേഴ്സ്,കോഴിക്കോട്
29.	ബാലാമൃതം 2	1957	"
30.	ബാലാമൃതം 3	1957	"
31	മണൽത്തരിയുടെ ചിരി	1968	മംഗളോദയം, തൃശ്ശൂർ
32.	മണിവീണ	1953	കെ.ടി.ജി.നമ്പ്യാർ, കൂടാളി
33.	മൺകുടത്തിന്റെ വില	1961	ശ്രീരാമവിലാസം, കൊല്ലം
34.	മലനാട്	1977	എസ്.പി.സി.എസ്, കോട്ടയം

35.	മലനാടിന്റെ മഹാസന്ദേശം	1965	ആമിനാ ബുക്സ്, തൃശ്ശൂർ
36.	മുല്ലത്തറ	1938	പി.കെ. ബ്രദേഴ്സ്, കോഴിക്കോട്
37.	യമുനാതടത്തിലെ സ്മാരകക്ഷേത്രം	1962	"
38.	രഥോത്സവം 1	1978	പ്രശാന്തി പബ്ലിക്കേഷൻസ്, തിരുവനന്തപുരം
39.	രഥോത്സവം 2	1978	"
40	വയൽക്കരയിൽ	1970	എസ്.പി.സി.എസ്, കോട്ടയം
41.	വസന്തോത്സവം	1973	എസ്.പി.സി.എസ്, കോട്ടയം
42.	വാസന്തിപ്പൂക്കൾ	1951	കെ.ടി.ജി.നമ്പ്യാർ, കൂടാളി
43.	വീരാരാധന	1948	"
44.	ശംഖനാദം	1947	ടി.ആർ, ഗണപതി അയ്യർ, തൃശ്ശൂർ
45.	സൗന്ദര്യദേവത	1963	മലയാളമനോരമ, കോട്ടയം
46.	സ്വാതന്ത്ര്യഗാനം	1941	പി.കെ. ബ്രദേഴ്സ്
47.	കർപ്പൂരമഴ	1994	ഡി.സി.ബുക്സ്, കോട്ടയം
48.	കൊട്ടുത്തുമുടി ഞ്ഞമാവ്	1997	എസ്.പി.സി.എസ്. കോട്ടയം
49.	നീരാജ്ഞനം	1997	ഡി.സി.ബുക്സ്, കോട്ടയം
50.	തൃക്കാക്കരെയ്ക്കുപോം പാതയേതോ	1999	കറന്റ് ബുക്സ്, തൃശ്ശൂർ

ഖണ്ഡകാവ്യങ്ങൾ

1.	അനന്തൻകാട്ടിൽ	1948	കേരളമിത്രം, എറണാകുളം
2.	പ്രേമപൗർണ്ണമി	1936	വിദ്യാവിലാസം, കോഴിക്കോട്
3.	ഭദ്രദീപം	1947	അരുണോദയം ബുക്സ്, വടക്കാഞ്ചേരി
4.	വരഭിക്ഷ	1933	പി.കെ.ബ്രദേഴ്സ്, കോഴിക്കോട്
5.	ശ്രീരാമചരിതം	1933	"

പാട്ടുകൾ

1.	കുടർമാലകൊങ്കി	1945	എ.ആർ.പി.എസ്, കുന്നംകുളം
2.	കുട്ടികളുടെ പാട്ടുകൾ	1956	കെ.ആർ, കോഴിക്കോട്
3.	വൃന്ദാവനം	1956	വിശ്വഭാരതി, തൃശ്ശൂർ

ഗദ്യകൃതികൾ

പ്രബന്ധങ്ങൾ

1.	ഉദയരാഗം 1	1933	പി.കെ.ബ്രദേഴ്സ്, കോഴിക്കോട്
2.	ഉദയരാഗം 2	1933	"
3.	പ്രതിഭാങ്കുരം	1949	ശ്രീവിലാസ് പ്രസ്സ്, തിരുവനന്ത പുരം
4.	വിചാരവിഹാരം 1	1953	കെ.ടി.ജി നമ്പ്യാർ, കൂടാളി
5.	വിചാരവിഹാരം 2	1953	കെ.ടി.ജി നമ്പ്യാർ, കൂടാളി.

നാടകങ്ങൾ

1.	അമരസിംഹൻ	1931	സുന്ദരയ്യർ ആന്റ് സൺസ്, തൃശ്ശൂർ
2.	ഉപാസന	1958	പി,കെ. ബ്രദേഴ്സ്, കോഴിക്കോട്
3.	കർണ്ണൻ	1945	ഭാരതവിലാസം, തൃശ്ശൂർ
4.	കരുണ	1940	"
5.	കാളിദാസനും ഭവഭൂതിയും	1942	"
6.	ഗുരുദക്ഷിണ	1943	"
7.	ചന്ദ്രമണ്ഡലം	1953	എഡ്യുക്കേഷണൽ സപ്ലൈസ്, പാലക്കാട്
8.	ചന്ദ്രഗുപ്തൻ	1944	ഭാരതവിലാസം, തൃശ്ശൂർ
9.	ചണ്ഡകൗശികം	1942	"
10.	ചാരിത്ര്യരക്ഷ	1931	ശ്രീരാമകൃഷ്ണോദയം, ഒലവ ക്കോട്
11.	ചിദംബരം നന്തനാ രുടെ കഥ	1940	സുന്ദരയ്യർ ആന്റ് സൺസ്, തൃശ്ശൂർ
12.	ദുർഗ്ഗാദാസൻ	1932	ഭാരതവിലാസം, തൃശ്ശൂർ
13.	നാഗാനന്ദം	1931	സുന്ദരയ്യർ ആന്റ് സൺസ്, തൃശ്ശൂർ
14.	പൂനിലാവ്	1932	വിശ്വനാഥ്, തൃശ്ശൂർ
15.	പ്രേമചന്ദ്രൻ	1956	പി.കെ. ബ്രദേഴ്സ്, കോഴിക്കോട്
16.	ഭീഷ്മർ	1934	ഭാരതവിലാസം, തൃശ്ശൂർ
17.	മീവാരപതനം	1932	'
18.	രത്നദീപം	1933	"
19.	രംഗമണ്ഡപം	1956	പി.കെ. ബ്രദേഴ്സ്, കോഴിക്കോട്

20.	രണ്ട് ഏകാങ്കങ്ങൾ	1945	സരസ്വതിവിലാസം, തൃശ്ശൂർ
21.	വീരാരാധന	1942	ടാഗോർ ബുക്സ്, തൃശ്ശൂർ
22.	ശശിരേഖാ പരിണയം	1950	വിദ്യാഭിവർദ്ധിനി
23.	സീത	1950	ഭാരതവിലാസം, തൃശ്ശൂർ
24.	സേവാസദനം	1941	"
25.	സ്വപ്ന സഞ്ചാരി	1949	ദേശമിത്രം, കണ്ണൂർ
26.	ഷാജഹാൻ	1932	ഭാരതവിലാസം, തൃശ്ശൂർ

കഥകൾ

1.	ഇന്ദിര	1954	പി.കെ. ബ്രദേഴ്സ്, കോഴിക്കോട്
2.	ചന്ദ്രനാഥൻ	1945	സരസ്വതിവിലാസം, തൃശ്ശൂർ
3.	ധർമ്മരാജ്യം	1935	ലാലാജി സ്മാരക വായനശാല, കൊച്ചി
4.	നരേന്ദ്രനാഥൻ	1949	സരസ്വതിവിലാസം, തൃശ്ശൂർ
5.	നിർമ്മല	1941	സുന്ദരയ്യർ ആന്റ് സൺസ്, തൃശ്ശൂർ
6.	പറയിപ്പെറ്റപന്തിരുകുലം	1955	പി.കെ. ബ്രദേഴ്സ്, കോഴിക്കോട്
7.	മണിമഞ്ജൂഷ	1959	"
8.	രമാബായി	1954	പ്രകാശകൗമുദി, കോഴിക്കോട്
9.	രമാദേവി	1956	ഭാരതവിലാസം, തൃശ്ശൂർ
10.	രാജസ്ഥാന സിംഹം	1940	എഡ്യുക്കേഷണൽ സപ്ലൈസ്, പാലക്കാട്
11.	വീരപ്രതിജ്ഞ	1953	പി.കെ. ബ്രദേഴ്സ്, കോഴിക്കോട്
12.	വീരാഹുതി	1941	ബി.വിബുക്ക് ഡിപ്പോ, തിരുവനന്തപുരം
13.	സത്യരക്ഷ	1945	വിദ്യാസന്താനം, തൃശ്ശൂർ
14.	സ്വപ്നസൗധം	1946	എഡ്യുക്കേഷണൽ സപ്ലൈസ്, പാലക്കാട്
15.	സ്വാതന്ത്ര്യസമരം അഥവാ ആദർശ പൂജ	1940	ക്ഷേമോദയം വെൽഫെയർ സ്റ്റേറ്റ്, തൃശ്ശൂർ

ആത്മകഥ

1.	എന്നെത്തിരയുന്ന ഞാൻ	1977	ഡി.സി.ബുക്സ്, കോട്ടയം
2.	കവിയുടെ കാല്പാടുകൾ	1975	എസ്.പി. സി. എസ്, കോട്ടയം
3.	നിത്യകന്യകയെത്തേടി	1977	ഡി.സി.ബുക്സ്, കോട്ടയം

ജീവചരിത്രം

1.	കേരളക്ഷേത്രത്തിലെ കെടാവിളക്കുകൾ	1940	കേരളോദയം, തൃശ്ശൂർ
2.	നമ്മുടെ മഹാകവികൾ	1939	"
3.	പദ്മിനി	1938	"
4.	മഹച്ചരിതം	1937	സരസ്വതിപ്രസ്സ്, തൃശ്ശൂർ
5.	രംഘ്വ	1936	"
6.	രവീന്ദ്രനാഥ ടാഗോർ-ഒരു ചെറുചിത്രം	1938	"

അവലംബം: പി. കുഞ്ഞിരാമൻ നായർ (ജീവചരിത്രം) പി.എം. നാരായണൻ കേന്ദ്രസാഹിത്യ അക്കാദമി, ന്യൂ ഡൽഹി.

അനുബന്ധം മൂന്ന്
പ്രബന്ധത്തിൽ
പരാമർശ വിഷയമായ
കവിതകളുടെ സൂചിക

1.	അക്കരെയ്ക്ക് (1962)	പുറം. 527
2.	അജ്ഞാതശില്പി (1974)	പുറം. 61
3.	അന്വേഷണത്തിൽ നിന്ന് (1935)	പുറം. 581
4.	അന്നത്തെ തിരുവാതിര (1961)	പുറം. 1369
5.	അന്നത്തെ നാടകം (1938)	പുറം. 294
6.	അമ്പലം കത്തുമ്പോൾ (1949)	പുറം. 219
7.	അമ്മ (1936)	പുറം. 516
8.	അമ്മയും മകനും (1964 ന മുമ്പ്)	പുറം. 519
9.	അയയ്ക്കാത്ത കത്ത് (1947)	പുറം. 122
10.	ആകാശഗംഗ (1945 ന മുമ്പ്)	പുറം. 799
11.	ആകാശം കൈമോശം വന്നപ്പോൾ (1978)	പുറം. 372
12.	ആതിര നിലാവിൽ (1946)	പുറം. 1391
13.	ആമ്പലമൊട്ടിന്റെ പാട്ട് (1936)	പുറം. 569
14.	ഇണക്കിളി വിളിക്കുമ്പോൾ (1964)	പുറം. 1136
15.	ഇരുട്ടിന്റെ പുഞ്ചിരി (1966)	പുറം. 555
16.	ഇരുട്ടലെ മനുഷ്യൻ (1972 ന മുമ്പ്)	പുറം. 544

49.	നിത്യ കന്യക (1965)	പുറം. 34
50.	നീ വന്നില്ല (1950)	പുറം. 130
51.	നീ വരില്ല (1959)	പുറം. 116
52.	പടക്കളത്തിൽ (1963)	പുറം. 1573
53.	പറന്നുപോയ പൂത്തിരുവാതിര	പുറം. 1399
54.	പാട്ടുകാരൻ (1970)	പുറം. 243
55.	പാതിരക്കാറ്റിൽ (1965)	പുറം. 1350
56.	പിച്ചിച്ചീന്തിയ പുഷ്പചക്രം (1972)	പുറം. 638
57.	പിറന്ന മണ്ണിൽ (1946)	പുറം. 1285
58.	പുലരൊളി (1934)	പുറം. 546
59.	പൂക്കളമൊരുക്കട്ടെ (1966)	പുറം. 201
60.	പൂമൊട്ടിന്റെ കണി (1965)	പുറം. 329
61.	പൂരത്തിന് പോയിട്ട് (1959)	പുറം. 478
62.	പ്രതിസ്ധ്വനി (1934 ന മുമ്പ്)	പുറം. 497
63.	പ്രിയതമ (1943)	പുറം. 803
64.	മനുഷ്യനില്ല (1934)	പുറം. 757
65.	മാഞ്ഞുപോയമഴവില്ല് (1939)	പുറം. 603
66.	രാമരാജ്യത്തിലേക്ക് (1949)	പുറം. 1063
67.	വള്ളംകളി(1962)	പുറം. 1388
68.	വഴികാണാതെ (1935)	പുറം. 621
69.	വിടയരുളുക (1970)	പുറം. 492
70.	വിദ്യാരംഭം (1950)	പുറം. 263
71.	വിഷു വേലന്നാൾ (1936)	പുറം. 1410
72.	വെളിച്ചത്തിലേക്ക് (1950)	പുറം. 863
73.	വെള്ളാരങ്കല്ലിന്റെ കഥ (1963)	പുറം. 493
74.	വൈകിവന്ന വിരുന്നുകാരി (1971)	പുറം. 280
75.	ശാന്തിക്കാരൻ (1938)	പുറം. 277
76.	സ്കൂൾ പൂട്ടുമ്പോൾ (1936)	പുറം. 524
77.	സിദ്ധാർത്ഥന്റെ നാട്ടിൽ (1942)	പുറം. 655
78.	സിനിമ കഴിഞ്ഞാൽ (1947)	പുറം. 54
79.	സുഭദ്ര (1946 ന മുമ്പ്)	പുറം. 1143
80.	സൗന്ദര്യ ദേവത (1939)	പുറം. 97

81.	സൗന്ദര്യ പൂജ (1951)	പുറം. 25
82.	സംക്രമസന്ധ്യയിൽ (1967)	പുറം. 167
83.	ഹരിദ്വാര ഗംഗയിൽ (1961)	പുറം. 971
84.	ഹോട്ടല്ലുണും വാടകമുറിയും (1969)	പുറം. 1373

അവലംബം: പി. കവിതകൾ ക, കക വാല്യങ്ങൾ

എഡി. ഡോ. എ.കെ നമ്പ്യാർ 2005: കോട്ടയം, ഡി.സി. ബുക്സ്

ഗ്രന്ഥസൂചി

അച്യുതൻ, എം. 1982: കവിതയും കാലവും, കോട്ടയം: സാഹിത്യപ്രവർത്തക സഹകരണ സംഘം.

______ 1982: പാശ്ചാത്യസാഹിത്യദർശനം, കോട്ടയം: സാഹിത്യപ്രവർത്തകസഹകരണസംഘം.

അപ്പൻ, കെ.പി. 2008: ചരിത്രത്തെ നിങ്ങൾക്കൊപ്പം കൂട്ടുക, കോട്ടയം: ഡി.സി.ബുക്സ്.

______--1996: സമയപ്രവാഹവും സാഹിത്യകലയും, കോട്ടയം: ഡി.സി. ബുക്സ്.

അമ്പിളികുമാരി, ആർ. 2011: ഇമേജറിയും മനസ്സും-ആശാൻ കവിതകളുടെ വായന, തിരുവനന്തപുരം: കേരള ഭാഷാ ഇൻസ്റ്റിറ്റ്യൂട്ട്.

അസീസ്, കെ.എ. (സമ്പാ. പഠനം), 1996 (1988): ഇടപ്പള്ളിക്കവിത, തിരുവനന്തപുരം: കേരള ഭാഷാ ഇൻസ്റ്റിറ്റ്യൂട്ട്.

ആനന്ദ, കെ.കുമാരസ്വാമി, 2007 (2003): ഭാരതീയ കലയ്ക്ക് ഒരാമുഖം, ചെങ്ങന്നൂർ: റെയ്ൻബോ ബുക്സ്.

ആന്റണിജെയിംസ്, ടി. 2002: സ്കിസോഫ്രിനിയ അറിഞ്ഞിരിക്കേണ്ട കാര്യങ്ങൾ, തൃശ്ശൂർ: കറന്റ് ബുക്സ്.

ആന്റണി, മുനിയറ 1997: പ്രണയവും മൃത്യുബോധവും മലയാള കവിതയിൽ, തൃശ്ശൂർ: കേരള സാഹിത്യ അക്കാദമി.

ഉണ്ണി, ആമപ്പാറയ്ക്കൽ. 2003: കളിയച്ഛൻ ദൈവനിഷേധത്തിന്റെ വഴികൾ, കോഴിക്കോട്: പാപ്പിയോൺ.

എറിക്. ഫ്രോം, 2002: (പുനരാഖ്യാനം: കെ.സി വർഗീസ്) പ്രണയം എന്ന കല, കോഴിക്കോട്: മൾബറി ബുക്സ്.

ഒ.എൻ.വി, 1992: കവിതയിലെ സമാന്തരരേഖകൾ, കോട്ടയം: ഡി.സി. ബുക്സ്.

______2005: കവിതയിലെ വഴിത്തിരിവുകൾ, കോഴിക്കോട്: മാതൃഭൂമി ബുക്സ്.

കരുണാകരൻ, മല്ലിശ്ശേരി. 1997: കളിയച്ഛനു ചുറ്റും, തൃശ്ശൂർ: കേരളസാഹിത്യ അക്കാദമി.

കവിത, ബാലകൃഷ്ണൻ. 2007: ആധുനിക കേരളത്തിൽ ചിത്രകല ആശയം, പ്രയോഗം, വ്യവഹാരം, തിരുവനന്തപുരം: കേരളഭാഷാ ഇൻസ്റ്റിറ്റ്യൂട്ട്.

കുഞ്ഞിരാമൻ നായർ, പി. 2005: പി.കവിതകൾ, വാല്യംക. (എഡി: എ.കെ.നമ്പ്യാർ) കോട്ടയം: ഡി.സി. ബുക്സ്.

______2005: പി. കവിതകൾ, വാല്യം കക (എഡി. എ.കെ.നമ്പ്യാർ), കോട്ടയം: ഡി.സി. ബുക്സ്.

______1998 (1967): ശ്രീരാമചരിതം കോഴിക്കോട്: പി.കെ ബ്രദേഴ്സ്.

______1999: തൃക്കാക്കരെയ്ക്ക്പോംപാതയേതോ, തൃശ്ശൂർ: കറന്റ്ബുക്സ്.

______1974: ചിലമ്പൊലി, കോഴിക്കോട്: മാതൃഭൂമി ബുക്സ്.

______1998: കളിയച്ഛൻ, കോട്ടയം: ഡി.സി.ബുക്സ്.

______2005: പ്രകൃതിപൂജ, തൃശ്ശൂർ: കറന്റ് ബുക്സ്.

______1997: താമരത്തോണി, തൃശ്ശൂർ: കേരളസാഹിത്യ അക്കാദമി.

______1997: നിത്യകന്യകയെത്തേടി, കോട്ടയം: ഡി.സി.ബുക്സ്.

______1999: കവിയുടെ കാല്പാടുകൾ, കോട്ടയം: ഡി.സി. ബുക്സ്.

______2006: കവിയുടെകാല്പാടുകൾ (സമ്പൂർണ്ണആത്മകഥ) കോട്ടയം: ഡി.സി. ബുക്സ്.

______2000: വിചാര വിഹാരം. കോട്ടയം: ഡി.സി. ബുക്സ്.

______2001: പക്ഷികളുടെ പരിഷത്ത്, കോട്ടയം: ഡി.സി. ബുക്സ്.

ഗുപ്തൻനായർ, എസ്. 1998 (1973): കാവ്യസ്വരൂപം, കോട്ടയം: സാഹിത്യ പ്രവർത്തക സഹകരണസംഘം.

ഗോപാലകൃഷ്ണൻ, കെ. 1981: വി.സിയും കാല്പനിക കവിതയും, ശുകപുരം, വള്ളത്തോൾ-വിദ്യാപീഠം.

ഗോപാലകൃഷ്ണൻ, നന്ത്യത്ത്. 2010: കാല്പനികതയും മലയാളനോവലും, കൊല്ലം: പച്ചമലയാളം പബ്ലിക്കേഷൻസ്.

ഗോപാലകൃഷ്ണൻ, നടുവട്ടം. 2006: ആത്മകഥാസാഹിത്യം മലയാള ത്തിൽ, കോട്ടയം: ഡി.സി. ബുക്സ്.

ഗോപാലകൃഷ്ണൻ, വി.ടി. 2011: മാംസനിബദ്ധമല്ല രാഗം, കോഴിക്കോട്: മാതൃഭൂമി ബുക്സ്.

ചന്ദ്രശേഖരൻ, മേലത്ത്. 2006: കുഞ്ഞിരാമൻ നായർക്കവിത, തൃശ്ശൂർ: കേരളസാഹിത്യ അക്കാദമി.

______2007: കേശാദിപാദം കവി, കോഴിക്കോട്: പൂർണ്ണാ പബ്ലിക്കേ ഷൻസ്.

ചന്ദ്രശേഖരൻ നായർ, സി.കെ. 1986: പ്രതിമാന കല്പന കാല്പനിക കവിതയിൽ, കോട്ടയം: നാഷണൽ ബുക്സ്റ്റാൾ.

ജയകൃഷ്ണൻ, എൻ. 2008: വീണപൂവ്: വീഴാത്ത പൂവിന്റെ സമരോത്സുക സഞ്ചാരം, തിരുവനന്തപുരം: കേരളഭാഷാ ഇൻസ്റ്റിറ്റ്യൂട്ട്.

ജോൺസൺ, ഐരൂർ. 2008 (1981): ഭക്തിയും കാമവും, തൃശ്ശൂർ: കറന്റ് ബുക്സ്.

ജോർജ്, സി.ജെ (എഡി:). 1996: ആധുനികാനന്തര സാഹിത്യസമീപ നങ്ങൾ, തൃശ്ശൂർ: ബുക്ക്‌വേം.

ജോർജ്, കെ.എം. 1998: (ജന:എഡി) ആധുനിക മലയാള സാഹിത്യ ചരിത്രം പ്രസ്ഥാനങ്ങളിലൂടെ, കോട്ടയം: ഡി.സി.ബുക്സ്.

ജ്യോതിഷ്കുമാർ, അജയപുരം (സമ്പാ: എഡി:), 2002: കവിതയുടെ രഥോത്സവം, തിരുവനന്തപുരം: കേരള ഭാഷാ ഇൻസ്റ്റി റ്റ്യൂട്ട്.

തോമസ്, ജോസഫ്. ഇ. 2009: സ്വപ്നങ്ങൾ, കോട്ടയം: ഡി.സി. ബുക്സ്.

ദക്ഷിണാമൂർത്തി, എം. 2007 (1983-84): ഇംഗ്ലീഷ് കാൽപ്പനികത, തിരു വനന്തപുരം: കേരള ഭാഷാ ഇൻസ്റ്റിറ്റ്യൂട്ട്.

നരേന്ദ്രൻ, കെ.എം. 2012: കാവ്യകല, തിരുവനന്തപുരം: സെഡ് ലൈബ്രറി.

നരേന്ദ്രപ്രസാദ്, ആർ. 1984: ആധുനികതയുടെ മധ്യാഹ്നം, കോഴിക്കോട്, പൂർണാ പബ്ലിക്കേഷൻസ്.

______1991, ഭാവുകത്വം മാറുന്നു, കോട്ടയം: ഡി.സി. ബുക്സ്.

നവസാഹിത്യദർശനങ്ങൾ, വ്യാഴവട്ടം/സാഹിത്യക്കൂട്ടായ്മ. 2009: സിദ്ധാന്തവും പ്രയോഗവും, തിരുവനന്തപുരം: ഇൻഡ്യ ബുക്സ്.

നാരായണൻ. പി.എം, പി.കുഞ്ഞിരാമൻ നായർ, 2003: കേന്ദ്രസാഹിത്യ അക്കാദമി, ന്യൂഡൽഹി.

നാരായണക്കുറുപ്പ്, പി. 2004: കവിയും കവിതയും, തിരുവനന്തപുരം: കേരള ഭാഷാ ഇൻസ്റ്റിറ്റ്യൂട്ട്.

നാരായണപിള്ള, കെ.എസ്. 1973: കവിത വഴിത്തിരിവിൽ, കോട്ടയം: നാഷണൽ ബുക്സ് സ്റ്റാൾ.

______1982: ചങ്ങമ്പുഴ ഒരു പഠനം കോട്ടയം: ഡി.സി. ബുക്സ്.

നിത്യചൈതന്യയതി, 2003: ഭാരതീയമനഃശാസ്ത്രത്തിന് ഒരാമുഖം, കോട്ടയം: ഡി.സി. ബുക്സ്.

______2000. സ്വപ്നം, കോഴിക്കോട്: മൾബറി (പ്രസാ.), തൃശ്ശൂർ, കറന്റ് ബുക്സ് (വിതരണ).

പണിക്കർ, എം.പി. 1990 : മലയാള ഖണ്ഡകാവ്യങ്ങൾ ഒരു പഠനം, തിരുവനന്തപുരം: കേരള ഭാഷാ ഇൻസ്റ്റിറ്റ്യൂട്ട്.

______1984: റൊമാന്റിസിസവും ആശാന്റെ കവിവ്യക്തിത്വവും, കോട്ടയം: ഡി.സി. ബുക്സ്.

പവിത്രൻ, പി. 2002: ആശാൻ കവിത ആധുനികാനന്തര പാഠങ്ങൾ, കേരളസർക്കാർ സാംസ്ക്കാരിക പ്രസിദ്ധീകരണ വകുപ്പ്.

പത്മനാഭൻ, നാലപ്പാടം. 2006: കസ്തൂരിമാൻ, കണ്ണൂർ: കൈരളി ബുക്സ്.

പുരുഷോത്തമൻ, ഇ.കെ. 2008: ചങ്ങമ്പുഴക്കവിതയിലെ കാൽപ്പനികത, കേരള ഭാഷാ ഇൻസ്റ്റിറ്റ്യൂട്ട്.

പോക്കർ, പി.കെ. 1998: ദ്റിദ: അപനിർമ്മാണത്തിന്റെ തത്വചിന്തകൻ, തിരുവനന്തപുരം: കേരള ഭാഷാ ഇൻസ്റ്റിറ്റ്യൂട്ട്.

പ്രസന്നരാജൻ, 1995: തേനും വയമ്പും, കോട്ടയം: ഡി.സി. ബുക്സ്.

ബഞ്ചമിൻ. ഡി. 2002: കാവ്യനിർദ്ധാരണം, തിരുവനന്തപുരം: പ്രഭാത് ബുക് ഹൗസ്.

______2007: ജി.യുടെ ഭാവഗീതങ്ങൾ, തിരുവനന്തപുരം: കേരള ഭാഷാ ഇൻസ്റ്റിറ്റ്യൂട്ട്.

______2008: കാല്പനികത മലയാള കവിതയിൽ, തിരുവനന്തപുരം: അയന ബുക്സ്.

ബഷീർ, കെ. അനന്തത (സ്ഥലം, ചിത്രതലം, സാംസ്കാരികതലം), കൊച്ചി: ഫിഷർ പബ്ലിക്കേഷൻസ്.

ബാലകൃഷ്ണൻ, പി.കെ. കാവ്യകല കുമാരനാശാനിലൂടെ, കോട്ടയം: ഡി.സി. ബുക്സ്.

ബാലകൃഷ്ണക്കുറുപ്പ്, കെ. പി.ജി.നായർ കാവ്യശില്പത്തിന്റെ മനഃശാസ്ത്രം, കോഴിക്കോട്: പൂർണാ പബ്ലിക്കേഷൻസ്.

ബാലചന്ദ്രൻ ചുള്ളിക്കാട്. 2006: പി.കുഞ്ഞിരാമൻ നായരും, സവർണ ഹിന്ദു മതവും, തിരുവനന്തപുരം: ചിന്താ പബ്ലിക്കേഷൻസ്.

ബിപിൻ, ബാലചന്ദ്രൻ. 2010: ചുറ്റഴിയുന്ന ചിഹ്നങ്ങൾ, റൊളാങ് ബാർത്തിന്റെ ചിന്താലോകം, തിരുവനന്തപുരം: ചിന്താ പബ്ലിക്കേഷൻസ്.

ഭാനുമതിയമ്മ, ബി. 2001: പി.കുഞ്ഞിരാമൻ നായരുടെ കവിത. ഒരു വിമർശനാത്മക പഠനം, കോട്ടയം: നാഷണൽ ബുക്സ് സ്റ്റാൾ.

മധു, ടി.വി. 2011: ഞാൻ എന്ന (അ)ഭാവം, തൃശ്ശൂർ: കേരളസാഹിത്യ അക്കാദമി.

______1999; നവമാർക്സിസ്റ്റ് സാമൂഹ്യവിമർശം, കോട്ടയം: ഡി.സി. ബുക്സ്.

മധുസൂദനൻ, ജി. 2006: ഭാവുകത്വം ഇരുപത്തിയൊന്നാം നൂറ്റാണ്ടിൽ, കോട്ടയം: ഡി.സി. ബുക്സ്.

മലയാളപഠനസംഘം, 2011: സംസ്കാരപഠനം: ചരിത്രം, സിദ്ധാന്തം, പ്രയോഗം, ശുകപുരം, വള്ളത്തോൾ വിദ്യാപീഠം.

മുരളീധരൻ, നെല്ലിക്കൽ. 2008: വിശ്വസാഹിത്യദർശനങ്ങൾ, കോട്ടയം: ഡി.സി. ബുക്സ്

മുഹമ്മദാലി, എൻ.എം. 2008: ഫ്രോയ്ഡിന്റെ ജീവിതകഥ, തൃശ്ശൂർ: കറന്റ് ബുക്സ്.

മോഹൻരാജ്, എ.ടി. 2009: ചിത്രകല സർഗഭാവനയുടെ രൂപാന്തരങ്ങൾ. തിരുവനന്തപുരം: കേരളഭാഷാ ഇൻസ്റ്റിറ്റ്യൂട്ട്.

രത്നാകരൻ, മങ്ങാട്. (എഡി:), 2005: മധുമക്ഷിക, കോട്ടയം: ഡി.സി. ബുക്സ്.

______ (എഡി:) 2001: മേഘരൂപൻ, കോഴിക്കോട്: പാപ്പിയോൺ.

രവിശങ്കർ, എസ്. നായർ. 2007: പി. ഒരു പുനർവായന, തിരുവനന്തപുരം: പരിധി പബ്ലിക്കേഷൻസ്.

രവീന്ദ്രൻ, പി.പി. 2002. സംസ്കാരപഠനം ഒരു ആമുഖം, കോട്ടയം: ഡി.സി. ബുക്സ്.

______1998: മിഷേൽ ഫൂക്കോ: വർത്തമാനത്തിന്റെ ചരിത്രം, തിരുവനന്തപുരം: കേരള ഭാഷാ ഇൻസ്റ്റിറ്റ്യൂട്ട്.

രവീന്ദ്രനാഥ്, ആർ, 2011: ചിത്രകല ഒരു സമഗ്രപഠനം, കോട്ടയം: ഡി.സി.ബുക്സ്.

രാജൻ, എൻ. 1994: വിലാപവും കലാപവും കവിതയിൽ, തിരുവനന്തപുരം: കേരളഭാഷാ ഇൻസ്റ്റിറ്റ്യൂട്ട്.

രാജകൃഷ്ണൻ, വി. 2004: ആളൊഴിഞ്ഞ അരങ്ങ്, തൃശ്ശൂർ: ഗ്രീൻ ബുക്സ്.

______1979: രോഗത്തിന്റെ പൂക്കൾ, കോട്ടയം: നാഷണൽ ബുക്സ്റ്റാൾ.

രാജഗോപാലൻ, ഇ.പി. 2011: കഥയും ആത്മകഥയും, തിരുവനന്തപുരം: ചിന്ത പബ്ലിക്കേഷൻസ്.

______2011: മീനും കപ്പലും, കോഴിക്കോട്: പൂർണ പബ്ലിക്കേഷൻസ്.

______2011: കാലക്രമേണ, കോഴിക്കോട്: പിയാനോ പബ്ലിക്കേഷൻസ്.

______2008: കവിതയുടെ ഗ്രാമങ്ങൾ, തൃശ്ശൂർ: കറന്റ് ബുക്സ്.

രാജശേഖരൻ, എസ്. 2008: നവോത്ഥാനന്തര കവിത, കോട്ടയം: നാഷണൽ ബുക്സ്റ്റാൾ.

രാജീവൻ, ബി. 1990: അന്യവൽക്കരണവും യോഗവും, കോഴിക്കോട്: മൾബറി പബ്ലിക്കേഷൻസ്.

______2009: വാക്കുകളും വസ്തുക്കളും, കോട്ടയം: ഡി.സി ബുക്സ്.

രാജേന്ദ്രൻ, സി. 2006 (2000): സൗന്ദര്യശാസ്ത്രം, തിരുവനന്തപുരം: കേരളഭാഷാ ഇൻസ്റ്റിറ്റ്യൂട്ട്.

______2000: സൊസ്യൂർ ഘടനാവാദത്തിന്റെ ആചാര്യൻ, തിരുവനന്ത പുരം: കേരള ഭാഷാ ഇൻസ്റ്റിറ്റ്യൂട്ട്.

രാധാകൃഷ്ണൻനായർ, ഡി. 2000: ആഖ്യാന വിജ്ഞാനം, തിരുവനന്തപുരം: കേരള ഭാഷാ ഇൻസ്റ്റിറ്റ്യൂട്ട്.

രാമകൃഷ്ണൻ, ഇ.വി. 2012: അനുഭവങ്ങളെ ആർക്കാണ് പേടി, കോട്ടയം: ഡി.സി. ബുക്സ്.

______2001: ദേശീയതകളും സാഹിത്യവും (നവസിദ്ധാന്തങ്ങൾ) കോട്ടയം: ഡി.സി.ബുക്സ്.

രാമകൃഷ്ണൻ, ദേശമംഗലം. 1989: കവിയുടെ കലാതന്ത്രം, തിരുവനന്ത പുരം: കേരള ഭാഷാ ഇൻസ്റ്റിറ്റ്യൂട്ട്.

രാമചന്ദ്രൻ, എ. 2004: ദൃശ്യസാരം, കോട്ടയം: ഡി.സി. ബുക്സ്.

രാമചന്ദ്രൻ, കല്ലട. 1999: രൂപവിചാരം, തൃശ്ശൂർ: കറന്റ് ബുക്സ്.

രാമചന്ദ്രൻ നായർ, പന്മന. 2008: സമ്പൂർണ്ണ മലയാള സാഹിത്യ ചരിത്രം, തൃശ്ശൂർ: കറന്റ് ബുക്സ്.

രാമവർമ്മ, കെ.ടി. 2006: ചിത്രകല പ്രസ്ഥാനങ്ങളിലൂടെ, കോഴിക്കോട്: പൂർണപബ്ലിക്കേഷൻസ്.

ലീലാകൃഷ്ണൻ, ആലങ്കോട്. 1998: പി.യുടെ പ്രണയപാപങ്ങൾ. കോഴിക്കോട്: മൾബറി ബുക്സ്.

ലീലാവതി. എം, 2006: സാഹിത്യ നിരൂപണത്തിലെ ദിശാബോധം, തൃശ്ശൂർ: കേരള സാഹിത്യ അക്കാദമി.

______2011: മലയാളകവിതാ സാഹിത്യചരിത്രം, തൃശ്ശൂർ: കേരളസാ ഹിത്യ അക്കാദമി.

______1998: ആദിപ്രരൂപങ്ങൾ സാഹിത്യത്തിൽ ഒരു പഠനം, തിരുവ നന്തപുരം: കേരളഭാഷാ ഇൻസ്റ്റിറ്റ്യൂട്ട്.

______1989: വർണ്ണരാജി, കോട്ടയം: സാഹിത്യ പ്രവർത്തക സഹക രണസംഘം.

______1972: എം. കണ്ണീരും മഴവില്ലും, കോട്ടയം: നാഷണൽ ബുക് സ്റ്റാൾ.

______ 1969: കവിതയും ശാസ്ത്രവും, കോട്ടയം: സാഹിത്യപ്രവർത്തക സഹകരണ സംഘം.

______1984: അമൃതമശ്നുതേ, കോട്ടയം: നാഷണൽ ബുക്സ്റ്റാൾ.

വസന്തൻ, എസ്.കെ, 2011: കാവ്യാനുശീലനം, തൃശ്ശൂർ: കേരള സാഹിത്യ അക്കാദമി.

വിജയകുമാർ, മേനോൻ. 2011: ആധുനിക കലയുടെ ലാവണ്യതലങ്ങൾ, തിരുവനന്തപുരം: കേരള ഭാഷാ ഇൻസ്റ്റിറ്റ്യൂട്ട്.

______2011: ഭാരതീയ കലാചരിത്രം, തൃശ്ശൂർ, കേരള സാഹിത്യ അക്കാദമി.

______2006: സ്ഥലം, കാലം, കല, തൃശ്ശൂർ: കേരള സാഹിത്യ അക്കാദമി.

______2007: ചിത്രകല ചരിത്രവും രീതികളും, തിരുവനന്തപുരം: ചിന്താ പബ്ലിക്കേഷൻസ്.

വിജയൻ, എം. എൻ. 1990: ചിതയിലെ വെളിച്ചം, തൃശ്ശൂർ: കറന്റ് ബുക്സ്.

______ (ജന. എഡിറ്റർ) 2000: നമ്മുടെ സാഹിത്യം നമ്മുടെ സമൂഹം (1901-2000). വാല്യം രണ്ട്. തൃശ്ശൂർ: കേരള സാഹിത്യ അക്കാദമി.

______ 1987: കവിതയും മനഃശാസ്ത്രവും, കോഴിക്കോട്: മാതൃഭൂമി.

വിജയൻപിള്ള, എം. 2007: നോവലും ആഖ്യാനവും, കൊല്ലം: പച്ചമലയാളം പബ്ലിക്കേഷൻസ്.

വില്യം ഹെന്റി, ഹഡ്സൻ. 1991 (1993): സാഹിത്യപഠനത്തിന് ഒരു ആമുഖം (പരി: എസ്. കെ.വസന്തൻ) തിരുവനന്തപുരം: കേരളഭാഷാ ഇൻസ്റ്റിറ്റ്യൂട്ട്.

വേണുഗോപാൽ, കെ.എം. 2001: സിംബലിസം മലയാളകവിതയിൽ, കോട്ടയം: ഡി.സി. ബുക്സ്.

വേലായുധൻപിള്ള, പി.വി. 2010: തെരഞ്ഞെടുത്ത പ്രബന്ധങ്ങൾ, തൃശ്ശൂർ: കേരള സാഹിത്യ അക്കാദമി.

ശശിധരൻ, എൻ. 2001: വാക്കിൽ പാകപ്പെട്ടുത്തിയ ചരിത്രം, കേരളസർക്കാർ, സാംസ്കാരിക പ്രസിദ്ധീകരണ വകുപ്പ്.

ശങ്കരൻ. കെ.പി, 1988: നവകം, കോഴിക്കോട്: പൂർണ പബ്ലിക്കേഷൻസ്.

______2009: ത്രിവേണി, തൃശ്ശൂർ: കറന്റ് ബുക്സ്.

ശങ്കരൻ, തായാട്ട്. 2007, (1990): തെരഞ്ഞെടുത്ത പ്രബന്ധങ്ങൾ, തൃശ്ശൂർ: കേരള സാഹിത്യ അക്കാദമി.

ശ്രീകുമാർ, ടി.ടി. 2000: ഉത്തരാധുനികതയ്ക്കപ്പുറം, കോട്ടയം: ഡി.സി. ബുക്സ്.

ശ്രീകുമാർ, മഹർഷി. 2003: വിശ്വചരിത്രവും സൗന്ദര്യദർശനവും, കോഴിക്കോട്: പാപ്പിയോൺ.

ശ്രീജൻ, വി. സി. 1999: അർത്ഥാനന്തരന്യാസം, തൃശ്ശൂർ: കറന്റ് ബുക്സ്.

______2006: അർത്ഥവാദങ്ങൾ, കോഴിക്കോട്: മാതൃഭൂമി ബുക്സ്.

ശ്രീധരൻ, ഇയ്യങ്കോട്. 2004: സ്വപ്നാടനം, കേരള സർക്കാർ, സാംസ്കാരിക പ്രസിദ്ധീകരണവകുപ്പ്.

______2009: (സമ്പാ: എഡി:) പി. കുഞ്ഞിരാമൻ നായരുടെ കത്തുകൾ- ഹൃദയം തുറക്കുന്ന താക്കോലുകൾ, തിരുവനന്തപുരം: മെലിൻസ ബുക്സ്.

ശ്രീവത്സൻ, ടി. 2001: നവമനോവിജ്ഞാനീയം, കോട്ടയം: ഡി.സി. ബുക്സ്.

______ബിജു. സി.എസ്. 1998: ഈഡിപ്പസ് യന്ത്രം, കാലിക്കറ്റ് സർവ്വകലാശാല, ദിശ.

സച്ചിദാനന്ദൻ, കെ. 2011 (2009): മലയാള കവിതാപഠനങ്ങൾ, കോഴിക്കോട്: മാതൃഭൂമി ബുക്സ്.

സതീശൻ, ടി.എൻ. 2002: പി. കുഞ്ഞിരാമൻ നായരുടെ കാവ്യബിംബങ്ങൾ, കോഴിക്കോട്: ലിപി പബ്ലിക്കേഷൻസ്.

സന്തോഷ് കുമാർ, എൻ. 2006: (സമാ: എഡി:) പി. മായാത്ത കാല്പാടുകൾ, കോഴിക്കോട്: മാതൃഭൂമി, ബുക്സ്.

സിഡ്നി, ഫിലിപ്പ്. 1999 (1987) :കവിതയ്ക്കൊരു സാധൂകരണം (പരി. ഡോ.കെ.എൻ, എഴുത്തച്ഛൻ) തിരുവനന്തപുരം: കേരള ഭാഷാ ഇൻസ്റ്റിറ്റ്യൂട്ട്.

സുകുമാരൻ, ടി.പി. 1992: പരിസ്ഥിതി സൗന്ദര്യശാസ്ത്രത്തിന് ഒരു മുഖവുര, കോഴിക്കോട്: ബോധി പബ്ലിഷിംഗ് ഹൗസ്.

സുകുമാർ, അഴീക്കോട്. 2010 (1981): മലയാള സാഹിത്യ വിമർശനം, കോട്ടയം: ഡി.സി. ബുക്സ്.

സുനിൽ പി. ഇളയിടം. 2009: ദമിതം: തിരുവനന്തപുരം: കേരളഭാഷാ ഇൻസ്റ്റിറ്റ്യൂട്ട്.

______2011: അജ്ഞാതവുമായുള്ള അഭിമുഖങ്ങൾ, കോട്ടയം: സാഹിത്യ പ്രവർത്തക സഹകരണസംഘം, നാഷണൽ ബുക്സ്റ്റാൾ.

സുരേഷ് നൂറനാട്, 2010: കവിതയിൽ നിറയുന്ന പ്രകൃതി ബിംബങ്ങൾ, തിരുവനന്തപുരം: അൽക്ക പബ്ലിക്കേഷൻസ്.

സിഗ്മണ്ട്, ഫ്രോയ്ഡ്. (പരി.ജി.ജയൻ), 2003: ലൈംഗിക മന:ശാസ്ത്രം, ന്യൂഡൽഹി: ഇൻഡ്യൻ എതീസ്റ്റ് പബ്ലിഷേഴ്സ്.

______ (പരിഭാഷ: പി.പി.സത്യൻ) 2007: പ്രണയത്തിന്റെയും രതിയുടെയും മന:ശാസ്ത്രം, കോഴിക്കോട്: പേജ് പബ്ലിക്കേഷൻസ്.

സോമൻ, പി. (1990) 2001: കാവ്യം അനന്തരസമയം, കോട്ടയം: സാഹിത്യപ്രവർത്തക സഹകരണസംഘം, നാഷണൽ ബുക്സ്റ്റാൾ.

______2011: അമ്മദൈവവും സംസ്കാരവും, തിരുവനന്തപുരം: കേരളഭാഷാ ഇൻസ്റ്റിറ്റ്യൂട്ട്.

______2006: ആധുനികതയുടെ സൗന്ദര്യ രാഷ്ട്രീയം, തിരുവനന്തപുരം: ചിന്താ പബ്ലിഷേഴ്സ്.

ഹാരിസ്, വി.സി. 1999: എഴുത്തും വായനയും, കോട്ടയം: സാഹിത്യപ്രവർത്തക സഹകരണസംഘം, നാഷണൽ ബുക്ക് സ്റ്റാൾ.

ഹൃദയകുമാരി, ബി. 1991: കാല്പനികത, കൊല്ലം: ഇംപ്രിന്റ് ബുക്സ്.

ആനുകാലികങ്ങൾ

ഗ്രന്ഥാലോകം, വാല്യം 61, ലക്കം 8, മെയ് 2011.

മാതൃഭൂമി ആഴ്ചപതിപ്പ് പുസ്തകം 56, ലക്കം 15, 1978 ജൂൺ 25.

മാതൃഭൂമി ആഴ്ചപ്പതിപ്പ്, പുസ്തകം 81, ലക്കം 15, 2003 ജൂൺ, 1-7.

ഭാഷാപോഷിണി പുസ്തകം 7, ലക്കം 3, 1983 ഒക്ടോബർ-നവംബർ.

സമകാലീന കവിത, ലക്കം 6, 1995 ജൂലായ്.

സമകാലികമലയാളം വാരിക, ലക്കം 7, പുസ്തകം 14, 2010 ജൂൺ 16.

സ്മരണിക

മഹാകവി പി. 1966, കാഞ്ഞങ്ങാട്, ഷഷ്ടിപൂർത്തി ആഘോഷക്കമ്മിറ്റി. വിത: നാഷണൽ ബുക്സ്റ്റാൾ.

മഹാകവി പി. സ്മരണിക, 1999, കാഞ്ഞങ്ങാട് മഹാകവി പി. കുഞ്ഞിരാമൻനായർ മെമ്മോറിയൽ ട്രസ്റ്റ്.

English Books

Abrams, M.H, 1971: The Mirror and the lamp, London: Oxford University Press.

______ 2010: Natural Supernaturalism, London: W.N.Norton and Company.

Adams, P. 1996: The Emptiness of the Image: Psychoanalysis and Sexual Differences, London: Routledge.

Adorno, Theodor. 2010: The Cultural Industry: New York: Routledge.

Allen, Grahana. 2003: Roland Barthes, New York: Routledge,

Anderson, Linda. 2007: Autobiography, London: Routledge.

Arabindo, 1953: Future Poetry-Sri Aravaindasram, Pondicheri.

Arnold, David and Blackburn Stuart. 2004: Telling lives in India, New Delhi: Permanent Black.

Augustine, 1960: The confessions, Trans: John.K Ryan, New York: Image Books.

Bakthin, Mikhail. 1984: Problems of Dostoevsky's Poetics, Manchester, Manchester University Press.

______ 1973: Marxism and Philosophy of Language, Cambridge Harvard, University Press.

Bal, Mieke. Narratology: 1985: Introduction to the theory of Narrative: Toronto: University of Toronto Press,

Barry, Peter. 2010: Beginning theory: and introduction to literary and cultural theory, New Delhi: Viva books.

Barthes, Roland, 2009: Mythologies, London: Vintage.

______1967: Writing Degree Zero, London: Jonathan Cape.

______2000: Camera Lucida, London: Vintage Books.

______1977: Image, Music, text, London: Fontana.

Bauchanan, Ian. 2010: Oxford dictionary of critical theory.

Beiser, Frederick. Hegel: 2008: New York: Routledge.

Belsey, Catherine. 2005: Culture and the Real: New York: Routledge.

______2002: Critical Practice:New York: Routledge.

Benveniste, Emile. 1966: Problems of general linguistics, Paris: Gallimard.

Benvenuto, B. and Kennedy, R. 1986 The Works of Jacques Lacan: An Introduction, New York: St.Martin's Press.

Berger, John. 2008: Ways of seeing. London: Penguin Books.

Bowra, Maurice. 2009: The Romantic Imagination, London: Mac Millian.

______1967: The Heritage of Symbolism, London: Macmillan

Brooks, P. 1992: Reading for the Plot: Design and Intention in Narrative, Cambridge, MA: Harvard University Press.

Brown, G. and Yule.G, Discourse Analysis Cambridge, Cambridge University Press.

Burke, Sean. 1998: The death and Return of the author: Edinburgh University Press.

Bruss, Elizabeth. 1976: Autobiographical Acts: The changing situation of literary Genue, Baltimor: John-Hopkins University Press.

Byron, glennis. 2003: Dramatic Monologue, London: Routledge.

Cascardi, Anthony. J, 1994: The subject of Modernity.

Chiesa, Lorenzo.2007: Subjectivity and Otherness Massachusetts Institute of Technology.

Cohen, Gillian, 1989. Memory in the Real World, London: Lawrence Erlbaum Associates.

Coly, Martin & Gerside Peter. 1990: Encyclopedia of Literature and Criticism, London: Routledge.

Copjec, J. 1994: Read My Desire: Lacan Against the Historicists, Cambridge, MA: MIT Press.

Cowie, E.1997: Representing the Woman: Cinema and Psychoanalysis, London: Macmillan.

Culler, Jonathan. 2008: Literary theory a short Introduction, New Delhi: Oxford Press.

Day, Aidan. 2009: Romanticism, New York: Routledge.

De Berg, Henk. 2003: Freaud's Theory and its use in Literary and cultural studies an introduction, New York: USA: Camden House.

Deleuze Gilles, and Gauttari Felix. 2009: Anti-Oedipus - Capitalism and Schizophrenia, London: Penguin Books.

De-man, Paul, 1984: The Rhetoric of Romanticism, New York: Columbia University Press.

Derrida, Jacques. 1981: Of Grammatology Trans. and intro. Gayathri Chakravarthy Spivak. Boltimore. John Hopkins. University Press.

Devika, J.2007: En-gendering Individuals, New Delhi:Orient Longman.

Eagleton, Terry. 2007: How to read a poem, Black well publishing.

______2008: Literary theory an Introduction, Black well Publishing.

Easthope, Antony. 1988: Poetry as a discourse: Methuen & Co.

______ 2009: The unconscious, NewYork: Routledge.

Ekin, John Paul. 1985: .Fiction in Autobiography studies in the arts of self/Inventing Princeton, Princeton University Press.

Elliot, Gregory (ed.), Althusser-A critical Reader, Oxford Blackwell Publishers.

Evans, Dylan. 1996: An Introductory dictionary of Lacanian Psychoanalysis, New York: Routledge.

Faflak, Joel. 2008: Romantic Psychoanalysis. The burden of the mystery, University of New York: Suny Press.

Fink, B.1995: The Lacanian Subject: Between Language and Jouissance, Princeton, NJ: Princeton University Press.

Fleishman, Avron. 1983. Figures of Autobiography. Los Angeles: California University Press.

Fludernick, Monika. 2009: An Introduction to Narratology, New York, Routledge.

Foucault, Michel. 1998: The History of sexuality Vol-1 The will to knowledge, Penguin Books.

Foucault, Michel. 1974: Archeology of Knowledge, Tavistock Publications Ltd.

______ 2009: Madness and Civilization: A History of Insanity in the age of Reason, London: Routledge,

______1990: The History of sexuality Vol.III. The care of the self, New York: Penguin Books.

______ 1992: The History of sexuality Vol-II, The use of please, New York: Penguin Books.

______2010: The Archeology of Knowledge, New York: Vintage Books.

Freeman, Mark. 1993: Re-writing the self, History Memory, Narrative London: Routledge.

Freud, Sigmund. 1973: Introductory Lectures on Psycho-analysis, Sussex, Penguin Books.

______ 1985: Art and Literature, Sussex Penguin Books.

______ 2006: Interpreting Dreams, New York: Penguin Books.

Frye, Northop. The anatomy of Criticism Princeton, Princeton University Press.

Gay, Peter (edi). 1995: The Freud Reader: London: Vintage Books.

Genett, Gerald. 1980: Narrative Discourse tr. J.Lenin. Ithace: Cornel University Press.

Grosz, Elizabeth, 1990: Jacques Lacan, A Feminist Introduction, London and New York: Routledge.

Gudsorf, Georges. Conditions and Limits of Autobiography. Trans. and Edi James Olney Autobiography: Essays theoretical and critical Princeton: Princeton University Press.

Hall, Donald.E. 2004: Subjectivity, London: Routledge.

Hawkes, Terence. 1977: Structuralism and Semiotics London: Methuen.

Hegel, GWF. 1985: Phenomenology of Spirit, tr. A.V.Miller, with analysis of text and foreword by J.N Findlay, Oxford: Clarendon Press.

Heideggar, Martin. 1962: Being and time, Tran. J macquirieaid Robinson, London: SCM Press.

Holquist, Michael. 2002: Dialogism: New York: Routledge.

Homer, Sean. 2007: Jacques Lacan, New York: Routledge.

Irigaray, Luce. 1985: Speculation of the other women tr. Gillian. C.Fill Ithaca Cornell University Press.

Jakobson, Roman. 1987: Language in literature Cambridge University Press.

Jameson, Fredric. 2012: The political unconscious. Narrative as a socially symbolic act, New York: Routledge.

Jeffrey, Robin. 1994: The decline of Nair dominance, Delhi: Manohar Publishers.

Kakkar, Sudhir. 1997: Culture and Psyche, India: Oxford.

Karnode, Frank. 1961: Romantic Image, London: Routledge.

Kristeva, Julia. 1981: Desire in Language, Oxford, Blackwell.

Labov, W. Speech actions and reactions in personal Narrative, George town University Round table on.

Lacan, Jacques. 2003: Ecrits: a selection, London: Routledge.

______ 1978: The four fundamental Concepts of Psycho-analysis, tr.A.Sheridan) New York: Norton.

______2008: My Teaching, London: Verso.

Langubaum, Robert. 1972: The poetry of experience, The dramatic Monologue in modern literary Tradition.

Laura, Mulvey. 1975: Visual pleasure and Narrative Cinema, Visual and Other Pleasures, Bloomington Indiana University Press.

Lejeune, Philippe. 1988: On Autobiography Trans. Katherine Leavy, Minnapolis Minnesota University Press.

Levi-Strauss, Claude. 1963: Structural analysis in linguistics and anthropology, tr. Claire Jacobson and Brooke Grundfest. New York: Basic Books.

Lewis, C.Day. 1968: Poetic Image - Jonathan Cape paper back.

Lodge, David. 1981: Working with structuralism, London: Routledge & Kegan Paul.

Machery, Pierre. 1978: A theory of literary production, London: Routledge and Kegan Pau.

Marcus, Laura. Auto/biographical discourse, Manchester. Manchester University press.

MC, Quillian Martin. 2001: Paul-deman, New York: Routledge.

Mca fee, Noelle. 2007: Julia Kristeva, New York: Routledge.

Mehlman, Jeffrey. 1974: A structural study of Autobiography, Proust, Leins, Sart re Levi-strates, Ithaca Cornell University press.

Menon, Dilip M. 1994: Caste, Nationalism and Communism in south India-Malabar 1900-1948 Delhi foundation books.

Metz, Christian. 1977: The Imaginary Signifier, Psychoanalysis and Cinema, Tra. Annwyl Williams, Ben Brewster and Alfred Gurzetti Bloomington, Indian University Press.

Mills, sara. 1997: Discourse, London: Routledge.

Myers, Tony. 2009: Slavoj Zizek: New York: Routledge.

Naik, D.U. 1993: Art of Autobiography, Poona: Vidharbha Marathwada book Company.

Nancy, Jean-Luc. 1990: Finite History (ed.) David Carroll. The states of Theory History, Art and Cultural Discourse New York: Columbia University Press.

Nobus, D.1998: Key Concepts of Lacanian Psychoanalysis, London: Rebus Press.

Olney, James. 1972: Metaphors of self: the meaning of autobiography, Princeton University Press.

______1980. Autobiography: Essays-Theoretical and Critical, Princeton: Princeton University Press,

Pascal, Roy. 1960. Design and truth in autobiography, London: Routledge.

Phillips, Adam. 2006: The Penguin Freud Reader, New York: Penguin Books.

Prince, G. 1982. Narratology, The Form and Function of Narrative, Haque: Mouton.

Rabate, J.M.2001: Jacques Lacan, London: Palgrave.

Reeves, James. 196: Understanding Poetry, London: Pan books Ltd.

Ricoer, Paul. 1982: The Rule of Metaphor. Tran. Ribert Czerny London, Routledge.

_____ 1986: Time and Narrative, tr. Kathleen McLarghlin and Davi Pallever-Chicago: Chicago University Press.

Riffatere.M. 1978: Semiotics of Poetry, London: Methuen.

Rimmon, Kenan-Shlomith. 2002: Narrative Fiction: London: Routledge.

Roberts, Adams. 2007: Fredric Jameson, New York: Routledge.

Rose, J. 1996: Sexuality in the Field of Vision, London: Verso.

Roudinesco, E.1999: Jacques Lacan: An Outline of a Life and a History of a System of Thought, trans. B. Bray, Cambridge: Po lity Press.

Rousseau, Jean Jacques. 2008: Confessions: Oxford University Press UK.

Shaw, Phili. 2009: The subline, New York: Routledge.

Smith, Joseph H & Kerrigan William (ed.): 1983: Interpreting Lacan, New Haven & London: Yale University Press.

Smith, Robrt.1995: Derrida and Autobiography Cambridge, Cambridge University Press.

Sontag, Susan (ed.) 2000: With introduction Roland Barthes Reader: Vintage.

Spengemann, William. 1980: The Forms of Auto- biography, Episodes in the History of Literary Genre, New Haven Yale University press.

Stella, Joseph.P (ed.), 1978:Theories of literary Genre, London: Pennsylvania State University Press.

Sturrock, John. 1993: The Language of Autobiography: Studies in the first person singular: New York: Cambridge University Press.

Thursehwell, Pamela. 2000: Sigmund Freud: New York, Routledge.

Todorov, T. 1997: The Poetics of Prose, Oxford: Oxford Blackwell.

Todorov, Tzaventan. Genres in Discourse (tr: Catherine Porter) Cambridge, Cambridge University Press.

Toolan, Nichel. J. 1991: Narrative A critical-Linguistic Introduction London: Routledge.

Vice, S. (ed.) 1996: Psychoanalytic Criticism: A Reader, Cambridge: Polity Press.

Weber, Samuel. tr. Michael Levine: 1991 (1990): Return to Freud Cambridge: Cambridge University Press.

Weintrub, Karl.J. 1978: The value of the individual self and circumstances in Autobiography, Chicago: Chicago University Press.

Wright, Elizabeth. 1991: Psycho analytic criticism theory in practice, London: Routledge.

Zizek Slavoj, 1991: Looking Awry: An Introduction to Jacques Lacan through Popular Culture, Cambridge, MIT Press.

______ 2010: The sublime object of ideology: New Delhi: Navayana.

Website

http//www.lacan.com

www.freud.org.uk

http//www.cddc.vt.edu/feminism/kristeva.htm/

http://www.avasite.org.mulvey.htm

Online Journal

lacanian ink

www.ingramcontent.com/pod-product-compliance
Lightning Source LLC
LaVergne TN
LVHW102035051026
849518LV00014B/1605
* 9 7 8 9 3 5 5 1 7 3 5 6 0 *